ரஷியப் புரட்சி:
இலக்கிய சாட்சியம்

ரஷியப் புரட்சி:
இலக்கிய சாட்சியம்

எஸ்.வி. ராஜதுரை

எதிர்
வெளியீடு

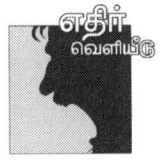

ரஷியப் புரட்சி: இலக்கிய சாட்சியம்
எஸ்.வி. ராஜதுரை
எதிர் வெளியீடு முதல் பதிப்பு: ஜனவரி 2022
எதிர் வெளியீடு,
96, நியூ ஸ்கீம் ரோடு, பொள்ளாச்சி – 642 002
தொலைபேசி: 04259 226012, 99425 11302

விலை: ரூ.550

Russiah Puratchi: Ilakiya Saatchiyam
Russian Revolution: Literature as Witness
S.V. Rajadurai

Copyright © S.V. Rajadurai
Ethir Veliyeedu First Edition: January 2022

Published by
Ethir Veliyeedu, 96, New Scheme Road, Pollachi– 642 002.
email: ethirveliyedu@gmail.com
www.ethirveliyedu.in

ISBN: 978-93-90811-85-4
Cover Design: Santhosh Narayanan
Printed at Jothy Enterprises, Chennai.

All rights reserved. No part of this book may be reprinted or reproduced or utilised in any form or by any electronic, mechanical or other means, now known or hereafter invented, including Photocopying and recording, or in any information storage or retrieval system, without permission in writing from the Publisher.

தன் ரத்தத்தாலும் வியர்வையாலும்
என்னைப் பேணிப்பாதுகாத்து
என் பணிகளிற் சிறந்தவற்றை சாத்தியப்படுத்திய
அன்புத் துணைவி சகுவுக்கு

உள்ளடக்கம்

அறிமுகம் ... 09

புதிய பதிப்பிற்கான முன்னுரை ... 23

முன்னுரை ... 24

இசையின் வெற்றி ... 35

ரஷிய இலக்கியம்: புரட்சியின் தருவாயிலும் புரட்சிக்குப் பின்பும் ... 51

புரொலிட்கல்ட் ... 67

ஃப்யூசரிசம் ... 76

உருவவியல் ... 97

'செங்கன்னி நில'மும் சகபயணிகளும் ... 108

கட்சியும் இலக்கிய அமைப்புகளும்: 1921–1925 ... 111

லெனினின் கலை இலக்கிய ரசனைகளும் கொள்கைகளும் ... 122

'வாப்', 'ராப்', ஐந்தாண்டுத்திட்டம் ... 147

ஸெர்ஜி யெஸினின்: கிராமப்புறத்தின் கடைசிக் கவிஞன் ... 169

விளாடிமிர் மயாகோவ்ஸ்கி: புரட்சியின் வெண்கலக்குரல் ... 182

சோசலிச யதார்த்தவாதமும் 1930களில் ரஷிய இலக்கியமும் ... 211

ஸ்டாலினிசம் ... 227

நெரிக்கப்பட்ட குரல்வளைகள் ... 270

எவ்கனி ஜாமியாடின்: இலக்கிய மரணம் ... 280

கான்ஸ்டான்டின் ஃபெடின்: சமரசத்தினூடே ... 289

போர்க்கால இலக்கியம் ... 297

ஸ்தானோவிசத்தின் ஆதிக்கம் ... 304

அன்னா அக்மதோவா ... 314

மரினா செட்வா … 324

கரையும் பனிமூட்டம்: குருஷ்சேவ் சகாப்தம் … 331

போரிஸ் பாஸ்டர்நாக்: அறவியல் கேள்விகள் … 354

ப்ரெஸ்னெவ்: ஸ்டாலினிசத்தின் மறுபிறப்பு … 370

ஸல்ஸனித்ஸின்: இரு நாவல்கள் … 388

பெரெஸ்த்ரொய்கா: சோசலிச – மறுமலர்ச்சி … 404

நாவலின் முடிவு, கதாநாயகனின் முடிவு, எழுத்தாளனின் முடிவு… 438

அறிமுகம்

"ரஷியப் புரட்சி: இலக்கிய சாட்சியம்" - நாம் வாழும் இக் காலகட்டத்தின் குறியாக, சர்வதேச மார்க்சிய இயக்கங்களும் சிந்தனைகளும் உலுக்கப்பட்டுவரும் வரலாற்றுச் சூழலில் தோன்றியுள்ள ஒரு நூல். இது எழுபத்திரண்டு ஆண்டுகளுக்கு முன் நடந்த ரஷியப்புரட்சியின் தாக்கத்தையும் அதன் பாதிப்புகளையும் இலக்கியத்தின் கண்ணோட்டத்திலிருந்து காண விழைகிறது. இலக்கியத்தை, வரலாற்றின் சாட்சியமாகக் காணும் நூலாசிரியர், புரட்சி தோற்றுவித்த கனவுகள், எதிர்பார்ப்புகள், வெறிகள், வேட்கைகள், ஏமாற்றங்கள் ஆகியவை இலக்கியத்தில் பிரதிபலிக்கப்பட்டுள்ள விதத்தை எடுத்துரைத்து புரட்சிக்கும் இலக்கியத்திற்கும் புது அர்த்தங்களைக் கற்பிக்கிறார். புரட்சி, தன் வேகத்திலும் தீரத்திலும் லயித்து சில செய்திகளைச் சொல்லாமல் போய்விட்டதுபோலும். இலக்கியம் புரட்சியைக் கண்டு அதிசயித்து, பின்பு குதூகலித்து, பின்னர் சோர்வுற்று விலகியது போலும். ஏனெனில் புரட்சி மறந்த அறவியல், காதல், ஆன்மிகம் போன்ற அம்சங்கள் புரட்சியைப் பாட விழைந்த இலக்கியத்தில் விரவியிருந்தன. இலக்கியம் காணமறுத்த பல்லாயிரக்கணக்கான மக்களின் அன்றாட அவல நிலையை மாற்றியமைக்க வேண்டும் என்ற கோட்பாட்டு ரீதியான சிந்தனை, ஒருவிதக் கட்டுப்பாடு, ஒழுங்குமுறை ஆகியவை புரட்சியின் அம்சங்களாயிருந்தன. ரஷியப் புரட்சிக்கு அதன் கவிஞர்கள் நியாயம் கற்பித்தார்கள். அவர்களின் ஆவேசத்தை அது தூண்டியது. ஆனால், நியாயம் கற்பிக்க வந்த கவிஞர்கள் பல சமயங்களில் செயலிழந்து போயினர். புரட்சியின் முரண்பாடுகளை, முரண்பாடுகள் தழுவிய அதன் நோக்கை ஏற்றுக்கொள்ளமுடியாமல், தூண்டுகோலாக அமைந்த புரட்சியோ, கவிஞர்களின் தனித்தன்மையை எல்லாப்பொழுதுகளிலும் அங்கீகரிக்க இயலாது, கொடுங்கோலாக மாறி, அவர்களை ஒடுக்கு / அடக்குமுறைகளுக்கு உட்படுத்தியது.

வரலாற்றில் நிகழும் புரட்சிகள் யாவும் நவீனமானவையே; விஷேசமானவையே. ஒரு புரட்சியின் போக்கை நிர்ணயிக்கக் கூடிய முன்மாதிரிகளை வரலாறு நமக்கு வழங்குவதுமில்லை. ரஷியப் புரட்சிக்கு முன்மாதிரியாக இந்தக் கவிஞர்கள் எதைக் கொள்ளமுடியும்? அவர்களுக்குப் புரட்சிக்குக் குரல் கொடுத்துப் பழக்கமும் இல்லை. புதிய வழிமுறைகள், புதிய வரையறைகள் - இவற்றை நிகழ்காலத்தின் போக்குகளிலிருந்து வகுக்கவேண்டிய வரலாற்று நிர்ப்பந்தம்; இது எவ்வாறு சாத்தியப்பட்டது? வரலாற்றின் கட்டாயங்களை இலக்கியம் எவ்வாறு புரிந்துகொண்டது? இதன் சாட்சியங்களைத்தான் நாம் எவ்வாறு ஏற்கவேண்டும்? இந்தக் கேள்விகளை எழுப்பியும் இவற்றிற்கான பதில்களை நம்முன் வைக்கவும், இந்நூல் புரட்சிக்கால இலக்கியத்திலிருந்து தொடங்கி, புரட்சி உருவாக்கிய சமூகத்தின் முரண்பாடுகளை விளக்கி, சமகால ரஷியாவின் பார்வையை அதன் வரலாற்றுடன் இணைத்து, ஒரு அற்புதமான இயங்கியல்ரீதியான புரிதலைக்கொண்டு அமைந்துள்ளது.

சோவியத் ரஷியா மற்றும் கிழக்கு ஐரோப்பிய நாடுகளில், சோசலிசம், இலக்கியத்திற்கும் அரசியலுக்கும், குறிப்பிடத் தக்கவகையில், விஷேசமான தொடர்பு உருவாவதற்கு வழிவகுத்தது. இந்நாடுகளில் அரசு, பல்வேறு வரலாற்றுக் காரணங்களினாலும் ஸ்டாலின்கால சர்வாதிகாரத்தின் தாக்கத்தினாலும் மிகவும் வலுப்பெற்று, மனிதவுரிமைகளைத் தம் மக்களுக்கு மறுத்து, அவர்களைப் பலவிதக் கட்டுப்பாடுகளுக்கு உட்படுத்தியது. அரசு தன் ஒடுக்குமுறைகளை, இலக்கியப்படைப்பாளிகள் மீதும், பொதுவாக, அறிவு ஜீவிகள்மீதும் செலுத்தியது. அரசு முழங்கிய சோசலிசத்தையும் அதன் பொய்களையும் ஏற்க மனமில்லாத பல எழுத்தாளர்கள் சிறையில் அடைக்கப்பட்டனர். பலரின் எழுத்துக்கள் பிரசுரிக்கப்படவும் இல்லை. அரசைப் போற்றி அதன் கொள்கைகளைப் பரப்பியவரின் எழுத்துக்கள் மாத்திரமே அரசு அங்கீகாரம் பெற்றுவந்தன.

இந்தச் சூழ்நிலையில் அரசை எதிர்க்கும், அரசு ஏற்காத இலக்கியப் படைப்புகள், இரகசியமாக, எழுத்தாளர்களாலேயே பிரசுரிக்கப்பட்டுவந்தன. ஆக, இந்நாடுகளில் இருவித இலக்கியங்கள் ஒன்றுக்கொன்று தொடர்பு இல்லாமலேயே இருந்துவந்தன. ஒருவித இலக்கியம் "சோசலிச, யதார்த்தவாதம்"

என்ற வரையறைக்குள் எழுதப்பட்டு வந்தது. மற்றொன்றோ அரசின் பொய்களை அம்பலப்படுத்தியும், அவற்றை நையாண்டி செய்தும், வேறுபட்ட உண்மைகளைப் படைத்தும் சிறியதொரு வட்டத்திற்குள் இயங்கிவந்தது. ஒரு எழுத்தாளர் தன் மனச்சாட்சிக்கேற்ப, கலாநேர்மையுடன் எழுதுவதென்பது முடியாத சூழலில், ஒடுக்கப்பட்ட மனச்சாட்சியின் குமுறல்களும், ஏக்கங்களும், வெறுப்புகளுமே இந்த இரண்டாவதுவகை இலக்கியத்தின் முக்கிய அம்சங்களாக விளங்கின.

இந்தக் காரணங்களினால்தான், சமகால சோவியத் சமூகத்தில் ஏற்பட்டுள்ள "க்ளாஸ்நோஸ்ட்" இலக்கிய சுதந்திரத்திற்கு முதலிடம் அளித்து, தன் சீர்திருத்தங்களை நடைமுறைப்படுத்தத் துவங்கியுள்ளது. கடந்தகால வரலாற்றைப் பரிசீலிக்கும்போது, இதுவரை அரசாங்கத்தால் எழுதப்பட்ட, வரலாறு சொல்லாத செய்திகளைக் கொண்டுதான் அதனை சீரிய விமர்சனத்திற்கு உட்படுத்தமுடியும். இந்த வகையில், நிராகரிக்கப்பட்ட இலக்கியப்படைப்புகளும் படைப்பாளிகளும் சோவியத் யூனியனில் உயிர்பெற்றுள்ளதில் அதிசயமில்லை. பாஸ்டர் நாக், ஸல்ஸனித்ஸின், அக்மதோவா, க்ராஸ்மன் மற்றும் பலர் புரட்சி கட்டியெழுப்பிய சமூகத்தின் முரண்பாடுகளைக் கண்டு வருந்தினர். சில சமயங்களில் வெகுண்டனர். புரட்சியின் வாரிசு ஒருவித அவலம் உறைந்து போய்விட்ட வாழ்வுமுறையோ என்று அஞ்சினர். அறவியல் வாதங்களையும் தனிமனித சோர்வுகளையும் முன்வைத்து எழுத்துவாதமிட்டனர். அதிகாரிகளால் அன்று வாயடைக்கப்பட்ட இவர்களை சோவியத் மக்கள் இன்று மீண்டும் படிக்கத் தொடங்கியுள்ளனர். ஸ்டாலின் காலத்தை மாத்திரம் எதிர்த்து இந்த எழுத்தாளர்கள் எழுதியதில்லை. சோசலிசத்தையே விமர்சித்துக் கண்டனம் செய்தவர்களும் இவர்களில் இருந்தனர். ஆகையால் "க்ளாஸ்நோஸ்ட்" கடந்த காலத்தின் உச்சக்கட்டமான புரட்சியையும் அதன் கோட்பாடுகளையும்கூட மறைமுகமாகப் பல கேள்விகளுக்கு உட்படுத்தியுள்ளது என்று நாம் கூறலாம். சோவியத் ரஷிய வரலாற்றில், ஏன் ரஷிய வரலாறு முழுவதிலும்கூட இத்தகைய சீர்திருத்தங்கள் இதுவரையில் நிறைவேற்றப்பட்டுள்ளனவா என்ற கேள்வியை நாம் இத்தருணத்தில் கேட்டாக வேண்டும்.

பலவருட காலம் ஒடுக்கப்பட்டுவந்த சமூகத்தில் இந்தத் திறந்த மனப்பான்மை எவ்வாறு சாத்தியமாயிற்று என்ற கேள்விக்கு விடைதேட விரும்புவோர், சோவியத் சமூகத்தை ஒரே சீராகப் பார்க்கும் பார்வையைக் கைவிடவேண்டும். ஸ்டாலின்காலத்துக் கொடூரங்களினால் சோவியத்புரட்சியின் உன்னதமும் சோசலிசக் கோட்பாடுகளின் மேன்மையும் முழுமையாக வதைக்கப்படவில்லை என்ற உண்மையை மேலும் ஆழமாக மனதில் பதிய வைத்துத்கொள்ள வேண்டும். ஒரு மாபெரும் தேசம், தான் செய்த குற்றங்களுக்காக வருந்துவதை மதித்து அத்தேசத்தின் பெருந்தன்மையை அங்கீகரிக்க வேண்டும். இவை யாவும் நம்மால் எளிதாக, எடுத்த எடுப்பிலேயே, மேற்கொள்ளக்கூடிய முடிவுகள் இல்லைதான். ஆனாலும், நம்பிக்கையற்ற, மனிதநேயம் குன்றியுள்ள ஒரு காலகட்டத்தில் வாழும் நாம், வரலாற்றிற்கு ஆற்றக்கூடிய சேவைகளில் இவையாவும் அடங்கும்; முக்கியமானவையுங் கூட.

இந்த வகையில், முந்தியகால வரலாற்றைப் புதிய மார்க்கத்தின்வழி, இலக்கியத்தின் துணையுடன் சென்றடைந்தும், தற்கால ரஷியாவின் வரலாற்றுப் பாதையை இதன் மூலமாக நமக்குக் காட்டியும், சோசலிசத்தின் உன்னத இலக்கைத் தனது தரிசனமாகத் கொண்டும் எழுதப்பட்டுள்ள இந்த நூல் மிக முக்கியமான ஒரு வரலாற்றுப் படைப்பு.

கடந்தகால வரலாற்றைத் தற்கால யதார்த்தத்தில் காலூன்றி நிற்கும் நாம் காண விரும்பும்பொழுது, கடந்த காலம், நிகழ்காலம் இரண்டிற்குமிடையே உள்ள கால இடைவெளி குறுகிவிடுகிறது; குழம்பிவிடுகின்றது. தற்காலத்தின் போக்குகளை அடிப்படையாகக்கொண்டு மட்டுமே, வரலாற்று வெளியில் பாய்ந்து சென்று கடந்தகாலத்தைப் பற்றியிழுத்து நம் யதார்த்தத்திற்கு அர்த்தம் கற்பிக்கும்படிச் செய்ய முடியும். நமது யதார்த்தத்தின் தாக்கத்தினால் பழமையும்கூட, காலத்தின் மௌனசாட்சியாக மாத்திரம் இருக்காமல், புத்துயிர்பெற்றுப் புதுக்குரல்களைக் கொண்டு ஒலிக்கும். இன்றைய சோவியத் சமூகத்தில் இம்மாதிரியான காலக்குழப்பம் சற்று அதிகமாக இருப்பதாகவே நாம் கூறவேண்டும். 'க்ளாஸ்நோஸ்ட்' மற்றும் 'பெரெஸ்த்ரொய்கா' சோவியத் மக்களின் வாழ்வுடன் பின்னிப் பிணைந்து இருந்து வந்த ஒருவித இறுக்கத்தைத்

தளர்த்தியுள்ளன. விடுதலை பெற்றுள்ள உணர்வுகளும், தாபங்களும், வேட்கைகளும், காலத்தைக் கூடக் கடப்பவனவாய், காலவெளியில் பின்சென்று, புரட்சியின் வரலாற்றிலும், புரட்சி எழுப்பியிருந்த பல கேள்விகளிலும் தமக்கு ஆதரவு தேடிக்கொள்ளத் தொடங்கியுள்ளன. லெனின் கண்ட கனவுகளை சோவியத் மக்கள் மீண்டும் காண்பதற்குத் துணிந்துவிட்டனர். 'ரஷியப் புரட்சி: இலக்கிய சாட்சியம்', இவை எவ்வாறு சாத்தியமாகும் என்பதை விளக்கும் வகையில், சோவியத் புரட்சி வரலாற்றைப்பற்றிய புதியபல செய்திகளை நம்முன் வைத்து, இன்றைக்கு இருக்கக்கூடிய சோசலிச வாதங்களுக்கு முன்மாதிரிகள் புரட்சிக் காலத்திலேயே இருந்தன என்பதைச் சுட்டிக் காட்டுகிறது.

புரட்சியை வரவேற்ற கவிஞர்கள் புரட்சியில் கிறிஸ்துவைக் கண்டனர்; இசையின் பூரிப்பைக் கண்டனர்; ஆன்மிக நெறியைக் கண்டனர். ப்ளாக் போன்ற கவிஞர்கள் ஸ்லாவிக் தேசியத்தின் மறுபிறப்பிற்கான காலத்தைப் புரட்சி உண்டாக்கியுள்ளதாகக் கொண்டனர். மயாகோவ்ஸ்கி, புரட்சியைப் புதிய யுகத்தின் அடையாளமாகக் கண்டு, புரட்சிக்காக எதையும் விட்டுக் கொடுக்கலாம், வரலாற்றின் கட்டாயங்களுக்கிணங்கி கவிஞன் தன் கவியுள்ளத்தையும் அடக்கி ஒடுக்கலாம் என்று எண்ணினார். ஒரு கவிஞனின் பிரக்ஞை, அவனது சுயம் - இவைதான் அவன் தலைதாழ்த்தி வணங்க வேண்டிய தெய்வங்கள் என்ற வழிவழி வந்துள்ள 'உண்மையை' நிராகரித்து தன் சுயத்தையும் பிரக்ஞையையும், அவற்றின் செயல்பாடுகளையும் தீர்மானிக்கக்கூடியது புரட்சியின் தேவைகளே என்றும் நம்பினார். ஸெர்ஜி யெஸினின் சோசலிசப் புரட்சியின் உள்ளடக்கம் ஒரு ஆன்மிக உணர்வு என்றளவில் அதை வரவேற்றார். ஆனால், நகர்ப்புற ரஷியாவின் மேலாதிக்கத்தை புரட்சியின் பாதை நிலைநிறுத்திவிட்டதாகக் கருதி, கிராமங்களின் சிதைவு, கிராமப் பண்பாட்டின் சரிவு ஆகியவற்றைத் தம் கவிதையில் அவலம் வெளிப்படப் பாடினார்.

த்ரோத்ஸ்கியால் 'சகபயணிகள்' என்று அழைக்கப்பட்ட, கட்சி சாராத எழுத்தாளர்கள் (புரொலிட்கல்ட் மற்றும் ஃப்யூசரிசம் கூறிய 'பாட்டாளிவர்க்க' கலைநெறிகளை ஏற்காதவர்கள்) புரட்சியின் வரலாற்று முக்கியத்துவத்தை ஏற்றுக் கொண்டனர். ஏற்றுக்கொண்ட

அதே வேளையில், தமது கல நேர்மையையும், பிரக்ஞைபூர்வமான வெளிப்பாடுகளையும் - அவை 'பூர்ஷ்வா'த் தன்மை கொண்டவுணர்வுகள் என்று ஏளனம் செய்யப்பட்டபோதிலும் - தூக்கிப் பிடித்தனர். பயன்பாட்டு ரீதியான இலக்கியம் என்பது, இலக்கியத்தின் படைப்பு முறைகளுக்கும், சமூகத்திலும் தனி மனிதர்களிடத்தும் அது செயல்படும் விதத்திற்கும் அந்நியமானது என்று அவர்களில் பெரும்பாலானோர் கருதினர். அன்றிருந்த இலக்கியச் சூழலில், அதி வித்தியாசமான இலக்கியப் போக்கைக் கொண்டிருந்த உருவவியல்வாதிகளும் இருந்தனர். அம் மாதிரியான வளமான கருத்தாக்கங்கள் அன்று விரவியிருந்தன, போல்ஷ்விக் கட்சியாளரால் அவை வரவேற்கப்பட்டன என்றால், அன்று சோசலிசம் எவ்வளவு பரந்த விஸ்தாரமான நோக்குடைய அரசியல் கோட்பாடாக இருந்திருக்கக்கூடும் என்பதை நாம் சற்றுக் கற்பனை செய்துதான் பார்க்க வேண்டியுள்ளது. தோழமையுணர்வு, சகிப்புத்தன்மை, மனிதாபிமானம் ஆகியவை இந்தப் புரட்சிக்கால சோசலிசத்தின் பல்வேறு பரிமாணங்களில் முக்கியமானவையாக இருந்திருக்க வேண்டும் என்பது லெனினின் இலக்கிய ரசனைகளும் இலக்கியம், அரசியல் முதலியன பற்றிய அவரது கருத்துகளும் நமக்கு எடுத்துச்சொல்லும் வரலாற்று உண்மையாகும். இந்த இலக்கியச் செழுமைகளையும் அரசியல் மேம்பாடுகளையும் விளக்குவன இந்நூலின் முதல் எட்டு அத்தியாயங்கள். லெனினுக்காக ஆசிரியர் ஒரு நீண்ட அத்தியாயத்தையே ஒதுக்கிவைத்துள்ளது இந்த முதல் எட்டுப் பகுதிகளின் ஒரு சிறப்பு அம்சம். உள்நாட்டுப் போர் புரட்சி சமூகத்தை எப்படிக் காயப்படுத்தியிருந்தது என்பதை லெனின் நன்கு உணர்ந்திருந்தார். புதிய பொருளாதாரக் கொள்கையை அவர் நிறுவி, இயக்கியதற்கு இந்தப்புரிதலே காரணம். புதிய பொருளாதாரக் கொள்கைச் சூழல்தான் பலவித இலக்கியப் போக்குகளின் பரஸ்பரத் தொடர்புக்கும் பரிமாற்றங்களுக்கும் வழிவகுத்தது. இந்தச் சூழல் சாத்தியப்படுத்திய சர்ச்சைகள், வாதங்கள், மோதல்கள் ஆகியன பாட்டாளிவர்க்கம் பழமையுடன் நடத்திவந்த போர்களுக்கு உதவக்கூடும் என்பதே லெனினின் கருத்து. ஆகையால்தான், லெனின் ஒரு பிரசித்தி பெற்ற இலக்கிய விமர்சகர் இல்லை என்றாலும், அவரது இலக்கியவகைப் புரிதல்களுக்கும் எதிர்பார்ப்புகளுக்கும் ஆசிரியர் முக்கியத்துவம் தந்துள்ளார். மேலும், லெனினின் சில கூற்றுகள், பின்னர்

ஸ்டாலின் இலக்கியவாதிகளின் மேல் திணித்த ஆதிக்கநெறிகளை நியாயப்படுத்தப் பயன்படுத்தப்பட்டன என்ற காரணம் வேறு.

இவ்வாறு பலகுரல்கள் கொண்டு ஒலித்த புரட்சி நாதம் பின்னர் ஏன் தன்குரல் கம்மி, ஒற்றை நாயனம் ஊதத் தொடங்குகிறது? புரட்சிக் கனவுகள் ஏன் உருமாறின? யெஸினின், மயாகோவ்ஸ்கி ஆகியோர் தமக்குத் தேடிக் கொண்ட தற்கொலை முடிவுகளுக்குத்தான் பொருள் என்ன? தனிப்பட்ட கனவுகள் ஏன், எவ்வாறு சிதறுண்டு போயின? உழைக்கும் வர்க்கத்தின் நன்மைகளை முன்வைத்து வளர்ந்த கம்யூனிஸ்ட் இயக்கம் இந்த நலன்களின் பெயரால் சாமானிய மக்களைப் பல்வேறு ஒடுக்குமுறைகளுக்கு உட்படுத்தியது ஏன்? கட்டாய உழைப்பு முகாம்கள் எந்தவிதத்தில் அக்டோபர் தரிசனங்களின் நியாயமான விளைவுகள்? ஸ்டாலின் என்ற தனிமனிதனின் கொடூரக் கற்பனையின் பாதிப்புகள் மாத்திரமா இவை? அல்லது புரட்சிக் கோட்பாடுகளில், அவற்றை சிதைக்கக்கூடிய முரண்பட்ட கருத்தாக்கங்கள் கலந்திருந்தனவா?

ஆசிரியர் நமக்களிக்கும் பதில், இந்த மாறுதல்களுக்கான காரணங்கள்: போல்ஷ்விக்கட்சிக்கும் அரசிற்கும் உள்ள உறவு மாறியமைந்த விதங்கள்; இந்த மாறுதல்களின் வெளிப் பாடுகள்; இந்த வெளிப்பாடுகளின் பாதிப்புகள், முடிவாக இவையனைத்தையும் ஒட்டுமொத்தமாகத் தாங்கியெழுந்த ஸ்டாலினிஸ சிந்தாந்தங்கள் ஆகியவைதாம். கட்சியின் சர்வாதிகாரப் போக்கை, இலக்கியச் சூழலைக் கொண்டு ஆசிரியர் துல்லியமாக விளக்கியுள்ளார். ‘வாப், ராப்’ குழுக்களின் ஜனனமும் சோசலிச யதார்த்தவாதத்தின் உதயமும், இலக்கியவாதிகளின் மீது இறுக்கிக்கொண்டிருந்த கட்சியின் உடும்புப் பிடியை மேலும் வலுவடையச் செய்தன. ‘வாப்’, ‘ராப்’ குழுக்கள் 1933இல் கலைக்கப்பட்டாலும், அவற்றின் இலக்கிய ஆதிக்கம் மறையவில்லை. மாறாக, ‘சோசலிச யதார்த்தவாதம்’ என்ற இலக்கியச் சித்தாந்த நெறியை இலக்கியப் படைப்பாளிகளின் மீது திணிக்க உதவியது. கட்சிக்கும் இலக்கியவாதிகளுக்குமிடையே, பொதுவாக கட்சிக்கும் அறிவுஜீவிகளுக்கும் (அதாவது, தமது அறவுணர்வுகளைப் பிரதானமாகக் கருதி, ஸ்டாலினிஸம் பிரகடனப்படுத்திய வரலாற்றுக் கட்டாயங்களை ஏற்காதவர்களுக்கும்) இடையே

இயங்கிய உறவைக்கொண்டு ஸ்டாலின்கால வரலாற்றை எழுதி விடலாமோ என்றளவிற்கு மிகச் சீரியமுறையில் அமைந்துள்ளன அத்தியாயங்கள் ஒன்பது முதல் பன்னிரண்டு வரை.

ஆனால் ஸ்டாலினிஸத்தைப் பற்றிய ஆசிரியரின் புரிதல் இலக்கியத்தின் பார்வையிலிருந்து மாத்திரம் எழுந்த ஒன்றல்ல. ஸ்டாலின் சகாப்தத்தை, வரலாற்றை விழுங்கி ஏப்பம்விட்டிருந்த மலைப்பாம்பாக அவர் காண்கிறார். வரலாற்றைப் பொய்ப்பித்து, சோசலிசக் கனவுகளைக் குலைத்து, தான் வகுத்த பாதைதான் சோசலிசம் என்று கண்டிப்புடன் சமகால வரலாற்றையும் குழப்பி, பல்லாயிரக்கணக்கான எதிர்க்குரல்களை அடக்கி, ஒரு யுகத்திற்கே தன் பெயரைச்சூட்டி விட்டுச் சென்றுவிட்டார் அந்த ஒருகாலத்துப் புரட்சி வீரர். இத்தகைய மனிதரையும் அவர் வாழ்ந்த காலத்தையும் பற்றிய ஆசிரியரின் புரிதல்கள் தாம் இந்தப் புத்தகத்தின் ஆணி வேர். அவரது இந்த எழுத்து முயற்சிக்கான உந்துதலாகவும் அமைந்திருப்பது அதுவே.

எல்லாச் சிதைவுகளுக்கும் ஸ்டாலின் என்ற ஒரு அதிகார வெறியர்தான் காரணம் என்றோ அல்லது இன்று சிலர் கூறுவதுபோல, போல்ஷ்விக் கட்சியானது லெனினின் காலத்திலிருந்தே அதிகாரவர்க்கப் பாதையை நோக்கி நிதானமாக, தீவிரமாக நடைபோடத் தொடங்கியது என்றோ ஆசிரியர் கொள்ளவில்லை. புரட்சிக்காலத்து நிர்ப்பந்தங்கள், அது எதிர் கொண்ட, பகைமைதோய்ந்த சர்வதேசச்சூழல், உள்நாட்டுப் போரினால் பலகீனமடைந்திருந்த பொருளாதார நிலைமை முதலியவற்றின் ஒட்டுமொத்தமான தாக்கங்களே ஸ்டாலினிஸத்திற்கு வழிவகுத்ததாக ஆசிரியர் கூறுகிறார். ஸ்டாலினின் கருத்துகளும் செயல்பாடும் தமது ஆட்சியைக் கட்டுப்பாடுகளின்றிச் செலுத்தின என்றால், அவற்றை அங்கீகாரம் செய்த சக்திகள் புரட்சிச்சமூகத்தில் உருவாயிருந்தன என்றும், இந்த சக்திகள் புரட்சி வரலாற்றின் விளைவுகளே என்றும் அவர் விளக்கிக் கூறுகிறார். ஸ்டாலினிஸம் வரலாற்றின் ஒரு கட்டம் என்றாலும், வரலாற்றின் தொலைநோக்கில் அதன் 'சாதனைகளை' மாத்திரம் நிறுத்தி, அதனை மதிப்பிட முடியாது. அன்று வரலாறு விதித்த கட்டாயங்களுக்குப் பல விதங்களில் சோவியத் தலைமை ஈடுகொடுத்திருக்கமுடியும். வரலாறு பற்றிய ஸ்டாலினின் புரிதல், வேறு சில புரிதல்களைத்

(புகாரின், த்ரோத்ஸ்கி ஆகியோர் கொண்டிருந்த கருத்துகளை) தவிர்த்து. அவற்றை மறுத்து அடக்கியே தனது ஆதிக்கத்தை நிறுவிக்கொண்டது. நிறுவியதன் பின்னர் ‘இதுதான் சமூகம் ஏற்க வேண்டிய, கட்டாயமான செயல்பாடு’ என்ற வகையில் வரலாற்றின் விசேஷக் குறியீடாகவும் தன்னை அடையாளங் காட்டிக் கொண்டது. ஸ்டாலினையும், ஸ்டாலினிஸத்தையும் உலகெங்குமுள்ள பல மார்க்சியவாதிகளும், மார்க்சிய விமர்சகர் களும் நியாயப்படுத்தி விளக்கியுள்ளனர். நம் நாட்டிலுங்கூட “வரலாறு ஸ்டாலினை அங்கீகரிக்கும்” என்ற கருத்தைக்கூறி ஸ்டாலின் சோசலிசத்திற்கு இழைத்த துரோகங்களை மென்று விழுங்கி அவரை சோசலிசத்தின் உன்னதக் காப்பாளனாக மாத்திரம் காணும் போக்கு இன்றும் உள்ளது. இந்த வகையில் எஸ். வி. ஆர். ஸ்டாலினிஸத்தை ஸ்டாலின் என்ற தனி மனிதரின் குற்றங்களுக்குள் குறுக்கவில்லை - வரலாற்றின் தவிர்க்கமுடியாத, கடக்க வேண்டிய கட்டமாகவும் காணவில்லை. மிகத் தெளிவான சமூக பொருளாதார ஆய்வுகளுக்கு அவர் தேடிக்கொண்ட சான்றுகள் - இலக்கியச் சான்றுகள்; ஸ்டாலின் ஸ்தாபித்த கல்லறைகளுக்கு அப்பாலிருந்து கீதம் இசைக்கக்கூடிய குரல்கள்; திடீரென்று அன்று மௌனமாக்கப்பட்ட, பொய்களையும் கொடூரங்களையும் சகிக்காத வலுவான தொனிகொண்ட குரல்கள்; மரினாவும் அன்னாவும் பாடிய, சோகமும் ஏக்கமும் நிறைந்த பாடல்கள்; மரணத்தின் வாயிலிருந்து ஸ்டாலினுக்கு சவால் விடுத்த மாண்டல்ஷ்டாமின் அமைதியான அழுத்தமான கவிதைகள்; வரலாறு ரஷியாவிற்களித்த சோசலிசத்தை விமர்சித்த ஜாமியாட்டின், போரிஸ் பில் நியாக், ஐசக் பெபெல்...

தொல்கதைகளில் *(myths)* ஒரு கொள்கைக்காகவோ, காதல், நாடு ஆகியவற்றின் பொருட்டோ உயிர்நீத்த வீரர்களின் பெயர்கள் கொண்ட பட்டியலைக் கொண்டு பல கவிதைகள் அமைந்திருக்கும். இறந்தவர்களைப் பெயர் சொல்லி அழைத்து, அவர்களது புகழைப்பாடி கதை சொல்பவர், மானுட சமுதாயத்திற்கு ஆசிகள் கோருவார். தற்கால வீரரைக் காக்கும்படியும் வேண்டுவார். இவ்வாறு ஆசிரியரும் ஸ்டாலினிஸத்தால் உயிர் நீத்தவர்களின் பட்டியலை நமக்குத் தந்துள்ளார். அவலம் நிறைந்த இந்த அநியாய சாவுகள், வரலாற்றைக் கடிந்து கொள்ளத் துடிக்கும் நம்மை நிதானமடையச் செய்வன. ‘க்ளாஸ் நோஸ்ட்’ சீர்திருத்தங்களைக் கண்டு

ஏளனம் புரிவோரையும் மூர்க்கத்தனமாக விமர்சிப்போரையும் கொச்சைப்படுத்துவோரையும் சிந்திக்கவைக்கக் கூடியது புத்தகத்தின் இந்தப் பகுதி.

சோவியத் அரசு, இதுவரை எழுதியுள்ள வரலாற்றில் இடம் பெறாத தனிப்பட்ட வேதனைகளையும் தவிப்புகளையும் கூறி முடித்த பிறகு இன்று 'க்ளாஸ் நோஸ்ட்' காலத்து நிகழ்வுகளுக்கு வருகிறார் ஆசிரியர். புரட்சிக்கால கீதங்கள் மீண்டும் ஒலிக்கத் தொடங்கியுள்ளதை விவரித்து, இன்றைய சாத்தியப்பாடுகள், அன்றைய நிர்ப்பந்தங்கள் என்றளவில், த்ரோத்ஸ்கியும் புகாரினும் ஏன் அன்று வரலாற்றின் போக்கில் பின் தள்ளப்பட்டுவிட்டார்கள் என்பதைக் கூறுகிறார். காலத்தின் முரண்பாடுகளைத் தவிர்ப்பது எவ்வளவு கடினம். அவற்றைத் தவிர்த்தாலும், பதிலுக்கு நாம் இழக்கக்கூடியவை சொல்லில் அடங்காது என்ற வகையில், இன்றைய சோவியத் சீர்திருத்தங்களையும் நேற்றைய குறைபாடுகளையும் பொருத்திக் காண்பிக்கிறார். குருஷ்சேவ் காலத்து மாற்றங்கள் ஏன் வேரூன்றவில்லை என்பதற்கான காரணங்களையும் ப்ரெஸ்னெவ் ஆண்டுகளில் ஸ்டாலினிஸம் மறுவாழ்வு பெற்றமைக்கான காரணங்களையும் விவாதிக்கும் பகுதிகள், 'க்ளாஸ் நோஸ்ட்' பற்றிய ஆசிரியரின் புரிதல்களை நாம் எளிதாக உள்வாங்கிக்கொள்ள உதவும் வகையில் அமைந்துள்ளன.

'க்ளாஸ்நோஸ்ட்' சாத்தியப்படுத்தியுள்ள விவாதப்போக்குகளும் அது விடுத்துள்ள கேள்விக்குரல்களும் சில 'உண்மைகளை' வாசகர்களாகிய நாம் காணும்படி செய்ய உதவுகின்றன. என்றாலும் நாம் நம்மளவிலும் கூட சோசலிசம் பற்றியும் புரட்சியின் தன்மைபற்றியும் சில புரிதல்களை ஏற்படுத்திக் கொள்ள வேண்டும்,

முதலாவதாக, சோசலிசத்தின் தாக்கம், அதனை விமர்சிப் போரிடத்தும் சில பாதிப்புகளை உண்டாக்கியிருப்பதைக் காணவேண்டும். ஆசிரியர், பாஸ்டர் நாக், ஸல்ஸனித்ஸின் ஆகியோர் எவ்வாறு அறவியல் நோக்குடன் புரட்சி சமூகத்தின் முரண்பாடுகளை அணுகினர் என்பதையும் மனிதநேயம், கருணை, இரக்கம், மன்னிக்கும் மனப்பான்மை ஆகியன எவ்வாறு ஒரு யூரி ஜிவாகோவிடம் நிரம்பியிருந்தன என்பதையும் நமக்கு எடுத்துக் கூறியுள்ளார். ஸல்ஸனித்ஸின், சோசலிசத்தில் நம்பிக்கையிழந்தவர் தான்; ஆனால் கனவுகள் சிதைந்த அவலத்தையும் அவரிடம் நாம்

காணமுடியும். பாஸ்டர்நாக்கிடமோ ரஷிய மக்கள் கட்டியெழுப்பிய சமூகத்தில் இரக்கம், கருணை ஆகியன வற்றிப்போனதைக் கண்டு வாடும் நெஞ்சத்தைக் காணலாம். பாஸ்டர் நாக்கின் ஜிவாகோ சோசலிசத்தை வெறுப்பவன் அல்லன். ஸல்ஸனித்ஸினின் கதாநாயகர்களைப் போல் அருவமான அறவியல் பாதையை நாடுபவனும் அல்லன். சோசலிசம், அரசியலில் அறவியலை, அறவியல் நோக்கைக் கைவிட்டமையைக் கண்டே அவன் வருந்துகிறான். இன்று பெரும்பாலான கிழக்கு ஐரோப்பிய இலக்கியவாதிகளும் சோவியத் படைப்பாளிகளும் அறவியல் தழுவிய அரசியலைத் தான் கோருகின்றனரே தவிர, சோசலிசத்தின் அழிவை அல்ல. மேற்கு ஐரோப்பிய நாடுகளிலும் சரி, அமெரிக்காவிலும் சரி, அரசியலின்பால் ஒரு மதிப்பையோ, ஈடுபாட்டையோ அந்நாட்டு அறிவுஜீவிகள் காட்டுவதில்லை. ஒரு வித எரிச்சல், நம்பிக்கையின்மை, ஆவது ஆகட்டும் என்ற மனப்பான்மை, பளீரென மின்னும் நுகர்வுக்கலாசாரத்தை தொடவும் முடியாமல் விடவும்முடியாமல், ஆனால் - அவலவுணர்வற்ற குழந்தைத்தனமான தவிப்பு - இவைதான் மேற்கத்திய இலக்கியப் படைப்புகளில் பெரும்பாலும் நாம் காணக் கூடிய உணர்ச்சி வகைகள். கிழக்கு ஐரோப்பிய சோசலிச நாடுகளில் அரசியலைப் பொய்களிலிருந்து காப்பாற்ற வேண்டும், 'சோசலிச'த்தின் பொய்களை அம்பலப்படுத்தவேண்டும் என்ற ஆர்வம் அறிவுஜீவிகளுக்கிடையே. இவர்களிற் சிலர் சோசலிசமே ஒரு பொய்யுறைந்துபோன கோட்டுபாடு என்று கூறினாலும், வாழ்க்கை பற்றிய பொறுப்புணர்வு நிறைந்த நோக்கும் இருக்கவே செய்கிறது: மனிதத் துன்பங்களுக்கு அர்த்தமுண்டு, ஆகையால் வேதனையும் வருத்தமுங்கண்டு விதியின் வெளியில் நாம் செய்வதறியாது நிற்கத் தேவையில்லை; வாழ்வுக்குப் பொருளுண்டு, அர்த்தங்கள் நிலையற்றவையானாலும் பொய்யிலிருந்து மெய்யைப் பிரித்துப் பார்ப்பது இன்றியமையாதது என்ற சிந்தனைதான் அது. இச்சிந்தனை, மானுடராகிய நாம் செய்யக்கூடிய கொடூரங்களுக்குப் பரிகாரமாக கருணை, அன்பு, சகிப்புத்தன்மை ஆகியவற்றில் ஆழ்ந்த நம்பிக்கை - இவை சோசலிசம் சாத்தியப்படுத்திய உணர்வுகள் தாம். சோசலிசம் அறவியலை அரசியலுக்கு திரும்பவும் தந்துள்ளது - பல நேரங்களில் தன் பரிசைத் தானே மறுத்திருந்த போதிலும்!

இரண்டாவதாக, புரட்சியைப் பற்றிய சில செய்திகளை நினைவுபடுத்திக் கொள்ள வேண்டும்; புரட்சியை யார் எங்கு வாழவிட்டார்கள்- நிகராகுவா, மொஸாம்பிக், கிரெனேடா, அங்கோலா... புரட்சியாளர் ஆட்சிக்கு வரவேண்டியது தான், உடனுக்குடன் புரட்சியை ஏற்காத, புரட்சியினால் அனைத்தையும் (அதாவது சொத்து முதலியவற்றை) இழக்கக் கூடியவர்கள் ஏகாதிபத்தியக் கூலிப்படையினரின் உதவியுடன் புரட்சியாளரைத் தாக்குகின்றனர். மூச்சைப்பிடித்து கொண்டு, பல ஆண்டுகள் கடுமையாக உழைத்துப் போரிட்டு, ஆட்சிக்கு வரும் புரட்சியாளர்கள் மூச்சுவிடக் கூட முடியாதுபோய் புரட்சியைக் காக்கப் போரில் கடுமையான உள்நாட்டுப் போரில் இறங்குகின்றனர். புரட்சியை மக்களிடத்துக் கொண்டு சேர்க்க வேண்டும், வேர்க்கால் மட்டங்களில் அதிகாரத்தை மையப்படுத்த வேண்டும் என்ற தரிசனங்கள் போர் கிளப்பும் புழுதியில் மங்கி விடுகின்றன. மக்களிடத்துப் போரைத் தான் கொண்டு சேர்க்க முடிகிறது. போர்க்காலத்தில் பலவித உரிமைப்பறிப்புகள், ஒடுக்கு முறைகள் ஆகியன புரட்சியின் தாராளமான, விஸ்தாரமான பாதையைக் குறுக்கிவிடுகின்றன.

இந்த வகையில் ரஷியப்புரட்சி நடைபழகும் குழந்தையை யொத்ததாயிருந்தது. விடாது நடக்கும் போர்களினால், குழந்தைப்பருவம் என்பது பல சமூகங்களில் இன்று இல்லாமல் போய்விட்டதை நாம் பார்க்கிறோம். பாலஸ்தினம், லெபனான், மத்திய அமெரிக்க நாடுகள் முதலியவற்றில் குழந்தைப் பருவம் சிதைக்கப்படுவதால், கொடூர அனுபவங்கள் தோய்ந்த உள்ளங்கள் குரூரமாகின்றன. புரட்சிக் குழந்தையும் இப்படித்தான் ஆயிற்று. சீரிய முறையில் வளர்ச்சியடையாது பயம், பீதி ஆகியவற்றால் அதன் வளர்ச்சி குன்றியது. குழந்தையின் புரட்சிப்பிரக்ஞை இயக்கமற்று உறைந்து போயிற்று.

இந்தப் புரிதல்களின் அடிப்படையில்தான் நாம் 'க்ளாஸ் நோஸ்ட்', 'பெரெஸ்க்ரோய்கா' நடத்திவரும் சமூக மாற்றங்களைக் காணவேண்டும். ஆசிரியர், ரஷியாவில் நிகழ்ந்துவரும் மாற்றங்களை மிகைப்படுத்தி நமக்குக் காட்டவில்லை. ஆனால் இப்பொழுது இவற்றின் தேவையை விளக்குகிறார். ரஷியாவின் சோசலிசப் பாதை அந்நாட்டு மக்களின் கழுத்தைச் சுற்றி இறுக்கும் பாதையாக உருமாறிய போதிலும் பலருக்கு உணவளித்தது; கல்வி

புகட்டியது; பணமில்லை என்று பிணியால் உயிரிழப்பவர்களின் எண்ணிக்கை குறைந்தது; கலைகள், செல்வந்தர்களின் அழகிய அறைகளிலிருந்து விடுபட்டுத் தொழிலாளர் இல்லங்களிலும் குடியேறின; மக்களிடையே பண்பாட்டு நெறிகள் வேரூன்றத் தொடங்கின. இன்று 'க்ளாஸ்நோஸ்'டிற்கு வழிவகுத்ததும் இப் பண்பாட்டு நெறிகள் தாம். சமூக-பொருளாதார நெருக்கடிகள் முக்கிய காரணங்கள் என்றாலும், சோசலிசத்தின் தார்மீகம்தான் பல கனவுகளை, சிதைந்தவடிவிலுங்கூடக் காப்பாற்றி, இன்று மாற்றுச் சக்திகளை உருவாக்கும் மனோதிடத்தையும் அளித்துள்ளது. அன்று ஸ்டாலினின் பொய்களை எதிர்த்த குரல்கள் இன்று மீண்டும் ஒலிக்கின்றன என்றால் சோசலிசத்தின் பேரில் ஏமாற்றமும் ஏக்கமும் கலந்த வாஞ்சையை சோவியத் மக்கள் இன்றும் கொண்டுள்ளனர் என்பதால் தானே.

புரட்சி விகார வடிவங்கொண்டு பலவுள்ளங்களைப் புண்படுத்தியது உண்மைதான். இன்று நடக்கக்கூடிய மாற்றங்கள் உழைக்கும் மக்களை மீண்டும் புண்படுத்தலாம். ஆனால் புரட்சியின் நினைவுக்கோடுகள், ஸ்டாலினிஸம் விட்டுச் சென்ற தழும்புகள் வெகு ஆழமாகவே மக்கள் மனதில் பதிந்திருந்ததை நாம் காண வேண்டும். புண்களின் வேதனை நீங்கிய பிறகு, சோவியத் மக்கள் அந்தப் புரட்சிக்கால நினைவுக் கோடுகளையும் மீண்டும், மென்மையாக ஸ்பரிசிக்கத் தொடங்கியுள்ளனர். இந்தப்பொழுதில், அவர்கள் நம்மிடம் கோருவன:

அமைதி, சகிப்பு, புரிதல்.

வ. கீதா
சென்னை
10-4-1989

புதிய பதிப்பிற்கான முன்னுரை

முப்பத்தியிரண்டு ஆண்டுகளுக்கு முன் வெளிவந்த இந்த நூலிலிருந்த இருந்த அச்சுப் பிழைகள், வாக்கியப் பிழைகள், அடிக்குறிப்புப் பிழைகள் ஆகிய மட்டுமே திருத்தப்பட்டு இந்த புதிய பதிப்பு வெளிவருகின்றது. முதல் பதிப்பிலிருந்த எந்த வாக்கியமும் எந்தக் கருத்தும் மாற்றப்படவில்லை.

முதல் பதிப்பு கோர்பசெவின் சீர்திருத்தங்களைப் பற்றிய விவாதங்கள் நடந்து கொண்டிருந்த, அந்த சீர்திருத்தங்களில் சில நடைமுறைப்படுத்தப்பட்டு வந்த காலகட்டத்தில் எழுதப்பட்டவை. அந்த நூல் வெளிவந்து இரண்டாண்டுகளுக்குப் பின் சோவியத் யூனியன் தகர்ந்துவிட்டது. எனவே அது குறித்து எழுதப்பட்டுள்ள ஓர் அத்தியாயம் மட்டுமே இந்த நூலுக்கான புதிய சேர்க்கை.

ரஷியப் புரட்சி பற்றியும் அது சென்ற பாதைக்கு சாட்சியங்களாக அமைந்த இலக்கியப் படைப்புகளைப் பற்றியும் புதிய தலைமுறையைச் சேர்ந்த (குறிப்பாக 1989-91க்குப் பின் பிறந்த) வாசகர்கள் அறிந்துகொள்ள இந்த நூலின் புதிய பதிப்பைக் கொண்டு வர வேண்டும் என்று கடந்த சில ஆண்டுகளாக என் நீண்டகால நண்பர்கள், கம்யூனிஸ்ட் இயக்கத்தைச் சேர்ந்த, திறந்த மனதோடு இருக்கிற தோழர்கள் ஆகியோரின் வற்புறுத்தி வந்தததுதான் இந்தப் பதிப்புக்கான காரணம்.

அட்டை வடிவமைப்பு செய்த சந்தோஷ் நாராயணன், மெய்ப்புத் திருத்தம் பார்த்துக் கொடுத்த தோழர் மே.கா. கிட்டு, இந்த நூலை வெளியிட முன்வந்த ‘எதிர் வெளியீடு’ அனுஷ், புத்தக வடிவமைப்பை பொறுமையுடன் செய்த தோழர் *R.* சீனிவாசன் ஆகியோருக்கு என் நன்றி.

எஸ்.வி.ராஜதுரை
கோத்தகிரி
18.11.2021

முன்னுரை

மூன்றாண்டுகளுக்கு முன்பே மூன்று ரஷியக் கவிஞர்கள் பற்றிய ஒரு சிறு நூலை எழுதத் திட்டமிட்டிருந்தேன். அலெக்ஸாண்டர் ப்ளாக், ஸெர்ஜி யெஸினின், விளாடிமிர் மயாகோவ்ஸ்கி ஆகியோரே அவர்கள். அம்மூவருமே தத்தம் நோக்கிலிருந்து நவம்பர் புரட்சியை வரவேற்றவர்கள். ஆனால் அவர்கள் அனைவருமே அசாதாரணமான மரணத்தைத் தழுவியவர்கள். ப்ளாக் தற்கொலை செய்துகொள்ளவில்லை எனினும் அவரால் தாங்கிக்கொள்ள முடியாத புற நிர்ப்பந்தங்களின் அழுத்தம் அவரது உயிரைப் பலிகொண்டது. புரட்சிக்கு வாழ்த்துப்பாடி அதைக் கொண்டாடிய அக்கவிஞர்களுக்கும் அப்புரட்சிக்குமிடையே இருந்த இயங்கியல் உறவுகள், பரிமாற்றங்கள், முரண்பாடுகள், அத்தனிமனிதர்களுக்கு நேர்ந்த அவலங்கள் ஆகியவற்றைப் பற்றிய ஒரு சிறு நூலே என் திட்டமாக இருந்தது. பின்னர் ‘இனி’ இதழைத் தொடங்கி அதில் சிக்கிக்கொண்டதன் காரணமாக நூல் எழுதும் எண்ணத்தைக் கைவிட்டேன்.

‘இனி’யால் ஏற்பட்ட இழப்புகள், ஏமாற்றங்கள் ஆகியவற்றிலிருந்து மீண்டதும் என் கவனத்தை ரஷியப்புரட்சி வரலாற்றின் மீதும் ரஷிய இலக்கியத்தின்பாலும் மீண்டும் படரவிட்டேன். ரஷியா என்ற மாபெரும் தேசத்தின் வளமான தத்துவ, இலக்கிய, பண்பாட்டு மரபின்மீது எனக்கு என் இளம்வயதிலிருந்தே ஆழமான ஈடுபாடு இருந்துவந்துள்ளது. அது எனது மார்க்ஸியத்தையும் கட்சி அரசியலையும் தாண்டிய ஈடுபாடு.

இந்தியப் பொதுவுடைமை இயக்கத்தில் இருபதாண்டுகளுக்கும் மேலாக கட்சி உறுப்பினனாகவோ, ஆதரவாளனாகவோ, சகபயணியாகவோ இருந்திருக்கிறேன். ஆனால் ஒருபோதும் ஸ்டாலினிசம் என்ற நிகழ்ச்சிப்போக்கோடு என்னால் முழுமையாக ஒத்துப்போக முடிந்ததில்லை. ஸ்டாலினிசம் எனக்குள்ளும் ஓரளவு இருந்தபோதிலும் (தொடர்ந்து இருக்கும் போதிலும்) நானே ஸ்டாலினிசத்தால் குட்டுப்பட்டிருக்கிறேன்.

புரட்சிக்குப் பிந்திய ரஷியாவின் வரலாறும் பல்வேறு சோசலிச நாடுகளின் அனுபவங்களும் ஸ்டாலினிசத்தின் கொடுமைகளை, சோசலிசத்தின்மீது அது ஏற்படுத்திய காயங்களை நமக்குத் தெளிவாக எடுத்துக் கூறியுள்ளபோதிலும் ஸ்டாலினிசத்தையும் சோசலிசத்தையும் ஒன்றென இனங் காணும் போக்கும் ஸ்டாலின் இருந்தவரை சோவியத் யூனியனில் சோசலிசம் இருந்தது, அதன் பிறகு முதலாளியம் அங்கு மீட்கப்பட்டுவிட்டது என்ற கட்டுக்கதையும் இந்தியப் பொதுவுடைமை இயக்கத்தில் இன்னும் செல்வாக்குடன் திகழ்வதைக் கண்டு நான் வேதனைப்படுகிறேன். கட்டுக்கதைகளை உடைத்தெறிந்து மாயத்திரைகளை விலக்கிவிட்டு மெய்மையுடன் உறவு கொள்வதற்கான ஒரு முயற்சியாகவே இந்நூலை நான் பார்க்கிறேன்.

எனது தலைமுறையைச் சேர்ந்த பல்லாயிரக்கணக்கான கம்யூனிஸ்டுகளையும் கம்யூனிஸ்ட் ஆதரவாளர்களையும் போலவே எனக்கும் ஏராளமான எதிர்பார்ப்புகளும் ஏமாற்றங்களும் இருந்து வந்துள்ளன. சீனப்புரட்சி, தெலுங்கானாப் போராட்டம், ஸ்டாலினின் மரணம், குருஷ்சேவின் ரகசிய அறிக்கை, க்யூபாப் புரட்சி, ஹங்கேரி எழுச்சி, போலந்துக் கிளர்ச்சி, கொரிய யுத்தம், வியத்நாம் போராட்டம், சீன - சோவியத் பூசல்கள், செக்கோஸ்லோவேகியா மீதான படையெடுப்பு, *1968* பிரெஞ்சு மாணவர் - தொழிலாளர் போராட்டம், சீனப் பண்பாட்டுப் புரட்சி, நக்சல்பாரிப் போராட்டம், மாவோவின் மரணம், அங்கோலா- மொஸாம்பிக் விடுதலை, ஆஃப்கானிஸ்தான் மீதான படையெடுப்பு, நிகராகுவாப் புரட்சி, சீனத்தில் ஏற்படும் மாற்றங்கள், ரஷியாவின் க்ளாஸ்நோஸ்ட், போலந்தும் ஹங்கேரியும் செல்லும் திசைகள், தியனன்மென், கிழக்கு ஜெர்மனியிலிருந்து வெளியேறும் மக்கள் கூட்டம் - இப்படி நம்மைத் திகைப்பிலும் ஏமாற்றத்திலும் மகிழ்ச்சியிலும் வருத்தத்திலும் மாற்றி மாற்றித் திணறடிக்கிற பல நிகழ்வுகள் என் வாழ்நாளிலேயே ஏற்பட்டுள்ளன. மின்னல் வேகத்தில் அனைத்தையும் சாதித்துவிடலாம் என்ற மாயைகள் உருவாக்கப்பட்டிருக்கின்றன. அந்த வேகம், கருங்கற்பாறையில் தலையை மோதவைக்கவே உதவியிருக்கிறது என்ற ஞானமும் பின்னர் பிறந்திருக்கிறது. ஒரு தனி மனிதன் என்ற வகையில் நானுமே இப்படிப் பாறைமீது என் தலையை மோதவிட்டு நட்சத்திரங்களைத் தரிசித்தவன் தான்!

இத்தகையதொரு அனுபவச் சூழலில்தான் சோவியத் யூனியனில் கடந்த நான்காண்டுகளாக ஏற்பட்டு வரும் மாற்றங்கள் முக்கியத்துவம் வாய்ந்தவையாக எனக்குத் தோன்றின. இந்த நான்காண்டுகளில்தான் உலகப் பொதுவுடைமை இயக்கம், ரஷிய, சீன அனுபவங்கள், இந்தியப் பொதுவுடைமை இயக்கம், க்யூபா மற்றும் நிகராகுவாப் புரட்சிகளின் வித்தியாசமான போக்குகள் போன்றவை பற்றிய எனது பழைய புரிதல்களில் பெரும் மாற்றங்கள் ஏற்படத் தொடங்கின. கிராம்சி, த்ரோத்ஸ்கி, ரோசா லுக்சம்பர்க், அமில்கார் காப்ரல் போன்ற மார்க்ஸியர்கள் பற்றியும் ஓரளவு தெரிந்து கொள்ளவும் தொடங்கினேன். விடுதலை இறையியலின் பாலும் என் ஆழ்ந்த அக்கறை செல்லத் தொடங்கியது. ரஷிய ஆதரவு அல்லது சீன ஆதரவுக்கட்சிகளின் நிலைப்பாடுகளிலிருந்தும் அவை இதுகாறும் வழங்கிவந்த வரலாற்று ‘விளக்கங்க’ளிலிருந்தும் விடுபட்டு சுதந்திரமாகச் சிந்திக்கவும் படிக்கவும் விஷயங்களைப் புரிந்து கொள்ளவும் முயற்சி செய்தேன். தொடர்ந்து உலகின் முதல் சோசலிசம் புரட்சி பற்றிய சுயமான புரிதலுக்கு வந்து சேரவும் விரும்பினேன். ஆகையால்தான், மூன்று கவிஞர்களைப் பற்றிய நூலாக என்னுள் கருக்கொண்டிருந்த ஒன்று வளர்ந்து, விரிந்து, ரஷியப் புரட்சி பற்றிய நூலாக மலர்ந்துள்ளது.

1917 நவம்பரில் வெடித்த ரஷியப் புரட்சி என்ற இயக்கப் போக்கு இன்றுவரை தொடர்ந்து நடப்பதாகவே நான் கருதுகிறேன். சோசலிசப் புரட்சியின் முதன்மை நோக்கமாகிய, உடைமைகளை சமூகமயமாக்குதல், உற்பத்தி - உறவுகளையும் சமூக உறவுகளையும் சோசலிசத்தன்மையாக்குதல், உழைக்கும் மக்கள் அரசியல் அதிகாரத்தைக் கையிலெடுத்துக் கொள்ளுதல் என்ற பிரச்சனை இன்னும் சரியாகத் தீர்க்கப்படவில்லை. தீர்வுக்கான முயற்சிகளை மேற்கொள்ளும் சக்திகள் அங்கு தொடர்ந்து இருந்துவந்திருப்பதாகவே கருதுகிறேன். இன்று அப் பிரச்சனை மிகக் கூர்மையாக எழுப்பப்பட்டு விவாதிக்கப்பட்டு வருகிறது. ஸ்டாலினிச சோசலிசம் கம்யூனிச விரோதிகளுக்கு வலுவூட்டியுள்ளது, அந்த ‘சோசலிசத்’தைக் கண்டு அஞ்சி கிழக்கு ஐரோப்பிய நாட்டுமக்கள் முதலாளியத்திடம் தஞ்சம் புகுந்துகொண்டிருக்கிற நம் காலத்தில் மார்க்ஸியமும் சோசலிசமும் தமக்குள்ள, மதிப்புகளை மீட்டெடுத்துக் கொள்வது ரஷியாவின் மற்றொரு பரிசோதனையின் வெற்றியைப் பெரிதும் சார்ந்துள்ளது என்று நான் கருதுகிறேன்.

நூற்றுக்கும் மேற்பட்ட தேசிய இனங்கள், இனக்குழுக்கள், தேசிய சிறுபான்மையினர் ஆகியோருள்ள சோவியத் யூனியனில் தனிப் பெரும்பான்மை பெற்று விளங்கும் ரஷியர்களுக்கு இன்று பெரும் சவாலாக உள்ள தேசிய இனப்பிரச்சனைகள் இந்நூலில் விவாதிக்கப்படவில்லை. மிகவும் சிக்கலான, ஆழமான வரலாற்றாய்வுக்குரிய இப்பிரச்சனையை, மேலோட்டமாகத் தொட்டுச்செல்ல நான் விரும்பவில்லை. அப்பிரச்சனைகளை, கோர்பசெவ் சீர்திருத்தங்கள் உருவாக்கவில்லை. மாறாக அவற்றை வெளிச்சத்துக்குக் கொண்டுவர மட்டுமே செய்தன.

சோசலிசத்தை சிதைப்பதிலும், திரிபுக்குள்ளாக்குவதிலும் பின்னடையச் செய்வதிலும் ஏகாதிபத்தியம் வகித்துவரும் பாத்திரம் விரிவாக விவாதிக்கப்படவில்லை. ஆயினும் பல்வேறு அத்தியாயங்களில் அவ்விஷயம் குறிப்பால் உணர்த்தப்பட்டுள்ளதாகவே நான் கருதுகிறேன்.

சோசலிசப் புரட்சி- அனுபவங்களும் எனது சொந்த அனுபவங்களும் விஷயங்களை மதிப்பீடு செய்வதில் நிதானத்தைக் கடைப்பிடிக்குமாறு எனக்குக் கற்பித்துள்ளன. சோசலிசம் நடைமுறைப்படுத்தப்படத் தொடங்கி எழுபத்திரண்டு ஆண்டுகள்கூட முடியவில்லை. மனிதகுலத்தின் துவக்கமும் முடிவுமற்ற பயணத்தில் இது ஒரு சிறுதுளி மட்டுமே. மனிதர்கள் வகுக்கும் திட்டங்கள் யாவும் அவர்களின் சித்தங்களின்படியே முழுக்க செயல்படுவதில்லை. புறநிலை விதிகள், தற்செயல் நிகழ்வுகள், ஒன்றுக்கொன்று வித்தியாசமான பல்லாயிரம் தனிமனித சித்தங்கள், வெளித் தலையீடுகள் ஆகியனவே ஒரு நாட்டின் தலைவிதியைத் தீர்மானிக்கின்றன. அதே சமயத்தில், இப்புறச் சக்திகளால் உருவாக்கப்பட்ட சூழலில் உணர்வுபூர்வமாகத் தலையிடும் சுதந்திரத்தையும் மனிதர்கள் பெற்றுள்ளனர். அதனால்தான் தாம் விரும்பியதற்கு மாறானதொன்றாகத் தம்மால் உருவாக்கப்பட்ட வரலாறு இருப்பதைக் காணும் மனிதர்கள் மீண்டும் அதைத் தமது விருப்பத்திற்கேற்ப வடிவமைக்கத் தலைப்படுகின்றனர். ஆனால் இந்த விருப்பம் நிறைவேறுவதும்கூட புறச் சூழ்நிலைகளையே, கடந்தகால வரலாறு உருவாக்கித் தந்துள்ள சூழலையே சார்ந்துள்ளது. இந்த அனுபவங்களும் உண்மைகளும் என்னிடம் தன்னைத்தானே ஏமாற்றிக் கொள்ளாத, வெற்றி மாயைகளில் சிக்கிக் கொள்ளாத ஒரு சோசலிச தரிசனத்தைத் தோற்றுவித்துள்ளன. எனது பார்வையில்

அறவியலின் செல்வாக்கு கூடிவருவதையும் உணர்கிறேன். வரலாற்றின் ஒவ்வொரு நிகழ்வையும் ‘தவிர்க்கவியலாதது’ என நியாயப்படுத்தி அதற்கு ‘தெய்வீகத் தன்மை’யை வழங்காமல் எல்லாவற்றையும் ஒரு அறிவியல் மதிப்பீட்டுக்கு உட்படுத்துவது தான் மார்க்ஸியம் என்பதையும் மேலும் ஆழமாக உணர்ந்து கொள்கிறேன்.

இந்த நூல் ரஷிய இலக்கியத்தைப்பற்றிய ஒரு முழுமையான அல்லது நிறைவான வரலாறு அல்ல. அத்தகையதொரு வரலாற்றை எழுதும் தகுதி என்னிடம் சிறிதும் இல்லை. தலைசிறந்த எழுத்தாளர்கள் பலர் - ஏன் என் அபிமான எழுத்தாளர்கள் சிலருங்கூட - இந்த நூலில் குறிப்பிடப்படுவது கூட இல்லை. இது ரஷிய புரட்சியின் இடிமுழக்கங்கள், அது ஏற்படுத்திய எதிர்பார்ப்புகள், அதன் சிதைவுகள், பிறழ்வுகள் அதன் உள்ளுறையாற்றல்கள் ஆகியன சோவியத் ரஷிய இலக்கியக் கொள்கைகளிலும் படைப்புகளிலும் எவ்வாறு பிரதிபலித்தன; என்பதைக் கூறும் நூல். இலக்கியப்படைப்புகள் மூலமாக புரட்சியைப் புரிந்துகொள்ள முயற்சி செய்யும் நூல்.

ரஷியப் புரட்சியின் வரலாற்றை விளங்கிக்கொள்ள ரஷிய மார்க்ஸிய வரலாற்றறிஞர் ராய் மெட்வெடெவ், ஐஸக் டாட்ஷர், பாஸ்டியன் வைலெங்கா, ரெஜி ஸ்ரீவர்தன ஆகியோரையே பெரிதும் சார்ந்திருந்தேன். 1987இல் ரெஜியை கொழும்பில் சந்தித்தபோது அவர் கூறிய பல விஷயங்கள், பாஸ்டின் வைலெங்காவுடன் நான் பல்வேறு சமயங்களில் நடத்திய விவாதங்களின்போது உருவாகிய புரிதல் ஆகியன எனக்குத் துணைபுரிந்திருக்கின்றன. டோனி க்ளிஃப் போன்ற த்ரோத்ஸ்கியர்களின் நூல்களையும் கட்டுரைகளையும் அவற்றிலுள்ள புள்ளிவிவரங்களுக்காகப் படித்துப் பயன்படுத்தியுள்ளேன். ஆனால் அவர்களது முடிவுகளை (உதாரணமாக சோவியத் யூனியன் ஒரு அரசு ஏகபோக முதலாளித்துவ அமைப்பு என்பது போன்ற கருத்துகளை) நான் ஏற்றுக் கொள்ளவில்லை.

இந்நூலை எழுதுவதற்குத் தேவையான துணை நூல்களையும் கட்டுரைகளையும் கடந்த சில ஆண்டுகளாகவே நான் படித்தும் குறிப்புகள் எழுதியும் வந்தபோதிலும், ஒரு அசாதாரணமான உத்வேகமும் உற்சாகமும் கொண்டு என்னை நானே நம்பமுடியாத வேகத்தில் - மூன்று மாத காலத்தில் - இந்த நூலை எழுதிமுடித்தேன் (பின்னர், நூல் அச்சாகிவருகையில், நான் படித்துவந்த வேறுசில

விஷயங்களின் அடிப்படையில் ஒருசில அத்தியாயங்களில் சில மாற்றங்களைச் செய்தேன்.) கடந்த இரண்டாண்டுக் காலமாக எனக்குக் கிடைத்த ஒரு அறிவார்ந்த சூழலே இதற்குக் காரணம் - குறிப்பாக சென்னையிலுள்ள ரோஸா லுக்ஸம்பர்க் படிப்பு வட்டச் செயல்பாடுகளினால் எனக்குக் கிடைத்த சில புதிய இளம் நண்பர்கள், சில நீண்டகால நண்பர்கள் ஆகியோருடன் இணைந்து உருவாக்கிக்கொண்ட ஒரு சூழல் அது. எம்.எஸ்.எஸ். பாண்டியன், வ. கீதா, ஆர். வித்யாசாகர், வெ. சக்ரவர்த்தி, ஆ.இரா. வெங்கடாசலபதி, எஸ்.எஸ். கண்ணன் (கார்ல் மார்க்ஸ் நூலகம்), வெ. ராகவன் (ராயன்), முருகன், நாகார்ஜுனன் போன்றோருடன் பல்வேறு விஷயங்களைப் பகிர்ந்துகொள்ளவும், சில சமயங்களில் கூர்மையாக வேறுபடவும் வாய்ப்பளித்த சூழல்.

சோவியத்யூனியனில் கடந்த ஐந்தாண்டுகளாக ஏற்பட்டுவரும் மாற்றங்களைப் பற்றிய எனது உணர்வுகளையும் அக்கறைகளையும் பற்றிப் பல சமயங்களில் என்னுடன் விவாதித்தும் எனது கருத்துகளைப் பகிர்ந்துகொள்ளவும் செய்த எம்.டி. முத்துகுமாரசாமி, நூலை எழுதிவருகையில் உற்சாகப்படுத்திய நம்பிராஜன் (விக்கிரமாதித்யன்), சி. மோகன் (வயல்), ஏ.எஸ். பன்னீர்செல்வன், பேராசிரியர் நா. தர்மராஜன், என் மருமகன் பாபு ஆகியோரையும்,

பல்வேறு விஷயங்களை எனக்குப் பரிச்சயப்படுத்தி என் வாழ்வை வளப்படுத்திய க்ரியா ராமகிருஷ்ணன், எனது இனிய நண்பரும் ஆசானுமாகிய கி.ப. (ஞானி) ஆகியோரையும்,

அன்புடன் நினைவு கூர்கிறேன்.

இவர்களில் என்னை நானே மறுகண்டுபிடிப்புச் செய்து கொள்வதற்குக் கிரியாவூக்கியாக இருந்தவர் அன்புக்கும் மரியாதைக்குமுரிய எனது இளம் நண்பரும் தோழரும் ஆசிரியருமான வ. கீதா ஆவார். முப்பதுகளிலிருந்து எழுபதுகளின் துவக்கம் வரை தமிழ்ப்பத்திரிகைத் துறைக்கும் சிந்தனைத் துறைக்கும் வளமான பங்களிப்பு செய்துள்ள காலஞ்சென்ற ஏ. ஜி. வெங்கடாச்சாரியின் பேத்தியான வ.கீதா, இலக்கியத்திலும் மார்க்ஸியத்திலும் ஆழமான புலமையுடையவர். ஆனால் தன்னடக்கம் மிகுந்தவர். அமெரிக்காவின் அயாவோ பல்கலைக் கழகத்தில் படித்துக்கொண்டிருந்த நாள்களில் அங்குள்ள இடதுசாரி இயக்கங்களோடு தன்னை முழுமையாக இணைத்துக்

கொண்டவர். சொந்த வாழ்வை மேம்பாடு செய்துகொள்வதற்கான ஏராளமான வாய்ப்புகளை அவருக்கு அமெரிக்கா ஏற்படுத்திக் கொடுத்திருந்தபோதிலும் அவற்றை நிராகரித்து விட்டுத் தன் சொந்த நாட்டினருக்குப் பயன்படும் வகையில் தன் வாழ்வை நெறிப்படுத்திச் செலுத்துவதற்காகத் தாயகம் திரும்பியவர். அவர் இந்த நூலின் ஒவ்வொரு பக்கத்தையும் கவனமாகப் படித்து, விமர்சித்து, சில பகுதிகளை செழுமைப்படுத்துவதிலும் கவிதைகளை மொழியாக்கம் செய்வதிலும் பெரிதும் உதவி கடைசியில் ஒரு ஆழமான ‘அறிமுக’த்தையும் வழங்கியுள்ளார். அவருக்கு என் இதயம் கனிந்த நன்றி.

உருவவியல் பற்றிய அத்தியாயத்தைப் படித்து அதனைச் செழுமைப்படுத்த மேலும் ஒரு பத்தியை எழுத உதவிய வெ. சக்கரவர்த்தி,

எனக்குத் தேவையான நூல்களைக் கொடுத்து உதவிய நண்பர்கள் சாந்தினி, வெ. ராகவன் (ராயன்), டாக்டர் செ. ரவீந்தரன் (புது டில்லி), இலங்கை எழுத்தாளர் கே. கணேஷ், ரவி சீனிவாஸ், சுந்தர ராமசாமி, கான்ஸ்டான்டின் ஸிமனோவின் கவிதையொன்றின் மொழியாக்கத்தைப் பயன்படுத்திக்கொள்ள ஒப்புதல் தந்த ஆர். சிவகுமார், அன்னா அக்மதோவாவின் ‘இரங்கற்பா’ கவிதைகளுக்குத் தேவையான விளக்கங்களை எழுதியனுப்பியும் தனது ஆங்கில மொழியாக்கங்கள், கட்டுரைகள் சிலவற்றைப் பயன்படுத்திக் கொள்ள அனுமதி வழங்கியும் உதவிய இலங்கை நண்பர் ரெஜி ஸ்ரீவர்தன,

அச்சகத்துக்கு அனுப்புவதற்கான பிரதிகளை எழுதிக் கொடுத்த சீனிவாசன், சிவகங்கை இரா. நெடுஞ்செழியன், இந்த நூலை அன்னம் சார்பில் வெளியிட ஏற்பாடு செய்த மதிப்பிற்குரிய நண்பர் மீரா, அச்சிடப்படுகையில் அனைத்து உதவிகளையும் செய்த இரா. கதிர், எனக்கு அன்னமும் அன்புமிட்ட திருமதி சுசீலா மீரா ஆகியோருக்கும் அகரம் அச்சகத் தொழிலாளிகள் சித்ரா, காந்திமதி, விஜயா. காஞ்சனா, தேவதாஸ், சுலோச்சனா, சசி, சாந்தி, சாரதா முதலானோருக்கும் என் இதயம் நிறைந்த நன்றி.

எஸ்.வி. ராஜதுரை

(முகாம்) சிவகங்கை

7.11.1989

தாங்கள் ஒரு புரட்சியைச் செய்து விட்டதாகப் பெருமைப்பட்டுக் கொள்ளும் மக்கள், தாங்கள் செய்து கொண்டிருந்தது என்ன என்பதை அறியாமலேயே இருந்துள்ளதையும் தாங்கள் செய்ய விரும்பிய ஒரு புரட்சி, தாங்கள் செய்துமுடித்த புரட்சியை சிறிதும் ஒத்திருக்கவில்லை என்பதையும் பின்னாளில் காண்பார்கள். இதைத்தான் ஹெகல் வரலாற்றின் முரண் என்று அழைக்கிறார். இந்த முரணிலிருந்து தப்பிய வரலாற்று நாயகர்கள் வெகு சிலரே.

– வேரா ஸாஸ்ஸொலிட்சுக்கு
எங்கல்ஸ் எழுதிய கடிதத்திலிருந்து –

(Letters: Marx-Engels Correspondence 1885, *http:// www.marxists.org/archive/ marx/works/1885/letters/85_04_23.htm)*

நவம்பர் புரட்சிக்காலக் கவிதை

நாங்கள்
எண்ணிலடங்கா உழைப்பாளர் படை
அச்சமூட்டும் உழைப்பாளர் படை
நாங்கள்
கடல்களையும் நிலங்களையும் வென்றுவந்துள்ளோம்
நாங்கள்
செயற்கை சூரியன்கள் கொண்டு
நகரங்களுக்கு ஒளியூட்டியுள்ளோம்
செருக்குமிகு எங்கள் உள்ளங்களில்
கிளர்ச்சித் தீ எரிகிறது
கொந்தளிப்பான, கிறக்கம் தரும் வேட்கை
எங்களை ஆட்கொண்டுள்ளது.
… … … … … … …
… … … … … … …
எங்களது தசைகள் மாபெரும் பணிக்காக ஏங்குகின்றன
எங்களது கூட்டுநெஞ்சம்
படைப்பு வேதனையால் துடிக்கிறது
தேன்கூடுகள் வழியும் வரை
அதிசயங்கள் எனும் தேனை அதில் நிரப்புவோம்
நமது கோளத்திற்குப் புதியதோர்
ஒளிர்மிகு பாதை வகுப்போம்
வாழ்க்கை எங்களுக்குப் பிரியமானது
கிறக்கம் தரும் அதன் கட்டற்ற களிப்பு
எங்களுக்குப் பிரியமானது
எங்கள் ஆன்மாவை உறுதியாக்குகின்றன
கடுமையான போராட்டங்களும் துன்பங்களும்
ஒவ்வொருவனும் நாங்களே, ஒவ்வொன்றிலும் நாங்களே
தீப்பிழம்பும் வெற்றிச் சுடரும் நாங்களே
நாங்களே எங்கள் தெய்வம், நீதிபதி, சட்டம்.

- பாட்டாளிவர்க்கக் கவிஞர் வி. கிரில்லோவ் [1917]

ஸ்டாலின்காலக் கவிதை

எங்களது மகிழ்ச்சிக்காக அவர்
புயல்களைக் கடந்து சென்றார்
நமது மாபெரும் நாட்டினூடே அவர்
நமது புனிதக்கொடியை ஏந்திச் சென்றார்
அதனால்
எழுந்தன வயல்கள்
எழுந்தன ஆலைகள்
இறுதியுத்தத்தை எதிர்கொள்ள
தலைவர் விடுத்த அறைகூவலுக்கு
செவிமடுத்தனர் மக்கள்

அவரது நிர்மலமான தெளிவான கண்கள்
தந்தன வீரமும் வலிமையும்
நமது போராட்டப் பாதையிலுள்ள
ஓர் ஆழ்கிணற்றுத் தெளிந்த நீர் போல
இந்த மாபெரும் தளபதி பற்றி
மிகவும் வலிமையானவர் பற்றி
ஸ்டாலின் பற்றி
தோழர்களே, நாம் ஒரு பாடலைப் பாடுவோம்

எம். ஐஸாகோவ்ஸ்கி [1936]

இசையின் வெற்றி

1917ஆம் ஆண்டு நவம்பர் புரட்சியை இசையின் வெற்றி என்றறிவித்தார் அலெக்ஸாண்டர் ப்ளாக் (Alexander Blok: 1880 - 1921). 'இசை' என்று அவர் கருதியது ஒலிப்படிமங்களின் சேர்க்கை அல்ல. எளிதில் வரையறுக்கப்பட முடியாத அக்கருத்தாக்கத்தை ப்ளாக் வாழ்க்கையின் அடிப்படைக் கோட்பாடு, வாழ்வின் சாரம் என்ற பொருளில் பயன்படுத்தினார். வாழ்க்கைச் சூழலில் தான் கொண்டவற்றை மதிப்பீடு செய்ய அவர் பயன்படுத்திய ஒரே அளவுகோல்: அவை இசைத்தன்மை கொண்டவையா, அற்றவையா? என்பதே. தேடல், சுதந்திரம், இயக்கம், படைப்பாற்றல், மக்கள், அன்பு, புரட்சி, பண்பாட்டுணர்வு - இவை இசைத்தன்மையுடையவை. தேக்கம், பிற்போக்கு, தளை, எந்திர நாகரிகம், சர்வாதிகாரம் - இவை இசைத்தன்மையற்றவை.

புரட்சியை வரவேற்று முதல் வாழ்த்துப்பாக்களைப் பாடியவர்களில், ஒரு சகாப்தம் முழுவதன் உயர்குடிப்பண்பாட்டின் பிரதிநிதிகளாகக் கருதப்பட்ட சிம்பலிஸ்டுகளும் இருந்தமை ஆச்சரியமானதாகத் தோன்றலாம். ஆனால் வரப்போகிற அரசியல் பிரளயம் பற்றிய முன்னுணர்வு அவர்களிடம் இருந்தது. ரஷியாவில் தூண்டிவிடப்பட்ட தீ கொழுந்து விட்டெரிந்து முழு உலகிற்கும் பரவி பூர்ஷ்வாக்கள் அனைவரையும், பொசுக்கிச் சாம்பலாக்கிவிடும் என்று அவர்கள் கருதினர். சிம்பலிஸ்ட் இயக்கத்திலிருந்த இடதுசாரிகளான சைதியர்[1] குழுவைச் சேர்ந்த ப்ளாக் எழுதினார்:

---

1 சைதியர் (Scythians) ரோமப் பேரரசுக் காலத்தில் இன்றைய ரஷியாவின் தென்பகுதியில் வாழ்ந்து வந்த நாடோடிமக்கள் மேலதிசையில் ரோமானியர்களாலும் கீழ்த்திசையில் அநாகரிகப் பழங்குடியினராலும் சூழப்பட்டிருந்தனர். சிம்பலிஸ்டுகள் இடதுசாரிப் பிரிவினராக இருந்தவர்கள், ஸ்லாவிய (ரஷிய) பழம்பெரும் பண்பாட்டு மரபைப் போற்றியவர்கள். அதன் பொருட்டுத் தம்மை சைதியர் என அழைத்துக் கொண்டனர்.

> பயங்கரச் சூறாவளியையோ, பனிப் புயலையோ போன்று ஒரு புரட்சி எப்பொழுதுமே புதியனவற்றை, எதிர்பாராதவற்றைக் கொணர்ந்து பலரை இரக்கமற்று ஏமாற்றுகிறது. அதன் சுழிகள் நல்லவர்களை விழுங்கித் தகுதியற்றவர்களைக் காப்பாற்றுகின்றன. ஆனால் அதுதான் புரட்சியின் இயல்பு. ஆனால், நீரோட்டத்தின் முழுமொத்தமான திசைமார்க்கம் மாறுவதில்லை. அதனுடன் பிறந்த செவிடுபடுத்தும் பயங்கர ஆரவாரமும் ஓய்வதில்லை. அதன் பேரிரைச்சல் அதன் உன்னதத்தின் வெளிப்பாடு.[2]

சைதியர், சிம்பலிஸ்ட் இயக்கத்திலிருந்த இடதுசாரிகள். புகழ்பெற்ற விமர்சகரும் சமூகவியலாளருமான ஐவனோவ் - ரஸூம்னிக்கை *(Ivanov - Razumnik: 1878 - 1946)*[3] தத்துவ வழிகாட்டியாகக் கொண்டிருந்தவர்கள். ரஸூம்னிக் மேற்குலகப்பண்பாட்டிற்கு எதிராக ரஷியப் (ஸ்லாவிய) பண்பாட்டினை உயர்த்துப் பிடித்தவர். அரசியல் ரீதியாக சைதியர்கள் பழைய நரோத்னிக்குகள்[4] மீதும் சோசலிஸ்ட் புரட்சியாளர்[5] மீதும் அனுதாபம் கொண்டிருந்தவர்கள். நவம்பர் புரட்சியை பரந்துபட்ட மக்களின் - குறிப்பாக உழவர்களின் - எழுச்சியாகக் கண்டவர்கள். சமூக நீதிக்கான உழவர்களின் வேட்கைதான் ஒரு பூர்ஷ்வாப் புரட்சியை, ரஷிய தேசிய முத்திரை பதிக்கப்பட்ட சோசலிசப்புரட்சியாக மாற்றியது என்று கருதியவர்கள்.

'எனது தாய் நாட்டிற்கு' என்ற கவிதையில் ஆந்திரேய் பெலி *(Andrey Bely: 1880-1934)* என்ற மற்றொரு சிம்பலிசக் கவிஞர் 'உயிர்த்தெழுந்த கிறித்து'வாகப் புரட்சியைச் சித்திரிக்கிறார். கிறித்து உயிர்த்தெழுந்து வந்ததும், இதுகாறும் மனிதகுலம் அனு பவித்து வந்த துன்பதுயரங்கள் அனைத்தும் மறைந்தொழிகின்றன

2 ஏ. ஜே. கனகரட்னா, மார்க்சியமும் இலக்கியமும் – சில போக்குகள், அலை வெளியீடு, யாழ்ப்பாணம், பக்கம் 6–7.

3 ஸ்டாலின் காலத்தில் ரஹூம்னிக் பல்லாண்டுச் சிறைவாசம் அனுபவித்தார். நாடுகடத்தப்பட்டார்.

4 நரோத்னிக்குகள்: 1860 களில் எழுந்த ரஷியப் புரட்சிகர இயக்கத்திலிருந்த ஒரு இருபோக்கு. எதேச்சாதிகாரத்தை ஒழித்து. நிலத்தை உழவர்களுக்குக் கொடுக்க வேண்டும் என்பது அவர்களது இலட்சியம். ரஷியாவில் முதலாளியத்திற்கு எதிர்காலமில்லை என்று கருதியவர்கள். புரட்சிகரச் சக்தி உழவர் வர்க்கமேயன்றி பாட்டாளிவர்க்கம் அல்ல என்றும் கருதிய அவர்கள் மக்கள் திரள் இயக்கமாக வளரவில்லை.

5 சோசலிஸ்ட் புரட்சியாளர்கள்: பல்வேறு நரோத்னிக் குழுக்களிலிருந்து திரட்டப்பட்டவர்களால் 1902 இல் உருவாக்கப்பட்ட கட்சி.. தனிநபர் பயங்கரவாதத்தை ஆதரித்தவர்கள். 1917 புரட்சியில் இடதுசாரி சோசலிஸ்ட் புரட்சியாளர்கள் முதலில் போல்ஷ்விக்குகளை ஆதரித்தன. பின்னர் எதிர்க்கத் தொடங்கினர்.

என்று எழுதினார். மாக்ஸ்மிலியன் வோலோஷின் (Maxmilian Volkoshin: 1877-1932) - இவரும் சிம்பலிசக் கவிஞர்தான் - அனுபூதி உணர்வும் தேசிய உணர்வும் கலந்த கவிதைகளை எழுதினார்.

பொதுவுடைமை சித்தாந்தத்தை ஏற்றுக் கொண்டவரல்லர் அவர். ஆனால் புரட்சியை வரவேற்றவர். 'ஒரு மாபெரும் அற்புதமான கதிரவன் உதித்துக் கொண்டிருக்கிறது' என அவர் புரட்சியைப் பற்றி எழுதினார்.

நவம்பர் புரட்சியைப் பற்றிய மிக உன்னதமான கவிதைகளில் ஒன்றாக இன்றும் மதிப்பிடப்படுவது ப்ளாக் 1918 இல் எழுதிய 'பன்னிருவர்' (The Twelve)[6]. அதை எழுதி முடித்த பிறகு தனது நாள்குறிப்பில் ப்ளாக் எழுதினார்: 'இன்று நானொரு மேதை'.

பனிமழை பெய்து கொண்டிருக்கும் பெட்ரோகிராட் நகரம். இருண்ட மாலைப் பொழுது. எங்கும் வெண்பனி. துப்பாக்கியேந்திச் செல்கின்றனர் பன்னிருவர். செம்படை வீரர்கள். நகர்ப்புறத்தின் அடி மட்டங்களைச் சேர்ந்த இளைஞர்கள் கிழிந்த உடையணிந்த அவர்களிடம் மேட்டுக் குடியினரின் மென்மையும் நளினமும் மிக்க நாகரிகம் இல்லை. காற்று சவுக்குபோலச் சுழன்றடிக்க, அவர்களோ பழைய உலகத்தைத் தோற்கடித்த புரட்சிச் சக்தியின் பிரதிநிதிகளாய் நடைபோடுகின்றனர். நூற்றாண்டுக்காலமாய் ஒடுக்கப்பட்டிருந்த அப்பராரிகளின் புரட்சிகர வெஞ்சினம் பழைய உலகின் மீது கட்டுப்பாடில்லாமல் பாய்கிறது. பதுக்கப்பட்ட பொருள்களை

---

6 பன்னிரண்டு பகுதிகளாக உள்ள இக்கவிதையை எழுதுவதற்கு முன் 'புதிய ஏற்பாடு', ரெனான் எழுதிய 'ஏசுவின் வாழ்க்கை', ஜெர்மானியக் கவி கெதெ எழுதிய 'ஃபாஸ்ட்' காவியம் ஆகியவற்றைத் திரும்பத் திரும்பப் படித்த ப்ளாக், தான் எழுதிய நாள்குறிப்புகளில் 'ஃபாஸ்ட்' காவியத்தில் வரும் சாத்தாள ஒரு கறுப்புப் பூனையிலிருந்து தோன்றுவதைக் குறிப்பிடுகிறார். 'பன்னிருவர்' கவிதையில் ஒரு கறுப்புநாய், பழைய – உலகத்தின் குறியீடாக. இடம் பெறுகிறது. ஃபாஸ்ட் காவியத்தில் இடம் பெறும் யூஃபோரியோன், அவனது மரணக் காட்சி ஆகியனவும் 'பன்னிருவர்' கவிதையில் தம் தாக்கத்தை ஏற்படுத்தியுள்ளன. யூஃபோரியோன் புதிய உலகத்தின் வருகைக்குக் கட்டியங்கூறுகிறவன். எதிகாலம் பற்றிய தீர்க்கதரிசனம் கொண்டவன். கிரேக்கத் தொல்கதைகளில் வரும்' 'இகாரஸ்' செயற்கையான சிறகுகளைப் பொருத்திக் கொண்டு வானத்தில் பறக்க விரும்புகிறான். ஆனால் வானத்தில் தவழ்வதைத் தனது முற்றுரிமையாக்கிக் கொண்ட கதிரவனால் சுட்டுப் பொசுக்கப்பட்டு கடலில் விழுகிறான். ஆயினும் வானத்தில் பறக்கும் சுதந்திரத்தை ஒருகணமேனும் அனுபவித்த பிறகே மடிகிறான். இகாரஸ் போலவே யூஃபோரியோனும் ஒருகணமே சுதந்திரத்தை தரிசித்துவிட்டு மறைகிறான். (ப்ளாக் பற்றியும் அவரது கவிதைகள் பற்றியும் விரிவாகத் தெரிந்து கொள்வதற்கு உதவக் கூடிய அருமையான நூல்: Hamayun, the life of Alexander Blok by Vladimir urlov, Progress publishers, Moscow, 1980.

ஏழைகள் எடுத்துச் செல்வதற்காகப் பூட்டுகளை உடைக்கிறார்கள். தன்னால் நேசிக்கப்பட்ட கேத்தி என்ற வேசை, காடட்[7] படையைச் சேர்ந்த ஜானி என்பவனுடன் செல்வதைப் பார்க்கிறான் பீட்டர் (பன்னிருவரில் ஒருவன்). ஆத்திரத்தில் அவளைக் கொலை செய்கிறான். காதலியைக் கொன்று விட்டதற்காக மனம் வருந்தும் அவனைத் தேற்றுகின்றனர் தோழர்கள்.

அவர்கள் பூட்டுக்களை உடைப்பதும் கொலை செய்வதும் உண்மை. ஆனால் அவர்கள் கொள்ளைக்காரரோ கொலைகாரரோ அல்லர். பழைய உலகின் மீதான அவர்களின் வெறுப்புதான் அப்படி வெளிப்படுகிறது. நாற்சந்தியில் "ஒரு கேள்விக்குறிபோல, குளிரால் விறைத்துப்போன தனது மூக்கை மிருதுவான கோட்டில் புதைத்துக் கொண்டு நிற்கும் பூர்ஷ்வா"வுக்கு மாறாக, புதிய உலகைக் கனவு காண்கிறவர்கள். உன்னதமான வாழ்வுக்கு ஏங்குகிறவர்கள். பனிமூட்டத்துள் மறைந்து, செங்கொடி ஏந்தி, அவர்களது கண்களுக்குப் புலனாகாத தலைவராக ஏசுகிறிஸ்து அவர்களுக்கு முன்னால் நடந்து செல்கிறார்! இரத்தத்திலிருந்தும் அழுக்கிலிருந்தும் பிறக்கிறது புதிய சுவிசேடம். அந்தப் பன்னிருவரும் புதிய அப்போஸ்தலர்களாகின்றனர். அவர்களுக்குத் தலைமை தாங்கும் ஏசு ஏழைகளின் ஒடுக்கப்பட்டவர்களின், பராரிகளின் ஏசு, மனித குலத்தின் வேதனைகளைத் தன் வேதனையாக எடுத்துக்கொண்டு விமோசிக்க வந்த ஏசு. போல்ஷ்விக்குகளின் வன்முறையையும் அழிப்பு நடவடிக்கைகளையும் நியாயப்படுத்துகிற ஏசு. இக்கவிதை, ஜாரிச ரஷியாவுக்கான மரண கீதம். புரட்சிகர ரஷியாவுக்கான திருப்பள்ளியெழுச்சி. பழைய உலகின் மரணமும் புதிய உலகின் பிறப்பும் பற்றிய பாடல். எதார்த்தவாதச் சித்திரிப்புகளும் குறியீட்டுப் படிமங்களும் இணைந்த படைப்பு.

1918இல் ப்ளாக் எழுதிய மற்றொரு கவிதை 'சைதியர்'[8] (The Scythians). அது ரஷியாவின் தொன்மையான, பண்படுத்தப்படாத,

7 எதிர்ப்புரட்சி பூர்ஷ்வா வர்க்கத்தின் படை

8 இக்விதையில் தோஸ்தோவ்ஸ்கி, ஹெர்சன் ஆகியோரின் தாக்கம் இருப்பதைக் காணலாம். ரஷியப் பண்பாட்டின் மேன்மையையும் அதன் உலகுதழுவிய தன்மையையும்பற்றி தோஸ்தோவ்ஸ்கி எழுதியுள்ளார். ரஷியாவுக்கான விமோசனம் மேற்குநாட்டுப் பண்பாட்டிலோ நாகரிகத்திலோ இல்லை என்றும் புனித ரஷியாவிலேயே ஒளி பிறக்கும் என்றும் அவர் கூறினார். ரஷியாவின் விமோசனம், வளர்ச்சி பற்ற சிந்தித்த 19ஆம் நூற்றாண்டுச் சிந்தனையாளர்களை ஸ்லாவியப் பற்றாளர்கள் (Slavertiles), மேலை நாகரிகப் பற்றாளர்கள்

மெருகூட்டப்படாத, முரட்டுத்தனமான வலிமையைப் போற்றுகிறது. புரட்சி நடந்த ரஷியாவுடன் மேற்கு நாடுகள் ஒத்துழைக்க மறுத்தால் ஸ்லாவிய மக்களும் ஆசிய மக்களும் ஒரு கூட்டணி உருவாக்கி மேற்குலகை ஒழித்துக் கட்டிவிடுவர் என எச்சரிக்கை விடுக்கும் இக்கவிதையில் சைதியர் தலைவன் ரோமானியர்களைப் பார்த்துப்பேசுகிறான்: "நீங்கள் பல்லாயிரக்கணக்கில் உள்ளீர்கள். நாங்களோ கூட்டம் கூட்டமாக, கூட்டம் கூட்டமாக கூட்டம் கூட்டமாக வருகிறோம்." தன்னையும் தன் இனத்தவரையும் ஆசியர்கள் என அழைத்துக் கொள்ளும் அவன் கூறுகிறான்:

> ***ரஷியா ஒரு ஸ்ஃபிங்க்ஸ்[9]***
> ***ஆனந்தக் கூத்தாடியும் வருத்தத்தில் தோய்ந்தும்***
> ***கறுப்பு ரத்தம் பீறிட்டுக் கொண்டும்***
> ***வெறுப்போடும் விருப்போடும் உங்களை***
> ***உற்றுப் பார்க்கிறது, உற்றுப் பார்க்கிறது. உற்றுப்பார்க்கிறது***

ஐரோப்பா மீது ப்ளாக்கிற்கிருந்த வெறுப்பு, விருப்பு இரண்டையும் இக் கவிதையில் காணலாம். சைதியர் தலைவன் மேலை நாட்டினருக்கு எச்சரிக்கை விடுக்கிறான் : எங்களுடன் சமாதானத்தை ஏற்படுத்திக் கொள்ள இதுவே கடைசி, வாய்ப்பு. இதை, நீங்கள் புறக்கணித்தால் உங்களுக்கு எங்கள் ஆசிய முகத்தைத்தான் காட்டுவோம். பழைய ஐரோப்பா, காலங்கடப்பதற்கு முன், ரஷியப் புரட்சியைப் புரிந்து கொண்டு அதனுடன் இணக்கம் கொள்ள முன் வர வேண்டும்.

(Wosterners), என்று இருவகையாகப் பார்க்கலாம். ஆனால் இந்த ஒவ்வொரு பிரிவிலும் முற்போக்காளர்கள், பிற்போக்காளர்கள் என்று இருசாராரும் இருந்தனர். தோஸ்தோவ்ஸ்கி பழமைப்பிடிப்புள்ளவர். ஹெர்சன், மேலைநாட்டு அறிவியல், தொழில்நுட்பம், பண்பாடு ஜனநாயக முறை ஆகியன ரஷியாவின் முன்னேற்றத்துக்குத் தேவை எனக் கருதியவர். ஜாராட்சியின் அடக்குமுறைகளிலிருந்து தப்புவதற்காக மேலைநாடுகளில் குடியேறி வாழ்ந்தவர். ஆனால் 1848 ஆம் ஆண்டு புரட்சி தோல்வியடைந்ததும் மனமுறிவும் ஏமாற்றமும் அடைந்த ஹெர்சன் பின்னர் ரஷியாமீது நம்பிக்கை வைக்கத் தொடங்கினார். பண்டைக்காலத்தில் நசிந்துவந்த ரோமனிய சமுதாயத்திற்கு, அதன்மீது படையெடுத்து வந்த அநாகரிகர்கள் புத்துயிர் ஊட்டியதுபோல ஐரோப்பாவிற்கு ரஷியா புத்துயிரூட்டும் என்று கருதினார்.

தோஸ்தோவ்ஸ்கி, ஹெர்சன் ஆகியோர் ரஷியாமீது கொண்டிருந்த நம்பிக்கையை ப்ளாக் பகிர்ந்துகொண்ட போதிலும் ரஷியாவிற்கு இரு முகங்கள் உள்ளன – ஒன்று மேற்கை நோக்கியும் மற்றொன்று கிழக்கை நோக்கியும் என்று கூறுவது குறிப்பிடத்தக்கது.

9 ஸ்பிங்க்ஸ் (Sphinx) பெண்முகமும் சிங்க உடலும் கொண்ட எகிப்தியச் சிலை, ஒரு புதிர் என்ற பொருளில் ப்ளாக், ஸ்ஃபிங்க்ஸ் என்பதைப் பயன்படுத்துகிறார்.

> பழைய உலகமே
> கடைசியாக ஒரு முறை நன்கு சிந்தித்துப்பார்.
> சகோதரத்துவம் நிறைந்த உழைப்பு விருந்துக்கு
> அமைதி விருந்துக்கு
> ஒளிமிக்க சகோதரத்துவ விருந்துக்கு
> அநாகரிகரின் யாழ் உன்னை அழைக்கிறது

ரஷியாவை மேலை நாடுகள் அன்போடு நடத்தும் என்று ப்ளாக் முதலில் நம்புகிறார். ஆனால் நடக்கப்போகிற தலையீட்டைப்பற்றிய தீர்க்கதரிசன உணர்வு இருந்ததாலோ என்னவோ "கிழக்கின் கதவுகளை அகலமாகத் திறந்து வைப்போம்" என்றும் கூறுகிறார். மேற்கு நாட்டுப் பாட்டாளிவர்க்கம் புரட்சியை நடத்துவதிலும் ரஷியப் பட்டாளிவர்க்கத்துக்கு உதவ முன்வருவதிலும் தவறியமையையும் ரஷியா பின்னர் கீழைநாடுகளின் உழைக்கும் மக்களின் எழுச்சியை எதிர்பார்த்தமையையும் புரட்சியின் மையங்கள் கீழைநாடுகளில் தோன்றியமையையும் கருத்தில் கொண்டால், எத்தகைய தீர்க்கதரிசனம் மிக்கவையாய் ப்ளாக்கின் வார்த்தைகள் இருந்தன என்பதைப் புரிந்து கொள்ள முடியும்.

இசைத்தன்மை கொண்ட புதிய உலகம் பற்றிய ப்ளாக்கின் தரிசனம் உருவாவதற்குக் காரணமாக இருந்தவர் 19ஆம் நூற்றாண்டைச் சேர்ந்த அனுபூதியாளரான விளாடிமிர் சோலோவியெய் (Vladimir Soloviev) ஆவார். கிறித்துவம் வலியுறுத்தும் அன்பு, பொறுத்தருளுதல் என்பனவற்றுக்கு அழுத்தம் தந்தவர். பழைய உலகம் முழுவதும் பேரறிவுக்குட்பட்டு ஒரு புதிய, மேலும் சிறப்பான, வாழ்க்கை உருவாகும் பொருட்டு அது புதுப்பிக்கப்படும் என்றும், பழைய உலகம் ஏற்றத்தாழ்வுகளுக்குள் புதைந்துவிட்டது, அதன் வாழ்வு முடிந்து விட்டது, மூன்றாவது ஏற்பாட்டின் (Third Testament) சகாப்தம் நெருங்கிக் கொண்டிருக்கிறது என்றும் கூறியவர். இந்த சகாப்தத்தில் இயற்கை, மனித சமுதாயம், மனிதன் ஆகியவற்றுக்குள் இருக்கிற முரண்பாடுகள் தீர்க்கப்பட்டு அமைதியும் நீதியும் கிறித்துவ அன்பும் உலகில் ஆட்சிபுரியத் தொடங்கும் என்றவர். வாழ்க்கைக்குப் பொருள் கற்பிப்பதும் அதன் குறிக்கோளாக அமைவதும் அன்புதான் என்று கூறியவர். கவிதையொன்றில் அவர் கூறினார்:

> இப்பூமியின் மீது மரணமும் காலமும் ஆதிக்கம் செலுத்தினாலும்
> ஆண்டைகள் என அவற்றை அழைக்காதீர்

ஏனெனில் அனைத்துமே அசையவும் சுவடு தெரியாமல்,
மறையவும் செய்கையில்
அன்பு என்ற கதிரவனோ அசையாது அப்படியே நிற்கும்.

ரஷியப் புரட்சிக்கு சைதியர்கள் - குறிப்பாக ப்ளாக் - தந்த வரவேற்பினை அவர்களது தத்துவப் பின்னணியிலேயே விளங்கிக் கொள்ள வேண்டும். ஒரு அழகான படிமத்தின் மூலம் சைதியர்களின் தத்துவத்தை விளக்குகிறார் யெவ்கனி ஜாமியாடின்:[10]

ஒரு தன்னந் தனியான அநாகரிகக் குதிரைவீரன். பச்சைப் பசேலென்ற ஸ்தெப்பி புல் வெளியில் குதிரையில் பாய்ந்து சென்று கொண்டிருக்கிறான். அவனது தலைமுடி காற்றில் அலைக்கழிக்கப்படுகிறது. எங்கு அவன் பாய்ந்து சென்று கொண்டிருக்கிறான்? எங்கும் இல்லை. எதற்காக? காரணம் ஏதுமில்லை. அவன் பாய்ந்து சென்றுகொண்டிருக்க ஒரே காரணம் அவன் சைதியனாக இருப்பதுதான். அவன் குதிரையோடு குதிரையாகி விட்டவன். அவன் ஒரு சென்டார்.[11] அவனது குதிரை, பரந்து விரிந்துள்ள ஸ்தெப்பி புல்வெளி, சுதந்திரம், தனிமை ஆகியன மட்டுமே அவனுக்குப் பிரியமானவை.

ஒரேயிடத்தில் பிணைக்கப்பட்டிருப்பது அவனால் தாங்க முடியாத ஒன்று. கட்டுப்பாடற்ற சுதந்திரம், உன்னதத்தை நோக்கிய இடைவிடாத தேடல், இவ்வுலக சாதனைகள் எதிலும் நிறைவு பெறாத மனம்- இவைதான் சைதியப்பண்புகள். உன்னத லட்சியம் ஒன்று இவ்வுலகில் நனவாகி, நடைமுறையாகிவிடுகையில் அது ஃபிலிஸ்டைன் தன்மை பெற்றுவிடுகிறது. நடைமுறையில் அது பெறும் வெற்றி பின்னர் அதனையே ஒரு வைதிக நெறியாக்கி விடுகிறது. சைதியனின் இலக்கு மிகமிகத்தொலைவிலுள்ள, என்றென்றும் எட்டிப்பிடித்துவிட முடியாத ஓர் எதிர்காலம். அவனது பாதை கோல்கோதா. அவனால் சிந்தித்துப் பார்க்கக்கூடிய ஒரே வெற்றி சிலுவை. ஒவ்வொரு சொட்டாக இரத்தம் சிந்தி உயிர் துறந்த கிறிஸ்துவே வெற்றியாளர். ஏனெனில் நடைமுறை வாழ்வில் அவர் தோற்கடிக்கப் பட்டுவிட்டார். ஒரு வேளை அவர் வெற்றிபெற்றிருந்தால் அவரே ஒரு புதிய ஒடுக்குமுறையாளராக

10 A Soviet Heretic: Essays by Yavgany Zamyatin. The University of Chicago Press, Chicago, 1975, p. 21.

11 சென்டார்: குதிரை உடலுடனும் கால்களுடனும் கழுத்திலிருந்து மனித உடலும் கையுமாக அமைந்த கிரேக்கப் புராண உரு.

இருந்திருக்கக் கூடும். எனவேதான் அம்பு பூட்டி வில் நாணை இழுத்து எந்தவொரு இலக்கின் மீதும் குறிவைக்க ஒரு சைதியன் அஞ்சுவதில்லை.

இத்தகைய மனோபாவம், ப்ளாக் போன்றவர்களிடத்தில் ரஷியப் புரட்சிமீதும்கூட அதிருப்தியை ஏற்படுத்தியதில் வியப்பில்லை. உள்நாட்டுப் போர், போல்ஷ்விக்குகள் மேற்கொள்ள வேண்டியிருந்த வன்முறைகள், ஒடுக்குமுறைகள், பஞ்சம், தொற்றுநோய்கள், மரபு வழியாக வந்த பண்பாட்டுக்கு ஏற்பட்ட அச்சுறுத்தல்கள், மரபான அறிவாளிகள், கலைஞர்கள், கவிஞர்கள் ஆகியோருக்கு நேர்ந்த நெருக்கடிகள், ஆட்சிக்கு வந்த புதிய வர்க்கத்தின் பெயரால் பழைய சமூக அமைப்பில் தோன்றியிருந்த கலைஞர்களுக்கு விடுக்கப்பட்ட அசாதாரணமான கோரிக்கைகள் இவற்றை ஒரு சைதியனால் எப்படித் தாங்கிக்கொள்ள முடியும்! ஏமாற்றமும் மனமுறிவுமே ப்ளாக்கிற்கு ஏற்பட்டன:

> அழிப்பு இன்னும் முடிவு பெறவில்லை. ஆனால் அது
> தணிந்து கொண்டிருக்கிறது. நிர்மாணம் இன்னும்
> தொடங்கப்பெறவில்லை. பழைய இசை மறைந்துவிட்டது.
> ஆனால் புதிய இசை ஏதும் இன்னும் தோன்றவில்லை
> அது மந்தமானதாக உள்ளது[12]

பழைய உலகைச் சுட்டுச் சாம்பலாக்கும் என்று ப்ளாக் கருதிய புரட்சியால் அவர் எதிர்பார்த்த வேகத்தில் புதிய உலகை, புதிய இசையை உருவாக்க முடியவில்லை. எப்போதும் குதிரையில் விரைந்து சென்று கொண்டிருக்கும் சைதியனுக்கு, சற்றுநேரம் தரையிலிறங்கி, கூடாரம் அமைத்து, இளைப்பாறி நாற்றிசையிலும் நிதானமாகப் பார்வையைச் செலுத்தும் மனோநிலை இருப்பதேயில்லை. இத்தகைய மனம், மென்மையான இதயம், ஏமாற்றங்களால் துவண்டு விடுகிறது. ரஷியாவை 'வெறுப்போடு நான் நேசித்துக் கொண்டிருக்கிறேன்' என்று சொல்லத் தொடங்கிய ப்ளாக் 1921 இல் அகால மரணமடைந்தார். ரத்த சோகையால் பீடிக்கப்பட்டிருந்த அவருக்கு சரியான மருத்துவ வசதிகூடக் கிடைக்கப் பெறாத சூழலை அன்றைய சமூக நெருக்கடி உருவாக்கியிருந்தது.

---

12 Vladimir Orlov Op. cited., p.460.

லெனின் ஒரு முறை கூறினார்:

> ஒரு உண்மையான புரட்சியாளனுக்குள்ள மிகப் பெரும் அபாயம் - சொல்லப்போனால் அவனுக்குள்ள ஒரே அபாயம்- மிகைப்படுத்தப்பட்ட புரட்சித்தன்மையில், புரட்சிகள் வழிமுறைகளைப் பொருத்தமான வகையிலும் வெற்றிகரமாகவும் பிரயோகிப்பதில் உள்ள வரம்புகளையும் நிலைமைகளையும் மறந்து விடுவதில்தான் தங்கியுள்ளது. உண்மைப் புரட்சியாளர்கள், உலகப் புரட்சி என்பதைக் கொட்டை எழுத்துக்களில் எழுதத் தொடங்கும் போது, புரட்சிக்குத் தெய்வீகத் தன்மையை வழங்கத் தொடங்கும் போது, பொறுமையிழந்து, எல்லாவற்றையும் நிதானபுத்தியுடன் பரிசீலித்து, மதிப்பிட்டு, சரிபார்க்கும் ஆற்றலை இழக்கும்போது, பெரும்பாலும் தங்கள் மண்டையை உடைத்துக் கொண்டு விட்டனர்... உண்மைப் புரட்சியாளர்கள் தங்கள் நிதானபுத்தியை இழந்து, 'மாபெரும், வெற்றிகரமான, உலகப் புரட்சியானது எந்தவொரு சூழ்நிலையிலும் எந்தவொரு செயல்பாட்டுத் துறையிலும் ஒரு புரட்சிகரமான முறையில் எந்தவொரு பிரச்சனையையும் தீர்த்தாக வேண்டும் அல்லது அதனால் தீர்த்துவிட முடியும் என்று நினைத்து விடும் பொழுது, அவர்கள் நாசமடைந்து விடுகிறார்கள். ('நாசம்' என்பது, அவர்களுக்கு ஏற்படும் வெளித்தோல்வி அல்ல, தமது லட்சியத்தின் மீதுள்ள அவர்களது உள்நம்பிக்கை குறைந்துவிடுவதுதான்).''[13]

'உண்மைப் புரட்சியாளர்'களுக்கே இத்தகைய அபாயம் இருக்கும்பொழுது, பெருந்தீயால் உலகத்தைத் தூய்மைப்படுத்துவது பற்றிய ஓவியத்தைத் தன் கற்பனையில் வடித்துத் தந்த ரொமான்டிக் கவிஞனுக்கு அந்த அபாயம் இன்னும் எவ்வளவு பெரியதாக இருந்திருக்கும் என வினவுகிறார் சோவியத் திறனாய்வாளர் விளாடிமிர் ஓர்லோவ். புரட்சிக்குத் தலைமை தாங்கியவர்கள் ரத்தக் களரியையோ அல்லது பண்பாட்டு அழிப்பையோ விரும்பியவர்களல்லர். வரலாறு அவர்களை, அன்று அவ்வாறு பழி தீர்த்துக் கொண்டது. புரட்சியின் ஈவிரக்கமற்ற தன்மையையோ அல்லது அதிசயங்கள் புரியும் ஆற்றல் அதற்கு இல்லாமலிருந்ததையோ ப்ளாக்கால்

13 Ibid, P..461..

புரிந்துகொள்ள முடியவில்லை. ப்ளாக் போன்றவர்களின் மிகை எதிர்பார்ப்புகளையும் மென்மையான இதயங்களையும் நிதானமாகவும் பரிவுடனும் அங்கீகரிக்கும் நிலையிலும் புரட்சி இருக்கவில்லை.

நவம்பரில் ஏற்பட்ட 'இசையின் வெற்றி' ஜார் பேரரசை மட்டுமல்ல, 19ஆம் நூற்றாண்டு ரஷியப் பண்பாட்டின் வீழ்ச்சியையும் அதன் சமூக பொருளாதார அடித்தளத்தின் வீழ்ச்சியையும் அறிவித்தது. பழைய சமுதாயத்தின் அறிவாளிகளையெல்லாம் "வரலாற்றின் இரும்புத் துடைப்பம் இதர குப்பைக் கூளங்களோடு சேர்த்துத் துடைத்தெறிந்து விட்டது" என்றார் த்ரோத்ஸ்கி. பழைய உலகின் கவிஞர்கள் பாடிவந்த 'உன்னத உணர்வுகள்' 'மென்மையான மனிதநேயம்' 'குற்றத்துக்கு வருந்துதல்' போன்ற விஷயங்கள் கவிதைக் களத்திலிருந்து அப்புறப்படுத்தப்பட்டன. அறிவாளிகளில் மிகப் பெரும்பகுதியினர் ஆட்சியைக் கைப்பற்றிய 'முரடர்'களுடன் ஒத்துழைக்க மறுத்தனர். ஒரு பகுதியினர் 'மக்களோடு மக்களாகக் கலந்துவிட' கிராமப்புறங்களுக்குச் சென்று உள் நாட்டுப்போர் முடியும்வரை உழவர்களைப்போல வாழ்ந்தனர். அவர்களில் கணிசமானவர்கள் வெண்படையினருடன் சேர்ந்துகொண்டனர். போர் முடிந்ததும் ஏராளமானபேர் அலுவலக ஊழியராகவும், தொழில் நுட்பப் பணியாளராகவும், ஆசிரியர்கள், நூலகர்கள் போன்ற பணிகளிலும் புதிய அரசாங்கத்தில் சேர்ந்தனர் (இவர்களை 'புரட்சி அரசாங்கத்தின் கழுத்தில் தொங்கவிடப்பட்ட குண்டுக்கல்' என்றார் லெனின்) மற்றும் பலர் ஏற்கெனவே திட்டமிடப்பட்டிருந்தபடியோ அல்லது வேறுவழியின்றியோ வெளிநாடுகளில் சென்று குடியேறினர்.

பழைய சமூக அமைப்பில் தோன்றிய எழுத்தாளர்கள், கலைஞர்கள் அனைவருமே ப்ளாக்கைப்போல புரட்சிக்கு வாழ்த்துப்பாடவோ அல்லது வாலெரி ப்ரையுஸோவ் *(Valery Bryussev: 1873-1924)* போல போல்ஷ்விக்குகளுடன் சேர்ந்து கொள்ளவோ இல்லை. மிகப் பலர் புரட்சியை ஏற்பதில் தயக்கமும் ஐயமும் கொண்டிருந்தனர். 'ஐவான்' புனின், லியோனித் ஆந்த்ரேயெவ், வியாசெவ்லாவ் ஐவானோவ் முதலிய எழுத்தாளர்கள் நாட்டைவிட்டு வெளியேறி நிரந்தரமாக வெளிநாடுகளில் குடியேறினர், அலெக்ஸி தோல்ஸ்தாய் தற்காலிகமாக வெளியேறினார். இவர் சிறிது காலம் வெண்படையினருக்கு ஆதரவாகவும் இருந்தார். மரினா

ட்ஸ்வெடெய்வா (*Marina Tsveteava: 1892-1941*) என்ற புகழ் பெற்ற பெண்கவிஞரும் வெளியேறினார். 1941இல் திரும்பி வந்த இவர் பட்டினியாலும் வறுமையாலும் பரிதாபகரமான முறையில் மாண்டுபோனார். பாட்டாளிவர்க்க இலக்கியத்தின் தந்தை எனக் கருதப்படும் மாக்ஸிம் கார்க்கிகூட முதலில் புரட்சியை முழுமையாக ஏற்கவில்லை. ஆலன் ஸ்விஞ்செவுட் எழுதுகிறார்:

> வாழ்நாள் எல்லாம் புரட்சி இயக்கங்களோடு தொடர்புற்றிருந்த சோசலிசவாதியான அவரே' புதிய அரசாங்கம் சர்வாதிகாரமானது எனினும் அராஜகப் போக்கையும் கொண்டது என வர்ணித்தார். நேரிய வழியிலமைந்த சமுதாயம் என்ற சோசலிச தரிசனத்திற்குப் பதிலாக கும்பல் ஆட்சியும் மிருகத்தனமும் தாண்டவமாடும் ஆட்சியைப் புதிய அரசாங்கம் நிறுவியுள்ளதென கார்க்கி சாடினார். மிதமிஞ்சிய அரசியலின் விளைவாகப் பண்பாடு வளரவில்லை என கார்க்கி குறைபட்டுக் கொண்டார். 'லெனினுக்கும் த்ரோத்ஸ்கிக்கும் அவர்களது சகாக்களுக்கும் அதிகாரமமதையின் விஷம் இப்போதே தலைக்கேறிவிட்டது. பேச்சுச் சுதந்திரம், தனிமனிதன், நாம் வென்றெடுக்கப் போராடிய குழு, மொத்தமான ஜனநாயக உரிமைகள் ஆகியவை குறித்து அவர்கள் கொண்டிருக்கும் வெட்கங்கெட்ட உளப்பாங்கு இதற்குச் சான்று' என கார்க்கி சாடியதுடன் சாதாரண தொழிலாளியைப் பற்றி லெனின் கொண்டிருக்கும் 'ஈவிரக்கமேயற்ற மனப்பான்மை', 'உயர் குலப்பிரபுவின் மனப்பான்மை'யின் பாற்பட்டது என்றும் குறிப்பிட்டார். ரஷிய வெகுஜனங்களின் காட்டுமிராண்டி உணர்வுகளை போல்ஷ்விக்குகள் தட்டியெழுப்பிவிட்டனர் என்றும் இம்மக்களோடு கூடப்பிறந்த அடிமைப்புத்தியும் மக்குத்தனமும் அகற்றப்பட வேண்டுமென்றால் அதற்கு ஒரேவழி 'பண்பாட்டுத் தீயை மூட்டி அதனை மெல்லச் சுடர்விடச் செய்வதே' என்ற முடிவுக்கு வந்தார். போல்ஷ்விக் அரசாங்கத்திற்கு கார்க்கி தெரிவித்த எதிர்ப்பு நீடிக்கவில்லை. புதிய அரசாங்கத்தை எதிர்த்த ஆய்வறிவாளருக்கு உதவும் பொருட்டு அயராது உழைத்த கார்க்கி லூனாசார்ஸ்கியின் செயலகத்தில் தற்காலிகப் பதவி ஒன்றினை ஏற்றார். சோசலிசப் பண்பாட்டினை உருவாக்குவதற்கு போல்ஷ்விக்குகள் முயலுகின்றனர் என

இப்பொழுது கார்க்கி வாதிட்டார். இவ்வாறு வாதிட்ட சிறிது காலத்திற்குள் கார்க்கி சோவியத் ஒன்றியத்திலிருந்து வெளியேறினார்.[14]

மிகவும் குற்றம் சாட்டுகிற தோரணையில் ஆலன்ஸ்விஞ்செவுட் எழுதியுள்ள போதிலும், கார்க்கி எனும் மனிதருக்குள்ளே இருந்த சில முரண்பாடுகள், குழப்பங்கள், தயக்கங்கள் ஆகியவற்றைப் புரிந்து கொள்ள இந்த விவரங்கள் பயன்படுகின்றன. புரட்சி இலட்சியத்தில் அசையாத உறுதிகொண்ட கார்க்கி என்ற எழுத்தாளன், மென்மையான இதயம் கொண்ட பெஷ்கோவ் (கார்க்கியின் இயற்பெயர்) என்ற மனிதன் - ஆகிய இரு ஆளுமைகளும் ஒன்றாகவே வாழ்ந்தனர் என்று யெவ்கனி ஜாமியாடின் கூறுவது கவனிக்கத்தக்கது. மாஸ்கோ நகரில் சோசலிசப் புரட்சியாளர் குழுவொன்றின் மீது நடந்த விசாரணைபற்றி அப்போது வெளிநாட்டிலிருந்த கார்க்கி கண்டனம் செய்து எழுதியமைக்காக ரஷியக் கம்யூனிஸ்ட் பத்திரிகையொன்று ‘கார்க்கி மரணமடைந்தார்’ என்ற தலைப்புச் செய்தியை வெளியிட்டு கார்க்கியின் அரசியல் மரணத்தைப் பற்றி எழுதியிருந்ததாகவும் ஜாமியாடின் எழுதுகிறார். அவர் ரஷியாவுக்குத் திரும்பி வந்த காரணம் என்ன எனத் தான் ஒருமுறை வினவியபோது “உன்னதமான குறிக்கோள்கள் அவர்களிடம் (போல்ஷ்விக்குகளிடம்) உள்ளன. இது எனக்கு எல்லாவற்றையும் நியாயப்படுத்திவிடுகிறது” என்று பதிலளித்ததாகவும் ஜாமியாடின் கூறுகிறார்.[15]

பல்வேறு காரணங்களுக்காக ரஷியாவிலேயே தங்கிவிட முடிவு செய்தவர்கள் (கவிஞர் அன்னா அக்மதோவா, போரிஸ் பாஸ்டர்நாக், ஓசிப் மாண்டெல்ஷ்டாம் போன்றவர்கள்) அன்றாட வாழ்க்கைப் பிரச்சனைகளை மட்டுமல்லாது, பெரும் சித்தாந்த, அறவியல், கலை சம்பந்தமான பிரச்சனைகளையும் எதிர் கொள்ள வேண்டியிருந்தது. உயிர் பிழைப்பதுவே பலரது முயற்சியாகிவிட்டது. பழைய செய்தி ஏடுகளும் சஞ்சிகைகளும் அன்று நிறுத்தப்பட்டன அல்லது தடைசெய்யப்பட்டன. அச்சகங்கள் பறிமுதல் செய்யப்பட்டு அரசுடைமையாக்கப்பட்டன. பதிப்பாளர்கள் தம் அலுவலகங்களை மூடினர். சராசரியாக ஆண்டொன்றுக்கு வெளியிடப்படும் நூல்களின் எண்ணிக்கை

14 மேற்கூறிய நூல், ஏ. ஜே. கனகரட்னா, ப 19–20.

15 Yevgeny Zamyatin, Op. cited., pp 254–55.

மிகவும் குறைந்தது (1913இல் 20000; 1920இல் 3260). அப்போது வெளியிடப்பட்ட நூல்கள் பெரும்பாலும் பிரசார நூல்கள் அல்லது அரசியல் நூல்கள். காகிதப் பற்றாக்குறையும் அச்சு வசதிக்குறைவும் சோவியத் அரசு நிறுவனங்கள் பதிப்பித்த நாளேடுகள், வார ஏடுகள் ஆகியவற்றின் எண்ணிக்கையையும் விநியோகத்தையும் பாதித்தன. உள்நாட்டுப்போர் (1918-21) ரஷியப் பிரதேசத்தில் மூன்றில் இரண்டு பகுதியில் பேரழிவுகளை ஏற்படுத்தியிருந்தது. லட்சக்கணக்கானோர் இடம் பெயர்ந்திருந்தனர். ஏராளமான அறிவு ஜீவிகள் வெண்படையிலும் அதே போல செம்படையிலும் சேர்ந்திருந்ததாலும் பலர் நாட்டுப்புறங்களுக்கும் வெளிநாடுகளுக்கும் சென்று விட்டதாலும் இலக்கியப் படைப்பாளிகளின் தொகைகுறைந்திருந்தது. மேலும், குழப்பமும் கொந்தளிப்பும் மிகுந்திருந்த சூழலில் கலையும் இலக்கியமும் தேவையற்றவையாகவும் காலத்துக்கு ஒவ்வாதவையாகவும் கூடத் தோன்றின. பழைய உலகத்தைச் சேர்ந்த குழப்பமடைந்த அறிவுஜீவிகளால் புதிய சூழ்நிலைமைகளை ஒப்புக்கொள்ள முடியவில்லை. தலைமுறை தலைமுறையாக அவர்களது சிந்தனை உலகை ஆட்கொண்டிருந்த கருத்துகளும் ஆர்வங்களும் எரிந்து சாம்பலாயின. கலை இலக்கியத்தில் இதுகாறும் கையாளப்பட்டுவந்த நுதல் பொருள்களும் கருப்பொருள்களும் அர்த்தமற்றுப்போயின. சலுகைகளோடு வாழ்ந்து வந்த அறிவாளிகள் அன்றாட உணவைத் தேடி அலைகின்ற நிலையில் இருந்தனர்.

ஆனால் புரட்சியோ ஒளிமிக்க மற்றொரு பகுதியைக் கொண்டிருந்தது. யாராலும் கட்டுப்படுத்த முடியாத மக்கள் சக்தியைக் கட்டவிழ்த்துவிட்டிருந்தது. மக்களின் தீரமிக்க வெஞ்சினம் குமுறி வெடிக்கும் எரிமலையின் தீக்குழம்பு போன்றதாய் இருந்தது. இத் தீக்குழம்பு பிரவாகமெடுத்து ஓடி அடங்கியபின் புதிய நாகரிகமும் பண்பாடும் வளர்வதற்கான வளமான மண் படிந்து வரலாயிற்று.

வயதில் இளையவர்களாகவும் சோவியத்துகளின் வெற்றிக்கான போராட்டத்தில் நேரடியாகப் பங்குபெற்றவர்களுமான கவிஞர்களோ - சமய உணர்வையோ, அனுபூதி உணர்வையோ, ரஷிய தேசத்தின் பழம் பெருமைகளையோ ஏற்கவில்லை. வீர உணர்வு ததும்பும் அவர்களது ரொமாண்டிக் கவிதைகள் புரட்சியை

அடுத்து நடந்த மகத்தான சம்பவங்களைக் கம்பீரியத்துடன் சித்திரித்தன. காஸ்மிஸ்டுகள் (Cosmists) எனத் தங்களை அழைத்துக் கொண்ட பாட்டாளி வர்க்கக் கவிஞர்கள் சிலர் "நாங்கள் முதலில் உலகத்தைத் தலைகீழாகப் புரட்டுவோம். பிறகு நட்சத்திரங்களில் புரட்சியை சாதிப்போம். பாட்டாளிகளின் ஆட்சி தன் முழங்கையில் வானத்தைக் கசக்கிச் சுருட்டி வைத்துக்கொண்டு, விண்ணுலகப் பிரதேசத்தில் காலடி எடுத்து வைக்கும்" என அறிவித்தனர்.

1918-20ஆம் ஆண்டுக் காலத்தில் எழுதிய இளங்கவிகள் புரட்சி ஏற்படுத்திய நம்பிக்கையில் கிறங்கிப் போயிருந்தனர். அளவற்ற பேருவகையால் உந்தப் பெற்று, உலகப் புரட்சி எந்தக் கணத்திலும் வெடித்துவிடும் என்று கனவு கண்டனர். வரலாற்றுக் குதிரையின் குளம்படிச் சத்தங்களைக் கேட்பதற்காகத் தம் காதுகளைத் தீட்டி வைத்துக் கொண்டனர். ரஷிய மக்களுமே பொதுவாக ஒரு புதிய சகாப்தத்தின் வருகைக்காகக் காத்திருந்தனர், ஆஸ்திரிய-ஹங்கேரியின் வீழ்ச்சியும் ஜெர்மனியில் முடியாட்சியின் வீழ்ச்சியும் ஓர் உலகப் புரட்சிக்கான முன்னறிவிப்பாகத் தோன்றின. அடிமைப்பட்ட மக்களின் விமோசனத்தைப் பிரகடனம் செய்யும் எண்ணற்ற கவிதைகள் எழுதப்பட்டன. அவையனைத்தும் கலாபூர்வமானவை என்று சொல்லத்தக்கவையாக இல்லாவிடினும் உணர்ச்சிப்பெருக்கின் வடிகாலாக இருந்தன. காகிதப் பற்றாக்குறையும் அச்சுவசதிக்குறைவும் - உள் நாட்டுப் போர்க்காலத் தணிக்கை முறைகளும் நிலவிய காலத்தில் மக்கள் கூடும் அரங்குகளில், பொதுக்கூட்டங்களில், தெருமுனைகளில், சண்டைக்களங்களில், சிற்றுண்டி விடுதிகளில், மனமகிழ் மன்றங்களில், தொழிற் கூடங்களில் கவிஞர்கள் வாசகர்களையும் ரசிகர்களையும் நேரடியாகச் சந்திந்துத் தம் படைப்புகளை உரத்து வாசித்துக்காட்டுவது வழக்கமாக இருந்தது.

உரைநடை போல நீண்ட தயாரிப்புத் தேவைப்படாததும் எதார்த்த உலகு பற்றிய தன்னெழுச்சியான எதிர்வினைகளை வெளிப்படுத்துகிறதுமான கவிதை, அச்சு வசதி, பிரசுரவசதி போன்றவற்றுக்குக் காத்திருக்கவில்லை. சோவியத் இலக்கியத்தின் Cafe Period என்று சொல்லப்படுகிற அக்கால கட்டத்தில் மாஸ்கோ, பெட்ரோகிராட் போன்ற நகரங்களின் மதுபான விடுதிகளும் சிற்றுண்டிவிடுதிகளும் கூட கவிதை அரங்கேற்ற மேடைகளாக-

குறிப்பாக சிம்பலிஸ்ட், இமேஜிஸ்ட் கவிஞர்களுக்கு -செயல்பட்டன.

இலக்கிய நடவடிக்கைகள் மெல்ல மெல்லப் புதுப்பிக்கப்படலாயின. அவற்றை ஊக்குவிப்பதில் மூன்று முக்கிய காரணிகள் செய்யப்பட்டன: (1) புரட்சிக்கு முந்திய இலக்கியக் குழுக்கள் அதிர்ச்சியிலிருந்தும் தற்காலிக ஓய்விலிருந்தும் மீண்டு தமது இலக்கியப் பாதைகளை சீர்திருத்தவும் பழைய இலக்கியப் போக்குகளைத் தொடரவோ அல்லது புதிய நிலைமைகளுக்கு ஏற்ப அவற்றை மாற்றியமைக்கவோ முயன்றனர். (2) போராட்டத்தில் தம்மை ஈடுபடுத்திக்கொண்ட இளங்கலைஞர்களோ, தாம் வாழ்ந்து காலத்தை ஆக்கபூர்வமாக எதிர்கொள்ளவும் தாம் வாழ்ந்து பெற்ற அனுபவத்தைக் கலை வடிவமாக்கவும் பேராவல் கொண்டனர். அவர்கள் புதிய இலக்கிய - அமைப்புகளை உருவாக்கினர். தாம் கையாண்ட உத்திகளிலும் விஷயங்களிலும் அப்புதிய படைப்பாளிகள் பழந்தலைமுறையைச் சேர்ந்தவர்களை விஞ்ச விரும்பினர். (3) போல்ஷ்விக் தலைவர்களில் மிகப் பெரும்பாலோர் பழைய அறிவு ஜீவி வர்க்கத்திலிருந்து வந்தவர்கள். ஆழ்ந்தபடிப்பும் நுட்பமான கலையுணர்வும் விசாலமான பார்வையும் கொண்டிருந்தவர்கள் (குறிப்பாக லெனின், த்ரோத்ஸ்கி, புகாரின், லூனாசார்ஸ்கி ஆகியோர்.) அவர்கள் மாறிவரும் சமூக அமைப்பு பற்றிச் சித்திரிக்கும் கலை இலக்கியப் படைப்புகளை ஊக்குவிக்க விரும்பினர்.

மேற்காணும் மூன்று காரணிகளின் தனித்தனியான வளர்ச்சியும் அவற்றின் பரஸ்பரச் சார்பும் புரட்சிக்கும் பிந்திய இரஷிய இலக்கியத்தின் தன்மையைத் தீர்மானித்தன. பழைய ஆளும் வர்க்கங்களின் இடத்தை சமூகத்தின் அடித்தட்டு மக்கள் கைப்பற்றியமை, புதிய வாசகர்களையும் ரசிகர்களையும் உருவாக்கிற்று. அவர்களது கோரிக்கைகளும் பார்வைகளும் அபிப்பிராயங்களும் மென்மேலும் முக்கியத்துவம் பெறலாயின. மிகக் கடினமானதொரு சூழலில் உயிர்த் துடிப்புமிக்க புதிய இலக்கியப் போக்குகள் பிறந்த அதே சமயத்தில் பழைய மரபின் வலுவான அம்சங்களும் பழைய சமுதாயத்தில் பிறந்த நவீனப் போக்குகளும் (சிம்பலிசம், இமேஜிசம், ப்யூசரிசம் போன்றவை) - அவற்றைப் பூண்டோடு அழித்துவிடப் பலர் முயற்சி

செய்துவந்த போதிலும் - தொடர்ந்து நிலவி தம் தாக்கங்களை ஏற்படுத்தலாயின.

நம்பிக்கை மிகுந்த எதிர்காலம் பற்றிய உறுதியான குரலில் போல்ஷ்விக் கவிஞர் டெமியான் பெட்னி (Demyan Bedny: 1883-1945) ஏற்கெனவே பாடியிருந்தார்:

உதறி யெறியப்பட்ட அடிமைச் சங்கிலிகள்
இனி ஒரு போதும் திரும்பி வாரா
உங்களுக்கான ஒரே பாதை
இதோ எதிரே உள்ள இந்தப் பாதைதான்.

ரஷிய இலக்கியம்:
புரட்சியின் தருவாயிலும் புரட்சிக்குப் பின்பும்

நவம்பர் புரட்சிக்கு முன்பே ரஷிய இலக்கியம் முப்பெரும் கொடுமுடிகளைத் தொட்டிருந்தது. யெவ்கனி ஜாமியாடியினை அடியொற்றி அவற்றை வகைப்படுத்திச் சுருக்கமாக இங்கு கூறலாம்.

19ஆம் நூற்றாண்டின் இறுதியிலும் 20ஆம் நூற்றாண்டின் துவக்கத்திலும் ரஷிய இலக்கியத்தில் கோலோச்சிய யதார்த்தவாதம்; தோல்ஸ்தாய், கார்க்கி, செகோவ், குப்ரின், புனின், சிரிகோவ் போன்றவர்கள் குறிப்பிடத்தக்கவர்கள். மனிதனை, மனித வாழ்வை, இப்புவி மண்ணை, யதார்த்தபூர்வமாகச் சித்திரித்தல் என்பது தன் சிகரத்தைத் தொட்டது செகோவின் படைப்புகளில் தான். உலகத்தின் ஒவ்வொரு அம்சத்தையும் யதார்த்தபூர்வமாகச் சித்திரித்து விட்டு ஓய்ந்திருந்தது கலை. இனி அது செல்லவேண்டிய திசை எது?

இருபதாம் நூற்றாண்டின் துவக்கத்தில் ரஷிய இலக்கியம் இப்புவி மண்ணிலிருந்து தன்னைத் துண்டித்துக் கொள்கிறது. சிம்பலிசம் தோன்றுகிறது. இது யதார்த்தவாதத்திற்கு முற்றிலும் மாறானதொரு திசையில் செல்கிறது. ஆன்மாவை போற்றத் தொடங்குகிறது. சிம்பலிசத்தின் கூறுகளை செகோவிடத்திலும் காணலாம். ஆனால் சிம்பலிசத்தை முற்றான இலக்கிய உத்தியாகக் கொண்டவர்கள் ஃபயதோர் சோலொகுப், ஆந்திரேய், பெலி, அலெக்சாண்டர் ப்ளாக், வியாசெவ்லாவ் ஐவனோவ், வேலெரி ப்ரையுஸோவ், ஜிப்பியஸ் போன்றோர்தாம். அவர்கள் பௌதீக வாழ்வை, அலுப்பூட்டும் அன்றாட வாழ்வை வெறுத்தவர்கள். வாழ்க்கையின் சகல பிரச்சனைகளையும், யதார்த்த வாழ்வு பற்றிய எல்லாக் கதைப்பின்னல்களையும் யதார்த்தவாத இலக்கியம் ஏற்கெனவே கையாண்டுவிட்டது; இனி இலக்கியம் கையாள வேண்டிய பிரச்சனைகள்: அவலம் நிறைந்த இவ்வுலகம்; ஏமாற்றம் தரும் வாழ்க்கை; நித்தியமான அழகு; மரணம்

ஆகியனவையே என சிம்பலிசம் கருதியது. சோலோகுப் இரண்டு படிமங்களை உருவாக்குகிறார்: ஒன்று அல்டோன்ஸா; மற்றொன்று டல்ஸினியா. வாளிப்பான உடல்வாகு கொண்ட அல்டோன்ஸா பண்படாத இப்புவியுலகிற்கான குறியீடு. டல்ஸினியாவோ அழகும் மென்மையும் நிறைந்தவள். இந்த பூமியில் வசிப்பவளல்ல; அவள் ஒரு கனவு. இந்தக் கனவில்தான் சோலோகுப் வாழ்கிறார். ப்ளாக் தனது இலட்சியத்தை 'அழகிய மாது', 'பனிமங்கை', 'அறியப்படா ஒன்று' என்றெல்லாம் அழைக்கிறார். அவளை இந்த உலகமெங்கும் தேடுகிறார். அவள் கண்ணுக்குப் புலப்படுவதில்லை. சில சமயம் அவளைக் கண்டுபிடித்துவிட்டதுபோல் தோன்றுகிறது. ப்ளாக் அவளது முகத்திரையை விலக்குகிறார். அந்தோ! அங்கு தெரிவது வேறொரு பெண்! அவர் தேடும் அழகிய மாது, இவ்வுலகில் கிடைக்கவே மாட்டாள்...

டல்ஸினியாவால் சோலோகுப் அடையும் ஏமாற்றம், அழகிய மாதைக் கண்டுபிடிக்கும் சாத்தியமின்மை என்பன இப்புவியுலகில் நமது சாதனைகளுக்கும் நாம் நிறைவேற்றும் இலட்சியங்களுக்கும் ஏற்படும் முடிவுகள் பற்றிய பிரதிபலிப்புகள்தாம். உயர்ந்த மலைகளைத் தொலைவிலிருந்து பார்ப்பவர்களின் கண்களுக்கு அழகு நிறைந்த, இளஞ்சிவப்பும் பொன்னிறமும் கலந்த முகில்களை மகுடமாகச் சூடிய முகடுகள் தெரிகின்றன. மலை ஏறிக் கொடுமுடியை எட்டி அந்த முகில்களைத் தொட்ட பிறகோ, மங்கலான மூடுபனி தவிர வேறெதுவும் தெரிவதில்லை. சிம்பலிஸ்டுகள் இந்த மூடு பனியால் ஏமாற்றமடைந்தவர்கள். வாழ்க்கையை எக்ஸ்ரே கண்கொண்டு பார்த்தவர்கள்.. அழகிய உடலுக்குள்ளே அவர்களுக்குத் தெரிந்ததென்னவோ எலும்புக்கூடுதான்! எலும்புக்கூட்டைப் பார்ப்பவர்களால் எப்படி மகிழ்ச்சியோடு இருக்க முடியும்? கார்க்கி, செகோவ், குப்ரின் போன்றவர்களது படைப்புகளில் காணப்படும் குதூகலங்களை சிம்பலிஸ்டுகளிடம் காணமுடியாது. இந்தப்பூமியில் மகிழ்ச் சியைக் காண்பது அவர்களுக்குச் சாத்தியமில்லை!

எனவே இந்த மண்ணுலகை, உலக வாழ்வை, மனிதர்களை யதார்த்தவாதிகள் போலச் சித்திரிப்பதோ யதார்த்தவாதிகள் கையாள்கின்ற நுதல் பொருள்களைக் கையாள்வதோ சிம்பலிஸ்டுகளால் ஒரு போதும் இயலாது. சிம்பலிஸ்டுகளின் நுதல்பொருள்களுக்கு யதார்த்தவாத முறைகள், உத்திகள் பயன்படா.

சொற்களால் வெளிப்படுத்தமுடியாத மிகச் சிக்கலான உணர்ச்சிகளை இசையால் மட்டுமே தட்டியெழுப்ப முடியுமாதலால் இங்கு இலக்கியமே இசைத்தன்மையாக்கப்படுகிறது. இசையினையொத்த சொற்களை, சொல்லிசையை சிம்பலிஸ்டுகள் பயன்படுத்தத் தொடங்கினர். இலக்கிய வடிவத்தை செம்மைப்படுத்தி எழுத்துக் கலையை மிகவும் பண்படுத்தியதில் சிம்பலிஸ்டுகளின் பங்களிப்பு முக்கியமானது என்பது இலக்கிய அறிஞரின் கருத்து.

யதார்த்தவாதம், சிம்பலிசம் என்ற இரு எதிரெதிர்ப் போக்குகளுக் கிடையே இருந்த முரண்பாடுகளின், மோதல்களின் காரணமாக, மற்றொரு போக்கு - இரண்டினதும் சாரத்தை வரித்துக்கொண்ட போக்கு - தோன்றியது. இதைப் புதிய யதார்த்தவாதம் என்கிறார் ஜாமியாடின். நிகோலாய் க்ளுயெவ், செர்ஜி யெசினின், அன்னா அக்மதோவா, நிகோலாய் குமிலியோவ், ஓசிப் மாண்டெல்ஷ்டாம். செர்ஜி கோரோடோட்ஸ்கி முதலியோர் இப்போக்கின் பிரதிநிதிகள். யதார்த்தவாதிகள் வாழ்க்கையை வாழ்ந்தவர்கள்; சிம்பலிஸ்டுகள், வாழ்க்கையிலிருந்து விலகியவர்கள்: புதிய யதார்த்தவாதிகளோ வாழ்க்கைக்குத் திரும்பிவரத் துணிந்தவர்கள் என்கிறார் ஜாமியாடின்: வாழ்க்கையின் அவலத்தை வெல்வதற்கு இரண்டு வழிகளே இருந்தன. ஒன்று சமயம்; மற்றொன்று வாழ்க்கையை எள்ளலோடு பார்த்தல். புதிய யதார்த்தவாதிகளோ கடவுளையோ மனிதனையோ நம்பவில்லை. யதார்த்தவாதிகளின் கண்களுக்குத் தெரியாத உண்மைகளை, வாழ்க்கையின் மேற்பரப்பில் புலப்படாத உண்மைகளை, மனிதனுக்கு உள்ளே மறைத்து வைக்கப்பட்ட யதார்த்தத்தை வெளிப்படுத்துவது தான் தமது பணி என்றவர்கள் அவர்கள்.

இந்த மூன்று போக்குகள் பற்றி ஜாமியாடின் கூறுகிறார்:

> யதார்த்தவாத எழுத்தாளர்கள், முகில்களைப் பார்த்தது பார்த்தபடியே ஒப்புக்கொண்டவர்கள்; அவை இளஞ்சிவப்பும் பொன்னிறமும் கொண்ட மேகங்கள்; இருண்ட புயல் மேகங்கள். சிம்பலிஸ்டுகளோ கொடுமுடியை ஏறத் துணிந்து அங்கு இருப்பது இளஞ்சிவப்பும் பொன்னிறமும் அல்ல, சகதியும் மூடுபனியுமே எனக் கண்டவர்கள். புதிய யதார்த்தவாதிகளோ சிம்பலிஸ்டுகளோடு சேர்ந்து மலை முகட்டைத் தொட்டவர்கள். மேகங்களல்ல அங்கிருப்பது, வெறும் மூடுபனிதான் என்பதைக் கண்டவர்கள். ஆனால் மலையிலிருந்து கீழே வந்ததும், அது

மூடுபனியாக இருந்தாலென்ன, கிளர்ச்சி தரக்கூடியதுதான் எனக் கூறத் துணிந்தவர்கள்.¹

புரட்சிக்குப் பிந்திய ரஷிய இலக்கியம் பற்றிப் பேசுகையில் இலக்கியவாதிகளை, ரஷியப் புரட்சியின் வரலாற்றுக்குப் பங்களித்தவர்கள் - என்றும் ரஷிய இலக்கியத்தின் வரலாற்றுக்குப் பங்களித்தவர்கள் என்றும் இரண்டாகப் பிரித்துவிட வேண்டும் என்று பிறிதொரு இடத்தில் ஜாமியாடின் கூறுகிறார். இரண்டாவது பிரிவில் இடம் பெறுகின்றவர்களிற் பலர் புரட்சிக்கு முந்திய சமுதாயத்தில் உருவான யதார்த்தவாத, சிம்பலிச, புதிய யதார்த்தவாதப் போக்குகளைச் சேர்ந்தவர்களாக இருப்பர் என்பதில் ஐயமில்லை. புரட்சிக்கு முந்திய ரஷிய இலக்கியத்தின் ஜாம்பவான்களில் மிகப் பெரும்பாலோர் புரட்சியை ஆதரித்தவர்களாகவோ அல்லது தம் தேசப்பற்றின் காரணமாக வெளிநாட்டுத் தலையீடுகளை எதிர்த்தவர்களாகவோ இருந்தனர்.

இந்த மூன்றுப் போக்குகள் தவிர மற்றொரு புதியபோக்கும் புரட்சிக்கு முன்பே தோன்றியிருந்தது. அதுதான் ஃப்யூசரிசம்; சிம்பலிசத்திலிருந்து கிளைத்த போக்கு. ஒரு சொல், ஏன் ஓர் உயிரெழுத்தோ அல்லது உயிர்மெய்யெழுத்தோகூட தனியாகவே தனது ஒலியின் மூலம் சில எண்ணப்படிமங்களையும் எண்ணச் சேர்க்கைகளையும் உருவாக்கிவிடும் என்ற ஒரு கருத்தை ஃப்யூசரிஸ்டுகள் சிம்பலிஸ்டுகளிடமிருந்து எடுத்துக் கொண்டனர். ஆனால் இக்கருத்தை சில சமயங்களில் ஒரு அபத்தமான எல்லைக்கு எடுத்துச் சென்றனர். சொற்களும் ஒலிகளும் தாமாகவே படிமங்களைத் தட்டியெழுப்பி விடுவதால், சொற்களைப் பிணைக்கிற, அவற்றினூடே விரவிப் பரவுகிற அர்த்தமோ, தர்க்கரீதியான இணைப்போ தேவையில்லை என்று சொல்லக்கூடிய அளவிற்கு அவர்களிற் சிலர் சென்றனர். அதாவது உள்ளடக்கத்துக்கான தேவையே இல்லை, சொற்கள் தாமாகவே பேசுகின்றன, மனப்பதிவுகளை ஏற்படுத்துகின்றன என்று அவர்கள் கருதினார்கள்:

> இந்தக் கோட்பாட்டினை அடிப்படையாகக் கொண்ட படைப்புகள் இசைச் சொற்கள், இசையொலிகள் ஆகியவற்றின் சேர்க்கையாக மட்டுமே உள்ள இப்படைப்புகள், சிந்தனையாற்றல் வழங்கப்படாது வெறும் காதுகள் மட்டுமே

---

1 Ibid P.40.

- அதுவும் சாதாரண மனிதக் காதுகளைவிடச் சற்று நீண்ட காதுகள் மட்டுமே - வழங்கப்பட்டுள்ள மனிதர்களுக்கு வேண்டுமானால் பொருத்தமானதாக இருக்கலாம்.[2]

என்று குறிப்பிடும் ஜாமியாடின், ஃப்யூசரிஸ்டுகள் சிலரின் அதீதங்களுக்கு சான்றாக ஒரு நிகழ்ச்சியைக் குறிப்பிடுகிறார். ஒருநாள் மாலை ஃப்யூசரிசக் கவிதை நிகழ்ச்சி ஏற்பாடாகியிருந்தது. ஒரு கவிஞர், மேடையேறித் தனது கவிதையின் தலைப்பை வாசிக்கிறார்: "மௌனம் பற்றிய கவிதை". அதன் பிறகு அவர் கைகூப்பி எந்த சப்தமும் இல்லாமல் பல நிமிடங்கள் அங்கேயே நின்று விட்டுப் பின்னர் மேடையிலிருந்து இறங்கிப் போய்விடுகிறார். அவ்வளவுதான் கவிதையாம்!

ஆனால் பின்னர், ஃப்யூசரிஸ்டுகள் இந்த அதீதத்தன்மையிலிருந்து மீண்டனர் என்றும் புரியக்கூடிய, அர்த்தம் வாய்ந்த படைப்புகளைப் படைக்கத் தொடங்கினர் என்றும் ஜாமியாடினே குறிப்பிடுகிறார். சுருக்கமான, சட்டென்று ஏற்படுகிற மனப்பதிவுகளை ஏற்படுத்தும் உத்திகளை மிக உக்கிரமான முறையில் பயன்படுத்துதல், மிகப் பிரயாசைப்பட்டு அசாதாரணமான சொற்களையும் தலைப்புகளையும் தேடிக் கண்டுபிடித்தல், தமது படைப்புகளுக்கான நுதல்பொருள்களை வேகமும் அவசரமும் நிறைந்த நகர்ப்புற வாழ்விலிருந்தே தேர்ந்தெடுத்தல் ஆகியன ஃப்யூசரிசத்தின் முக்கியமான அம்சங்களாக இருந்தன.

சுருக்கமாகச் சொல்லப்போனால் ரஷிய இலக்கியத்திலிருந்த யதார்த்தவாதம், ஃப்யூசரிசம் ஆகிய அனைத்துமே பழைய பூர்ஷ்வா அல்லது எதேச்சதிகார சமுதாயத்தின் நசிந்துபோன வாழ்வின் நெருக்கடியின் பிரதிபலிப்பாக மட்டுமல்லாது அவற்றுக்கான எதிர்ப்பாகவுமே வளர்ச்சி பெற்றன. பழைய யதார்த்தவாதம் தனது ஆற்றலை எல்லாம் அநேகமாகத் தீர்த்துவிட்டு நின்ற நிலையில் வரப்போகும் புதிய சமுதாயத்துக்கும் எதிர்காலத்துக்கும் பொருத்தமான அழகியல் வடிவங்கள் தாமே என்று உரிமை கொண்டாடிப் பல போக்குகள் (சிம்பலிசம் முதலியன) முன்னுக்கு வந்தன.

கலையில் உருவமும் உள்ளடக்கமும் ஒன்றையொன்று சார்ந்திருக்கின்றன என்றும் கலை சம்பந்தமான கருத்தாக்கங்களுக்கு

---

2 அதே நூல் பக்கம் 44..

உந்து சக்தியாக இருப்பது அரசியல் - சமூகப் புரட்சியே என்றும் மரபான மார்க்சிய அழகியல் கருதுகிறது. புதிய அரசியல் - சமூக உள்ளடக்கத்தை உருவாக்கியதன் மூலம் நவம்பர் புரட்சியானது முற்றிலும் புதியதொரு சூழ்நிலைக்குப் பொருத்தமான புதிய வடிவங்களைக் கண்டறியும் வாய்ப்பைக் கலைஞர்களுக்கு வழங்கியது. ஒரு புதிய அமைப்பு உருவாகி வருகிறதென்றும் எதிர்காலத்தை நோக்கி ஒரே வேகத்துடன் இணைந்து நடைபோடலாம் என்றும் அரசியல் முன்னணிப் படையினர், பண்பாட்டு முன்னணிப்படையினர் ஆகிய இருசாராருமே கருதினர். அரசியல் செயல்பாடுகளில் இருந்த வேகத்திற்கு இணையாகக் கலை - இலக்கிய உத்திகளிலும் இடைவிடாத மாற்றங்களும் மேம்பாடுகளும் செய்யப்பட்டு வந்தன. ரஷிய மரபு, மார்க்சியக் கோட்பாடு ஆகிய இரண்டுமே உள்ளடக்கத்துக்கு முதன்மை வழங்கியவையாக இருந்ததால் அதை மேலும் வளர்த்தெடுக்க இப்போது ஒன்று சேர்ந்தன. ஆனால் இந்தப் புரட்சிகர உள்ளடக்கத்திற்கு ஒரு புரட்சிகர வார்ப்பு தேவையாக இருந்தது.

மரபான மார்க்சியப் பார்வையின்படி இந்தப் புதிய உள்ளடக்கம் தான் ஒரு புதிய வடிவத்தைத் தோற்றுவித்திருக்க வேண்டும். உண்மையில் இந்தப் புதிய வடிவத்திற்கான ஆயத்தங்கள் சிறிது காலத்திற்கு முன்பே செய்யப்பட்டிருந்தன. 1905ஆம் ஆண்டுப் புரட்சி தோல்வியடைந்து, அறிவுஜீவிகளின் அரசியல் எதிர்பார்ப்புகளும் நம்பிக்கைகளும் நிறைவேறாது போனதால் அவர்களது சுதந்திர வேட்கை கலைத்துறையில் தன்னை வெளிப்படுத்திக் கொள்ளத் தொடங்கிற்று. எனவே. ரஷியாவில் கலைத்துறைப் புரட்சியானது அரசியல் புரட்சிக்கு முன்பே ஏற்பட்டு விட்டது என்றால் அது மிகையாகாது. இன்னும் பூர்ஷ்வா உள்ளடக்கமே இருந்து வந்த ஒரு சமயத்தில் புரட்சிகரக் கலை வடிவங்கள் தோன்றின. பின்னர் சோவியத் ஆட்சியானது தனது அதிகாரிவர்க்க, மத்தியதரவர்க்க ரசனைகளுக்கு இடம் கொடுத்துவிட்டபோதுதான், சோவியத் ஆட்சியின் துவக்க ஆண்டுகளின் போது கலைவடிவங்களில் ஏற்பட்ட புரட்சிகரக் கொந்தளிப்பை ஒரு ‘ஒழுங்கு’க்குட்படுத்தப்பட்ட, இறுகிப்போன, எளிமைப்படுத்தப்பட்ட வறட்டுச்சூத்திரங்களாக மாற்றிவிட்டது. கலைத்துறையில் இருந்த புரட்சிகரமான குழப்பத்தை பூர்ஷ்வா சீரழிவின் வெளிப்பாடு எனக் கண்டனம் செய்தது.

இந்தப் புரட்சிகரமான குழப்பத்துக்குக் காரணமாக இருந்த பல்வேறு கலை - இலக்கியப் போக்குகளும் குழுக்களும் பொதுவாகப் புரட்சி அரசாங்கத்தை ஆதரிப்பவையாகவும் சோசலிசத்தை வரவேற்பவையுமாகவே இருந்தன. புதிய சகாப்தத்துக்குரிய கலை வடிவங்களும் படைப்புகளும் தம்மால் மட்டுமே உருவாக்கப்படக்கூடியன என்று உரிமை கொண்டாடி ஒன்றுக்கொன்று கடுமையான விவாதங்களில் ஈடுபட்டிருந்தன. அவற்றிடையே சகியாமை உணர்வும் சில சமயங்களில் வெளிப்படவே செய்தது. இலக்கியத்துக்குப் புறம்பான சில நெறிமுறைகளை அவை கையாண்டதும் உண்டு. கசப்பான போட்டிகள், பொறாமைகள், ஒரு குழு மற்றொரு குழுவை ஒரேடியாகப் புறக்கணித்தல் அல்லது நசுக்க முற்படுதல் ஆகியனவற்றையும் அக்கால கட்டத்தில் காணலாம். பின்னர் ஏற்பட்ட அதிகாரிவர்க்க அணுகுமுறைகளின் வித்துக்களைச் சில குழுக்களின் அல்லது தனிமனிதர்களின் நடைமுறைகளில் காணலாம். ஆயினும் இந்தப் போட்டிகள், பொறாமைகள், சர்ச்சைகள் ஆகியனவற்றுக்கிடையே புதிய உத்திகளும், நுட்பங்களும், வடிவங்களும் உருவாகிக் கொண்டிருந்தன. மார்க்சிய அழகியல் குறித்த ஆழமான விவாதங்களும் பல்வேறு வகையான இலக்கியப் போக்குகளும் குழுக்களும் புரட்சிக்குப் பிந்திய சோவியத் ரஷியாவில் வளர்ந்துவந்தமைக்கு முக்கிய காரணமாக இருந்தது, சோவியத் யூனியனின் வரலாற்றில் 'பொற்காலம்' என்று கருதப்படும் புதிய பொருளாதாரக் கொள்கை (பு.பொ.கொ) நடைமுறையிலிருந்த காலகட்டமாகும். கலை - இலக்கியத்தில் "நூறு வடிவங்கள் மலர்ந்த, நூறு போக்குகள் முட்டி மோதிய" பு.பொ.கொ. காலகட்டத்தைப் பற்றிச் சுருக்கமாகவேனும் அறிந்து கொள்ள வேண்டும்.

1921இல் உள் நாட்டுப்போர் முடிவுக்கு வந்தது. எதிர்ப் புரட்சி வெண்படையினரும் வெளிநாட்டு ஆக்கிரமிப்பாளர்களும் முறியடிக்கப்பட்டுவிட்டனர். நான்காண்டுக்கால உள்நாட்டுப்போரும் அதற்கு முன்பு ஜாராட்சியின்போது முதல் உலகப் போரில் ரஷியா ஈடுபட்டிருந்தமையும் நாட்டின் பொருளாதாரத்தை முற்றிலுமாக அழித்திருந்தன. உள்நாட்டுப்போரில் ரஷியப்பாட்டாளி வர்க்கத்தின் மிகப் பெரும் பகுதி அழிக்கப்பட்டுவிட்டது. கிராமப்புறங்களிலிருந்து உணவுப் பொருள்களை நகர்ப்புறங்களுக்கு வராமல் தடுத்து வந்திருந்தனர்

எதிர்ப்புரட்சியாளர்கள். உழவர்களும்கூட முழு ஒத்துழைப்பைத் தரவில்லை. கட்டாயக் கொள்முதலையும் போர்க் கம்யூனிசம் என்றழைக்கப்பட்ட கடுமையான நடவடிக்கைகளையும் உள் நாட்டுப் போரின் போது புதிய அரசு மேற்கொள்ள வேண்டியிருந்தது. உலகப் போருக்கு முன்பு இயங்கி வந்த தொழில்களில் 13%மட்டுமே இப்போது செயல்பட்டுக் கொண்டிருந்தன. 1913 இல் இருந்த வேளாண்மை உற்பத்தியில் 40% மட்டுமே இப்போது உற்பத்தியாகியது. நகரங்களிலும் கிராமங்களிலும் பஞ்சம் தலைவிரித்தாடியது. 1920 - 21 இல் வோல்கா பகுதியில் கடும் வறட்சி நிலவியது. தென்கிழக்கு ரஷியாவில் மட்டும் பல்லாயிரக்கணக்கில் உழவர்கள் பட்டினியாலும் பஞ்சத்தாலும் இறந்தனர். நாட்டின் பிற பகுதிகளில் தொற்று நோய்கள் பரவின. இவற்றுடன் சத்தூட்டக் குறைவும் சேர்ந்து பல்லாயிரக்கணக்கான மக்களைப் பலி கொண்டது. கட்டாயக் கொள்முதலால் ஆத்திரமடைந்திருந்த உழவர்கள் கலகங்களில் ஈடுபடலாயினர்: பற்றாக் குறையும் பஞ்சமும் பரவலாகி, கடும் நிர்வாகரீதியான நடவடிக்கைகள் மேற்கொள்ளப்பட்டிருந்த நிலையில் 1921 இல் க்ரோன்ஸ்டாட் நகரிலிருந்த கடற்படை வீரர்கள் கிளர்ச்சி செய்யத் தொடங்கினர். புதிய அரசைக் கவிழ்ப்பதற்காக எதிர்ப்புரட்சியினரால் தூண்டிவிடப்பட்டதாகச் சொல்லப்படும் இக்கலகம் செம்படையினரால் மிக விரைவில் ஒடுக்கப்பட்டது.

மாபெரும் யதார்த்தவாதியான லெனின் இச்சூழ்நிலையை முழுமையாகப் புரிந்து கொண்டார். 1921 மார்ச் 21 இல் லெனின், கட்சியின் 10 ஆவது காங்கிரஸில் புதிய பொருளாதாரக் கொள்கையை (New Economic Policy) அறிவித்தார். பஞ்சம், வறுமை, உள்நாட்டுப் போரினால் ஏற்பட்ட அழிவுகள், சோர்வு, தொழிலாளர்களுக்கும் உழவர்களுக்கும் ஏற்பட்ட இழப்புகள் ஆகியன தொழில் மற்றும் வேளாண்மை உற்பத்தியை அதிகரிப்பதைத்தான் புரட்சியின் அடிப்படைப் பிரச்சனையாக ஆக்கியுள்ளன என்று கூறினார். கட்சிக்குள் இருந்த இடதுசாரிகளின் எதிர்ப்பைத் தன் தர்க்கரீதியான, நிதானமான விவாதத்தின் மூலம் முறியடித்தார். பின்னர் அவர்களையும் தன்பக்கம் வென்றெடுத்தார். போர்க்காலக் கம்யூனிசத்தைக் கைவிடவேண்டிய அவசியத்தை எடுத்துரைத்தார். இப்போது ஓரடி பின்னால் எடுத்துவைத்தால் தான் பின்னர் ஈரடி முன்னால் எடுத்து வைக்கலாம் என்று

கூறினார். மிகப்பரந்துபட்ட மக்களை அரசியல் ரீதியில் ஒன்று திரட்டவேண்டிய தன் தேவையை வலியுறுத்தினார். அவரது பு.பொ.கொ. ஒரு புதிய அரசியல் கொள்கையுமாகும். பரந்துபட்ட தொழிலாளர் - உழவர் நேச அணியை உருவாக்கும் நோக்கம் கொண்டதாகும். தனியார் வர்த்தகம் மீண்டும் அனுமதிக் கப்பட்டது. சிறு தொழில்கள் தனியாரிடம் மீண்டும் ஒப்படைக்கப் பட்டன. பகிரங்கச் சந்தையில் தமது உற்பத்திப் பொருள்களை விற்பதற்கு விவசாயிகள் அனுமதிக்கப்பட்டனர். கட்டாயத் தானியக் கொள்முதல் கைவிடப்பட்டது. பெருந்தொழில்களும், அடிப்படைத் தொழில்களும், போக்குவரவு போன்றவையும் அரசுடைமைகளாகவே இருந்தன. வெளிநாட்டு வர்த்தகத்திலும் அரசு ஏகபோகமே இருந்தது.

அரசியல் மட்டத்தில் பழைய பிரபுக்குலத்தினர், பூர்ஷ்வா வர்க்கத்தினர், மதகுருமார்கள் ஆகியோரைப் பொறுத்தவரை ஏற்கெனவே ரத்து செய்யப்பட்டிருந்த அரசியல் உரிமைகள் மீண்டும் வழங்கப்படவில்லை. அவர்களது உரிமைகள் தொடர்ந்து வரம்புக்குட்படுத்தப்பட்டே வந்தன. நாட்டுப்புற உழவர்களுக்கு அரசியல் உரிமைகள் இருந்தபோதிலும் அவர்களது வாழ்க்கைத்தரம் நகர்ப்புறத் தொழிலாளிகளின் அளவுக்கு இன்னும் உயராமலேயே இருந்தது. கூட்டுறவு அமைப்புகளை உருவாக்குவதன் மூலம் கிராமப்புறங்களில் படிப்படியாக சோசலிச மாற்றத்தைக் கொண்டு வந்து உழவர்களின் வாழ்க்கைத் தரத்தை உயர்த்துவதற்கான எச்சரிக்கை மிகுந்த திட்டங்களையும் லெனின் வகுத்திருந்தார்.

உள் நாட்டுப் போரில் தம்மை முழுமையாக ஈடுபடுத்திக் கொண்ட கம்யூனிஸ்டுகள் பலருக்கு லெனினின் முடிவு ஏமாற்றம் தரக்கூடியதாக இருந்தது. ஆயினும் லெனின் மீது அவர்களுக்கிருந்த நம்பிக்கையும் லெனினின் ‘புதிய பொருளாதாரக் கொள்கை’ என்பது சோசலிச நிர்மாணத்துக்கான தயாரிப்புக் கட்டம் தான் என்ற உணர்வும் விரைவில் அவர்களது ஏமாற்றத்தைப் போக்கின. 1921-27 கால கட்டத்தில் தனிப்பட்ட ஆதாயங்களைத் தேடிக் கொண்ட வர்த்தகர்கள், சிறுமுதலாளிகள் போன்றோரும் கூட அது ஒரு தற்காலிகமான ஆதாயம்தான் என்பதை உணராமலில்லை. தேசிய வாழ்வின் எல்லா மட்டங்களிலுமிருந்த கட்டுப்பாடு தளர்த்தப்பட்டதானது பொருளாதாரம் மீண்டும் புத்துயிர் பெறவும் பரந்துபட்ட மக்கள் மன நிம்மதியடையவும் வாய்ப்பளித்தது. 1914

முதல் 1927 வரை புதிய சோவியத் அரசைப் பல மேற்கு நாடுகள் அங்கீகரித்தன. வெளிநாட்டு வர்த்தகம் உயிர்பெற்றது. ரஷியக் குடியரசுடன் பதினொரு குடியரசுகள் சேர்ந்து சோவியத் யூனியன் உருவாயிற்று. இதே காலகட்டத்தில்தான் முதல் அரசியல் சட்டமும் உருவாயிற்று. பெண்ணடிமைத்தனத்தை ஒழிப்பதிலும் பரந்துபட்ட மக்களின் எழுத்தறிவின்மையைப் போக்கி அவர்களுக்குக் கல்வி புகட்டுவதிலும் பெரும் சாதனைகள் புரியப்பட்டன. பண்பாட்டுத் துறையில் லெனின் கலை, இலக்கியம் போன்றவற்றைக் காட்டிலும் மக்களின் உள்ளத்திலிருந்து அறியாமை இருளை அகற்றுவதற்கு முன்னுரிமை தரப்படுவதையே விரும்புவதாகக் கூறினார்.

கல்வித்துறையில் ஏராளமான சீர்திருத்தங்கள் செய்யப்பட்டன. எழுத்திலக்கணம் சீரமைக்கப்பட்டது. பழைய ஜார்காலக் காலண்டர்முறை அகற்றப்பட்டு கிரிகோரிய காலண்டர்முறை கொண்டு வரப்பட்டது. மெட்ரிக் அளவுமுறை புகுத்தப்பட்டது. பள்ளிக் கல்விமுறை முழுமையாக மாற்றியமைக்கப்பட்டது. கட்டாயத் துவக்கக் கல்விமுறை அமுலாக்கப்பட்டது. இடைநிலைப்பள்ளிகளும் பட்டதாரிகளை உருவாக்கும் கல்விக்கூடங்களும் ஆயிரக்கணக்கில் திறக்கப்பட்டன. பல்வேறு தேசிய இனமக்களின் பண்பாட்டு நடவடிக்கைகள் ஊக்குவிக்கப்பட்டன. பல தேசிய இனத்தவரின் மொழிகளுக்கு எழுத்துக்களே இல்லை என்பதும் எழுத்தற்ற மொழிகளுக்கு ரஷிய எழுத்துக்கள் தரப்பட்டன என்பதும் குறிப்பிடத்தக்கன. நினைவுச் சின்னங்கள், கலைக் கருவூலங்கள், விஞ்ஞான நிறுவனங்கள், கலை நிறுவனங்கள் ஆகியவற்றுக்குப் பாதுகாப்புத்தரப்பட்டது. நாடகம், இசை, நாட்டிய நாடகம், இசை நாடகம், சினிமா முதலிய நுண்கலைகள் ஊக்குவிக்கப்பட்டன. மேலும், அவை சாமானிய மக்களுக்கு எட்டுமாறும் செய்யப்பட்டன.

புதிய பொருளாதாரக் கொள்கைக்குப் பொருத்தமாக கலை- இலக்கியத்துறையில் நெகிழ்ச்சியான கொள்கை கடைப்பிடிக்கப்பட்டது. கலைஞர்கள், எழுத்தாளர்கள் மீது இறுக்கமற்ற நிலைப்பாடு மேற்கொள்ளப்பட்டது. புரட்சிகரக் காலகட்டத்தில் நிலவிய பல்வேறு இலக்கிய, அழகியல் பிரச்சனைகளுக்கான தீர்வை வழங்க கட்சியோ அரசோ முடிவு செய்யவில்லை, பொருளாதார, அரசியல், இராணுவ அமைப்புகளில் புரட்சிகர மாற்றங்களைச் செய்ததுபோல, பாட்டாளி வர்க்கமும் அதன் முன்னணிப்படையும் அவ்வமைப்புகளைக் கைப்பற்றியது

போல, கலை இலக்கியத் துறையில் உடனடியாகத் 'திட்டமிட்ட' மாற்றங்களை உருவாக்கிவிட முடியாது என்று லெனின் கூறினார்.

புதிய சோசலிசப் பண்பாட்டிற்கு எத்தகைய கலை - இலக்கியம் பொருத்தமானது என்ற கேள்வி எழுந்தது. பு.பொ.கொ. காலத்திலிருந்த மிகச்சாதகமான சூழலில் ஏராளமான இலக்கியப் போக்குகள் வளர்ந்தன. அவற்றில் ஏற்கெனவே புரட்சிக்கு முன்பே தோன்றி வளர்ந்தவையும் அடங்கும். அவற்றுக்கிடையே நடந்த போராட்டங்களும் மோதல்களும் கட்சி மற்றும் அரசாங்கத் தலைவர்களுக்கு சில சமயம் தர்மசங்கடத்தையும் ஏற்படுத்தின. எந்தப்போக்கைக் கட்சி ஆதரிக்க வேண்டும், எதை ஆதரிக்கக்கூடாது என்ற பிரச்சனை 1918 இலிருந்தே விவாதிக்கப்பட்டது. ஆனால் 1925இல்தான் கட்சி திட்டவட்டமான நிலைப்பாட்டை எடுத்தது. அது லெனினின் கருத்துகளுடன் ஒத்துப்போகின்றதாகவே அமைந்தது ('லெனினின் இலக்கியக் கொள்கைகள்', ரசனைகள் பற்றி பின்வரும் அத்தியாயமொன்றில் விரிவாக விளக்கப்பட்டுள்ளது.) லெனினும் அவரது தோழர்கள் சிலரும் 'புரொலிட்கல்ட்'டின் எதிரிகள். கம்யூனிஸ்ட் எழுத்தாளர்களை செயற்கை, இனவிருத்தி முறையில் உருவாக்குவதை எதிர்த்தவர்கள். புரட்சியின் இலட்சியத்திற்கு ஒத்துழைக்கிற எல்லா அறிவாளிகளின் ஆற்றல்களையும் திரட்ட விரும்பியவர்கள். கார்க்கி அந்த நிலைப்பாட்டை ஆதரித்தவர். எழுத்தாளர்கள், கலைஞர்கள், அறிவாளிகள் ஆகியோர்மீது கருணைமிக்க நிலைப்பாட்டை எடுக்க வேண்டும் - என வாதாடியவர். கார்க்கியின் அரசியல், தத்துவக் கருத்துகளில் இருந்த பிழைகளைப் பல சமயங்களில் கடுமையாக விமர்சித்த லெனின், மிகப் பெரும் பாட்டாளி வர்க்கக் கலைஞன் என்ற பட்டத்தையும் அவருக்கு வழங்கியிருக்கிறார். கார்க்கியின் தலையீட்டின்பேரில் எதிர்ப்புரட்சியுடன் தொடர்புடையவர்கள் என்று சந்தேகிக்கப்பட்ட பல எழுத்தாளர்கள், கவிஞர்கள், அறிவாளிகள் மரண தண்டனையிலிருந்தும் சிறைவாசத்திலிருந்தும் தப்பியிருக்கின்றனர். நியாயமாகவே தண்டிக்கப்படவேண்டிய சிலர் கூட கார்க்கியின் தலையீட்டால் லெனினின் 'முணு முணுப்புகளோடு' விடுவிக்கப்பட்டிருக்கின்றனர்.

1920 இல் நிலவிய சூழ்நிலையில் லெனின் எழுதினார்: "தன்னுடைய எண்ணப்படி சுதந்திரமாக, புற நிர்ப்பந்தம் ஏதுமின்றி படைப்பதற்கு ஒவ்வொரு கலைஞனுக்கும்

உரிமையுள்ளபோதிலும் பெரும் குழப்பநிலை ஏற்படுவதற்கு நாம் கையைக் கட்டிக்கொண்டு அனுமதித்து விடக்கூடாது." ஆனால் இலக்கியத்தின் மீது சர்வாதிகாரக் கட்டுப்பாடு இருக்கவேண்டுமென்ற பொருளில் அவர் இதைக் கூறவில்லை.

இந்த நிலைப்பாட்டின் காரணமாக கம்யூனிஸ்ட் எழுத்தாளர்கள் மட்டுமல்லாது கம்யூனிஸ்ட் அல்லாத எழுத்தாளர்களும் தம் இலக்கியப் பணிகளை மேற்கொள்ளும் வாய்ப்பு இருந்தது. 'கம்யூனிஸ்ட் அல்லாத ஆனால் புரட்சியையும் புதிய ஆட்சியையும் ஆதரித்த எழுத்தாளர்களும், கலைஞர்களும் 'சகபயணிகள்' *(Fellow -Travellers)* என அழைக்கப்பட்டனர். (இச் சொற்றொடரை உருவாக்கியவர் - த்ரோத்ஸ்கி) 1921 இல் 'சிவப்புக்கன்னி நிலம்' *(Grasnaya Nov)* என்ற முதல் முக்கியமான சோவியத் சஞ்சிகை - கம்யூனிஸ்டுகள், சக பயணிகள், பழைய தலைமுறையைச் சேர்ந்த எழுத்தாளர்கள், நாட்டை விட்டு வெளியேறியிருந்தவர்கள் ஆகியோர் பங்கேற்கும் சஞ்சிகையாக - கட்சித் தீர்மானத்தின் பேரில் நிறுவப்பட்டது. கார்க்கியின் வேண்டுகோளின் பேரில், லெனின் அச் சஞ்சிகையின் ஆசிரியர் குழுவின் முதல் தலைவரான அலெக்ஸாண்டர் வோரோன்ஸ்கிக்கு வாழ்த்துக்களை அனுப்பினார். மேலும், அந்த சஞ்சிகையின் வளர்ச்சியை உன்னிப்பாகக் கவனித்தும் வந்தார். வோரோன்ஸ்கி இலக்கிய விமர்சகர். உலக இலக்கியங்களை ரஷிய மொழியில் மொழிபெயர்ப்பதற்கான பெரும் திட்டமொன்று வகுக்கப்பட்டது. மொழியாக்கம் செய்தல், முன்னுரைகள் எழுதுதல், பதிப்பித்தல் போன்ற பணிகளுக்கு நூற்றுக்கணக்கான முதிய, இளம் படிப்பாளிகள் நியமிக்கப்பட்டனர். அப்பணிகளுக்குப் பெரும் மான்யத் தொகைகளை அரசு வழங்கிற்று.

புதிய பொருளாதாரக் கொள்கை வழங்கிய கணிசமான வெளியீட்டுச் சுதந்திரத்தின் காரணமாக 1921-28 காலகட்டத்தில் உருவத்திலும் உள்ளடக்கத்திலும் எண்ணற்ற வகைகளைக்கொண்ட நாவல்கள், சிறுகதைகள், கவிதைகள், கட்டுரைகள் வெளிவரலாயின. 'சோவியத் எழுத்தாளர்', 'அகதெமியா', 'மாஸ்கோ தொழிலாளி', 'இளங் காவலர்' போன்ற பெயர்களில் பல்வேறு கூட்டுறவுப் பிரசுரக் குழுக்களும் அமைப்புகளும் தோன்றின. செம்மை இலக்கியங்கள் மறு பதிப்பு செய்யப்பட்டன. பழைய, புதிய ஐரோப்பிய, அமெரிக்கக் கவிஞர்கள், நாவலாசிரியர்கள் (அலெக்ஸாண்டர் டூமா முதல் ஜான் டாஸ்பாஸ்ஸோஸ் வரை) எழுதிய நூல்கள்,

சமகால சோவியத் எழுத்தாளர்களின் படைப்புகள், கவிதைத் தொகுப்புகள், நினைவுக் குறிப்புகள், திறனாய்வுக்கட்டுரைகள் என ஏராளமாக வெளியிடப்பட்ட பிரசுரங்களின் எண்ணிக்கை 1927 இல் போருக்கு முந்திய காலகட்ட அளவை எட்டியது; 1928 இல் அதையும் விஞ்சிவிட்டது. புதிய சஞ்சிகைகளும் இலக்கிய மாத ஏடுகளும் தோன்றின. மேலே குறிப்பிட்ட 'சிகப்புக்கன்னி நிலம்' போக 'புதிய உலகம்' (Novy Mir), 'அக்டோபர் பதாகை' (Znamia) 'தாரகை' (Zvesda) 'பத்திரிகையும் புரட்சியும்' (The Press and the Revolution) ஆகியனவும் குறிப்பிடத்தக்கவை. செய்தியேடுகளின் விற்பனை 1921 இலிருந்த அளவைவிட மும்மடங்காக அதிகரித்தது. கலாசாரம் பிரபல்யப்படுத்தப்பட்டதன் காரணமாக தவிர்க்க முடியாதபடி சில சமயங்களில் எளிமைப்படுத்தப்படுதல்களும் கொச்சைப்படுத்தப்படுதல்களும் நேர்ந்தன. எனினும் செம்மைப்படுத்தப்பட்ட, பண்படுத்தப்பட்ட கலாசாரப் பணிகளும் மேற்கொள்ளப்பட்டன. அற்புதமான கற்பனை வளமும் கலைத்திறனும் வாய்ந்தவர்களின் மதிப்புமிக்க கலைப் படைப்புகளும் புலமைமிக்க ஆராய்ச்சிக்கட்டுரைகளும் அக்காலத்தில் வெளிவந்ததைப் பல விமர்சகர்கள் சுட்டிக் காட்டியுள்ளனர். வரலாற்றில் முதல் முறையாக உழைக்கும் மக்களுக்குக் கல்வியறிவு மட்டுமல்லாது புதிய படைப்புகளும் கலாசார மரபின் செல்வங்களும் போய்ச் சேர்ந்தன. கலை- இலக்கிய துய்ப்பாளர்களிற் மிகப் பெரும்பகுதியினராக புதிய தலைமுறையைச் சேர்ந்தவர்கள் இருந்தனர். கனவியல் (Romantic) தன்மை வாய்ந்த அவர்களது புரட்சிகர வேட்கைகளுக்கு ஈடுகட்டக்கூடிய வகையில் உயிர்த்துடிப்பும் படைப்பாற்றலும் புலப்படும் ஏராளமான இலக்கியப் படைப்புகள் வெளியிடப்பட்டன.

மேற்கு நாடுகளுடன் உறவுகள் புதுப்பிக்கப்பட்டமையின் காரணமாக எழுத்தாளர்களும் கலைஞர்களும் பெர்லின், பாரிஸ், ப்ராக் போன்ற நகரங்களுக்குச் செல்லவும் அங்கு போய்க் குடியேறியிருந்த ரஷிய எழுத்தாளர்களைச் சந்திக்கவும் வாய்ப்பேற்பட்டன. அத்தொடர்புகள் காரணமாக பிறமொழி இலக்கியங்கள் ரஷியாவில் அறிமுகமாயின. பிற நாடுகளில் குடியேறியிருந்த எழுத்தாளர்களால் அங்கு நிறுவப்பட்டிருந்த பதிப்பகங்களிற் சில, சோவியத் எழுத்தாளர்களின் படைப்புகளையும் வெளியிட்டன; குடியேறிய எழுத்தாளர்களின் படைப்புகளிற் சிலவற்றை ரஷியாவுக்குள் வரச் செய்தன. (இப்போக்கை ரஷிய

அதிகாரிகள் அன்று தணிக்கைக்குட்படுத்துவதில் நியாயம் இருக்கவே செய்தது.) வெளிநாடுகளுக்குப் பயணம் சென்ற எழுத்தாளர்களும் அறிவாளிகளும் மேற்குலக அறிவுத்துறையில் தாம் கண்டறிந்த சாதனைகளையெல்லாம் தம் நாட்டினருக்கு எடுத்துச் சொல்ல வாய்ப்பேற்பட்டது.

உள்நாட்டுப் போர்க்காலத்தில் கவிதைப் படைப்புகள் மேலோங்கியிருந்தன. 1921க்குப் பிறகு உரைநடை மேலோங்கி வரலாயிற்று. உரைநடையிலும் பல பரிசோதனைகள் நடந்தன. மயாகோவ்ஸ்கி போன்றோர் ஏற்கெனவே பேச்சுவழக்குகளையும் பாமரமக்கள் அன்றாடம் பயன்படுத்தும் சொற்களையும் பயன்படுத்தத் தொடங்கியிருந்தனர். கவிதையிலிருந்து கடன் வாங்கப்பெற்ற மொழிநடையை (அலங்கார உரைநடை) விஸெவோலோட் ஐவனோவ், லியோனிட் லியனோவ் போன்றவர்கள் பயன்படுத்தினர். வட்டார வழக்குகளும் பயன்படுத்தப்படலாயின. ‘சபாயெவ்’ என்ற புகழ்பெற்ற நாவலை எழுதிய ஃபுமானோவ் ஸெராஃபிமோவிச், வெராஸ்யெவ் போன்றவர்கள் (அவர்கள் தம்மை ‘கார்க்கி குழுவினர்’ என அழைத்துக் கொண்டனர்) தங்களது வழக்கமான யதார்த்தவாத நடையைக் கடைப்பிடித்தனர். பிரையுஸ்ஸோவ், ஆந்திரேய் பெலி, ஜாமியாடின், சோலோகுப் போன்றோர் சிம்பலிச நடையையும், மாண்டெல்ஷ்டாம், குஸ்மின் போன்றோர் வடிவ நேர்த்தி, துல்லியமான கட்டமைப்பு என்கிற தமது ‘ஆக்மியிஸ்ட்’ இயக்க நிலைப்பாட்டையும் தொடர்ந்து பின்பற்றினர். புதிய பொருளாதாரக் கொள்கைக் காலகட்டத்தின் துவக்கத்தில் ரஷிய உரைநடை சிம்பலிஸ்டுகள், எக்ஸ்பிரஷனிஸ்டுகள் ஆகியோரின் தாக்கத்துக்கு உட்பட்டிருந்தது. கம்யூனிஸ்ட் எழுத்தாளர்கள். சகபயணிகள் ஆகியோரும் இதற்கு விதிவிலக்கல்ல. நகைச்சுவையும் நையாண்டியும் மிகுந்த இலக்கியங்கள் (ஜோஸ்செங்கோ, வாலாண்டின் கதாயெவ், மயாகோவ்ஸ்கி, இல்ஃப் பெட்ரோவ்) பிரபலமாயின. (நையாண்டியும் நகைச்சுவையும் 1930க்குப் பிறகு தடை செய்யப்பட்டன).

போரிஸ் பில்னியாக், கான்ஸ்டான்டின் ஃபெடின், லியோனித் லியனோவ், ஐஸக் பேபல் ‘செராபியன் சகோதரர்கள்’ ஆகியோர் உரைநடையிலும் மயாகோவ்ஸ்கி, யெஸினின், பாஸ்டர் நாக் போன்றோர் கவிதையிலும் மெயர்ஹோல்ட், தைரோவ்

போன்றோர் நாடகத்திலும் புதிய பரிசோதனைகள் செய்தனர். கலைச்சாதனைகளைப் பொறுத்தவரை கட்சி உறுப்பினர்களாக இருந்த எழுத்தாளர்களைவிட சக பயணிகளின் பங்களிப்பே அதிகமானதாக இருந்தது. கம்யூனிஸ்ட் எழுத்தாளர்கள், சகபயணிகள், இதர எழுத்தாளர்கள் ஆகியோரிடையே போட்டியும் மோதல்களும் சித்தாந்த வேறுபாடுகளும் இருந்தபோதிலும் அவர்கள் எடுத்துக்கொண்ட கருப்பொருள்கள் புரட்சி, புதிய சமுதாயம் என்பன சார்ந்தவையாகவே இருந்தன. ரொமாண்டிக் மனோபாவம் எல்லாரது படைப்புகளிலும் ஊடுருவியுமிருந்தது. கம்யூனிஸ்ட் எழுத்தாளர்கள் தமது பகுத்தறிவுக் 'கண்ணோட்டத்துடன்' பிற எழுத்தாளர்களின் கருத்துமுதல்வாத மடைமையையும் வாழ்க்கைக்கு முரணான அதீதக் கற்பனைவாதத்தையும் 'தாக்கிவந்த போதிலும் அவர்களுமே தமது படைப்புகளில் ரொமாண்டிக் இம்ப்ரெஷினிச உத்திகளைப் புகுத்தாமலில்லை. (உதாரணம் லிபி டென்ஸ்கி, க்ளாட்கோவ்). ஆனால் சொல்லப்போனால் அவர்கள் பொதுவாக 19ஆம் நூற்றாண்டு யதார்த்தவாதத்தையே பின்பற்றினர் என்பதே உண்மை.

சகபயணிகளும் கம்யூனிஸ்ட் அல்லாத எழுத்தாளர்களும்கூட புரட்சி பற்றியும் நடப்புகால மெய்மை பற்றியும் எழுதிவந்துகொண்டிருக்கக் காரணம் எந்தவொரு சமூக அரசியல் நிர்ப்பந்தமும் அல்ல. கிளர்ச்சியூட்டுவதும், புதியன படைப்பதும், நம்பிக்கையூட்டுவதும், சவால்கள் விடுவதுமான புதிய நிலைமைகளைக் கலாபூர்வமாகச் சித்திரிப்பதற்கான இயல்பான வேட்கையில் பிறந்தவை அவர்களது படைப்புகள். ஒருவகையில் அவர்கள், கம்யூனிஸ்ட் அல்லாதவர்களான பெரும்பான்மை ரஷிய மக்களின் உணர்வுகளையும் எண்ணங்களையும் பிரதிபலிக்கக் கூடியவர்களாகவும் அவர்களது குரலாகவும் இருந்தனர் எனக் கூறலாம். எனினும் புரட்சியையும் புதிய சமூக நிர்மாணத்தையும் முழுமனதோடு வரவேற்ற அவர்களிற் சிலர், மனிதனின் இயல் பூக்கங்களின்-அறிவுக்குக் கட்டுப்படாத இயல்பூக்கங்களின் கலகமாகவும் அறிவுக்குக் கட்டுப்படாத சில உந்துதல்களின் வெளிப்பாடாகவுமே புரட்சி தோன்றியதாகக் கருதினர்.

1927 இல் 'க்ளாவ்லிட்' *(Glavlit; Chief Administration for Literary Affairs)* நிறுவப்பட்டது. இது பகிரங்கமான எதிர்ப்புரட்சி இயக்கங்களைத் தடை செய்வதற்கான தணிக்கையமைப்பேயன்றி இலக்கியம்

இப்படித்தான் இருக்க வேண்டும் என்ற விதிமுறைகளைத் திணித்த அமைப்பு அல்ல.

புதிய பொருளாதாரக் கொள்கைக் காலகட்டத்தில் ஏராளமான இலக்கிய அமைப்புகள் நாடெங்கும் தோன்றின. ஒவ்வொன்றும் தன்னை விரிவுபடுத்திக் கொள்ளவும் செல்வாக்கு சேர்க்கவும் கடும் முயற்சி செய்தது. சஞ்சிகைகளையும் நூல்களையும் பிரசுரிக்கத் தனக்கு அதிகாரம் வழங்க வேண்டும் என அரசிடம் கோரியது. கூட்டங்களும் மாநாடுகளும் நடத்தியது. பிரகடனங்களை வெளியிட்டது. தனது கொள்கை அறிக்கைக்கு ஆதரவு தேடிக் கையெழுத்து வேட்டையை நடத்தியது. உள்ளூர்மட்ட அரசாங்க அமைப்புகளிலிருந்து மான்யங்கள் கோரியது. அரசாங்கத்தின் கலாசாரக் கொள்கையை வகுப்பதில் பங்கேற்க விரும்பியது. மாஸ்கோவிலும் லெனின்கிராடிலும் செயல்பட்ட 'பாட்டாளிவர்க்க எழுத்தாளர் சங்கம்' (Union of Proletarian Writers), 'எழுத்தாளர் கழகம்' (League of Writers), 'ஃப்யூசரிஸ்ட் இடதுமையம்' (LEF) ஆகிய பெரும் அமைப்புகளுக்கு இடையே நிலவிய போட்டி கட்சிக்குள்ளும் பிரதிபலித்தது. காரணம் அவை ஒவ்வொன்றுக்கும் கட்சிக்குள் ஆதரவாளர்கள் இருந்தனர்.

பல்வேறு இலக்கியப் போக்குகளுக்கிடையிலும் அமைப்புகளுக்குமிடை யிலிருந்த போட்டி சில சமயங்களில் மிகவும் கசப்பானதாக மாறி கட்சித் தலைமையும் அரசாங்கமும் தலையிட்டு கலை, - இலக்கிய விவகாரங்களில் ஒரு தீர்வைச் சொல்ல வேண்டிய நிலைக்கு இட்டுச் சென்றன. அப்போதும்கூட கட்சி ஒருதலைப்பட்சமான தீர்ப்பை வழங்கி ஒரு குறிப்பிட்ட குழு, அமைப்பு, போக்கு எதனையும் ஆதரிக்கும் நிலைப்பாட்டை எடுக்கவில்லை. கட்சித்தலைமை 1925-இல் எடுத்த நிலைப்பாடு என்ன என்பதைக் காணும்முன் புரட்சிக்குப் பிந்திய ரஷியாவில் - குறிப்பாக புதிய பொருளாதாரக் கொள்கைக் காலகட்டத்தில் - நிலவிய முக்கியமான கலை இலக்கியப் போக்குகளைப் பற்றி சுருக்கமாகக் குறிப்பிடுவது அவசியமாகின்றது.

புரொலிட்கல்ட்

லெனினின் கடுமையான விமர்சனத்துக்குள்ளாகியிருந்த வரும் 1909இல் போல்ஷ்விக் அணிகளிலிருந்து கட்சி விரோத நடவடிக்கைகளுக்காக வெளியேற்றப்பட்டவருமான ஏ.ஏ. போக்டனொவ் *(Alexander A. Bogdanov: 1883-1928)* என்பவரின் தலைமையில்தான் புரட்சிக்குப் பிந்திய ரஷியாவின் மிகப் பெரிய இலக்கிய அமைப்புத் தோன்றி வளர்ந்தது என்பது பலருக்கு வியப்பைத் தரக்கூடும். லெனின் எழுதிய 'பொருள்முதல்வாதமும் அனுபவவாத விமர்சனமும்' *(Materialism and Empirio - criticism)* என்ற நூலில் போக்டனொவின் கருத்துமுதல்வாதம் விமர்சிக்கப்பட்டுள்ளது. போக்டனொவ் சோசலிச ஜனநாயகவாதி மட்டுமல்ல. அவர் ஒரு தத்துவவாதி, சமூகவியலாளர், பொருளாதார அறிஞர், இலக்கியக் கோட்பாட்டாளர், மருத்துவர். 1905ஆம் ஆண்டுப் புரட்சி தோல்வியடைந்த பிறகு பிற்போக்குச் சக்திகள் 'தலைவிரித்தாடிய ஆண்டுகளில்' மார்க்சியத்தையும் கருத்துமுதல்வாத சமய (இறை) கொள்கையையும் ஒன்றாக இணைக்கின்ற போக்கை *(god building)* லூனாசார்ஸ்கி, பஸரோவ், போக்டனொவ் முதலானோர் துவக்கினர். மேலும், அவர்கள் 'ஓட்ஸோவிசம்' என்ற அரசியல் போக்கையும் மேற்கொண்டனர். ரஷியச் சொல்லான 'ஓடோஸ்வாட்' என்பதிலிருந்து ('திருப்பியழை' என்பது இதன் பொருள்) ஓட்ஸோவிசம் என்ற பதம் உருவாயிற்று. மூன்றாவது டூமாவிலிருந்து (ரஷிய நாடாளுமன்றம்) சோசலிச ஜனநாயகவாதக் கட்சிப் பிரதிநிதிகளைத் திரும்ப அழைத்துக்கொள்ள வேண்டும் என்றும், சட்டபூர்வமான நடவடிக்கைகளைக் கட்சியானது நிறுத்திவிட்டு சட்டவிரோதமான தலைமறைவு நடவடிக்கைகளை மட்டுமே மேற்கொள்ள வேண்டும் என்றும் கூறிய ஓட்ஸோ விஸ்டுகள், நாடாளுமன்றத்திலும் தொழிற்சங்கங்களிலும் சட்டபூர்வமான மற்றும் ஓரளவு சட்டபூர்வமான வெகுஜன அமைப்புகளிலும் பணிபுரிய மறுத்தனர். தங்கள் கருத்துகளை வெளியிடுவதற்காகத்

தனியாக ஒரு பத்திரிகை தொடங்கினர். கட்சியின் முடிவுகளுக்கும் ஒழுங்குக்கும் விரோதமான முறையில் செயல்பட்டதற்காக போக்டனொவ் 1909-இல் போல்ஷ்விக் அணிகளிலிருந்து வெளியேற்றப்பட்டார்.

இந்த ஒட்ஸோவியக் கட்டத்திலேயே போக்டனொவ் 'தூய பாட்டாளி வர்க்கப்பண்பாடு' என்ற கொள்கையை முன்வைத்து அதற்கு ஆதரவு திரட்டிவந்தார். "மக்களின் எண்ணங்களையும் அறிவையும் மட்டுமல்லாமல் அவர்களது உணர்ச்சிகளையும் மனோநிலைகளையும் கூட ஒழுங்கமைப்பது கலையின் சீரிய பணி" என்ற கருத்தை 1910 இலேயே கூறியிருந்தார். சோவியத் யூனியனிலும் பிற சோசலிச நாடுகளிலும் பெரும்பாலான கம்யூனிஸ்ட் கட்சிகளிலும் கலை - இலக்கியம், பண்பாடு பற்றிய ஒரு அதிகாரவர்க்கக் கண்ணோட்டம் பிறப்பதற்கு புரொலிட்கல்ட் இயக்கத்தின் தத்துவத்திலேயே வேண்டிய வித்துக்கள் இருந்தன. அதாவது கம்யூனிஸ்ட் கட்சியால் ஒழுங்கமைக்கப்பட்ட பாட்டாளிவர்க்க எழுத்தாளர்களும் கலைஞர்களும் மட்டுமே தொழிலாளி வர்க்கத்திற்காகவும் சோசலிசத்திற்காகவும் பேச உரிமையும் வல்லமையும் பெற்றவர்கள் என்ற கருத்துக்கு வித்திட்டது புரொலிட்கல்ட்தான்.

தனிமனிதவாதம், தன்னலம் ஆகியவற்றுக்காக பூர்ஷ்வாக் கலையும் கூட்டு உழைப்பு, சகோதரத்துவம், ஒற்றுமை ஆகியவற்றுக்காகப் பாட்டாளி வர்க்கக்கலையும் மனிதமனங்களை ஒழுங்கமைக்கின்றன என்று அவர் கூறினார். ஒரு வர்க்கத்தின் சித்தாந்தத்தின் பகுதியே கலை; அந்த வர்க்க உணர்வின் ஒரு கூறு; எனவே கலை என்பது வர்க்கவாழ்வின் ஒழுங்குபடுத்தப்பட்ட வடிவமாகிறது: வர்க்க சக்திகளை ஒன்றிணைக்கும் கருவியாகிறது; அதாவது வர்க்கப் போராட்டத்தில் ஒரு ஆயுதமாகக் கலை செயல்படுகிறது; ஒரு குறிப்பிட்ட வர்க்கத்தின் சித்தாந்தத்தை ஒவ்வொரு கலைஞனும் பிரதிபலிக்கிறான்; உதாரணமாக, ஒரு கவிஞன் ஒரு குறிப்பிட்ட வர்க்கத்தின் கண்களினூடாகத்தான், அதன் சிந்தனைகள், உணர்ச்சிகள் ஆகியவற்றின் ஊடாகத்தான் உலகைப் பார்க்கிறான்; அதனைப் பற்றுகிறான்; "எழுத்தாளனின் ஆளுமைக்கு அடியிலே கூட்டு ஆசிரியன் (வர்க்கம்) ஒளிந்திருக்கிறான். இந்த கூட்டு ஆசிரியனின் பிரக்ஞையின் ஒரு பகுதியே கவிதை;" எனவே பூர்ஷ்வாக்கலையை முற்றிலுமாக நிராகரிக்கவேண்டும்; இந்த

நிலைப்பாட்டிலிருந்து புரொலிட்கல்ட் வெளியிட்ட அறிக்கை கூறியதாவது:

> எதிர்காலத்தின் பெயரால் நாங்கள் ரஃபேலின் ஓவியங்களை எரிக்கின்றோம்; அருங்காட்சியகங்களை அழிக்கின்றோம்; கலையின் மலர்களைக் காலில் போட்டு மிதிக்கின்றோம்.[1]

ஃப்யூசரிஸ்டுகளும்கூட கடந்த கால கலாசார மரபுகளை ஒரேயடியாக நிராகரித்தனர். ரஃபேல், மயகோவ்ஸ்கியின் தாக்குதலுக்கும்கூட இலக்காயிருந்தார்! ஓவியக் கூடங்களைப் பீரங்கிக்குண்டு தாக்கட்டும் என்று கூட மயாகோவ்ஸ்கி எழுதியிருந்தார். ஆனாலும் பாட்டாளி வர்க்கக் கலைக்கு முற்றுரிமை கொண்டாடிய புரொலிட்கல்ட், ஃப்யூசரிஸ்டுகளையும் அவர்களது ஃலெப் குழுவையும் ஆதரிக்கவில்லை. மாறாக அவர்கள் 'அறிவுஜீவிகள்', 'பூர்ஷ்வாக்கள்' என்று கண்டனம் செய்தது. மயாகோவ்ஸ்கியின் மனமுறிவுக்கும் தற்கொலைக்கும் இந்தப் போக்கும்கூட ஒரு முக்கிய காரணமாக இருந்தது.

லூனாசார்ஸ்கி, மக்கள் கல்விக்குப் பொறுப்பான செயலகத்தின் கமிசாராகப் (அமைச்சராக) பணியாற்றினார். கலை, பண்பாடு ஆகியவற்றின் ஒழுங்கமைப்பு குறித்த கட்சியின் அதிகாரப்பூர்வமான நிலைப்பாடுகளை உருவாக்கி வளர்ப்பதில் அவருக்குப் பெரும் பங்கு இருந்தது. ஃப்யூசரிஸ்டுகளின் அதிதீவிரக் கோரிக்கைகளை நிராகரித்தபோதிலும் புரொலிட்கல்ட் அமைப்பின் மீது அவர் மிகுந்த அனுதாபங் கொண்டிருந்தார். ஓட்ஸோவிஸ்ட் கால கட்டத்திலிருந்தே போக்டனொவுடன் தொடர்பு கொண்டிருந்த லூனாசார்ஸ்கி கலை என்பது 'தனிமனிதர்களின், குழுக்களின், வர்க்கங்களின், நாடு முழுவதன் உணர்ச்சிகளை ஒழுங்கமைப்பதே' என்றும் பாட்டாளி வர்க்கக்கலை 'அவ்வர்க்கத்தின் ஆன்மிக வாழ்வினை ஒழுங்கமைக்கும் முயற்சியின் வெளிப்பாடு' என்றும் கருதியவர். இக்கருத்துக்கும் கலை என்பது வெகுஜனங்களை ஒன்று திரட்டி அவர்களுக்குக் கல்வி புகட்டும் சித்தாந்தமே என்ற புரொலிட்கல்ட் கருத்துக்கும் பெரிய வேறுபாடு இல்லை. மனித உணர்ச்சிகளை சமூகமயப்படுத்துவதே கலை என்று கூறிய புகாரின்கூட ஏகதேசமாக இதே நிலைப்பாட்டையே பகிர்ந்து கொண்டார். 'ப்ராவ்தா' பத்திரிகையின் ஆசிரியராக

1 Quoted by Henri Arvon in *Marxist Aesthetics*, Cornell University Press. London, 1977, p.57.

இருந்த புகாரின், 1918இல் வெளியிடப்பட்ட புரொலிட்கல்ட் சஞ்சிகையின் நான்காவது இதழ்பற்றிய தனது விமர்சனத்தில் புரொலிட்கல்ட் பற்றித் தனக்கிருந்த நல்ல அபிப்ராயத்தைக் கூறி அந்த இயக்கத்தின் கருத்துகள் சிலவற்றுடன் தான் உடன்படாவிட்டாலும் தூய பாட்டாளி வர்க்கக்கலையின் ஆய்வுக்கூடமாக புரொலிட்கல்ட் விளங்குவதாகப் பாராட்டினார். சோவியத் நாடகத்துறையைப் பற்றி 1919இல் எழுதுகையில் செகாவ் போன்ற பூர்ஷ்வா நாடகாசிரியர்களின் படைப்புகளைத் தொடர்ந்து மேடையேற்றுபவர்கள் பாட்டாளி வர்க்கத்தைக் கெடுக்கின்றவர்கள் என்று கூறினார். மரபுவழிவந்த நாடகங் களையும் நாடக அரங்குகளையும் ஒழித்துக்கட்ட வேண்டும் என்றும் புரொலிட்கல்ட் கலைக்கூடங்கள் நிறுவப்பட்டு போர்க்கோலமிக்க நாடகங்கள் நிகழ்த்தப்பட வேண்டும் என்று வாதாடினார்,

'மார்க்சிய விமர்சனம் பற்றிய ஆய்வுரைகள்' என்ற தலைப்பில் 1928 இல் லூனாசார்ஸ்கி எழுதிய கருத்துகள் கவனிக்கத்தக்கன.

> ஒரு இலக்கியப் படைப்பினை மதிப்பீடு செய்வதற்கு எந்த அளவுகோல்களை அடிப்படையாகக் கொள்ள வேண்டும்? எல்லாவற்றுக்கும் முதலாக உள்ளடக்கம் என்ற நோக்கு நிலையிலிருந்தே நாம் இந்தப் பிரச்சனையை அணுகவேண்டும். இங்கு பொதுவாகவே எல்லாமே தெளிவாக உள்ளது. இங்கு நாம் கடைப்பிடிக்கவேண்டிய அடிப்படை அளவுகோல் பாட்டாளிவர்க்க அறநெறிகளுக்கு நாம் பயன்படுத்தும் அதே அளவுகோல்தான்: அதாவது பாட்டாளி வர்க்கத்தின் வளர்ச்சிக்கும் வெற்றிக்கும் எதெல்லாம் உதவுகிறதோ அது நல்லது; எதெல்லாம் ஊறுவிளைவிக்கிறதோ அது தீயது.[2]

மார்க்சியத் தத்துவத்திலும் கம்யூனிச நடைமுறையிலும் இன்னும் சரியாகத் தீர்க்கப்படாத பிரச்சனைகளை இக் கூற்று எழுப்புகிறது. பாட்டாளிவர்க்க அறநெறி, இலக்கியம் ஆகியவற்றுக்கான அளவுகோல், ஒரு விஷயம் அவ்வர்க்கத்தின் வளர்ச்சிக்கு உதவுகிறதா அல்லது ஊறுவிளைவிக்கிறதா என்பதுதான் என்றால் அதன் வளர்ச்சிக்கு உதவுகிற அல்லது ஊறுவிளைவிக்கிற விஷயம் எது என்பதைத் தீர்மானிப்பது யார்? பாட்டாளிவர்க்கம் தானாகவே தீர்மானித்துக் கொள்ளுமா? அல்லது அதன்

2 A. Lunacharsky, *On Literature and Art*, Progress Publishers, Moscow 1965, p.17.

முன்னணிப்படையா? கட்சியா? பாட்டாளி வர்க்கத்தின் பெயரால் ஒரு கட்சி, குழு அல்லது தனியொரு தலைவன் தன்னிச்சையாக அவ்வர்க்கத்துக்கு நல்லது அல்லது தீயது என்று சில முடிவுகளை வகுத்துக்கொண்டதும் பாட்டாளி வர்க்கத்தின் வளர்ச்சி என்ற இலக்கை அடைவதற்காக மிக மோசமான வழிமுறைகளை மேற்கொண்டதும் கம்யூனிச இயக்கத்தின் வரலாற்றில் நாம் காணும் உண்மைகள். மேலும், பாட்டாளி வர்க்கத்தின் வளர்ச்சிக்காகவென்று, புரொலிட்கல்ட் முன்வைத்த திட்டங்கள் உண்மையில் மார்க்சியத்தின் அடிப்படைக் கருத்துகள் சிலவற்றை யாந்திரிகமாக விளங்கிக்கொண்டதன் விளைவாகத் தோன்றியவை. பாட்டாளி வர்க்கத்தின் பண்பாட்டு வறட்சிக்கு இட்டுச்செல்லும் கருத்துகளாகும்.

எடுத்துக்காட்டாக "வாழ்நிலை எண்ணத்தைத் தீர்மானிக்கிறது" என்ற மார்க்சியக் கோட்பாட்டை வறட்டுத்தனமாகப் புரிந்துகொண்ட புரொலிட்கல்ட், ஒவ்வொரு பண்பாடும் ஒரு சமூகப் - பொருளாதார அமைப்பின் வெளிப்பாடும் குறிப்பிட்ட வர்க்கத்தின் படைப்புமாகும் என்றும் கலை, இலக்கியம், விஞ்ஞானங்கள் ஆகியன பொருளாதார அடித்தளத்தின் மீது எழுப்பப்பட்டுள்ள மேலடுக்குகள் என்றும் எனவே இனிமேல் கலை, இலக்கியம், விஞ்ஞானம் ஆகியவை பாட்டாளிவர்க்கத்தின் கைகளுக்குள் இருந்தாகவேண்டும் என்றும், அவற்றில், பாட்டாளிவர்க்க சித்தாந்தம் ஊடுருவியிருக்க வேண்டும் என்றும் கூறியது. போல்ஷ்விக்குகள் ரஷியாவின் சமூகக் கட்டமைப்பையும் அரசியல் அமைப்பையும் மாற்றியமைத்ததுபோலத் தன்னால் கலை - இலக்கியத் துறையை மாற்றியமைக்க முடியும் என்றும் கூறியது. ஆனால் பாட்டாளிவர்க்கம் அடிப்படையான பொருளாதாரப் பிரச்சனைகள் மீதே அதிக அக்கறை கொண்டிருக்க வேண்டியிருப்பதாலும் அரசியல் போராட்டத்தின் காரணமாகவும் அவ்வர்க்கத்தின் முன்னணி அறிவாளிகள் பாதகமான நிலையில் உள்ளனர் என்றும் அன்றாடப் பணிகளில் சிக்குண்ட அவர்களால் பூர்ஷ்வா அறிவுஜீவிகள்போலப் பொதுப்படையான கலாசாரப் பிரச்சனைகளில் அதிக அக்கறையும் ஈடுபாடும் காட்டமுடியவில்லை என்றும் அதன் காரணமாகத்தான் பாட்டாளிவர்க்கக் கலாசாரத்தை விட பூர்ஷ்வாக் கலாசாரம் பலம் வாய்ந்ததாக உள்ளது என்றும் புரொலிட்கல்ட் கூறியது. ஆயினும் பூர்ஷ்வா அறிவுஜீவிகளால் பாட்டாளிவர்க்கக் கலாசாரத்தை

உருவாக்குவதோ அவ்வர்க்கத்தின் தேவைகளைப் பூர்த்தி செய்வதோ இயலாது என்றும் தனித்தன்மை வாய்ந்த பாட்டாளிவர்க்கக் கலாசாரத்தை வளர்ப்பதற்கும் ஒரு கட்டமைப்பதற்கும் வேண்டிய வழிமுறைகளை உருவாக்க வேண்டும் என்றும் கூறியது. கல்வி புகட்டுவதன்மூலம் பாட்டாளிவர்க்கத்திடம் புதைந்துள்ள படைப்பாற்றலைத் தட்டியெழுப்புவதை முதலில் செய்வோம், அது இப்போதைக்குப் போதும் என முடிவுசெய்யப்பட்டது. இதற்காகப் பாட்டாளிவர்க்கக் கலாசார, கல்வி அமைப்பு *(Proletarian Cultural and Educational Organisation)* நிறுவப்பட்டது. மூன்றாவது அகிலத்தின்[3] இரண்டாவது மாநாட்டில் சர்வதேச புரொலிட்கல்ட் அலுவலகம் திறக்கப்பட்டது. 1920 அளவில் தனது உறுப்பினர்களின் எண்ணிக்கை நான்கு இலட்சத்தை எட்டிவிட்டதாகப் புரொலிட்கல்ட் கூறியது. அந்த அமைப்புக்கான திட்டங்களும் கொள்கைகளும் பொக்டனொவால் முன்மொழியப்பட்டு உறுப்பினர்கள் அனைவராலும் ஏற்றுக்கொள்ளப்பட்டன. கடந்தகால இலக்கியச் செல்வங்களை அப்படியே உட்கிரகிக்க வேண்டாம் என்றும் பாட்டாளி வர்க்க விமர்சனக் கோட்பாட்டின் அடிப்படையில் அவற்றை ஆய்வு செய்யவேண்டும் என்றும் அத்தீர்மானங்கள் கூறின.

லூனாசார்ஸ்கியும் அரசாங்கம், கட்சி - ஆகியவற்றிலிருந்த வேறு சிலரும் தந்த ஆதரவின் காரணமாக புரொலிட்கல்ட் மைய, உள்ளூர் மட்ட அரசாங்கங்களிடமிருந்து நிறைய மான்யத் தொகையைப் பெற்றது. நாடு முழுவதும் 84000 உறுப்பினர்களைக் கொண்ட 300 பட்டறைகள் (புரொலிட்கல்ட் கலைக்கூடங்கள்) செயல்பட்டு வந்தன. 'வரப்போகும் நாள்கள்' என்ற பத்திரிகை, "பூர்ஷ்வாக் கலாசாரம் சிதைந்துகொண்டிருக்கையில் பாட்டாளி வர்க்கமோ புதிய கலாசாரத்தை உருவாக்கிக் கொண்டிருக்கிறது" என்று அறிவித்தது. அந்தப் பட்டறைகளைச் சேர்ந்த உறுப்பினர்களிற் பெரும்பாலோர் இளம் தொழிலாளிகளும் கைவினைஞர்களுமாவர். வர்க்கக் கண்ணோட்டம் கொண்ட ஆண், பெண் தொழிலாளர்கள் மட்டுமே அவற்றில் சேர அனுமதிக்கப்பட்டனர். கவிதைகள், கதைகள் எழுதவும் நாடகங்கள் தயாரிக்கவும் அவற்றைத் தொழிலாளர் மனமகிழ்மன்றங்களிலும் அது போன்ற அமைப்புகளிலும் நிகழ்த்திக்காட்டவும் ஊக்குவிக்கப்பட்டனர்.

---

3 மூன்றாவது சர்வதேசத் தொழிலாளர் சங்கம் (Communist International) 1919இல் லெனின் தலைமையில் நிறுவப்பட்டது.

‘பாட்டாளிவர்க்கக் கலாசாரம்’ என்ற மற்றொரு பத்திரிகையும் நடத்தப்பட்டது. சிறு நகரங்களிலும் கிராமங்களிலும் ஏராளமான அமெச்சூர் நாடகக் குழுக்கள் புரொலிட்கல்ட்டின் கீழ் இயங்கின.

சில அம்சங்களில் புரொலிட்கல்ட்டுக்கும் (ஃப்யூசரிசம் போன்ற) நவீன கலை-இலக்கியப் போக்குகளுக்கும் இடையே விநோதமான சில உறவுகளும் இருந்தன. கலை இலக்கியப் பரிசோதனைகளும் புதுமையான வடிவங்களுமே கம்யூனிஸ்ட் கலை என்று தவறாகப் புரிந்துகொண்ட இளம் பாட்டாளிகள் பலர் புரொலிட்கல்ட்டால் கவர்ந்திழுக்கப் பட்டனர். ஆனால் மிக விரைவிலேயே, சோதனைக் கூடங்களிலும் நாற்றுப் பண்ணைகளிலும் இலக்கிய இயக்கத்தை வளர்க்கும் முயற்சி தோற்றுப் போனது! செங்காவலர் படைகளைப் பயிற்றுவிப்பது போல கவிஞர்களையும் கலைஞர்களையும் ராணுவப் பயிற்சி மூலம் பயிற்றுவிக்க முடியாது என்பது தெரிந்து விட்டது. அந்தப் பட்டறைகளினால் ஏற்பட்ட உயர்ந்தபட்ச விளைவு அவற்றின் உறுப்பினர்கள் பலர் எழுதப்படிக்கத் தெரிந்துகொண்டதுதான்! ஆனால் ஆரம்பப்பள்ளி மாணவர்கள் எழுதும் கட்டுரைகளின் தரத்தைக்கூட அவர்களால் எட்டிப்பிடிக்க முடியவில்லை என்பதையும் அவர்களில் மிகத் திறமை வாய்ந்தவர்களும் தமது நிலைப்பாட்டைத் தெளிவாக எடுத்துக்கூறும் வல்லமை பெற்றிருந்தவர்களும்கூட கார்க்கியையோ அல்லது அவர்களால் தாக்கப்பட்ட ‘பூர்ஷ்வா’ எழுத்தாளர்களையோ - மிக மோசமான முறையில், நகல் செய்தனர் என்பதையும் இலக்கிய அறிஞர்கள் சுட்டிக்காட்டியுள்ளனர்.[4]

லெனின், புரொலிட்கல்ட் இயக்கத்தை அதன் துவக்கம் தொட்டே எதிர்த்து வந்தார். நாற்றுப் பண்ணைகள் மூலம் பண்பாட்டை வளர்க்க முடியாது என்றும் பழங்கலாசார செல்வங்கள் அனைத்தையும் செரித்து உட்கிரகிக்காமல் புதிய பண்பாட்டை உருவாக்கிவிட முடியாது என்றும் கூறினார். 1910-இல் ஓட்ஸ்ஸோவிஸ்டுகளுக்கு எதிரான தனது போராட்டத்தில் ‘பாட்டாளி வர்க்கக் கலை’ என்ற கருத்தைக் கடுமையாக விமர்சித்தார்.

4 ‘புரொலிட்கல்’டினர் உருவாக்கிய செயற்கையான முறையின் மூலம் ஒரு பாட்டாளி வர்க்க இலக்கியத்தை உருவாக்குவது நேரத்தை வீணடிப்பதாகும். புரொலிட்கல்ட்டினர் யாரையும், எதையும் படைக்கவில்லை – பீட்டர்ஸ்பர்க் சோவியத்திற்கு சமர்ப்பிக்கப்பட்ட ஒரு அறிக்கை, 1922; மேற்கோள் காட்டப்பட்டுள்ள நூல்: Yevgeny Zamyatin, Op. cited, 1975, p 92.

ஓட்ஸ்ஸோவிஸ்டுகள் "புதிய, பாட்டாளிவர்க்க கலாசாரத்தைப் படைத்தல், வெகுஜனங்களிடையே அதைப் பரப்புதல், பாட்டாளிவர்க்க விஞ்ஞானத்தை வளர்த்தல், பாட்டாளிகளிடையே உண்மையான தோழமை உணர்வை வலுப்படுத்துதல், பாட்டாளிவர்க்கத் தத்துவத்தை வளர்த்தல், பாட்டாளிவர்க்க ஆர்வங்கள், அனுபவங்கள் ஆகியவற்றை நோக்கி கலையை நெறிப்படுத்துதல்" ஆகியன தம் கடமை என அறிவித்திருந்தனர்.[5]

"'விஞ்ஞானம்', 'தத்துவம்' ஆகிய இரண்டுக்குமிடையில் தோழமை உணர்வை வலுப்படுத்துதல்' என்பதை நுழைப்பது உண்மையில் பாமரத்தனமானதல்லவா" என்று கேலி செய்யும் லெனின் "பாட்டாளிகளிடையே தோழமை உணர்வுகளைப் பலகீனப்படுத்துவது போல்ஷ்விக்குகளா" என்று கேட்கிறார். தமது கருத்துமுதல்வாதத் தத்துவத்தைப் பகிரங்கமாகச் சொல்லாத ஓட்ஸோவிஸ்டுகள் அதைப் பாட்டாளி வர்க்கத் தத்துவம் என்ற புனைபெயரின் கீழ் மறைத்து வைக்கிறார்கள் என்று சாடினார். 'பாட்டாளி வர்க்க விஞ்ஞானம்' என்பதைப் பொறுத்தவரை மார்க்சியம் ஒன்றுதான் பாட்டாளி வர்க்க விஞ்ஞானம் என்று கூறினார் லெனின்:

> பாட்டாளி வர்க்கக் கலாசாரம் என்பது பற்றிய சொற்பந் தலெல்லாம் மார்க்சியத்துக்கு எதிரான போராட்டத்தை மறைப்பதற்கான ஒரு திரையே.[6]

1920இல் நடைபெற்ற புரொலிட்கல்ட் மாநாட்டில் கலந்து கொண்ட லெனின், அந்த மாநாடு தனது நகல் தீர்மானத்தில், ஒவ்வொரு அமைப்பும் தனித்தனியாக தனக்கே உரித்தான கலாசார வகைகளை உருவாக்கும் முயற்சிகளை உறுதியாக நிராகரிக்க வேண்டும் எனக் கேட்டுக்கொண்டார். அத்தகைய முயற்சிகள் யாவும் கோட்பாட்டு ரீதியாகத் தவறானவை என்றும், பாதகமான விளைவுகளை ஏற்படுத்தக்கூடியவை என்றும் எச்சரித்தார். புரொலிட்கல்ட் நிறுவனங்கள் அனைத்தும் கல்விச் செயலகத்தின் துணையுறுப்புகளாகச் செயல்பட வேண்டுமேயன்றி தனித்தனியான சுயேச்சையான அலகுகளாக செயல்படக்கூடாது என்பதையும் வலியுறுத்தினார். பாட்டாளிவர்க்கத்தின் ஒழுங்கமைக்கப்பட்ட

5 See Lenin, *On Literature and Art*, Progress Publishers, Moscow, 1982, p. 49..

6 அதே நூல், பக்கம் 50. கலை, இலக்கியம், பண்பாடு பற்றி லெனின் கொண்டிருந்த கருத்துகள் அடுத்து வரும் அத்தியாயமொன்றில் விளக்கப்பட்டுள்ளன.

உழைப்பின் மூலமே, அவர்களுடன் இணைந்து செயலாற்றுவதன் மூலமே பாட்டாளிவர்க்கப் பண்பாட்டை உருவாக்க முடியும் என்று லெனின் கருதியதற்கு மாறாக, மாஸ்கோவில் நிறுவப்பட்டிருந்த புரொலிட்கல்ட் பல்கலைக்கழகத்தில் 1919இல் பேசிய பொக்டனொவ் 'பாட்டாளி வர்க்க விஞ்ஞானத்தை வளர்த்தெடுப்பதே அப் பல்கலைக்கழகத்தின் பணி' என்று குறிப்பிட்டார். புரொலிட்கல்ட் என்னதான் பாட்டாளி வர்க்கத்தைப் பற்றிப்பேசினாலும், பாட்டாளி வர்க்கத்தைச் சேர்ந்தவர்களுக்குப் பயிற்சி கொடுத்து வந்தாலும், பாட்டாளி வர்க்கக் கலாசாரத்தையும் விஞ்ஞானத்தையும் பட்டறைகளிலும் பல்கலைக் கழகத்திலும் வடித்துத்தரக் கூடியவர்கள் தாங்கள், அவற்றைக் கையேந்தி வாங்கிக்கொள்ள வேண்டியவர்கள் வெகுமக்கள் என்ற எசமானத் தனமான நிலைப்பாட்டையே கொண்டிருந்தனர். "எழுத்தாளனும் கலைஞனும் மனித ஆன்மாவின் பொறியியலாளர்கள்" என்ற கருத்துகான ஆரம்பத்தை இந்த நிலைப்பாட்டிலேயே காணலாம்.

1922 இல் புரொலிட்கல்ட்டின் தீவிர உறுப்பினர் தொகை 20 ஆகவும் 1924 இல் 7ஆகவும் வீழ்ச்சியடைந்தது. மொத்த உறுப்பினர் தொகை 500 ஆகக் குறைந்திருந்தது. புரொலிட்கல்ட் தோல்வியடைந்த போதிலும் பண்பாட்டு விவகாரங்களில் சர்வாதிகாரத் தன்மையும் அதிகாரி வர்க்கத்தன்மையும் உருவாவதற்கான வித்துக்களை அது விதைத்துவிட்டே சென்றிருந்தது. அதன் அடிப்படைக் கண்ணோட்டமும் வெவ்வேறு வடிவங்களில் உயிர்பெற்று வரலாயிற்று.

ஃப்யூசரிசம்

சோவியத் கலை இலக்கியத்தில் ஃப்யூசரிசம் வகித்த பங்கு பற்றிய புறநிலையான மதிப்பீட்டை சோவியத் திறனாய்வாளர்களிடம் மிக அரிதாகவே காணமுடிகின்றது. பொதுவாக ஃப்யூசரிசத்தையும் குறிப்பாக மயாகோவ்ஸ்கியையும் பற்றிய விவாதங்களிலோ அல்லது புரட்சிக்குப் பிந்திய கலை இலக்கிய வளர்ச்சிபற்றிய விவாதங்களிலோ ஃப்யூசரிசம் என்பது ஓர் அழகியல் பிறழ்வு, மயாகோவ்ஸ்கி போன்றவர்களிடத்தில் ஓரளவு தாக்கத்தை ஏற்படுத்திய ஆனால் அவராலேயே பின்னர் உதறித்தள்ளப்பட்ட போக்கு, பூர்ஷ்வாப் பண்பாட்டின் எச்சம் என்றெல்லாம் வர்ணிக்கப்படுவதையும் வேண்டத்தகாத போக்காகக் கருதப்படுவதையும் காணலாம். புரட்சிக்குப் பிந்திய ரஷியாவில் நடந்த நவீன கலை-இலக்கியப் பரிசோதனைகள் பற்றி சோவியத் அழகியலாளரும் திறனாய்வாளரும் மிக அண்மைக்காலம் வரை வெளிப்படுத்தி வந்த நிலைப்பாடுகளுக்கு எடுத்துக்காட்டாக யூரி பாரபாஷின் கூற்றினைக் காணலாம்:

> கலை- இலக்கியத் துறையில் நவீனப் பரிசோதனைகள் தோன்றிய (இவற்றுக்கு லெனினின் ஆதரவு இருந்ததாகக் கூறப்படுகிறது) புரட்சிக்குப் பிந்திய ஆண்டுகளே ‘பொற் காலம்’ என்றும் அப்பரிசோதனைகளே சோவியத் கலையின் சாரமாக அமைந்து ‘பண்பாட்டு உலகம் முழுவதை’யும் கவர்ந்திழுக்கக் கூடியவையாக இருந்தன என்றும் கூறுகிற கட்டுக்கதையை முதலில் பிற்போக்கு ஸ்லாவியர்கள் எடுத்துக் கொண்டனர். இப்போது திருத்தல்வாத அழகியலாளரும் திறனாய்வாளரும் இதை விருப்பத்தோடு ஒரு ஆயுதமாகக் கைக்கொள்கின்றனர்.[1]

1 Yuri Barabash, Aesthetics and Politics Quoted by Kalpana Sahni in Post Rovolutionary Cultural Scene, *Social Scientist*, Vol 9–No. 90, p.52.

சோசலிச யதார்த்தவாதம் மட்டுமே புரட்சிக்குப் பிந்திய சோவியத் ரஷியா உருவாக்கிய ஒரே அசலான கலைப்பாணி என்றும், ஃப்யூசரிசம், உருவவியல், கன்ஸ்ட்ரக்டிவிசம், சிம்பலிசம் போன்றவை பூர்ஷ்வா பண்பாட்டிற்கு ஏற்பட்ட நெருக்கடியின் வெளிப்பாடுகளாகவே தோன்றியவை என்றும், இதன்காரணமாக அவற்றின் குறைபாடுகளை உணர்ந்த புரட்சிகரக்கலை - இலக்கியப் படைப்பாளிகள் அவற்றைக் கைவிட்டு புதிய சோசலிச யதார்த்தவாத முறையை ஏற்றுக்கொண்டனர் என்றும் சோவியத் திறனாய்வாளர்கள் விடாப்பிடியாகக் கூறிவந்துள்ளனர். இதேபோல் நவீன சோவியத் கலை இலக்கியத்திற்கு உருவவியல் வழங்கிய பங்களிப்பும் மறுக்கப்பட்டே வந்துள்ளது.

ஃப்யூசரிசம் பற்றிய, குறிப்பாக மயாகோவ்ஸ்கியின் படைப்புகள் பற்றிய சோவியத் திறனாய்வுகளில் இதேபோன்ற கருத்தே வெளிப்படுத்தப்பட்டு வந்துள்ளது. எடுத்துக்காட்டாக மயாகோவ்ஸ்கியின் தெரிவு செய்யப்பட்ட படைப்புகளுக்கு (மூன்று தொகுதிகள்) முன்னுரை எழுதியுள்ள அலெக்ஸாண்டர் யுஷாகோவ் கூறுகிறார்:

> ஃப்யூசரிசத்துடன் மயாகோவ்ஸ்கி கொண்டிருந்த தொடர்பு அவரது பரிணாம வளர்ச்சியில் தனது பாதிப்பைப் பதித்து விட்டுச் சென்றிருந்தது என்பதில் சந்தேகமில்லையென்றாலும் அவரது பிந்திய வளர்ச்சி காட்டுவதைப்போல, அவரது கலையின் சமூக, மனிதநேய உணர்ச்சிக்கனிவை உள்ளடக்கக்கூடிய வலு ஃப்யூசரிசத்தில் இருக்கவில்லை. மயாகோவ்ஸ்கியின் அபாரமான திறமையை ஃப்யூசரிசம் என்ற இறுக்கமான சட்டகத்தால் குறுக்கித் தறிக்கமுடியவில்லை. அவரது சித்தாந்த அழகியல் வளர்ச்சியானது கலை பற்றிய மிகப்பரந்த பொதுவிதிகள் என்ற பிரதான சாலைக்கு அவரைக் கொண்டு வந்து சேர்த்தது.[2]

ஆனால் இதே முதல் தொகுதியில்தான் மயாகோவ்ஸ்கி தன்னைப் பற்றி எழுதிய குறிப்புகளும் இடம்பெற்றுள்ளன. மூன்றாவது தொகுதியில் அவரது கட்டுரைகள் சிலவும் அவர் ஆற்றிய உரைகள் சிலவும் சேர்க்கப்பட்டுள்ளன. இவற்றைப் படிக்கும் எந்த வாசகனுக்குமே மயாகோவ்ஸ்கியுடன் ஃப்யூசரிசம்

---

2 Vladimir Mayakovsky, Selected Works in Three Volumes, Vol 1. Raduga Publishers, Moscow, 1985, p. 28.

கடைசிவரை கைகோத்துச் சென்று கொண்டிருந்தது என்பது எளிதில் விளங்கும். மேலும், மயாகோவ்ஸ்கி இடைவிடாது வளர்ச்சியடைந்து வந்தது போலவே அவரது ஃப்யூசரிசமும் வளர்ச்சியடைந்து வந்தது என்பதும் புலப்படும். ஃப்யூசரிசமே மயாகோவ்ஸ்கியின் பலமாகவும் பலவீனமாகவும் அமைந்தது என்பதும்கூடத் தெளிவாகும்.

ஃப்யூசரிசம், புரட்சிக்கு முந்திய ரஷியாவிலும் இத்தாலி போன்ற ஐரோப்பிய நாடுகளிலும் இருந்து வந்தது. நவீன இயந்திரங்களும் தொழில்நுட்பங்களும் வளர்ந்த தொழில்மயமான சமுதாயங்களுக்குப் பொருத்தமான வகையில் கலையும் இலக்கியமும் முற்றிலும் நவீனத் தன்மை வாய்ந்த வடிவங்களையும் உத்திகளையும் பெற்றிருக்க வேண்டும் என்பதும் மரபுவழிவந்த கலைகளும், அவற்றின் வடிவங்களும் நிராகரிக்கப்படவேண்டும் என்பதும் ஃப்யூசரிஸ்டுகளிடையே இருந்த பொதுவான கருத்து என்று கூறலாம். ‘தன்னைப் பற்றிய குறிப்பு’களில், மயாகோவ்ஸ்கி ‘ரஷிய ஃப்யூசரிசம் பிறந்தது’ என்று 1911இல் குறிப்பிடுவது ரஷியாவில் ஏற்கெனவே இருந்த ஃப்யூசரிசத்தை அல்ல. தான் ஆதரித்த க்யூபோ ஃப்யூசரிசம் என்ற போக்கைத்தான். மயாகோவ்ஸ்கியின் ஃப்யூசரிசம், ஓவிய, சிற்ப, கட்டடக் கலைப் பள்ளியில் பயின்றுவந்தபோது டேவிட் புர்லியாக் போன்ற கலைஞர்களுடன் அவர் ஏற்படுத்திக் கொண்ட தொடர் பின் விளைவாக உருவாயிற்று. இந்த ஃப்யூசரிஸ்டுகளில் க்ளெப்னிகோவ் போன்ற மிகச் சிறந்த கவிஞர்களும் இருந்தனர். ‘பொதுமக்களின் ரசனை என்ற கன்னத்தில் அறை’ என்ற தலைப்பில் 1913இல் அவர்கள் ஒரு கொள்கையறிக்கையை வெளியிட்டனர். ஃப்யூசரிச இயக்கத்தில் சேர்வதற்கு முன்பே மயாகோவ்ஸ்கி சோசலிசக் கருத்துகளால் கவரப்பட்டுத் தனது 15 ஆம் வயதில் போல்ஷ்விக் கட்சி உறுப்பினராகியிருந்தார். ஏற்கெனவே மும்முறை கைது செய்யப்பட்டு சிறைத் தண்டனைகளும் அனுபவித்திருந்தார். மிக இளம் பருவத்திலேயே இலக்கியத்தில் ஆர்வம் கொண்டிருந்த மயாகோவ்ஸ்கி, சோசலிசக் கலையை உருவாக்க விரும்புவதாகத் தன் கட்சித்தோழர் மெட்வடேவிடம் கூறியபோது அவர் அதைக் கேட்டு நகைத்ததாகவும் தனது திறமையை அவர் குறைத்து மதிப்பிட்டுவிட்டதாக அப்போது நினைத்ததாகவும் மயாகோவ்ஸ்கி எழுதுகிறார்.

‘ஃப்யூசரிச’ மயாகோவ்ஸ்கி எழுதிய மனிதநேயமும் பரிவுணர்வும் ததும்பும் ‘முகில் போன்ற மனிதன்’ *(Cloud in Pants)* என்ற கவிதையைப் படித்துவிட்டு கார்க்கி தன் நெஞ்சில் சாய்ந்து விம்மிவிம்மி அழுததாகவும் கூறுகிறார். நவம்பர் புரட்சியைப் பற்றி எழுதுகையில் அதை “ஏற்பதா, ஏற்காமல் இருப்பதா? எனக்கு (மற்ற மாஸ்கோ ஃப்யூசரிஸ்டுகளுக்கும்) இப்படி ஒரு பிரச்சனையே எழவில்லை. அது எனது புரட்சி” என்று குறிப்பிட்டார். 1922 இல் மாஸ்கோ ஃப்யூசரிஸ்ட் சங்கப்பதிப்பகத்தை உருவாக்கினார். 1923 இல் இடதுசாரிக் கலை முன்னணியை (லெஃப்) உருவாக்கினார்.. இதில் ஃப்யூசரிஸ்டுகள், கன்ஸ்ட்ரக்டிவிஸ்டுகள், ஸ்க்ளோவ்ஸ்கி போன்ற உருவவியலாளர்கள், நாடக இயக்குநர் மெயர்ஹோல்ட், திரைப்பட இயக்குநர்கள் வெர்தோவ், ஐஸன் ஸ்டின் ஆகியோர் உள்ளிட்ட 12 குழுவினரை ஒன்றிணைத்தார். 1920 ஏப்ரலில் ‘ஃப்யூசரிசம் இன்று’ என்ற தலைப்பில் நடந்த விவாதத்தில் கலந்துகொண்டு பேசுகையில் ரஷிய ஃப்யூசரிசத்துக்கும் இத்தாலிய ஃப்யூசரிசத்துக்குமிடையிலுள்ள ஒற்றுமை, வேற்றுமைகளை விளக்கிக் கூறினார். ரஷிய ஃப்யூசரிசத்தை அதன் சூழலில் வைத்தே புரிந்து கொள்ளவேண்டுமென்றும் நவீன இலக்கியத்தில் ஃப்யூசரிசம் போன்று முக்கியத்துவமுடைய வேறு போக்கு ஏதும் இல்லை என்றும் வாதாடினார். பிரசாரமே ரஷிய ஃப்யூசரிசத்தின் முக்கியபணி என்று கூறினார்:

> நாங்கள் ஃப்யூசரிசம் என் சொல்லைத் தக்கவைத்துக் கொள்வதற்குக் காரணம் அது பலரை ஒன்றுதிரட்டுகிற ஒரு கொடியாக உள்ளது (மற்றும் பலருக்கு அவர்களை அச்சுறுத்துகிற சோளக்கொல்லை பொம்மையாக இருக்கக் கூடும்). எங்களது பிரக்ஞை மக்கள் திரளினரது பிரக்ஞையாகவும் ஆகிவிடும்போது இந்தச் சொல்லை கைவிட்டு விடுவோம். ஃப்யூசரிசம் என்பது பொதுப்படையான (generic) பெயர் என்பதும் குறிப்பிடப்பட்டாக வேண்டும். எங்களது தனிப்பட்ட பெயர் ‘கம்ஃப்யூடி’ (கம்யூனிஸ்ட் ஃப்யூசரிசஸ்டுகள்). சித்தாந்தரீதியாக எங்களுக்கும் இத்தாலிய ஃப்யூசரிஸ்டுகளுக்கும் பொதுவானது எதுவும் இல்லை.[3]

பாட்டாளிவர்க்க சர்வாதிகாரம், சோசலிச மாற்றம், ஐந்தாண்டுத் திட்டம், மூன்றாவது அகிலம், மக்களுடைய அன்றாட வாழ்வில்

3 Vladimir Mayakovsky., Selected works in Three Volume. Vol 3. Moscow, 1987, p.175.

ஏற்படுத்த வேண்டிய மாற்றம் ஆகியவற்றுக்கான பிரசாரமே கலையின் அடிப்படை நோக்கம் என்று கருதிய மயாகோவ்ஸ்கிக்கும் இடதுசாரிக் கலை முன்னணியிலிருந்த வேறு சிலருக்கும் கருத்து வேறுபாடுகளும் பிணக்குகளும் தோன்றி அக்குழு உடைந்தபோது மயாகோவ்ஸ்கி புதிய குழுவொன்றை அமைத்து செயல்படுகையிலும்கூட ஃப்யூசரிசத்துக்கும் அவருக்குமுள்ள தொடர்பு மறையவில்லை. 1928 இல் அவர் "தொழிலாளர்களுக்கும் விவசாயிகளுக்கும் உங்கள் படைப்புகள் புரிவதில்லை" என்ற குற்றச்சாட்டுக்குப் பதிலளித்து எழுதுகையிலும்கூட "ஃப்யூசரிஸ்டுகள் எனக்குப் புரிவதில்லை என்ற கூச்சலை மட்டும் வைத்துக் கொண்டு சிலர் பிழைப்பு நடத்திவந்துள்ளனர்; நிதி திரட்டியுள்ளனர்; இலக்கியப் போக்குகள் சில அவற்றுக்குத் தலைமை தாங்கியுள்ளனர்"[4] என்று கடுமையாகச் சாடுகிறார். பூஷ்கின் போன்ற செம்மை இலக்கியவாதிகள், கவெரின் போன்ற சகப்பயணிகள், புரொலிட்கல்ட்டினர் போன்றவர்களுக்கு ஃப்யூசரிஸ்டுகள் காட்டிவந்த எதிர்ப்பை இந்தக் கட்டுரையிலும் காட்டுகிறார். தற்கொலை செய்துகொள்வதற்கு சில நாள்களுக்கு முன் அவர் ஆற்றிய உரையொன்றில் பழைய, மரபான இலக்கியம்பற்றிய தனது விமர்சனத்தைக் கூறி, விமர்சனரீதியாக மட்டுமே அவற்றைப் படிக்கவேண்டும் என்றும் அவற்றின் பிரம்மாண்டமான வெண்கல முதுகுகள் இன்று முன்னேறிச்சென்று கொண்டிருக்கும் இளம் கவிஞர்களின் பாதையை அடைத்துக் கொண்டிருக்க அனுமதிக்கக்கூடாது என்றும் கூறுகிறார்.

ஃப்யூசரிசம் என்ற கொடியின் கீழ் திரண்ட கலைஞர்கள், முதலாளித்துவக் கடந்தகாலத்தோடு இருந்த எல்லாத் தொடர்புகளையும் முற்றிலுமாகத் துண்டித்துக்கொண்டு புதிய தொழில்மயமான சமுதாயத்தை, இயக்கவிசை வாய்ந்த சமுதாயத்தைத் தோற்றுவிப்பதற்கான அடித்தளங்களை நவம்பர் புரட்சி உருவாக்கியிருப்பதாக மகிழ்ச்சியடைந்தனர். எதிர்காலக் கலை பாட்டாளிவர்க்கத்தன்மை வாய்ந்தது எனப் பிரகடனம் செய்த அவர்கள், 'பூர்ஷவாக் கலை என்ற பாழடைந்த கோட்டையைத் தகர்த்தெறிந்துவிட்டு மனித ஆன்மாவின் உயர்த்துடிப்பு மிக்க தொழிற்சாலையைக் கட்டுமாறு' அறைகூவல் விடுத்தனர். செவ்வியல் கலைகள் *(Classical art)* மேட்டுக்குடியினரதும் நடுத்தரவர்க்கத்தினரதும் மதிப்பீடுகளைத்தான் சுமந்து

4 அதேநூல், பக்கம் 214.

கொண்டிருக்கின்றன என்றும் பூர்ஷ்வாப் பண்பாடு, பூர்ஷ்வாச் சித்தாந்தம் உள்ளிட்ட கடந்தகாலக் கலாசாரம் அனைத்தையும் நிராகரிக்க வேண்டும் என்றும் கூறினர்.

புரட்சிக்குத் தம் ஆதரவைத் தெரிவித்த ஃப்யூசரிஸ்டுகளில் நவீனக் கலையின் *(Modern Art)* தந்தையெனக் கருதப்படும் வாஸிலி கான் டின்ஸ்கி *(Vasily Kandinsky)*, காசிமிர் மாலெவிச் *(Casimir Malevich)*, அலெக்ஸாண்டர் ரோட்செங்கோ *(Alexander Rodchenko)* ஆகிய ஓவியர்கள், கட்டடக் கலைஞர் விளாடிமிர் டாட்லின் *(Vladimir Tatlin)*, நாடக இயக்குநர் மெயர்ஹோல்ட் *(Vsevolod Meyerhold)* ஆகியோர் அடங்குவர். 'தி ஃப்யூசரிஸ்ட் ஜர்னல்' என்ற பத்திரிகையில் அவர்கள் ஒரு பிரகடனத்தை வெளியிட்டனர்:

1. ஜாராட்சி ஒழிக்கப்பட்ட இந்த நாள்முதல் மனித மேதைமையின் அந்தரங்க அறைகளும் கொட்டகைகளுமான மாளிகைகள், கலைக்கூடங்கள், ஓவியக்கூடங்கள், நாடக அரங்குகள் ஆகியன கலையின் உறைவிடங்களாக உள்ள நிலைக்கு முற்றுப்புள்ளி வைக்கப்படுகிறது.

2. அனைவருக்கும் சமத்துவம் என்பதை நோக்கிய மாபெரும் பயணத்தின் பெயரால், பண்பாட்டைப் பொறுத்தவரை சுவர்களின் மூலைகளிலும், தடுப்புகளிலும், கூரைகளிலும் நமது நகர, கிராமத் தெருக்களிலும், மோட்டார் வாகனங்களின் பின்புறங்களிலும், வண்டிகளிலும், பேருந்துகளிலும் குடிமக்கள் அனைவரது உடைகளிலும், படைப்பாளியின் சுதந்திர உலகம் தன் படைப்புகளைப் பதிக்கும்.

3. வண்ணமிகு வானவில்கள் போல (வண்ணங்கள்) ஓவியங்கள் தெருக்களிலும், சதுக்கங்களிலும், ஒவ்வொரு வீட்டின் மீதும் தெளிக்கப்படட்டும். வழிப்போக்கர்களின் கண்களுக்கு அவை களிப்பூட்டட்டும்.

4. கலைஞர்களும் எழுத்தாளர்களும் தமது வண்ணக் கலயங்களை ஏந்தி, தமது திறமைமிக்க தூரிகைகளைக் கொண்டு நகரங்கள், ரயில் நிலையங்கள், எப்போதும் பாய்ந்துசெல்லும் மந்தைகள் போன்ற ரயில் பெட்டிகள் ஆகியவற்றின் எல்லாப் பகுதிகளையும் நெற்றிகளையும்

மார்புகளையும் பிரகாசிக்கச் செய்வதும் அவற்றுக்கு வண்ணந் தீட்டுவதும் அவர்களது உடனடிக் கடமையாகும். இன்று தொட்டு, தெருக்களில் நடந்து செல்லும் குடிமகன் அவனது மாபெரும் சகமனிதர்களின் சிந்தனையின் ஆழங்களை அனுபவித்து மகிழட்டும். ஒவ்வொரு இடத்திலும் அவன் மிக அருமையான இசையமைப்பாளர்களின் இசையை, இன்னிசையை, கர்ஜனையை, ரீங்காரத்தைக் கேட்கட்டும். தெருக்களெல்லாம் மக்களனைவருக்குமான கலைவிருந்தாகட்டும்... கலைகள் அனைத்தும் மக்களனைவருக்குமே."[5]

இப் பிரகடனத்தையடுத்து, கலைஞர்கள் தம் கலைப் படைப்புகளைத் தெருக்களுக்குக் கொண்டுவந்தனர். கிடைக்கக்கூடிய இடம் ஒவ்வொன்றிலும் வண்ண ஓவியங்கள் தீட்டப்பட்டன. அழகான வண்ணங்கள் தீட்டப்பட்டப் பெட்டிகள் அடங்கிய பிரசார (ரயில்) வண்டிகளில் கலைஞர்களும் நாடகாசிரியர்களும் எழுத்தாளர்களும் ஊர் ஊராகப் பயணம் செய்து புரட்சியின் பொருள், அதற்குள்ள முக்கியத்துவம், காலத்தின் தேவை ஆகியனபற்றி மக்களுக்கு விளக்கினர். கல்வி புகட்டும் நோக்கத்துடன் புரட்சிகர உள்ளடக்கமும் வடிவமும்கொண்ட சுவரொட்டிகள் ஆயிரக்கணக்கில் தயாரிக்கப்பட்டன. மயாகோவ்ஸ்கி மட்டும் பிரசாரக் கவிதைகளடங்கிய நாலாயிரம் சுவரொட்டிகளை இந்தக் காலகட்டத்தில் தயாரித்து வழங்கினார்.

நாடகத்துறையில் புதிய மாற்றங்கள்

ரஷியாவில் நீண்டகாலமாக கான்ஸ்டான்டின் ஸ்டானிஸ்லாவ்ஸ்கி தான் (Kanstantin Stanislavsky) நாடகத் துறையின் 'மன்னனாக'க் கருதப்பட்டு வந்தார். அவரைப் பழைய ஐரோப்பிய யதார்த்த நாடக மரபின் உச்சக்கட்டமாக மட்டுமே பார்க்கவேண்டும். அவருடைய மாணவரான விஸவெலோட் மெயர்ஹோல்ட் (Vsevolod Meyerhold) ஸ்டானிஸ்லாவ்ஸ்கியின் நாடகமுறை காலங்கடந்தது என்றும் அரசியல் தன்மையற்றது என்றும் புரட்சிக்குப் பிந்திய காலகட்டத்தில் மக்களுடனான தொடர்பு, அரசியல் கல்வி, மக்களின் பங்கேற்பு ஆகியன நாடகத்துக்கு

5 Wiktor Worosylski, The Life of Mayakovsky, quoted by Kalpana Sahni in 'Post Rovolutionary Cultural Scene', *Social Scientist*, No 9-90, pp 54-55.

வேண்டிய மிக முக்கியமான அம்சங்களாகி விட்டன என்றும் கூறினார். நாடகத்தில் மிகத்துணிச்சலான பரிசோதனைகளை மேற்கொண்டவர் மெயர்ஹோல்ட்தான். நாடக மேடையைப் பாட்டாளிவர்க்கத் தன்மையாக்கி, யதார்த்தபாணி நடிப்பின் கட்டுத்தளைகளை உடைத்தெறிந்தார். பல சமயங்களில் நாடக நிகழ்வுகள் பார்வையாளர்களும் நடிகர்களும் ஈடுபாட்டுடன் விவாதங்கள் புரிகின்ற கூட்டங்களாக *(Theatre Meeting)* மாற்றப் பட்டன. பார்வையாளர்கள் தாங்கள் விரும்பிய இடத்தில் அமர்ந்து கொள்ளவும் புகைபிடிக்கவும் ஏற்றவகையில் மேடை அமைக்கப் பட்டது. திரைச்சீலைகளோ, காட்சிகள் வரையப்பட்ட துணிகளோ இருக்கவில்லை. தெருக்களுக்கு மிக நெருக்கமாக நாடகங்களைக் கொண்டு வருவதற்கான முயற்சிகள் செய்யப்பட்டன. ‘பனிக்கால மாளிகை’ மீது நடத்தடப்பட்ட முற்றுகை பற்றிய நாடகம் உண்மைச் சம்பவம் நடந்த இடத்திலேயே நிகழ்த்திக் காட்டப்பட்டது.

அவரது நாடகங்களில் இடதுசாரி அரசியலுக்கும் இடதுசாரி அழகியலுக்கும் சரிசமமான முக்கியத்துவம் வழங்கப்பட்டது. அந்த நாடகங்கள் பத்திகள் நிறைந்தவை *(stylized theatre)*. நவம்பர் புரட்சிக்கு முன்பே நாடக அனுபவம் நிறையப் பெற்றிருந்த மெயர்ஹோல்டை புரட்சியே எல்லாவகையான சம்பிரதாயங்களிலிருந்தும் சமூகத்தளைகளிலிருந்தும் விடுவித்தது. எழுதப்படிக்கத் தெரியாத பெரும்பான்மையினருக்காக நாடகம் தயாரிப்பதுதான் அவரது நோக்கமாக அமைந்தது. அரசியல் காரணங்களுக்காக ஒரு செய்தியை சொல்வதற்கான ‘பிரசார’ நாடகங்களே அவை. ஆனால் எந்தவொரு கல்வி புகட்டு *(didactic)* முயற்சியிலும் புகுந்துவிடுகிற அலுப்பூட்டும் தன்மையை, சுவையற்றதன்மையை அகற்றும் வண்ணம் அசாதாரணமான புதுமைகளைப் புகுத்தி பார்வையாளர்களின் ஆர்வமிக்க கவனத்தை ஈர்த்த அவர் கையாண்ட பல உத்திகளில் முக்கியமானது, *‘Bip-mechanics’*. அதாவது ஒவ்வொரு நடிகரும் மனிதஉணர்வுகளைப் பிரதிநிதித்துவம் செய்கிற சைகைமுறைகளைக் கையாளவேண்டும். இத்தகைய சைகைகள் ஒவ்வொன்றும் கணிதரீதியாகத் துல்லியமாக வகுத்துத் தரப்பட்டது. இவை ஒவ்வொன்றுக்கும் உடனடியான குறியீட்டு மதிப்பு உண்டு. நடிகர்கள் பாத்திரங்களோடு ஒன்றிவிடுவதற்கு மெயர்ஹோல்டின் உத்தி இடம் தரவில்லை. ஒரு நடிகன் எந்தப் பாத்திரத்தை ஏற்று நடிக்கிறானோ அந்தப்

பாத்திரத்தின் தனிப்பட்ட இயல்புகளைப் பற்றிய குறிப்புகளாக இல்லாமல் மனிதகுலம் முழுவதுடனும் பகிர்ந்து கொள்கிற உணர்ச்சிகளையும் உணர்வுகளையும் குறிக்கும் வண்ணம் நடிப்புப்பாணியும் பாத்திரங்களும் அமைந்திருந்தன. நாடகப் பாத்திரங்கள் அனைவருமே ஒரே சீரான நீல நிற ஆடைகளே அணிந்திருப்பர். தோற்ற மாறுபாடுகளுடன் ஆண்-பெண் வேறுபாடுகளை நீக்கவும் இது பயன்பட்டது. வர்க்க வேறுபாடுகளை எடுத்துக்காட்ட ஒவ்வொரு பாத்திரமும் குறிப்பிட்ட சைகைகளை, அங்க - அசைவுகளை, சைகைக்கூத்தைப் பயன்படுத்தியது.

இந்திய நாடக மரபில் இடம்பெற்றுள்ள ‘விதூஷக அம்சம்’ மெயர்ஹோல்டின் நாடகங்களில் மக்களின் அபிமானத்தைப் பெற்றிருந்தது. மேற்கத்திய நாடக மரபுக்கான ரசிகர்கள் அதிகாரத்திலிருந்த வர்க்கங்களிலிருந்தே கிடைத்து வந்தனர். அந்த ரசிகர்களோ, தமது உலக நோக்கும் சித்தாந்தமும் அந்த மரபைச் சேர்ந்த நாடகங்களில் பிரதிபலிக்கப்பட்டதைக் கண்டனர். பாட்டாளிவர்க்கத்தையும் உழைக்கும் மக்களையும் உடனடியாக வென்றெடுப்பதற்காக மெயர் ஹோல்ட் ரஷியாவின் களைக்கூத்து மரபை நாடினர். அம் மரபில் விதூஷகன் (கோமாளி) முக்கிய அம்சம். மேலும், ஜார் மன்னரின் அரசவையில் அரசவைக் கோமாளிகள் இருந்தனர். அரசவை, கசப்பான உண்மைகளைத் தயக்கமின்றியும் அச்சமின்றியும் ஜாரிடம் எடுத்துக் கூறும் உரிமையையும் தைரியத்தையும் விதூஷகனுக்கு வழங்கியிருந்தது (நமது தெனாலிராமன், பீர்பால் போல.) பாமர மக்களின் உள்ளத்தில் அரசவை விதூஷகன் ஒரு புரட்சியாளனாகக் கருதப்பட்டான். விதூஷகனின் கோமாளித்தனமான அங்க சேட்டைகள், மிகை நடிப்புகள், பாவனைகள் மூலம் அரசியல் பிரசாரத்தை எளிமையாகவும் சிரமமின்றியும் சுவை குன்றாத வகையிலும் மெயர்ஹோல்டால் பரப்ப முடிந்தது.

மேடையமைப்புகளிலும் மெயர்ஹோல்ட் புதுமைகளைப் புகுத்தினார். ‘*Dynamic Constructivism*’ என்றழைக்கப்பட்ட அவரது உத்தி, இந்திய செவ்வியல் *(Classical)* மற்றும் நாட்டார் *(Folk)* மரபுகளுடன் அவருக்கு ஏற்பட்டிருந்த வியத்தகு பரிச்சயத்தைக் குறிப்பதாக இருந்தது. எழுதப்பட்ட பனுவல்களிலிருந்து *(Texts)* விடுபட்ட சுதந்திரமான, படைப்பாற்றல்மிக்க நடிப்புப்பாணியை

மெயர்ஹோல்டின் ‘bio - machanics’ உருவாக்கியிருந்தது. திரைச்சீலையின் இருபரிமாணத்தன்மைக்கும் நடிகனின் உடல்தோற்றத்துக்குள்ள முப்பரிமாணத்தன்மைக்குமிடையே நிலவும் உள்ளார்ந்த முரண்பாடு பற்றியும் லய அசைவுகளின் பயன்பாட்டையும் மெயர்ஹோல்ட் கீழைத்தேய மரபுகளிலிருந்துதான் கற்றுக்கொண்டார். திரைச் சீலைகள், திட்டவட்டமாகத் தீர்மானிக்கப்பட்ட மேடையமைப்புகள் ஆகியவற்றிலிருந்தும் பனுவலின் (text) வரையறையிலிருந்தும் விடுபட்டு தனது பாத்திரத்தைப் பல்வேறுவகையான வியாக்யானங்களுடன் நடித்துக் காட்டும் சுதந்திரம், ஒரு பாத்திரம் ஒரு குறிப்பிட்ட நிலையிலிருந்து மற்றொரு நிலைக்குக் கடந்து செல்லும் சுதந்திரம், பார்வையாளர்கள் தம் ரசனையாற்றலையும் புரிந்துணர்வையும் இடைவிடாது வளர்த்துக்கொள்ளும் வாய்ப்பு ஆகியன மெயர்ஹோல்ட் இந்திய கீழைத்தேய செவ்வியல்/நாட்டார் மரபுகளிலிருந்து தெரிந்துகொண்டவையாகும். அவரது நாடகத்தின் நோக்கம் ஏற்கெனவே தயாரிக்கப்பட்டுள்ள கலைப் படைப்பைப் பார்வையாளர்களின் முன் வைப்பதல்ல; மாறாகப் படைப்பு உருவாக்கத்தில் பார்வையாளர்களையும் பங்கேற்கச் செய்வதுதான். மெயர்ஹோல்டின் மேதைமைக்குச் சான்றாக அவரது மாணவரும் உலகப் புகழ் பெற்ற திரைப்பட இயக்குநருமான ஐஸன்ஸ்டைனின் கூற்று ஒன்றைக் குறிப்பிடலாம்: “மெயர்ஹோல்டின் பாதணிகளின் நாடாக்களை (laces) கட்டுவதற்குக்கூட எனக்குத் தகுதியில்லை.”

ஓவியக்கலை

நவீன ஓவியங்கள், அப்ஸ்ட்ராக்ட் ஓவியங்கள் ஆகியனவற்றை பூர்ஷ்வா நசிவுக் கலாசாரத்தின் வெளிப்பாடுகள் என்று அவற்றைப் பற்றி எதுவுமே தெரியாத, தெரிந்துகொள்ள விரும்பாத ‘கம்யூனிஸ்டு’களின் கலை - இலக்கியக் கொள்கைகளால் பாதிக்கப்பட்டவர்களுக்கு முதல் அப்ஸ்ட்ராக்ட் ஓவியர் வாஸிலி கான்டின்ஸ்கி என்ற ரஷியக் கலைஞர்தான் என்ற விஷயம் ஆச்சரியத்தைத் தரக்கூடும். வண்ணங்களையும் வடிவங்களையும் கொண்டு ஏராளமான பரிசோதனைகளைச் செய்துபார்த்த கான்டின்ஸ்கி, மனித உள்மனத் தேவை (inner needs) என்று தான் கருதுபவனவற்றை வெளிப்படுத்துவதற்குத்தான்

இப்பரிசோதனைகள் என்றார். கலைஞன் தன்னை வெளிப்படுத்திக் கொள்வதற்கு ஒரு பொருளைத் தன் படைப்புகளில் பிரதி செய்து காட்டவேண்டியிருந்தது என்றும் ஓவியத்தில் மனித உருவைக் காட்டிலும் ஒருவட்டம் அதிக முக்கியத்துவம் உடையதாக இருக்கமுடியும் என்றும் கூறினார். ஒரு வட்டத்திற்குள் உள்ள கூர்மையான முக்கோணம் மைக்கேல் ஏஞ்சலோவின் ஓவியத்தில் ஆதாமின் விரலைத் தொடும் கடவுளின் உருவைக் காட்டிலும் அதிகமான தாக்கத்தை ஏற்படுத்துகிறது என்று வாதாடினார். தனது ஓவியங்கள் ஆன்மிக அனுபவத்தை வெளிப்படுத்துகிற குறியீடுகள் என்றார் அவர். கோடுகள் இயக்கத்தையும், வண்ணங்கள் மனோ நிலைகளையும் வெளிப்படுத்துகின்றன என்பது அவர் கருத்து. புரட்சிக்குப் பிறகு நுண்கலை அகதமியின் தலைவராக நியமிக்கப்பட்டார்.

புகழ்பெற்ற மற்றொரு ஓவியர் காசிமிர் மாலெவிச், கலையில் மிக உயர்ந்த இடத்தை வகிப்பது புலன்களே என்றார். புறஉலகால் தட்டியெழுப்பப்பட்ட உணர்ச்சிகளுக்கு மட்டுமே அர்த்தங்கள் உண்டு என்று கூறிய அவர், ஒரு பால் புட்டியானது பாலுக்கான குறியீடாக இருக்க முடியுமா என்ற கேள்வியையும் எழுப்பினார்.

கன்ஸ்ட்ரக்டிவிசம்

ஃப்யூசரிசத்திலிருந்து கிளைத்த மற்றொரு போக்கு கன்ஸ்ட்ரக்டிவிசம். ஓசிப் ப்ரிக், மயாகோவ்ஸ்கி ஆகியோர் உருவவியல் கோட்பாட்டை அரசியல் தன்மையாக்கியதுபோல, கன்ஸ்ட்ரக்டிவிசத்தின் கோட்பாடுகளைப் புரட்சித்தன்மையாக்கி புரட்சிக்குப் பிந்திய சமுதாயத்திற்கு அவற்றைப் பயன்படுத்தியவர் எல் லிஸ்ஸிட்ஸ்கி *(El Lizzitsky: 1890-1941)*. புரட்சியை அடுத்த முதல் சில ஆண்டுகளில் மே நாளன்று மாஸ்கோவின் செஞ்சதுக்கத்தினூடாக எடுத்துச் செல்லப்பட்ட சோவியத் கொடிகளை வடிவமைத்தவர் அவர். மார்க் ஷகால், காசிமிர் மாலெவிச் ஆகியோருடன் கலை நிறுவனத்தில் ஆசிரியராகப் பணியாற்றியவர்; அங்குதான் அவர் கன்ஸ்ட்ரக்டிவிசத்தின் தாக்கத்துக்கு உட்பட்டார். கன்ஸ்ட்ரக்டிவிசம், ஸ்டூடியோக் கலை *(Easel art)* எனப்பட்ட மரபுவழி ஓவியக்கலைபற்றிய ஆழமான விமர்சனத்தை முன்வைத்தது. மரபான அழகியல் மதிப்பீடுகளுக்கு எதிராக கலையின் பயன்பாட்டுத்தன்மை

என்ற மதிப்பீட்டை முன் வைத்தது. பின்னர் சுவரொட்டிகள், சுவரோவியங்கள் (*Murals*), சஞ்சிகைகள், நாடக செட்டுகள் ஆகிய வடிவங்களில் புதிய மக்கள் தொடர்புசாதனங்களின் பாணிகளையும் அவற்றின் பயன்பாடுகளையும் தீர்மானிப்பதில் கன்ஸ்ட்ரக்டிவிசக் கோட்பாடுகளை எல் லிஸ்ஸிட்ஸ்கி, மயாகோவ்ஸ்கி முதலானோர் பயன்படுத்தினர்.

தூய கலை (*Pure art*), பிரயோகக்கலை (*Applied art*) என்று நெடுங்காலமாக, ஏற்படுத்தப்பட்டுவந்திருந்த வேறுபாட்டைத் தீவிரமாக எதிர்த்தார் லிஸ்ஸிட்ஸ்கி. கலைக்கு வழங்கப்பட்டுவந்த 'அலாதி'யான தன்மையையும் புனிதத்தன்மையையும் கேள்விக்குட்படுத்தினார். கலை, பிற உற்பத்திவகைகளிலிருந்து எவ்வகையில் வித்தியாசப்படுகிறது என வினவினார். உருவவியலாளருக்கு மாறாக சமூக மாற்றங்களுக்கும் கலைமாற்றங்களுக்குமிடையே தெளிவான உறவை நிலை நாட்ட முயன்றார்:

> பாரம்பரியமாக வந்த புத்தகம் இன்று பல்வேறு திசைகளில் சிதறடிக்கப்பட்டுள்ளது. நூறுமடங்கு அது பெரிதாக்கப் பட்டுள்ளது. வண்ணங்கள் சார்ந்த உக்கிரத்தைக் கொண்டுள்ளது. சுவரொட்டி என்ற வடிவத்தில் அது தெருக்களில் காட்சிக்கு வைக்கப்பட்டுள்ளது.[6]

பிறிதொரு சமயம் அவர் எழுதினார்:

> ஸ்டூடியோ ஓவியக்கலை புதிதாகக் கண்டுபிடிக்கப்பட்ட தானது மாபெரும் கலைப் படைப்புகள் உருவாவதைச் சாத்தியமாக்கிற்று. ஆனால் அது இப்போது தன் வலிமையை இழந்து விட்டது. சினிமாவும், சித்திரங்கள் நிறைந்த வாரப் பத்திரிகையும் அதன் இடத்தைப் பிடித்துக் கொண்டன. தொழில்நுட்பத்தால் நமது கரங்களில் வைக்கப்பட்டுள்ள புதிய சாதனங்கள் நமக்குப் பேருவுகை தருகின்றன.[7]

புரட்சியானது கலைக்குப் புதிய ரசிகர்களை, பார்வையாளர்களை, வாசகர்களை வழங்கியுள்ளது என்றார் லிஸ்ஸிட்ஸ்கி. பரந்துபட்ட மக்கள் - அரைகுறை எழுத்தறிவுடைய பரந்துபட்ட மக்கள்தான்

---

6 Bojko, s. New Graphic Design in Revolutionary Russia quoted by Dave Laing, *The Marxist Theory of Art*, Harvester Press, London, 1978, p. 31.

7 Ibid, p. 31.

- அந்த ரசிகர்கள் என்றும் அவர்களுக்குத் தேவையானது, புதிய தகவல்தொடர்பு சாதனங்களே என்றும் கூறினார். உருவவியலாளரின் இடதுசாரிப் பிரிவினரும் ஃப்யூசரிஸ்டுகளும் சேர்ந்து உருவாக்கிய இடதுசாரிக் கலை முன்னணி (LEF) இந்த உறவை வர்ணிக்க 'சமூக ஆணை' (Social Command) என்ற பதத்தைப் பயன்படுத்தியது. கலைஞனுக்கும் அவனது ரசிகர்களுக்குமிடையிலான உறவுபற்றிய பழைய கருத்தாக்கங்களை லெஃப் நிராகரித்தது. 'சந்தை சக்தி'களால் நிர்ணயிக்கப்படும் உறவு (இங்கு ஒரு கலைஞன் திட்டமிடப்படாததொரு வகையில் தன் படைப்பைப் பொதுமக்களுக்குக் கொண்டு வருவதற்கு முன் தனது படைப்பை வடிவமைப்பதற்கு உள் நிர்ப்பந்தங்களைச் சார்ந்திருக்கிறான்), பிரபுக்குலத்தையோ அல்லது பூர்ஷ்வா வர்க்கத்தையோ சேர்ந்த புரவலர்களால் கலைப் படைப்புகள் வாங்கப்படுகின்ற உறவு ஆகியவற்றை லெஃப் நிராகரித்தது.

ஓவியத்தையும் கட்டடக்கலையையும் பயன்பாட்டுத் தன்மை கொண்டவையாக்க லிஸ்ஸிட்ஸ்கியோடு சேர்ந்து உழைத்தவர்கள் மயாகோவ்ஸ்கி, டாட்லின் (Tatlin) போன்றோராவர். கலைக்கு ஒரு செயல்பாடு (Function) உள்ளது என்றும் அது உற்பத்தி இயக்கத்தோடு நெருக்கமாகப் பிணைக்கப்பட்டிருக்கிறது என்றும் வாதாடிய அவர்கள் காண்டின்ஸ்கி, மாலெவிச் ஆகியோரின் நிலைப்பாடு 'கலை கலைக்காகவே' என்பதுதான் என்று கூறி அப்ஸ்ட்ராக்ட் கலையை நிராகரித்தனர்.

மூன்றாம் அகிலத்திற்காக டாட்லின் எழுப்பிய நினைவுக்கட்டடம் கன்ஸ்ட்ரக்டிவிசத்துக்கான எடுத்துக்காட்டாக அமைந்தது. சுழற்சிகள், பாய்ச்சல்கள், பேரழிவுகள், புரட்சிகள் ஆகியவற்றினூடே வளர்ச்சி பெறும் மார்க்சிய இயங்கியலுக்கான குறியீடாக அக்கட்டடத்தின் வடிவமைப்பு இருந்தது. அவர் கட்டடக் கலையில் இப்புதுமைகளைப் புகுத்தியதோடு மட்டுமின்றி சாமானிய மக்கள் பயன்படுத்துகின்ற பொருள்களையும் உருவாக்கி அவர்களுக்கு வழங்கினார். குறைந்தபட்ச எரிபொருளைக் கொண்டு அதிகபட்ச வெப்பத்தை உருவாக்கும் அடுப்புகள், தொழிலாளர் உடைகள், நாற்காலி - மேசைகள் முதலியவற்றையும் வடிவமைத்துத் தந்தார். கலைப்படைப்புக்கும் இதரபடைப்புகளுக்கும் எந்த வேறுபாடும் இல்லை என்பது அவர் கருத்து. கட்டடக் கலைஞர்களான வெஸ்னின் சகோதரர்களும் (Vesnin Brothers) பிறரும் தொழிலாளர்களுக்காகக்

கட்டிக் கொடுத்த மனமகிழ் மன்றங்கள், கம்யூன்கள், குழந்தைக் காப்பகங்கள் ஆகியனவும் கட்டடக் கலையில் சாதிக்கப்பட்ட புதுமைகளாகும். புதிய சமுதாயத்தின் சவால்களைச் சந்திப்பதற்கு இடப்பரப்புகள் *(Spaces)* பற்றிய புதிய கருத்தாக்கங்கள் உருவாக்கப்படவேண்டும் என்பது அவர்களது தத்துவம். ஜின்ஸ்பர்க் என்ற மற்றொரு கட்டடக் கலைஞர் கட்டட நிர்மாணத் திட்டம் அல்லது நகர நிர்மாணத் திட்டம் என்பது சம்பிரதாயபூர்வமான தேவைகளைப் பூர்த்திசெய்வது மட்டுமல்ல, மாறாக அது மனிதன் மீது தாக்கம் ஏற்படுத்துவதற்கான சாதனமுமாகும் என்றார். மிகத் துணிச்சலான புதுமைகளைக் கட்டடக் கலையில் புகுத்திய அத்தகைய கலைஞர்கள், முன்பு எப்போதும் இருந்திராத வகையில் கான்கிரீட்டையும் கண்ணாடியையும் புதிய வடிவங்களிலும் விகிதங்களிலும் பயன்படுத்திப் புதிய பரிசோதனைகளைச் செய்து பார்த்தனர்.

இந்தக் கலைஞர்களின் தொழில்கள் வெவ்வேறானவையாக இருந்தபோதிலும் அவர்கள் அனைவரும் கலையின் சமூகச் செயற்பாட்டை ஏற்றுக்கொண்டனர். தொழில்களுக்கு இடையில் இருந்த தடைச் சுவர்களை - கலைக்கும் பொறியியலுக்கும் இடையிலும், இசைக்கும் ஓவியத்துக்கும் இடையிலும் இருந்த தடைச்சுவர்களை - உடைத்தெறிந்தனர். மயாகோவ்ஸ்கி கவிதைகளுடன் நாடகங்களையும் எழுதினார். மெயர்ஹோல்டுடன் சேர்ந்து நாடகங்களை நிகழ்த்தவும் அவற்றில் நடிக்கவும் செய்தார். பிரசாரச் சுவரொட்டிகளை உருவாக்கினார். வெஸ்னின் சகோதரர்கள் தொழிலாளர்களுக்கான கலாசார மாளிகைகள், சானிடோரியங்கள் ஆகியவற்றைக் கட்டினர். ‘ப்ரவ்தா’ பத்திரிகையின் அலுவலகக் கட்டடம், மெயர்ஹோல்டின் நாடகங்களுக்கான செட்டுகள் ஆகியவற்றையும் வடிவமைத்தனர். எல் லிஸ்ஸிட்ஸ்கி சுவரொட்டிகள், நாடக செட்டுகள், குழந்தைகளுக்கான புத்தகங்கள் ஆகியவற்றை வடிவமைத்தார். ஓவியர் மாலெவிச்சும்கூட நாடகங்களுக்கான ஆடையணிகளை வடிவமைத்துத் தந்தார். ஓவியர் ரோட்செங்கோ நாடக செட்டுகளை நிர்மாணித்தார். மேசை நாற்காலிகள் போன்றவற்றுக்கும் வடிவமைப்பு செய்து வழங்கினார். புத்தக அட்டைகளில் இப்போது பலரும் பயன்படுத்தும் கொலாஜ் *(Collage)* என்ற வடிவத்தை முதன் முதலில் உருவாக்கியவரும் அவர்தான்.

1918-20க்குப் பிறகு உருவவியலாளர்களிலிருந்த இடதுசாரிகளும் ஃப்யூசரிஸ்டுகளும் சேர்ந்துதான் 'இடதுசாரிக் கலை முன்னணி' (LLR)யையும் அதே பெயரில் ஒரு சஞ்சிகையையும் நிறுவினர். 19ஆம் நூற்றாண்டிலிருந்து வந்த கலை - இலக்கியப்போக்குகள் அனுமானித்துக் கொண்டதைப்போல் அழகியலுக்குரிய முக்கிய பொருளாக இலக்கியம் இருக்கப் போவதில்லை என்றும் மாறாக புதிய சோசலிசச் சமுதாயத்துக்கே உரிய வெகுஜனக் கலை வடிவங்கள்தாம் (திரைப்படம், பதிப்புக்கலைகள் போன்றவை) இனி அழகியலுக்குரிய விஷயம் என்றும் கூறினர். 'ஓவியம், இசை, இலக்கியம், கவிதை ஆகிய தனித்தனிக் கலைகளின் அம்சங்கள் ஒன்றுகலந்த கூட்டுக் கலைக்கு (Synthetic Art) முக்கியத்துவம் வழங்க மயாகோவ்ஸ்கி தனது கவிதைகளைக்கூட அரங்குகளிலும் தொழிற் கூடங்களிலும் வாசகர்கள் முன் தனது வெண்கலக்குரலில் ஏற்ற இறக்கங்களோடும் சைகைகளுடனும் நாடகத்தன்மை கலந்து படித்துக்காட்டுவதையே பெரிதும் விரும்பினார். கவிதைப்படிப்பு நிகழ்ச்சிகள் 'கூட்டுக்கலை'யின் தன்மையைப் பெற்றுவிடவேண்டும் என்பது அவர் நோக்கமாக இருந்தது.

குறைபாடுகள்

லெனினின் மார்க்சியம் சமுதாயப்புரட்சியைச் சாதிப்பதற்காக அரசியலில் தீவிரமான தலையீட்டைச் செய்ததுபோலவே, புதிய புரட்சிகரக் கலையும் சமுதாய - கலாசாரத்தளத்தில் தீவிரமான தலையீட்டைச் செய்தாகவேண்டும் என்று மயாகோவ்ஸ்கியும் அவரது லெஃப் சகாக்களும் கருதினர். மேட்டுக்குடியினரும் மத்தியதரவர்க்கத்தினருமே பார்த்துவந்த நாடகக்கலையை, அது நிகழ்த்தப்பட்டு வந்த சிறிய நாடக அரங்குகளிலிருந்து வெளியே கொண்டுவந்து பல்லாயிரம் மக்கள் பார்க்கக்கூடிய வகையில் திறந்தவெளிகளிலோ அல்லது பெரும் அரங்குகளிலோ அல்லது பனிக்கால மாளிகை போன்ற சரித்திர சம்பவங்கள் நிகழ்ந்த இடங்களிலோ நிகழ்த்திக் காட்டினர். சிறிய அரங்குகளில் நாடகம் பார்ப்பவர்களுக்கு மேடையில் தோன்றும் நடிகர்களின் முகபாவங்கள், அங்க - அசைவுகள், நடிப்பின் நுண்மான் நுழைபுலங்கள், உடையலங்காரங்கள் ஆகியவற்றைப் பார்த்து ரசிக்க முடியும். ஆனால் பல்லாயிரக்கணக்கானோர் பார்க்கக்கூடிய நாடகங்களில் இத்தகைய அம்சங்கள் சாத்தியமில்லாததால் பெரும்

எண்ணிக்கையிலான பார்வையாளர்கள் பார்க்கும் வகையிலும் புரிந்துகொள்ளும் வகையிலுமே மேடையமைப்பு, நாடக செட்டுகள், நடிகர்களின் அங்க - அசைவுகள், பாத்திரங்களின் பண்பு நலன்கள் ஆகியன உருவாக்கப் பட்டன. நாடகம் இப்போது சிற்றரங்குகளிலிருந்து வெளியே வந்து பல்லாயிரக்கணக்கானோரால் பார்க்கப்பட்டபோதிலும் சிற்றரங்குகளில் இருந்தபோது அதில் காணப்பட்ட நுட்பங்கள் தியாகம் செய்யப்படவேண்டியிருந்தன. நாடகத்துறையில் புதுமைகளைப் புகுத்தியவர்களில் மெயர்ஹோல்ட் மட்டுமே குறிப்பிடத்தக்க சாதனைகளைப் புரிந்ததற்குக் காரணம் அவர் பீட்டர்ஸ்பர்க்கில் மரபான கலைகளையும் கற்றுத்தேர்ந்திருந்தமையும் ஆகும்.

கலையானாலும் சரி, கட்டடங்களானாலும் சரி அது பயன்பாட்டு நோக்கத்தோடு இருக்கவேண்டும். பழைய பூர்ஷ்வாக் கட்டடக் கலையின் அலங்காரங்கள் தேவையில்லை என்று கூறிய லெஃப் கட்டடக் கலைஞர்கள் சிலர் கட்டிய பாட்டாளி வர்க்கக் கட்டடங்கள் அமெரிக்க- பெர்லின் பாணியிலேயே இருந்தன. பெரும் நகரங்களில் பாட்டாளிகள் வாழும் பகுதிகளில் அத்தகைய கட்டடங்கள் எழுப்பப் பட்டபோது பாட்டாளிகளே அவற்றை எதிர்க்கத் தொடங்கினர். ஷ்சுயெவ் (*Schuscv*) என்ற புகழ்பெற்ற கட்டடக் கலைஞர் சில உண்மைகளை ஒப்புக்கொண்டார்:

> எளிமைப்படுத்தப்பட்ட கன்ஸ்ட்ரக்டிவிசக் கட்டடங்கள் பரந்துபட்ட மக்களுக்கு எப்போதும் ஏற்புடையதாகவோ புரிந்துகொள்ளப்படக் கூடியவையாகவோ இருக்கவில்லை... இக்கட்டடங்களின் பெட்டிகள் போன்ற, மிகவும் ரசனையற்ற முறையில் வடிவமைக்கப்பட்ட வெளிப்பகுதிகள் மிக விரைவில் கண்களுக்கு உறுத்தலாகிவிட்டன. முந்திய சகாப்தத்தைச் சேர்ந்த பெரும் கட்டடக் கலைஞர்களின் படைப்புகளிலிருந்து ஆழ்ந்து கற்றுக் கொள்வது இன்றியமையாததாகிவிட்டது. கட்டடக்கலைக்குத் தொடர்புடைய ஓவியம், சிற்பம் ஆகிய இரு கலைகளிலும் ஆழ்ந்த ஞானமில்லாமல் கட்டடக்கலை தன் கடமைகளை நிறைவேற்ற முடியாது[8]

கவிதைகளைப் பொறுத்தவரையிலும் கூட "மயாகோவ்ஸ்கி போன்றவர்கள் புரிவதில்லை" என்று கூறியவர்கள் திறமை குறைந்த புரொலிட்கல்டினர்தான் என்ற போதிலும் அவர்களது

---

8 Yevgeny Zamyatin, Op. cited., p. 135.

கூற்றில் உண்மையில்லாமலுமில்லை. தாங்கள்தான் புதிய யுகத்தின் செய்தியை ஏந்திச் செல்வதில் முன்னோடிகள் என்றும் எதிர்காலத்துக்கு உரிமை கொண்டாடக்கூடிய பாட்டாளி வர்க்கத்துக்கு உரிய கலை, ஃப்யூசரிசக்கலையே என்றும் அவர்கள் முழங்கிய போதிலும் ரஷியத் தொழிலாளிகளில் மிகப் படிப்பறிவு கொண்டவர்களுக்கும் கூட ஃப்யூசரிச வெளிப்பாட்டு முறையைப் புரிந்து கொள்வது கடினமாக இருந்தது என்ற சாதாரண உண்மையை அவர்கள் அறவே புறக்கணித்தனர் என்று தமரா டட்ஷர் குறிப்பிடுகின்றார்:

> இவ்வகையில் அவர்கள் மயாகோவ்ஸ்கியின் "முகில் போன்ற, மனிதர்களாய்த் தரையைவிட்டு மிக மிக உயரே வானத்தில் சஞ்சரித்தார்கள் எனத் தோன்றுகிறது. அவர்கள் கலைக்கும் தொழில் நுட்பத்துக்கும் இடையில் அடிப்படைத் தொடர்பு இருக்க வேண்டும் எனத் தம் அறிக்கையில் வலியுறுத்தினர். அதிநவீனத் தொழில்நுட்பத்தின் மீது அவர்களுக்கிருந்த மோகம் ரஷியாவின் பிற்பட்ட நிலையையும் வறுமையையும் மட்டுமே பிரதிபலித்தது."[9]

மேலும், பலூன் விமானங்கள், எஃகு, கான்கிரீட் போன்றவற்றைப் பற்றிய அவர்களது கனவுகள் ரொமாண்டிக்தனமானவையாகவே இருந்தன. அவர்களால் பழிக்கப்பட்ட படைப்புகளை எழுதிய முந்திய ரொமாண்டிக் கவிஞர்களின் நிலாவும் பிற கோள்களும் அக்கவிஞர்களிடமிருந்து எவ்வளவு தொலைவில் இருந்தனவோ அவ்வளவு தொலைவு ஃப்யூசரிஸ்டுகளின் கனவுகளுக்கும் யதார்த்தத்துக்கும் இடையில் இருந்தது என்கிறார் தமரா டட்ஷர். மயாகோவ்ஸ்கி தன் வாசகர்களிடம் "எஃகுக் கான்கிரீட்டை வானத்தை நோக்கி சுண்டி எறியுமாறு" கூறியபோது அக் கவிதைவரி லெனின் மனதைத் தொடவில்லை. அவர் கேட்டார்: "நமக்குப் பூமியிலேயே மிகவும் தேவைப்படும் பொருளை வானத்தில் எறிவானேன்?!"

கலைகளை மக்கள் திரளினருக்கு உரியனவாக்குதல், எல்லாக் கலைகளும் பயன்பாட்டு நோக்கத்திற்கே சமூக ஆணைகளின் கீழ் படைத்தல் என்ற முழக்கங்களின் கீழ் இடதுசாரிக் கலை முன்னணியர் மேற்கொண்ட செயல்பாடுகள் அதிதீவீர

---

9 Tamara Deutscher, *Not by Politics Alone: The Other Lenin*, Lawrence Hill and Company, Cambridge, p.29.

எல்லைகளுக்குச் சென்றன என்பதற்குத்தான் மேற்கூறிய எடுத்துக்காட்டுகள். மரபான கலைகளைப் பற்றிய அவர்களது எதிர்மறையான அணுகுமுறைகள் சில சமயம் பாதகமான விளைவுகளைக்கூட ஏற்படுத்தின. எந்த ஒரு விஷயத்திலும் - தலையிடுவதற்கும் அதைப் பற்றிப் பேசுவதற்கும் தங்களுக்கு மட்டுமே பிரத்யேகமான முற்றுரிமை இருப்பதாகக் கருதுவது முற்றிலும் எதிர்மறையான விளைவுகளுக்கே இட்டுச் செல்லும் என்பது அவர்களது நடவடிக்கைகள் சிலவற்றிலிருந்து பெறப்படும் உண்மையாகும். ஆனால் அவர்களது நடவடிக்கைகளை, கலை என்பது சமுதாய - பண்பாட்டுத் துறையில் புரட்சிகரமாகத் தலையிட வேண்டிய ஒன்று என்ற அவர்களது தத்துவப்போக்கின் பின்னணியிலேயே புரிந்து கொள்ள வேண்டும்.

புரட்சியை ஆதரிக்கவும் அதைக் காக்கவும் முன்வந்தவர்களில் முன்னணியில் நின்றவர்கள் அவர்கள் என்ற அடிப்படையிலேயே அவர்களைப் புரிந்துகொள்ள வேண்டும், இந்தப் பின்னணியில்தான் 1920களில் சோவியத்யூனியனில் உருவான முக்கிய இலக்கியக் கோட்பாட்டினையும் புரிந்துகொள்ள வேண்டும். "கவிதைகள் எவ்வாறு உருவாக்கப்படுகின்றன" என்ற தலைப்பில் மயாகோவ்ஸ்கி எழுதி வெளியிட்ட பிரசுரமொன்றில் இக்கோட்பாடு உருவாக்கப்பட்டது. இதில் 'சமூக ஆணை' பற்றிய தனது குழுவின் கருத்தைத் தெளிவாக விளக்குகிறார்.

கருத்துப் போராட்ட உணர்வுடன் எழுதப்பட்டுள்ள இப்பிரசுரம், தொழிலாளிகளுக்கும் விவசாயிகளுக்கும் கவிதை எழுதுவது பற்றிக் கற்றுக் கொடுப்பதற்காகப் பல்வேறு இலக்கியப் போதகர்களால் எழுதப்பட்ட பாடநூல்களைக் கடுமையாகச் சாடுகிறது. கவிதைப் படைப்பு பற்றிய விரிவான விளக்கங்கள், எடுத்துக்காட்டுகள் மூலம் 'சமூக ஆணை' என்ற கருத்தாக்கத்தைத் தெளிவுபடுத்தும் மயாகோவ்ஸ்கி எழுதுகிறார்:

ஒரு விஷயத்தைச் சொல்வதற்கு கவிதையைத் தவிர வேறெந்த வழிகளும் இல்லாதிருக்கும்போது மட்டுமே நீங்கள் உங்கள் பேனாவைத் தொடுங்கள். தெளிவான சமூக ஆணையை உணரும்போதுதான் நீங்கள் தயாரித்து வைத்துள்ள விஷயங்களைப் படிப்படியாக நீங்கள் கலைப் படைப்பாக மாற்ற முடியும்.

சமூக ஆணையைத் துல்லியமாகப் புரிந்துகொள்ள ஒரு கவிஞன் விஷயங்களுக்கும் நிகழ்ச்சிகளுக்கும் நடுவில் இருக்க

வேண்டும். பொருளாதாரக் கோட்பாடு பற்றிய அறிவு, வரலாற்றைப் பற்றிய விஞ்ஞான பூர்வமான ஆய்வில் மூழ்குதல் ஆகியன கவிஞனைப் பொருத்தவரை அவனது படைப்புக்கு மிகவும் அடிப்படையானவை. இவை கடந்தகாலத்தை வழிபடும் கருத்துமுதல்வாதப் பேராசிரியர்களின் புலமை மிக்க பாடநூல்களைவிட முக்கியமானவை.

சமூக ஆணையைக் கூடுமானவரை நன்கு நிறைவேற்ற நீங்கள் உங்கள் வர்க்கத்தின் முன்னணிப்படையாக இருக்க வேண்டும். உங்கள் வர்க்கத்தோடு சேர்ந்து எல்லா முனைகளிலும் போராட்டத்தை நடத்த வேண்டும். அரசியலில்லாத கலை என்ற கட்டுக்கதையை நீங்கள் தூள் தூளாக்க வேண்டும். இந்தப் பழைய கட்டுக்கதை, 'பரந்த வீச்சுடைய காவியத்தன்மை வாய்ந்த ஓவியச் சீலைகள்' (முதலில் காவியத் தன்மை, பிறகு மெய்யார்ந்ததன்மை, கடைசியில் அரசியல் பற்றுதியற்றதன்மை) அல்லது 'மிக நேர்த்தி வாய்ந்த பாணி' (முதலில் மிக நேர்த்தி வாய்ந்த பாணி, பிறகு உன்னதமான பாணி, கடைசியில் தெய்வீக அழகு வாய்ந்த பாணி) இன்ன பிறவற்றைப்பற்றிய பிதற்றலின்கீழ் புதிய வடிவங்களில் மீண்டும் தோன்றிக் கொண்டிருக்கிறது.

சமூக ஆணை என்பது சமூக யதார்த்தத்தில் கலைஞனின் தலையீடு ஆகும். அரசியலில் விஞ்ஞான சோசலிசம் எப்படியோ அது போலக் கலையில் சமூக ஆணையாகும்.[10]

'சமூக ஆணை' என்ற கருத்தாக்கம் கவிதைப் படைப்பின் புற உறவுகளையும் அதைத் தீர்மானிக்கும் அம்சங்களையும் தொகுத்துக் கூறிற்று. "கவிதை என்பது உற்பத்தி; மிகக் கடினமான, மிகச் சிக்கலான வகை உற்பத்தி; ஆனால் அது 'உற்பத்தி' " என்றார் மயாகோவ்ஸ்கி. லெஃப் குழுவினர், சமுதாயத்தை ஒரு கண்ணாடிபோல் கலை பிரதிபலிக்கிறது என்ற கருத்தை நிராகரித்தனர். (இந்தப் பிரதிபலிப்புக் கோட்பாட்டை அன்று பிற எல்லா மார்க்சியர்களுமே ஏற்றுக்கொண்டிருந்தனர்.) இந்தப் பிரதிபலிப்புக் கோட்பாடு அசைவின்மையைக் குறிப்பதாக லெஃப் கருதிற்று. புறவுலகின் துடிப்பையும் அசைவையும் கண்டு அஞ்சுகிற சமுதாயங்களுக்கு மட்டுமே உரிய கலைதான் பிரதிபலிப்புக் கலை என்று அவர்கள் கூறினர். மேலும், கெட்டிதட்டிப்போன அல்லது

10 Vladimir Mayakovsky, Selected Works, Vol 3.p. 320.

சீரழிந்த சமுதாய வடிவங்களை மட்டுமே இக்கலை பதிவு செய்கிறது என்றும் இத்தகைய இலக்கியப் படைப்பு கலையைக் கொன்றுவிடுகிறது, செத்துப்போன உலகத்தை வெறுமனே பார்த்துக் கொண்டிருப்பவனாக வாசகனை மாற்றுகிறது என்றும் இதன் சமூக செயல்பாடு என்பது பொழுது போக்க உதவுவதும் உணர்ச்சிகளை மரத்துப்போகச் செய்வதும்தான் என்றும் லெஃப் குழு வாதாடியது.

இதற்கு மாறாக, தான் பரிந்துரை செய்யும் கலை, இயங்கியல் ரீதியானது என்றும் புறவுலகை அப்படியே பதிவு செய்வதைத் தாண்டி உணர்ச்சிகளை நெறிப்படுத்தி உன்னதமான எதிர்கால இலட்சியத்தை அடைவதற்காக செயல்படுகிறது என்றும் வர்க்கப் போராட்டத்திற்காக மனத்தை உணர்ச்சிகள் வழியே நெறிப்படுத்துகிறது என்றும் லெஃப் வாதாடியது. இந்த வகையில்தான் உண்மையான கலைஞன் 'மனத்தின் பொறியியலாளன்' ஆகின்றான் என்றும் யதார்த்த உலகுக்குப் பணியாற்றவல்ல ஒரேயொரு சமூகவர்க்கமான பாட்டாளி வர்க்கத்திற்கு இத்தகைய கலைஞன்தான் உதவி புரிகின்றான் என்றும் அது கூறிற்று.

கவிஞன், ஏற்கெனவே கடந்த காலத்தில் தயாரித்து வைக்கப்பட்டிருக்கும் முன்மாதிரியிலிருந்து துவங்கக் கூடாது; 'உற்பத்திக்கான செயல் முறைகள்' பற்றிய புரிந்துணர்விலிருந்தே தொடங்கவேண்டும். ஒவ்வொரு கவிதைப் படைப்பிலும் புதியன புனைவதைக் கடப்பாடாகக் கொள்ளவேண்டும். அதாவது நமக்குப் பரிச்சயமாக உள்ளவற்றை, வியப்பைக் கிளர்கின்றவையாக நமக்குக் காட்டக்கூடிய கலை உத்திகளைக் கையாளும் திறன் பெற்றிருக்கவேண்டும். கவிதையில் வாசகன் மெய்மையை அடையாளம் காண்பதாக அல்லாமல் அதை அவன் பார்க்குமாறு செய்யவேண்டும். இப்படிச் செல்கிறது மயாகோவ்ஸ்கியின் சிந்தனை.

இந்த நிலைப்பாட்டிலிருந்து 'லெஃப்' குழுவினர், புரொலிட்கல்ட், சகபயணிகள், மரபான மார்க்சியர்கள் முதலானோரைத் தாக்கினர். சகபயணிகளின் படைப்புகள் நசிவுத்தன்மையுடைய பிரதிபலிப்புக் கலைகள் என்றும் இந்த நச்சுத்தன்மை சோவியத் இலக்கியத்திலிருந்து அகற்றப்பட்டாக வேண்டும் என்றும் கூறினர். புரட்சிகரக் காலகட்டத்தை முழுமையாகச் சித்திரிக்கும்

கலை-இலக்கியத்திற்குத் தங்களால் மட்டுமே உரிமை கொண்டாட முடியும் என்றும் தங்களுக்கு மட்டுமே புதிய அரசாங்கம் சலுகைகள் தரவேண்டும் என்றும் கோரினர்.

சகபயணிகள், மரபான மார்க்சியர்கள் ஆகியோர் சார்பில் வாதாடிய வோரோன்ஸ்கி, லெஃப் குழுவினர் கலையை வெறும் கைவினையாகக் குறுக்குகின்றனர் என்றும், கலையின் மூலம் நாம் புறவுலகை அறிந்து கொள்கிற முறைகள், சமூகத்துடன் கலைக்குள்ள ஒருங்கிணைந்த பிணைப்பு, வர்க்க உறவுகளை அது பிரதிபலிப்பது ஆகியனவற்றை லெஃப் மறுக்கிறது என்றும் கூறினார். 'புரொலிட்கல்ட்'டின் விமர்சனமோ, "ஃப்யூசரிசவாதிகள் எங்களுக்குப் புரிவதில்லை", "தொழிலாளி வர்க்கத்துக்கு மயாகோவ்ஸ்கி புரிவதில்லை" என்பதோடு குறுகியிருந்தது.

லெஃப் இயக்கத்தின் உச்சக்கட்டம் 1923 என்று கூறலாம். அதன் பிறகு அது பல்வேறு முகாம்களின் தாக்குதல்களைச் சந்திக்க வேண்டியிருந்தது. அக்குழுவிற்குள்ளேயே பல அபிப்ராய, சித்தாந்த வேறுபாடுகள் ஏற்பட்டு விரிசல் காணத் தொடங்கிற்று. தெளிவான சித்தாந்தம் இல்லாத போக்கு என்று மரபான மார்க்சியர்களும் 'பூர்ஷ்வாப் பம்மாத்தின் எச்சம்' என்று புரொலிட்கல்ட்டும், 'மிகவும் ஒழுங்கீனவர்கள்' என்று கட்சித் தலைவர்களும் விமர்சித்தனர். 'இலக்கியத்தை அரசியலின் பணிப்பெண்ணாக மாற்றிவிட்டார்கள்' என்று அவர்களை சகபயணிகள் குற்றம் சாட்டினர். மிக விரைவில் லெஃப் சிறுசிறு குழுக்களாக உடைந்தது. ஒரு சில சிறிதுகாலம் தனித் தனியாக இயங்கின. மற்றவை வேறு குழுக்களில் சேர்ந்து கொண்டன. 1927இல் மயாகோவ்ஸ்கி தன் சஞ்சிகையின் பெயரை 'புதிய லெஃப்' (*New Lef*) என மாற்றினார். ஆனால் அதனால் பெரும் விளைவு ஏதும் ஏற்படவில்லை. 1930இல் அவர் தற்கொலை செய்து மரணமடைகையில் லெஃப் இயக்கத்திற்கென்று தீவிரமான பாத்திரம் ஏதும் இருக்கவில்லை. 1930 யாவும் கட்சியின் இறுக்கமான கட்டுப்பாட்டுக்குள் கொண்டுவரப்பட்டு ஒரு 'வைதீக' மனப்பான்மை மேலோங்கியபோது லெஃப் உட்படப் பல்வேறு இயக்கங்களின் பரிசோதனைகளுக்கு முற்றுப் புள்ளி வைக்கப்பட்டது. லெஃப் குழுவின் கருத்துகள் 'உருவவாதம்' என்கிற அதிகாரபூர்வமான பழிச்சொல்லுக்கு ஆளாகிவிட்டன.

உருவவியல்

நவம்பர் புரட்சிக்குப் பிறகு ரஷியாவில் இலக்கியத்துறையில் காணப்பட்ட மிகவும் வியக்கத்தகு நிகழ்வு 19-21-25. இல் உருவவியல் (Formalism) போக்குக்கும் கிடைத்த வெற்றியாகும். 1920இல் பீட்டர்ஸ்பர்க் நகரத்தில் 'கலை வரலாற்றுக்கான அரசு நிறுவனம்' (State Institute For History of Art) நிறுவப்பட்டது. அதனுடைய அங்கமாக 'இலக்கிய வரலாற்றுப் பிரிவு' இயங்கியது. இங்கு உருவவியல் இலக்கியத் திறனாய்வுமுறை மிக விரைவாகப் பரவியது. அன்றிருந்த மார்க்சிய அழகியலுக்கு நேர் எதிரான ஒரு திறனாய்வுக் கோட்பாட்டைத் திட்டவட்டமான முறையில் உருவவியல் முன் வைத்தது. அது, இலக்கியப் படைப்புக்கு சமூகவியல் அல்லது உளவியல் விளக்கத்தையோ, அல்லது படைப்பாளிகளின் வாழ்க்கை வரலாற்றினை அடிப்படையாகக் கொண்ட விளக்கத்தையோ வழங்குவதைப் புறக்கணித்தது. கவிதைப் படைப்பு, அதன் கட்டமைப்பு, அதன் சீர்கள், தளைகள், பாணிகள், ஆகியவற்றின் மீதே அக்கறை காட்டியது. ஓபாயாஸ் (Opayaz) என்ற பெயரில் விக்டர் ஸ்க்ளோவ்ஸ்கி (Victor Skhlovsky) என்பவரின் தலைமையின்கீழ் இயங்கிய உருவவியலாளர்கள் படைப்பின் உள்ளடக்கத்தைப் பொருட்படுத்தாது அதிலுள்ள சிறப்பான இலக்கிய உத்திகளை மட்டுமே ஆய்வுசெய்யத் தம்மை முழுமையாக ஈடுபடுத்திக் கொண்டனர். கலை- இலக்கியப் படைப்புகளின் உள்ளடக்கத்துக்கு மட்டுமே முதன்மைகொடுத்தும் அவற்றை வெறும் சமூகவியல் நோக்கில் மட்டுமே பார்த்தும் வந்த பிளாக்கானோவியப் பார்வைக்கான எதிர்ப்பாகவே உருவவியல் இருந்தது என்றும் கூறலாம். புரட்சிக்கு முந்திய ரஷியாவிலிருந்த மொழியியல் ஆய்வுகளில் ஏற்பட்டிருந்த முன்னேற்றங்களைப் பயன்படுத்திக்கொண்ட உருவவியலாளர்கள், ஃப்யூசரிசம் போன்ற நவீனப்போக்குகளை ஆதரித்தனர். பாட்டாளிவர்க்கம் பழைய சமுதாயத்தை உதறித்தள்ளியதுபோல, தாம் பழைய மரபுக் கலைகளை எதிர்ப்பதாகவும் கூறினர்.

தோய்ஸ்தோவெஸ்கியின் படைப்புகளிலோ அல்லது நிகோலாய் பெர்டி யெவின் தத்துவத்திலோ காணப்படும் சமயக் கருத்துகளின் செல்வாக்கிலிருந்து இலக்கியத் திறனாய்வை விடுவிக்கவேண்டும் என்ற உறுதியான எண்ணம் உருவவியலாளருக்கு இருந்தது. ஏனெனில் ரஷியர்களிடையே இறைநம்பிக்கை ஆழமானதாக இருந்தது. முழுவதும் நாத்திகத்தன்மை வாய்ந்ததாகக் கருதப்பட்ட ஒரு புரட்சியால் மயக்கப்பட்டிருந்த நிலையிலும்கூட 'தெய்வீகச்செயல்' என்ற கருத்திலிருந்து அவர்கள் தம்மை விடுவித்துக்கொள்ள மிகவும் சிரமப்படுகின்றனர் என்று உருவவியலாளர்கள் கருதினர். எடுத்துக்காட்டாக, ரஷிய சிம்பலிசக் கவிஞர் அலெக்ஸாண்டர் ப்ளாக்கை அவர்கள் சுட்டிக் காட்டினர். ப்ளாக், தமது 'பன்னிருவர்' என்ற கவிதையில் ஏசு கிறிஸ்துவை செங்காவலரை வழி நடத்திச் செல்பவராக வர்ணிக்கிறார் அல்லவா!

"கவிதைப்பாணியை விடுதலை செய்வதும் பணிந்துபோகும் சிம்பலிஸ்டுகளை மென்மேலும் அடிமைப்படுத்திவந்துள்ள தத்துவ, சமயப் போக்குகளுக்குத் தலைவணங்க மறுப்பதும்" உருவவியலாளர்களின் முதன்மையான நோக்கமாகும் என்று போரிஸ் ஐசன்பாம் (Boris Eichenbaum) கூறினார். எனவே, ஓபாயாஸ் குழு, மார்க்சிய அழகியல் கோட்பாடுகளை ஏற்றுக்கொள்ளாவிட்டாலும்கூட, அது கட்சிக்குத் துணைபுரிகின்ற இலக்கிய விமர்சனப் போக்குதான் என்று கட்சித்தலைவர்கள் சிலர் அன்று கருதியதில் நியாயம் இருந்தது. உருவவியலாளர்களோ தமது கருத்துகளைத் தங்கு தடையின்றியும் சில சமயங்களில் மிகுந்த செருக்குடனும் பிரகடனப்படுத்தத் தொடங்கினர். இலக்கியத்தை வெறும் மேல்கட்டுமானம் (superstructure) என்று கருதுவதை முற்றிலுமாக மறுத்த ஐசன்பாம், ஏதோவொரு பொருளாதார அல்லது சமூக அறிவியல் அடிப்படையில் இலக்கியப் படைப்பை விளக்க முயற்சி செய்வது இலக்கியத்தின் உள் இயக்கங்களை அல்லது அதன் சுயேச்சையான இயக்கத்தை மறுப்பதற்கும் அக் கலைப்படைப்பு எப்படித் தோன்றுகிறது என்பதற்கு மட்டுமே கவனம் செலுத்தி அதன் பரிணாம வளர்ச்சியைக் கருத்தில்கொள்ளத் தவறுவதற்கும் ஒப்பாகும் என்றும் கூறினார். உருவமும் உள்ளடக்கமும் ஒன்றுக்கொன்று நெருக்கமான தொடர்புள்ளவை என்பதைக் கேள்விக்குட்படுத்தும்

அளவுக்கு ஸ்க்ளோவ்ஸ்கியால் தன் கருத்துகளை அன்று அச்சமின்றி வெளிப்படுத்த முடிந்தது:

> கலையின் வடிவங்களை, அவற்றில் கலைக்குரிய நியாயங்கள் உண்டா இல்லையா என்பதைக் கொண்டே மதிப்பிட வேண்டும். ஒரு புதிய வடிவம் ஏதோவொரு புதிய உள்ளடக்கத்தை வெளிப்பாடு செய்வதாகத் தோன்றுவதில்லை. மாறாக தன் இலக்கிய மதிப்பை இழந்துவிட்ட பழைய வடிவத்துக்கான மாற்றீடாகத்தான் அப்புதிய வடிவம் தோன்றுகிறது.[1]

கட்சியைச் சேர்ந்த இலக்கியக் கோட்பாட்டாளர்களின் கடுமையான விமர்சனத்தை எதிர்கொண்டு அவர் கூறியதாவது: "நாங்கள் மார்க்சியர்கள் அல்லர். ஆனால் என்றேனும் ஒருநாள் இத்தகையதொரு கருவியைத் தேவையுறும் நிலைக்கு நாங்கள் தள்ளப்பட்டால் எங்கள் கௌரவத்தைக்கருதி எங்கள் கரங்களைக் கொண்டு சாப்பிடக்கூட மாட்டோம்."

ஆரம்பத்தில் உருவவியல் மீதான போல்ஷ்விக் தலைவர்களின் நிலைப்பாடு இறுக்கமானதாக இருக்கவில்லை. பொதுவாக அவர்கள் இலக்கிய விவகாரங்களை எச்சரிக்கையுடன் அணுகுவதையே விரும்பினர். கருத்துப் போராட்டத்தின் மூலம் எதிர்த்தரப்பினரை முறியடிப்பதிலும் வென்றெடுப்பதிலுமே நம்பிக்கை வைத்திருந்தனர். அவர்கள் கையாண்ட ஒரே அளவுகோல்: "குறிப்பிட்ட எழுத்தாளர் புரட்சிக்கு ஆதரவாக இருக்கிறாரா இல்லையா" என்பதுதான். புரட்சிக்கு ஆதரவாக இல்லாத எழுத்தாளர்களிடம்கூட அவர்கள் பக்குவமாக நடந்துகொண்ட நிகழ்ச்சிகள் நிறைய உண்டு.

உருவவியலாளர்கள், கவிதை உத்திகளைப் பற்றிய பட்டியலை உருவாக்கியிருக்கிறார்கள் என்றும் இத்தகைய - பகுப்பாய்வை செய்துள்ளமைக்காக அவர்களைப் பாராட்டவேண்டும் என்றும் கூறினார் புகாரின். இலக்கியம் பற்றிய காரண - காரிய விளக்கம் தரக் கூடிய ஒரே தத்துவம் மார்க்சியம் மட்டுமே என்றும் ஒரு குறிப்பிட்ட வரலாற்றுக் கட்டத்தில் ஒரு குறிப்பிட்ட போக்கு ஏன் எவ்வாறு தோன்றியது என்பதை மார்க்சியத்தால் மட்டுமே விளக்கமுடியும் என்றும் கூறினார் த்ரோத்ஸ்கி. அழகியல்

---

1 Victor Skhlovsky, quoted by Henry Avron, Op. cited., p. 66.

மதிப்பீடுகளுக்கான அளவுகோல்கள் அனைத்தையும் மார்க்சியத்தால் மட்டுமே வழங்கிவிட முடியாது என்றும் ஒரு இலக்கிய வடிவத்திலுள்ள குறிப்பிட்ட கலையம்சங்கள் மீது அழுத்தம் தருவதில் நியாயம் உண்டு என்றும் ஒப்புக்கொண்ட த்ரோத்ஸ்கி உருவவியலின் பகுப்பாய்வு நுட்பங்களைப் புறக்கணிக்கவில்லை. ஏனெனில் கலை, உலகை அப்படியே பிரதிபலிக்கும் கண்ணாடி அல்ல; மாறாக, கலைக்கே உரிய விதிகளுக்கு ஏற்ப யதார்த்தத்தை உருமாற்றம் செய்வதாகும். ஆனால் கலைகளை அவற்றின் நுட்பங்களை மட்டும் கொண்டு விளக்குவதோ அல்லது இலக்கியம் முழுவதையும் சொல்வெளியீட்டுப் பாணியாகக் குறுக்கி விடுவதோ தவறானது என்று கூறினார். ஒரு கவிதையின் வாக்கிய அமைப்பு, வேர்ச்சொற்கள் ஆகியன பற்றிய புள்ளிவிவர ஆய்வு, கவிதையிலுள்ள உயிரெழுத்துக்கள், உயிர்மெய்யெழுத்துக்கள் பற்றிய பட்டியலிடுதல் ஆகியன மட்டுமா இலக்கியத் திறனாய்வாளனின் பணி என வினவிய த்ரோத்ஸ்கி, இறுதியாக ஒரு கருத்தைக் கூறினார்:

> உருவவியலாளர்கள், புனித ஜானின் சீடர்கள். ‘முதலில் சொல் இருந்தது’ என்று அவர்கள் நம்புகிறார்கள். ஆனால் நாங்கள் கருதுகிறோம்: ‘ஆரம்பத்தில் இருந்தது செயல். அதன் பிறகே சொல் வந்தது - செயலின் ஒலிசார்ந்த நிழலாக’.[2]

த்ரோத்ஸ்கிக்குப் பதிலளித்த ஐசன்பாம், மார்க்சியமும் உருவவியலும் ஒன்றுக்கொன்று முற்றிலும் ஒத்துவராதவை என்ற கருத்து தவறானது என்றும் கலைப்படைப்பை விளக்குவதில் இரண்டு தனித்தனி முயற்சிகளே அவை என்றும் கூறினார். இக் கருத்தையொட்டி வேறு சிலர் உருவவியல் - சமூகவியல் என்ற கோட்பாட்டை உருவாக்க படைப்பின் உள்ளமைப்பை உருவவியலும் அதன் சித்தாந்தத் தன்மையை மார்க்சியமும் விளக்கும் என்றனர்.

கலைப்படைப்புக்கு அகத்தூண்டுதல் (inspiration) காரணமாக உள்ளது, கலைப்படைப்பில் தர்க்கத்துக்கு மாறான அம்சங்கள் உள்ளன, நனவிலிமனத்தின் செயல்பாட்டை அதில் காணலாம் என்ற கருத்துகளையும் கலையின் உளவியல் செயல்பாட்டையும் உருவவியலாளர் (மற்றும் மயாகோவ்ஸ்கி, ஓசிப் ப்ரிக்போன்ற

---

2 Leon Trotsky, The Formalist School of Poetry and Marxism in *Marxists on Literature, An Anthology* (Ed) David Graig. Penguin, London, 1975, p. 374.

ஃப்யூசரிஸ்டுகள், புரொலிட்கல்ட் இயக்கத்தினர் ஆகியோரும்) மறுத்தனர்; இந்த அம்சங்களை மரபான மார்க்சிய இலக்கிய விமர்சகர்கள், சகபயணிகள், த்ரோத்ஸ்கி முதலானோர் ஒப்புக்கொண்டனர்.

கட்சி-அரசாங்கத் தலைவர்களில் உருவவியல் பற்றிய கடுமையான திறனாய்வைச் செய்தவர் லூனாசார்ஸ்கிதான். உள்ளடக்கத்தைத் தவிர்த்து கவிதை உத்திகளை மட்டுமே கருத்தில் கொள்ளும் உருவவியல் இலக்கிய விமர்சனம் 'உண்மையான மனிதப் பிரச்சனைகளைத் தவிர்க்கின்ற நழுவல் வாதமே' என்றும் நசிந்து போன ஆளும் வர்க்கத்தின் மலட்டுப் படைப்பே என்றும் கூறினார்:

> நவீன முதலாளி வர்க்கத்தால் அனுபவித்து மகிழக்கூடிய, புரிந்து கொள்ளப்படக் கூடிய ஒரே கலை வகை, புறவுலகம் சாராத வெறும் உருவம் மட்டுமே உள்ள கலைதான்... அக்டோபர் புரட்சிக்கு முன்பு உருவவியல் பழுத்துக் கொண்டுவந்த ஒரு காயாக இருந்தது. இன்று அது பழைய அமைப்பின் பிடிவாதமிக்க எச்சமாக உள்ளது. இன்னும் மாற்றத்துக்குட்படாத ஐரோப்பிய முதலாளி வர்க்கத்தைப் பார்த்துக் கள்ளத்தனமாகக் கண்சிமிட்டுகிற அறிவாளிகளின் கடைசிப் புகலிடமாக உள்ளது.[3]

இத்தகைய கடுமையான விமர்சனம் பிற்காலத்தில் ரஷிய உருவவியவாளர்கள் மீது நடத்தப்பட்ட ஈவிரக்கமற்ற, நியாயமற்ற தாக்குதல்களுக்கும் ஒடுக்குமுறைகளுக்கும் வழிவகுத்தது. 'கேடுகெட்ட, பிற்போக்குத்தனமான, அசிங்கமான, எதிர்ப்புரட்சித்தன்மை' வாய்ந்தவை என்று ஆட்சியாளர்களால் முடிவு செய்யப்பட்டுவிட்ட விஷயங்கள் 'உருவவியல்' என்ற 'பழிச்சொல்' கொண்டு அழைக்கப்படலாயின. ஆயினும் லூனாசார்ஸ்கி போன்றவர்கள் கலை - இலக்கிய விவகாரங்களில் சில கடுமையான விமர்சனங்களை முன்வைத்த போதிலும், அவற்றைக் கருத்துப் போராட்டங்கள் என்ற அளவிலேயே நிறுத்திக் கொண்டனர் என்பதும் இலக்கிய சர்ச்சைகளுக்குப் புறம்பான போராட்ட வடிவங்களை அவர்கள் ஒருபோதும் ஆதரிக்கவில்லை என்பதும் குறிப்பிடப்பட வேண்டும்.

---

3 A.V. Lunacharsky quoted by Henry Avron, Op cited, p. 67.

மேலும், உருவவியலாளர்கள் எல்லாருமே உருவத்துக்கும் கலைப் படைப்பிலுள்ள உத்திகளுக்கும் மட்டுமே கவனம் செலுத்தினர் என்பது உண்மையல்ல. உருவவியல் - மார்க்சிய சமூகவியல் என்று கண்ணோட்டத்திலிருந்து கலை, இலக்கியப் படைப்புக்களைப் பார்க்கும் நோக்கம் தோன்றியிருந்தது என்பதை ஏற்கெனவே பார்த்தோம். இப்போக்கினர், உருவத்தையும் உள்ளடக்கத்தையும் பிரித்துப் பார்க்க முடியாது என்றும், புரட்சி வெற்றிகண்டு புரட்சிகரமான உள்ளடக்கத்தை வெளிப்படுத்த புரட்சிகரமான வடிவத்தைத் தேடவேண்டும் என்றும் வாதாடினர். உருவவியலாளர்களில் இருந்த சில இடதுசாரிகளும் ஃப்யூசரிஸ்டுகளும் இணைந்து உருவாக்கிய இடதுசாரிக் கலை முன்னணியினர் (LEF), உருவவியலின் ஆக்கப்பூர்வமான பங்களிப்பை வலியுறுத்தி வந்தனர். "சுயவெளிப்பாட்டுக்கான தாகத்தினால் இன்னும் தவித்துக் கொண்டிருக்கும் இளம் பாட்டாளி வர்க்க எழுத்தாளர்களுக்கு 'இலக்கியப் படைப்பு பற்றிய விதிகள்' பற்றிய உருவவியலாளரின் ஆய்வுகள் மிகச் சிறந்த ஆசிரியனாக விளங்கும் என்றும் 'பாட்டாளிவர்க்க உணர்வு', 'கம்யூனிஸ்ட் உணர்வு' என்ற தெளிவற்ற வெற்று அரட்டைகளல்லாது, நடப்புக்காலக் கவிதைப் படைப்புக்கான உத்திகள் பற்றிய சரியான அறிவுடன் பாட்டாளிவர்க்கப் படைப்புக்கு அது உதவ வரும்" என்றும் கவிஞர் மயாகோவ்ஸ்கியும் இலக்கிய விமர்சகர் ஓசிப் ப்ரிக்கும் (Osip Brik) எழுதினர்.

உருவத்தையும் உள்ளடக்கத்தையும் பிரித்துப் பார்த்து விமர்சிக்கும் பொழுது உருவம் கள்ளங்கபடமற்ற, வரலாற்றுத் தன்மையற்ற, சமூகத்திற்கும் யதார்த்தத்துக்கும் அப்பாற்பட்ட அம்சமாக மாறிவிடுகிறது. உள்ளடக்கம் என்பது மட்டுமே கலைப்படைப்பில் கண்டனத்துக்கோ அல்லது பாராட்டுக்கோ உரிய அம்சமாக எடுத்துக் கொள்ளப்படுகிறது. அதாவது கலைஞனும் அவனது படைப்பும் உள்ளடக்கம் அல்லது அர்த்தத்துக்கு மட்டும் பொறுப்பேற்றால் போதும் என்பதுபோல் மேற்கூறிய பாகுபாடு வேலை செய்கிறது. இவ்வாறு பிரிக்கப்படுவதால் உருவமும் உள்ளடக்கமும் ஒன்றுக்கொன்று சம்பந்தமற்றவையாக மாறுகின்றன. மேலும், எந்த அனுமானங்களின் - இப்பாகுபாட்டை நாம் செய்கிறோமோ அந்த அனுமானங்கள் அர்த்தம், உண்மை மொழி என்பனவற்றின் அடிப்படைகளைத் தவறாகப் புரிந்துகொள்கின்றன. இத்தகைய விமர்சனத்தை நாம் மரபான மார்க்சிய இலக்கிய விமர்சகர்கள்,

மரபான உருவவியலாளர் ஆகிய இருசாரார் மீதும் வைக்கலாம். ஏனெனில் இவர்களில் ஒவ்வொரு சாராரும் உருவம், உள்ளடக்கம் ஆகிய இரண்டில் ஏதோ ஒன்றை மட்டும் பற்றிக் கொண்டு மற்ற அம்சத்தைப் புறக்கணித்து விவாதம் புரிந்தனர். அன்று ரஷியாவிலிருந்த மிகச் சிறந்த இலக்கிய விமர்சகரான மிகய்ல் பாக்தின், மொழியியல் அறிஞர் வோலோஸினோவ் ஆகியோர் கூறியதைக் காண்போம்:[4]

மனிதர்கள் சமுதாயத்தில் பரஸ்பரத் தொடர்பு கொள்வதற்கான பொருண்மை ஊடகமே *(Material Medium)* மொழி. சமுதாயமுமே மொழியிலிருந்து பிரிக்க முடியாதது. மொழியியல் குறிகள் *(Linguistic signs)* என்ற வடிவத்தில் மொழியால் உருவாக்கப்பட்டதே சித்தாந்தம் *(ideology)*. சித்தாந்தம் என்பது பிரக்ஞையில் மட்டுமே நிலவுகிற ஒன்றல்ல. சித்தாந்தத் தன்மை வாய்ந்த ஒவ்வொன்றும் ஒரு குறியே. அரசியல், சமயம், கலை போன்றவை சித்தாந்த மேலடுக்கின் *(ideological superstructure)* பகுதிகள் என்றும் இந்த வடிவங்களில்தான் மனிதர்கள், சமூக-பொருளாதார அடித்தளத்தில் *(socio economic base)* நடக்கும் போராட்டங்களைப் பற்றிய உணர்வைப் பெற்று அப்போராட்டங்களை நடத்துகிறார்கள் என்றும் மார்க்ஸ் கூறியதிலிருந்து மாறுபட்டு சித்தாந்தம் என்பது யதார்த்தத்தின் பொருண்மையான பகுதி என்று வோலோஸினோவ் கூறுகிறார். சித்தாந்தக் குறி *(ideological sign)*

---

4 சோவியத் யூனியனில் 'மறுகண்டுபிடிப்பு செய்யப்பட்ட' மிகய்ல் பாக்தின் (Mikhail Baktin) 1920களில் சோவியத் ரஷியாவிலிருந்த மிகச் சிறந்த இலக்கிய விமர்சகர். அவரும் பவெல் மெட்வெடெவ் (Pavel Medvedev). வாலண்டின் வோலோஸினோவ் (Valantin Volosinov) ஆகியோரும் உருவவியல் வழியாக உருவான மிகச் சிறந்த மார்க்சிய விமர்சகர்கள். வோலோஸினோவின் மொழியியல் ஆய்வுகளும் கருத்துகளும் இன்று உலகெங்கும் பரவலாக விவாதிக்கப்படுகின்றன. பாக்தின், வோலோஸினோவ் ஆகியோர் இரு தனித்தனி மனிதர்களே என்று சிலரும் வெவ்வேறு பெயர்களில் செயல்பட்ட ஒரேமனிதரே என்று வேறு சிலரும் கூறுகின்றனர். ஸ்டாலினிசத்தின் கடும் ஒடுக்குமுறைக்கு ஆளாகி ரஷியாவில் தம் கவடுகள் இல்லாமல் போன அவர்களின் மேதைமையை மேற்குலகம் கண்டறிந்து அவர்களின் படைப்புகளை பிரசுரிக்கலாயிற்று. இன்றைய குறியியல், அமைப்பியல் சிந்தனையாளர்கள், இலக்கிய விமர்சகர்கள் ஆகியோரின் கோட்பாடுகளுக்கான அடிப்படை அம்சங்களை 60 ஆண்டுகளுக்குமுன் வழங்கிச் சென்றவர்கள் பாக்தின் சிந்தனைப் பள்ளியைச் சேர்ந்தவர்கள். தோயஸ்தோவ்ஸ்கி பற்றி பாக்தின் எழுதிய நூல் 1929 இல் வெளியிடப்பட்டதாக மேற்குலக இலக்கிய ஆய்வாளர் கூறுகின்றனர். ஆனால் லூனாசார்ஸ்கி, பாக்தினின் நூலை விமர்சித்து 1928இல் ஒரு கட்டுரை எழுதியிருப்பதால் பாக்தினின் நூல் 1928இல் அல்லது அதற்கு முன்பே வெளியிடப்பட்டிருக்க வேண்டும் என்றும் அவர் பெரிதும் மதிக்கப்பட்டிருந்தார் என்றும் நாம் கொள்ளலாம்.

யதார்த்தத்தின் இதர பகுதிகளின் பொருண்மைத் தன்மையைப் பகிர்ந்துகொள்கிறது. சித்தாந்தங்கள் பொருண்மையானவை, சமூகத்தன்மை கொண்டவை, குறிகளால் ஆனவை. அவை மரம், செடி, நிலா போன்ற இயற்கையிலுள்ள பௌதீகப் பொருள்கள் அல்லது எதையுமே குறிக்காத உற்பத்திக் கருவிகள் போன்ற இதர பொருண்மைப் பொருள்களிலிருந்து முற்றிலும் மாறுபட்டவை. மேலடுக்கு, அடித்தளம் என்பனவற்றுக்கிடையே பிளவில்லாத பொருண்மைச் சங்கிலி (Material Chain) உள்ளது. அடித்தளம் மேலடுக்கை நிர்ணயிக்கிறது என்பதும் பொருண்மை அடித்தளத்தின் பிரதிபலிப்பாகக் கருத்துகள் அல்லது பிரக்ஞையின் வடிவங்கள் (மேலடுக்கு) தோன்றுகின்றன என்பதும் சரியல்ல.

சித்தாந்தம் பற்றிய மார்க்சின் கூற்று கொச்சையாகப் புரிந்து கொள்ளப்படக் காரணம், மாாக்சியம் மொழிபற்றிய தனக்கே உரிய ஒரு கோட்பாட்டினை வகுத்துக் கொள்ளவில்லை என்றும் அதனால் தான் பொருண்மை அடித்தளம், சித்தாந்த மேலடுக்கு என்று வெவ்வேறாகப் பிரித்துப் பார்க்கும் பார்வை எழுகிறது என்றும் வோலோஸினோவ் கருதுகிறார். சித்தாந்தங்கள் மொழியால் உருவாவதால் அவையும் மொழியைப் போலவே யதார்த்தத்தின் பொருண்மையான பகுதியைச் சார்ந்தவையே. மொழியின் அடிப்படைக் கூறான 'சொல்'லே சமூகத்தின் மிகவும் செறிவான சித்தாந்த வடிவம் (ideological form par excellence). தனிப்பட்ட சொல்லே ஒரு குறிதான் எனக் கொள்ளும் அவர் யதார்த்தத்தில் நிலவும் அனைத்தையுமே நாம் குறிகளாகக் கொள்ள முடியாது எனக் கூறுகிறார். எப்பொழுது ஒரு பொருண்மைப் பொருள் தன் இயல்புக்கு அப்பாலான ஒரு யதார்த்தத்தைப் பிரதிபலிக்கிறதோ அல்லது அந்த யதார்த்தத்தை சற்று விலகலான முறையில் பிரதிபலிக்கிறதோ (refracts) அப்பொழுதுதான் அது குறியாக அமைகிறது. இந்தவகையில் ஒரு குறிப்பிட்ட மொழி யின் ஒவ்வொரு சொல்லுமே குறிதான். இந்தக் காரணத்தினால் தான் சொல் சித்தாந்தரீதியானது. மொழியின் மூலமே வடிவந் தேடிக்கொள்ளும் பிரக்ஞை எப்பொழுதும் பொருண்மையான யதார்த்தத்தின் தொடர்ச்சியாகவே விளங்குகிறது.

சொல் என்பதே சித்தாந்தவடிவம்தான் என்றாலும் தன்னளவில் ஒரு சொல் எந்தவொரு குறிப்பிட்ட சித்தாந்தப் போக்கையும் சார்ந்திருப்பதில்லை. பலவித சித்தாந்தங்கள் - அறிவியல்,

கலை, சமயம், அறவியல் போன்றவை- தனிப்பட்ட சொல்லைத் தமக்கு சாதகமாக்கிக் கொள்கின்றன (ஆனால் சொல்லுக்கென்றே ஒரு தனி இயல்பு இருப்பதாக நாம் கொள்ளக் கூடாது. சொல், சமூகரீதியிலேயே ஒரு குறியாக, சித்தாந்த வடிவமாக இயங்குகிறது).

ஒரு சொல் யதார்த்தத்தை நேரடியாகப் பிரதிபலிப்பதோடு மட்டுமின்றி அதை விலகான முறையிலும் பிரதிபலிப்பதால் (முப்பட்டைக் கண்ணாடி வழியாக ஒரு திசையில் புகும் ஒளி சற்று விலகிய நிலையில், வேறு திசையில் வெளிவருவது போல) ஒரு சொல்லின் இந்த அம்சத்தை நிர்ணயிப்பது, அதனைத் தம் தாக்கத்துக்கு உட்படுத்த முனையும் பல்வேறு வர்க்கசக்திகள்தாம். தனிப்பட்ட வர்க்கங்களுக்குத் தனிப்பட்ட சொல்லாடல்கள் உள்ளன என்பதில்லை. ஒரே மொழியைத்தான் பயன்படுத்துகின்றன. ஆனால் ஒரே சொல்லில் பல்வேறு வர்க்கங்கள் பல்வேறு வகையில் தரும் அழுத்தங்கள் ஒன்றையொன்று சார்ந்தும் முரண்பட்டும் விளங்குகின்றன. சொல் குறி (Word sign) வர்க்கப் போராட்டத்தின் களமாக விளங்குகிறது.

சொல்லாடல் (utterance) அல்லது சொல் (word) என்பது எப்போதுமே ஒரு உரையாடல்தான் (dialogue). மொழியின் அடிப்படை அலகு சொல்தான். தனிப்பட்ட பேச்சோ அல்லது ஒரு வாக்கியத்தினை அமைக்கும் கூறுகளோ அல்ல. சொல்(லாடல்) என்பது ஈரம்சச் செயல். அது யாருடைய சொல்(லாடல்) என்பதாலும் யாரிடம் அது சொல்லப்படுகிறது என்பதாலும் நிர்ணயிக்கப்படுகிறது. இலக்கியத்தின் சிறப்புத் தன்மை, அது முற்றிலும் மாறுபட்டதொரு சித்தாந்த வடிவமாக உள்ளது என்பதிலும் அது பிற சித்தாந்த வடிவங்களின் பிரதிபலிப்பாக உள்ளது என்பதிலும் பொதிந்துள்ளது. எனவே இலக்கியம் பற்றிய ஆய்வு, பொதுவாக சித்தாந்தங்கள் பற்றிய ஆய்வின் பகுதியாகவே அமைய வேண்டியுள்ளது. இலக்கியம் என்பது சமூக-பொருளாதார யதார்த்தத்தின் நேரடியான பிரதிபலிப்பு என்பது கொச்சை மார்க்சியம். உண்மையில், இலக்கியம் யதார்த்தத்தின் 'தாறுமாறான', சிதைவான பிரதிபலிப்புத்தான். தானே ஒரு சித்தாந்த வடிவமாக உள்ள இலக்கியப் படைப்பு, மற்றொரு சித்தாந்தத்தைப் பிரதிபலிக்கிறது. இந்த மற்ற சித்தாந்தமோ சமூகபொருளாதார அடித்தளத்தைப் பிரதிபலிக்கிறது.

இலக்கியப் படைப்பில் நாம் காண்பதை, யதார்த்தத்துடன் அல்லது வாழ்க்கையுடன் நேரடியாகத் தொடர்புபடுத்துவோமேயானால் நாம் பிரதிபலிப்பு இயக்கத்திலுள்ள ஒரு கட்டத்தைத் தாண்டிச் சென்றுவிடுவோம். இலக்கியப் படைப்பு யதார்த்தத்துடன் அதற்குள்ள தொடர்பு ஆகிய இரண்டையுமே நாம் தவறாகத் திரித்துத் கூறிவிடுவோம். இலக்கியத்தில் காணப்படும் இரண்டாம் நிலைப் பிரதிபலிப்புகளிலிருந்து ஒரு குறிப்பிட்ட சகாப்தத்தின் சமூக மெய்மை பற்றிய நேரடியான முடிவுகளை வகுப்பது மார்க்சியன் செய்யக்கூடாத செயல். இலக்கியப் படைப்பின் சமூக முக்கியத்துவம் அதன் மொழியியல் கூறுகளில் பொதிந்துள்ளது. இவற்றுக்கிடையே உள்ள தொடர்புகள் மூலம் குறிப்பிட்ட வரலாற்று நிகழ்ச்சிகளின் இணைவின் (Conjuncture) தன்மையைக் கண்டறிய முடியும்.

இலக்கிய எடுத்துரைப்பின் (literary narrative) மொழியைப் பல்வேறு வகையான சொல்லாடல்களாகப் (utterances) பாகுபடுத்தி ஆய்வு செய்ய வேண்டும். இந்த ஒவ்வொருவகைச் சொல்லாடலும் ஏறத்தாழ உரையாடல் வடிவமாகும். எடுத்துரைப்பின் நீண்ட பகுதிகள் கதை சொல்பவனின் குரலில் எழுதப்பட்டிருப்பதாகத் தோன்றினாலும், இரண்டு அல்லது அதற்கும் கூடுதலான குரல்கள் இயக்கசைவுடன் பரஸ்பரத் தொடர்பு கொண்டிருப்பதைக் காணலாம். வெவ்வேறு வரலாற்றுக் கட்டங்களில் இந்த சொல்லாடல்களிடையே வெவ்வேறு உறவுகள் காணக்கிடைக்கின்றன. ஸ்திர நிலையிலுள்ள படிநிலைச் சமுதாயங்களில் இச் சொல்லாடல்களிடையே இசைவிணக்கம் காணப்படுகிறது. சமுதாயம் மாற்றமடைந்து வரும் அல்லது நெருக்கடிக்குள்ளாகியிருக்கும் காலகட்டங்களில் வெவ்வேறு சொல்லாடல்களிடையே மோதல்களும் முரண்பாடுகளும் தோன்றுகின்றன. இலக்கியம் ஒரு செயல்பாடு (practice). இலக்கியப் படைப்பின் மொழியினால் ஸ்திர நிலையையும் அதிகாரத்தனத்தையும் (authoritarianism) சம்பிரதாயத்தையும் குலைக்க முடியும். அதனால்தான் ஒரு படைப்பு சமூக முக்கியத்துவம் பெறுகிறது.

தோயஸ்தோவ்ஸ்கியின் படைப்புகள் பலகுரல் தன்மையுடையவை (polyphonic). இக்குரல்களில் எதுவுமே படைப்பாளியின் எதேச்சாதி காரக்குரலுக்குக் கட்டுப்படுவதில்லை. அக்குரல்கள் தம்மைப்

படைத்த ஆசிரியனுக்கு, அவனது குரலுக்கு அருகே நிற்கக் கூடியவை; அவனுடன் ஒத்துப்போக மறுப்பவை; ஏன், அவனுக்கு எதிராகக் கலகம் செய்யவும் கூடியவை. இத்தகைய பல குரல்கள் பல பாணிகளின் (*stylistics*) வெளிப்பாடுகள் அல்ல. தோயஸ்தோவ்ஸ்கியின் பாத்திரங்கள் (தோல்ஸ்தோயின் பாத்திரங்களைப்போல) ஒவ்வொன்றும் தனக்கேயுரிய வித்தியாசமான பாணியில் பேசுவதில்லை. அவர்களது குரல்கள் படைப்பாளியின் குரலுடன் உள்ள உறவில் எந்த நிலைகளை மேற்கொள்கின்றனவோ அவற்றின் காரணமாகவே, சுதந்திரமான, ஒன்றிலிருந்து மற்றொன்று தெளிவாக மாறுபடுகிற குரல்களாக அமைகின்றன.

தோயஸ்தோவ்ஸ்கி பற்றிய பாக்தினின் நூலைத் திறனாய்வு செய்து லூனாசார்ஸ்கி எழுதியுள்ள கட்டுரையிலிருந்து[5] பாக்தினின் மேதைமையையும் லூனாசார்ஸ்கியின் புலமையையும் நாம் தெரிந்து கொள்கிறோம். நாவல் இலக்கியம் மட்டுமே பலகுரல் தன்மையுடையது (*polyphonic*) என்றும் குறிப்பாக தோயஸ்தோவ்ஸ்கிதான் முதன்முதலாகப் பலகுரல் நாவல்கள் எழுதியவர் என்றும் கருதும் பாக்தினை மறுத்து ஷேக்ஸ்பியரின் நாடகங்களிலும் பால்ஸாக்கின் நாவல்களிலும் உள்ள பலகுரல் தன்மையை வெளிப்படுத்தும் லூனாசார்ஸ்கி, தோயஸ்தோவ்ஸ்கியின் நாவல்களில் இப் பல குரல்களின் மோதல்கள், முரண்பாடுகள் ஆகியவற்றையெல்லாம் ஒன்றிணைத்து ஒரு முழுமையை உருவாக்கும் படைப்பாசிரியனின் குரல், தோயஸ்தோவ்ஸ்கியின் இரட்டை ஆளுமை மூலம் எவ்வாறு ஒலிக்கிறது என்பதை எடுத்துக்காட்டுகிறார்.

---

5 A.V. Lunachersky, “Doestoyevsky’s ‘Plurality of Voices’” in *On Literature an Art*, Progress Publishers, Moscow, 1965.

‘செங்கன்னி நில’மும் சக பயணிகளும்

1921இல் கட்சித் தீர்மானத்தின்படி துவக்கப்பட்ட ‘செங்கன்னி நிலம்’ பத்திரிகையின் ஆசிரியர் குழுவிற்குத் தலைமை தாங்கியவர் அலெக்ஸாண்டர் வோரோன்ஸ்கி (Alexandar Voronsky). பண் பாட்டு விவகாரங்களில் பொதுவாக லெனின், த்ரோத்ஸ்கி ஆகியோரின் கருத்துகளைப் பகிர்ந்துகொண்டிருந்த மார்க்சியரான வோரோன்ஸ்கி, ரஷியாவில் பாட்டாளிவர்க்கக் கலை தற்போது ஏதுமில்லை என்றும், போதுமான பொருளாதார - பண்பாட்டு நிலைமைகள் உருவாக்கப்படும் வரை பாட்டாளிவர்க்கக் கலை தோன்றுவதற்கான சாத்தியப்பாடு இல்லை என்றும், இப்போதைய பணி பொய் மானைத் துரத்திக் கொண்டிருப்பதல்ல, மாறாக கடந்தகால இலக்கியங்களைச் செரித்து உட்கிரகிப்பதுதான் என்றும் கூறினார். கலையில் சித்தாந்தத்தின் பாத்திரத்தைக் கேள்விக்குட்படுத்திய வோரோன்ஸ்கி, மனப்பதிவுகள், உள்ளுணர்வுகள், நனவிலி உணர்ச்சிகள் ஆகியனவும்கூட படைப்பிலக்கியத்தை உருவாக்குவதில் முக்கிய காரணிகளாக உள்ளன என்று கருதினார். லெனினின் கூர்மையான கவனத்தை ஈர்த்துவந்த அவரது சஞ்சிகையில், கம்யூனிஸ்ட் எழுத்தாளர்கள், கம்யூனிஸ்ட் அல்லாதவர்கள், போல்ஷ்விக்குகள் மீது அதிக அனுதாபம் காட்டாதவர்கள், நாட்டைவிட்டு வெளியேறிய எழுத்தாளர்கள் ஆகியோரின் படைப்புகள் வெளியிடப்பட்டன. இந்தக் கொள்கையைத்தான் கடைப்பிடிக்கவேண்டும், இந்த ‘சரியான’ அரசியலைத்தான் ஏற்றுக்கொள்ளவேண்டும் என்று வோரோன்ஸ்கியைக் கட்சி வற்புறுத்தவில்லை.

சோவியத் இலக்கியத்துறை மிகவும் பெருமைப்பட்டுக் கொள்ளத்தக்க பங்களிப்புகளைச் செய்துள்ள, சக பயணிகள் (fellow - travelers) என்று த்ரோத்ஸ்கியால் அழைக்கப்பட்ட எழுத்தாளர்களும் கம்யூனிஸ்ட் விமர்சகர்களும் ஆக்கப்பூர்வமான முறையில் சந்திக்கின்ற களமாக விளங்கிற்று ‘செங்கன்னி

நிலம்'. கட்சி சாராத ஆனால் "கலை கலைக்காகவே என்ற ஒரு நசிவுக் கோட்பாட்டின் வெளிப்பாடுதான்" என்றனர். 1943இல் கார்க்கி பற்றிய நினைவுக் கட்டுரை யொன்றில் கான்ஸ்டான்டின் ஃபெடின் இலக்கிய வரலாற்றில் 'செராபியோன் சகோதரர்'களின் சாதனைகள் பற்றி மௌனம் சாதிக்க முடியாது" என்று எழுதியமைக்காகக் கண்டனத்துக்குள்ளானார்.

1924இல் நிறுவப்பட்ட 'கணவாய்' குழுவிலிருந்த இளம் எழுத்தாளர்கள் பலர் உள்நாட்டுப் போரில் புடம் போட்டு எடுக்கப்பட்டவர்கள். புரட்சியிலும் புதிய உலகத்திலும் நம்பிக்கை வைத்தவர்கள். ஆரம்பத்தில் அவர்கள், தாம் ஒரு பெரும் அமைப்பாக உருவாக வேண்டும் என்று கனவு கண்டனர். பின்னர் வோரோன்ஸ்கி, பழந்தலைமுறை எழுத்தாளர் மிகய்ல் ப்ரிஸ்வின் ஆகியோரின் செல்வாக்குக்கு உட்பட்டு அழகியலுக்குக் கவனம் செலுத்தலாயினர். 1927இல் தாம் வெளியிட்ட அறிக்கையில் 'அன்றாட வாழ்க்கை பற்றிய சிறகுகளற்ற வர்ணனைகளையும்' 'சமுதாய ஆணைக்கு' உட்பட்டு எழுதப்பட்ட கதைகளையும் லெஃப், கன்ஸ்ட்ரக்டிவிசம் ஆகியவற்றின் 'உணர்ச்சியற்ற பகுத்தறிவுவாத'த்தையும் கடுமையாக விமர்சித்தனர். உடனடியான மனப்பதிவுகள், கலாநேர்மை, கலையில் 'மோஸார்ட்டிய மார்க்கம்' ஆகியவற்றைக் கடைப்பிடிப்பதைப் பாராட்டிய அவர்கள் ரஷிய, உலகச் செம்மை இலக்கியங்களைப் படிக்குமாறு இளைஞர்களுக்குப் பரிந்துரை செய்தனர்.

'பாட்டாளிவர்க்க' எழுத்தாளர்கள் அவர்கள் மீது 'எதிரிகள்', 'கருத்து முதல்வாதிகள்' 'பூர்ஷ்வாத்தன்மை கொண்டவர்கள்', 'எதிர்ப்புரட்சியாளர்கள்' என்ற முத்திரைகள் குத்தினர். அப்படியிருந்தும் அவர்கள் நடத்திய 'ஆல்மனாக்ஸ்' பத்திரிகையில் ஆன்டன் ப்ளாடேனோவ், பாக்ரிட்ஸ்கி, மிகய்ல் ஸ்வெட்லோவ் போன்ற சிறந்த படைப்பாளிகள் தொடர்ந்து எழுதி வந்தனர். ஆனால் 1930இல் அக்குழுவின் ஆரம்பக் கொள்கையறிக்கையில் கையெழுத்திட்டவர்களில் பலர் (பிரிஷ்வின் போன்றோர்) அக்குழுவைக் கைவிட முடிவு செய்தனர். ஆயினும் நிகோலாய் ஜாருடின் (1899-1937), ஐவான் கதாயெவ் (1902-39), பியதோர் ஸ்லெடோவ், போரிஸ் குபெர் (1903-37) ஆகியோரின் ஆக்கப்பூர்வமான ஒத்துழைப்புடன் அக்குழு மேலும் சில ஆண்டுகள் செயல்பட்டது. அந்த எழுத்தாளர்கள்

அனைவருமே 1937-39இல் ஸ்டாலின் ஆட்சியின் போது சுட்டுக்கொல்லப்பட்டனர்.

இங்கு குறிப்பிடப்படவேண்டிய மற்றொரு குழு பெட்ரோகிராடில் 1926-27இல் நிறுவப்பட்ட ஒபிரியட்ஸ் (Oberiuts) ஆகும். அக்குழுவின் உறுப்பினர்கள் தம்மை "நுண்கலைகள், நாடகம், சினிமா, இசை, இலக்கியம் ஆகியவற்றில் செயல்படும் புரட்சிகர இடதுசாரிகளின் புதிய முன்னணிப்படை" என அழைத்துக் கொண்டனர். புதிய மொழியையும் வாழ்க்கை பற்றிய புதிய உணர்வையும் அறிமுகப்படுத்த விரும்பினர். சொற்களிலும் படிமங்களிலும் பரிசோதனைகள் செய்த அக்குழுவின் முக்கிய உறுப்பினர்களில் தலைசிறந்த சோவியத் கவிஞர் நிகோலாய் ஸபோலோட்ஸ்கி (Nikolai Zabolatsky:1903-58)யும் ஒருவர். ஒருவருக்கொருவர் முரண்பட்ட, பலதரப்பட்ட கலைஞர்கள் அக்குழுவில் இருந்தனர். 'வெள்ளாட்டின் பாடல்' என்ற நாவலை எழுதிய கான்ஸ்டான்டின் வாகினோவ் (1903-34), சொற் சிக்கனத்தோடு கதை எழுதுபவராகக் கருதப்பட்ட டேனியல் ஹார்ம்ஸ் (1905-42), 'அப்ஸர்ட் நாடகம்' என்று கணிக்கப்படக் கூடிய 'எலிஸபத் போம்', 'ஐவானோவ்களின் வீட்டிலுள்ள கிறிஸ்துமஸ் மரம்' ஆகியவற்றை எழுதிய அலெக்ஸாண்டர் வெடன்ஸ்கி ஆகியோர் குறிப்பிடத்தக்கவர்கள்.

அக்குழுவை நிறுவிய பதினைந்து பேரில் ஒருவர் தவிர மற்றெல்லோரும் சிறைத்தண்டனைக்கோ நாடுகடத்தலுக்கோ ஆளாகினர். வாகினோவ் தனது 34 ஆம் வயதில் நோய்வாய்ப்பட்டு, ஒரு காசு கூட இல்லாமல் வறுமையில்வாடி, மனம் உடைந்து இறந்து போனார். சிறை முகாமொன்றில் பல்லாண்டுக்காலம் வாடிய டானியல் ஹார்ம்ஸ் பின்னர் லெனின்கிராட் சிறையொன்றில் பசியால் மாண்டு போனார். அலெக்ஸாண்டர் வெடன்ஸ்கி சிறைமுகாமிலிருந்து விடுதலையாகிய பின் 1941இல் தற்கொலை செய்து கொண்டார். கவிஞர் ஜபலோட்ஸ்கி ஒரு சைபீரிய சிறைமுகாமில் எட்டாண்டுகள் கழித்தார்.

கட்சியும் இலக்கிய அமைப்புகளும்: 1921-1925

புரட்சிக்குப் பிந்திய ரஷிய சமுதாயத்தில் கலை இலக்கியக் கொள்கைகளையும் சோவியத் மார்க்சிய அழகியலையும் உருவாக்குவதில் 19ஆம் நூற்றாண்டைச் சேர்ந்த ரஷியப் புரட்சிகர ஜனநாயகவாதிகளின் இலக்கியக் கொள்கைகளும் இலக்கிய விமர்சனங்களும் ஏற்படுத்திய தாக்கம் தீர்மானகரமானதாக இருந்தது. ஜார் எதேச்சாதிகார ஆட்சியின்போது கடுமையான அரசியல் தணிக்கைமுறைகள் இருந்தன. ஆட்சிக்கெதிரானதும் சமுதாய அமைப்புக்கெதிரானதுமான வெளிப்படையான விமர்சனம் சாத்தியமற்றதாக இருந்த காலத்தில் தனி மனித உரிமைகளை உயர்த்துப்பிடிப்பதும் சமூகச் சீர்கேடுகளை அம்பலப்படுத்துவதும் பெரும்பாலும் எழுத்தாளர்கள் மீது சுமத்தப் பட்ட கடமைகளாகவே இருந்தன. தணிக்கையாளரின் கவனத்தி லிருந்து தப்பித்துக்கொள்ளக்கூடிய வகையில், விஷயங்களை மறை முகமாகவும், இலைமறைவு காயாகவும் சொல்லக்கூடிய பல்வேறு உத்திகளை இலக்கியவாதிகள் கடைப்பிடித்தனர். தணிக்கைக் கட்டுப்பாடுகள் சற்றுத் தளர்த்தப்பட்டு, வெளிப்படையாகப் பேசுவதற்கான வாய்ப்புகள் தற்காலிகமாகக் கிடைக்கும் சமயங்களில் இந்த இலக்கியப்படைப்புகளை விமர்சித்து, விளக்கி, அவற்றில் பொதிந்திருக்கும் உட்பொருளை எடுத்துக்கூறும் ‘உரையாசிரியர்’களாக விளங்கிய அலெக்ஸாண்டர் ஹெர்ஸன், பெலின்ஸ்கி, செர்னிசெவ்ஸ்கி, பிஸரெவ், தோப்ரோப்லியுபோவ் ஆகியோர் கலை-இலக்கியத்தின் சமூகப் பயன்பாட்டை வலியுறுத்தினர்.

கலை என்பது வாழ்க்கை பற்றிய பாடநூல் என்று செர்னிசெவ்ஸ்கியும், ஒரு கலை எந்த அளவுக்கு ஒரு குறிப்பிட்ட மக்களின் அல்லது சகாப்தத்தின் ஆர்வங்களின் வெளிப்பாடாக உள்ளதோ அந்த அளவுக்கு அது மதிப்புடையது என தோப்ரோப்லியுபோவும் கூறினர். தோல்ஸ்தாய் பற்றிய

லெனினின் ஆய்வுகளிலுமே இந்த மரபின் தாக்கத்தைக் காணலாம்: 'ரஷியப்புரட்சியின் நிலைக்கண்ணாடி தோல்ஸ்தாய்' என்ற கட்டுரையில் "தோல்ஸ்தாயின் கருத்துகளிலுள்ள முரண்பாடுகள் உண்மையில் நமது புரட்சியில் விவசாயிவர்க்கம் தனது வரலாற்றுப் பாத்திரத்தை வகிப்பதற்கான முரண்பாடான நிலைமைகளைக் கண்ணாடிபோலப் பிரதிபலிப்பதைக் காணலாம்." தோல்ஸ்தாயின் படைப்புகள் உன்னதமாக இருக்கக் காரணம் புரட்சிகர விவசாயிவர்க்கத்தின் நிலைப்பாட்டை, 19 ஆம் நூற்றாண்டின் இறுதிப் பகுதியில் ரஷிய கிராமப்புறத்திலிருந்த முரண்பாடுகளை நேர்மையாகப் படம்பிடித்துக்காட்டுகிறது என்றும் லெனின் கூறினார்.

கலை இலக்கியத்தில் பயன்பாட்டுவாதத்தைப் (Utilitarianism) போற்றாத ஒரே ஒரு மார்க்சிய அழகியலாளர் பிளக்கானோவ்தான். பயன்பாட்டுக்கலையை அரசியல் அதிகாரம் படைத்தோரே எப்போதும் விரும்புகின்றனர்; அதற்குக்காரணம் தனக்கு சேவைபுரிகின்ற இலட்சியத்துக்குத் துணைபுரிவதற்காக எல்லா சித்தாந்தங்களையும் இசைவானதாக்குவது அதன் நலனுக்குகந்தது; அரசியல் அதிகாரம் சில சமயங்களில் புரட்சிகரமானதாக இருந்தபோதிலும், பல சமயங்களில் பழமைபேணுகின்றதாகவும் ஏன் பிற்போக்கானதுமாகவேகூட உள்ளதால், கலையின் பயன்பாட்டுத்தன்மை என்ற கண்ணோட்டத்தை முதன்மையாகப் புரட்சியாளர்கள்தான் அல்லது பொதுவாக முற்போக்கான மனமுடைய மக்கள்தான் பகிர்ந்து கொள்கின்றனர் என்று கருதுவது சுத்தமான தவறு என்று அவர் கருதினார்.

புரட்சிக்குப்பிறகு கலாசாரம்பற்றிய லெனினின் கருத்துகள் வேறொரு விஷயத்துக்கு அழுத்தம் தரலாயின. கலாசாரத்துறையில் புரட்சியின் அடிப்படைக் கடமை பரந்துபட்ட மக்களுக்கு எழுத்தறிவு ஊட்டுவதுதான் என்று கூறினார். 1923இல் அவர் எழுதுகையில் 1897ஆம் ஆண்டிலிருந்த நிலைமையுடன் ஒப்பிடுகையில் எழுத்தறிவு ஊட்டுதல் என்ற விஷயத்தில் புரட்சி அரசாங்கம் மிக மெதுவாகவே முன்னேறுகிறது என்று கூறினார். கலாசாரத் துறையைப் பொறுத்தவரை கம்யூனிஸ்ட் மாற்றம் மெல்ல மெல்ல ஏற்படும் பரிணாம வளர்ச்சி என்றே லெனினும் த்ரோத்ஸ்கியும் கருதினர். முந்திய சகாப்தங்களைச் சேர்ந்த பண்பாடுகளிலிருந்து சிறந்தவற்றைத் தெரிவு செய்து,

வெகுமக்களுக்கு அவை கிட்டுமாறு செய்து, அவற்றிலிருந்தே புதிய பண்பாட்டைக் கட்டியெழுப்பவேண்டும் என்று லெனின் கருதினார்.

சமூகவாழ்வின் குறிப்பிட்ட துறையில் எவை எவற்றுக்கு முன்னுரிமை வழங்குவது என்பதை அடிப்படையாகக் கொண்ட நீண்ட காலத் திட்டமாகவே லெனினின் கருத்துகள் அமைந்தன. ஆனால் த்ரோத்ஸ்கி, லெனினின் பொதுவான கருத்துகளின் அடிப்படையில் இலக்கியக் கொள்கையையே வகுக்க முயன்றார்.

கல்வி வளர்ச்சி, எழுத்தறிவு பரவலாதல், பொதுவான பண்பாட்டு அளவின் வளர்ச்சி ஆகியவற்றையே அவர் ‘பாட்டாளி வர்க்கப் பண்பாடு’ என்று கருதினார். கலைப் படைப்பின் தன்மைபற்றிப் பேசுகையில் எங்கல்ஸின் கூற்றுகளை நினைவுபடுத்தும் வகையில் எழுத்தாளனின் படைப்பு அவன் உணர்வுபூர்வமாகக் கடைப்பிடிக்கும் வகையில், ஒரு சித்தாந்தத்தைக் கட்டாயம் சார்ந்திருக்கவேண்டும் என்ற அவசியம் இல்லை என்று கூறிய அவர் ‘சகபயணிகள்’ என்று அவரால் அழைக்கப்பட்ட கட்சி - சாராத எழுத்தாளர்களால்கூட சோவியத் இலக்கியத்திற்குப் பங்களிப்பு செய்யமுடியும் என்று கூறினார். மயாகோவ்ஸ்கி, பாட்டாளிவர்க்கத்துடன் அணி சேர்வதற்கு முன்பு எழுதிய கவிதைகள் வடிவமற்றவையாக இருந்தாலும் வலுவானவையாக இருந்தன என்றும் ஆனால் பாட்டாளிவர்க்க மார்க்கத்தோடு அவர் தன்னை இணைத்துக் கொண்ட போது எழுதிய ‘15 கோடி’ என்ற படைப்பில் அவரது ‘தர்க்கரீதியான அறிவு’, அவரது படைப்பாற்றலைப் பின்னுக்குத் தள்ளிவிட்டது என்றும் கருதிய த்ரோத்ஸ்கி, கலைப் படைப்பில் உள்ள பிரக்ஞைபூர்வமற்ற, தர்க்கரீதியான அறிவுக்குட்படாத அம்சங்கள் இருப்பதைச் சுட்டிக் காட்டினார். பாட்டாளிவர்க்கக் கலை, பண்பாடு என்பன வெறும் கற்பனைப் புனைவுகளே என்று கூறிய அவர், பாட்டாளிவர்க்கப் புரட்சியின் வரலாற்று முக்கியத்துவமும் தார்மீக மேன்மையும் வர்க்கங்களைக் கடந்த ஒரு பண்பாட்டிற்கு, முதன் முதலான, உண்மையான, மனிதப் பண்பாட்டிற்கு அது அடித்தளம் அமைத்து வருவதிலேயே தங்கியுள்ளது என்று கருதினார்.

‘ஆன்கார்ட்’ சஞ்சிகையைச் சேர்ந்த புரொலிட்கல்ட் போக்கினர் சக பயணிகளைக் கடுமையாகத் தாக்கிவந்த சமயத்தில் த்ரோத்ஸ்கி தலையிட்டார். அந்த எழுத்தாளர்கள், சகபயணிகளை ‘குட்டி

பூர்ஷ்வாக்கள்' என்றும் 'இலக்கிய சாதனைத் தம்பட்டமடிப்பவர்கள்' என்றும் அழைத்தனர். இலியா வார்டின் என்ற எழுத்தாளர், "அரசியல் எழுத்தறிவு போதிக்கப்படும் பள்ளியில் எல்லா எழுத்தாளர்களும் படித்துத் தேறவேண்டும்" என்று அறிவித்தார். சகபயணிகள், கம்யூனிஸ்ட் அல்லாதவர்கள் ஆகியோர் விஷயத்தில் கட்சி அளவுகடந்த கருணை காட்டுவதாகக் கூறிய அவர்கள் இலக்கியத்தில் கட்சிமார்க்கத்தைப் புகுத்தியாகவேண்டும் என்றனர். கட்சி நோக்கத்திற்குப் பணிபுரியாத எல்லா இலக்கியங்களையும் நிராகரித்த அவர்கள் கார்க்கியைக்கூட விட்டுவைக்கவில்லை. 'அவர் மேற்கத்திய பூர்ஷ்வாக்களின் செல்லப் பிள்ளை' என்றனர். அலெக்ஸி தோல்ஸ்தாய், இலியா ஏரன்பர்க் போன்ற 'போலிபுரட்சிகர' எழுத்தாளர்களின் படைப்புகளை வெளியிட்டதற்காக அரசுப்பதிப்பக நிலையத்தைச் சாடினர். மயாகோவ்ஸ்கி, யெசினின், பில்நியாக், 'செராபியோன் சகோதரர்கள்' ஆகியோரைக் கேவலப்படுத்தினர். "பழைய காலத்தைச் சேர்ந்தவர்களுக்கும் புதிய பொருளாதாரக் கொள்கையால் ஆதாயமடைந்தவர்களுக்கும்" சலுகை காட்டுவதாக வோரோன்ஸ்கி, போலோன்ஸ்கி போன்றோர் மீது சீறிப்பாய்ந்தனர்.

'இலக்கியமும் புரட்சியும்' என்ற நூலில் த்ரோத்ஸ்கி இத்தாக்குதல்களுக்குப் பதிலளித்தார்.

> பில்நியாக், செராபியோன் சகோதரர்கள், மயாகோவ்ஸ்கி, யெசினின் ஆகியோரை ஒழித்துக்கட்டிவிட்டால் எதிர்காலப் பாட்டாளிவர்க்க இலக்கியத்திற்கு யார் எஞ்சி நிற்கப்போகிறார்கள் - ஒருசில செல்லுபடியாகாத பிராமிசரி நோட்டுகளைத் தவிர?[1]

வெறும் கொள்கையறிக்கைகளுக்கு மாறாக உயர்தரமான படைப்புத்திறன் மூலமே பாட்டாளிவர்க்க எழுத்தாளர்கள் மேலாண்மை பெற வேண்டும் என்றும் "பூர்ஷ்வா இலக்கியத்திற்கும் பாட்டாளிவர்க்க இலக்கியத்திற்குமிடையே உள்ள பிரச்சனை தரம்பற்றிய பிரச்சனையாகும்" என்றும் கூறிய அவர், அன்றைய புரட்சிகர அரசாங்கம் கடைப்பிடித்துவந்தது பூர்ஷ்வா தாராளவாதக்கொள்கை அல்ல என்பதைத் தெளிவுபடுத்தினார். கலைத்துறையில் கண்காணிப்பு உணர்வு

---

1 Quoted by Marc Slonim in *Soviet Russian Literature*, Oxford University Press, London 1981, p 49.

கொண்ட புரட்சிகரத் தணிக்கையானது ஒரு விசாலமான நெளிவு சுளிவான கொள்கையுடன் இணைந்து செல்லவேண்டும் என்றும் வெளிப்படையான மற்றும் மறைமுகமான எதிரிகளுக்கு இரும்புக் கரமும் புரட்சியின் ஆதரவாளர்களுக்கும் மென்மையான இதயம் கொண்டவர்களுக்கும் வெல்வெட் கையுறையும் காத்திருப்பதாகவும் கூறினார்.

இலக்கியப் படைப்பின் தகுதி, குறிப்பிட்ட எழுத்தாளர்களின் வர்க்க, அரசியல் கோட்பாட்டை மட்டுமே பிரத்யேகமாக சார்ந்திருப்பதில்லை என்று கூறிய த்ரோத்ஸ்கி இலக்கியத்தில் வர்க்க அம்சம் இருப்பதை மறுக்கவில்லை. ஆனால், அந்த வர்க்க அம்சம் அல்லது அளவுகோல் கலைநயத்தோடு படைப்பாற்றலின் நியதிகளுக்கு ஏற்பப் பயன்படுத்தப்பட வேண்டுமென்றும் கலை கலையாகவும் இலக்கியம் இலக்கியமாகவும்-அதாவது மனித முயற்சியின் ஒரு குறிப்பிட்ட துறையாக-அணுகப்படவேண்டும் என்றும் கூறினார். அரசியலும் கலையும் தன்மையில் வேறுபட்ட மனிதச் செயல்பாடுகள் என்றும் அவை ஒவ்வொன்றுக்கும் தனித்தனியான நியதிகளும் கட்டமைப்புகளும் உண்டு என்றும் வாதாடினார். படைப்புச் செயலை வெறும் கோட்பாட்டறிதல் சம்பந்தப்பட்டதாகக் கருதுபவர்கள் கலை-இலக்கியப் படைப்பியக்கத்தில் நனவிலி மனமும் தர்க்கத்துக்குட்படாத அம்சங்களும் (இவை கட்சிக் கட்டுப்பாட்டுக்குள் வருவன அல்ல) செயல்படுவதைச் சுட்டிக்காட்டினார்.

புரொலிட்கல்ட் எழுத்தாளர்களின் சகிப்பின்மை பற்றி லெனினுக்கு இருந்த அச்சத்தை த்ரோத்ஸ்கி பகிர்ந்துகொண்டபோதிலும் இசங்களைப் படைப்பதில் இளைஞர்களுக்கு உரிமை உண்டு என அவர்கள் சார்பாக நிற்கவும் துணிந்ததுண்டு, அக்குழுவுடன் நடத்திய விரிவான விவாதத்தில் தான் “சோசலிசத்தின் இலட்சியம் வர்க்கமற்ற சமுதாயத்தைப் படைப்பதாகும். இங்கு பொதுவுடைமைக் கலாசாரத்தைப் படைக்க வரம்பற்ற வாய்ப்பு இருக்கும் இருக்கவேண்டும். இங்கு ‘வர்க்க’ கலாசாரத்துக்கு இடமில்லை” என்றார். “புரட்சியின் இயக்கவிசையால் அறிவாளிகள் எழுச்சிபெற்றனர் என்பதில் சந்தேகமில்லை, ஆனால் புரட்சிக்கு முந்திய சூழலிலிருந்த மந்த நிலைக்கும் சமரச நிலைக்கும் எதிரான தமது கலகத்தை, மகத்தான சமூக எழுச்சியான அக்டோபர் புரட்சியைப்போல

கலைத்துறையில் தாங்கள் செய்த புரட்சி என அவர்கள் தவறாகக் கருதிவிடக்கூடாது. இதில்தான் அவர்களின் 'போலி அக்டோபர் வாதம்' அடங்கியிருந்தது. அங்கீகரிக்கப்பட்ட கலைவடிவங்கள் என்ற தளைகளிலிருந்து தம்மை விடுவித்துக் கொள்ள அவர்கள் போராடினர். அது நியாயமானது. அதற்காக அவர்கள் புதிய சோதனைகளில் ஈடுபடும் ஆரம்பக்கட்டங்களில் புரியாவகைத் தனிப்போக்குகள் உருவானாலும் பரவாயில்லை. ஆனால் தொழிலாளிவர்க்கத்திடம் அவர்கள் 'மரபுகள் ஒழிக!' என்ற முழக்கத்துடன் செல்லும்போதுதான் யதார்த்தத்தை சரியாகப் புரிந்து கொள்ளாதவர் ஆகின்றனர். முதலாவதாக, ஒழித்துக்கட்டப்பட வேண்டிய இலக்கிய மரபு என்பது தொழிலாளி வர்க்கத்திடம் சொந்தமாக ஏதுமில்லை. எனவே ரஷியப் பாட்டாளிவர்க்கத்திட்டம் 'ரஃபேலை எரிப்போம்' என்று கூறுவது எந்தத் தாக்கத்தையும் ஏற்படுத்தாது. ஏனெனில் பாட்டாளி வர்க்கத்துக்கு ரஃபேலையோ - புகழ் பெற்ற வேறெந்த இத்தாலிக் கலைஞனையோ தெரியாது."[2]

'செங்கன்னி நிலம்' சஞ்சிகையின் ஆசிரியரும் மார்க்சிய விமர்சகருமான வோரொன்ஸ்கி மீதும் சகபயணிகள் மீதும் 'ஆன்கார்ட்' பத்திரிகையைச் சேர்ந்த பாட்டாளிவர்க்க எழுத்தாளர்கள் கடும் தாக்குதலைத் தொடுத்தனர். - புரொலிட்கல்ட் மரபைச்சேர்ந்த அவர்கள் இலக்கியம் என்பது வர்க்க ஆயுதம் என்றும் பூர்ஷ்வா வர்க்கத்திற்கும் பாட்டாளி வர்க்கத்துக்குமிடையே நடக்கும் மற்ற எல்லாப் போராட்டங்களையும் போலவே இலக்கியப் போராட்டத்திலும் ஈவிரக்கத்துக்கு இடமில்லை என்றும் கூறினர். சகபயணிகளின் திறமைக்குப் பதிலாக உண்மையான பாட்டாளிவர்க்கத் திறமையே தேவைப்படுகிறது என்று கூறினர். சித்தாந்தப் போராட்டக்களத்தில் ஒவ்வொரு எழுத்தாளனும் வெவ்வேறு வர்க்கங்களின் பிரதிநிதியாக விளங்குவதால் அவனை அமைப்பு ரீதியான ஒழுங்குக்குட்படுத்துவது இன்றியமையாதது என்றும் கூறினர். 'பூர்ஷ்வாவர்க்க' எழுத்தாளர்களை ஊக்குவித்ததாகக் குற்றம் சாட்டப்பட்ட 'செங்கன்னிநிலம்' வர்க்க எதிரிகளின் கோட்டையாகவும் சித்திரிக்கப்பட்டது.

---

2 Tamara Deutscher, Op. cited., p. 28.

இலக்கியப் படைப்பில் வர்க்க அம்சம் முக்கிய கூறு என்பதை ஏற்றுக் கொண்ட வோரோன்ஸ்கி, இலக்கியம் வாசகனின் அறிவுணர்வை ஒழுங்குபடுத்தி வர்க்கக் குறிக்கோள்களை எய்தும்பொருட்டு அதை நெறிப்படுத்தவேண்டும் என்று 'ஆன்கார்ட்' எழுத்தாளர்கள் கூறியதை மறுத்தார். சித்தாந்தத்திற்கும் ஒவ்வொரு இலக்கியப்படைப்பிலும் பொதிந்திருக்கும் கருத்திற்குமிடையே உள்ள முக்கிய வேறுபாட்டைச் சுட்டிக்காட்டினார். தோஸ்தோவெஸ்கி, தோல்ஸ்தோய், மார்செல் ப்ரௌஸ்ட் ஆகிய எழுத்தாளர்களை உதாரணம் காட்டி உண்மையான கலை சித்தாந்தத்தோடு எப்பொழுதும் முரண்படுகிறது என்றார். இலக்கியப் படைப்பின் மீது படிந்துள்ள வர்க்க, சித்தாந்த செல்வாக்கின் மீது அழுத்தம் தருவது சரியான நிலைப்பாடாக இருந்தபோதிலும் பூர்ஷ்வா எழுத்தாளன் "அந்நிய சித்தாந்தத்திற்குத்தான் கட்டாயம் சேவைசெய்தே தீருவான் என்றோ பாட்டாளி வர்க்க எழுத்தாளின் தனது படைப்புகளில் வர்க்க விழுமியங்களை அறிவுபூர்வமாக மையப்படுத்தவேண்டும் என்றோ கூறுவது முற்றிலும் தவறானது" என்றார். இவ்வாறு செய்தால் எழுத்தாளன் படைப்பது கலைத்தன்மை பெறாது; ஏனெனில் அவன் இங்கு வரைவது உண்மையான பலகையல்ல; மாறாகத் தன் மனதையே என்றார் அவர். தனது சித்தாந்த சார்புகளைத் தனது படைப்பில் கலைநயத்தோடு இரண்டறக் கலப்பதற்கு எழுத்தாளன் அறிந்திருக்கவேண்டும் என்றும் கலையில் வர்க்கப் போராட்டம் என்பது மனிதன் மீது கலைஞன் வெறுப்போ பகையோ கொள்வதல்ல; மாறாக மனிதனது உயிரோட்டமுள்ள, அவனுக்கே உரித்தான சாராம்சத்தைக் கலாரீதியான அனுதாபத்தோடு புரிந்துகொள்வதே என வாதாடினார்.

இந்த நிலைப்பாட்டிலிருந்தே வோரோன்ஸ்கி சகபயணிகளை ஆதரித்தார். பாட்டாளிவர்க்க எழுத்தாளர்களைவிட அவர்கள் திறமை வாய்ந்தவர்கள் மட்டுமல்ல; அவர்களது கலை, புரட்சியைப் பற்றிய குறுகிய அரசியல் விளக்கத்தையும் கடந்து நின்றது என்று கூறிய அவர், யதார்த்தமான வாழ்க்கையை சகபயணிகளின் படைப்புகள் வாசகர்களுக்குத் தெரியப்படுத்துவதால் கம்யூனிசத்துக்கு இட்டுச் செல்லும் பாதையில் அவை வாசகர்களின் மனங்களை நெறிப்படுத்துவதாகக் கூறினார். சோவியத் ரஷிய வாழ்க்கையின் புறநிலை உண்மையை

சக பயணிகள் நேர்மையுடன் சித்திரிக்க முனைவதால் அவர்கள் தம் இலக்கியப்படைப்புகளினூடாகப் புரட்சியைப் பிரதிபலிக்கின்றனர் என்றார்.

குறிப்பிட்ட வர்க்கத்தின் விழுமியங்களே, உண்மையான கலையில் ஊடுருவிப் பரவியிருக்கின்றன என வாதிடுவது கலைக்கும் சமுதாயத்துக்குமிடையே உள்ள தொடர்பு, எளிமையான, யாந்திரிகமான, இடையீடு ஏதுமற்ற தொடர்பு என்று கருதுவதாகும். இதமாக ஒரு கலைப்படைப்பில் எல்லா முரண்பாடுகளும் அகற்றப்பட்டு விடுகின்றன. கலை வெறுமனே வர்க்க சமுதாயத்தினையும் அதன் சமூக வகைப்பாடுகளையும் பிரதிபலிப்பதில்லை என்றும் மக்களின் அடிமனதை சிக்கல்மிக்க வகையில் ஆராய்கின்றது என்றும் வாதிட்டார். உண்மையான இலக்கியம் அரசியல்ரீதியாக ஆணையிடப்பட முடியாத ஒன்று என்றும் ஒரு பிரத்யேகமான பிரசாரப் பயன்பாட்டு நோக்கத்திற்கும் கிளர்ச்சி நோக்கத்திற்குமான ஒரு ஏற்பாடாக அது இருக்கமுடியாது என்றும் கூறினார். இலக்கியம் கலையே அன்றி சித்தாந்தம் அல்ல என்று கருதிய அவர் இந்த நிலைப்பாட்டிலிருந்து சகபயணிகளுக்கு ஆதரவும் பாதுகாப்பும் வழங்க முயன்றார் (வோரோன்ஸ்கி மீதும் சகபயணிகள் மீதும் தாக்குதல் கொடுத்த மற்றொரு குழுவினர் லெஃப். இது குறித்த சில விவரங்கள் ஃப்யூசரிஸ்டுகள், பற்றிய அத்தியாயத்தில் விளக்கப்பட்டுள்ளது.)

புரொலிட்கில்ட் போக்கினருக்கும் லெஃப் குழுவினருக்கும் அரசாங்கத்திலிருந்த ஒரு சிலரின் ஆதரவுகள் இருக்கவே செய்தன. சலுகைகளும் சிறப்புரிமைகளும் வழங்கப்பட்டு வந்தன. ஆயினும் கட்சியோ அரசாங்கமோ அன்று ஒருதலைப்பட்சமான நிலைப்பாடு எதும் எடுத்ததாகத் தெரியவில்லை. லூனாசார்ஸ்கி புரொலிட்கல்ட் இயக்கத்திடம் அனுதாபங் கொண்டிருந்தபோதிலும் தனது சொந்த ரசனைகளையும் விருப்பு வெறுப்புகளையும் கலைஞர்கள் மீது திணித்ததில்லை.

ஃப்யூசரிஸ்டுகளிடம் இடைவிடாது கருத்துப் போராட்டம் நடத்திய அவர், அவர்கள் மீது புரொலிட்கல்ட்டினர் கடுமையான தாக்குதல் நடத்தியபோது அவர்களைப் பாதுகாக்கவும் செய்தார். புரட்சிகரமான சூழல் புதிய வடிவங்களை உருவாக்கவே செய்யும் என்பதை அவர் உணர்ந்திருந்தார். அதே நேரத்தில் நாட்டின் கலாசாரப் பாரம்பரியத்தைத் தூக்கியெறியவேண்டும் என்ற

ஃப்யூசரிஸ்டுகளின் கோரிக்கையையும் புரட்சியின் உண்மையான கலை புரொலிட்கல்ட் கலைதான் என்ற கூற்றில் வெளிப்பட்ட அதிதீவிரக் கருத்துகளையும் நிராகரித்தார்.

புகாரினும் லூனாசார்ஸ்கியும் லெனினின் படைப்புகளிலிருந்து தெரிந்தெடுத்த சில வாசகங்களின் அடிப்படையில் பாட்டாளிவர்க்க இலக்கியம் சாத்தியமானதும் விரும்பத்தக்கதுமாகும் என்று வாதாடிய அதேவேளையில் அதுமட்டுமே பிரத்யேகமானதொரு தனி இலக்கியப் போக்காக இருப்பதை விரும்பவில்லை. இலக்கியமானது சமூக நிலைப்பாட்டிலிருந்தே மதிப்பீடு செய்யப்படவேண்டும் என்ற கருத்தை புகாரின் கொண்டிருந்தபோதிலும் 'வாப்' எழுத்தாளர்கள் சகபயணிகள் மீதும் பிறர்மீதும் கையாண்ட உத்திகளை அவர் ஆதரிக்கவில்லை. செகோவ் போன்ற பழைய சமுதாயத்தைச் சேர்ந்தவர்களின் நாடகங்களை மேடையிலிருந்து அகற்றவேண்டும் என்று சொல்லக் கூடிய அளவுக்கு ஒரு அரை புரொலிட்கல்ட் கருத்தைக் கொண்டிருந்த புகாரினால்கூட பாட்டாளிவர்க்க எழுத்தாளர்களின் அதி தீவிரவாதத்தை ஏற்க முடியவில்லை. பாட்டாளிவர்க்க எழுத்தாளர்களிடம் அவர் கூறினார்: "முதலில் சிறந்த படைப்புகள் மூலம் உங்கள் தகுதியை நிலை நாட்டுங்கள். பிறகு அங்கீகாரம் கோருங்கள்". எல்லா இலக்கியக் குழுக்களுக்குமிடையே தடையற்ற போட்டி நிகழ்வதை அவர் ஆதரித்தார். 1924 இல் நடந்த கட்சி மாநாட்டில் 'பொதுத் தலைமையின் கீழ் உச்சப்போட்டி' நிகழவேண்டும் என வாதிட்டார். கட்சி, எழுத்தாளர்களுக்கு ஆணைகளை விடுப்பதையோ எந்தவொரு இலக்கியக் குழுவுக்கும் பிரத்யேகமான ஆதரவு தருவதையோ புகாரினோ லூனாசார்ஸ்கியோ விரும்பவில்லை. 'சகபயணிகளுக்குக் கல்விபுகட்டி அவர்களை வென்றெடுக்கப் பாட்டாளிவர்க்க இலக்கியம் முனையவேண்டுமேயன்றி குண்டாந்தடி மூலம் அல்ல' என்று புகாரின் கூறினார்.

'ஆன் - கார்ட்' எழுத்தாளர்களின் இடைவிடாத தாக்குதலுக்கு இலக்காகிவந்த சகபயணிகள் 1924இல் கட்சித் தலைமையிடம் முறையிட்டனர். அதன் விளைவாக 1925இல் கட்சி தலையிட்டது. அவ் ஆண்டு ஜூன் மாதம் கட்சி வெளியிட்ட 'இலக்கியத்துறையில் கட்சியின் கொள்கை', கலை - இலக்கியம் பற்றிய கட்சியின் நிலைப்பாட்டைத் தொகுத்துக் கூறியது:

இலக்கிய இயக்கங்கள் ஏதொன்றுக்கும் சார்பாகக் கட்சி நிற்காது. ஒரு குடும்பத்தின் வடிவம் எப்படியிருக்க வேண்டும் என்பதைத் தீர்மானங்கள் போடுவதன் மூலம் முடிவுசெய்ய முடியாது என்பது போலவே, இலக்கியம் முழுவதற்கும் வழி காட்டுவதில் இலக்கியத்தின் எந்தவொரு பிரிவையும் (உருவம், பாணி ஆகியன பற்றிய பல்வேறு கண்ணோட்டங்களின் அடிப்படையில் இந்தப் பிரிவுகளை வகைப்படுத்தி) கட்சி உயர்த்திப் பிடிக்காது... எனவே கட்சி, குறிப்பிட்ட துறையில் பல்வேறு குழுக்களுக்கும் போக்குகளுக்கும் இடையிலுள்ள தடையில்லாத போட்டியையே ஆதரிக்கும். இப் பிரச்சனைக்கான வேறு எந்தத் தீர்வும் வெறும் சம்பிரதாயமான அதிகாரவர்க்கப் போலித் தீர்வாகவே இருக்கும்.[3]

மேலும், எந்த ஒரு குழுவிற்கும் - ஏன் மிக அதிகமான பாட்டாளிவர்க்க சித்தாந்தத்தை அடிப்படையாகக் கொண்ட குழுவிற்கும் கூட - கலை-இலக்கியத் துறையில் ஏகபோக அதிகாரத்தைக் கட்சியால் வழங்க முடியாது என்றும் கம்யூனிஸ்ட் இலக்கிய விமர்சகர்கள் தமது இலக்கிய எஜமான தோரணையைக் கைவிட வேண்டும் என்றும், இலக்கிய நடவடிக்கைகளில் தகுதியில்லாத நிர்வாகத் தலையீட்டைக் கட்சி ஒழித்துக்கட்டவேண்டுமென்றும் அத்தீர்மானம் கூறியது. புதிய பொருளாதாரக் கொள்கைக் காலகட்டத்தில் கலைஞர்களுக்கும் அரசாங்கங்களுக்குமிடையில் இருந்த பரஸ்பர மரியாதையும் ஒத்துழைப்பும் அக்காலகட்டத்தில் வளமான பல்வகைத்தன்மை கொண்ட கலை-இலக்கியம் செழித்தோங்கக் காரணமாக இருந்தன. துரதிர்ஷ்டவசமாக அந்த நிலையால் நீண்ட காலம் தாக்குப் பிடித்து நிற்க முடியவில்லை. கட்சிக்குள் நடந்த உள்கட்சிப் போராட்டமும் கட்சி தலைமைக்குள்ளிருந்த முரண்பாடும் கலை-இலக்கியத் துறையிலும் தம் தாக்கங்களை ஏற்படுத்தின. மேற்காணும் தீர்மானம் நிறைவேறி ஒரு மாதத்திற்குள் 'ஆன்கார்ட்' பத்திரிகையின் முன்னணிக் கோட்பாட்டாளரான ரஸ்கோல் நிகோவ், 'செங்கன்னி நிலத்'தின் ஆசிரியர் குழுவில் சேர்க்கப்பட்டார். பின்னர் 'ஆன்கார்ட்' எழுத்தாளர்களால் தொடர்ந்து கடும்விமர்சனத்துக்கு உட்படுத்தப்பட்டுவந்த வோரோன்ஸ்கி 1927இல் ஆசிரியர் குழுவிலிருந்து விலக்கப்பட்டார். த்ரோத்ஸ்கியவாதி என்று குற்றம்

---

3 Quoted by Kalpana Sahni, Op. cited, p 60.

சாட்டப்பட்டு கைது செய்யப்பட்ட பின்னர் விடுவிக்கப்பட்டார். 1930-இல் மீண்டும் கைது செய்யப்பட்டு சுட்டுக்கொல்லப்பட்டார். லெனினின் அணுகுமுறை சோவியத் சமூக வாழ்வின் எல்லா மட்டங்களிலிருந்தும் அகற்றப்பட்டு வந்ததற்கான எடுத்துக்காட்டாகவே அது அமைந்தது.

லெனினின் கலை இலக்கிய ரசனைகளும் கொள்கைகளும்

லூனாசார்ஸ்கி எழுதுகிறார்:

> லெனினுக்கு அவரது வாழ்நாள் முழுவதுமே கலைகளை ஆழ்ந்து கற்க நேரம் கிடைக்கவில்லை. நுனிப்புல் மேய்வது அவரால் வெறுக்கப்பட்டதும் அவரது இயல்புக்கு மாறானதுமாகவும் இருந்ததால் கலை பற்றிய எந்த அறிக்கையையும் வெளியிட அவர் விரும்பியதில்லை. அவர் ரஷிய செவ்வியல் இலக்கியத்தை நேசித்தார். இலக்கியம், நாடகம், ஓவியம் முதலானவற்றில் யதார்த்தவாதத்தை விரும்பினார்.[1]

ரஷிய, ஐரோப்பிய செவ்வியல் இலக்கியங்களில் லெனினுக்கு இருந்த ஆழ்ந்த ஈடுபாடுபற்றி தமரா டட்ஷர் கூறுகிறார்:

> தன் சொற்பொழிவுகளிலும் எழுத்துகளிலும் அவர் அடிக்கடி பூஷ்கின், நெக்ரசோவ், லெர்மெந்தோவ், ஸால்டிகோவ் - ஷ்செட்ரின் ஆகியோரின் படைப்புகளிலிருந்து மேற்கோள் காட்டுவார். துர்கனெவின் 12 தொகுதிகளும் அவர் சைபீரியாவிலுள்ள ஷஷென்ஸ்காவிற்கு நாடு கடத்தப்பட்டிருந்த போது அவருக்கு அனுப்பப்பட்டன. பின்னர் ஜெர்மன் மொழியில் பெயர்க்கப்பட்ட அதே துர்கனெவ் தொகுதிகளை அனுப்புமாறு கேட்டுக்கொண்டார். அவ்விரண்டையும் ஒப்பிட்டுப் பார்த்துத் தனது ஜெர்மன் மொழி அறிவைவளர்த்துக் கொண்டார். ஸஷென்ஸ்காவில் லெனின் சேகரித்துத் திரும்பி வரும்போது கொண்டுவந்த நூல்களின் எடை 250 கிலோ. முதன்முறையாக லெனின் வெளிநாடு சென்றபோது பொருளாதாரப் பிரச்சனைகள் சம்பந்தமாக அவர் எடுத்துச் சென்ற நூல்களோடு நெக்ரசோவின் ஒரு தொகுதியும் கெதே யின் 'ஃபாஸ்ட்'டும் மட்டுமே இருந்தன. சைபீரியாவில்

1 Lenin, Op. cited, p. 281

இருக்கும்போது அவர் 'ஃபாஸ்ட்டை ஜெர்மன் மூலத்தில் மீண்டும் படித்துக்கொண்டிருந்தார். பின்னர் பாரிஸில் இருக்கும்போது அதை ரஷிய மொழிபெயர்ப்பில் படித்தார்.[2]

லெனின் சமுதாயப் பிரச்சனைகளில் தீவிர ஆர்வம் காட்டியதால் அவரது இலக்கிய ஆர்வம் கட்டுப்பட்டிருந்தது என்று கூறும் தமரா டட்ஷர், சமுதாயப் பிரச்சனைகளில் தன்னைப்போலவே ஆர்வம் காட்டிய படைப்பாளிகளின் படைப்புகள் அவரைக் கவர்ந்தன என்பதைச் சுட்டிக்காட்டுகிறார்:

> சமுதாயப் பிரச்சனைகளில் அவருக்கு இருந்த ஆழ்ந்த அக்கறையே அவரது இலக்கிய ரசனையை நிர்ணயித்தது. இந்த உண்மையை அவர் வெளிக்கூறாது மறைத்துக்கொள்ளவில்லை. இருப்பினும் அவர் தன் நண்பர்களுடனும் ஆதரவாளர்களுடனும் தனியாக அளவளாவும்போது இலக்கியம் பற்றிய பேச்சுவந்தால் தர்ம சங்கடத்துக்குள்ளாவார். அப்போது இலக்கியம் ஆழமான முறையில் விவாதிக்கப்படாமல் மேலாகத் தொட்டுவிடப்படும். பொதுவிடங்களில் கலையைப்பற்றிய தனது கருத்துகளைப்போலவே இலக்கியம் பற்றிய அபிப்ராயங்களையும் சொல்வதைத் தவிர்த்துக்கொண்டார். இலக்கிய விமர்சகன் என்ற பாத்திரத்தை அவர் ஒருபோதும் ஏற்றுக்கொண்டதில்லை. தோல்ஸ்தாய் பற்றி அவர் எழுதியபோது அது தோல்ஸ்தோயிசம் என்ற சமூகத் தத்துவப்போக்கைப் பற்றிய மார்க்சிய விமர்சனமாகவே இருந்தது. தோல்ஸ்தோயிசத்தை அம்பலப்படுத்துவதே அதன் நோக்கம். தோல்ஸ்தாயிக்குள்ளிருந்த முரண்பாடு லெனினை மிகவும் கவர்ந்தது. திரும்பத்திரும்ப அந்த விஷயத்தையே அவர் பேசினார்.[3]

தோல்ஸ்தோய் பற்றி பல்வேறு விமர்சகர்களிடையே நடந்த சர்ச்சைகளில் கல்வி புகட்டும் நோக்கத்துடன் தலையிடும் லெனினின் அக்கறை தோல்ஸ்தாயின் படைப்புகள் பற்றிய அழகியல் ஆய்வு அல்ல; மாறாக:

> மேம்போக்கான, போலி மார்க்சியத்தன்மை வாய்ந்த வகைப்படுத்துதலையும் கொச்சைப்படுத்துதலையும்

---

2 Tamara Deutscher, Op. cited., p. 24.

3 அதே நூல், பக்கம் 25.

> தவிர்க்குமாறு தன் தோழர்களுக்கு அறிவுறுத்துவதே அவரது பிரதான அக்கறை. ஒரு படைப்பாளியின் படைப்பின் தரத்தைக் குறைக்காததும் அதற்குப் பல சமயங்களில் அவரது சாதனையை சீர்படுத்தி வீரியமூட்டுவதுமான இயங்கியல் முரண்பாடுகளைத் தேடுவதே அவரது நோக்கம்.[4]

மற்றெந்த போல்ஷ்விக் தலைவரையும்விட புரட்சிகர சர்வதேசியவாதி என்ற வகையில் ரஷியாவின் மரபுகளில் தனக்குள்ள ஆழமான வேர்கள் பற்றிய ஆழ்ந்த உணர்வு கொண்டிருந்த லெனின், அதே சமயத்தில் மேற்கத்தியப் பண்பாட்டின் விளைபொருளாகவும் இருந்தார் என்று தமரா டட்ஷர் சுட்டிக் காட்டுகிறார். 1917க்குப் பிறகு ரஷியாவின் கலை இலக்கியத்தில் முனைப்போடு பல்கிப் பரவிய நவீனப்போக்குகள் பற்றி லெனின் ஐயம் கொண்டதற்குக் காரணம்

> அவரது ஆர்வம் ஒரு மாறுபட்ட, பழைய முறைசார்ந்த, மரபுவகை ஆர்வமாக இருந்தது என்பதோ அவரது கலா ரசனையும் குறைபாடுடையதாக இருந்தது என்பதோ மட்டும் அல்ல, ஆழமான, உண்மையான அறிவாளிக்கே உரிய தன்னடக்கம் அவருக்கு இருந்ததும் ஆகும்.[5]

இளைஞர்களுக்கு லெனின் கூறிவந்த அறிவுரையை தமரா டட்ஷர் இவ்வாறு தொகுத்துக் கூறுகிறார்: நமது சாதனை மகத்தானது என்பது உண்மையே. மனித குலத்தின் வரலாற்றில் போல்ஷ்விக் புரட்சி மகத்தான மைல்கல்களில் ஒன்றாக இருந்துவரும் என்பதும் உண்மையே. ஆனால் இளைஞர்களுக்கே உரிய முறையில், எல்லாச் சிறப்பும் நமக்கே உரியது என்று உரிமை பாராட்டிக்கொள்ள முடியாது. தலைமுறை தலைமுறையாய் வாழ்ந்து மறைந்த சிந்தனையாளர்கள், சித்தாந்திகள், தத்துவவாதிகள், எழுத்தாளர்கள், கலைஞர்கள், வீரத் தியாகிகள் போன்றோரால் நம் அடித்தளம் செம்மைப்படுத்தப்பட்டுள்ளது. நாம் நம் மூதாதையரின் தோள்கள்மேல் நின்று கொண்டிருக்கிறோம். எனவே அவர்களை உதைத்தெறிவது தகாது. மிகவும் புதியதொரு பாட்டாளிவர்க்க அமைப்பை நாம் கட்டத் தொடங்கியிருப்பதால் நமக்கு முன் முதலாளியச் சமுதாயத்தின் அடர்ந்த சூழலில் வாழ்ந்தவர்கள் எல்லாம் நமக்குத்தேவையில்லை என்பது தவறு. மார்க்சியமுமே

4 அதே நூல், பக்கம் 25.

5 அதே நூல், பக்கம் 26.

தத்துவம், அரசியல் பொருளாதாரம், சோசலிசம் ஆகியவற்றின் மிகப்பெரும் பிரதிநிதிகளின் போதனைகளின் நேரடியான உடனடியான தொடர்ச்சியாகத்தானே வளர்ந்திருக்கிறது? கடந்த காலத்தில் மனிதர்கள் உருவாக்கிய சிறப்பானவற்றின் நியாயமான வாரிசு அல்லவா மார்க்சியம்? எந்தக் குறிப்பிட்ட காலத்திலும் எந்தக் குறிப்பிட்டவர்க்கமோ தேசமோ பண்பாட்டைக் கட்டுப்படுத்தவோ தனக்கே முற்றுரிமையாக்கிக் கொள்ளவோ முடியாது. மனிதகுலத்தின் சாதனைகளின் தொடர்ச்சி பற்றிய உணர்வு கொண்டிருப்பது, புதிய சமுதாய அமைப்பைக் கட்டத்துடிக்கும் அனைவருக்கும் முக்கியத்துவமுடையது.

பழையது என்பதாலேயே பழைமையை முற்றும் நிராகரிப்பதும் புதியது என்பதாலேயே புதுமையை முற்றாக வரவேற்பதும் மிக ஆபத்தான கொள்கை என்று லெனின் கூறியதுண்டு. புரட்சி பற்றியும் கம்யூனிசம் பற்றியும் எளிமைப்படுத்தப்பட்ட கருத்துகளையும் புரிந்துணர்வையும் கொண்டிருந்த, வறட்டு முழக்கங்களை மட்டுமே கேட்டுக்கொண்டிருந்த இளைஞர்கள், மாணவர்கள் பெரும்பாலோர்க்கு லெனின், கம்யூனிஸ்ட் இளைஞர் கழகத்தில் பேசிய உரையானது விஷயங்களைத் தெளிவுபடுத்துகிற தரிசனமாக இருந்ததாக தமரா டட்ஷர் கூறுகிறார். லெனினின் உரையைக் கேட்டவர்களில் அன்றைய 16 வயது இளைஞரும் பிற்காலக் கவிஞருமான அலெக்ஸாண்டர் ஸாரோவும் ஒருவர். அவர் பின்னர் தனது அனுபவத்தை நினைவு கூர்கிறார்:

> உடனடிச் செயலுக்கும், நேரே சொற்பொழிவு அரங்கிலிருந்து சென்றவுடனேயே செஞ்சேனையில் சேர்வதற்கும் லெனின் எழுச்சியூட்டும் முறையில் அறைகூவல் விடுப்பார் என அவர்கள் எதிர்பார்த்தனர். இளைஞரின் இன்றியமையாப் பணி என லெனின் கூறியதைக் கேட்டதும் அவர்களுக்குப் பெருத்த ஏமாற்றம் ஏற்பட்டது. லெனின் கூறிய அப்பணியை ஒரே சொல்லில் கூறிவிடலாம்: ‘படியுங்கள்’. படிப்பதா!?? இன்னும் கிரிமியாவில் இருக்கும் ராங்கல் (எதிர்ப்புரட்சி வெண்படைத்தளபதி - எஸ்.வி.ஆர்) என்னாவது? தாங்கள் கற்பனை செய்து வந்த அந்த மகத்துவத்தினை ஒருவகையில் எட்ட முடியாமல் செய்து ஏமாற்றப்பட்டு விட்டதாக அவர்கள் நினைத்தனர். சாரோவ் சொல்கிறார்: பழைய கலாசாரம் குப்பை, பழங்கந்தல், தூக்கியெறியவே தக்கது

என சில இலக்கியவாதிகள் கூறியிருந்தனர். அந்த 'பழைய கலாசாரம்' பற்றி என்ன நிலைப்பாடு எடுப்பது என்பது பற்றி இளைஞர்கள் குறிப்பாகக் குழம்பிப்போயிருந்தனர்.[6]

'பழைய கலாசாரம்' என்பது தனது நாகரிகப்படுத்தும் பணியை இன்னும் செய்துமுடித்திராத ஒரு நாட்டில் அதற்குள் ஒரு 'புதிய கலாசாரத்தைப்' படைக்க நடந்த பல்வேறு முயற்சிகளை அவநம்பிக்கையோடு பார்த்துவந்த லெனின், இளைஞர்களின் தப்பெண்ணங்களையும் அறியாமையையும் போக்குவதில் மேற்கூறும் சொற்பொழிவு பெரும் பங்காற்றியது. இந்த வகையில் 'புரொலிட்கல்ட்' பற்றியும் லெனின் குறிப்பிடுகிறார்:

> பாட்டாளிவர்க்கக் கலாசாரம் பற்றிப் பேசும்போது இதை நாம் மனதிற் கொள்ளவேண்டும்: மனித வர்க்கத்தின் முழுவளர்ச்சி பற்றிய துல்லியமான அறிவும் அதனை மாற்றக்கூடிய ஆற்றலும் சாத்தியமானால்தான் பாட்டாளி வர்க்கக் கலாசாரத்தைப் படைக்க முடியும் என்பதைத் தெட்டத் தெளிவாக உணராவிட்டால் இந்தப் பிரச்சனைக்கு நம்மால் தீர்வுகாண முடியாது. பாட்டாளிவர்க்கக் கலாசாரம் ஆகாயத்திலிருந்து குதிப்பதல்ல. பாட்டாளி வர்க்கக் கலாசாரத்தின் நிபுணர்கள் என்று அழைத்துக் கொள்பவர்களின் கண்டுபிடிப்பும் அல்ல. அவை எல்லாம் சுத்த அபத்தம்.[7]

லெனினது ஆளுமை முழுவதும் ஒரே ஒரு இலக்கு நோக்கியே திரும்பியிருந்தது. அது சோசலிச மாற்றம் என்ற இலக்குத்தான். அந்த இலக்கை நோக்கிய இயக்கத்தின் மீதே அவரது கவனம் முழுமையாகப் பதிக்கப்பட்டிருந்தது. எனவே இயல்பாகவே லெனின், கலை இலக்கியம் என்பதிலிருந்து ஈடுபாடு (commitment) என்ற விஷயத்தைப் பிரித்துப் பார்த்திருக்க மாட்டார். சமுதாய உள்ளடக்கமற்ற எந்தக் கலை வெளிப்பாடும் அவருக்கு முக்கியமற்றதாய்த் தோன்றியது. அதன் பொருள் ஈடுபாட்டு உணர்வில்லாத அல்லது நேரடியாக அப்படித் தெரியாத, பயன்பாட்டு நோக்கம் வெளிப்படையாக இல்லாத, அழகியல் நோக்கம் மட்டுமே கொண்ட கலைப்படைப்பு களை - அவர் விரும்பவில்லை என்பதல்ல. பீத்தோவனின்

6 அதே நூல், பக்கம் 27.

7 லெனின் கலை, இலக்கியம் பற்றி (தமிழாக்கம்: கே, ராமநாதன் NCBH. சென்னை, 1974, பக்கம் 166) மொழியாக்கம் சற்று மாற்றப்பட்டுள்ளது.

அப்பாஸியோனாட்டா இசையைக் கேட்ட பிறகு அவர் கூறிய கருத்துகள் குறிப்பிடத்தக்கவை:

> அப்பாஸியோனாட்டாவை விட உயர்ந்த ஒன்றை நான் கேட்டதே கிடையாது. தினம் தினமும் அதைக் கேட்டனுபவிக்க விரும்புகிறேன். அது அற்புதமான அதிமானுஷ்ய சங்கீதம். 'மனித ஜீவன்களால் எப்பேர்ப்பட்ட அற்புதங்களையெல்லாம் சாதிக்க முடிகிறது' என்று எப்போதும் பெருமைப்பட்டுக் கொள்கிறேன். ஒருவேளை இது என் பாமரத்தனமாகவும் இருக்கலாம்... ஆனால் அடிக்கடி சங்கீதத்தை கேட்க என்னால் இயலாது. அது நரம்புகளைப் பாதிக்கிறது, பைத்தியக்காரத்தனமான விஷயங்களைச் சொல்ல வேண்டும் என்ற விருப்பத்தை நமக்கு ஏற்படுத்துகிறது. இந்த யோசனை நரகத்தில் வாழ்ந்து கொண்டே இப்படிப்பட்ட அழகை சிருஷ்டிப்பவர்களின் தலையைத் தடவிக் கொடுக்கும்படி நம்மைத் தூண்டுகிறது. ஆனால் நாம் யாருடைய தலையையும் தடவிக் கொடுக்கக்கூடாது. அவர்கள் நம் கையையே கடித்துவிடக்கூடச் செய்வார்கள். யாரையும் எதிர்த்து வன்முறையைப் பிரயோகிக்கக் கூடாது என்பது நமது கோட்பாடாக இருந்தாலும் ஈவிரக்கமின்றி அவர்களை மண்டையில் அடிக்க வேண்டும். ஹும், நம்முடைய கடமை மிக மிகக் கடினமானதாக இருக்கிறது.[8]

லெனினின் இக்கருத்துகளை விமர்சித்த சிலர் அவரது கலை ரசனையில் குறை கண்டுள்ளனர். கலையின் விரோதியாகவும் கூடச் சித்திரித்துள்ளனர். ஆனால் இங்கு பீத்தோவனின் இசையை 'அதிமானுஷ்ய சங்கீதம்' என்று புகழவும் செய்கிறார் என்பதையும் அதே சமயம் இத்தகைய அழகு முதலாளிய சமுதாயம் என்னும் நரகத்தில் படைக்கப்படுகிறது என்று கூறுகிறார் என்பதையும் அவர்கள் மறந்து விடுகிறார்கள். புரட்சியை அடுத்த மிக நெருக்கடியான ஆண்டுகளில் புரட்சியைக் காப்பதிலும் சோசலிசத்துக்கான அடிப்படைகள் இடுவதிலுமே தனது ஆளுமை முழுவதையும் ஈடுபடுத்திய லெனின் பீதோவனின் இசை போன்றதொரு அழகு தன் கவனத்தைத் திருப்பிவிடும் என்று நினைத்தார். கார்க்கி எழுதுகிறார்:

---

8 மார்க்சிம் கார்க்கி, *லெனினுடன் சில நாட்கள்* (மொழியாக்கம்: கு. அழகிரிசாமி), தமிழ்ப் புத்தகாலயம், சென்னை 1985, பக்கம் 79.

லெனின் பிரமிக்கத்தக்க மனோதிடம் படைத்தவர். புரட்சிவாதியான ஒரு அறிவாளியிடம் காணப்படும் உன்னதமான பண்புகளெல்லாம் படைத்த சீரிய மனிதர். அவருடைய ஒழுங்குமுறையுள்ள வாழ்க்கை பல சமயங்களில் அவரை சித்திரவதை செய்வதாகக்கூட இருக்கும், அந்த ஒழுங்கு முறையின் உச்சநிலையில் அவர் கலையைக்கூட உதறியெறிந்து விடுவார்.[9]

மேற்காணும் காரணங்களின் அடிப்படையிலேயே கலையின் பயன்பாட்டு நோக்கத்திற்கு அவர் கொடுத்துவந்த அழுத்தம் அதிகரித்து வந்தது. சோசலிச இலக்கு என்பதைப் பொறுத்தவரை முக்கியத்துவம் குறைந்தவை எல்லாம் அவரிடமிருந்து ஒவ்வொன்றாய் உதிர்ந்து விட்டன. சமூகப்பிரச்சனைகளுக்கு முதன்மை தருவது - குறிப்பாக மக்களின் கடும் வறுமைக்காலக் கட்டத்தில் - என்ற ஆழமான உணர்வே பயன்பாட்டு நோக்கில் கலையை அவர் அணுகியதற்குக் காரணம். அதனால்தான்,

கிராமங்களில் மிகவும் சாதாரணமான பள்ளிக்கூடங்களைப் பராமரிப்பதற்கே நிதி இல்லாதபோது போல்ஷாய் அரங்குபோன்ற ஆடம்பரமான ஒன்றினை நடத்த அதிகப் பணம் செலவழிப்பது சரியல்ல என்று கூறினார். ஒரு கூட்டத்தில், போல்ஷாய் மன்றம் பற்றிய அவரது தாக்குதலை நான் (லூனாசார்ஸ்கி - எஸ்.வி.ஆர்) மறுத்துப்பேசி அதன் கண் கூடான கலாசார முக்கியத்துவத்தைச் சுட்டிக்காட்டியபோது தமது இரண்டாம் காரணத்தை வெளியிட்டார். கண்ணிமைகளை விளையாட்டாக சிமிட்டிக்கொண்டு விளாடிமிர் இலியிச் கூறினார்: 'ஆனால் இது இன்னும் நிலப்பிரபுக்களின் கலாசாரமே. இந்த உண்மையை யாரும் மறுக்கமுடியாது.' இதனால் பழமைக் கலாசாரம் முழுவதன் மீதும் விளாடிமிர் இலியிச் பகைமை கொண்டிருந்தார் என்று பொருளல்ல... ஆனால் பழைய கலை என்ற முறையில் ரஷிய யதார்த்தவாதத்தை அவர் உயர்வாக மதித்தார்.[10]

ஒரு கூட்டத்தில் அரசு உறுப்பினர் ஒருவர் "இன்றைய கட்டத்தில் தொழிலாளர், விவசாயிகள் குடியரசுக்கு போல்ஷாய், மால்யி

---

9 அதேநூல் பக்கம் 72.

10 லெனின், *கலை இலக்கியம் பற்றி*, என்.சி.பி.ஹெச், சென்னை 1974, பக்கம் 318-319.

போன்ற நாடக அரங்குகள் தேவையில்லை. ஏனெனில் அவற்றிடம் இருப்பவை 'கார்மென்', 'எங்கனி ஓனிகின்' போன்ற முதலாளியப் படைப்புகள் தாம்'' என்று கூறியபோது "நாடகக் குழுவின் பாத்திரமும் நோக்கமும் பற்றிய இத்தகைய நிலைப்பாடு மிகவும் பாமரத்தனமாக இருப்பதாக எனக்குத் தோன்றுகிறது'' என்று லெனின் கூறியதை தமரா டட்ஷர் நினைவூட்டுகிறார்.

நாடகத்தின் பாத்திரமும் நோக்கமும் "பெரும் கிளர்ச்சித் தன்மையுடையதாக இருக்கவேண்டும்; கூட்டுத்தலைமை ஒருங்கிணைந்த பார்வையாளர்களுக்கு செய்தி சொல்கிறது'' என்று கருதிய லெனினுக்கு, சினிமா மக்கள் திரளினர் மீது கூடுதலான செல்வாக்கு செலுத்தும் சாத்தியப்பாடு கொண்டுள்ளதாகத் தோன்றியது. 'நம்மைப் பொறுத்தவரை எல்லாக் கலை வடிவங்களிலும் சினிமாதான் மிக முக்கியமானதாகும்' என லூனாசார்ஸ்கியிடம் கூறினார். 1922 பிப்ரவரியில் கூறப்பட்ட இச் சிறுகருத்து பின்னர் சலிப்பூட்டுமளவுக்குத் திரும்பத்திரும்ப மேற்கோள் காட்டப்பட்டது - குறிப்பாக ஸ்டாலின் காலத்தில். மாஸ்கோவையும் பிற நகரங்களையும் அழகுபடுத்துதல் என்ற பிரச்சனையிலும்கூட சிலைகள், புரட்சிகர சுவரொட்டிகள் ஆகியவற்றின் மூலமாகப் புரட்சிக் கருத்துகளைப் பரப்ப முடியும் என்று லெனின் கருதினார்.

புரட்சிக்குப் பிந்திய சமுதாயத்தில் வளர்ந்துவந்த புதிய கலைகள் மீதான தனது அணுகுமுறையில் லெனின் தனது ஆழமான இயங்கியல் முறையைக் கையாண்டார். அலெக்ஸாண்ட்ரிஸ்கி நாடக மன்றம் என்ற பழம்பெரும் நாடக மன்றத்தின் மீது புரொலிட்கல்ட் கடும் தாக்குதல் தொடுத்தபோது, புரொலிட்கல்ட்டின் ஆதரவாளராக இருந்த லூனாசார்ஸ்கிக்கே கடுஞ்சினம் ஏற்பட்டது. காலப்போக்காலும், பெருகிவரும் பாட்டாளிவர்க்க ரசிகர்களாலும் மிகவும் பழைமை வாய்ந்த நாடக அரங்குகூடத் தன்னை மாற்றிக் கொள்ளும் கட்டாயத்துக்கு உள்ளாகிவிடும் என்றும், ஒரேயடியாகப் பழையனவற்றை உடைத்துவிடுவது அதற்கான சரியான மாற்று இல்லாத சமயத்தில் ஆபத்தானதாகிவிடும் என்றும், வளரப்போகிற புதிய நாடகக் கலையானது கலையின் தொடர்ச்சியை அறுத்துவிடும் என்றும் லூனாசார்ஸ்கி லெனினிடம் கூறியபோது அதற்கு லெனின் வழங்கிய பதில் என்று கீழ்க்காணுபவற்றை லூனாசார்ஸ்கி குறிப்பிடுகிறார்.

... புரட்சியின் செல்வாக்கின் கீழ் பிறந்த புதிய கலையினை ஆதரிக்க வேண்டும் என்பதை நான் நினைவில் கொள்ள வேண்டும் என்று கூறினார். தொடக்கத்தில் அது பலகீனமாக இருந்தாலும் பரவாயில்லை. அழகியல் கண்ணோட்டத்திலிருந்து மட்டும் அதை மதிப்பிடக் கூடாது. அப்படியானால் பழைய, மேலும் முதிர்ச்சியான கலை, புதிய கலையின் வளர்ச்சியைத் தடை செய்யும். இந்தப் பழைய கலையுமே ஒரு மாற்றத்துக்குள்ளாகும் என்ற போதிலும், இந்த மாறுதல் இயக்கத்துக்கான தூண்டுதல் இளம் கலையின் போட்டியிலிருந்து குறைவானதாக இருக்குமானால் அம்மாற்றம் மெதுவாகவே ஏற்படும்.[11]

புதிய கலைகளை வளர்க்கும் பொறுப்பை யாரிடம் ஒப்படைப்பது என்ற பிரச்சனையில், புரொலிட்கல்ட் உறுப்பினர்களை மனதில் கொண்டு 'கிறுக்கர்களையும் அரைவேக்காடுகளையும் அனுமதிக்கக் கூடாது' என்று லூனாசார்ஸ்கி கூறியதை ஏற்று லெனின் சொல்கிறார்:

கிறுக்கர்கள், அரைவேக்காடுகள் பற்றி நீங்கள் சொல்வது மெத்தச் சரி. வெற்றி பெற்ற வர்க்கம், தனது சொந்த அறிவு ஜீவிகளை மிகக் குறைவாகவே பெற்றுள்ள வர்க்கம், இத்தகைய பேர்வழிகளிடமிருந்து தன்னைக் காப்பாற்றிக் கொள்ளாவிட்டால் அது இவர்களுக்கும் பலியாகி விடுவது தவிர்க்க முடியாததாகி விடும்.[12]

இந்த விஷயத்தில் லெனினின் கருத்துகளை மேற்கோளாகக் காட்டலாமா என லூனாசார்ஸ்கி கேட்க அதற்கு லெனின் தனக்கே உரிய அடக்கத்தோடு பதில் சொல்கிறார்:

வேண்டாம். எதற்காக? கலை விஷயங்களில் ஒரு நிபுணன் என்று என்னை நான் கருதவில்லை. நீங்கள் ஒரு மக்கள் கமிசாராக இருப்பதால் நீங்களே அதிகாரபூர்வமான முறையில் பேசலாம்[13]

ஓவியம், சிற்பம் ஆகியவற்றைப் பொறுத்தவரை லெனினுக்குப் போதுமான ரசனை உணர்வு இருக்கவில்லை என்று கூறும் தமரா டட்ஷர் அதற்கான காரணங்களைக் கூறுகிறார்:

---

11 Lenin, Op. cited., p 286.

12 அதே நூல். பக்கம் 287.

13 அதே நூல், பக்கம் 287.

அவரது வாழ்நாள் முழுவதும் செவ்வியல், பழமையான இசையிலும் இலக்கியப்படைப்புகளிலுமே ஆர்வம் கொண்டிருந்தார். இந்த ஆர்வம் அவர் சிறு வயதில் பெற்றோர்களுடன் இருந்தபோதே ஊட்டப்பட்டிருந்தது, ஆனால் காட்சிக் கலைகளோ குடும்பத்தில் எந்த ஆர்வத்தையும் தூண்டியிருக்கவில்லை. நாடுகடந்து வாழ்ந்த நாள்களில் கூட அவர் ஐரோப்பாவின் பிரதான கலைப் பொருள்காட்சிகள் எதற்கும் சென்றதாகத் தெரியவில்லை. தாயகத்திலுள்ளோர்க்கு எழுதிய கடிதங்களில் லூவர் *(Luvrc)* அல்லது, டேட் கலைக் கூடம் *(Tatc gallery)*[14] பற்றிய குறிப்பேதும் இல்லை. அருங்காட்சியகங்களையும் பொருள்காட்சிகளையும் சென்று பார்ப்பதில் தனக்குப் பொறுமை போதாது என்பதை நேர்மையாக ஒத்துக் கொண்டார். ரஷியாவிலிருந்து வந்த இளம் புரட்சியாளன் ஒருவன் பாரிசில் பார்க்கவேண்டியது என்ன என லெனினிடம் கேட்டபோது லெனின் கூறினார்: 'பெரேலாஷெய்ஸிலுள்ள கம்யூனார்டுகளின் மதில், புரட்சி அருங்காட்சியகம், *Musce Grayin* ஆகியவற்றைப் பாருங்கள். கலைக் கண்ணோட்டத்திலிருந்து பார்த்தால் இவை அவ்வளவு சிறப்பானவையல்ல என்று இங்குள்ளவர்கள் சொல்கிறார்கள்... விலங்குக்காட்சிச் சாலைகளையும் பாருங்கள்- இது ஊரைச்சுற்றிப் பார்த்தது போன்ற உணர்வைத் தரும்... அருங்காட்சியகங்கள், பொருள்காட்சி போன்றவை பற்றி பிளாக்கானோயிடம் கேளுங்கள். அவருக்கு இதுபற்றி நன்றாகத் தெரியும். நன்றாக வழி காட்டுவார்.[15]

நவீனபாணி ஓவியர்கள், சிற்பிகள், இளம் கலைஞர்கள் ஆகியோரின் படைப்புகளைப் பார்த்துவிட்டு அவை தனக்குப் புரியவில்லை என்பதை வெளிப்படையாக ஒப்புக்கொண்டு, பின்னர் அடக்கத்தோடு "நல்லது; இன்னும் இத்துறையில் நான் கற்றுக்கொள்ளவேண்டிய விஷயங்கள் உள்ளன. கற்றுக்கொண்ட பிறகு திருப்பிவருவேன். பிறகு விவாதிப்போம்" என்று விடைபெறுவது அவரது இயல்பு.

கலை-இலக்கியத் துறையில் பெரும் புதிராக லெனினுக்குக் காட்சியளித்தது ஃப்யூசரிசம். லெனினது சொந்த

14 முறையே பிரான்சிலும் இங்கிலாந்திலும் உள்ள கலைக் கூடங்கள்.

15 Op. cited., p 31.

வட்டத்துக்குள்ளேயே (லூனாசார்ஸ்கி, புகாரின் போன்றோர்) 'நவீனவாதிகள்' பெரும் ஆதரவும் பாதுகாப்பும் பெற்றிருந்ததால் அவருக்கு ஃப்யூசரிஸ்ட் ஆர்ப்பரிப்புகள் மீது மேலும் எரிச்சலும் ஏமாற்றமும் ஏற்பட்டது. தனக்கு இந்த நவீனவாதிகளின் படைப்புகளைப் புரிந்து கொள்ளவோ ரசிக்கவோ முடியாத காரணத்தால், தான் ஒரு 'அநாகரிகன்' என்று தைரியத்தோடு ஒப்புக்கொள்வதாக ஒருமுறை க்ளாரா ஜெட்கின் என்ற புரட்சியாளரிடம் கூறினார். லூனாசார்ஸ்கியின் உதவியாளராக இருந்த எம்.என். பொக்ராவ்ஸ்கியிடம் ஃப்யூசரிசத்தை எதிர்த்து போராடத் தனக்கு உதவுமாறு அடக்கத்தோடு கேட்டுக்கொண்டார். மயாகோவ்ஸ்கியின் "15 கோடி" என்ற கவிதை நூல் 1500 பிரதிகளுக்குப் பதிலாக 5000 பிரதிகள் அச்சிடப்பட்டதற்காக லெனினுக்கும் லூனாசார்ஸ்கிக்கும் மோதல் ஏற்பட்டது. மிகுந்த உரிமையுடன் லூனாசார்ஸ்கியைக் கண்டிக்கிறார். 'லூனாசார்ஸ்கியின் ஃப்யூசரிசத்திற்காக அவர் சவுக்கடி பெறவேண்டும்.' தன்னுடைய புத்தகமொன்றில் கூடுதலான பிரதிகள் அச்சடித்து விட்டதற்காகக்கூட ஒரு முறை அரசாங்கப்பதிப்பகத்தையும் அவர் கடிந்து கொண்டதுண்டு.

லெனினுடன் தனக்கேற்பட்ட அனுபவங்களை நினைவு கூர்ந்து லூனாசார்ஸ்கி எழுதுகிறார்:

> விளாதிமிர் இலியிச் தன் சொந்த அழகியல் விருப்பு வெறுப் புகளிலிருந்து வழிகாட்டும் கோட்பாடுகளை ஒருபோதும் உருவாக்கவில்லை.[16]

இதன் பொருள் இலக்கியம்பற்றி கட்சிக்கு இருக்கவேண்டிய அணுகு முறை பற்றிய அரசியல் வழிகாட்டும் - கொள்கைகள் லெனினிடம் இருக்கவில்லை என்பதல்ல. இந்த வழிகாட்டும் கொள்கைகளை நோக்கிய தேடலாகவே அவர் எழுதிய கட்டுரையொன்று 1905 நவம்பர் 13இல் வெளிவந்தது. குறுகிய காலமே வெளியிடப்பட்ட சட்டபூர்வமான போல்ஷ்விக் சஞ்சிகையான 'நோவாயாழிஸினி'ல் அது பிரசுரமாயிற்று. அந்த சஞ்சிகையில் மொத்தம் 27 இதழ்களே வெளியிடப்பட்டன. அவற்றில் 15 இதழ்கள் தணிக்கையாளரால் தடைசெய்யப்பட்டன. இந்த சிறு கட்டுரை புரட்சிக்குப் பிந்திய 12 ஆண்டுகளில் நினைவுபடுத்தப்படவே இல்லை. ஆனால் பின்னர்

---

16 Lenin, Op. cited., p 285.

அக்கட்டுரையின் வாசகங்கள் திரும்பத் திரும்ப மேற்கோள் காட்டப்பட்டு இலக்கியத்தை ஆளும் கட்சியின் சேவகனாக மாற்றப் பயன்படுத்தப் பட்டன.

லெனினின் வாழ்விலும் அவரது போராட்டத்திலும் நெருக்கமான தோழராக விளங்கிய நடேழ்டா க்ரூப்ஸ்கயா 1937-ஆம் ஆண்டு தொடக்கத்தில் எழுதிய முக்கியமான விமர்சனக் குறிப்பொன்றை சோவியத் சஞ்சிகையான 'ட்ரூஸ்பா நரோதோவ்' (Druzba Narodov) 1960-ஆம் ஆண்டுக்கான நான்காவது இதழில் வெளியிட்டது:

> ஒரு கட்டுரை எந்த நோக்கத்துக்காக எந்த நிகழ்ச்சிகளின் சூழலில் எழுதப்பட்டது என்பதைக் கூறுவது இன்றியமையாதது. 'பாட்டாளி வர்க்கக் கலாசாரம் பற்றி', 'இளைஞர் கழகங்களின் கடமைகள்' ஆகிய லெனின் கட்டுரைகள் இலக்கியம் என்ற ஒரு நுண்கலை சம்பந்தப்பட்டவை அல்ல.[17]

1937-இல் ஈ. புஸ்கோவா (E. Buskova) என்பார் 'இலக்கியம் பற்றிய லெனினின் கட்டுரைகளும் கூற்றுகளும்' என்ற தலைப்பில் ஒரு நூல் வெளியிடத் திட்டமிட்டுக் கொண்டிருந்தபோது அதில் இடம் பெறவிருந்த ஒரு கட்டுரைக்கு ஆட்சேபணை தெரிவிக்கும் வகையில் க்ரூப்ஸ்கயா எழுதிய குறிப்பின் ஒரு பகுதியே மேற்காணும் வாசகங்கள். எழுதப்பட்ட சூழலிலிருந்து பிய்த்தெடுக்கப்பட்டதும் உதாரணங்கள் கொண்டு விளக்கங்கள் தரப்படாததுமான மேற்கோள்களின் கோவையாக ஒரு கட்டுரை உருவாக்கப்படுவதை க்ரூப்ஸ்கயா எதிர்த்தார்.

ஸ்டாலினையும் ஸ்தானோவையும்விட லெனினுடன் மிக நெருக்கமாக இருந்த க்ரூப்ஸ்கயாவின் கூற்று வெளியிடப்பட்ட பிறகும்கூட சோவியத் யூனியனிலும் பிற சோசலிச நாடுகள் பலவற்றிலும் உலகின் பல்வேறு பொதுவுடைமைக் கட்சிகளிலும் ஒரு குறிப்பிட்ட கலைஇலக்கியக் கொள்கையே ஆதிக்கம் செலுத்தி வந்துள்ளது. 1905-இல் லெனின் எழுதிய 'கட்சி அமைப்பும் கட்சி இலக்கியமும்' என்ற சிறு கட்டுரையிலிருந்தே பொதுவுடைமைக் கட்சிகளின் இறுக்கமான கட்டுப்பாட்டின்கீழ் கலை-இலக்கியத்தை வைத்திருப்பதற்கான சித்தாந்த நியாயங்கள் பெறப்பட்டு வந்திருக்கின்றன.

---

17 Quoted by Ernst Fisher, *Art Against Ideology*, Allen Lane London, 1969, P 177.

அக்கட்டுரை பற்றிய பல்வேறு விவாதங்களை மார்க்சியரும் மார்க்சியரல்லாதோரும் முன் வைத்திருக்கின்றனர். அக் கட்டுரையில் சொல்லப்படும் 'கட்சி மனப்பான்மை' (Partynost) என்ற கருத்தை கலை - இலக்கியத்தைத் தமது சேவகனாக்கிக் கொள்வதற்காக அதிகாரிவர்க்கப் பொதுவுடைமையர் தூக்கிப் பிடிக்க, கலை சுதந்திரத்தை ஒடுக்குகின்ற தத்துவமே லெனினியம் என நிரூபிப்பதற்காக கம்யூனிச விரோதிகள் அதே கட்டுரையைப் பயன்படுத்தி வந்துள்ளனர். அக்கட்டுரையில் லெனின் விவாதிப்பது, கட்சிக் கொள்கைகள், கோட்பாடுகள், தத்துவம் பற்றிய இலக்கியங்களேயன்றி 'கவின் இலக்கியம்', அல்ல என்று மார்க்சியர்களில் ஒரு சாராரும் படைப்பிலக்கியம் உட்பட எல்லா இலக்கியங்களுமே கட்சி இலக்கியம்' என்ற திணையில் அடங்கியுள்ளன என்று மற்றொரு சாராரும் வழக்காடி வந்துள்ளனர்.

கல்பனா சாஹ்னி எழுதுகிறார்:

> அழகியல் பற்றிய பிரச்சனைகளுக்கும் சோசலிச சமுதாயத்தில் கலையின் பங்கு பற்றி எழுந்த விவாதங்களுக்கும் மெட் செங்கோ, பாரபாஷ் போன்ற இலக்கிய ஆய்வாளர்கள் லெனின் எழுதிய 'கட்சி அமைப்பும் கட்சி இலக்கியமும்' என்ற கட்டுரையைத் தமக்குக் காப்பாகவே பயன்படுத்திக் கொண்டனர். மார்க்சியக் கோட்பாடு இயங்கியலையே அடிப்படையாகக் கொண்டது என்பதை மறந்து அவர்கள் செயல்பட்டனர். 1905இல் லெனின் எழுதிய கட்டுரை 1917 புரட்சிக்குப் பிந்திய காலத்தின் படைப்புக் கலைக்கு வழிகாட்டியாக அமையாது என்ற க்ரூப்ஸ்கயாவின் கடிதத்தைக் கூட அவர்கள் கருத்தில் கொள்ளவில்லை. கலையின் சுதந்திரம் பற்றிய கிராம்ஸியின் கருத்துகளை 'பொதுவுடைமைக் கட்சிக்குள் இருந்த தீவிரவாதப் போக்கை எதிர்த்துப் போராடிய போது நிலவிய தனித்தன்மை கொண்ட அரசியல் சூழலில் வடிவம் கொண்ட கருத்துகள்' என்று அவர்கள் விளக்கினர். உண்மையில் யார் அதி தீவிரவாதிகள் என்ற கேள்வி இங்கு தவிர்க்கவியலாதபடி எழுகிறது.[18]

மெட்செங்கோ, பாரபாஷ் போன்ற சோவியத் ஆய்வாளர்கள் பற்றிச் சொல்லப்பட்டுள்ள இக் கூற்று உலகின் பல்வேறு நாட்டுக்

18 Kalpana Sahni, Op. cited., pp 52-53.

கம்யூனிஸ்ட் கட்சிகளின் கலை - இலக்கியக் கொள்கைகளுக்கும் பொருந்தும். இங்கு எர்னஸ்ட் ஃபிஷர் கூறியுள்ள சில கருத்துகள் முக்கியத்துவம் பெறுகின்றன. அவர் எழுதுகிறார்:

1. ஒரு மேற்கோள், அது ஒரு மாபெரும் மனிதரின் கூற்றாக இருந்தாலும்கூட, ஒருபோதும் அது ஒரு உண்மைக்கான சான்று அல்ல. ஆயினும் நன்கு சிந்தித்து உருவாக்கப்பட்ட ஒரு கருத்துக்கு அதன் மூலம் வலுவூட்ட முடியும்.

2. மேற்கோளாகக் காட்டப்படும் ஒரு வாக்கியத்தின் சூழலை - எந்தச் சூழ்நிலைமையில் அது தோன்றியது என்பதை - அறிவது அவசியம்.

3. மேற்கோளாகக் கூறப்பட்டுள்ள வாக்கியம், ஒரு அடிப்படையான நூலிலிருந்து எடுக்கப்பட்டதா அல்லது ஒரு கட்டுரையிலிருந்தோ சிறுபிரசுரத்திலிருந்தோ அல்லது ஒரு கடிதத்திலிருந்தோ எடுக்கப்பட்டதா என்பதை அறிவதும் அவசியம்.

4. மேற்கோளாகக் காட்டப்படும் வாக்கியம் பொருத்தமான பொருளில் பிரயோகிக்கப்படுகிறதா என்பதும் மிக முக்கியமானது.[19]

இக்கருத்துகளின் அடிப்படையில் எர்னஸ்ட் ஃபிஷர் லெனினின் 1905ஆம் ஆண்டுக் கட்டுரையை ஆய்வு செய்துள்ளார்.

ஜார்ஜ் லூகாச் போன்ற மார்க்சியர்களும்கூட அக்கட்டுரையை மார்க்சிய அழகியலுக்கான அடிப்படையாகக் கொள்வதை விமர்சித்துள்ளனர். அவர்களது ஆய்வுகள் கீழ்க்காணும் உண்மைகளைச் சுட்டிக் காட்டுகின்றன:

1905 ஆம் ஆண்டு ஆகஸ்ட் மாதம் ரஷியாவில் புரட்சி வெடித்தது. அது தன்னியல்பாக எழுந்த, பல்லாயிரக்கணக்கான மக்கள் பங்கு பெற்ற புரட்சி. ஜாரின் வீழ்ச்சியையும் ஜனநாயகக் குடியரசின் வெற்றியையும் உறுதிப்படுத்தப் போவது யார் என்ற கேள்வி எழுந்தது. அவ் ஆண்டில் ஜார் அரசாங்கம் வேறுவழியில்லாமல் சில சமூக-அரசியல் சீர்திருத்தங்களை மேற்கொண்டது. அவற்றில் ஒன்று, எதிர்க்கட்சிகளுக்கு சட்ட அங்கீகாரம் வழங்கப்பட்டமையாகும். இதைப் பயன்படுத்திக்கொண்டு

19 Ernest Fisher. Op. cited., p. 176.

போல்ஷ்விக்குகள் சட்டவிரோத தலைமறைவு வாழ்க்கையிலிருந்து பகிரங்கமான, சட்ட பூர்வமான நடவடிக்கைகளில் இறங்கினர். போர்க்குணமிக்க அக் குழுவினர் கட்சிசாராத மக்கள் திரளினருடனும் முற்போக்கான, பொதுவாக சோசலிச உணர்வுள்ள அறிவாளிகளுடனும் ஐக்கியப்படவேண்டியிருந்தது. இந்த அறிவாளிகள் பல்வேறு சஞ்சிகைகளிலும் செய்தியேடுகளிலும் விஷயங்களை இலைமறைவு காய்மறைவாக ஈசாப் கதைகளில் பயன்படுத்தப்படும் மொழி நடையில் எழுதிவந்தனர். இவர்களின் கருத்துகள் முற்போக்கான கருத்துகளும் சீர்திருத்தவாதக் கருத்துகளும் சேர்ந்த கதம்பமாக இருந்தன. அனுபவக்குறைவும் தற்செயலாக உருவாகிய தலைமையும் கொண்ட அமைப்புகள் நாடெங்கும் தோன்றின.

'சோசலிசப் புரட்சியும் கட்சிசாராப் புரட்சிவாதமும்' என்ற கட்டுரையில் லெனின் இச் சூழ்நிலைமையை விளக்குகிறார்:

> மக்கள் தொகையின் புதிய புதிய பிரிவுகளுக்கு வேகமாகப் பரவிக்கொண்டிருக்கும் ரஷியாவின் புரட்சி இயக்கம் ஏராளமான கட்சிசாரா அமைப்புகளை உருவாக்கிக் கொண்டிருக்கிறது. எல்லா வகையான அமைப்புகளும் - பெரும்பாலும் கட்டுக்கோப்பில்லாதவையும் முன்னுவமையில்லாதவையும் இடைவிடாது உதித்துக்கொண்டே இருக்கின்றன. ஐரோப்பாவிலுள்ள கட்சிகளைப்போல இவற்றுக்கு கறாராக வரையறுக்கப்பட்ட வரையறைகள் இல்லை... கட்சிக் கோட்பாட்டைக் கறாராய்ப் பின்பற்றுதல் என்பது மிகவும் வளர்ச்சியடைந்த வர்க்கப்போராட்டத்தின் தர்க்கரீதியான விளைவாகும், அதேபோல, பகிரங்கமானதும் பரவலாக நடைபெறுவதுமான வர்க்கப்போராட்டத்தின் நலன்கள் கறாரான கட்சிக்கோட்பாட்டை வளர்த்தெடுக்குமாறு கோருகின்றன.[20]

ஜாரிசத்துக்கு முற்றுப்புள்ளிவைக்க முனைகின்ற ஜனநாயகப் புரட்சியில் கட்சிசாராப் புரட்சி என்ற கருத்து மிகவும் பரவலாக இருந்தது தவிர்க்கமுடியாததாகும். 'மானிடத்தன்மை' வாய்ந்த நாகரிக வாழ்வுக்கான பேராவல், மானிடகௌரவத்தைக் காப்பாற்ற ஒன்றுதிரளவேண்டும் என்ற பேராவல், மக்களின்

---

20 அதே நூல், பக்கம், 178

பெரும்பகுதியினரை ஆட்கொண்டு எல்லா வர்க்கங்களையும் ஐக்கியப்படுத்துகிறது; எல்லாக்கட்சி வரம்புகளையும் தாண்டிச் சென்றுவிடுகிறது. கட்சிசாராக் கோட்பாடு என்பது-

> நமது புரட்சியின் பூர்ஷ்வா ஜனநாயகத்தன்மையின் விளைபொருள் அல்லது அதன் வெளிப்பாடு என்று கூறலாம். கட்சிசாராக் கோட்பாட்டின் மீது பூர்ஷ்வா வர்க்கத்தால் சாயாமல் இருக்கமுடியாது. ஏனெனில் பூர்ஷ்வா சமுதாயத்தின் விடுதலைக்காகப் போராடிக்கொண்டிருப்பவர்களிடையே கட்சிகள் இல்லாமல் இருப்பதானது பூர்ஷ்வா சமுதாயத்துக்கு எதிராகப் புதிய போராட்டம் எதும் எழாது என்பதைக் குறிப்பால் உணர்த்துகிறது. கட்சி சாராமை என்பது பூர்ஷ்வாக் கருத்து கட்சி என்பது சோசலிசக்கருத்து. இந்த ஆய்வுரை பொதுவாகவும் முழுமையாகவும் எல்லா பூர்ஷ்வா சமுதாயங்களுக்கும் பொருந்தும். நாம் இந்தப் பொது உண்மையைக் குறிப்பிட்ட பிரச்சனைகளுக்கும் குறிப்பிட்ட சூழலுக்கும் பொருத்தக்கூடிய ஆற்றல் உள்ளவர்களாக இருக்கவேண்டும் என்பதைச் சொல்லத் தேவையில்லை. ஆனால் பூர்ஷ்வா சமுதாயம் முழுவதும் நிலப்பிரபுத்துவத்துக்கும் எதேச்சாதிகாரத்துக்கும் எதிராகக் கிளர்ந்தெழுந்துகொண்டிருக்கையில் இவ் உண்மையை மறந்துவிடுவது நடைமுறையில் பூர்ஷ்வா சமுதாயம் பற்றிய சோசலிச விமர்சனத்தை முற்றாகக் கைவிட்டுவிடுவதுதான்.[21]

புரட்சிகரக் கிளர்ச்சியில் ஈடுபட்டுள்ள மக்கள் திரளினரை, ஜன நாயகப் புரட்சி என்ற இலக்கை நோக்கியும் பாட்டாளி வர்க்கப்புரட்சிக்காக சோசலிச உணர்வுள்ள பாட்டாளி வர்க்கத்தை ஆயத்தம் செய்தல் என்ற இலக்கை நோக்கியும் வழிநடத்திச் செல்லவேண்டிய மிகப் பெரும் கடமையை இப்போது போல்ஷ்விக் கட்சி எதிர்கொண்டது. இந்த இரு கடமைகளிலும் வெற்றிபெற, 'கட்சிப்பத்திரிகை', 'கட்சி இலக்கியம்' என்ற பிரச்சனைக்கு அழுத்தம் தரவேண்டியது அவசியமாயிற்று. லெனின் தனது கட்சியின் செயல்பாட்டை, பலகட்சிகள் செயல்படும் சமூக அமைப்பொன்றில் வைத்துக் காண்கிறார். 'கட்சி அமைப்பும் கட்சி இலக்கியமும்' என்ற கட்டுரையில் லெனின் எழுதினார்:

21 அதே நூல், பக்கம், 178.

சட்டரீதியான பத்திரிகை, சட்டவிரோதமான பத்திரிகை என்ற வேறுபாடு இருந்தவரை கட்சிப்பத்திரிகை மற்றும் கட்சிசாராப் பத்திரிகை என்ற பிரச்சனை மிகமிக எளிதாகவும் மிகமிகத் தவறான மற்றும் இயல்புக்கு மாறான முறையிலும் தீர்க்கப்பட்டது. சட்டவிரோதப் பத்திரிகைகள் முழுவதும் கட்சிப் பத்திரிகைகளாக இருந்தன; செயல்படும் கட்சி உறுப்பினர் குழுக்களுடன் ஏதேனுமொரு வகையில் இணைக்கப்பெற்ற அமைப்புகளாலும் குழுக்களாலும் அவை நடத்தப்பட்டன. சட்டரீதியான பத்திரிகைகள் முழுவதும் கட்சி சாராதவை. ஏனெனில் கட்சிகள் தடைசெய்யப்பட்டிருந்தன. ஆனால் அவை ஏதேனுமொரு கட்சியை நோக்கி 'ஈர்க்கப்பட்டிருந்தன'. அசாதாரணமான கூட்டணிகள், விநோதமான 'தற்காலிகக் கூட்டாளிகள்', பொய்யான மூடி மறைப்பு உத்திகள் ஆகியன தவிர்க்க முடியாதவையாக இருந்தன... ஈசாப் கதைகளின் மொழியும் இலக்கிய அடிமைத்தனமும், அடிமைத்தனமான பேச்சும் சித்தாந்தக் கொத்தடிமைத் தனமும் இருந்த சாபக்கேடான காலகட்டம் அது![22]

முற்றுப் பெறாத அந்தப் புரட்சியில் "ஆத்மார்த்தமான, ஒளிவு மறைவில்லாத, நேரடியான, முரணற்ற கட்சி உணர்வுடையவர்கள்", தலைமறைவான, ஒளிவுமறைவான, சமயோஜிதமாக செயல்படுகிற 'சட்டத்துக்குட்பட்டு நடப்பதாக' போக்குக் காட்டுகிற நபர்களுடன் இயல்புக்கு மாறான முறையில் இணைந்துள்ள தானது கட்சி உறுப்பினர்களாக உள்ள எழுத்தாளர்களும் பத்திரிகையாளர்களும் கட்சிக்குத் தமது விசுவாசத்தைப் பகிரங்கமாகப் பிரகடனப்படுத்தக் கோருமாறு கட்சியை நிர்ப்பந்தித்தது. "இலக்கியமானது பாட்டாளிவர்க்கத்தின் பொது இலட்சியத்தின் பகுதியாக மாறவேண்டும். பாட்டாளிவர்க்கம் முழுவதின் அரசியல்ரீதியில் உணர்வுபெற்ற முன்னணிப்படை அனைத்தாலும் இயக்கிவைக்கப்படும் தனியொரு மகத்தான சோசலிச ஜனநாயக இயந்திரத்தின் மறையாகவும் திருகாணியாகவும் ஆகவேண்டும்."

'மறையும் திருகாணியும்' என்பதைப் பொறுத்தவரை லெனின் உடனுக்குடன் சில விளக்கங்களையும் தந்து விடுகிறார்: "எல்லா

22 Lenin, Op. cited, pp 24-25.

ஒப்புமைகளும் குறையுடையவை என்கிறது ஒரு ஜெர்மானியப் பழமொழி. அது போலத்தான் இலக்கியத்தை ஒரு மறைக்கு ஒப்பிடுவதும்" என்று கூறும் லெனின்,

> ...இலக்கியத்தை யாந்திரிகமாக்குவது, ஒரே மட்டமாக்குவது, பெரும்பான்மையோர் ஆட்சியை சிறுபான்மையோர் ஏற்றுக்கொள்ளவேண்டும் என்ற நியதிக்கு இலக்கியத்தை உட்படுத்துவது என்ற பிரச்சனைக்கே இடமில்லை. அதே போல இத்துறையில் தனிமனித முன்முயற்சி, தனிமனித விருப்பம், சிந்தனை, கற்பனை உருவம், உள்ளடக்கம் ஆகியவற்றுக்கு மேலதிகமான வாய்ப்பு நிச்சயமாக வழங்கப் படவேண்டும். இவையாவும் மறுக்கமுடியாதவை. இவை யாவும் காட்டுவது என்னவெனில் பாட்டாளிவர்க்கக் கட்சியின் இலக்கியப் பகுதியை அதன் பிற பகுதிகளுடன் யாந்திரிகமாக ஒன்றுபடுத்திப் பார்க்கக் கூடாது என்பதுதான்.[23]

எனவே, இங்குள்ள பிரச்சனை, பொதுவான இலக்கியம் அல்ல. கட்சிச் செயல்பாட்டின் இலக்கியப்பகுதி, கட்சி இலக்கியம், அரசியல் எழுத்துக்கள் என்ற பிரச்சனைதான். லெனினின் கோரிக்கை இதுதான்:

> செய்தித்தாள்கள் பல்வேறு கட்சி அமைப்புகளின் ஏடுகளாக வேண்டும். அவற்றின் எழுத்தாளர்கள் எல்லா வழிகளிலும் இந்த அமைப்புகளின் உறுப்பினர்களாக வேண்டும். நூல் வெளியீட்டகங்கள், விநியோக மையங்கள், புத்தகக் கடைகள், வாசக சாலைகள், நூலகங்கள் மற்றும் இது போன்ற நிறுவனங்கள் யாவும் கட்சிக் கட்டுப்பாட்டின் கீழ் இருத்தல் வேண்டும்."[24]

லெனினைப் பொறுத்தவரையில் தீர்மானகரமான விஷயங்கள் கட்சியைச் சேர்ந்த பத்திரிகைகளும் பிரசார எழுத்தாளர்களும் ஆகும். அவாது அடிப்படைக் கோரிக்கை இதுதான்:

> நாங்கள் போலிசிடமிருந்து மட்டுமல்லாமல் மூலதனத்திட மிருந்தும் தன்னல வேட்டையிலிருந்தும் இன்னும் சொல்லப் போனால் பூர்ஷ்வா - அராஜகவாத தனிமனிதவாதத்திலிருந்தும்,

---

23 அதே நூல், பக்கம் 26.

24 அதே நூல், பக்கம், 27.

சுதந்திரம் பெற்ற பத்திரிகையை நிறுவ விரும்புகிறோம். நிச்சயம் நிறுவுவோம்.[25]

பெரும்பான்மையான வாக்குகள் மூலம் விஞ்ஞானம், தத்துவம், அழகியல் பிரச்சனைகளில் தொழிலாளர்கள் முடிவு எடுக்கவேண்டும் என்று நீங்கள் விரும்புகிறீர்கள் என்று ஒரு குற்றச்சாட்டு வரும் என்பதை எதிர்பார்த்து லெனின் கூறுகிறார்:

கனவான்களே! அமைதியாக இருங்கள். எல்லாவற்றுக்கும் முதலாக நாம் விவாதிப்பது கட்சி இலக்கியமும் கட்சிக் கட்டுப்பாட்டிற்கு அது கீழ்ப்படிதல் பற்றியும்தான். எவ்விதத் தடையுமின்றி ஒவ்வொருவருக்கும் தாம் விரும்பும் எதையும் சொல்லவும் எழுதவும் உரிமை உண்டு, (கட்சி உட்பட) சுயவிருப்பால் அமைந்த எல்லா அமைப்புகளுக்கும் கட்சியின் பெயரைப் பயன்படுத்திக் கட்சிக்கு விரோதமான கருத்துகளை ஆதரிக்கும் உறுப்பினர்களை வெளியேற்றுவதற்கும் சுதந்திரம் உண்டு. பேச்சு சுதந்திரம், பத்திரிகை சுதந்திரம் - இவை முழுமையாக இருத்தல் வேண்டும். ஆனால் சங்கம் சேர்க்கும் உரிமையும் முழுமையாக இருக்க வேண்டும். பேச்சு சுதந்திரத்தின் பெயரால் கூக்குரலிடவும் பொய் பேசவும் மன நிறைவுற எழுதவும் முழு உரிமையினை நான் உங்களுக்கு வழங்குகிறேன். ஆனால் சங்கம் சேர்க்கும் உரிமையின் பெயரால் எனக்கு ஏதாவது ஒரு கருத்தை ஆதரிக்கும் மனிதர்களுடன் சேரவோ அல்லது அவர்களிடமிருந்து விலகிக்கொள்வதற்கோ ஆன உரிமையை எனக்கு வழங்கக் கடமைப்பட்டிருக்கிறீர்கள். கட்சி, சுய விருப்பத்தால் உருவான அமைப்பாகும். கட்சிக்கு விரோதமான கருத்துகள் கொண்டவர்களைக் கட்சியிலிருந்து வெளியேற்றாவிடில் அது முதலில் சித்தாந்தரீதியாகவும், பிறகு அமைப்புரீதியாகவும் தவிர்க்கமுடியாதபடி தகர்ந்து போகும்... கட்சிக்குள்ளான சிந்தனை சுதந்திரமும் விமர்சன சுதந்திரமும் கட்சிகள் என்றறியப்படுகிற அந்த சுய விருப்ப அடிப்படையில் அமைந்த அமைப்புகளில் மக்களைத் திரட்டும் சுதந்திரத்தை என்றும் மறந்துவிடும்படி செய்யாது[26]

---

25 அதே நூல், பக்கம், 27.

26 அதே நூல், பக்கம் 27–28.

இங்கு தெளிவாவது என்னவெனில், எல்லாவகையான இலக்கிய முயற்சிகள் மீதும் கட்சிக் கட்டுப்பாடு விதிக்கவேண்டும் என லெனின் வாதிடவில்லை என்பதாகும். போல்ஷ்விக் கட்சியுடன் நேரடியாக ஈடுபாடுகொண்டிருந்த எழுத்தாளர்கள் கடைப்பிடிக்க வேண்டிய சார்பு நிலையைத்தான் அவர் இங்கு சுட்டிக்காட்டுகிறார். இதற்குச் சான்றாக இக்கட்டுரைக்கு லெனின் எழுதிய குறிப்புகள் உள்ளன. மேற்காணும் கூற்று அக்ஸல்ரோட், மார்த்தோவ், பார்வஸ், பிளக்கானோவ், த்ரோத்ஸ்கி போன்ற ‘இலக்கியவாதி’களை (ரஷிய மொழியில் ‘இலக்கியம்’ என்ற சொல் பொதுவாக கட்டுரைகள், பிரசார எழுத்துக்கள், ஆய்வுக் கட்டுரைகள் ஆகியனவற்றையே குறித்தது என்பது அறிஞர்களின் கருத்து) மட்டுமே மனத்தில் கொண்டு எழுதப்பட்டவை என்பதை அக்குறிப்புகள் திட்டவட்டமாக நிரூபிக்கின்றன. படைப்பிலக்கியவாதிகள் கணிசமான எண்ணிக்கையில் கட்சியுடன் இணைந்திருக்காத, கட்சிப்பணிகளில் தீவிரமாக ஈடுபட்டிருந்திராத ஒரு சூழலில் அவர்களை மனதில் கொண்டுதான் லெனின் மேற்காணும் கட்டுரையை எழுதினார் என்பது சற்றும் பொருத்தமற்றது.

மேலும், இக்கட்டுரையில் லெனின் முன்வைப்பது ‘கட்சி மனப்பான்மை’ என்ற அழகியல் பிரச்சனை அல்ல. மாறாக, கட்சிப் பத்திரிகை, கட்சியின் அரசியல் இலக்கியம் பற்றிய கருத்தைத்தான். பேச்சு சுதந்திரமும் பத்திரிகை சுதந்திரமும் முழுமையானவையாக இருக்க வேண்டும்; கட்சிப் பத்திரிகையைப் பயன்படுத்திக்கொண்டு கட்சிக்கு எதிரான கருத்துகளை வெளியிடும் சுதந்திரம் மட்டுமே கட்சி உறுப்பினர்களுக்கு இல்லை. தன்னார்வத்தோடு வந்தவர்களைக் கொண்டுதான் கட்சி நிறுவப்படுகிறது. தயக்கமும் தடையுமின்றி அதில் சேர முடிவுசெய்த எவரும் எழுத்து மூலமோ பேச்சுமூலமோ கட்சிக்கு எதிரான நிலைப்பாடுகள் எடுக்கமுடியாது. ஆயினும், அவருக்கு கட்சிக்குள் முழுமையான சிந்தனை சுதந்திரமும் விமர்சன சுதந்திரமும் உண்டு. புரட்சிக் கட்சியில் சேர்ந்துள்ளமை ஒருவருக்கு சிறப்புரிமைகள், அனுகூலங்கள் எதனையும் தருவதில்லை. அதேபோல அது ஒரு உறுப்பினரை வெளியேற்றினால் அவர் வேலைவாய்ப்பு, கல்வித்துறைப்பணி, தனக்கு விருப்பப்பட்டதைப் பேசவும் எழுதவுமான வாய்ப்பு எதையும் இழந்துவிடுவதுமில்லை.

சுதந்திரம், சுதந்திரமான தேர்வு என்ற கோட்பாடு இருவழிகளில் செயல்படுகிறது. மத்தியப்படுத்துதல் என்பது ஒரு புரட்சிகரத் தேவையாக இருந்த ஒரு சமயத்தில் கட்சி இலக்கியம், கட்சி அமைப்புக்குக் கீழ்ப்பட்டதாக இருக்க வேண்டியது தவிர்க்கமுடியாது (ஆயினும் அந்தச் சமயத்திலும்கூட எவ்வளவு பகிரங்கமான விவாதங்கள் கட்சிப் பத்திரிகைகளிலேயே நடைபெற்றுள்ளன). அப்போதும்கூட லெனின் 'பெரும்பான்மையோர் முடிவுக்கு சிறுபான்மையோர். கட்டுப்படும் விதி', 'யாந்திரிகமாக எல்லாவற்றையும் - சமப்படுத்துதல்' என்பனவற்றுக்கு இலக்கியம் சிறிதும் உட்படுத்தப்படாது என்று கூறி, இலக்கியத்தைக் காத்தார். அப்படியிருக்கையில் பொதுவாக எல்லா இலக்கியத்தையுமே இத்தகையதொரு நியதிக்குக் கட்டுப்படுத்த விரும்பினார் என்று கருதுவது எவ்வளவு அபத்தமானது!

முதலாளிய உலகிலுள்ள எழுத்தாளர்கள், கலைஞர்கள் ஆகியோரின் 'முழுமுற்றான சுதந்திரம்' என்பதிலுள்ள மாய்மாலத்தை அம்பலப்படுத்துகிறார் லெனின்: "ஒருவர் சமுதாயத்தில் இருந்து கொண்டே அதிலிருந்து சுதந்திரமாக இருக்கமுடியாது" என்று கூறும் லெனின், இந்த எழுத்தாளர்களும் கலைஞர்களும் உண்மையில் பணமூட்டைகளையும் ஊழலையும் வேசித்தனத்தையுமே சார்ந்திருக்கின்றனர் என்கிறார். இத்தகைய 'போலி சுதந்திரத்தை' பாட்டாளிவர்க்கத்துடன் பகிரங்கமாகவே பிணைக்கப்பட்டுள்ள, உண்மையிலேயே சுதந்திரமான இலக்கியத்துடன் ஒப்பிடுகிறார். கீழ்க்காணும் வரிகளிலே தென்படுவது அத்தகைய இலக்கியம் பற்றிய அவரது ஆணைகளோ, நியதிகளோ, கோரிக்கைகளோ அல்ல. மாறாக அவரது கனவு, அவரது எதிர்பார்ப்பு:

அது சுதந்திர இலக்கியமாக இருக்கும். ஏனெனில் பேராசையும் சுயநல வேட்டையும் போலன்றி சோசலிசக் கருத்தும் உழைக்கும் மக்களுடனான அனுதாபமும் அதன் - அணிகளுக்கு மேலும் புதிய சக்தியைக் கொண்டு வரும். அது சுதந்திர இலக்கியமாகத் திகழும். ஏனெனில் அது ஏதோ ஒரு செருக்கேறிய கதாநாயகிக்கோ அல்லது தின்று கொழுத்துச் சீரழிந்த மேட்டுக்குடியினரைச் சேர்ந்த பத்தாயிரம் பேருக்கோ பணி புரியாது; மாறாக நாட்டின் மலராகவும் வலிமையாகவும் எதிர்காலமாகவும் உள்ள பல லட்சக்கணக்கான தொழிலாளர்களுக்குப் பணிபுரியும்,

அது ஒரு சுதந்திர இலக்கியமாக இருக்கும். சோசலிசப் பாட்டாளிவர்க்கத்தின் அனுபவத்தையும் உயிர்த்துடிப்புள்ள பணியையும் கொண்டு மனிதகுலத்தின் புரட்சிகரச் சிந்தனை யின் கடைசிச்சொல்லைச் செழுமைப்படுத்தும்; கடந்தகால - அனுபவத்திற்கும் (ஆதிகால கற்பனா வடிவங்களிலிருந்து சோசலிசத்தின் வளர்ச்சியின் முழுநிறைவாக உள்ள விஞ்ஞான சோசலிசம்வரை) நிகழ்கால அனுபவத்திற்கும் (பாட்டாளித் தோழர்களின் இன்றைய போராட்டம்) இடையில் நிரந்தரமான பரஸ்பரத் தொடர்புகளை ஏற்படுத்தும்.[27]

இக்குறிப்பிட்ட பத்தி இதற்கு முந்திய பத்திகளுக்கு மாறாக பொதுவாக எல்லாவகை இலக்கியத்தையும் பற்றிப் பேசுகிறது. ஃபிஷர் கூறுகிறார்:

இப்படி எழுதப்பட்டுள்ள இப்பத்தியை, ஏராளமான விஷயங்கள், ஆழமான சிந்தனை ஆகியவற்றின் அடிப்படையில் தனது கோட்பாடுகளை உருவாக்கியுள்ள லெனினின் படைப்புகளுடன் ஒப்பிடுவோமேயானால், நமக்குத் தெரிய வருவது என்னவெனில் நன்கு யோசித்து எழுதப்பட்டுள்ள இக் கட்டுரையின் முடிவில் காணப்படும் போராட்ட தொனி, ஒரு பிரசாரகனின் உருக்கமான குரல் ஆகியன இங்கு வெளிப் படுத்திவிடுவது ஒரு கோட்பாடல்ல, மாறாக ஓர் ஆசைக் கனவே என்பதாகும்.[28]

எல்லா சோசலிச-ஜனநாயக (கம்யூனிஸ்ட்) இலக்கியமும் கட்சி இலக்கியமாக வேண்டும்" என்ற சர்ச்சைக்குரிய வாசகத்திலிருந்தும்கூட, எல்லா இலக்கியமும் சோசலிச-ஜனநாயக இலக்கியமாகிவிடவேண்டும் அல்லது கலையானது ஏதோ ஒரு கட்சி அதிகாரத்துக்கு சேவகம் புரிய வேண்டும் என்று பொருள் கொள்வதற்கு இடமில்லை என்பதை ஃபிஷர் சுட்டிக் காட்டுகிறார். மேலும், கலை இலக்கியத்தின் கரு, நுதல்பொருள், வெளியீட்டு வடிவம், உத்திகள், பாணிகள் முதலியன இப்படித்தான் இருக்கவேண்டும் என லெனின் ஒருபோதும் கூறவில்லை. மயாகோவ்ஸ்கியின் ஃபியூசரிசப் பின்னணி அவருக்குப் பிடிக்கவில்லை. ஆனால் இலக்கியம் பற்றிய கடைசிச்

27 அதே நூல், பக்கம் 29.

28 Ernest Fisher. Op. cited, p.781.

சொல்லைக்கூறும் உரிமை புரட்சிகர இளைஞர்களுக்கே உண்டு என்று அவர் கருதினார். மயாகோவ்ஸ்கியை ஏராளமானோர் போற்றியதால் அவரிடம் பாராட்டத்தக்க அம்சம் ஏதோ இருக்கவேண்டும் என்பதை ஏற்றுக் கொண்டார்.

சுமார் 15 ஆண்டுகளுக்குப்பின் உள்நாட்டுப் போர், வெளிநாட்டுத் தலையீடு ஆகியவற்றின் குரூரங்களுக்கிடையே "எவ்விதத் தடைக் கட்டுப்பாடும் இன்றி தாம் விரும்பும் எதையும் சொல்லவும் எழுதவும் உரிமை உண்டு" என்ற லெனினின் கூற்று செயல்பட முடியாததாகி விட்டது. மேலும், "கட்சியின் செயல்திட்டப்படி ஒழுகமுடியாதவர்கள் அதிலிருந்து விலகி வேறு கட்சியில் சேர்ந்துகொள்வதும்" அப்போது இல்லாததாகி விட்டது. போல்ஷ்விக்குகள் விரும்பினாலும் விரும்பாவிட்டாலும் 1918 கோடைகாலத்திலேயே சோவியத் நாடு ஒற்றைக் கட்சி ஆட்சியின் கீழுள்ள அமைப்பாகவும் அரசியல் தணிக்கைகளை மேற் கொள்ளக்கூடிய திசையில் செல்லக்கூடியதாகவும் ஆகிவிட்டது. கட்சிக்குள் இறுதியான ஒரு தீர்மானம் எடுக்கப்பட்டுவிட்டால் அதன் பிறகு உறுப்பினர்கள் அத்தீர்மானத்துக்கு முழுமையாகக் கட்டுப்பட்டாகவேண்டும் என்ற நியதி ஏற்பட்டபோதிலும் கட்சிக்குள் பேச்சு சுதந்திரத்தைப் பாதுகாக்கும் கொள்கையிலிருந்து லெனின் ஒரு போதும் விலகவில்லை.

எதிர்ப்புரட்சிச் சக்திகளிடமிருந்து லெனின் தன் கட்சியையும் தொழிலாளர் அரசையும் பாதுகாக்கவேண்டியிருந்தது. எனவே ராணுவ பயங்கரங்கள் நிறைந்த உள்நாட்டுப் போரின்போதும் சரி, புதிய பொருளாதாரக் கொள்கைக் காலகட்டத்திலும் சரி, கட்சியின் எதிரிகளுக்கு சுதந்திரம் இல்லை என லெனின் வெளிப்படையாக அறிவித்தார். 1918க்குப்பின் சோவியத் ஆட்சியை எதிர்த்தவர்கள் நாட்டை விட்டுப் போய்விடும்படி கூறப்பட்டனர்; அதற்கு அனுமதி வழங்கப்பட்டனர்; ஏன் ஊக்குவிக்கவும்பட்டனர். இத்தகைய பலர் தமக்கு மிகவும் உகந்த சூழலான மேற்கு ஐரோப்பாவிலோ, அமெரிக்காவிலோ குடியேறி தம் இலக்கியப் பணிகளைத் தொடர்ந்தனர். இவ்வாறு வெளியேறிய எழுத்தாளர்கள் சிலரின் படைப்புகளை சோவியத் சஞ்சிகைகளில் பிரசுரிக்க லெனின் அனுமதித்தார். சோவியத் ஆட்சியின் மீது கடும் பகை காட்டியவரும் லெனின், த்ரோத்ஸ்கி ஆகியோரை அவதூறு செய்யும் கதைகளை எழுதியவருமான

அர்க்கடி அவெர்ட்செங்கோவின் படைப்புத்திறனைப் பாராட்டவும் அதை ஊக்குவிக்கவும் அவரது கதைகள் சிலவற்றை சோவியத் ரஷியாவில் மறுபிரசுரம் செய்யவும் விரும்பக்கூடிய அளவிற்குப் பெருந்தன்மை கொண்டிருந்தார் லெனின்.

எதிர்ப்புரட்சிக்கு உதவிய எழுத்தாளர்களையும் பேராசிரியர்களையும் எப்படி நடத்தவேண்டும் என்பது பற்றி அப்போது GPU என்றழைக்கப்பட்ட அரசு பாதுகாப்புத் துறைத் தலைவராக இருந்த ழெர்ஷின்ஸ்கிக்கு எழுதிய கடிதத்தில், அரசு எடுக்கவேண்டிய நடவடிக்கைகளுக்கான ஒரு 'மேலும் முழுமையான தயாரிப்பின்' அவசியம் பற்றி வலியுறுத்துகிறார். கட்சியின் அரசியல் குழு உறுப்பினர்கள், பல்வேறு கம்யூனிஸ்ட் அறிவாளிகள், நிபுணர்கள் ஆகியோரின் எழுத்து வடிவ அபிப்பிராயங்களின் அடிப்படையிலமைந்த விசாரணையின்றி எதிர்ப்புரட்சியாளர்கள் மீது எந்த நடவடிக்கையும் எடுக்கக்கூடாது என்றார். இந்தப் பொறுப்பு 'ஒரு புத்திசாலித்தனமான, படித்த, பொறுப்போடு நடந்துகொள்கிற நபரிடம் ஒப்படைக்கப்படவேண்டும், மிகக் கூர்மையான கவனத்தோடு தீர்ப்பு வழங்கப்படவேண்டும்' என்றார். 'நொவாயா ரோசியா' என்ற இலக்கிய - விஞ்ஞான மாத சஞ்சிகையைக் கட்டுப்படுத்துவதில் பீட்டர்ஸ்பர்க் தோழர்கள் கண் மூடித்தனமாக நடந்துகொள்கிறார்களோ என ஐயம் கொண்டார். லெனினின் ஐயங்கள் சரி என நிரூபிக்கப்பட்டு பெட்ரோகிராட் தோழர்களின் தீர்மானம் நிராகரிக்கப்பட்டது. ஜூலை இதழ் தவறியது போக, அப் பத்திரிகை ஆகஸ்ட் முதல் 'ரோசியா' என்ற பெயரில் மாஸ்கோவிலிருந்து மீண்டும் வந்தது.

எதிர்ப்புரட்சியாளர்களின் 'மண்டையில் அடிக்கவேண்டும்' என்று லெனின் கூறிவந்தபோதிலும் கார்க்கியின் தலையீட்டின் பேரில் உண்மையான எதிர்ப்புரட்சி எழுத்தாளர்கள், அவ்வாறு குற்றம் சாட்டப்பட்ட எழுத்தாளர்கள் பலர் லெனினால் விடுதலைசெய்யப் பட்டிருக்கின்றனர். 'பழிவாங்கும் மனப்பான்மை' லெனினிடம் சிறிதும் இருந்ததில்லை என்பதற்கு இது சான்று.

கார்க்கி விஷயத்தில் லெனின் நடந்துகொண்ட விதமும்கூட லெனினின் பெருந்தன்மைக்கும் சீரிய ஆளுமைக்குமான சான்றாக விளங்குகிறது. நவம்பர் புரட்சியைப் பற்றிய கடுமையான கருத்து வேறுபாடுகளையும் விமர்சனங்களையும் கார்க்கி கொண்டிருந்தார் என்பதை முதல் அத்தியாயத்தில் பார்த்தோம்.

அவரைத் தன்பக்கம் வென்றெடுப்பதற்காக லெனின் இடைவிடாத முயற்சி செய்தார். 1917இலும் 1918-இலும் கார்க்கி, லெனின் பற்றியும் புரட்சி பற்றியும் நியாயமற்ற நாசகரமான கட்டுரைகளை எழுதியபோது அவரது தாக்குதல்கள் ஒன்றுக்குக்கூட லெனின் பதிலளிக்கவில்லை. காரணம், கார்க்கியின் உடலும் உள்ளமும் புரட்சியோடும் சோசலிசத்தோடும் இணைந்தவை என்று லெனின் கருதியமைதான். தனது நிலைப்பாடு தவறானது என்று உணர்ந்து ரஷியா திரும்பிய கார்க்கி, பின்னர் லெனினை வானளாவப் புகழத் தொடங்கினார். அப்போதுதான் லெனினுக்கு எரிச்சலும் கோபமும் உண்டாயின. கட்சியின் அரசியல் குழுக் (பொலிட்பீரோ) கூட்டத்தைக் கூட்டி, தன்னைப் பற்றிய கார்க்கியின் தனி நபர் வழிபாட்டைக் கண்டித்துத் தீர்மானம் இயற்றச் செய்தார்![29]

---

29 Prof. Georgi Kunitsyn, Sincerity in Art and Literature in *Soviet Literature*, No. 5 (494), May 1989.

'வாப்', 'ராப்', ஐந்தாண்டுத் திட்டம்

புரொலிட்கல்ட் போக்குகள் சிலவற்றால் அதிருப்தியடைந்த சில பாட்டாளிவர்க்க எழுத்தாளர்கள் 1919 இல் பிரிந்துசென்று புதிய எழுத்தாளர்கள் சிலருடன் சேர்ந்து 'ஸ்மிதி' (Smithy) என்ற புதிய அமைப்பை உருவாக்கிக்கொண்டனர். (புரட்சி நடந்து முடிந்தபிறகு முதல் பத்தாண்டுகளில் 'பாட்டாளிவர்க்கத்தில் பிறந்தவன்' என்று ஒருவன் சொல்லிக்கொள்வது பெருமைப்படத்தக்கதாக இருந்ததில் வியப்பில்லை.) புரொலிட்கல்ட்டின் வெகுஜன அமைப்பு முயற்சிகள் படைப்பாற்றல்களுக்கு ஊறுவிளைவிப்பவை என்று கருதிய அவர்கள் ரஷியாவின் நகர்ப்புறங்களிலிருந்த தொழிற்சாலைகளைத் தமது பண்பாட்டுத் தளங்களாக்கிக்கொண்டனர். ஆனால் புரொலிட்கல்ட் போலவே கலை என்பது வர்க்கப் போராட்டத்தில் பயன்படுத்தப்படும் கருவி என்றே கணித்தனர். தொழிற்சாலைகளையும் இயந்திரங்களையும் கற்பனைக்கு உகந்த கருப்பொருள்களாகக் கருதினர். 1920 இல் அகில ரஷிய பாட்டாளிவர்க்க எழுத்தாளர் கழகம் (VAPP) உருவாக்கப்பட்ட போது, அக்கழகத்தின் கொள்கைகள் அவர்களது கருத்துகளைத் தாங்கியவையாக இருந்தன. பின்னர் அக்கழகம் 'ராப்' (RAPP) என்று பெயர் மாற்றப்பட்டது. 1920 இல் 'வாப்' நாடுமுழுவதிலுமுள்ள பாட்டாளிவர்க்க இலக்கியத்தை ஒழுங்கமைப்புச் செய்ய முன் வந்ததுடன் எல்லா சோவியத் எழுத்தாளர்கள் மீதும் முழுக்கட்டுப்பாடு செய்ய விரும்பியது. ஆனால் வெற்றியடையவில்லை. ஆனால் பின்னர் 'ராப்' அவ்விஷயத்தில் வெற்றிகண்டது.

பாட்டாளிவர்க்க எழுத்தாளர்களில் பெரும்பாலோர் கவிஞர்கள், அல்லது கவிதையில் மட்டுமே அக்கறை காட்டியவர்கள். புற சம்பவங்களின் தாக்கத்தினால் ஏற்படும் தன்னெழுச்சியான உணர்ச்சிகளை வெளிப்படுத்த தன்னுணர்ச்சிக் கவிதைகளை (Lyrical Poems) எழுதுவது அவர்களுக்கு எளிதானதாகவும் உவப்பானதாகவும்

இருந்தது. காஸின், ஓப்ராடோவிச், அலெக்ஸாண்ட்ரோவ்ஸ்கி போன்ற உண்மையான கவிஞர்களை 'ஸ்மிதி'யும் மற்றொரு பாட்டாளிவர்க்க அமைப்பான 'போர்ஜ்'ஜூம் உருவாக்கின என்று கூறும் ஜாமியாடின், "உரைநடை எழுத்து, கவிதை எழுத்தைவிட மிகவும் கடினமானது. அதனால்தான் வரலாற்றுரீதியாக, உரைநடையானது கவிதைக்கு மிகவும் பிந்தியே தோன்றுகிறது" என்ற ஆந்த்ரே பெலியின் கூற்றை மேற்கோள் காட்டிவிட்டு எழுதுகிறார்: "மிகவும் பண்படுத்தப்பட்ட ஸ்மிதி, ஃபோர்ஜ் குழுக்களைப் பொறுத்தவரை இந்த 'மிகவும் பிந்தியே' என்பது இன்னும் மிகத் தொலைவானதாகவே உள்ளது."

ஆனால் உரைநடை எழுத்தில் தனது முத்திரையைப் பதிப்பதில் ஓரளவு வெற்றிகண்டவர்களும் இருக்கவேசெய்தனர். இவர்களில் அலெக்ஸி கோஸ்ட்டோவ் (1882-1941) குறிப்பிடத்தக்கவர். முதல் உலகப்போருக்கு முன்பே எழுதத்தொடங்கிய கோஸ்ட்டோவ் இயந்திரங்களையும், உடல் உழைப்பையும் போற்றி எழுதினார். நவீனத் தொழில்நுட்ப சாதனைகளையும் விஞ்ஞானத்தையும் கவர்ச்சிமிக்க விஷயங்களாகக் கண்டார். 1938இல் கைது செய்யப்பட்டு சிறை முகாமொன்றில் காலமான அவர் தனது கட்டுரைத் தொகுப்புக்கு அவரே எழுதிய ஒரு அற்புதமான முன்னுரையை மிக சமீபத்திய 'சோவியத் லிட்டரேச்சர்' இதழொன்றில் (ஆகஸ்ட் 1988) காணலாம்'. (ஸ்மிதி உறுப்பினர்களில் பெரும்பான்மையினர் கட்சி உறுப்பினர்கள். ஆனால் 1930களின் இறுதியில் ஸ்டாலினியக் 'களையெடுப்பு'களின்போது 'இடது தீவிரவாதிகள்' என்ற குற்றச்சாட்டின் பேரில் ஒன்று சிறையிலடைக்கப்பட்டனர் அல்லது சுட்டுக்கொல்லப்பட்டனர்).

புதிய பாட்டாளிவர்க்க எழுத்தாளர்களில் குறிப்பிடத்தக்கவர் விளாடிமிர் கிரில்லோவ் (Vladimir Kirillov:1890-1943). "நிலத்தையும் நீரையும் வென்று, தங்களைத்தாங்களே கடவுளாகவும் நீதிபதியாகவும் சட்டமாகவும் ஆக்கிக்கொண்ட எண்ணற்ற உழைப்பாளர் படை" பற்றிப் பாடிய அவர்தான் "நமது புவிக்கோளத்திற்குப் புதிய பிரகாசமான பாதையைக் கண்டறிந்து வழங்குவதாகக்" கூறியவர். "ரஃபேலின் ஓவியங்களைக் கொளுத்துவோம்" என்றெழுதியவரும் அவர்தான். 'பயோ-காஸ்மிஸ்ட்' என்ற மற்றொரு சிறு குழுவைச் சேர்ந்த இலியா ஸடோஃப்யெவ் (Ilya Sadofyeve 1889-1965) 'தனது சகாக்கள்

எதிர்காலச் சகாப்தங்களின் முன்னோடிகள்' என்றும் 'பிரபஞ்சம் தனது மணமகனான உழைக்கும் வர்க்கத்தின் வருகைக்காகக் காத்திருக்கும் மணமகள் போலப் பிரகாசமாக இருக்கிறது' என்றும் எழுதினார். செயின்ட் பீட்டர்ஸ்பர்க்கைத் தளமாகக்கொண்ட 'பிரபஞ்சவாதி'களை (Cosmists) வெறும் கூச்சல் போடுபவர்கள் எனக் கூறிய ஜாமியாடின் 'அவர்களது பிரபஞ்சத்திலுள்ள உரைநடை என்ற வயல்களிலும்கூட வறட்சியும் வாடிய பயிர்களும்தான் இருக்கின்றன' என்றார்.

1921இல் புதிய பொருளாதாரக் கொள்கை பற்றிய விமர்சனக் குரல்கள் எழுந்தன. முதலாளித்துவம் வளர்வதற்கு வாய்ப்புக் கொடுக்கப்பட்டு விட்டது என்றும் இக் கொள்கையினால் ஆதாயமடைந்த வர்க்கம் (NEP men) தோன்றியுள்ளது என்றும் சிலர் கூறத் தொடங்கினர். 'வாப்'பில் இருந்த 'ஸ்மிதி' குழுவினரிலிருந்து, சிலர் பிரிந்து சென்று 'அக்டோபர்' என்ற புதிய அமைப்பினை உருவாக்கினர். அதில் பாட்டாளி வர்க்கத்தைச் சேர்ந்தவர்கள் மட்டுமல்லாது மத்திய தரவர்க்கத்தைச் சேர்ந்தவர்களும் இருந்தனர். ஆனால் அவர்களுக்கிடையே ஒரு சித்தாந்த ஒற்றுமை இருந்தது. அவர்களிற் பெரும்பாலானோர் கட்சி உறுப்பினர்கள், போர்க் குணமிக்கவர்கள். உருவத்தைக் காட்டிலும் உள்ளடக்கமே முக்கியமானது என்றவர்கள். இளம் கம்யூனிஸ்ட்டுகளால் புதிய சமூக அமைப்புக்கு உத்வேகம் தரும் புதிய இலக்கியப் படைப்புகளை உருவாக்கமுடியும் என்று நம்பியவர்கள். கவிதைகளிலும் உரைநடையிலும் பூர்ஷ்வா உள்ளடக்கத்தை எதிர்த்துப் போராட வேண்டும் என்றவர்கள். அவர்களில் குறிப்பிடத்தக்க கவிஞர்கள் யோசிஃப் உட்கின் (Iosif Utkin: 1903- 44), மிகெய்ல் ஸ்வெட்லோவ் (Mikhail Svetlov: 1903-49) ஆகியோர். அக் குழுவினர். 1923இல் 'ஆன்கார்ட்' (On guard) என்ற சஞ்சிகையையும் 1924இல் 'அக்டோபர்' சஞ்சிகையையும் தொடங்கினர். 'அக்டோபர்' மாஸ்கோவின் முன்னணி இலக்கியப் பத்திரிகையாக ஆயிற்று. இக் குழுவினர் பாட்டாளிவர்க்க இலக்கியத்தின் ஐக்கிய முன்னணியின் தலைமையைக் கைப்பற்ற விரும்பினர். 'ஸ்மிதி' போன்ற இதரக் குழுக்களை நசுக்கிவிட்டு 'வாப்'பின் தலைமையைக் கைப்பற்றினர்.

'அக்டோபர்' குழுவை வழி நடத்திச் சென்றவர்கள் நாவலாசிரியர் யூரி லிபெடென்ஸ்கி (Yuri Libedensky: 1898-1960),

கவிஞர் அலெக்ஸாண்டர் பெஸ்மென்ஸ்கி *(Alexander Besmensky)* ஆகியோராவர். அதன் தத்துவ வழிகாட்டியாக இருந்தவர் லியோபோல்ட் அவர்பாக் *(Leopold Averbakh: 1903 - 1938)*. பழைய புரொலிட்கல்ட் கோட்பாடு அவர்களிடம் புத்துயிர்பெற்றது. மக்கள் திரளினரை உள்ளது உள்ளபடியே காட்டுவதற்குப் பதிலாக அவர்களைச் செம்மையான பரிமாணத்தில் காட்டுவன தமது - இலக்கியப் படைப்புகள் என்று அக்குழு கூறியது. இலக்கியத்தை போல்ஷ்விக்தன்மையாக்க வேண்டும் என்று கூறியது. முதலாவது 'வாப்' மாநாட்டில், இலக்கியத்தின் வர்க்க அடிப்படை போர்க்குணமிக்க பாட்டாளிவர்க்கக் கோட்பாடாக இருக்கவேண்டும் என்ற கருத்து ஏற்றுக்கொள்ளப்பட்டது. பிற இலக்கியப் போக்குகள் ஆபத்தானவை என்றும் பாட்டாளிவர்க்க இலக்கியத்தை பூர்ஷ்வா சித்தாந்தத்திலிருந்து விடுவிக்கும் பணி கம்யூனிஸ்ட் கட்சியைச் சார்ந்ததாயிற்று என்றும் கூறாமல் கூறியது.

பாட்டாளிவர்க்க எழுத்தாளர்கள் மகோன்னதமான படைப்புகளைப் படைக்கவில்லை. ஆனால் நன்கு ஒழுங்கமைக்கப்பட்டு கட்டுப் பாட்டுடன் செயல்பட்டனர். அவர்களில் பீட்டர் கோகன் *(Peter Kogan: 1872-1932)*. விளாடிமிர் ஃபிரிட்செ *(Vladimir Fritche: 1870-1929)* ஆகியோர் குறிப்பிடத்தக்கவர்கள். கோகன் அன்று மிகவும் செல்வாக்குப் பெற்றிருந்த மார்க்சிய இலக்கிய விமர்சகர். இலக்கிய விஞ்ஞான அகதமியின் தலைவராக இருந்தவர். அவர் பாட்டாளிவர்க்கத்தில் பிறந்தவரல்லர் என்றாலும் பாட்டாளிவர்க்கக் கவிதை பாட்டாளிவர்க்கத்தால் மட்டுமே எழுதப்படவேண்டும் என்றும் "சோசலிச மற்றும் தொழில்மய சமுதாயக் கலாசாரம் முற்றிலும் பகுத்தறிவு சார்ந்ததாகவே இருக்கவேண்டும்" என்றும் வாதாடியவர். மயாகோவ்ஸ்கிக்கு எரிச்சலூட்டும் வகையில் இலக்கிய சர்ச்சைகளை நடத்தியவர்.

இத்தனை முயற்சிகளும் அரசாங்க மேல்மட்டத் தலைவர்கள் சிலரின் ஆதரவும் பகிரங்கமான பிரகடனங்களும் ஆர்ப்பரிப்புகளும் தலைசிறந்த கவிஞர் எனச் சொல்லத்தக்க ஒருவரைக்கூடப் பாட்டாளி வர்க்க எழுத்தாளர்களிடமிருந்து உருவாக்க முடியவில்லை. தலைசிறந்த கவிஞர்கள் எனக் கருதப்படும் அலெக்ஸாண்டர் ப்ளாக், விளாடிமிர் மயாகோவ்ஸ்கி, போரிஸ் பாஸ்டர்நாக், ஸெர்ஜி யெஸினின் ஆகியோர் பிறவர்க்கங்களிலிருந்து

வந்தவர்கள். 1920களில் 'பாட்டாளிவர்க்கத்தின் உண்மையான தூதுவன்' என்றழைக்கப்பட்டவரும் லெனினின் அபிமானத்துக்குப் பாத்திரமாகியிருந்தவருமான டெமியோன் பெட்னி ஒரு பிரபுவின் மகன்தான். 'தூய பாட்டாளிவர்க்கக் கலை' என முழக்கமிட்டவர்களிற் பலர் வால்ட் விட்மன், எமைல் வைர்ஹயீரன், சிம்பலிஸ்டுகள், ஃப்யூசரிஸ்டுகள் ஆகியோரின் தாக்கத்தின் கீழேயே எழுதினர் என்கிறார் மார்க் ஸ்லோனிம்.[1]

'வாப்', அக்டோபர் குழு, 'ஆன்கார்ட்' சஞ்சிகை ஆகியனபற்றி எழுதுகையில் ஆலன் ஸ்விஞ்செவுட் கூறுகிறார்:

> எனவே 1924ஆம் ஆண்டுவாக்கில் அடிப்படைப் பிரச்சனைகள் தெளிவாகியிருந்தன. பாட்டாளிவர்க்கக் கலாச்சாரம் என்ற கருத்துக்குத் தம்மை அர்ப்பணித்துக் கொண்டிருந்த நிறுவனங்களிடையே சர்வாதிபத்தியத்தை நோக்கிய போக்கு முளைவிட்டிருந்தது மென்மேலும் தெளிவாகி வந்தது; எழுத்தாளன், கலை, இலக்கியம் யாவும் 'ஒழுங்கமைக்கப்பட' வேண்டும், அதாவது 'அதிகாரி வர்க்கத்தன்மையாக்கப்பட வேண்டும்' என்பதே அப்போக்கு.[2]

1928 இல் அனைத்து ஒன்றிய பாட்டாளி வர்க்க எழுத்தாளர் காங்கிரசில் *(All Union Congress of Proletarian Writers)* 'வாப்' *(VAPP)* என்ற பெயர்மாறி 'ராப்' *(RAPP)* ஆக உருவெடுத்தது. இந்த ஆண்டு அக்டோபரில்தான் புதிய பொருளாதாரக் கொள்கைக்கு அதிகாரப்பூர்வமான முற்றுப்புள்ளி வைக்கப்பட்டு முதல் ஐந்தாண்டுத் திட்டம் நடைமுறைப்படுத்தப்படலாயிற்று. 1925இல் கட்சி கொண்டிருந்த கலை இலக்கியக் கொள்கையும் மாற்றம் கண்டது. 1928 இல் கட்சி மத்தியக் குழு நிறைவேற்றிய தீர்மானம் கூறியதாவது:

> இலக்கியம், நாடகம், சினிமா ஆகியன முன்னெடுத்துச் செல்லப்படுவதோடு, மிகப்பரந்த மக்களுடன் அவற்றைத் தொடர்புபடுத்தவேண்டும். புதிய கலாசாரக் கண்ணோட்டத்திற்கான போராட்டத்தில் பூர்ஷ்வா மற்றும் குட்டி பூர்ஷ்வா சித்தாந்தத்துக்கும் குடிப்பழக்கம், ஃபிலிஸ்டைனிசம், புதிய அடையாளச் சீட்டுகளின் கீழ் பூர்ஷ்வா சித்தாந்தத்திற்குப்

---

1 Marc Slonim, Op. cited., p. 37.

2 Alan Swsingewood, *The Novel and The Revolution,* Macmillan Press Ltd, London, 1975, p.85.

புத்துயிர் ஊட்டுதல், பூர்ஷ்வா கலாசாரத்தை அடிமைத்தனமாக அப்படியே பின்பற்றுதல் ஆகியவற்றுக்கும் எதிரான போராட்டத்தில் அவை பயன்படுத்தப்படவேண்டும்.[3]

அதுகாறும் சுயேச்சையாகச் செயல்பட்டுக் கொண்டிருந்த பலகுழுக்களும் தனிநபர்களும் 'ராப்'புக்குள் உட்கிரகிக்கப்பட்டனர். ஸ்மிதி, கன்ஸ்ட்ரக்டிவிஸ்ட் குழுவினர் 'ராப்'பில் தம்மைச் சேர்த்துக் கொள்ளுமாறு விண்ணப்பித்தனர். ஏற்கெனவே செயலற்றிருந்த 'லெஃப்' குழுவினரும் சேர்ந்தனர். 'கணவாய்' குழுவினர் 'ராப்'பில் சேருமாறு நிர்ப்பந்திக்கப்பட்டனர். 'ராப்'பின் இலக்கியக் கோட்பாட்டுக்கு நேரெதிர் நிலையில் நின்ற சுயேச்சையான அமைப்பான அனைத்து ஒன்றிய எழுத்தாளர் சங்கத்தின் மாஸ்கோ, லெனின்கிராட் கிளைகளின் தலைவர்களான போரிஸ் பில்நியாக்கும் எவ்கனி ஜாமியாடினும் ராஜினாமா செய்யும்படி நிர்ப்பந்திக்கப்பட்டனர். சோவியத் அரசு, சோவியத் சமூகம் ஆகியனபற்றிய எதிர்மறையான விமர்சனங்கள் கொண்டிருந்த அவாகளது படைப்புகளை சோவியத் தணிக்கை அலுவலகத்துக்குத் தெரியாமலேயே வெளிநாடுகளில் பிரசுரித்துவிட்டதாக அவர்கள் மீது குற்றச்சாட்டு சுமத்தப்பட்டது. தாங்கள் தணிக்கை விதிகளை மீறவில்லை என்பதை அவர்கள் நிரூபித்தனர். உடனே, தாக்குதலுக்கான வேறுகாரணம் - அவர்களது படைப்புகளில் உள்ள 'சோவியத் எதிர்ப்புப் பிரசாரம்'-சுட்டிக் காட்டப்பட்டது. அவர்களுக்கு எதிராக விடுவிக்கப்பட்ட கண்டன அறிக்கைகளில் மயாகோவ்ஸ்கியும் கூடக் கையெழுத்திட்டிருந்தார். லியோனிட் லியனோவ் புதிய தலைவராகத் தேர்ந்தெடுக்கப்பட்டபின் மேற்காணும் அமைப்பு 'சோவியத் எழுத்தாளர்' சங்கமாக மாற்றப்பட்டது. கடந்தகால பூர்ஷ்வா எச்சங்கள் எனக் கருதப்பட்ட பில்நியாக்கையும் ஜாமியாடினையும் வெளியேற்றித் தன்னை 'தூய்மைப்படுத்திக்' கொண்ட இந்த அமைப்பு கூறியது: "இலக்கியம், வாழ்க்கை பற்றிய பிரதிபலிப்பு மட்டுமல்ல; சமூகச்செயல்பாட்டிற்கான வலுமிக்க ஆயுதமுமாகும்... சோவியத் இலக்கியத்திற்கு ஒரே ஒரு மகத்தான குறிக்கோள் உண்டு: உலகைப் பிரதிபலித்து அதை விளக்குகையில் அதை மாற்றவும் உதவுவதே."

3 அதே நூல், பக்கம் 96.

1929 டிசம்பரில் 'ப்ராவ்தா' நாளேடு ஒரு தலையங்கம் எழுதியிருந்தது. 'ராப்'பின் இலக்கிய மார்க்கம் கட்சியின் மார்க்கத்துடன் மிகவும் நெருங்கியிருப்பதாகக் கூறிற்று. எந்தக் குழுவினரையும் இதுவரை பிரத்யேகமாக ஆதரிக்காமலிருந்த கட்சி இப்படி ஒரு முடிவுக்கு வரக் காரணம், அதன் பொருளாதாரக் கொள்கைகளுக்கு இலக்கியம் முழுக்க முழுக்க சேவை புரிய வேண்டும் என்பதுதான். மேலும், 'ராப்'புடன் எல்லாப் பாட்டாளிவர்க்க இலக்கியசக்திகளும் நெருங்கிவரவேண்டுமென்று கட்சி அழைப்பு விடுத்தது. அவை ஒன்றுக்கொன்று போட்டிக் குழுக்களாகப் பிரிந்து நின்று ஒன்றுடன் ஒன்று வேறுபட்டு மூர்க்கத்தனமான மோதல்களில் ஈடுபட்டிருந்ததாகக் குற்றம் சாட்டியது. மிக விரைவில் பெரும்பாலான குழுக்கள் தம் 'தவறுகளை' ஒப்புக்கொண்டு விட்டன (ஸ்மிதி போன்ற குழுக்கள் இப்படித்தான் உடைக்கப்பட்டன) கலை- இலக்கியத்தில் 'பூர்ஷ்வா சித்தாந்தத்தின் செல்வாக்கு' என்பது இப்போது த்ரோத்ஸ்கி, வோரோன்ஸ்கி ஆகியோரின் ஆதரவாளர்களை எதிர்ப்பதற்காகப் பயன்படுத்தப்பட்டது. (தொழில்மயமாக்குதல், கூட்டுப் பண்ணை முறை என்பவனவற்றைப் பொறுத்தவரை ஸ்டாலினிய அரசியல் இலக்கியங்கள் கூறுவதுபோல த்ரோத்ஸ்கி, ப்ரியோப்ரெஸென்ஸ்கி போன்றவர்களுக்கு மாறுபாடான கருத்து இருக்கவில்லை. அவர்களுமே தொழில்மயமாதலை ஆதரித்தவர்கள்தாம்).

சோவியத் யூனியனைத் தொழில்மயமாக்குவதற்கு போர்க்கால அடிப்படையிலான முயற்சிகள் செய்யப்பட்டன. சோசலிச நிர்மாணத்துக்கான உற்சாகம் நாட்டின் இளைஞர்களிடம் காணப்படவே செய்தது. 'ஒரு நாட்டில் சோசலிசம்' என்ற முழக்கத்தின் கீழ் கட்சி, வலுமிக்க தொழில் அடிப்படையை ரஷியாவில் உருவாக்கத் தன் சக்தி யனைத்தையும் ஒருமுகப்படுத்தியது. இதற்குப் பெரும் தியாகங்களும் தீரமிக்க முயற்சிகளும் தேவைப்பட்டன. காரணம், அதை மிக விரைவில் நிறைவேற்ற வேண்டியிருந்தது. கம்யூனிஸ்ட்கள் தவிர பல்லாயிரக்கணக்கான கம்யூனிஸ்ட் அல்லாதவர்கள் தேசப்பற்றின் அடிப்படையில் தமது கடின உழைப்பைத் தந்தனர். பொதுவான உற்சாகத்துடன் மனிதத்தன்மையற்ற ஒடுக்குமுறையும் கைகோத்துச் சென்றது. மார்க்சியமும் தேசிய உணர்வும் சேர்ந்து செயல்பட்டன.

தொழில்மயமாக்குதலால் இரண்டு விளைவுகள் தோன்றின. தொழிற்சாலைகளிலும் கூட்டு நிறுவனங்களிலும் நிர்வாக அதிகாரிகளும் தொழிற்நுட்ப வல்லுநர்களும் பெருகினர். ஏற்றத்தாழ்வான ஊதிய விகிதங்களும் ஊக்க விகிதங்களும் சாதாரண உழைப்பாளிகள், பயிற்சி பெற்ற உழைப்பாளிகள், வெள்ளைக் காலர் ஊழியர்கள், நிர்வாகிகள் ஆகியோரிடையே வாழ்க்கைத்தர வேறுபாடுகளை உருவாக்கி ஸ்திரப்படுத்தின. மறுபுறம் தொழில்கள் கூட்டுடைமையாகவே இருந்தன; தனியார் மூலதனமும் தடையற்ற வர்த்தகமும் ஒழித்துக்கட்டப் பட்டிருந்தன. சோசலிசம் என்ற இலக்கு சுட்டிக்காட்டப்பட்டு பரிசுகள், பாராட்டுகள், விருதுகள் மூலமும் கடும் தண்டனைகள் மூலமும் தொழிலாளியிடமிருந்து கடும் உழைப்புப் பெறப்பட்டது.

தொழில்மயமாக்குதல் மூலம் ராணுவபலம் அதிகரித்தது. சோவியத் யூனியனின் சர்வதேச அந்தஸ்தும் உயர்ந்தது. பெரும் எண்ணிக்கையிலான தொழிற்துறைப் பாட்டாளிவர்க்கம் உருவாயிற்று. இதற்காக, கணிசமான எண்ணிக்கையில் கிராமப்புற உழவர்கள், நகர்ப்புறத்துக்கு கொண்டுவரப்பட்டனர். தொழில்மயமாக்குதலுக்கு முன்தேவை, வேளாண்மையில் உபரி உற்பத்தியை உருவாக்குவது என்பதால் கூட்டுப்பண்ணைமுறை புகுத்தப்பட்டது. இது தொழில்மயமாக்குதலை விடக் கடினமானதாக இருந்தது. வலுக்கட்டாயமாகப் புகுத்தப்பட்ட கூட்டுப்பண்ணைமுறை பணக்கார விவசாயிகளிடமிருந்து (குலக்குகள்) மட்டுமல்லாமல் - பல இடங்களில் இடைத்தட்டு விவசாயிகள், ஏழை உழவர்கள் ஆகியோரிடமிருந்தும் கடும் எதிர்ப்பை உருவாக்கியது. இதன் விளைவாக பலலட்சக்கணக்கான குலக்குகளும் இடைத்தட்டு விவசாயிகளும் கைது செய்யப்பட்டு, சொத்தும் பறிக்கப்பட்டு, நாடு கடத்தப்பட்டு அல்லது கொல்லப்பட்டு ஒழிக்கப்பட்டனர். பல லட்சக்கணக்கான ஏழை விவசாயிகள்கூட 'எதிரி' என்ற முத்திரை குத்தப்பட்டு ஒடுக்கப்பட்டனர். கிராமப்புறப் பொருளாதாரத்தைக் கூட்டுப் பண்ணைப் பொருளாதாரமாக மாற்ற கட்சி கையாண்ட பலவந்த முறைகளை ஒரு சமயம் ஸ்டாலினே கண்டித்து எழுத வேண்டிவந்தது!

1932இல் - முதல் ஐந்தாண்டுத்திட்டத்தின் இறுதியில் - சோவியத் யூனியன், புதிய பொருளாதாரக் கொள்கைக் காலகட்டத்துடன்

ஒப்பிடுகையில் பொருளாதாரரீதியாக, பெரும்மாற்றத்துக்குள்ளாகி இருந்தது. ஆனால் அதற்குக் கொடுக்கப்பட்ட விலை, விளைவோடு ஒப்பிடுகையில் மிகமிக அதிகம். கட்சியும் அரசும் சமூகவாழ்வின் எல்லாத் துறைகளிலும் தம் கட்டுப்பாட்டை அதிகரித்துக் கொண்டிருந்தன. சிவில் சமுதாயம் எந்த வகையிலும் தனது சுதந்திரத்தை உறுதி செய்துகொள்ளமுடியாத நிலை ஏற்பட்டிருந்தது. பொதுவான வாழ்க்கைத்தரம், வளர்ச்சியடைந்த மேற்கு நாடுகளிலிருந்ததை விட மிகவும் குறைவாக இருந்தபோதிலும் திட்டமிட்டப் பொருளாதாரத்தினால் ஏற்பட்ட பகுதி நன்மைகளும் சாதனைகளும் திட்டமிட்டு ஊக்குவிக்கப்பட்ட தேசிய உணர்வும் சோவியத் மக்களிடையே உற்சாகத்தை ஏற்படுத்துவதில் ஓரளவு வெற்றிபெற்றன. பொருளுற்பத்தியில் முன்னேற்றம் இருப்பினும், கட்சியிலும் வெளியிலும் அதிகாரவர்க்கத்தின் இறுக்கமான பிடிகள் நாடுமுழுவதும் வலுவாகி வருவதைக் கண்டு பழம் போல்ஷ்விக்குகளும் அறிவாளிகளும் கலக்கமுற்றனர்.

பாட்டாளிவர்க்கத்தின் ஆட்சி (இது லெனின் காலத்திலேயே வெறும் பெயரளவிற்குக் குறுகியது) கட்சியின் ஆட்சியாகவும் பின்னர் மத்தியக் குழுவின், அரசியல் குழுவின் (பொலிட் பீரோ) ஆட்சியாகவும் கடைசியில் பொதுச் செயலாளர் என்ற தனியொரு மனிதரின் ஆட்சியாகவும் மாறியது. ஸ்டாலின் சகல அதிகாரங்களையும் தன் கரங்களில் எடுத்துக்கொண்டு அதை சர்வாதிகாரம், சதிகள், வன்முறை ஆகியவற்றின் மூலம் வலுப்படுத்திக் கொண்டார். திட்டமிட்ட மையப்படுத்தப்பட்ட பொருளாதாரம், அரசு அமைப்புகளில் பெரும் அதிகாரக் குவியல் ஏற்பட வழிவகுத்தது போல ஒற்றைக் கட்சி அரசாங்கத்தின் அங்கங்களான முப்படைகளின் அதிகாரமும் போலிஸ், ரகசியப் போலிஸ், உளவுத்துறை ஆகியனவற்றின் அதிகாரங்களும் பெருகிக்கொண்டே போயின. கண் மூடித்தனமான கைதுகள், கண்டனங்கள், விசாரணைகள், படுகொலைகள், கட்டாய உழைப்பு முகாம்களுக்கு அனுப்பப்படுதல் என்பன அன்றாட நிகழ்ச்சிகளாயின. 'கருத்து மாறுபாடுகள்' எதிர்ப் புரட்சிப் பிரசாரமாகக் கருதப்பட்டன. அதிகாரி வர்க்கம் தன்னை ஒன்று திரட்டிக்கொண்டு பிரத்யேகமான ஆளும் கும்பலாக மாறி தனது சர்வாதிகாரத்திற்கு அச்சுறுத்தல் ஏற்படுத்தும் சாத்தியப்பாட்டை ஸ்டாலின் உணராமலில்லை. எனவே அடிமட்டங்களில்

நடந்த களையெடுப்புகள் போலவே அவ்வப்போது அதிகார மட்டங்களிலும் களையெடுப்புகள் நடந்துவந்தன.

உன்னத இலட்சியங்களும் உயர்ந்த அறநெறிகளும் கொண்டிருந்த பழம் போல்ஷ்விக்குகளுக்கும் எந்த வழிமுறைகளைக் கொண்டேனும் பொருளாதாரத் திட்டங்களை நிறைவேற்றத் தீர்மானித்துக் கொண்ட இளந்தலைமுறையைச் சேர்ந்த கம்யூனிஸ்ட் உறுப்பினர்களுக்குமிடையே முரண்பாடு தோன்றியது. புதிய சலுகைகளையும் அதிகாரத்தையும் முதன்முறையாக ருசிகண்டவர்கள் அவற்றைக் கைவிடத்தயாராக இல்லை.

பொருளாதார, சமுதாயத்துறையில் கட்சி தனது அதிகாரத்தை வலுப்படுத்திக் கொண்டதானது, கலாசாரத்துறையில் கட்சி ஆதர வாளர்களாக இருந்த எழுத்தாளர்களுக்கும் கலைஞர்களுக்கும் பெரும் உற்சாகத்தை அளித்தது. அவர்கள் சகபயணிகள் மீதும் கலையில் நிலவும் புதிய பொருளாதாரக் கொள்கை மனப்பாங்கின் மீதும் தாக்குதல் தொடுக்கத் தொடங்கினர். கலை - இலக்கியத்துறையில் இதுவரை இரண்டாந்தர நிலையிலிருந்த கட்சி சார்பு விமர்சகர்கள் இப்போது கலையையும் ஐந்தாண்டுத்திட்டத்தில் சேர்க்குமாறு கோரினர். ஐந்தாண்டுத் திட்டத்தைக் கலை ஆதரிக்க வேண்டும் என்ற கருத்துக்கு ஒப்புதல் தந்த சில செல்வாக்கு மிக்க கட்சி அதிகாரிகளின் துணையுடன் அவர்கள் பத்திரிகை ஆசிரியர் குழுவினர் அலுவலகங்களையும் இலக்கிய அமைப்புகளையும் கைப்பற்றத் தொடங்கினர். “அரசியல் அதிகாரத்தைக் கைப்பற்றியுள்ள நாம் கலை உலகிலும் வெற்றி பெற்று ஆட்சி செலுத்த வேண்டும்” என்றனர்.

அவர்களின் தலைவராக விளங்கிய லியோபோல்ட் அவர்பாக் (அவர் அப்போது ரகசியப்போலிஸ் துறைத்தலைவராகவும் ஸ்டாலினின் வலக்கரமாகவும் விளங்கிய யகோடா என்பவரின் மைத்துனர்) ரஷிய இலக்கியத்தின் சர்வாதிகாரியாக நடந்து கொண்டார். ‘ராப்’ உறுப்பினர்களும் லெஃப் உறுப்பினர்கள் சிலரும், கட்சி வட்டாரத்தினருடன் சேர்ந்துகொண்டு இலக்கியத்துறை சகபயணிகளுக்கும் கட்சிசாராத எழுத்தாளர்களுக்கும் எதிராக ஒரு உள்நாட்டுப் போரைத் தொடங்கினர். அவர்கள் பயன்படுத்திய மொழி இராணுவ மொழிதான்: தாக்குதல், முற்றுகை, எதிர்தாக்குதல், கவிதையில் நடைமுறைத் தந்திரத்தவறு, இலக்கிய

விமர்சனத்தில் போர்த்தந்திரம், பீரங்கித் தாக்குதல், பின்வரிசைத் தாக்குதல்...!

சக பயணிகள் போன்ற இலக்கியத் திறன் வாய்ந்தவர்களுடன் சுதந்திரமான கலைப்போட்டியில் ஈடுபட முடியாத அவர்கள் ‘பீரங்கித் தாக்குதல்’ முறைகளின் மூலம் இலக்கியத்துறையில் உயர்ந்த இடத்தை வென்றெடுக்க முயன்றனர்; தங்களது இலக்கியக் கொள்கையுடன் ஒத்துவராதவர்கள் மீது ‘அரசியல் ரீதியாக நம்பத்தகாதவர்கள்’, ‘உருவவியல் பிறழ்வு’, ‘மனிதாபிமானக் கண்ணோட்டம்’, ‘அரசியலற்ற அணுகுமுறை’ என்ற அடையாளச் சீட்டுகள் ஒட்டப்பட்டன. கலாநேர்மை, திறமை, எழுத்தாளனின் கலை ஊற்றுக்கண்கள், கலை வளங்கள் ஆகியன அவர்களது பார்வைக் களத்துக்கு வெளியிலேயே இருந்தன. அவர்களது இலக்கியக் கொலைக்களத்தில் தனித்துவம், திறமை, பல்வேறு இலக்கியக் குழுக்கள் அனைத்தும் ஒரே மட்டத்துக்கு மட்டந் தட்டப்பட்டன. சில எழுத்தாளர்கள் எழுதுவதையே கை விட்டனர். சிலரோ தினந்தோறும் தங்கள் ‘தவறுகளுக்கு வருந்தி’ அறிக்கைகள் விடலாயினர். அவர்களில் பில்நியாக், ஸ்க்ளோவ்ஸ்கி, ஆந்த்ரே பெலி ஆகியோர் முக்கியமானவர்கள்.

இந்த இலக்கியத் தீவிரவாதிகளின் கோரிக்கை, அச்சேறிய ஒவ்வொரு சொல்லிலும் நூற்றுக்கு நூறு கம்யூனிச சித்தாந்தம் இருக்க வேண்டும் என்பது மட்டுமல்ல, கலை இலக்கியப்படைப்புச்செயல்களும் கூட தொழிலுற்பத்தியைப் போல் அமைந்தாகவேண்டும் என்பதும் தான்: ஒரு பிரமாண்டமான கலாசாரத் தொழிற்சாலை; இதில் வரிசையாக நின்றுகொண்டு தத்தம் உழைப்புகளைச் செலுத்தி வெவ்வேறு எந்திரங்களைத் தயாரித்துக் கடைசியில் அவற்றை ஒன்றாகப் பூட்டிப் பொருத்தி மக்களுக்குப் பயன்படும் முழுப்பொருளாகத் தயாரித்து அனுப்பும் கவிஞர்களும் கதாசிரியர்களும்! இத்தகைய கருத்துக் கொண்டிருந்தவர்களில் செர்ஜி ட்ரெடியாகோவ் (1892-1939) போன்ற ஓரிரு திறமைவாய்ந்த படைப்பாளிகளும் இருந்தனர். சிறந்த பத்திரிகையாளரும் கருத்துப்போரில் வல்லவருமான அவரது ‘இரும்புக்கணவாய்’, ‘கர்ஜனைசெய் சீனா’ ஆகிய படைப்புகள் குறிப்பிடத்தக்கன என விமர்சகர்கள் கூறுகின்றனர். இலக்கியப் பட்டறைகள் உருவாக்கப்படவேண்டுமென்றும் அவை இலக்கியத் தொழில் நுட்ப வல்லுநர்களால் மேற்பார்வையிடப்படவேண்டும் என்றும்

ஆலோசனை வழங்கிய அவர் ஸ்டாலினின் களையெடுப்புகளின் போது 'சீன உளவாளி' என்ற குற்றச்சாட்டின் கீழ் கைது செய்யப்பட்டுக் கொல்லப்பட்டார்.

"ஐந்தாண்டுத் திட்டத்தையும் அதன் கட்டுக்கோப்புக்குள் நடக்கும் வர்க்கப்போராட்டத்தையும் சித்திரிப்பதுதான் சோவியத் இலக்கியத்தின் ஒரே பிரச்சனை" என்று 1930இல் 'ராப்' அறிவித்தது. மரபான நுதல்பொருள்களையும் கருக்களையும் இலக்கியத்தில் பயன்படுத்துவதற்குப் பதிலாக நடப்பிலுள்ளவற்றை மட்டுமே உடனடியாகக் கவனத்தில் கொண்டு அதுபற்றி எழுதுமாறு எழுத்தாளர்கள் நிர்ப்பந்திக்கப்பட்டனர். தொழிற்சாலைகளுக்கும் கூட்டுப் பண்ணைகளுக்கும் அணைக்கட்டுகள் போன்ற பெரிய நிர்மாணங்கள் நடக்கும் இடங்களுக்கும் சென்று அங்கிருந்து தமது படைப்புகளுக்கு வேண்டிய விஷயதானங்கள் சேகரித்து வருமாறு கலைஞர்கள் ஊக்குவிக்கப்பட்டனர். அரசு பிரசுர நிலையம், 'ப்ராவ்தா', 'இஸ்வெஸ்தியா' ஆகியன இப்பயணங்களுக்கு ஏற்பாடு செய்தன. சகபயணிகள் போன்றோர் தமது உலகத்துக்குள்ளேயே 'தனிமைப்பட்டுக்' கிடப்பதைப் போக்குவதற்காகவே இப்பயணங்கள் என விளக்கம் தரப்பட்டது. இத்தகைய பயணங்களை லியோனிட் லியோனோவ், போரிஸ் பில்நியாக், வியாசெவ்லாவ் ஐவனோவ், ஜோஸுல்யா போன்றோரும்கூட மேற்கொண்டனர். 'இஸ்வெஸ்தியா'வின் ஆசிரியராக இருந்த குரோன்ஸ்கி சற்று விசாலமனம் படைத்தவர். ஏற்கெனவே நிந்தனைகளுக்கு ஆளாகியிருந்த பில்நியாக், ரோமானோவ் போன்றவர்கள் பிரசாரக்கதைகளும் சொற்சித்திரங்களும் எழுதுவதன் மூலம் தாம் இழந்திருந்த மரியாதையைத் திரும்பப் பெறுவர் என்று நம்பி இவ்வாய்ப்புக்களை அவர்களுக்கு வழங்கினர்.

1930இல் ஐந்தாண்டுத்திட்ட கால நிர்மாணப்பணிகள் பற்றி சகபயணிகள் இருவர் எழுதிய இரு நாவல்கள் வெளிவந்தன. மாஸ்கோவுக்குச் சென்று ஸ்டாலினைச் சந்தித்துவந்த மிகய்ல் ஷோலகோவ் 'டான் நதி அமைதியாக ஓடுகிறது' என்ற நாவலை எழுதிமுடிப்பதை ஒத்தி வைக்கவும் அதற்குப் பதிலாக டான் பிரதேசத்தில் கூட்டுப்பண்ணை உருவாக்குதல் பற்றி எழுதவும் முடிவு செய்தார். எழுத்தாளர்கள் என்ற முறையில் வாழ்க்கையை எப்படியேனும் ஓட்டுவதற்காக, உடனடியான நிகழ்காலத்தில்

அவ்வப்போது கவனத்தைக் கவர்கின்ற உடனடிப் பிரச்சனைகளைக் கருவாகக்கொண்டு அவர்கள் எழுத வேண்டியிருந்தது.

இராணுவ இலக்கியத்தை வளர்ப்பதற்காக 'செஞ்சேனை மற்றும் செங்கப்பற் படை இலக்கிய சங்கம்' உருவாக்கப்பட்டது. இலக்கியத்தில் ஓரளவு திறமையை அல்லது அக்கறையைக் காட்டிய தொழிலாளர்கள்- உழவர்களின் அதிர்ச்சிப் படைகள்' *(Shock forces)* இலக்கியத் துறைக்குள் கொண்டுவரப்பட்டன. அவர்களை 'ராப்' உறுப்பினர்களாக்கி 'தொழிலாளி எழுத்தாளர்'களை உருவாக்குவதன் மூலம் உழைக்கும் வர்க்கப் பாத்திரங்களும் உழைக்கும்வர்க்க நிலைப்பாடுகளும் நிரம்பிய இலக்கியத்தைப் படைப்பதற்கான திட்டம் அது. தொழிற்சாலைகளில் இலக்கிய வட்டங்கள் உருவாக்கப்பட்டன. 'கௌரவ எழுத்தாளர்கள்' என்ற பட்டம் தொழிலாளர்களுக்கு வழங்கப்பட்டது. தொழிற்சாலை உற்பத்தியில் செய்யப்பட்டதுபோலவே இங்கும் போட்டிகள் ஊக்குவிக்கப்பட்டன. எண்ணெய் வயல்களைப் பற்றிக் கவிதை எழுதுமாறு கவிஞன் பணிக்கப்படுவான்; அல்லது இரண்டு மாதங்களுக்குள் ஒரு நாவல் எழுதி முடிக்கப்படவேண்டும் என்ற ஆலோசனைக்கு உட்படுவான். பழைய புரொலிட்கல்ட்டின் இலக்கியக் குஞ்சுபொரிக்கும் எந்திரமே இங்கு செயல்பட்டது எனலாம்.

"'இலக்கியத்தின் சமூகப் பயன்பாடு' என்பது மார்க்சியர்களால் பரவலாக ஏற்றுக்கொள்ளப்படக்கூடிய கருத்தாக இருந்தாலும் சமூகப் பயன்பாடு என்பதைத் தொழிற்சாலைகள், கூட்டுப் பண்ணைகள், அணைக்கட்டுகள் போன்றவற்றைப் பற்றிய நாவல்களும் கதைகளும் கவிதைகளும் எழுதுதல் என்று ஸ்டாலின்கால ரஷியா குறுக்கிவிட்டிருந்தது. மிகத்திறமையான எழுத்தாளர்கள் பலர் இத்தகைய சமூகப் பயன்பாட்டுக்குத் தம்மை ஒப்படைத்திருந்த அக்காலகட்டத்தில் உண்மையான படைப்பாளியின் கௌரவத்தை உயர்த்துப் பிடித்தவர்களில் ஜாமியாடினும் ஒருவர். அவர் எழுதினார்:

> எனது கண்ணோட்டத்தில், ஒரு பிடிவாதமிக்க விட்டுக் கொடுக்காத எதிரியே கம்யூனிசத்துக்குத் திடீரென்று மாறுபவனைவிடக் கூடுதலான மரியாதைப் பெறத்தக்கவன்.[4]

---

4 Evgeny Zamyatin, Op. cited, p.128.

அவெர்பாக் போன்ற விமர்சகர்கள் பற்றி ஜாமியாடின் எழுதினார்:

> இந்த இளைஞர்களின் கைகளிலிருப்பது பேனாவோ மசியோ அல்ல. சவுக்கும் வறுத்த இறைச்சித் துண்டும் தான். அடிப்படையில் அவர்களது விமர்சனம் ஒரே ஒரு கட்டளையில் அடங்கியிருக்கிறது: "நிமிர்ந்து உட்கார்ந்து கெஞ்சு.[5]

மேலும் அவர் எழுதினார்:

> ஏதோ ஒரு சன்மானம் கிடைக்கும் என்ற எதிர்பார்ப்பிலோ அல்லது சவுக்கடிக்கு அஞ்சியோ நிமிர்ந்து உட்காரக்கூடிய நாய்கள் புரட்சிக்குத் தேவையில்லை. இத்தகைய நாய்களுக்குப் பயிற்சி தருபவர்களும் தேவையில்லை. எதற்கும் அஞ்சாத புரட்சியைப் போலவே எதற்கும் அஞ்சாத எழுத்தாளர்களே புரட்சிக்குத் தேவை. புரட்சியானது உடனடியான பயன்களைத் தேடாதது போலவே உடனடியான பயன்களைத் தேடாத எழுத்தாளர்களே புரட்சிக்குத் தேவை...

> விலைகள் குறைப்பு, நகரங்களில் மேம்பட்ட சுகாதாரவசதி, கிராமங்களில் டிராக்டர்கள் பயன்படுத்தப்படுதல் - இவை யெல்லாம் மிக அருமையானவை. நிச்சயம் அது ஒரு முன்னோக்கிய வளர்ச்சிதான். இந்த விஷயங்கள் பற்றிய ஒரு அருமையான செய்திப் பத்திரிகைக் கட்டுரையை என்னால் நினைத்துப் பார்க்கமுடிகிறது (அதை அடுத்த நாளே நாம் மறந்துவிடவும்செய்கிறோம்). ஆனால் சுகாதார வசதிகளை மேம்படுத்துவது பற்றி லியோ தோல்ஸ்தாய் அல்லது ரோமய்ன் ரோலா எழுதிய படைப்பொன்றை என்னால் கற்பனை செய்துகூடப் பார்க்க முடியவில்லை. இத்தகையதொரு சுகாதார தோல்ஸ்தாயின் படைப்பால் உண்மையிலேயே உள்ளம் நெகிழ்ந்த வாசகர்களைக் கற்பனை செய்து பார்ப்பதும்கூட எனக்குக் கடினமானதாக உள்ளது.[6]

'ராப்' கொடிகட்டிப் பறந்த காலம் சோவியத் ரஷிய இலக்கிய வரலாற்றில் மிக இருண்டகாலம். ஏறத்தாழ மூன்று ஆண்டுகள் இத்தீவிரக் கொள்கை வெறித்தனமாகப் பரப்பப்பட்டது. சித்தாந்தம், அரசியல் குறிக்கோள் ஆகிய அளவுகோல்கள்

---

5 அதே நூல், பக்கம் 128.

6 அதே நூல், பக்கம் 129.

கொண்டே இலக்கியப்படைப்புகள் மதிப்பிடப்பட்டன. விதிவிலக்கான ஒரு சில நல்ல படைப்புகள் தவிர அவசரக்கோலம், நிறைந்த, மட்டமான, அரைவேக்காட்டுப் படைப்புகளே பெரும் எண்ணிக்கையில் பிரசுரமாயின. காரணம் இவற்றை எழுதியவர்கள், அவிர்பாக்கும் அவரது சகாக்களும் விரும்பிய வண்ணம் தம் கதாபாத்திரங்களைப் பேசவும் செயல்படவும் வைத்ததுதான்.

1930இல் 'கணவாய்' (வோரோன்ஸ்கி செயல்பட்ட குழு) அமைப்பைச் சேர்ந்த எழுத்தாளர்கள் தம் அமைப்பைக் கலைத்து விடவேண்டும் என்ற நிர்ப்பந்தத்துக்கு ஆளாயினர். 1930 ஏப்ரலில் அவர்களது படைப்புகள் பற்றிய பகிரங்கமான விவாதம் (விசாரணை!) நடந்தது. 'ரோவெஸ்னிக்' என்ற தலைப்பில் வெளிவந்த அவர்களது சிறுகதை, கவிதைத் தொகுப்புகள் பற்றிய விமர்சனம் அது. அத் தொகுப்பில் ஐவான் கதாயெவ் எழுதிய 'பால்' என்ற கதையும் இருந்தது. இக்கதையைத் தாக்கி 'ப்ராவ்தா' எழுதிற்று. கதாயெவின் கதையில் ஏழை விவசாயிகளும், நடுத்தர விவசாயிகளும் சேர்ந்து பால்வளக் கூட்டுறவுச் சங்கத்தின் தலைமைப் பதவியிலிருந்து ஒரு குலக்கை அகற்றி விடுகின்றனர். ஆனால் அந்தக் குலக் சுவாரசியமான, கவர்ச்சிகரமான பாத்திரமாக, அனுதாபத்தை வரவழைத்துக் கொள்கிற பாத்திரமாகச் சித்திரிக்கப்படுகிறான் என 'ப்ராவ்தா' குற்றம் சாட்டியது.

கட்சி மார்க்கத்திலிருந்து திசைவிலகிச் செல்வதாகவும் விசுவாசமில்லாமல் இருப்பதாகவும் வர்க்கப் போராட்ட அடிப்படையில் வாழ்க்கையைப் பார்க்காத வெறும் மனிதாபிமானக் கண்ணோட்டத்தைக் கொண்டிருப்பதாகவும் 'கணவாய்' குழுவினர் குற்றம் சாட்டப்பட்டனர். இக்குழுவினர் தம் நிலைப்பாடுகளை ஆதரித்து உணர்ச்சிகரமாகப் பேசியபோதிலும் மிகவிரைவில் புதிய நெறிகள் அடங்கிய பிரகடனம் ஒன்றை வெளியிட வேண்டிய கட்டாயத்துக்குள்ளாகினர். இதில், புதிய தேவைகளுக்கு ஏற்பத் தமது இலக்கிய நெறிகளை மாற்றிக் கொள்வதாகக் கூறினர். ஆயினும் அக்கால இலக்கிய சூழ்நிலைமை பற்றிய அவர்களது ஆய்வு 'ராப்'பின் புரிதலுக்கு மாறுபட்டதாகவே இருந்தது.

பேராசிரியர் பெரேவெரஸ் என்பவர் பரவலாக அறிமுகமாகியிருந்த மார்க்சிய இலக்கிய விமர்சகர். இலக்கியம் பற்றிய அவருடைய

கருத்துகள் அன்றைய பாடநூல்களில்கூட இடம்பெற்றிருந்தன. இலக்கிய நிகழ்ச்சிப் போக்குகளை ஆராய மார்க்சியத்தை விஞ்ஞானரீதியாகப் பிரயோகிப்பதே தனது நிலைப்பாடு என்பது அவரது கூற்று. ஒரு இலக்கியப் படைப்பில் ‘படிமம்’ தான் முக்கிய கூறு; ஒரு குறிப்பிட்ட எழுத்தாளன் உருவாக்கும் படிமங்கள், உற்பத்தி இயக்கத்தில் அவன் வகிக்கும் இடத்தால் நிர்ணயிக்கப்படுகிறது என்ற கோட்பாட்டை உருவாக்கிக் கொண்டிருந்தவர். அவருடைய ஆதரவாளர்களடங்கிய ‘சிவப்புப் பேராசிரியர்களின் அமைப்பு’, ‘ராப்’தான் அடிப்படையான பாட்டாளிவர்க்க அமைப்பு என்று ஒப்புக்கொண்டு தன்னை ஒட்டுமொத்தமாக அதில் சேர்த்துக்கொள்ளவேண்டும் என்றும் ஆனால் தனது சொந்தக் கருத்துகளை வெளியிட உரிமை வழங்கப்படவேண்டும் என்றும் கோரியது. ஆனால் ‘ராப்’ தலைவர்கள் மிகுந்த அகந்தையுடன் இந்த நிபந்தனையை நிராகரித்தனர். லிபெடென்ஸ்கி எழுதினார்: “பெரேவெரேசின் தோல்விக்குப் பிறகு அவரது ஆதரவாளர்கள் அனைவரும் எங்கள் அமைப்பில் சேர்ந்தனர். எமது அமைப்புக்கு வெளியே வேலை செய்வது சாத்தியமற்றது என்பதையும், ஒவ்வொருவரும் எமது அமைப்புக்குள் வேலை செய்தே தீரவேண்டும் என்பதையும் அவர்கள் புரிந்துகொண்டனர்.”

முன்பு தனித்தனியாகச் செயல்பட்டுக் கொண்டிருந்த குழுக்களிற் பல ‘ராப்’ பில் சேர்ந்துகொண்டாலும் அல்லது வலுக்கட்டாயமாக இணைத்துக்கொள்ளப்பட்டாலும் குழுச் சண்டைகள் ஓயவில்லை. ‘ராப்’ தலைமையுடன் மோதியவர்களில் ‘லிட்ஃப்ரண்ட்’ என்ற குழு முக்கியமானது. பழைய ‘ஸ்மிதி’ குழுவைச் சேர்ந்த செமியோன் ரோடோவ், நாடகாசிரியர் வியசெஸ்லாவ் விஷ்னெவ்ஸ்கி, இளம் கம்யூனிஸ்ட் கழகத்தின் செய்தியேட்டின் ஆசிரியர் கோஸ்ட்ரோவ் (மென்மை உணர்வுகள் எதற்கும் அனுதாபங்காட்டக்கூடாது என்ற கொள்கையுடையவர். இவரைக் கருத்தில் கொண்டுதான் மயாகோவ்ஸ்கி காதலைப் பற்றிய கவிதையொன்றை எழுதியனுப்பினார்), பழைய ‘ஸ்மிதி’ குழுவைச் சேர்ந்த விமர்சகர் வி.ஸோனின், பழைய ‘லெஃப்’ குழுவைச் சேர்ந்த போரிஸ் குஷ்னெர், துவக்க காலப் பாட்டாளிவர்க்க இலக்கிய இயக்கத்தின் முன்னோடிகளில் ஒருவரான கவிஞர் அலெக்ஸாண்டர் பெஸ்மென்ஸ்கி ஆகியோர் அதில் இருந்தவர்கள்.

கம்யூனிஸ்ட் கட்சியின் 6ஆவது காங்கிரஸ் 1930 ஜூனில் நடந்த போது 'ராப்'பிலிருந்த இவ்விரு குழுவினருக்கிடையே கடுமையான இலக்கிய சர்ச்சைகள் நடந்தன. "ராப்' பின் அதிகாரப்பூர்வமான கருத்துகளை ஆதரித்து நாடகாசிரியர் விளாடிமிர் கிர்ஷோன் பேச, அதை மறுத்து பெஸ்மென்ஸ்கி மயாகோவ்ஸ்கியின் நடையில் எழுதப்பட்ட ஒரு கவிதை மூலம் பதில் கூறினார்: இலக்கிய உற்பத்தியில் ஏற்பட்ட முறிவுக்கு 'ராப்'பின் முக்கிய தலைவர்களின் படைப்புகள்தாம் காரணம்; பொருளாதார வளர்ச்சியைப் பிரதிபலிப்பதில் சோவியத் இலக்கியம் பின்தங்கியுள்ளது. இலக்கியத்துறையில் நாம் காண்பது முறியடிப்புதான்.[7] இலக்கிய உற்பத்தியில் சோசலிசத் திட்டமிடுதல் இல்லை."

ஃபதெயெவ், லிபெடென்ஸ்கி போன்ற 'ராப்' எழுத்தாளர்கள் மீது பெஸ்மென்ஸ்கி தாக்குதல் தொடுத்தார். வோரோன்ஸ்கியின் கருத்தே லிபெடென்ஸ்கியின் கருத்து என்றும் 'உடனடியான மனப்பதிவுகள்' என்ற கடன்வாங்கப்பட்ட கருத்துக்குப் பதிலாக வர்க்கதிசையமைவு வேண்டும் என்றும் பெஸ்மென்ஸ்கி கூறினார். குறிப்பிட்ட மனிதர்களைப் பற்றியும் அவர்களது தனிப்பட்ட வாழ்வு, பொதுவாழ்வு ஆகியவற்றையும் சித்திரிக்கும் 'ராப்' எழுத்தாளர்கள் உளவியலுக்குக் கொடுக்கும் அழுத்தத்தை நீக்கவேண்டுமென்றும் உள் மனிதனுக்குப் பதிலாக புரட்சிகர வீரத்தைப் பற்றிய புறநிலையான படிமங்களை உருவாக்கவேண்டும் என்றும் 'லிட்ஃப்ரண்ட்' கூறியது. பெரிய நாவல்களை எழுத நீண்ட காலம் பிடிக்குமாதலாலும் நாவல் என்பதே ஒரு பழையவடிவமாதலாலும் இலக்கியவகைகளில் (genre) புரட்சி ஏற்படுத்த வேண்டும் என்றும் அரசியல் கவிதை, உற்பத்தி பற்றிய கதைகள், நாடகங்கள், சொற்சித்திரங்கள், சிறுவெளியீடுகள் ஆகியன மூலம் சோவியத் இலக்கியத்தின் பிற்பட்டதன்மையை உடைத்தெறிந்து அதைக் கட்சிப் பிரசாரத்தின் பலமிக்க ஆயுதமாக ஆக்கி விடவேண்டும் என்றும் 'லிட்ஃப்ரண்ட்' கூறிற்று. இக்கருத்துக்குக் கட்சியின் ஆதரவும் கிட்டியது. 1930 வரை அரசாங்கப் பத்திரிகைகளில் எழுதும் வாய்ப்பும் 'லிட்ஃப்ரண்டு'க்குக் கிட்டியது.

---

7 ஃபதேயேவின் நாவலொன்றின் தலைப்பு. 'முறியடிப்பு'

இவ்வாறு 'ராப்'பின் தலைமையிலிருந்த அவெர்பாக்கின் தீவிரவாதத்துக்கு ஈடான மற்றொன்று அதற்குள்ளிருந்த மற்றொரு குழுவிடமிருந்தே உருவாகியிருந்தது!

'ராப்' கடைப்பிடித்த இலக்கிய ஒடுக்குமுறை, இலக்கியத்தை இராணுவமயமாக்கும் போக்கு, அவர்கள் பரப்பிய அவதூறுகள் முதலியன மாஸ்கோவிலும், லெனின்கிராடிலும் வலுவான 'ராப்' எதிர்ப்பு இயக்கத்தை உருவாக்கின. பக்ளாட்கோவ், ஃபதெயெவ், லிபெடென்ஸ்கி போன்ற பாட்டாளிவர்க்க எழுத்தாளர்களும் ராப் உறுப்பினர்கள் பலரும்கூட தமது சொந்த ஸ்தாபனத்தின் கோட்பாட்டையும் நடைமுறையையும் மறுதலித்தனர். பல்வேறு இலக்கியக் கூட்டங்களிலும் மாநாடுகளிலும் இலக்கிய சர்வாதிகாரிகளுக்கு எதிரான பெரும் வாக்குவாதங்களும் மோதல்களும் நடந்தன. கடைசியில் அரசாங்கம் தலையிடவேண்டிய நிலை ஏற்பட்டது. 1932இல் கட்சி நிறைவேற்றிய தீர்மானத்தின்படி 'ராப்'பும் பிற உதிரி அமைப்புகளும் (பாட்டாளிவர்க்க இசைக்கலைஞர் சங்கம் முதலியன) கலைக்கப்பட்டன. அவெர்பாக் போன்றவர்களின் அதிகாரம் பறிக்கப்பட்டது. எல்லா எழுத்தாளர்களும் சோவியத் எழுத்தாளர் சங்கத்தில் சேருமாறு வற்புறுத்தப்பட்டனர். அதில் கம்யூனிஸ்டு எழுத்தாளர்கள் தங்களது சொந்தப் பிரிவையும், 'செல்' அமைப்பையும் வைத்துக் கொள்ளலாம் என்றும் கூறப்பட்டது. சங்க உறுப்பினர்களில் பெரும்பாலோர் பாட்டாளிவர்க்கத்தைச் சேராதவர்கள். அல்லது கம்யூனிஸ்ட் அல்லாதவர்கள். ஆனால் எல்லாருமே சோசலிசத்தை ஏற்றுக் கொண்டவர்கள் எனக் கட்சி கருதியது. இலக்கிய சர்வாதிகாரத்தை, ஐந்தாண்டுத் திட்டப் பொருளாதார நோக்கங்களுக்காகப் பயன்படுத்திக் கொண்ட கட்சித் தலைமை 'ராப்'பைக் கலைத்ததற்கான மற்றொரு முக்கியமான - மிக முக்கியமான - காரணமும் இருந்தது.

'ராப்'பின் கொள்கை சமூக, அரசியல் 'தீமை'களை எதிர்த்துப் போராடுதல், ஐந்தாண்டுத் திட்டத்தீர்மானங்களை வர்ணித்தல் என்பதை நோக்கி இலக்கியத்தைத் திருப்பிவிடுவதாக இருந்தபோதிலும் அதிகாரிவர்க்க ஆட்சியை எதிர்த்துக் குரல்கொடுக்கக் கூடியதாகவும் இருந்தது. மேலும், இலக்கியமானது ஒரே ஒரு அடிப்படைப் பொருளையே கையாளவேண்டும் என்பதை அவெர்பாக்கே எதிர்த்தார். பல எழுத்தாளர்கள், வளர்ந்து

வரும் அதிகாரிவர்க்க ஆட்சியையும் சோசலிச இலட்சியங்களின் வீழ்ச்சியையும் கண்டித்தனர். இந்தப் பின்னணியில்தான் யூரி லிபெடென்ஸ்கியின் ‘ஒரு வீரனின் பிறப்பு’ என்ற நாவல் கடும் விமர்சனத்துக்குள்ளாகியது.

அந்த நாவல், மிக நேர்மையான, அறிவுக் கூர்மைமிக்க போல்ஷ்விக்கான ஷோரோகோவ் என்பவரின் உணர்வை ஆழமாகப் பரிசீலிக்க முயற்சி செய்கிறது. வரலாற்றின் இயங்கியல் வளர்ச்சியை அவரது உள்ளத்தில் நடக்கும் ‘மனப்போராட்டத்தின்’ மூலம் வெளிப்படுத்துகிறது. ஷோரோகோவ், கட்சிக்குள் நிலவுகிற அதிகாரிவர்க்கத் தன்மைக்கும் இயக்கத்தை முடக்கும் போக்குகளுக்கும் குடும்ப வாழ்க்கையின் பூர்ஷ்வா ஸ்திரத்தன்மைக்கும் எதிராக நிற்கிறார். அவரது எதிராளிகளில் முக்கியமானவன் அவரது உதவியாளனான எய்ட்னுனென். அவனைப் பொறுத்தவரை வாழ்க்கை என்பது நிரந்தரமான என்றும் மாறாத வடிவம் கொண்டது. சிந்தனை என்பது பிறர்மேல் அடையாளச் சீட்டுகளை ஒட்டுவது. ஷோரோகோவின் அடுத்த எதிராளி அவரது இளம் மாணவி ல்யூபா. குடும்ப வாழ்க்கை பற்றிய அவளது கண்ணோட்டம் குறுகலானது. சுயநலம் மிக்கது. சொத்து சேர்ப்பதையும் சொகுசு தேடுவதையும் குழந்தைகள் பெற்றெடுப்பதையுமே நோக்கமாகக் கொண்டது. புரட்சி இயக்கத்தின் எதிர் மறை அம்சங்களை மறுக்கும் ஷோரோகோவ் அவற்றின் பிடியிலிருந்து தன்னை விடுவித்துக் கொள்கிறார்.

‘லிட்ஃப்ரண்ட்’டைச் சேர்ந்த பெஸ்மென்ஸ்கி ‘குண்டுவீச்சு’ *(The Shot)* என்ற நாடகத்தை எழுதியிருந்தார். இது யதார்த்தபூர்வான பாத்திரச் சித்திரிப்பு, ‘கதைப் பின்னல்’ ஆகியவற்றை நிராகரித்து தனித்தனியான நிகழ்ச்சிகள், கிளர்ச்சியூட்டும் வசனங்கள், உவகை தரும் பிரசாரங்கள் ஆகியவற்றைக் கொண்டிருந்தது. தனிப்பட்ட பாத்திரங்களின் சித்திரிப்பு அறவே இல்லை. இது புரட்சிகரக் கட்டுக்கதை *(revolutionary myth)* என்ற திணையில் அடங்கக் கூடியது.

லிபெடென்ஸ்கியின் நாவல், பெஸ்மென்ஸ்கியின் நாடகம் இரண்டுமே தத்தம் வகையில் புரட்சிகர சமுதாயத்தின் அபிலாஷைகளை இலக்கிய வடிவில் பூர்த்திசெய்ய முயன்ற படைப்புகள் தானென்றாலும் கட்சித் தலைமையின் - குறிப்பாக ஸ்டாலினின் - ஆதரவு பெஸ்மென்ஸ்கியின் படைப்புக்கே

கிடைத்தது. பாட்டாளிவர்க்க சக்திகளை ஒன்று சேர்த்தல் என்ற பெயரில் 'ராப்'பில் நிலவிய குழுமனப்பான்மையைக் கண்டனம் செய்த 'லிட்ஃப்ரண்ட்', லிபெடென்ஸ்கியின் நாவலையும் கடுமையாக விமர்சித்தது. 'ராப்'பின் தீவிரவாதப் போக்கைக் கண்டிக்க வேண்டிய நியாயம் இருந்தபோதிலும் லிபெடென்ஸ்கியின் நாவலைக் கண்டனம் செய்வதற்கான காரணம் புரட்சிகர சோசலிசத்தைக் காட்டிலும் தமது சொகுசுகளிலும் சுகபோகங்களிலும் கருத்தாக இருந்த கட்சித்தலைவர்கள்பற்றி அது சித்திரித்திருந்ததுதான். அதிகாரிவர்க்க மனப்பான்மைக்குள் கட்சி சீரழிந்தமையையும், புரட்சிகர லட்சியங்களுக்கும் அதிகாரிவர்க்க மலட்டுத்தனத்துக்குமுள்ள முரண்பாட்டையும்பற்றி இந்த நாவல் சித்திரித்திருந்தது. இதன் காரணமாக லிபெடென்ஸ்கியும் 'ராப்' தலைவர்களும் கட்சித் தலைமையின் கடுந்தாக்குதலுக்குள்ளாயினர்:

ஒரு கட்சி அதிகாரியை அவரது தனிப்பட்ட பாலியல் உறவுகளின் நிலைப்பாட்டிலிருந்து பிழையாக வர்ணித்தமை தவறானதென நாவலாசிரியர் கண்டிக்கப்பட்டார். அகவாழ்வில் மிதமிஞ்சிய அக்கறையை ஆசிரியர் செலுத்தியிருக்கின்றார் என லிபெடென்ஸ்கி குற்றஞ்சாட்டப்பட்டார். பாட்டாளிவர்க்க இலக்கியம், கதாபாத்திரங்களின் அகவாழ்வில் நாட்டம் கொள்ளக்கூடாது என்றும் பாலியலுக்கோ அடிமனத்துக்கோ அதிக முக்கியத்துவம் கொடுக்கக் கூடாதென்றும் விமர்சகர்கள் வாதிட்டனர். சோசலிச நிர்மாணத்தின் உடனடிப் பிரச்சனைகள் மீதுதான் பாட்டாளிவர்க்க இலக்கியம் அக்கறை செலுத்த வேண்டுமென அவர்கள் வற்புறுத்தினர்.[8]

மார்க்சியம்-லெனினியம் என்பது அரசாங்கம் தனது நடவடிக்கைகளையும் செயல்பாடுகளையும் நியாயப்படுத்துகிற சித்தாந்தமாக குறுக்கப்பட்டதற்கு இது எடுத்துக்காட்டு. கட்சியையும், அரசாங்கத்தையும் விமர்சிப்பவர்களை ஒடுக்கவோ, ஒழித்துக்கட்டவோ ஸ்டாலினியம் வழக்கமாகப் பயன்படுத்திவந்த உத்தி அது. கருத்து வேறுபாடு உடையவர்களை, விமர்சிப்பவர்களை எதிரியாகச் சித்திரிக்க லெனினிடமிருந்து மேற்கோள் காட்டுவதோ அல்லது, அவர்களை எதிரியின் கருத்துகளோடு சம்பந்தப்படுத்துவதோ ஸ்டாலினியத்தின் இயல்பான நடைமுறையாக இருந்தது. இந்த அடிப்படையில்தான்

8 ஏ.ஜே. கனகரட்னா, மேலது, ப. 53–54

லிபெடென்ஸ்கியின் நாவலும் ‘ராப்’பின் கருத்துகளும் ப்ளாக்கனோவின் ‘செயலூக்கமற்ற நிர்ணயவாதம்’ என்றும் யதார்த்தவாதம் மெய்மையை மாற்றுவதில் ஈடுபடவேண்டும் என்றும் அது புரட்சிகர ஆர்வமும் வர்க்க உணர்வும் கொண்ட ரொமாண்டிக் யதார்த்தவாதமாக (*Romantic realism*) ஆக வேண்டும் என்றும் கட்சி கூறியது.

லெனினின் அன்புக்கும் மரியாதைக்கும் பாத்திரமாகியிருந்த கவிஞர் டெமியோன் பெட்னியும் விமர்சனத்துக்குட்பட்டார் - நேரடியாக ஸ்டாலினாலேயே. டான் பிரதேசத்தில் நடந்த தொழில் நிர்மாணங்கள், அங்கிருந்த தொழிலாளர்கள், சோவியத் நிர்வாகம் ஆகியன பற்றிய நீண்ட கவிதையொன்றில் சோவியத் குறைபாடுகளை உள்ளது உள்ளபடியே எழுதியிருந்தார். பரவலான பாராட்டுதல்களைப் பெற்ற இக்கவிதை 1930 செப்டம்பர் 7இல் ‘ப்ராவ்தா’வில் பிரசுரமாகி மிருந்தது. ரஷியாவின் டான் பகுதியில் மேற்கொள்ளப்பட்ட நிர்மாணத்திட்டம் பற்றிய கவிதை அது. அங்கு போதுமான அளவுக்குத் தொழிலாளரை வைத்திருக்க முடியவில்லை. டான்பாஸ் திட்டத்திற்கு டான் நதிக்கரையோர உழவர்கள் ஏராளமாக வேலைக்குச் சேர்க்கப்பட்டனர். ஆனால் அவர்களில் பெரும்பாலோர், வேலை செய்யாமல் திரும்பவும் கிராமத்துக்கே போய்விடுகிறார்கள். இதனால் திட்டவேலை பாதிக்கப்படுகிறது. இக்கவிதை, சோவியத் மேலதிகாரிகளை விமர்சிப்பதோடு மட்டுமின்றி பாரம்பரியமாகவே அறியாமையில் மூழ்கிக்கிடப்பவர்களும் சோம்பேறித்தனத்திலும் அக்கறையின்மையிலும் ஆழ்ந்துள்ளவர்களுமான டான் பகுதி உழவர்களையும் விமர்சிக்கிறது. அவர்களை இழிவு செய்யும் நோக்கமில்லாமல் அவர்களது அக்கறையின்மையையும் பல தலைமுறைகளாகத் தொடர்ந்து வரும் அடிமை மனப்பான்மையையுமே விமர்சிக்கிறது.

விவசாயிகளின் பிற்பட்டதன்மையையும் அறியாமையையும் பற்றிய ஆழ்ந்த கவலை கொண்டிருந்த யூரி லிபெடின்ஸ்கி அக்கவிதையை வெகுவாகப் பாராட்டியிருந்தார். அது மிகுந்த பாராட்டைப் பெற்றிருந்ததால் வேறு சில ஏடுகளிலும் மறுபிரசுரம் செய்யப்பட்டது. ஆனால் நிலைமை திடீரென மாறியது. ‘தேசத்துரோகமானது’, ‘அவதூறானது’ எனக் கட்சியின் மத்தியக்குழு அதைத் தடை செய்தது. சோவியத் நிர்வாகத்தைக்

குறை கூறுபவர்கள் எல்லாம் கட்டாயமாக ஸ்டாலினிய நியதிப்படி 'பாட்டாளி வர்க்கப் புரட்சியின் எதிரிக'ளாக இருந்தே தீரவேண்டுமென்பதால் "அக்டோபர் புரட்சியை நிறைவேற்றிய நமது மக்கள் மீது, நமது ரஷியத் தொழிலாளர் மீது அவதூறு" செய்துள்ளதாகக் குற்றம் சாட்டி பெட்னிக்கு ஸ்டாலின் கடிதம் எழுதினார்.

இது பெட்னியின் வீழ்ச்சியாக மட்டுமல்லாமல் இலக்கியவாதிகளையும் கலைஞர்களையும் காராக்கிருகத்துக்கும், கட்டாய உழைப்பு முகாமிற்கும், கொலைக்களத்துக்கும் அனுப்புவதில் ஸ்டாலினின் நேரடியான பங்குக்கான துவக்கமாகவும் அமைந்தது. கட்சிக்குள் தனக்கிருந்த எதிர்ப்புகளை சமாளிப்பதற்காக, கட்சிக்குள்ளிருந்த 'வலதுசாரி'களைப் பயன்படுத்தி 'இடதுசாரி'களையும் 'இடது சாரி'களைப் பயன்படுத்தி 'வலதுசாரி'களையும் ஒழித்துக்கட்டிய ஸ்டாலினிச அரசியல், கலை-இலக்கியத் துறையில் பிரதிபலிப்பதைக் காணலாம். கட்சியின் இலக்கிய சேவகனாகப் பணியாற்றிய அவெர்பாக் 1938-இல் த்ரோத்ஸ்கிய ஆதரவாளர் என்றும் எதிர்ப் புரட்சியாளர் என்றும் குற்றம் சாட்டப்பட்டு சுட்டுக்கொல்லப் பட்டார்.

ஸெர்ஜி யெஸினின்:
கிராமப்புறத்தின் கடைசிக் கவிஞன்

ரஷியாவிலுள்ள ரையாஸானைச் சேர்ந்த ஒரு விவசாயின் மகனாகப் பிறந்த ஸெர்ஜி யெஸினின் (Sergei Yesinin: 1895 - 1925) தன்னைப் பற்றி ஒரு கவிதையில் கூறுகிறார்:

> கீதத்தின் ஒளியில் நான் பிறந்தேன்
> புற்கள் என்னைப் போர்த்தியபடி
> பிரகாசமான வானவில்லொன்றில் காலை நேரக்
> கதிரவன் என்னைக் கட்டிப் பிணைத்தான்.

இளம் வயதில் அவர் ஆடுமாடுகள் மேய்த்ததும் உண்டு. 1915 இல் செயின்ட் பீட்டர்ஸ்பர்க் நகர இலக்கிய மன்றங்களில் அவரது முதல் இலக்கியப் பிரவேசம் நடந்தது. 'உண்மையான மக்கள் கவிஞர்' என்ற பட்டமும் கிடைத்தது. விவசாயிகள் அணியும் உடையோடு தோன்றி அவர் அறுவடை, பசுக்கள், மேகங்கள், புல்வெளிகள் பற்றிய கவிதைகளைப் படிப்பதுண்டு. நாட்டுப் பாடல்களை ஒத்தவை என்று விமர்சகர்களால் கருதப்படும் அவரது தன்னுணர்ச்சிப் பாடல்களில் நெஞ்சைக்கிள்ளும் ரஷிய கிராமத்து நிலக்காட்சிகள் இடம் பெறுகின்றன. ரட்சகரான தேவகுமாரன் ஒரு பயணியின் கைத்தடியோடு வயல்வெளிகளில் நடந்துசெல்வதை ஒரு கவிதை சித்திரிக்கிறது.

1913 - 1917 வரை அவர் சிம்பலிஸ்டுகளிடமிருந்து கவிதை நுணுக்கங்கள் பலவற்றைக் கற்று அவற்றைத் தனக்கு இயல்பாக வாய்க்கப் பெற்ற திறன்களுடன் இணைத்துக்கொண்டார். அவரது முதல் கவிதைத் தொகுப்பே பெரும் வரவேற்பைப் பெற்றது. அவரது கவிதைகளை ஜாரின் மனைவிகூடப் படித்தாள் என்றும் பின்னர் அவர் கவிதைகளில் ஏன் அத்தனை சோகம் படிந்துள்ளது என அவள் யெஸினினை வினவினாள் என்றும் சொல்லப்படுவதுண்டு. 1917இல் அவர் நரோத்னிக்குகளுடனும்

சோசலிஸ்ட் புரட்சியாளர்களுடனும் நெருக்கமான தொடர்பு கொண்டிருந்தார். அவரது முதல் மனைவி ஜினய்டா ரீய் அவரை விவாகரத்து செய்துவிட்டு புகழ் பெற்ற நாடக மேதையான மெயர்ஹோல்டைத் திருமணம் செய்து கொண்டுவிட்டார். ஜவனோவ் ரஸீம்னிக் போன்ற 'சைத்தியர்'களின் செல்வாக்குக்கு உட்பட்ட யெஸினின் சோசலிஸ்ட் புரட்சியாளர்களின் இடதுசாரிப் பிரிவில் சேர்ந்தார். இப்பிரிவினர் துவக்கத்தில் போல்ஷ்விக்குகளுடன் ஒத்துழைத்தனர். பின்னர், அவர்களுக்கு எதிராகக் கிளர்ந்தெழுந்த காரணத்தால் எதிர் முகாமுக்குத் தள்ளப்பட்டனர். யெஸினின் தனது சுயசரிதையில் எழுதுகிறார்: "நான் அக்டோபர் புரட்சியை ஆதரித்த மிக உணர்ச்சி மிக்க பயணியாக இருந்தேன். ஆனால் அப்புரட்சியினை எனக்கே உரிய முறையில் அர்த்தப்படுத்திக் கொண்டேன் - அதை ஒரு விவசாயித்தன்மை கொண்டதாக்கினேன்."

1917 - 1919 இல் வாழ்ந்த ரஷிய உழவர்களைப்போலப் புரட்சியின் நீர்ச்சுழலுக்குள் இழுக்கப்பட்ட யெஸினின் தன் கவிதையொன்றில் எழுதுகிறார்:

ஓ ரஷியர்களே
பிரபஞ்சத்தை வளைத்துப் பிடிப்பவர்களே
உங்கள் வலைக்குள் ஆகாயத்தைப் பிடித்து
உங்கள் எக்காளங்களை முழங்கச் செய்யுங்கள்
ஒரு நவீன விதைப்பாளன் வயல்களில் திரிகின்றான்
புதிய விதைகளைக் குழிகளில் விதைத்தபடி

அவர் விரும்பியதெல்லாம் ஒரு விவசாய சோசலிசக் குடியரசுதான். அவரது புகழ்பெற்ற கவிதைகளில் ஒன்று 'ஐனோனியா' (inonia). ஐனோனியா ஒரு கற்பனை உலகம்; விவசாயக் குடியரசு; நாட்டுப்புற சொர்க்கம்; இது முதலாளியத்துக்குப் பகையானது. இங்குள்ள வாழ்க்கை இயற்கையன்னையோடு முழு இணக்கத்தோடு இயங்கிக் கொண்டிருக்கிறது. இப் பொற்காலக் கற்பனை உலகில் நகரங்களே இல்லை! நகரம் யெஸினினைப் பொறுத்தவரை மனிதனை அடிமைப்படுத்தும் எந்திர நாகரிகத்தின் குறியீடு. "உருக்குப் படகுகளை நம்பிக்கையின்மை என்ற கடலில் செலுத்தாதீர்" என்று அமெரிக்காவை எச்சரிக்கிறார். பலமாடிக் கட்டடங்களும் ராட்சதத் தொழிற்கூடங்களும் இடிந்து நொறுங்கட்டும் என சபிக்கிறார். புரட்சி என்பது அவரைப் பொறுத்தவரை தொன்மைக்கால ஜனநாயகத்திற்கு,

எளிமையான வாழ்விற்கு, உழவர்களின் கூட்டு வாழ்விற்குத் திரும்பிச் செல்வதுதான்.

ஆனால் உள் நாட்டுப்போரில் தீவிரமாகப் பங்கேற்ற உழவனோ போர் முடிந்த பின்னர் 'அரசியல் ஊமையாகிப் போயிருந்தான்'. புதிய உலகமொன்றை நகர்ப்புற உலைகள் வார்த்தெடுத்துக் கொண்டிருந்தன. அது நாட்டுப்புறத்தின் மீது திணிக்கப்பட்டு வந்தது. நாட்டுப்புறமோ யெஸினினின் தரிசனத்துக்குகந்த, தனக்கேயுரிய சுயேச்சையான புரட்சியொன்றை உருவாக்கும் ஆற்றலற்றிருந்தது. மிகுந்த தயக்கத்தோடு எந்திரமயமாக்கலை, டிராக்டரை அது ஏற்றுக் கொள்ளவேண்டியிருந்தது. வெளியிலிருந்து திணிக்கப்பட்ட புரட்சிக்குத் தலைவணங்க வேண்டியிருந்தது. கிராமப்புறத்தில் ஏற்பட்டு வந்த மாற்றங்களைப்பற்றி எவ்வித உணர்ச்சிகளுமற்ற, புறநிலையான விஞ்ஞானபூர்வமான விளக்கங்களை அரசியல்வாதியோ பொருளாதாரவாதியோ அல்லது சமுகவியலாளனோ கூறலாம். ஆனால் கடந்த காலத்தைச் சேர்ந்ததும் எந்த நேரத்திலும் தனக்கு ஏற்படப் போகிற இறுதி வீழ்ச்சியை எதிர்பார்த்துக் கொண்டிருக்கிறதுமான ரஷிய கிராமத்தின் ஆழமான வேதனையையும் முடிவில்லாத் துயரத்தையும் அவனால் ஒருபோதும் உணர்ந்து கொள்ளவோ விளக்கவோ முடியாது. இதனை ஒரு கவிஞனே செய்ய முடியும் என்கிறார் ஐஸக் டாட்ஷர்.

யெஸினினின் கவிதை அந்தக்கிராமத்தின் அழிவுபற்றிய அழகியதுயர கீதம், பாட்டாளிவர்க்க சர்வாதிகாரம், இயங்கியல் பொருள்முதல்வாதம், மார்க்சிய கலை இலக்கியம், உருக்காலைகள், டிராக்டர்கள் போன்ற சொற்களின் கனல்வீச்சு நகர்ப்புறங்களிலிருந்து வீசியடித்துக் கொண்டிருந்த நேரத்தில் யெஸினினின் ஒரே ஒரு சொல்லை மட்டும் இறுகப்பற்றிக் கொண்டிருக்கிறார்: "தெரெவ்னியா' என்ற சொல். ரஷிய மொழியில் 'தெரெவ்னியா' என்றால் கிராமம். இச்சொல்லின் ஒலி, 'காடு' என்பதைக் குறிக்கும் 'தெரெவோ', பண்டைக்காலம் என்பதைக் குறிக்கும் 'த்ரெவ்ல்யெ ' ஆகிய சொற்களின் ஒலியுடன் தொடர்புடையது என்று சுட்டிக்காட்டுகிறார் ஐஸக் டாட்ஷர். ஒருபுறம் யெஸினின், அக்டோபர் புரட்சியைத் தனது நாட்டுப்புற இசைக் கருவிகளை இசைத்து வாழ்த்தினார். மறுபுறம் சிம்பலிஸ்ட் கவிதையை ஆன்மிகப்பாடல்கள், நாட்டுப்பாடல்கள், கிராமியக் கூத்துகள், மந்திரங்கள் முதலியவற்றிலிருந்து பெறப்படும்

உவமைகள், உருவகங்கள் கொண்டு செழுமைப்படுத்தினார். உழவோட்டுதலையும், வைக்கோல் அடுக்குவதையும், இரக்கமும் அன்பும் நிறைந்த துறவிகளையும், அனுபூதிமார்க்கம் தேடும் பயணிகளையும் பற்றிப் பாடியவர் யெஸினின். 'தோழன்' என்றொரு கவிதையில், சுதந்திரத்திற்காகவும் சமத்துவத்திற்காகவும் போராடும் ரஷியர்களுக்கு உதவுவதற்காக விண்ணுலகிலிருந்து புவிமண்ணுக்கு வந்து ஜாரை எதிர்த்துப்போராடி துப்பாக்கிக் குண்டுக்கு இரையாகி மடிந்து பின்னர் பொது இடுகாட்டில் புதைக்கப்படும் ஏசு நாதர்பற்றி முன்பு பாடினார். இப்போதோ நகர்ப்புறத்தின் இரும்பு நாகரிகத்தின் படையெடுப்பின்கீழ் எதிர்ப்பேதுமின்றி அடிபணிந்து வீழ்கிற பழைய, இனிய, எளிய, அமைதிதவழ் கிராமத்தைப் பற்றி உள்ளம் உருகிப் பாடுகிறார்:

கிராமப் புறத்தின் கடைசிக் கவிஞன் நான்
அடக்கமான பாடல்களாலான மரப்பாலம்
தூபப் புகை போலத் துடிக்கும் இலைகள் கொண்ட
பிர்ச் மரங்களின் விடைபெறு விழாவில் நானும் நிற்கிறேன்
மெழுகு ஒளிபோல என் உடல்
பொன்னிறப் பிழம்பில் உருகிவிடும்
மரக்கடிகாரமாய் நிலா
என் கடைசி நிமிடத்தை அறிவிக்கும்
விரைவில் விருந்தாளியாய் இயந்திரங்கள்
நீலப் புல்வெளியில் வந்து சேரும்
பொன்னிற விடியலாய் சிதறிக்கிடக்கும் தானிய மணிகளை
அவற்றின் இருண்ட கரங்கள் அள்ளிச் செல்லும்
ஓ உயிரற்ற கரங்களே, இதமற்ற அந்நியக் கரங்களே
என் பாடல்கள் ஒரு போதும் உங்களுடன் வாழா
குதிரைக்காதுகள் கொண்ட சோளக் கதிர்கள் மட்டுமே
பழங்கீதங்களிசைக்கும் மென்மைக் கவிஞனுக்காக வருந்தும்
காற்று அக்கதிர்களின் சோகப் பெருமூச்சை ஏந்தி
நினைவஞ்சலி பாடும்
விரைவில்... விரைவில்... மரக்கடிகாரம்
எனது கடைசி நிமிடத்தை அறிவிக்கும்[1]

---

1 ஆங்கில மூலத்தில் மேற்கோள் காட்டப்பட்டுள்ள நூல்: Isaac Deutscher, *Marxism in Our Time*, Rampart Press, Berkley, California, 1971.

எத்தகைய முரண்பாடுகளுக்கிடையே சிக்கித் தவிக்கிறார் யெஸினின்! உள்நாட்டுப் போர், துப்பாக்கி வேட்டுகள், இடதுசாரி சோசலிஸ்ட் புரட்சியாளர்களாக இருந்த அவரது நண்பர்கள் பலர் ஈவிரக்கமின்றி கொல்லப்படுதல், தானியத்தை ஒளித்துவைத்திருந்த உழவர்களிடமிருந்து கட்டாயக் கொள்முதல், தொழிற்சாலைகள், மின்மயமாக்கல் பற்றிய விவாதங்கள். பணிவுமிக்க உழவர்கள் நிறைந்த 'புனித' ரஷியா புதிய உலகிற்கு வழிவிடுமாறு நிர்ப்பந்திக்கப்பட்டுவிட்டது!

யெஸினின் இந்த மெய்நிலையை ஒப்புக்கொள்ளவும் தனது வாழ்க்கையையும் கவிதையையும் அதற்கேற்ப மாற்றிக்கொள்ளவும் முயற்சி செய்கிறார். அப்போதும் அவரால் அவரது கிராமியக் கனவுகளை மறக்கமுடியவில்லை. நாட்டுப்புற அழகுகளை தரிசிப்பதைக் கைவிட முடியவில்லை. இயற்கையன்னைக்கு வாழ்த்துப் பாடுவதை நிறுத்த முடியவில்லை. சோவியத் ரஷியாவைப் போற்றுகின்றபோது கூறுகிறார்: "மே நாளுக்கும் அக்டோபர் புரட்சிக்கும் என் ஆன்மா முழுவதையும் அர்ப்பணிக்கிறேன். ஆனால் எனது யாழிலிருந்து ஒருபோதும் பிரிய மாட்டேன்". நகர்ப்புறத்தில் வாழ்ந்த சமயத்திலும்கூட மண்வாசனை மறக்காத இடையனின் குரலொன்று யெஸினினிடமிருந்து எப்போதும் ஒலித்ததுண்டு; அந்த இடையன்

> இறைச்சிக் கடையின் விளம்பரப் பலகையிலுள்ள
> ஒவ்வொரு மாட்டுக்கும்
> தூரத்திலிருந்து தலை தாழ்த்துகிறான்
> வண்டிக்காரனை சதுக்கத்தில் காணும்போது
> கிராமத்து மண்வாசனையை நினைவு கூர்ந்து
> மணப்பெண்ணின் ஆடையைத் தோழியர் பற்றிச் செல்வது போல்
> குதிரையின் வாலைப் பற்றிச் செல்வான்.[2]

அன்று ரஷியாவிலிருந்த இமேஜிஸ்ட் கவிஞர்களின் - தலைவராகக் கருதப்பட்ட யெஸினினின் படிமங்களுக்கான ஊற்றுக்கண்களாக இருந்தவை கிராமிய வாழ்வும் கிராமிய இலக்கியங்களும் கலைகளுமாகும், கவிதைப் படைப்பில் கவிதையின் பொருள், சந்தம் போன்ற அம்சங்களைவிட 'படிமம்' தான் மிக முக்கியமான, மிக உயர்ந்த அம்சம் என்றும்

---

2 இவ்வரிகளும் அடுத்து வரும் வரிகளும் Sergei Yesenin, Selected Poetry, Moscow என்ற தொகுப்பிலுள்ள ஆங்கில மூலத்திலிருந்து தமிழாக்கம் செய்யப்பட்டவை.

கவிதைக்குத் தேவையானது 'சிதறிய பிம்பக் கோவைகள்' என்றும் கூறிய இமேஜிஸ்டுகள் ஒவ்வொரு படிமமும் வியப்பு தரக்கூடியதும் கவனத்தைக் கவர்கிறதும் உயிர்த்துடிப்புமிக்கதும் வாசகன்மீது தாக்கம் ஏற்படுத்தக் கூடியதுமாக இருக்க வேண்டும் என்று வற்புறுத்தினர் (இந்த ரஷிய இமேஜிஸ்டுகளுக்கும் எஸ்ரா பவுண்ட் பிரதிநிதித்துவப்படுத்திய இமேஜிஸ்டுகளுக்கும் யாதொரு உறவுமில்லை என்பதை இங்கு குறிப்பிட்டாக வேண்டும்.) இமேஜிசம், சிம்பலிசத்திலிருந்து கிளைத்த ஒன்று. விநோதமான உவமைகளின் மூலம் நனவிலி மனத்தைத் தாக்குகிற ஒன்று. யெஸினினைப் பொருத்தவரை இமேஜிசம் என்பது சமூக நிர்ப்பந்தங்களிலிருந்து தப்பித்துக் கொள்வதற்கான வடிகால். 1920-22இல் அவர் கையாண்ட உத்திகள் பழைய மரபுகளை உடைப்பதற்கான உத்திகள் மட்டுமல்ல. அதிகரித்துவந்த மனநெருக்கடிகளைக் கடப்பதற்கான உத்திகளுமாகும். மிக அற்புதமான படிமங்கள், உருவகங்கள், உவமைகள் அவருக்கு மிக எளிதாகக் கைகூடி வந்தன. உதாரணங்கள் சிலவற்றை இங்கே குறிப்பிடலாம்:

“ஜபிக்கும் கன்னிகா ஸ்தீரிகளைப் போன்ற
பயந்த, மிருதுவான வில்லோ மரங்கள்”
“இருளின் வாயைப் பிளந்து
பற்களைப்போல் நட்சத்திரங்களைப் பிடுங்கும்
கிடுக்கிகளாய் காலைக் கதிர்கள்”

புரட்சியைப்பற்றி அவர் நினைக்கையில் அவரது கற்பனைக்குப் பிடிபடுகின்ற விஷயங்கள் விவசாயிப் புரட்சியாளர்களும் மத்தியகாலப் பாடல்களில் இடம்பெறும் வீரசாகசங்களும்தான். 18ஆம் நூற்றாண்டு விவசாயிப் புரட்சி வீரர் புகாசெவ், மத்தியகாலப் பாடல்களில் இடம்பெறும் வீரன் வாஸ்கா புஸ்லெயெவ், நோவ்கோராட் நகரின் வீராங்கனை மார்த்தா போன்றோரைப் போற்றுகிறார்.

முரண்பாடுகளால் அலைக்கழிக்கப்பட்ட யெஸினினது உள்ளம் இப்போது குடிகாரர்களை, வேசிகளை, லாகிரிப் பொருள்களை நாடுகிறது. படித்தவர்களைக் காட்டிலும் படிக்காதவர்களையே விரும்புகிறது. தன்னோடும் தன் சமுதாயத்தோடும் தன் நாட்டுடனும் அவருக்கு ஏற்பட்ட அதிருப்தியின் காரணமாக அவர் வீட்டை விட்டு வெளியேறுகிறார். செய்து வந்த வேலையைக் கைவிடுகிறார்.

புகழ்பெற்ற அமெரிக்க, நடனக் கலைஞரான ஐசோதரா டங்கனுடன் அவருக்கு ஏற்பட்ட தற்செயலான சந்திப்பு அவரது வாழ்க்கையில் திடீர்த்திருப்பமாகியது. ரஷியப்புரட்சியாளர்களை கிரேக்க அழகின் உபாசகர்களாக மாற்றும் நோக்கத்துடன் மாஸ்கோவுக்கு வந்த ஐசோதராவின் பேரழகும் கவர்ச்சியும், கூர்மையான அறிவும் கண்ட யெஸினின் அவர் மீது மையல் கொண்டார். தன்னைவிட வயதில் இரு மடங்கு மூத்தவரான அப்பெண்மணியைத் திருமணம் செய்து கொண்டார். பின்னர் அவருடன் வெளிநாடு சென்றார். ஐரோப்பாவிலும் அமெரிக்காவிலும் அவர் நடந்து கொண்ட விதம் பற்றிய ஏராளமான செய்திகள் பெர்லின், பாரிஸ், நியூயார்க் ஆகிய நகரங்களிலிருந்து வந்துகொண்டிருந்த பரபரப்புச் செய்திப் பத்திரிகைகளில் வெளிவரலாயின. குடித்துவிட்டு ஆடும் ஆட்டங்கள், ரௌடித்தனம் முதலியனபற்றி அவை எழுதின.

நாடு திரும்பியதும் அவர் லியோ தோல்ஸ்தோயின் பேத்தியைத் திருமணம் செய்துகொண்டார். மீண்டும் மாஸ்கோ மதுக்கடைகளில் நேரத்தை செலவிடத் தொடங்கினார். யெஸினின் என்ற மனிதருக்கும் யெஸினின் என்ற கவிஞருக்குமிடையே போராட்டம் ஓயவே இல்லை. முன்பு உள்நாட்டுப் போரின்போது ஏற்பட்ட அழிவுகள், உயிர்ச் சேதம், கொடூரங்கள் ஆகியவற்றோடு அவரால் ஒத்துப்போக முடியாமலிருந்தது. பழிவாங்கும் உணர்வோடு அலைந்து திரிந்த பிற்போக்காளர்களாக இருந்தாலும் சரி, இறுக்கமான, கறாரான கட்டுப்பாட்டைக் கோருகின்ற கம்யூனிஸ்டுகளானாலும் சரி யாரோடும் அவரால் ஒத்துப்போக முடியவில்லை. புதிய பொருளாதாரக் கொள்கைத் திட்டத்தின்போது சிறுமுதலாளிகளும் வர்த்தகர்களும் குட்டி முதலாளியப் பண்பாட்டுக் கூறுகளும் தவிர்க்கமுடியாதபடி தோன்றின. இவற்றையும் அவரால் பொறுத்துக்கொள்ள முடியவில்லை. முன்பு உரக்க அறிவிக்கப்பட்டிருந்த இலட்சியங்களுக்கும் இப்போதுள்ள யதார்த்த நிலைமைகளுக்குமிடையே இணைக்கப்படமுடியாத பெரும் பிளவு ஏற்பட்டு விட்டதாகக் கருதினார். இந்தச் சூழலில் அவர் எழுதிய கவிதைகள் சோவியத் எதிர்ப்புத்தன்மையுடையனவாய்க் கருதப்பட்டன.

புதிய சூழலோடு ஒத்துப்போகமுடியாத நிலையைத் தனது தனிப்பட்ட தோல்வியாகக் கருதினார். எல்லாருமே போராடுகின்றனர்; சமர் புரிகின்றனர்; புதிய சமுதாயம்

படைக்கின்றனர்; தான் மட்டுமே எதற்கும் பயனற்றவனாகப் போய்விட்டதாக நினைத்தார். ‘சோவியத் ரஷியா’ என்ற கவிதையில்,

இளைஞர்களே வாழுங்கள்! உறுதியோடும் நலத்தோடும் இருங்கள்
மாறுபட்ட வாழ்க்கை, நீங்கள் பாடும் மாறுபட்ட பாடல்கள்
நானோ என் தனிமைப் பாதையில் மெல்ல நடக்கின்றேன்
குமுறும் நெஞ்சை நிரந்தரமாய் அடக்கியபடி

என்று எழுதினார்.

புரட்சியையும் லெனினையும் வரவேற்று அவர் சில கவிதைகளை எழுதியிருந்த போதிலும் எந்த அரசியல் முழக்கத்தின் பொருட்டும் படைப்புகளை உருவாக்க விரும்பியதில்லை. அவர் எழுதினார்:

உங்களுக்கு நான் ஒரு கூண்டுப் பறவை அல்ல
நானொரு கவிஞன்!
அந்த மந்தமான பெட்னியுடன்[3] ஒப்பிடாதீர்
மது என்னை சில சமயம் தள்ளாடச்செய்தால் என்ன?
வியத்தகு சொற்கள் என்னெதிரே
கட்டவிழ்கின்றனவே

மற்றொரு கவிதையில் கூறுகிறார்:

இரவல் குரலில் பாடும் கூண்டுக்கிளிகள்
வெறும் கிலுகிலுப்பை ஓசை, ஒரு துயரச் சிரிப்பு
முக்கியமானது: உன் வழியில் பாடுவது
தவளையாக இருந்தாலும் சரி, கத்து

சில சமயம் சோக உணர்வில் ஆழ்ந்தும் சில சமயம் கட்டுப்பாடற்ற களியாட்டங்களில் மூழ்கியும் நாள்களைச் செலவிட்டார். தன்னை ஒரு போக்கிரி (hooligan) என அழைத்துக்கொண்ட அவர் தனது போக்கிரித்தனம் புரட்சியால் கட்டவிழ்த்துவிடப்பட்ட பேராற்றலுக்கு மிக மிக நெருக்கமாகத் தன்னை அழைத்துச்செல்வதாகவும் தன் குடிப் பழக்கமும் தூஷணைகள் நிரம்பிய கவிதைகளும் மக்களின் கிளர்ச்சியுணர்வை ஒத்தவையாக உள்ளன என்றும் அவருக்கு ஒரு பிரமை இருந்தது. இதை ‘மாஸ்கோ மதுவறைகள்’

---

3 அன்று புகழ் பெற்றிருந்த புரட்சிக் கவிஞர் டெமியோன் பெட்னி.

(1923) என்ற கவிதையில் வெளியிடுகிறார். 'ஒரு போக்கிரியின் ஒப்புதல் வாக்குமூலங்கள்' (1924) என்ற கவிதையில், தான் 'ஒரு கவிஞனாகப் பிறக்காமலிருந்திருந்தால் கழுத்தை அறுக்கும் ஒரு நயவஞ்சககனாகவோ அல்லது திருடனாகவோ ஆகியிருப்பேன்' என்று கூறுகிறார். இக்கவிதையை அவரது சுய வெளிப்பாடாகக் கருதமுடியாது. மென்மையான இதயம் படைத்த யெஸினினிடம் குற்றவுணர்வு நிரம்பியிருந்ததுதான் இத்தகைய கவிதைகளுக்குக் காரணம். வீட்டுக்கடங்காத தத்தாரிப் பிள்ளை போன்றவர் அவர். அவர் விரும்பியதெல்லாம் கிராமப் புறத்துக்குச் சென்று தாயின் அன்பையும் பரிவையும் பெற்று இயற்கையன்னையின் மார்பகத்தில் தன் முகத்தைப் புதைத்து மகிழ்வதைத்தான். 'அம்மாவுக்கு ஒரு கடிதம்' என்ற கவிதையில் எழுதுகிறார்:

நம் வீட்டுத் தோட்டத்து மரக்கிளைகள்
வசந்தகால ஒளிர்வுடன் வெண்மலர்கள்
சூடியிருக்கும்போது திரும்பி வருவேன்
ஆனால் எட்டாண்டுகளுக்கு முன்பு
நீ செய்து வந்தது போல்
அதிகாலையில் என்னை எழுப்பிவிடாதே
இனியும் மதிப்பில்லாத கனவுகளைத் தட்டியெழுப்பாதே
நிறைவேறா வேட்கைகள் நெஞ்சைக் கிளர்வதில்லை
இந்த இளம் வயதிலேயே இழப்பையும்
மனச் சோர்வையும் அனுபவிப்பது என் துர்ப்பாக்கியம்.

தனது வேதனைகளையும் கடந்தகாலத்துக்கான ஏக்கத்தையும் மறக்கவே அவர் குடித்தார். போதைப் பொருள்களை நாடினார். மனைவிகளையும் காதல் கிழத்திகளையும் அவ்வப்போது மாற்றிக் கொண்டார். குடித்துவிட்டுத் தெருக்களில் சண்டைபோடுவதும் உண்டு. இவையாவும் அவர் தனக்குத் தானே விதித்துக்கொண்ட தண்டனைகள்தாம். ஆனால் இந்தப் பொய் வேடங்களின் கீழ் அவரது ஆன்மாவின் குரல் அடங்கவேயில்லை. பச்சைப் புல்வெளிகள், வயல் வெளிகளிடையே உள்ள குறுகலான பாதைகள், பிர்ச் மரத்தின் நிழல் படியும் குளங்கள், இளமைக் காலத்தின் இனிய நினைவுகள்- இவை துயரமும் விரக்தியும் நிரம்பிய அவரது கவிதைகளில் மீண்டும் மீண்டும் தோன்றுகின்றன. "உயிர்த் துடிப்புமிக்க ஓர் ஆன்மா ஒரே நூற்றாண்டில் மாற்றமடைந்து விடாது. என்னுடனேயே என்னால்

சமாதானத்தை ஏற்படுத்திக்கொள்ள முடியவில்லை; எனக்கு நானே ஓர் அந்நியன்" என்று எழுதினார்.

'எனது வாழ்க்கை ஆப்பிள் மலர்களின் வெண்ணிற மங்கலாய் மறைந்து கொண்டிருக்கிறது' என்றெழுதினார். அவரைப் பொறுத்த வரை எல்லாமே போய்விட்டன. அவரால் இனி அமைதி தவழும் வயல் வெளிகளுக்குத் திரும்பிச் செல்லமுடியாது. ஆகாயத்தால் வீசியெறியப்படும் முலாம் பழம் போன்ற நிலாவைப் பார்க்க முடியாது. 1924 இல் சொந்தக் கிராமத்திற்கு திரும்பிச்செல்கிறார். எத்தகைய அதிர்ச்சி காத்திருக்கிறது அவருக்கு! அடையாளமே தெரியாத அளவுக்கு கிராமம் மாறிப்போயிருந்தது. விவசாயிகள் உள்நாட்டுப் போர்பற்றி விவாதித்துக் கொண்டிருக்கின்றனர். கம்யூனிஸ்ட் இளைஞர்கள் கிராமியப் பாடல்களை இசைப்பதற்குப் பதிலாக டெமியோன் பெட்னியின் பிரசாரக்கவிதைகளை உரக்க முழங்குகின்றனர். அவரது சகோதரியின் வீட்டில் லெனின் படம் உள்ள நாள் காட்டி தொங்கிக்கொண்டிருக்கிறது. யெஸினினோ "லெனின் எனக்கு ஒரு விக்கிரகமல்ல" என்கிறார். தன் சகோதரியிடம் ஏதேனும் செய்திகள் உண்டா எனக் கேட்கிறார். அவளோ பைபிள் போன்ற தடிமனான "மூலதனம்" நூலை எடுத்து, மார்க்ஸ், எங்கல்ஸ் பற்றிப் பேச ஆரம்பிக்கிறாள். அவர்களது படைப்புகளை எந்தச் சூழ்நிலையிலும் தான் படித்ததில்லை என்கிறார் யெஸினின். பழைய கிராமத்தோடு அவருக்கிருந்த ஒரே தொடர்பு-குரைத்துக்கொண்டு அவரிடம் ஓடிவரும் ஒரு நாய்தான்!

இந்த ஏமாற்றத்தையும் விரக்தியையும் போக்குவதற்கு அவர் செய்த முயற்சியின் வெளிப்பாடாகவே நாம் முன்பு குறிப்பிட்ட 'சோவியத் ரஷியா' என்ற கவிதையைக் கூறலாம். யதார்த்த உலகில் ஏற்பட்டு வரும் மாற்றங்களை ஒப்புக்கொள்ள முயற்சி செய்கிறார். கிராமங்களில் மின்விளக்குகள் எரிகின்றன! உண்மை. ஆனால் டிராக்டர்களின் இரைச்சலில் பறவைகளின் இன்னொலிகள் ஒடுங்கிவிட்டனவே! நாட்டுப்புறத்தின் கடைசிக் கவிஞன் என்று தன்னை அழைத்துக் கொண்ட யெஸினின், தான் கனவுகண்ட நாட்டுப்புறக் கற்பனை உலகையும் விவசாயக் குடியாட்சியையும் வயல்வெளி சொர்க்கத்தையும் இயற்கையோடு இணைந்த மனிதரையும் உருவாக்காத புரட்சியால் முழுமையான ஏமாற்றம் அடைந்தார். "நான் ஏன் அதை மறைக்கவேண்டும்.

நான் ஒரு புதிய மனிதன் அல்ல. கடந்த காலத்தில் ஒரு காலை வைத்துக்கொண்டு உருக்கின் வீர நடையோடு சேர்ந்துகொள்ளவும் முயற்சி செய்கிறேன். ஆனால் தடுமாறித் தடுக்கி விழுகிறேன்.''

அவரது விரக்தியின் உச்ச நிலையை *'Man in Black'* என்ற கவிதையில் (1925) காணலாம். தனக்குள்ளேயே இருக்கும் ஒரு அரக்கனுடன் அவர் நடத்தும் உரையாடல் இக்கவிதை. இதில் தனது குற்றங்களையும் தோல்விகளையும் பற்றிய ஒப்புதல் வாக்குமூலம் தருகிறார். மனநோய்க்கு இரையாகிய அவர் மனநோய் விடுதியிலும் சேர்க்கப்பட்டார். குணமடைந்து திரும்பி வருகையில் அவர் எழுதினார்: "என் அருமை நண்பனே, பார்வையைத் திரும்பப் பெற்ற கண்களை மரணம் மட்டுமே மூடும்''. 1925 கிறிஸ்துமஸ் நாள்களின் போது அவரது தனிமை உணர்வு மிகக் கடுமையாகியது. டிசம்பர் 27 அன்று அவர் தனது மணிக்கட்டுகளில் உள்ள ரத்தக் குழாய்களை அறுத்துக்கொண்டு, தோல்வார் ஒன்றினால் கழுத்துக்குச் சுருக்கிட்டுத் தொங்கி தற்கொலை செய்து கொண்டார். அவர் எழுதிய கடைசி வரிகள்:

போய் வருகிறேன் நண்பனே, சொல்வதற்கொன்றுமில்லை
துயரம் உன் பார்வையை மறைக்காதிருக்கட்டும்
இந்த நமது வாழ்க்கையில் சாவது ஒன்றும் புதிதல்ல
வாழ்வதும் ஒன்றும் புதிதல்ல

அவரது வாழ்க்கையை இத்தகைய முடிவுக்கு இட்டுச் சென்ற முரண்பாடுகள் புரட்சிகரக் கொந்தளிப்பால் அலைக்கழிக்கப்பட்டு மிதியுண்டு போன பல்லாயிரம் இளைஞர்களின் சொந்த அனுபவங்களோடு தொடர்புடையன. எனவேதான் அவர்கள் தங்களது ஏக்கங்களும் மனமுறிவுகளும் ஏமாற்றங்களும் யெஸினினின் கவிதைகளில் எதிரொலிக்கப்படுவதைக் கண்டனர். அவர் மரணமடைகையில் மிகுந்த பிரபல்யம் பெற்றிருந்தார். "இந்த அற்புதமான, உண்மையான கவிஞர் நமது சகாப்தத்தை அவருக்கே உரிய வழியில் பிரதிபலித்துத் தன் பாடல்களால் செழுமைப்படுத்தினார்'' என்று கார்க்கி கூறினார். "நகர்ப்புறத்துக்குக் கவர்ந்திழுக்கப்பட்ட நாட்டுப்புறக் கவிஞர் யெஸினின் பின்னர் நகர்ப்புறச் சேற்றில் மூழ்கடிக்கப்பட்டார்'' என வோரோன்ஸ்கி எழுதினார்.

மயாகோவ்ஸ்கியின் புகழைக்கூட மங்கச் செய்திருந்தன அவரது கவிதைகள். ஆனால் அவை மிக விரைவில் சந்தேகத்துக்குரியனவாக்கப்பட்டன, 'யெஸினினிசம்' அபாயகரமானது, ஒழுக்கச்சிதைவுக்கு வழிகோலக் கூடியது, பெண்ணின் மென்மையைக் கொண்டுள்ளது என்று அதிகார வட்டாரங்களால் பிரகடனம் செய்யப்பட்டது. 1926-27 இல் அரசு பதிப்பகம் யெஸினினின் கவிதைகளை 4 தொகுதிகளாக வெளியிட்டபோது (10000 பிரதிகள்) அவற்றில் பல முக்கிய கவிதைகள் இடம் பெறவில்லை. பின்னர் 22 ஆண்டுக்காலம் மறுபிரசுரம் செய்யப்படவே இல்லை. ஒரு சில கவிதைகள் மட்டுமே சிறுதொகுப்புகளாக வெளிவந்தன. இலக்கிய உலகில் அவர் பெயர் அரிதாகவே குறிப்பிடப்பட்டு வந்தது. மாஸ்கோ கலைக்களஞ்சியம் "யெஸினினிசம், தற்கொலையில் தன்னை வெளிப்பாடு செய்து கொண்டது" என எழுதிற்று. ஆயினும் 1948 இல் அவரது தேர்ந்தெடுக்கப்பட்ட கவிதைகள் வெளியிடப்பட்டபோது பிரதிகள் அனைத்தும் உடனடியாக விற்பனையாயின. ஆட்சியாளர்கள் யெஸினின் பற்றிக் கொண்டிருந்த எதிர்மறை நிலைப்பாடும் எதிர்ப்புரட்சி எழுத்தாளரான ஐவான் புனின் கொண்டிருந்த நிலைப்பாடும் ஒரே மாதிரியாக இருந்தன. யெஸினினின் கவிதைகள், 'சவரக் கடைக் கவிதைகள்' என்று புனின் கூறினார். யெஸினினின் கவிதைகள் சோவியத் ரஷியாவில் நீண்ட காலத்திற்கு இருட்டடிப்பு செய்யப்பட்டிருந்தமை குறித்து ஐஸக் டாட்ஷர் எழுதுகிறார்:

> யெஸினினின் கவிதைகள் ரஷியாவில் நீண்டகாலம் அநேகமாகத் தடை செய்யப்பட்டிருந்தன. கடந்த காலத்துக்காக ஏங்குபவராகவும் பிற்போக்குக் கவிஞராகவும் அவர் கருதப்பட்டதுண்டு. செர்வான்டெஸ் எழுதிய 'டான் குயோட்டெ', சிதைந்துவந்த பழைய நிலமான்யச் சமுதாயத்தின் மீது அனுதாபம் காட்டியது என்பதற்காக யாரும் அதைத் தடை செய்யவில்லை. ரஷியாவின் கடைசி விவசாயிக் கவிஞனில் உள்ள அழகு தரிசிக்கப்படவில்லை. குறைந்தது ஒரு சமூகவியலாளனின் கண்ணோட்டத்திலிருந்தும் கூட அது பார்க்கப்படவில்லை. பழைய உலகம் நசிந்து மரணமடைவதை அவர் அழகோடு சொல்வதை ஏற்கவில்லை. இப்படிச் சொல்லும் உரிமை கவிதைக்கு, கவிஞனுக்கு

உண்டு என்பதை அங்கீகரிக்கவில்லை. பிற்போக்கு முத்திரை எளிதாகக் குத்தப்பட்டு ஒதுக்கித் தள்ளப்பட்டுவிட்டது"[4]

ஆனால் ஸ்டாலினின் மறைவுக்கு முன்னரே இருபதுகளின் மிகச் சிறந்த கவிஞர் பட்டியலில் அவருக்கும் ஒரு இடம் கிடைத்துவிட்டது. 1950 களிலிருந்து தொடர்ந்து பதிப்பிக்கப்பட்டு வரும் தொகுப்புகள் ஒவ்வொரு முறையும் குறுகிய காலத்தில் விற்பனையாகிவிடுகின்றன என்பதே அவரது பிரபல்யத்துக்கான சான்றாக விளங்குகிறது.

---

4 Isaac Deutscher, Op. cited, 1971, pp 307-308.

விளாடிமிர் மயாகோவ்ஸ்கி: புரட்சியின் வெண்கலக் குரல்

ஆங்கிலக் கவிஞன் ப்ரையன் பேட்டனின் கவிதையொன்றிலுள்ள சிலவரிகள் இவை:

மயாகோவ்ஸ்கி, ஒரு பிற்பகலில் உனது ஜன்னலில் அமர்ந்து நீ
சோகத்தால் அரைப்பித்தனாகி, உனது ஆன்மா கடைசியில்
கரைதட்டி உடைந்தது
நீ மடையனாகவோ நம்பிக்கை வறட்சி அற்றவனாகவோ
எல்லாவற்றையும் பெரிதாக எடுத்துக்கொள்ளாதவனாகவோ
அதாவது, எதையும் பொருட்படுத்தாதவனாகவோ
இருக்கத் தீர்மானித்திருந்தால்
ரஷியாவில் பெரும் மாற்றம் ஏற்பட்டிருக்குமா?
சைபீரியாவில் பனி உருகியிருக்குமா?
பிரகாசமான சுவரொட்டிகள் வேறுசெய்திகளைப் பிரசாரம்
செய்திருக்குமா?
தம் மரங்களில் மரத்துப்போன பனிக்காலப் பறவைகள்
கீழே விழாமல் இருந்திருக்குமா?
பாடிக்கொண்டே அவை தம் தலைகளை மீண்டும் உயர்த்தியிருக்குமா?[1]

மயாகோவ்ஸ்கியின் மரணம் எழுப்பிய சோக அலைகளில் மூழ்கி எழுந்த கவிதை வரிகள் இவை.

மயாகோவ்ஸ்கி தற்கொலை செய்துகொள்ளாமல் இருந்திருந்தால்? - இதற்கு வெற்றுரகங்களையே பதில்களாகத் தரமுடியும்.

ஆனால் புரட்சியின் வெண்கல நாதமாய் ஒலித்த அவர் தற்கொலை செய்து கொண்டது ஏன் என்ற கேள்வி, ஒரு நியாயமான, ஏற்கத்தக்க பதில் கிடைக்கும்வரை ஓயப்போவதில்லை.

---

1 'The Last Residents' by Brian Patten in *The Mersey Sound*, Penguin, London, 1983, p. 153.

தற்கொலையை எதிர்த்தவர் அவர். 'ஸெர்ஜி யெஸினினுக்கு' என்ற கவிதையை 1926 இல் எழுதுகிறார். ஒரு கவிஞனுக்குத் தன் உயிரை மாய்த்துக்கொள்ள உரிமை இல்லை என்கிறார். இந்த வாழ்க்கையில் சாவது அப்படி ஒன்றும் கடினமானதல்ல, வாழ்க்கையைக் கட்டியமைப்பதே மேலும் கடினமானது என்கிறார். ஆனால் அவருமே நான்காண்டுகளுக்குப் பிறகு தன்னுயிரை மாய்த்துக் கொள்கிறார்.

யெஸினினின் தற்கொலைக்கான காரணங்களை எளிதாக விளக்க முடிந்தது. அவர் பழைய உலகின் மறைவைப் பற்றிப் பாடியவர். இழப்புகளும் தோல்விகளும் ஏமாற்றங்களுமே அவரது கடைசிக் காலப் பாடல்களின் கருப்பொருள்கள். மயாகோவ்ஸ்கியோ புதிய உலகின் உதயத்தைப் பாடியவர். நாட்டுப்புறத்தில் குழலூதித் திரிந்தவர் யெஸினின்; மயாகோவ்ஸ்கியோ நகர்ப்புறத்து முரசுகளைக் கொட்டி முழக்கியவர். தன்னுணர்ச்சிப் பாடல்களே யெஸினினின் மூச்சு; மற்றவருக்கோ அவை வெற்றுப் பேச்சு. இரண்டு முற்றிலும் வெவ்வேறான ஆளுமைகள் ஒரே முடிவைத் தேடிக்கொண்டது ஏன்?

மிக மேலோட்டமான விளக்கங்களே இதுவரை தரப்பட்டுவந்தன. சோவியத் இலக்கிய வட்டாரங்களால் காதல் தோல்வி, கைக்கிளை போன்ற காரணங்களே சொல்லப்பட்டிருக்கின்றன. மிக அண்மையில் ஆங்கில மொழியாக்கத்தில் வெளியிடப்பட்டுள்ள அவரது தெரிவு செய்யப்பட்ட படைப்புகளுக்கான[2] முன்னுரையில் அவரது தற்கொலை குறிப்பிடப்படுவது கூட இல்லை. அவரது தற்கொலைக்குக் காதல் தோல்வி மட்டுமே காரணம் என்பது ஏற்கக்கூடிய விளக்கம்தானா? பூஷ்கினின் மரணத்திற்கும்கூட இப்படியொரு மேலோட்டமான காரணத்தைக் கூறிவிடலாம்: பிரெஞ்சுத் தூதுவனொருவனுடன், அவரது மனைவி விவகாரமாக, துப்பாக்கிச் சண்டையிட்டு செத்தொழிந்தார் பூஷ்கின்! ஆனால் மனிதச் செயல்களுக்கான தனிப்பட்ட தூண்டுதல்களுக்குப் பின்னால் மறைந்துள்ள சமூகப் பின்னணியைத்தானே மார்க்சியர்கள் பார்க்கவேண்டும்? பூஷ்கினின் மரணத்துக்கான காரணம், கவிஞர்களின் வேட்கைகளை வெளிப்படுத்துவதற்கான வாய்ப்பு ஏதும் வழங்காத ஜாரிசம்தான் என்றும் அதனால் அக்கவிஞன் துணிகரச் செயல்களிலும் சண்டைகளிலும்

2 Vladimir Mayakovsky, Selected Works in Three Volumes, Raduga Publishers, Moscow.

ஈடுபட்டான் என்றும் அவன் தனது காலத்தின் அறவியல் அரசியல் புதைச்சேற்றில் ஈவிரக்கமின்றி முழ்கடிக்கப்பட்டான் என்றும் விரிவாக விளக்குகிற மிகச் சிறந்த நூலை[3] நமக்குத் தந்திருக்கின்ற சோவியத் இலக்கிய உலகம், மயாகோவ்ஸ்கியின் மரணம்பற்றிய ஒரு நிறைவான விளக்கத்தை இனியேனும் தருமா? தரும் என்பதற்கான அறிகுறிகள் மிக அண்மையில் Soviet Literature ஏட்டில் வெளிவந்துள்ள கட்டுரைகளாகும்.

ஐஸக் டாட்ஷர் எழுதுகிறார்:

> மயாகோவ்ஸ்கியின் மரணத்தில் மட்டுமல்ல, அவரது வாழ்விலும்கூட அவலத்தின் முத்திரை பதிக்கப்பட்டுள்ளது. மயாகோவ்ஸ்கியின் கவிதை கவிஞனுக்கும் புரட்சிக்குமிடையே நடந்த மாபெரும் வேதனைமிக்க பரிமாற்றங்களுக்கான மௌன சாட்சி. பிரச்சனையைக் கூர்மையாக வெளிப்படுத்திய முடிவுரையே தற்கொலை. இப்பிரச்சனை கவிஞனின் சொந்த தனிப்பட்ட வாழ்வையும் தாண்டிய ஒன்று.[4]

காகாசியப் பகுதியில் வனத்துறை அலுவலராகப் பணியாற்றிய தந்தைக்குப் பிறந்த மயாகோவ்ஸ்கி இளமைப் பருவத்தை ஜார்ஜியாவில் கழித்தார். பள்ளிப்படிப்பைக் காட்டிலும் கூடுதலான அக்கறையை புரட்சிகரக் கொந்தளிப்புகள் மீது காட்டினார். 1905-1906 ஆம் ஆண்டுகளில் ஏற்பட்ட எரிமலை வெடிப்பின் புகைகள் முற்றிலுமாக மறைந்துவிடவில்லை. 1912 இல் ரஷியாவில் மீண்டும் ஒரு கொந்தளிப்பு; 1914 இல் பீட்டர்ஸ்பர்க் நகரத்தில் நடந்த போராட்டங்கள்; முதல் உலகப் போரின் துவக்கம் - இவை யாவும் அங்கு நடக்கப்போகும் அரசியல் வெள்ளத்திற்கான அறிகுறிகள். மயாகோவ்ஸ்கி பள்ளிப் படிப்பை நிறுத்திக் கொள்கிறார். போல்ஷ்விக்குகளுடன் அவருக்கு ஏற்பட்ட தொடர்பு, தலைமறைவு நடவடிக்கைகள் ஆகியவற்றின் காரணமாக மும்முறை கைது செய்யப்பட்டு 11 மாதகால சிறைவாசம். 15 வயதுக்கு உட்பட்டவராக இருந்த காரணத்தால் விடுவிக்கப்பட்டார். 1910 இல் நுண்கலைப் பள்ளியொன்றில் சேர்ந்தார். ஆனால் படம் வரைவதை விடக் கவிதை எழுதுவதே தனக்குக் கைகூடிவந்த கலை என்பதை விரைவில் உணர்ந்து

3 Dmitry Blagoy, *The Sacred Lyre* by, Raduga Publishers, Moscow, 1982.

4 Isaac Deutscher, Op. cited, p.297.

கொண்டார். அவரது உள்ளுணர்வு வரப்போகிற புரட்சியைப்பற்றி ஏற்கெனவே அவருக்கு அறிவித்திருந்தது. 1916இலேயே அதை அவர் எதிர்பார்த்தார்:

நீண்ட, உதறியெறியப்பட்ட சந்தமாய்
சமகாலக் கவிஞர் கூட்டத்தால்
எள்ளி நகையாடப்படும் நான்
காலமெனும் மலைகளைத் தாண்டி வருகின்ற ஒன்றை
யாரும் காணாததைக் காண்கின்றேன்
பட்டினிப் பட்டாளத்தால் மனிதனின் பார்வை
குறுக்கப்படும் அவ்விடத்தில்
புரட்சியின் முட்கிரீடம் தரித்த
1916 ஐப் பார்க்கிறேன்[5]

போல்ஷ்விக்குகளுடன் அவருக்கு மிக இளமையிலேயே தொடர்புகள் ஏற்பட்டிருந்தன என்றாலும் அவை மேலோட்டமானவை. ஐசக் டாட்ஷர் கூறுவது போல மயாகோவ்ஸ்கி என்ற கவிஞனின் தரிசனத்திற்கும் புரட்சியைத் தொழிலாகக் கொண்ட போல்ஷ்விக் தலைவர்களால் தலைமறைவு இயக்கத்தில் உருவாக்கப்பட்டு வந்த புதிய ரஷியா பற்றிய திட்டத்துக்குமிடையே இருந்த இணைப்புக் கண்ணிகள் பலகீனமானவை. கட்டுக்கடங்காத இளமைத்துடிப்பின் சாகச செயலே கவிதை வடிப்பதற்கான மூலப்பொருளாக இருந்தது. புரட்சியையே தொழிலாகக் கொண்ட போல்ஷ்விக்குகளின் அமைப்புக்கு வேண்டிய மிகக் கெடுபிடியான விதிகளோ, ரஷிய விவசாயத்தின் எதிர்காலம், சர்வதேச சோசலிசத்திலிருந்த போக்குகள், டூமா (ரஷிய நாடாளுமன்றம்)விலிருந்த சோசலிச - ஜனநாயகக் கட்சிப் பிரதிநிதிகளின் அரசியல் நடைமுறைத் தந்திரம் ஆகியன பற்றிக் கட்சிக் குழுக்களிடையே நடந்த விவாதங்களோ அவரது கவனத்தைக் கவரவில்லை. புரட்சி என்ற எண்ணம் மட்டுமே அவருக்கு உற்சாகமூட்டப் போதுமானதாக இருந்தது - அதை நடத்தி முடிப்பதற்கான வேலைத்திட்டங்கள் அவரிடம் இருந்ததில்லை என்ற போதிலும்.

நுண்கலைப் பள்ளியில் படிக்கும்போது, டேவிட் புருல்யுக் (David Bruluik) என்ற ஓவியர் மயாகோவ்ஸ்கிக்கு ஃப்யூசரிச இயக்கத்தை அறிமுகப்படுத்தினார். தனது 14 ஆம் வயதில்

5 Mayakovsky and His Poetry, Compiled Iry Herbert Marshal, Pilot Press, London, 1945, p.38.

மயாகோவ்ஸ்கி மிகத் தீவிரமான, போர்க்குணமிக்க ஒரு ‘க்யூபோ- ஃப்யூசரிஸ்ட்’ கவிஞரானார். நவீனத்துவம், வேகம், துடிப்பாற்றல், பேச்சு வழக்குகளைப் பயன்படுத்துதல் மூலம் கருத்துகளை நேரடியாக வெளியிடுதல் என்பனவற்றின் பெயரால் கலையில் ஒரு புரட்சியைச் சாதிக்க வேண்டும் என்று கருதினார். கவிதை மேடைகளைக் குத்துச் சண்டைக் களம் போலப் பயன்படுத்துவார். 1912 இல் அவரும் பிற ஃப்யூசரிஸ்ட்டுகளும் சேர்ந்து வெளியிட்ட அறிக்கையின் தலைப்பு: ‘பொதுமக்களின் ரசனை என்ற கன்னத்தில் ஓர் அறை’. இதை அவர் அடிக்கடி படித்து மகிழ்வாராம். கவிதை மேடைகளிலிருந்து தன் எதிராளிகள் மீது வசைமாரி பொழிவாராம். சில சமயங்களில் கைகலப்புகளும் நேரிடுமாம்!

ஃப்யூசரிஸ்டுகள் மிகவும் துடுக்கானவர்கள். ஆர்ப்பாட்டத்துடனும் ஆரவாரத்துடனும் நடந்துகொள்ளும் விளம்பரப் பிரியர்கள். தங்கள் கோட்டுகளில் பூ செருகிக்கொள்வதற்குப் பதிலாக காரட்டை செருகிக் கொள்வார்களாம்! ஆனால் அவர்கள் உன்னத நோக்கம் கொண்டிருந்தவர்கள். இந்த ஃப்யூசரிசத்திலிருந்தே மயாகோவ்ஸ்கியின் கவிதைக்கிருந்த கலக உணர்வு பிறந்தது. அந்தக் கலகத்துக்கு தனியொரு ஒரு தர்க்கம் இருந்தது. அதனுடைய உடனடிக் குறியிலக்கும் ‘வர்க்கப்பகை’யுமாக இருந்தவை- சிம்பலிசம், இமேஜிசம், தன்னுணர்ச்சிப் பாடல்கள் ஆகியன. கவிதை அமைப்பிலும் சொற்களஞ்சியத்திலும் அவர் தீவிரமாற்றங்களை ஏற்படுத்த விரும்பினார். கவிதைகளில் மரபுவழியாகப் பயன்படுத்தப்பட்டு வந்த நுதல்பொருள்கள், பழங்காலத்தைப் பற்றிய ஏக்கங்கள் ஆகியவற்றுக்கு பெரும்சவாலாக அமைந்தது அவரது கவிதைப்பாணி. ‘முகில் போன்ற மனிதன்’ *(A Cloud in Pants)* என்ற கவிதையில் எழுதுகிறார்:

காதற் கவிதைகளில் மூழ்கித் திளைக்கும் உங்களிடமிருந்து
காலங்காலமாய்க் கண்ணீர் வடிக்கும் உங்களிடமிருந்து
விலகுவேன் நான்
அகன்று விரிந்த என் கண்ணில்
கதிரவனை ஒரு கண்ணாடியாய் அணிந்து[6]

---

6 இக்கவிதை வரிகளும் அடுத்து வரும் களிதை வரிகளும் Vladimir Mayakovsky, Selected WorKs in Three Volumes, Raduga Publishers, Moscow என்ற வெளியீடுகளில் உள்ள ஆங்கில மூலங்களிலிருந்து தமிழாக்கம் செய்யப்பட்டவை.

மனிதநேயமும் மனித சோகமும் இழையோடும் இக் கவிதையைப் படித்துவிட்டு மயாகோவ்ஸ்கியின் நெஞ்சில் முகம் புதைத்து அழுத கார்க்கி, தான் நடத்தி வந்த ஒரு இலக்கிய ஏட்டில் (The Annals) அவரது கவிதைகள் சிலவற்றை வெளியிட்டார். புதுமையானசந்தங்களும் / எதுகைகளும் உயர்வு நவிற்சி அணிகளும் படிக்கட்டுப் போல அமைக்கப்பட்ட வரிகளும், சிற்சில இடங்களில் பேச்சுவழக்குகளைப் பயன்படுத்தியமையும் சேர்ந்து முன்னுவமையில்லாத படைப்புகளாகத் திகழவைக்கிற அவரது கவிதைகளில் கலக உணர்வும் சொந்த தனிப்பட்ட உணர்வுகளும் முரட்டுத்தனமான உணர்ச்சி வெளிப்பாடும் உள்மனத்தின் மெல்லிய உணர்வுகளும் ஒன்று கலக்கின்றன. மனிதகுலமனைத்தையும் தனக்குள் கொண்டு வர விரும்பும் அவரது ஆழ்ந்த மனிதநேயம் வெளிப்படுவதும் இத்தகைய கவிதைகளில்தான்.

என் 'நான்'
எனக்கு மிகவும் சிறிதென்று
நான் உணர்கிறேன்
தடுக்கவியலாதபடி நான்
வேறொருவராக மாறிக்கொண்டிருக்கிறேன்.

இலக்கிய உலகின் சம்பிரதாயங்களை உடைத்து நொறுக்கித் தனது ஃப்யூசரிசக் கவிதைப் பாணியை நிலை நிறுத்துவதும் அதை இலக்கியத்தின் சிகரமாக்குவதும் அவரது வேட்கையாக இருந்தன. தனது தனித்துவத்தை நிலைநாட்ட எப்போதும் விரும்பிய அவர் லெனின் தலைமை தாங்கிய தலைமறைவு மார்க்சிய வட்டாரங்களின் கூட்டுத்துவ நெறிகளுடன் கொண்டிருந்த தொடர்பு பலவீனமானதாகவே இருந்ததில் வியப்பில்லை. அவருக்கும் போல்ஷ்விக்குகளுக்கும் பொதுவாக இருந்த எதிரி அதிகாரத்திலிருந்த ஆளும் வர்க்கம். அவரும் கட்சியினரும் வெவ்வேறு தளங்களில் அதற்கெதிரான போராட்டம் நடத்தினர்.

ஜாரின் வீழ்ச்சியையும் நவம்பர் புரட்சியையும் அவர் அரசியல் காரணங்களுக்காக மட்டும் வரவேற்கவில்லை. தனது இயல்பான உளப்பாங்கின் கட்டுப்பாடற்ற வெளிப்பாட்டுக்குக் கிடைத்த பெரும் வாய்ப்பாகவும் கருதினார்:

> 1917இல் ஏற்பட்ட கொந்தளிப்பு மயாகோவ்ஸ்கிக்கு ஒரு பிரமாண்டமான ஃப்யூசரிசக் காட்சியாகப் பட்டது. பழைய வாழ்க்கை முறையை மட்டுமல்லாது பழைய இலக்கிய, கலை வடிவங்களையும் கட்டடக்கலை வடிவங்களையும் வரலாறு தூக்கி எறிந்துகொண்டிருந்தது. புதிய மெய்மை கோரியதெல்லாம் புதிய பந்தங்கள், புதிய பருவகங்கள், புதிய உவமைகள், புதிய சொற்கள். மரபுவழிப்பட்ட கருத்தும் அமைதியான கவிதை நடையும் அழிக்கப்பட்டுவிட்ட கடந்த காலத்தின் எச்சமாகக் குறுக்கப்பட்டுவிட்டன. ஃப்யூசரிசத்தின் போர்க்குணமிக்க உருவகம் புரட்சிக் காலத்துடன் இசைவிணக்கம் கொண்டதாயிற்று[7]

புரட்சியின் வீச்சைக்கண்டு மகிழ்கிறார். நிபந்தனையற்ற ஆதரவை போல்ஷ்விக்குகளுக்கு வழங்குகிறார். அவரது பழைய வேதனைகளும் சோகங்களும் மறைந்துவிடுகின்றன. காட்டாற்று வெள்ளம் போன்ற அவரது உணர்ச்சிகளுக்கு அற்புதமான வடிகால் இப்போது கிடைத்துவிடுகிறது. "ஆதாமும் ஏவாளும் நமக்கு ஏற்படுத்திய நியதிகளை உடைப்போம்" என்கிறார். பழைய இலக்கியக் கோட்டைகளைத் தகர்க்கப் புறப்படுகிறார். "வெண்படை வீரனைக் கொலைக்களத்துக்கு அனுப்பினோம். பூஷ்கினை ஏன் அனுப்பக் கூடாது?" என வினவுகிறார். புதிய சகாப்தத்துக்குப் பொருத்தமான இலக்கிய வடிவமென அவர் 1917க்கு முன் உருவாக்கிய கவிதை வடிவங்களுடன் தனது வாசகர்களை, மக்கள் திரளினரை நேருக்கு நேர் சந்திக்கிறார்:

> இந்தப் புதுயுகமானது இதுவரை தட்டுப்படாதிருந்த எண்ணற்ற வாய்ப்புகளை ஃப்யூசரிசத்திற்கு வழங்கியது. உழைக்கும் மக்களின் எதிர்காலம், அவர்களிடம் உறங்கிக்கொண்டிருக்கும் உள்ளுறையாற்றல், வரலாற்றின் கம்பீரமான போக்குகள், எதிரெதிரான சமூக அமைப்புகளிடையே ஏற்பட்ட மோதல் ஆகியவை புரட்சியால் இக்கலகக்காரனிடம் கொண்டுவந்து சேர்க்கப்பட்ட பிரச்சனைகள். உள்நாட்டுப்போர், செம்படையினரின் ஈடிணையற்ற தியாகச் செயல்கள், 'விண்ணைத் தகர்க்கும்' மாபெரும் நம்பிக்கைகளின் எழுச்சி, மனிதனை மனிதன் சுரண்டுவதற்கு முற்றுப்புள்ளி வைப்பதற்கான முயற்சியில் பொதிந்துள்ள தார்மிகக்

7 Issac Dautscher, Op. cited, p 301.

கவர்ச்சி ஆகியன கவிஞனின் இதயத்தையும் மனத்தையும் ஆட்கொண்டன. புரட்சிக் காலத்தில் கட்டவிழ்த்துவிடப்பட்ட பயங்கரச் செயல்கள், காலங்காலமாக அடக்கிவைக்கப்பட்டிருந்த வெறுப்புகள், அடிமைத்தனத்திலிருந்து விடுபட்டு எழுந்து நிற்பவர்களின் இரக்கமின்மை என்ற இருண்ட பகுதியும் இருக்கவே செய்தது. மிகப்பிரகாசமானதொரு வானில் கவிழ்ந்திருந்த இருண்ட மேகங்கள் இவை. கவிஞன் புரட்சியின் நன்மை, தீமை இரண்டையும் வரவேற்கிறான். மிக மிகப் பெருமைப்படத்தக்க மானிட முயற்சியின் இரு அம்சங்களே இவை எனக் கருதுகிறான். அவனைப் பொறுத்தவரை, குருதி தோய்ந்த பாதையில் நிகழும் பயணத்தின் இறுதியில் ஓர் சுதந்திர உலகம் மலர்ந்து கொண்டிருந்தது.⁸

புரட்சியைத் தன் இதய நண்பனாக நேசித்த மயாகோவ்ஸ்கி எதிர்காலத்துக்கான திறவுகோல் பாட்டாளிவர்க்கத்திடமும் அதன் முன்னணிப் படையான கம்யூனிஸ்ட் கட்சியிடமும் இருப்பதாகக் கருதினார். புரட்சி என்பது உழைக்கும் மக்களால் மனிதகுலத்துக்குத் தரப்பட்ட வரம் எனக் கருதினார். அது வெறுக்கத்தக்க நிகழ்காலத்தை உடைத்து நொறுக்கும் பிரமாண்டமான இயக்கம்; எதிர்காலத்தைப் பிறக்க வைக்கும் மாபெரும் வேள்வி; இன்னும் சரியாக வரையறுத்துக் கூறமுடியாத, அடிவானத்தருகே மங்கலாகக் காட்சி தருகிற புத்துலகை நோக்கிச் சற்றும் தயங்காமல் தடைச்சுவர்களை எட்டித் தாவி முன்னேறிச் செல்லும் போர்ப்புரவி; தன்னைப் போன்ற மாபெரும் ஆளுமைகளுடன் சுதந்திரக் காற்றை சுவாசிக்கவும் தனது உள்ளுறையாற்றல்களை வெளிக்கொணரவும், தனது வேட்கைகளை நிறைவு செய்யவும் பேரண்டம் முழுவதையும் தனக்குள்ளேயே ஏந்தி நிற்கவும் மனிதகுலம் முழுவதையும் தனது உடன்பிறந்தோர்களாக்கிக் கொள்ளவும் உகந்த அகன்ற, பசுமையான, செழுமையான வெளியே இப்புத்துலகம்.

இத்தகையதொரு உன்னத உலகைக் கற்பனை செய்து பார்க்குமாறு செய்வது மயாகோவ்ஸ்கியின் ஆழமான மனிதநேயம். இது அவருடைய 'போரும் சமாதானமும்' என்ற கவிதையில் வெளிப்படுவதைக் காணலாம்:

---

8 அதே நூல், பக்கம் 302.

எனது பெரும் விழிகள்
எல்லாருக்கும் திறந்துவிடப்பட்ட கோவில் கதவுகள்
மக்கள்–
நேசிக்கப்பட்டவர்,
நேசிக்கப்படாதோர்,
தெரிந்தவர்,
தெரியாதவர்,
எல்லாம்
எனது ஆன்மாவில் புகுகின்றனர்
முடிவில்லாத ஊர்வலமாய்

புதிய சமூக நிர்மாணத்திற்குப் பயன்படுகிற சாதனமே கவிதை எனக் கருதிய அவர், மரபுவழிக் கவிதைகள் மீதும் செவ்வியல் இலக்கியங்கள் மீதும் தாக்குதல் தொடுக்குமாறு சகக் கவிஞர்களுக்கு அறைகூவல் விடுகிறார்: "சந்தங்கள் மீதும், இசைப்பாடல்கள் மீதும் இதுபோன்ற உணர்ச்சிக்குப்பைகள் மீதும் காறி உமிழ்கிறேன்". நகரத்தின் சலசலப்பு, மக்களின் எழுச்சி, புரட்சிகரச் சண்டைகள், பாட்டாளிகளின் உழைப்பு, இயந்திரங்களின் முனகல் ஆகியவற்றைப் புதிய கவிதை போற்ற வேண்டும் என்கிறார்.

செய்தியேடுகளாலேயே எல்லா இலக்கியத் தேவைகளையும் பூர்த்தி செய்துவிடமுடியும் என்றும் தலையங்கங்கள், கவிதையிலும் உரை நடையிலும் எழுதப்படும் முக்கியமான கட்டுரைகள், பத்தி நிரல்கள் ஆகியவை இதுவரை நிலவிவந்த எல்லா இலக்கியப்பிரிவுகளுக்கும் (genre) மாற்றீடாக அமையும் என்றும் ஒரு சமயம் கூறினார். சமூக முழுமையின் ஓர் அங்கமாகவும் இன்றியமையாப் பகுதியாகவும் ஒரு கலைஞன் இப்படித்தான் ஆகமுடியும் என்ற அவர் "தாக்குதல் தொடுத்துக்கொண்டிருக்கும் வர்க்கமே! எனது ஆற்றல் முழுவதையும் உனக்குத் தந்துவிட்டேன்" என்றார்.

புரட்சி நோக்கத்துடன் அவர் எழுதிய முதற் படைப்புகளில் ஒன்று 'மர்ம இசை நாடகம்' *The Mystery Bouffe* (1918, திருத்தப்பட்ட பதிப்பு 1920-21'.) பிரளயம் பற்றிய விவிலியக் கதையின் நையாண்டிப் போலி இது. நகைச்சுவை மிகுந்த நடையில், முதலாளித்துவத்தின் வீழ்ச்சியையும் கம்யூனிசம் சாதிக்கும் அற்புதங்களையும் சித்திரிக்கிறார். கம்யூனிசத்தின்கீழ்

ரொட்டித்துண்டுகள் மரத்தில் காய்க்கின்றன. நோவாவின் புதிய மரக்கப்பல், நீரில் மூழ்கியிருக்கும் பழைய உலகத்திலிருந்து எதிர்காலத்தின் நிச்சயமான நிலத்திற்குப் பயணம் செய்கிறது. இக்கவிதை நாடகத்தின் ஒவ்வொரு காட்சியிலும் இடம் பெறும் சொற்சிலேடைகள், நையாண்டிகள், விசித்திரமான அதீதக் கற்பனைகள் ஆகியன இந்த நாடகத்தைப் பிரபல்யமாக்கின. 1920 இல் அவர் எழுதிய '15 கோடி' என்ற நீண்ட கவிதையும்கூட ஒரு மிகைக்கற்பனைப்படைப்பு. இதில் ரஷியப்புரட்சியின் குறியீடாக ஐவான் என்ற பாத்திரமும் உலக முதலாளியத்தின் அவதாரமாக உட்ரோவில்சனும் சித்திரிக்கப்படுகின்றனர். உட்ரோவில்சன் சிக்காகோ நகரில் தனது அற்புத மாளிகையில் அமர்ந்துள்ளார். அந்த நகரம் ஒரு மிகப் பிரமாண்டமான திருகாணியின் மீது எழுப்பப் பட்டுள்ள நகரம். இத்திருகாணியை ஒரு டைனமோ இயக்குகிறது. 15 கோடி ஐவான்களால் அமெரிக்கா கம்யூனிசத்திற்கு வென்றெடுக்கப்படுகிறது. இந்த நிகழ்ச்சியின் நூற்றாண்டு விழா சகாரா பாலைவனத்தில் கொண்டாடப்படுகிறது. அச்சமயத்தில் சகாரா பசுமை நிறைந்த பயிர்ச்செழிப்புள்ள பிரதேசமாக விளங்குகிறது. சர்ரியலிசத்தன்மை கொண்ட இக்கவிதை கற்பனா உலகச் சித்தனையையும் உலகப் புரட்சிபற்றி அன்று பரவலாகப் பகிர்ந்துகொள்ளப்பட்டிருந்த எதிர்பார்ப்புகளையும் உள்ளடக்கியுள்ளது என்பதை விமர்சகர்கள் சுட்டிக்காட்டியுள்ளனர்.

புரட்சிக்குப்பிந்திய நிர்மாணத்திற்குத் தன்னை முழுமையாக ஒப்படைத்துக்கொண்ட மயாகோவ்ஸ்கி, புதிய அரசாங்கத்தின் தந்தித்துறையின் பிரசாரப் பிரிவில் (ரோஸ்டா) சேர்ந்தார். அங்கு தானே சுவரொட்டிகளை வடிவமைத்துத் தந்ததுடன் அச்சுவரொட்டிகளுக்கும் வர்த்தக விளம்பரங்களுக்கும் பிரசாரப்பணிகளுக்குமாக ஆயிரக்கணக்கான வாசகங்களை எழுதினார். தான் செய்வது முற்றிலும் சரியான காரியமே என்பதில் அவருக்கு ஐயமிருக்கவில்லை "ஒரு கவிஞனின் தாக்கம், எதிர்கால சந்ததிக்கு அவனை நினைத்து விக்கலெடுப்பதில் தங்கியிருப்பதில்லை. அவனது இன்றைய சந்தமானது ஒரு வருடுதலும் ஒரு முழக்கமுமாகும்; ஒரு துப்பாக்கிச் சனியனும் சவுக்கும் ஆகும்" என்றெழுதினார்.

காதலையும் சோகத்தையும் பாடித்திரிபவன் கவிஞனல்ல; மாறாகத் தனது பேனாவை ஆயுதமேந்திய பட்டாளிவர்க்கத்தின்

சேவைக்காக அர்ப்பணித்து, எந்த விஷயத்தையும் பாட்டுக்குரிய பொருளாக ஏற்பவனே கவிஞன் என்பது அவர் கருத்து:

காலைநேர வீண்பொழுதில் பறித்தெடுக்கப்படுவதற்கு நானொன்றும் ஒரு சாலையோரப் பூவல்ல.

சிம்பலிஸ்டுகளின் இசைத்தன்மை, நுண்மை, தனித்தன்மை ஆக்மியிஸ்டுகளின் படைப்பு நேர்த்தி ஆகியவற்றுக்குப் பதிலாக மக்கள் திரளினரின், மண்ணின், உழைப்பின், அன்றாடப் பணிகளின் கலைகளை உருவாக்கவேண்டும் என்று கூறினார். புரட்சியின் தீரமிக்க துவக்ககால ஆண்டுகளின் கவிதைத் தூதுவனாக மக்களைச் சந்தித்தார். கவிதையின் மதிப்பு, அது புரட்சி அரசுக்கு ஆற்றும் தொண்டில் தங்கியுள்ளது என்று ஒருமுறை கூறினார். கம்யூனிஸ்ட் கல்வியும் புரட்சிப் பாடல்களும் எழுச்சியூட்டும் முழக்கங்களும் மக்கள் திரளினருக்குத் தேவைப்பட்டிருந்த சமயத்தில் இத்தேவையை நிறைவேற்றப் புறப்பட்ட அவர் கூறினார்: "புரட்சியின் போர்க் கவிஞன் நான்". ஆனால்,

உறுமிக்கொண்டிருக்கும் புரட்சி அலையில் கவிஞன் கரைந்துவிடவில்லை. அவன் தன் ஆளுமையைத் தக்க வைத்துக் கொள்கிறான். அடக்கியொடுக்கப்படாத தனது தனித்துவத்துக்கு அவன் விசுவாசியாகவே இருக்கிறான். மக்கள் திரளினரைப் பற்றிப் பாடுகிறான்; புரட்சிக்கு முந்திய தன்னுணர்ச்சிப் பாடல்கள் தனி மனிதனை மட்டும் மையமாகக் கொண்டிருப்பதை எதிர்க்கிறான். ஆனால் அவன் அந்தப் பழைய இலக்கிய சகோதரர்களைப் போலவே தனது சுயத்தைப் பாதுகாத்துக்கொள்ளவே செய்கிறான். தனது சொந்த, தனிப்பட்ட உள்மன நுண்ணிய உணர்ச்சிகள் பற்றிய அக்கறை அவனிடம் இல்லை. புரட்சிமுரசைக் கொட்டுகிறான். அதே நேரத்தில் அவன் தன் ஆளுமையை அசாதாரணமான அளவுக்கு உறுதிப்படுத்திக்கொள்கிறான். புரட்சி முரசொலிக்கும் கவிஞனின் சிறப்பம்சமே தன்னைப் பற்றியும் புரட்சியைப்பற்றியும் பேசுவதுதான்; தனது காதல், தனது மகிழ்ச்சிகள், வருத்தங்கள் பற்றி அல்ல. ஆனால் புரட்சிப் போராட்டத்தில் தனது பங்களிப்பு பற்றி தனது உரத்த குரலில் பாட விரும்புகிறான். புரட்சியின் சேர்ந்திசையில் ஒன்றுகலக்க அவன் முயன்றபோதிலும் அவன் தன்னுள் ஆழமாகப் பதிந்திருக்கும் தனித்துவத்துக்கு

உண்மையானவனாகவே இருக்கிறான். இத் தனித்துவம், அவன் புரட்சியின் மாபெரும் கவிஞனாக ஆவதிலிருந்து அவனைத் தடுக்கவில்லை. ஆனால் அது அவனது அவலத்தின் மூலவேராக அமைந்துவிட்டது.[9]

உள் நாட்டுப்போர் ஒரு வழியாக ஓய்ந்தது. 1917-1921ஆம் ஆண்டுக் கால வீரகாவியம், புதிய பொருளாதாரக் கொள்கை என்னும் உரை நடைக்கு வழிவிட்டு விலகியது. புதிய பொருளாதாரக் கொள்கை, வெளித்தோற்றத்துக்குக் கவர்ச்சியற்றதாகவும் உற்சாகம் தராததுமாக இருந்தது. மயாகோவ்ஸ்கி ஒரு கணம் திகைத்து நிற்கிறார். பின்னர் பெரும் ஏமாற்றமடைகிறார். புரட்சியின் இலட்சியங்கள் கை விடப்பட்டுவிட்டதாகக் கருதி கோபத்தோடு எழுதுகிறார்:

எதைப்பற்றி? இதைப்பற்றித்தான்.
சபித்துத் தண்டித்த தீர்ப்பு வழங்கிய
அக்டோபர் கர்ஜித்த இடத்தில்
நீங்கள் உங்களை விற்றுவிட்டீர்கள்
உங்கள் உணவுத் தட்டுகளை
வண்ணச் சிறகுகளின் கீழ் பரப்பிவிட்டீர்கள்[10]

டாட்ஷர் எழுதுகிறார்:

ஓர் ஆழமான தத்துவ அணுகுமுறையைக் கொண்டிருந்த பல்ஸாக், தோல்ஸ்தாய் போன்ற எழுத்தாளர்கள், இந்த மகத்தான வரலாற்றுப் பின்னணியில் அற்புதமான பாத்திரங்களை வார்த்தெடுத்திருப்பர். ஆனால் புரட்சியின் முரசு கொட்டியோ திகைத்துப்போய் நிற்கிறான். உள் நாட்டுப் போரின் கொந்தளிப்புகளுடன் இசைவிணக்கம் கொண் டிருந்த அவனது குரல், புதிய சூழலில் பொருத்தமற்றதாகத் தோன்றுகிறது. அவன் தன் கவிதையில் பயன்படுத்திய உயர்வு நவிர்ச்சியணிகள், புரட்சியலை தணிந்துவிட்ட அமைதி யுகத்திற்குப் பொருத்தமற்றதாகத் தோன்றின. அவன் ஆத்திரத்தோடும் ஆக்கிரோஷத்தோடும் புதிய சூழலை எதிர்கொள்கிறான். கடந்தகால இலக்கிய வடிவங்களை ஏற்கின்ற விமர்சகர்களை ஆத்திரத்தோடு தாக்குகிறான்,

---

9 அதே நூல், பக்கம் 303.

10 அதே நூல், பக்கம் 304.

ஃப்யூசரிசமே சோசலிச சமுதாயத்தின் கவிதைப் பாணியாக இருக்க வேண்டும் என்கிறான். ஆனால் அவனது ஆன்மிக நெருக்கடியைக் கடந்துவர இது அவனுக்கு உதவவில்லை. இந்த நெருக்கடி அவனுக்கும் புரட்சிக்குமிடையே இருந்த முரண்பாட்டிலிருந்து தோன்றியது.[11]

புதிய ரஷியா மேற்கொண்டிருந்த பாதையின் நெளிவுசுளிவுகள் திடீர்த்திருப்பங்கள் ஆகியவற்றோடு அவரால் சேர்ந்து பயணம் செய்ய முடியவில்லை. "மனித வரலாற்றில் நிகழ்ந்த மிகப்பெரும் கலகத்துக்கு எதிராக அவரால் கலகம் செய்யமுடியவில்லை."

மெல்ல மெல்ல யதார்த்தநிலையைப் புரிந்துகொள்ளவும் அதனோடு ஒத்துப்போகவும் முயற்சி செய்கிறார். அவரது கவிதைப் பாணியிலும், உள்ளடக்கத்திலும் கருப்பொருள்களிலும் மாற்றங்கள் ஏற்படுகின்றன. தனது கவிதையின் பயன்பாட்டுத்தன்மையை முதன்மைப்படுத்துகிறார். புதிய உலகம் இன்னும்புதிய உலகமாக மாறிவிடவில்லையாதலால் நையாண்டிகள் மூலம் அதைத் தட்டியெழுப்ப விரும்புகிறார். புதிய ஆட்சியாளர்கள் இழைக்கும் தவறுகளைக் கேலிக்குட்படுத்துகிறார். புதிய நிர்மாணப் பணிகளைப் போற்றிப் புகழ்கிறார். சுரங்கத் தொழிலாளியின், உருக்குத் தொழிலாளியின், கடற்படை வீரனின் சாதனைகளைப் புகழ்கிறார். தனது ஃப்யூசரிச நண்பர்களுடன் சேர்ந்து மொழிப்பரிசோதனைகளிலும் ஈடுபடுகிறார். 1923 இல் அவர்கள் வெளியிட்ட அறிக்கை கூறுகிறது:

> கவிதை, உரைநடை, அன்றாடப் பேச்சுவழக்கு ஆகிய வற்றுக்கிடையே எந்த வேறுபாட்டையும் நாங்கள் பார்க்க மறுக்கிறோம். 'சொற்கள்' என்ற ஒரே ஒரு ஊடகத்தை மட்டும் நாங்கள் அங்கீகரிக்கிறோம். அதை எங்கள் உடனடிப் பணிகளுக்குப் பயன்படுத்துகிறோம். மொழியின் ஒலியமைப்பை ஒழுங்குபடுத்துவதற்காக, புதிய பாடற் பொருள்களுக்கான உத்திகளைக் கண்டுபிடிப்பதற்காக செயல்படுகிறோம். இச் செயலானது வெறும் அழகியல் முயற்சிகளைப் பிரதிநிதித்துவம் செய்வதல்ல; மாறாக அது நடப்புக்கால உண்மைகளை மிகச் சிறப்பாக வடித்துத் தருவதற்கான சோதனைக்கூடமாகும். நாங்கள் குருமார்

---

11 அதே நூல், பக்கம் 303-304..

பீடத்தில் அமர்ந்திருக்கும் படைப்பாளிகள் அல்ல. மாறாக சமூக அமைப்பின் கிரியா ஊக்கிகள்.[12]

மற்றெல்லா பௌதிகப் பொருள்கள் எவ்வாறு உற்பத்தி செய்யப்படுகின்றனவோ அவ்வாறே கலையும் உற்பத்தி செய்யப்பட வேண்டும் என்று இந்த ஃப்யூசரிஸ்டுகள் கூறினர். உடலுழைப்புக்கும் மூளை உழைப்புக்குமுள்ள வேறுபாடு அகற்றப்பட வேண்டும் என்கிற மார்க்சியக் கருத்தாக்கத்தை அவர்கள் இவ்வாறு விளங்கிக் கொண்டனர்! ஆனால் மயாகோவ்ஸ்கி இலக்கியம், கலை ஆகியவற்றின் சிறப்பியல்புகளைப் புரிந்துகொள்ளாமலில்லை: "கவிதை படைப்பது ரேடியத்தை வடித்தெடுப்பது போன்றது. ஒவ்வொரு கவிதைக்கும் ஓராண்டுப் பணி தேவை... உங்களுக்குத் தேவையான ஒவ்வொரு வார்த்தைக்கும் ஒரு டன் சொற்கள் என்ற கனிமம் தேவை". அதே சமயம் அவர் கவிதை பற்றிய தனது ஆழமான கருத்துகளையும் உள் நம்பிக்கைகளையும் புரட்சியின் அன்றாடப் பணிகளுக்காகக் கைவிடவும் முயற்சி செய்தார். ஆனால் அது அவ்வளவு எளிதான காரியமாக இருக்கவில்லை. மயாகோவ்ஸ்கியின் இத்தகைய பிரசாரப் பணிகள்பற்றி ஐஸக் டாட்ஷர் கூறுகிறார்:

> அவனது கவித்துவ மனப்பாங்குக்கு அவை போதுமானதாக இருக்கவில்லை. சமூகரீதியில் பயன்பாட்டுத்தன்மை மிக்க கவிதை யுகத்தைத் தோற்றுவித்துவிட்டதாக அவன் உரிமை கொண்டாடியபோதிலும் அவனது கவிதைத் தேவதையோ அத்தகையதாக இருக்கவில்லை. இக்காலகட்டத்தில் அவனது மிகச் சிறந்த கவிதைகள் அவன் முதலாளித்துவ ஐரோப்பிய நாடுகளுக்கு மேற்கொண்ட பயணங்களின்போது எழுதப்பட்டவை என்பது ஆச்சரியகரமானது அல்ல. பாஸ்டில் சிறைகளை உடைக்கும் வீரன் அங்கு தன் பாஸ்டில்கள் உறுதியாக நிற்பதைக் கண்டுகொண்டான். அவனது போர்க்குணத்திற்கு, போராட்ட உணர்வுக்கு ஒரு வெளிப்பாட்டு வடிவம் மீண்டும் கிடைத்தது. அவனது கவித்துவ ஆவேசம் ஓரளவு புதுப்பிக்கப்பட்டது."[13]

---

12 Quoted by Marc Slonin, Op. cited, p.22.
13 Isaac Deuscher, Op. cited, p.304.

உதாரணமாக, ஈஃபில் கோபுரத்தைக் கண்டதும் எல்லாவற்றையும் தகர்த்தெரிகிற அவரது பாணி மீண்டும் உயிர்த்தெழுகிறது. 'பாரிஸ் ஈஃபில் கோபுரத்துடன் அரட்டை' என்ற கவிதையிலிருந்து டாட்ஷர் கீழ்க்காணும் வரிகளை மேற்கோள் காட்டுகிறார்:[14]

அப்போலினியர்[15] மனோநிலைகளில்
வாடிக் கொண்டிருக்கும்
அற்புதமான கட்டடவேலைப்பாடே
குடிகாரக் கவிஞர்கள்
வர்த்த சூதாடிகள்
மோலின் தெரு வேசைகள் உள்ள
பாரிஸ் அல்ல உன் இருப்பிடம்.

மயாகோவ்ஸ்கி தனது கோபத்தை இப்படிக் கொட்டித் தீர்ப்பது தனது சொந்த நாட்டின் மெய்நிலைமைகளிலிருந்து தப்பித்து நழுவும் முயற்சிதான் என்றும் இத்தகையதொரு நிலை ஏற்பட்டது புரட்சியின் குற்றமல்ல, கவிஞனுக்கு நேர்ந்த அவலமே என்றும் டாட்ஷர் கூறுகிறார்.

கவிதையைப் புரட்சியின் கைவாளாகக் கருதிய மயாகோவ்ஸ்கி தாமாக முன்வந்து பிரசாரப் பணிகளில் ஈடுபட்டாரேயன்றி கட்சியின் கட்டளைக்கு அடிபணிந்தல்ல. யாரும் அவரை அரசவைக் கவிஞராக நியமிக்கவில்லை. எந்த லெனினை அவர் மாபெரும் தலைவராக ஏற்றுக் கொண்டாரோ அந்த லெனினுக்கு மயாகோவ்ஸ்கியின் கவிதைகள் பிடிக்கவில்லை. அடிக்கடி மாநாடு போட்டுக் காலத்தை வீணாக்கும் கட்சித் தலைவர்களை விமர்சித்து கவிஞர் எழுதிய ஒரே ஒரு கவிதையை மட்டும்-அதன் அரசியல் உள்ளடக்கத்திற்காக - லெனின் பாராட்டினாரேயன்றி, நவீன பாணி கலை- இலக்கியங்களின்பால் அவர் ரசனை செல்லவில்லை. ஆனால் அதே லெனினைத்தான், அதே - லெனினின் அரசாங்கத்தைத்தான் மயாகோவ்ஸ்கி பாடினார். தான் சோவியத் குடிமகன், ஒரு கவிஞன் என்ற முறையில் அது தன் அடிப்படைக் கடமையாகும் என்று உறுதியாக நம்பினார்.

புரட்சிக் கவிஞன் என்ற வகையில் அவர் 'தனிமனித' உணர்ச்சிகளையும் தன்னுணர்ச்சிக் கவிதைகளையும்

14 அதே நூல், பக்கம் 304.

15 பிரஞ்சு சிம்பலிச ரொமாண்டிக் கவிஞர்.

எதிர்த்துவந்தபோதிலும் அவை அவரைவிட்டு ஒருபோதும் விலகவில்லை. 'காதலின் சாரம், அதன் பொருள்பற்றித் தோழர் கோஸ்ட்ரோவுக்கு பாரிஸிலிருந்து ஒரு கடிதம்' (1928) என்ற கவிதை காதலைப்பற்றிய அவரது - மென்மையான, நுட்பமான உணர்வுகளைப் பதிவு செய்துள்ளது:

ஏன், இந்த மனநிலையில்
ஒரு கரடிகூட சிறகுமுளைத்துப் பறக்கும்
பிறகு, மூன்றாந்தர மதுவிடுதியில்
சிறிதுநேரம் புழுங்கிக் கொண்டிருந்தபின் ஒரு சொல்
விர்ரென்று விண்ணோக்கிப் பறந்து
தூமகேதுவாய் ஒளிரும்
அதன் வால் வான்பரப்பில் நீண்டு
அதன் தோகை வானத்து ஒளிவிளக்காய்த் திகழ
அதன் கீழ் காதலரமர்ந்து அதைத் தம்
கண்ணுக்கு விருந்தாக்குவர்
தம் வனத்து லைலாக் மலர்களை முகர்ந்தபடி'[16]

பிரான்சுக்கு அவர் சென்றிருந்தபோது, அங்கு சந்தித்துப் பின் காதலிக்கத் தொடங்கிய டாடியானா எனற பெண்ணோடு ஏற்பட்ட அனுபவத்தின் விளைவாகவே இக்கவிதையை எழுதினார். டாடியானாவைத் திருமணம் செய்துகொள்ள விரும்பினார். ஆனால் அது நிறைவேறவில்லை. காரணம், மீண்டும் பாரிசுக்குப் போக அவருக்கு வாய்ப்புக் கிடைக்கவில்லை. டாடியானா பின்னர் பிரெஞ்சுக்காரர் ஒருவரை மணந்துகொண்டார். மயாகோவ்ஸ்கியால் காதலிக்கப்பட்ட முதல் பெண், மரியா அலெக்ஸாண்ட்ரோவ்னா டெனிசோவா (1894-1944). ஒடெஸ்ஸா நகரில் 1914 இல் அவர் மயாகோவ்ஸ்கிக்குப் பரிச்சயமானார். இந்தக் காதல், தோல்வியில் முடிந்தது. மயாகோவ்ஸ்கியின் 'முகில் போன்ற மனிதன்' என்ற கவிதையில் இந்த முதல் காதல் அனுபவம் பிரதிபலிக்கப்படுவதைக் காணலாம்.

தனது ஃப்யூசரிசத் தோழரும் கலைஞருமான ப்ரிக் என்பவரின் வீட்டில் வாழ்ந்து வந்த மயாகோவ்ஸ்கிக்கும் ப்ரிக்கின் மனைவி லிலி யுர்னாவுக்குமிடையே நட்பு மலர்ந்து அது

16 இக்கவிதைவரிகளும் அடுத்துவரும் கவிதை வரிகளும் Vladimir Mayakovsky, Selected Works in Three Volumes என்ற தொகுப்புகளிலுள்ள ஆங்கில மூலங்களிலிருந்து தமிழாக்கம் செய்யப்பட்டவை.

காதலாக வளர்ந்தது. கவிஞரின் கடைசி ஆண்டுவரை இக்காதல் நீடித்தது. அவர் தனது படைப்புகள் அனைத்தையும் லிலி ப்ரிக்குக்கே சமர்ப்பணம் செய்தார். தனது உயிலில்கூட தன் தாய், சகோதரிகள் ஆகியோரோடு லிலி ப்ரிக்கின் பெயரையும் சேர்த்தார். மயாகோவ்ஸ்கியின் கடைசி இரண்டாண்டுகளில் அவரது வாழ்வில் முக்கிய இடத்தைப் பெற்றவர் அவரைவிட 16 வயது இளையவரான வெரோனிகா போலோன்ஸ்கயா. அவர் ஏற்கெனவே திருமணமானவர்; தன் கணவரால் அன்பாக நடத்தப் பட்டவர். அவரது கணவர் யான்ஷின், மயாகோவ்ஸ்கியை மிகவும் மதித்தவர். ‘உரத்த குரலில்’ (At the Top of the Voice) என்ற கவிதையைத் தனக்கு மயாகோவ்ஸ்கி சமர்ப்பணம் செய்ததாக வெரோனிகா தனது நினைவுக்குறிப்புகளில் கூறுகிறார். இந்தக் கவிதையில்தான் மயாகோவ்ஸ்கி, பொதுலட்சியத்தின் பொருட்டுத் தனது மென்மையுணர்வுகளை அடக்கிக் கொள்வதாகக் குறிப்பிடுகிறார்:

எனக்குமே
பிரசாரக் கவிதைகள்
குமட்டல் தருகின்றன
எனக்குமே
காதல் கவிதைகள் எழுதுவது அதைவிட
உகந்ததாய் இருக்கும்-
வயிற்றுக்காகவும் பணத்துக்காகவும்
ஆயினும் நான்-
எனது கவிதையின் கழுத்தை மிதித்து
என்னை நான் அடக்கிக் கொள்வேன்

வாழ்க்கையை அவர் மிகவும் நேசித்தார். “கதிரவனைப் போல் ஒளிர” விரும்பிய அவர், ‘விளாடிமிர் மயாகோவ்ஸ்கியின் வியப்பு தரும் துணிகரச் செயல்’ (1920) என்ற கவிதையில் மாலையில் தேநீர் அருந்த வருமாறு கதிரவனை அழைக்கிறார். அவரது அழைப்பை ஏற்று வருகை தரும் கதிரவன் கூறுகிறான்:

ஏய், நீனும் நானும்
நாம் இருவர், மேலும் துணிவோம்
கவிஞனே வா, எழு
இந்த பூமி எவ்வளவு சோம்பி இருப்பினும்
நாம் பாடுவோம் பிரகாசிப்போம்

> எனது ஒளிக்கதிர்களை
> நான் வழங்குவேன்
> நீ உனது கதிர்களை
> வழங்குவாய் உன் பாடல்களில்

'குதிரைகளிடம் மனிதத் தன்மையுடன் நடந்து கொள்ளுதல்' (1918) என்ற கவிதையில், சிலரால் துன்புறுத்தப்பட்ட குதிரையிடம் சொல்கிறார்:

> என் அருமைக் குதிரையே
> வருந்தாதே
> தவறுக்கு வருந்துதல் பற்றி நீ அறிவாயா?
> அவர்கள் மனிதர்கள்தாம்
> நீ மனிதர்களைக் காட்டிலும் குறைந்தவனோ?
> கண்ணே
> நாங்கள் அனைவரும்
> ஒருவகையில் குதிரைகள் தாம்.

மிக மென்மையான இதயம்கொண்டவராக இருந்த அவர் சிறு தோல்விகள், சின்னச்சின்ன ஏமாற்றங்கள் ஆகியவற்றால் துவண்டு விடுவார். அவரது மனோ நிலைகளும்கூட சட்டென்று மாறிவிடுமாம். மிக மகிழ்ச்சியோடு ஆர்ப்பரிக்கும் அவர் ஒரு நொடிக்குள் மௌனமாகி சோகத்தில் மூழ்கிவிடுவாராம். தனது இருப்பிடத்தைத் துப்புரவாக வைத்துக்கொள்வதிலும் தன் உடலை சுத்தமாக வைத்துக் கொள்வதிலும் மிகுந்த அக்கறை காட்டுவாராம். இத்தகைய மென்மையான இதயம் கொண்ட மயாகோவ்ஸ்கி புரட்சியின் இலட்சியத்திற்காகத் தனது தனிப்பட்ட உணர்ச்சிகளையெல்லாம் அடக்கி வைத்துக்கொண்டிருந்தார்.

தனது மாபெரும் ஆளுமையைத் தாங்கிக்கொள்ளக்கூடிய சூழல் உருவாகவில்லை என மயாகோவ்ஸ்கி கூறுவது வழக்கம். தனது கருத்துகள், வேட்கைகள், வாழ்க்கையிடம் அவர் முன்வைத்த கோரிக்கைகள், தனது படைப்பாற்றல்கள் ஆகிய அனைத்தும் மிகப் பிரமாண்டமானவை என்று அவர் கருதினார். கதிரவனுடன் பேசிய அவருக்கு உண்மை வாழ்க்கையில் அவரளவுக்கு இணையான பெரும் ஆளுமைகள் மிக அரிதாகவே கிட்டின. அவரது ஆளுமையின் பரிமாணங்கள் அனைத்தையும் புரிந்துகொள்கிற, வேட்கைகளைப் பகிர்ந்துகொள்கிற, உணர்ச்சிகளை மதிக்கின்ற

நெருக்கமான நண்பர்கள் ஒரு சிலரே இருந்தனர். வரலாற்றின் நாயகன் என்று தான் கருதிய பாட்டாளிவர்க்கத்தின் இலட்சியங்களுடன் தன்னைப் பிணைத்துக்கொள்வதன் மூலமே தன்னைப் போன்ற மாபெரும் மனிதர்கள் வாழ்கின்ற ஒரு புதிய உலகைப் படைக்க முடியும் என்று கருதினார்.

ஆனால் அவரது தனிமையுணர்வை ஆழப்படுத்தி நம்பிக்கை இழப்பை உருவாக்குகிற வரலாற்று நிகழ்வுகள் அதிகரித்துக் கொண்டே வந்தன. அவை தனக்குள் ஏற்படுத்திய ஐயப்பாடுகளை 'விளாடிமிர் இலியிச் லெனின்' என்ற கவிதையில் (இது லெனினின் மறைவுக்குப் பின் எழுதப்பட்டது) வெளிப்படுத்துகிறார்:

அழுக்கைப் போக்கிக் கொண்டு
புரட்சிக் கடலில் பயணம் செய்ய
லெனினிடம் செல்கிறேன்
பொய்களையும் ஏமாற்றங்களையும் கண்டு
அஞ்சும் ஒரு சிறுவனைப் போல்
நான் இந்தப் புகழஞ்சலிகளைப் பார்த்து
அஞ்சுகிறேன்
எந்த மனிதன் பற்றியும்
அது ஒரு மாயையை உண்டாக்கிவிடும்
கவிதையில் பிறந்த ஒளிவட்டம்
லெனினின் உண்மையான பரந்த
மனித நெற்றியை மறைத்துவிடும் -
இந்த நினைப்பையே நான் வெறுக்கிறேன்
சடங்குகள்
சமாதிகள்
ஊர்வலங்கள்
அஞ்சலிகள்
விளம்பரங்கள்
என்ற இனிய தூபங்கள்
லெனினின் இயல்பான எளிமையை
தெளிவற்றதாக்கிவிடும்
என்று பதற்றம் கொள்கிறேன்

அவரது சந்தேகங்கள் தொடர்ந்து வலுப்படவே செய்தன. புரட்சியின் ஆரம்பகால இலட்சியங்கள் ஒவ்வொன்றாகக் கைவிடப்பட்டுவிட்டதாக உணர்ந்தார். கட்சியும் அரசாங்கமும்

அதிகாரிவர்க்கத்தன்மை பெற்றுவருவதைக் கண்டு அஞ்சிய அவர் தனது இலக்கிய ஆயுதங்களைக் கொண்டு போராடத் தொடங்கினார். ‘மூட்டைப்பூச்சி’ (1928), ‘பெரும் துப்புரவு’ (1930) ஆகிய நாடகங்களில் புரட்சியின் தீரக் கனவுகளைக் குழிதோண்டிப் புதைத்துக்கொண்டிருக்கும் அதிகாரிவர்க்க சிவப்பு நாடாக்களையும் காரியவாதிகளின் அற்பத்தனங்களையும் கடுமையாகச் சாடுகிறார்.

‘மூட்டைப்பூச்சி’ என்ற நாடகம் ப்ரிஸிப்பின் என்ற போலி கம்யூனிஸ்ட்டைச் சித்திரிக்கிறது. அவன் ஒட்டுண்ணி; அறிவற்றவன். எதிர்கால சந்ததியினர் அவனையும் அவனது சட்டைக் காலரிலிருந்த மூட்டைப்பூச்சியையும் விலங்குக் காட்சிச் சாலையில் ஒரு கூண்டில் அடைத்துவிடுகின்றனர். முன்னொரு காலத்தில் வாழ்ந்த புராதன இனத்தைச் சேர்ந்தவை அவை என்று அவற்றைப் பாதுகாக்க விரும்புகின்றனர். ‘பெரும் துப்புரவு’ நாடகம் கட்சித்தலைவர்களின் மெத்தனத்தையும் அதிகாரிவர்க்க ஆட்சியையும் கடுமையாகத் தாக்குகிறது. அந்த இரண்டு நாடகங்களையும் தன் கற்பனை வளத்தோடு மேடையேற்றியவர் மெயர்ஹோல்ட். அந்த இரண்டு நாடகங்களுமே கட்சி விரோத சீர்குலைவுப் படைப்புகள் எனக் கட்சிப் பத்திரிகைகள் தாக்கத் தொடங்கின. பின்னர் சோவியத் நாடக மேடையிலிருந்து அகற்றப்பட்டன. 1950களின் இறுதியில்தான் அவை மீண்டும் மேடையேறின.

இதற்கிடையே ‘ராப்’பின் எதேச்சதிகாரம் கொடிகட்டிப் பறக்கத் தொடங்கியிருந்தது. கட்சித் தலைமையும் ஏற்கெனவே ‘ராப்’ பின் இலக்கியக் கொடுங்கோன்மைக்குத் துணைபோய்க்கொண்டிருந்தது. இலக்கியத்தில் ‘வர்க்கப் போராட்டம்’ என்கிற பெயரால் மார்க்சியத்திற்கு ஒரு எதேச்சதிகார விளக்கம் கொடுத்துவந்த ‘ராப்’ 1929இலிருந்து கட்சியின் முழு ஒத்துழைப்பும் ஆதரவும் பெற்ற சேவகனாக மாறியிருந்தது. புரட்சிக்கு உண்மையாகவே பாடுபடுதல் என்ற பிரச்சனையில் மிகுந்த அக்கறை காட்டிய மயாகோவ்ஸ்கிக்கும் ‘நாற்றுப் பண்ணை’ முறை மூலம் புதிய சோசலிசக் கலாசாரத்தை உருவாக்க முனைந்து, பின்னர் அறிந்தோ அறியாமலோ அரசாங்கத்தின் விசுவாசமிக்கதொரு கொலையாளியாக மாறிய ‘ராப்’பிற்குமிடையில் இருந்த முரண்பாடுகள் ஆழமடைந்தன. ஆனால் சரணடைய

வேண்டியிருந்தது மயாகோவ்ஸ்கிதான். புரட்சியின் ஆரம்பக் கட்டம் தோற்றுவித்திருந்த உற்சாகமும் அது வழங்கிய நம்பிக்கைகளும் உருவாக்கிய கனவுகளும் மிக வேகமாக மறைய லாயின. மிகப்பரந்த வலுவான அதிகாரிவர்க்கத்தைக் கொண்ட ஒரு போலிஸ் அரசு உருவாகியிருந்தது. தூக்கியெறியப்பட்ட ஜாராட்சி பயன்படுத்திய அதே வழிமுறைகள் இப்போது பயன்படுத்தபட்டு முரண்பாடுகள் 'தீர்க்கப்பட்டு' வந்தன. இலக்கியத் தகுதிகள் குறைந்த ஆனால் கட்சி உறுப்பினர் தகுதி மாத்திரமே பெற்றிருந்த 'பாட்டாளிவர்க்க' இலக்கியவாதிகளின் கரம் ஓங்கியிருந்தது. அரசியல், தத்துவம், இலக்கியம் ஆகியவற்றுக்கிடையே இருந்த வேறுபாடுகளும் இடைவெளிகளும் அகற்றப்பட்டிருந்தன. இலக்கிய உலகில் புதிதாக நுழைந்தவர்கள் மயாகோவ்ஸ்கியைக் காட்டமாகத் தாக்கத் தொடங்கினர். "கட்சியில் அவர் உறுப்பினராக இருந்ததே இல்லையே;. கட்சி உறுப்பினர் அட்டை எங்கே? விசித்திரக் கற்பனைகள் நிறைந்த அவரது ஃப்யூசரிசக் கவிதைகளை லெனின் விமர்சிக்கவில்லையா?"- இப்படிக் கேள்விகள் எழுந்தன.

மேலும், புரட்சி பற்றிய இலட்சியக் கனவுகள் யாருக்குத் தேவை? அன்றாட நிர்வாகம், திறமையான அதிகாரிகள், நன்கு செயல்படும் தொழிற்சாலைகள், பொறியியலாளர்கள், பணிவுமிக்க அரசாங்க ஊழியர்கள், இரத்தக்களரியை ஏற்படுத்திய போதிலும் 'சோசலிச மூலதனத் திரட்ட'லுக்கு வேண்டிய உபரியைத்தரும் கூட்டுப்பண்ணைகள் ஆகியவைதானே தேவை? தவிரவும் ஐந்தாண்டுத்திட்டத்திற்கும் அதன் மூலம் 'சோசலிசத்'திற்கும் சேவைபுரிய வேண்டுமென்றால் கட்டாயம் ஒரு கலைஞன், 'ராப்'பில் உறுப்பினராகித்தானே தீரவேண்டும்?

சுயேச்சையான இலக்கியக் குழுக்களெல்லாம் கலைக்கப்பட்டு அவை யாவும் 'ராப்'பில் சேர்ந்துகொள்ளவேண்டும் என்று கட்சிப் பத்திரிகை 'ப்ராவ்தா'வே கூறிவிட்டது. எப்போதும் கட்சிக்கு முழுமையான விசுவாசம் காட்டிவந்த, ஆனால் கட்சி உறுப்பினர் அல்லாத மயாகோவ்ஸ்கி, கடைசியாக 1928 அக்டோபர் 28, உருவாக்கியிருந்த சிறு குழுவான இடதுசாரிக் கலை முன்னணியை *(Revolutionary Front of Arts)* கலைத்துவிட முடிவு செய்கிறார். தான் இடைவிடாது மோதி வந்த அதே 'புரொலிட்கல்ட்' ஆள்கள் நிரம்பிய 'ராப்'பில் தன்னை உறுப்பினராக்கும்படி

விண்ணப்பிக்கிறார். ஆயினும் கலை வெளிப்பாட்டு முறைகளைத் தேர்ந்தெடுப்பதில் கலைஞனுக்கு சுதந்திரம் வேண்டும் என்று வற்புறுத்தவும் செய்கிறார். 'ராப்' யில் சேரப்போவதாக 1930 பிப்ரவரி 2ஆம் தேதி அறிவிக்கிறார். எத்தனை அவமானத்தோடு அவர் அதில் சேரவேண்டியிருந்தது! 1929ஆம் ஆண்டின் இறுதியிலேயே அவர் 'ராப்'பில் சேரவிருந்ததாக யூரி லிபெடென்ஸ்கி தனது நினைவுக் குறிப்புகளில் எழுதுகிறார். அச்சமயத்தில் 'ராப்' பின் செயலாளராக இருந்த ஸுட்டைரின் (Sutryn) என்பவர் மயாகோவ்ஸ்கியின் தொகை நூல்களின் பதிமூன்றாம் பாகத்தில் குறிப்பிடுகிறார்: மயாகோவ்ஸ்கி 1930 ஜனவரி துவக்கத்திலேயே 'ராப்'பில் சேர விருப்பம் தெரிவித்திருந்தார். ஆனால் 'ராப்' பின் முக்கியத் தலைவர்கள் மாஸ்கோ நகரைவிட்டு வெளியே சென்றிருந்ததால், உடனடியாக மயாகோவ்ஸ்கியை 'ராப்'பில் சேர்த்துக்கொள்ள முடியவில்லை.[17]

'ராப்' பில் சேருவதாக மயாகோவ்ஸ்கி வெளியிட்ட அறிவிப்பு 'ப்ராவ்தா' கட்டுரைக்கு செவிமடுப்பதாகவே இருந்தது. அவர் எழுதியிருந்தார்:

1. 'ராப்'பால் நடைமுறைப்படுத்தப்பட்டு வருகின்ற கட்சியின் இலக்கிய - அரசியல் மார்க்கத்துடன் எனக்கு எந்தக் கருத்து வேறுபாடும் இல்லை; எப்போதும் இருந்ததில்லை.

2. இந்த அமைப்புக்குள்ளேயே இலக்கியப் படைப்புகளுக்கான முறைகள், நடைகள் பற்றிய கருத்து வேறுபாடுகள் ஆகியவற்றை பாட்டாளிவர்க்கத்துக்கு நன்மை பயக்கும் வகையில் தீர்த்துக்கொள்ள முடியும். இடதுசாரிக் கலை முன்னணியின் உறுப்பினர்கள் அனைவரும் இந்த முடிவுக்கு வருவார்கள் என நம்புகிறேன். இந்த முடிவு நம் அனைவரின் முந்திய வரலாற்றால் தீர்மானிக்கப்பட்டிருக்கிறது.[18]

எத்தகையதொரு அவலமிக்க முடிவு இது! பாட்டாளிவர்க்கத்தின் இலட்சியங்களுக்குத் தன்னை அர்ப்பணிப்பது என்ற நோக்கத்துடன் மயாகோவ்ஸ்கி என்கிற ஜாம்பவான் 'ராப்'பின் இலக்கிய மூர்க்கர்களுடன் சேரவேண்டியிருந்தது! மயாகோவ்ஸ்கியின்

---

17 Max Hayward and Leopold Labedz (Ed), *Literature and Revolution in Soviet Russia 1917-62*, .OUP, London, 1963 p.49.

18 அதே நூல், பக்கம் 49.

அறிவிப்பு ஜனவரி 3ஆம் தேதி கையெழுத்திடப்பட்டிருந்தது. ஆனால் ஒரு மாத காலத்துக்குப் பிறகே அந்த ஜாம்பவானுக்கு உறுப்பினர் தகுதி கிடைத்தது. இதுகாறும் 'ராப்'பை எதிர்த்துவந்த மிக வலுவான எதிராளியைச் சேர்த்துக்கொள்ள 'ராப்' தலைமை தயக்கம் காட்டியது போலும்! 'ராப்'பைத் தவிர மற்ற இலக்கியக் குழுக்களைக் கலைத்து விடுமாறு கட்சி நிர்ப்பந்தித்த சமயத்தில், தனது இலக்கியப் பணியைத் தொடர்வதற்கு 'ராப்' பில் சேர்வதைத் தவிர வேறுவழியில்லை என அவர் உணர்ந்து கொண்டபோது, தன்னை அதில் ஒரு உறுப்பினராக்கும்படி அவர் கட்டாயப்படுத்தப்பட்டபோது 'ராப்' தலைமையால் ஏதும் செய்யமுடியவில்லை. யூரி லிபடென்ஸ்கி தனது நினைவுக் குறிப்புகளில் எழுதுகிறார்:

> பிப்ரவரி 1930இல், நான் 'ராப்' மாநாடு ஒன்றுக்கு வந்து சேர்ந்தேன். வாசலின் அருகே 'ராப்' செயற்குழு உறுப்பினர் ஸட்ரைன் என்னை எதிர்கொண்டார்... அவர் சிறிது திகைப்படைந்தவராகக் காணப்பட்டார். 'ஒரு பிரச்சனை பற்றி உங்களைக் கலந்தாலோசிக்க வேண்டியுள்ளது,' என்றார். 'மயாகோவ்ஸ்கி இங்கிருக்கிறார் தெரியுமல்லவா. இப்போது பேசப்போவதாகவும் 'ராப்'இல் சேர்வதாக அறிவிக்கப்போவதாகவும் கூறினார். எனது சகாக்களுடன், ஃபதேயெவ் அல்லது லிபெடென்ஸ்கியுடன் கலந்தாலோசிக்க வேண்டியுள்ளது என்று நான் கூறினேன்...' 'கலந்தாலோசிக்க என்ன இருக்கிறது' என நான் வினவினேன் - நானும் கூட ஓரளவு திகைப்படைந்திருந்த போதிலும் மயாகோவ்ஸ்கி 'ராப்'பில் சேர்வது குறித்து குதூகலித்தேன். ஆனால் எனக்குமே அது எதிர்பாராத ஒன்றாக இருந்தது. 'ராப்'பின் தலைவர்கள் மயாகோவ்ஸ்கி 'ராப்' மீது காட்டிய பற்றை ஒருவிதக் கலக்கத்துடனேயே பார்த்தனர். அத்தகையதொரு யானையின் கனத்தால் நமது பலவீனமான படகு சேதமடைந்து விடுமோ என்று நாங்கள் கவலைப்பட்டதுபோல் இருந்தது.[19]

மயாகோவ்ஸ்கி, 'ராப்'பில் உற்சாகத்துடன் வரவேற்கப்படவில்லை என்பதை லிபெடெனஸ்கி ஒத்துக்கொள்கிறார். இந்த 'வெகுஜன' அமைப்பில் மயாகோவ்ஸ்கியின் தனிமையுணர்வு அதிகரித்தது.

---

19 அதே நூல், பக்கம் 49.

அவரது ‘லெஃப்’ தோழர்களோ அதில் சேரவே இல்லை, ‘ராப்’பில் அவருக்குப் புதிய நண்பர்கள் யாரும் இல்லை.

மயாகோவ்ஸ்கிக்கு நேர்ந்த அவமானம் இதுமட்டுமல்ல. 1930 பிப்ரவரி ‘லிட்டரரி கெஜட்’ இதழில் மயாகோவ்ஸ்கி ‘ராப்’பில் சேர்ந்தது பற்றிய குறிப்பு உள்ளது. ஸட்ரைன் எழுதினார்: பலர் ‘ராப்’பில் சேர்வதில் உள்ள நன்மைகள் கருதி அதில் சேர்ந்தனர். மயாகோவ்ஸ்கி போன்ற சிலரோ தங்களுடைய தனிப்பட்ட முக்கியத்துவத்தை மிகைப்படுத்திக் கொள்ளவே அதில் சேர்ந்தனர்!

‘ராப்’ பிற்கு அடிபணிய நேர்ந்தது மயாகோவ்ஸ்கியின் தற்கொலைக்கு ஒரு காரணமாயிற்று என்று கூறலாம். தற்கொலை செய்துகொள்வதற்கு முன்பு எழுதிய குறிப்பொன்றில் அவர் ‘ராப்’ சகாக்களுக்கென்றே ஒரு பத்தியைச் சேர்த்திருந்தார். “ராப் தோழர்களே, என்னைக் கோழையென எண்ணாதீர், உண்மையில் எனக்கு வேறு வழியில்லை”. ‘ராப்’பில் சேர்ந்த பிறகும் தன் மீது அந்த அமைப்பு தொடுத்துவந்த தாக்குதல்கள் நிற்கவில்லை என்றும் அக்குறிப்பில் அவர் எழுதியிருந்தார்.

‘ராப்’பில் சேருமாறு அவருக்குப் பல்வேறு நிர்ப்பந்தங்கள் இருந்தன. நாடகத்துறைத் தணிக்கை அதிகாரிகள் மயாகோவ்ஸ்கியின் ‘பெரும் துப்புரவு’ நாடகத்தின் கையெழுத்துப் பிரதிகளை இரண்டுமாத காலமாக அனுமதி கொடுக்காமல் வைத்திருந்தனர். ‘ராப்’ பின் இலக்கிய முழக்கங்களைக் கிண்டல் செய்யும் வசனங்கள், அதிகாரவர்க்கத்துக் கெதிரான விமர்சனங்கள் அதில் இருந்தன. லூனாசார்ஸ்கி, யெகோலோவ் போன்றவர்கள் கூட மறைமுகமாக அதில் விமர்சிக்கப்பட்டிருந்தனர்.

அவரால் வேறு என்ன செய்திருக்க முடியும்? ‘புரட்சியின் முள்கிரீடங்கள்’ பற்றி அவர் 1916இலேயே பாடியிருந்தார். அன்று அவர்,

> தனது தரிசனத்துக்குத் தானே வாழ்த்துக்கூறி வரவேற்றார். அதற்காகத் தன்னையே தத்தம் செய்யத் தயாராக இருந்தார். இப்போது அதே தரிசனம் அவரை வாட்டுகிறது. அது தரும் வேதனையிலிருந்து தப்பிக்க வேண்டும். தனக்கு மீண்டும் நம்பிக்கையை ஊட்டிக் கொள்ள வேண்டும். தேவைப்பட்டால்

> புதிய வைதீகர்களை, புதிய பேய்களை விரட்டக் கவிதைச் சாபங்களைப் பயன்படுத்த வேண்டும். தனது குரலை அவர்களால் அடக்கமுடியாது. ஆனால் அவர்களது வலிமை கவிஞனின் வலிமையைவிடக் கூடுதலாக இருக்கையில் என்ன செய்வது? மயாகோவ்ஸ்கி இக் கேள்வியைத் தெளிவாக எழுப்பினாரா எனக் கூற முடியாது. ஆனால் இப்பிரச்சனையை அவர் கூர்மையாக உணர்ந்திருந்தார் என்பதில் ஐயமில்லை. இதற்கான தீர்வை, பதிலை அவரது தற்கொலை குறிப்பால் உணர்த்தியது. அவரிடம் மாற்றுத் திட்டங்களோ அரசியல் முழக்கங்களோ இருக்கவில்லை. தனது வாழ்வும் தனது கவிதையும் எந்த முரண்பாட்டின் எதிரே முட்டி மோதிக் கவிழப் போகின்றனவோ, அம் முரண்பாட்டைப் பற்றிய காரணங்களை அவரால் தெரிந்துகொள்ளமுடியாமல் போயிருக்கக்கூடும். ஆனால் ஒரு கலகக்காரனிடம் உள்ள வெல்லப்பட முடியாத உள்ளுணர்வின் மூலம் அந்த முரண்பாட்டை உணரவே செய்தார். அதைப்பற்றிப் பேசி விவாதிக்க முயற்சிகூடச் செய்யாமல் அம் முரண்பாட்டிற்குத் தலை வணங்கினார்.[20]

மயாகோவ்ஸ்கியின் தற்கொலைக்கு அவரது ஒருதலைக் காதல் ஒரு காரணமாகக் கூறப்படுகிறது. மென்மையான உணர்வுகளை வெட்டியெறிந்துவிடுவதில் மயாகோவ்ஸ்கி வெற்றி பெறாததுதான் இதற்குக் காரணம் என லூனாசார்ஸ்கி கூறி இத்தகைய உணர்வுகளைக் குட்டிப் பூர்ஷ்வா ஃபிலிஸ்டைனிசம் என்று கூறுகிறார்.

இதை நாம் ஏற்க முடியாது. சோசலிச சமுதாயம் படைக்கப்படுவது தனி மனிதனின் முழு வளர்ச்சிக்காக; அவனது முழு ஆன்மிக மலர்ச்சிக்காக; அவனது காதலின் ஈடேற்றத்துக்காக, அன்பு மயமான மனித உறவுகளுக்காக, என் 'நானி'லிருந்து பிற 'நான்'களிடம் கடந்து செல்வதற்காக; உலகோரனைவரையும் உடன் பிறந்தோர்களாக்கிக் கொள்வதற்காக. சோசலிசம் என்பது இதயமற்ற 'உருக்கு மனிதர்'களை உருவாக்குவதல்ல. புரட்சிக்கு வித்திட ஓயாத உழைத்த மார்க்ஸ், வீராங்கனை ரோஸா லுக்ஸம்பர்க் கெரில்லாப்போர் முனையில் உயிர் நீத்த செகுவெரா போன்றோர் காதல் என்ற அம்சத்தைப் புறக்கணிக்கவில்லை.

20 Isaac Deutscher, Op. cited, p. 311.

நெடும்பயணத்தின் போதும்கூட திருமணத்தை மறக்கவில்லை மாவோ. பொது வாழ்விற்கும் இலட்சியத்திற்கும் குறுக்கீடாக அமையாதவரை காதலுக்குப் புரட்சியாளனின் வாழ்வில் ஓர் உன்னத இடம் இருக்கத்தான் வேண்டும். எதற்கு எப்போது, எந்த இடத்தில் முதன்மை தர வேண்டும் என்பதுதான் பிரச்சனை. மாட்சியும் அழகும்மிக்க ஒரு புதுயுகத்தைப் படைப்பதற்கான அசைக்கமுடியாத நம்பிக்கைகளும், நம்பிக்கையூட்டுகின்ற புரட்சிச் சக்திகளும், புரட்சியால் கட்டவிழ்த்துவிடப்பட்ட பாட்டாளி வர்க்க ஆற்றல்களும், தவறுகளையும் தோல்விகளையும் நேர்மையாக ஒப்புக்கொண்டு மாய்மாலமின்றி தோல்விக்கான பழிகளைச் சுமத்துவதற்கு பலியாட்கள் தேடாத லெனின் போன்ற தலைவர்களும் இருக்கையில் சொந்த விருப்பு வெறுப்புகள், ஆசாபாசங்கள் ஆகியவற்றை உதறித்தள்ளிவிட்டு ஒட்டுமொத்தமான அர்ப்பணிப்புடன் கவிஞனால் பொது வாழ்வில் ஈடுபடமுடிந்தது.

அங்குமே அற்பப் பொறாமைகளும் ஏமாற்றங்களும் காத்திருக்கையில் அன்புக் கதகதப்பில் அவனது சோகங்களை உருக்கி வழித்தெறியவும் அவனது உணர்ச்சிமிக்க வேட்கைகளைப் புரிந்துகொள்ளவும் தயாராக உள்ள மற்றொரு மானிட ஜீவி, ஒரு காதலி, தனது மனச்சுமைகளைப் பகிர்ந்து கொள்ளும் மற்றொரு ஆன்மா இல்லாதிருக்கையில் இந்த வாழ்க்கை சகிக்க முடியாததாகிவிடுவதில் என்ன ஆச்சரியம் உள்ளது.

இத்தகையதொரு காதல் நெஞ்சத்தைத்தான் வெரோனிகா போலோன்ஸ்கயா என்ற இருபத்தோரு வயது நாடக நடிகையிடம் கண்டறிந்ததாக அவர் கருதினார். அவர்களிடேயே ஏற்பட்டிருந்த நெருக்கமான உறவு, வெரோனிகா கருத்தரித்த பின்னர் சமூகக் காரணங்களுக்காக அதைக் கலைக்கும் வரை சென்றது. அரசியலிலும் இலக்கியத்திலும் மிகப் பெரும் கோரிக்கைகளையே எழுப்பிப் பழக்கப்பட்ட மயாகோவ்ஸ்கி தனது சொந்த வாழ்க்கையிலும் அத்தகைய கோரிக்கைகளையே எழுப்பினார். அவரது சுதந்திரமான சோசலிச இலக்கிய முயற்சிகளுக்கு முற்றுப்புள்ளி வைக்கப்பட்டுவிட்டது. இலக்கிய எதேச்சதிகார 'பாட்டாளிவர்க்க' (ராப்) - எழுத்தாளர்களுக்கு அவர் அடிபணிய வேண்டியதாயிற்று. அவரது நாடகங்கள் அதிகாரப்பூர்வமான வரவேற்புகளைப் பெறவில்லை, இலட்சிய

தரிசனங்களோ உடைந்து நொறுங்கிக்கொண்டிருந்தன. இந்தச் சூழலில் மயாகோவ்ஸ்கி பற்றி நிற்கக் கூடிய ஒரே ஆதாரக்கோல் வெரோனிகா மட்டுமே. சமநிலை பேணுவதில் எப்போதுமே தடுமாறும் மயாகோவ்ஸ்கி பித்தனைப் போல் நடந்துகொள்ளத் தொடங்கினார். கணவரை உடனடியாக விவாகரத்து செய்துவிட்டுத் தன்னோடு சேர்ந்து வாழுமாறு வெரோனிகாவை வற்புறுத்துகிறார். அவர்களது கடைசிச் சந்திப்பின்போது அதே கோரிக்கையை முன் வைக்கிறார். பக்குவமாகவும் பண்போடும் நிதானத்தோடும் இப்பிரச்சனையைக் கையாள வேண்டும் என வெரோனிகா கூறுகிறார். அதை ஏற்றுக்கொள்வதாகக் கூறித் தன் காதலியிடம் புன்முறுவல் பூக்கும் மயாகோவ்ஸ்கியோ, அவள் தன் வீட்டைவிட்டு வெளியேறும் சமயத்தில் துப்பாக்கிக் குண்டொன்றைத் தன் மார்பில் செலுத்தி மடிகிறார். தோல்வியுற்ற, துன்புறுத்தப்பட்ட, ஏமாற்றமடைந்த ஆன்மாவாக ஏற்கெனவே மாறியிருந்த மயாகோவ்ஸ்கியின் முடிவைத் துரிதப்படுத்துவதற்கு வேண்டிய ஒரு கடைசித் தூண்டுதலாகவே அமைந்தது இந்த நிகழ்ச்சி.[21]

தனது வாழ்க்கையைப்பற்றி, மரணத்தைப்பற்றி யாரும் தோண்டித் துருவிப் பார்க்கவேண்டாம் என்று அவர் எழுதிவைத்தார். ஆனால் மயாகோவ்ஸ்கியின் மரணம்,

> அவனது வாழ்வைப் போலவே, கவிஞனுக்கும் புரட்சிக்கு மிடையே நடந்த பரிமாற்றங்களுக்கான வேதனைமிக்க சாட்சியம். உற்சாகமும் மனமுறிவும் கலந்த விநோதமான சேர்க்கைக்கான சாட்சியம். 'Mystery Bouffe' என்ற நாடகத்தில் சித்திரித்த இலட்சிய உலகம் தன்னை நெருங்கி வருவதாக நினைத்த அதே வேளையில் அது புதிய வைதீக நெறியின் புதிய புரோகிதர்களால் கைப்பற்றப்பட்டதற்கான சாட்சியம். தனது இறுதிச்சைகையிலும்கூட அவன் தனது இளமைக்கால இலட்சியத்திற்கு உண்மையானவனாகவே இருந்தான்.[22]

மயாகோவ்ஸ்கி, சொந்த அனுபவங்கள், சொந்த உணர்ச்சிகள் ஆகியவற்றுக்கும் தனது படைப்புகளில் உரத்தகுரலில் அறிவித்து வந்த இலட்சியங்களுக்குமிடையே இருந்த முரண்பாடு

---

21 வெரோனிகா போலான்ஸ்கயாவின் நினைவுக் குறிப்புகள், *Soviet Literature*, April 1988 இதழில் வெளியாகியுள்ளன.

22 Isaac Deutscher, Op. cited, p 301.

கூர்மையடைந்து வருவதைக் கண்டு வெட்கமடைந்திருக்க வேண்டும். இளமைக் காலத்தில் எழுதியிருந்தார்:

இதயம் ஒரு துப்பாக்கிக் குண்டுக்காக ஏங்குகிறது
தொண்டைக்குழி ஒரு கத்திக்காக ஏங்குகிறது
ஆன்மாவோ பனிச்சுவர்களிடையே நடுங்குகிறது
அது ஒருபோதும் பனியிலிருந்து தப்பமுடியாது[23]

இந்தப் பனிச் சிறையிலிருந்து தப்புவதற்குத்தான் அவர் 1930 ஏப்ரல் 14இல் தற்கொலை செய்து கொண்டார் போலும்.

மயாகோவ்ஸ்கியின் கவிதையும் ஆளுமையும் சோவியத் இலக்கியத்திலும் உலகெங்கிலும் உள்ள புரட்சி இலக்கியத்தின் மீது ஏற்படுத்தியுள்ள தாக்கம் மிகப் பெரியது. கோடிக்கணக்கான உழைக்கும் மக்களால் போற்றப்பட்டவர் அவர். ஆயினும் அவர் மீதான தாக்குதலை அவர் மரணடைந்தபிறகும்கூட 'பாட்டாளி வர்க்க' எழுத்தாளர்கள் நிறுத்திக்கொள்ளவில்லை. 'ராப்'பின் முன்னணி எழுத்தாளர்கள் கையெழுத்திட்டு, ஸ்டாலினுக்கும் மாலட்டோவுக்கும் எழுதிய கடிதமொன்றில்[24] சோவியத் ஏடுகளில் கவிஞருக்கு செலுத்தப்பட்டிருந்த புகழஞ்சலிகளுக்குக் கண்டனம் தெரிவித்திருந்தனர். சரியான பாட்டாளிவர்க்க நிலைப்பாட்டுக்கு வருவதற்கு மயாகோவ்ஸ்கி போன்ற புரட்சிகர அறிவுஜீவிகளுக்கு இருந்த 'சிக்கல்'களைப் பற்றிக் குறிப்பிட்டனர். மயாகோவ்ஸ்கியின் வாழ்க்கையும் படைப்பும் சரியாக மதிப்பீடு செய்யப்படாவிட்டால், அவரது தற்கொலைக்குக் காரணம் 'எதிர்பாராத நிகழ்ச்சி', 'தற்செயலான நிகழ்ச்சி' என்று கூறினால், பல்வேறு வதந்திகளுக்கு (உதாரணம்: அவர் பால்வினை நோயின் காரணமாக தற்கொலை செய்துகொண்டார்!) இடம் கொடுத்துவிடுவோம் என்று எழுதினார்கள். அவர்கள் அக்கடிதத்தில் தெரிவித்திருந்த கருத்துகளின் அடிப்படையில் 'ப்ராவ்தா'வில் ஒரு கட்டுரை எழுதிப் பிரசுரிக்கலாம் என மாலட்டோவ் பரிந்துரை செய்தார். (ஸ்டாலினின் ஒப்புதலுடனேயே அவர் இப்பரிந்துரையை செய்திருக்க முடியும்). மே மாதம் 19 ஆம் தேதி அவர்களது கட்டுரை 'ப்ராவ்தா'வில் வெளியிடப்பட்டது. அதில் தங்களது 'ராப்' நச்சை உமிழ்ந்திருந்தனர். மயாகோவ்ஸ்கியின்

---

23 மேற்கோள் காட்டப்பட்டுள்ள நூல், Marc Slonim, Op. cited, p. 30.
24 *Soviet Literature*, No 11 (488), November 1988, pp. 108– 116.

சிறந்த கவிதைகள் என்று அவரது மூன்றாந்தரப் பிரசாரக் கவிதைகளை மட்டும் குறிப்பிட்டிருந்தனர்.

மாபெரும் புரட்சிக் கவிஞனின் குரலை அடக்கி ஒடுக்குவதில் அவர்கள் தற்காலிகமான வெற்றியை ஈட்டினர். ஆனால் ஐந்தாண்டுகளுக்குப் பிறகு அவரது புரட்சிகரப் படைப்பாற்றலை விஞ்சிய எவரும் கண்ணுக்குத் தெரியாமலிருந்தபோது, பாராட்டுக்குரிய எதையுமே அந்த இலக்கிய சேவகர்களால் உருவாக்க முடியாமலிருந்தபோது, கொடிய ஒடுக்குமுறைகளைப் புரட்சியின் பெயரால் நியாயப்படுத்தவேண்டிய கட்டாயம் இருந்தபோது, புரட்சிக்கு 'அரசவைக் கவிஞன்' தேவைப்பட்டான். "நமது சோவியத் சகாப்தத்தின் மிகச்சிறந்த, மிகத் திறமைவாய்ந்த கவிஞன்" என்றொரு அறிவிப்பைச் செய்தார் ஸ்டாலின். அடுத்த கணமே அவரது படைப்புகள் மாபெரும் செவ்வியல் இலக்கியமாகக் கருதப்படலாயின. பள்ளிக்கூடங்களில் கட்டாயப் பாடமாக்கப்பட்டன. ஆயினும் சர்ச்சைக்குரிய படைப்புகளான 'மூட்டைப்பூச்சி', 'பெரும் துப்புரவு' போன்றவை பாடத்திட்டங்களில் சேர்க்கப்படவில்லை. பாஸ்டர் நாக் எழுதினார்: "மகாராணி கேத்தரின் காலத்தில் ரஷியாவில் உருளைக் கிழங்கு சாகுபடி கட்டாயமாகப் புகுத்தப்பட்டதுபோல, பள்ளிக்கூடங்களில் மயாகோவ்ஸ்கியின் கவிதைகள் வலுக்கட்டாயமாகப் புகுத்தப்பட்டன. அது மயாகோவ்ஸ்கிக்கு நேர்ந்த இரண்டாவது மரணம். அதற்கு அவர் பொறுப்பல்ல.[25]

அவரும் பல்லாயிரக்கணக்கான புரட்சியாளரும் கண்ட இலட்சியக் கனவு ஈடேறாதிருக்கலாம். அக்கனவில் கண்ட அழகிய உலகம் இன்னும் கைவரப்பெறாமலிருக்கலாம். நவம்பர் புரட்சியின் உலை யில் வடிக்கப்பட்டுவந்த புதிய மெய்மை சிதைவுண்டு போயிற்று. ஆயினும் புரட்சிகர முயற்சிகள், பழைய திரிபுகளிலிருந்து எச்சரிக்கை பெற்று மீண்டும் தொடர மயாகோவ்ஸ்கியின் உருக்குவார்த்தைகள் என்றென்றும் வழிகாட்டக் கூடியவையாகவே இருக்கும்.

---

25 Boris Pasternak, *An Essay in Autobiography.* Collins and Harvill Press, London, 1959, p 103.

சோசலிச யதார்த்தவாதமும் 1930களில் ரஷிய இலக்கியமும்

1932இல் கட்சி நிறைவேற்றிய தீர்மானம் கலை-இலக்கியத் துறையில் மேலோங்கியிருந்த ஒரு வெறித்தனமான போக்குக்கு முடிவு கட்டியது, சக பயணிகள் போன்றோரிடையே நிம்மதிப் பெருமூச்சை வரவழைத்தது. ஆனால் அது எதிர்காலத் தீமைகளுக்கான விதைகளை ஊன்றவும் செய்தது. எழுத்தாளர்களின் ஒற்றுமை என்பது எல்லாரையும் ஒரேசீரானவர்களாக்குவதற்கான முழக்கமாகவே அமைந்தது: மையப்படுத்தப்பட்ட அமைப்பு, ஒரே ஒரு சோவியத் எழுத்தாளர் சங்கம், அதில் ஒரு தணிக்கை குழு. இலக்கிய விவகாரங்கள் அனைத்தும் கலை பற்றிய கட்சிக்குழுவின் அதிகாரத்தின் கீழ் வந்தன. சோவியத் எழுத்தாளர்கள் அனைவரும் விருதுகளையும் தண்டனைகளையும் வழங்கும் ஒரே அரசாங்கத்தின் கீழ் செயல்பட வேண்டியிருந்தது. அரசு அமைப்புக்குள் கலை இலக்கியம் ஒன்றிணைக்கப்பட்டுவிட்டது.

'ராப்' ஒடுக்கப்பட்டுவிட்டபோதிலும் அதன் கோட்பாடுகளிற் சில எழுத்தாளர் சங்கத்திற்குள் நுழைந்துவிட்டன. - உதாரணமாக, சோவியத் வாழ்வுடன் இலக்கியத்தை ஒன்றிணைக்க வேண்டுமென எழுத்தாளர்கள் வற்புறுத்தப்பட்டனர். அவர்கள் இப்போது தொழிற்சாலைகளுக்கும் அணைக்கட்டுகளுக்கும் செல்ல வேண்டியதில்லை என்றாலும் ரஷியாவில் நடைபெற்று வரும் பொருளாதார, தொழில் நுட்ப, சமூக வளர்ச்சிகளை நேரடியாகக் கற்றுணரத் தமது நேரத்தில் பெரும் பகுதியைச் செலவிடவேண்டும் என வற்புறுத்தப்பட்டனர்.

1932இல் நிறைவேற்றப்பட்ட கட்சித் தீர்மானத்தின் தொடர்விளைவாகவே அரசாங்கத்தின் கலை - இலக்கியக் கொள்கை உருவாக்கப்பட்டது. இதன் முக்கிய கர்த்தாக்கள் கார்க்கியும் ஸ்டாலினும் எனக் கூறப்படுகிறது. யதார்த்தத்தின்

பிரதிபலிப்புதான் கலை, எனவே சோவியத் நாட்டில் மலரக்கூடிய யதார்த்தவாதம் கம்யூனிச உணர்வு விரவியுள்ளதாகவே இருக்கவேண்டும் என்ற கருத்திலிருந்து 'சோசலிச யதார்த்தவாதம்' உருவாகியது. சோசலிச யதார்த்தவாதம் என்ற கருத்து துவக்கம் முதலே தெளிவற்றதாகவும் முரண்பாடுடையதாகவும் இருந்துவந்திருக்கிறது. ஏனெனில் அது அழகியல் முறை, கலையின் நோக்கம், கலைஞனின் கண்ணோட்டம், அவனது தனிப்பட்ட அனுபவங்கள், பொது அனுபவங்கள் ஆகிய வெவ்வேறு விஷயங்களை ஒன்றோடு ஒன்று சேர்த்துக் குழப்புகிறது. 1934இல் நடந்த சோவியத் எழுத்தாளர் சங்கத்தின் முதல் காங்கிரசில் மிகப் பெரும்பான்மையான பிரதிநிதிகள் அதை ஏற்றுக்கொண்டனர் என்றாலும் அது அரசியல்ரீதியான ஒற்றுமையைக் குறித்ததேயன்றி அங்கு கூடிய எழுத்தாளர்கள் இலக்கியரீதியில் ஒத்த கருத்துடையவர்களாக இருந்தார்கள் என்பதை அல்ல. மேலும், பெரும்பாலான எழுத்தாளர்கள் அந்த மாநாடுபற்றி உற்சாகம் காட்டியதற்குக் காரணம் அதில் நிறைவேற்றப்பட்ட ஒரு தீர்மானமுமாகும்:

எழுத்தாளர்கள் மீது அரசியல் அவதூறு செய்யப்படுவதை மட்டுமல்லாமல், அவர்களுக்கு உத்திரவுகளை இடுதல், இலக்கியத்தில் நிர்வாக முறைகளையும் 'தலைமை'களையும் நிறுவுதல் ஆகியவற்றையும் மாநாடு கடுமையாக எதிர்க்கிறது. ஒரு இலக்கிய இயக்கத்திற்குள் சிவப்பு நாடாமுறையையும் அதிகாரிவர்க்கத்தன்மையாக்கப்படுவதையும் மாநாடு எதிர்க்கிறது. மாநாட்டில் விரவியிருந்த மனிதநேய உணர்வு, இலக்கிய உறவுகளை ஜனநாயகத் தன்மையாக்க முயற்சி செய்கிறது[1]

சோசலிச யதார்த்தம் என்ற கருத்தாக்கம் மாநாட்டில் விவாதிக்கப் பட்டது. புதிய, புரட்சிக்குப் பிந்திய கலையை புரட்சிக்கு முந்திய காலக் கலையிலிருந்து வேறுபடுத்திப் பார்க்க இச் சொற்றொடர் பயன்படுத்தப்பட்டது. இந்தமாநாடு அதற்கு விரிந்த பொதுவான வரையறையை வழங்கிற்று:

சோவியத் இலக்கியம், இலக்கிய - விமர்சனம் ஆகிய வற்றின் முதன்மையான முறைமையாக உள்ள சோசலிச யதார்த்தவாதம், புரட்சிகரமான வளர்ச்சிப்போக்கிலுள்ள யதார்த்தத்தை

---

[1] Quoted By Kalpana Sanni, Op. cited, p. 61.

நேர்மையான, வரலாற்றுரீதியில் திட்டவட்டமான முறையில் சித்திரிக்குமாறு கோருகிறது.[2]

பல்வேறு போக்குகளை உள்ளடக்கியதே சோசலிச யதார்த்தவாதம் என்று கார்க்கியும் லூனாசார்ஸ்கியும் கூறிய போதிலும் நாடகாசிரியர் போகோடின், எழுத்தாளர் ஃபதெயெவ் போன்றோர் அது ஒரு வறட்டுச் சூத்திரமாக மாறிவிடும் அபாயம் உள்ளது என எச்சரித்தனர். அந்த விமர்சனத்தைக் கருத்தில்கொண்டு மாநாட்டில் ஏகமனதாக நிறைவேற்றப்பட்ட எழுத்தாளர் சாசனம் திட்டவட்டமாகக் கூறியதாவது:

> படைப்பு முயற்சியின் வெளிப்பாடு, வெவ்வேறு விதமான வடிவங்கள், பாணிகள், கலை இலக்கிய வகைகள் ஆகியவற்றிலிருந்து விருப்பமானவற்றைத் தெரிவுசெய்து கொள்ளுதல் ஆகியவற்றுக்கு சோசலிச யதார்த்தவாதம் அலாதியான வாய்ப்பை வழங்குகிறது.[3]

முதல் ஐந்தாண்டுத்திட்டம் முடிவடைந்து இரண்டாவது ஐந்தாண்டுத் திட்டம் நடைமுறையிலிருந்த காலகட்டத்தில் நடத்தப்பட்ட இந்தக் காங்கிரசை 'சமுதாயத்தில், பகை, முரண்பாடுகள் மறைந்து விட்டன. இனி வர்க்கப் போராட்டத்துக்கான முக்கியத்துவத்தைக் குறைத்து நிர்மாணப் பணிகளுக்காக எல்லாசக்திகளையும் ஒன்று படுத்தவேண்டும்' என்று ஸ்டாலினியத் தலைமை கொண்டிருந்த நடைமுறைத் தந்திர மார்க்கத்தின் பின்னணியிலேயே பார்க்க வேண்டும். 'ராப்' கலைக்கப்பட்டிருந்ததன் காரணமாக கட்சி சாராத எழுத்தாளர்கள் ஏற்கெனவே ஓரளவு நம்பிக்கை பெற்றிருந்தனர். எனவே அவர்கள் இந்த மாநாட்டில் பங்கேற்றதில் வியப்பில்லை. போரிஸ் பாஸ்டர்நாக், ஐஸக் பேபல், ஆந்த்ரே பெலி போன்ற கட்சி சாராத புகழ்பெற்ற ரஷிய எழுத்தாளர்களும் எர்ன்ஸ்ட் டோல்லர், ஆந்த்ரே மால்ரோ, லூயிஆரகன் போன்ற நாற்பது வெளிநாட்டு எழுத்தாளர்களும் கலந்து கொண்டதும், ரோமா ரோலா, ஆந்திரே ழீட், உப்டன் சின்க்ளெய்ர், பெர்னார்ட் ஷா போன்றோர் வாழ்த்துச் செய்திகளை அனுப்பியிருந்ததும் மாநாட்டுக்கு மேலும் பெருமை சேர்த்தது.

---

2 Quoted by Henri Arvon, Op. cited, p.253.

3 அதேநூல், பக்கம் 253.

அதில் பங்கேற்றவர்கள் தமது சொந்தக் கருத்துகளையும் அபிப்பிராயங்களையும் சுதந்திரமாக வெளியிடுவதற்கான வாய்ப்பும் இருந்தது. 'சோவியத் இலக்கியம்' என்ற தலைப்பில் பேசிய கார்க்கி 'நமது புத்தகங்களில் உழைப்பைத்தான் முதன்மையான கதாநாயனாக்க வேண்டும்' என்றார். "சோசலிச யதார்த்தவாதம் என்பது புரட்சிகர ரொமாண்டிசிசத்தால் *(revolutionary ronanticism)* பக்குவப்படுத்தப்படவேண்டும்" என்றார்:

> யதார்த்தத்திலிருந்து வடித்து எடுக்கப்பட்ட ஒன்றோடு நம்மால் விரும்பப்படுவதையும் சாத்தியமாகக்கூடியதையும் இணைக்கும்போது - படிமத்தை செழுமைப்படுத்தும் போது - அதன் அர்த்தம் விரிவடைகிறது. அப்போது தொல்கதையைத்தழுவி நிற்கிற ஒரு ரொமாண்டிசிசம் கிடைக் கிறது. இது யதார்த்தம் மீதான புரட்சிகர அணுகுமுறையை, நடைமுறையில் உலகத்தை மாற்றியமைக்கிற அணுகுமுறையை ஊக்குவிக்கிறது."[4]

கட்சியின் வழிகாட்டுதலின் கீழ் எல்லா எழுத்தாளர்களையும் ஐக்கியப்படுத்தும் நோக்கத்துடன் நடத்தப்பட்ட மாநாட்டில் முக்கிய உரை ஆற்றியவர் நிகோலாய் புகாரின். சோவியத் கம்யூனிஸ்ட் முதன்மையான கோட்பாட்டாளராக விளங்கிய புகாரின் அச்சமயத்தில்தான் 'மறுவாழ்வு' பெற்றிருந்தார். அவரது 'வலதுசாரிப் பிரிவை' ஸ்டாலின் தோற்கடித்திருந்தார். முன்பு, சோவியத் கலாசாரம் மெல்லமெல்லத்தான் பரிணாம வளர்ச்சிபெறும் என்ற லெனினியக் கருத்தை எதிர்த்து புரொலிட்கல்ட் நிலைப்பாட்டைப் பகிர்ந்து கொண்டிருந்தவர் புகாரின். தனது உரையில் கலைக்கும் விஞ்ஞானத்துக்குமுள்ள வேறுபாடுகளை எடுத்துக்காட்டினார்:

> விஞ்ஞானத்தில் உலகிலுள்ள பண்புவகையில் வேறு பட்டவை, ஒரேசீரானவை அனைத்தும் உடனடியான புலனுணர்வுக்குத் தென்படக்கூடிய வடிவங்களிலிருந்து மாறுபட்ட வடிவங்களைப் பெறுகின்றன. ஆனால் இவை மெய்மை பற்றிய மேலும் நிறைவான பிரதிபலிப்பாக அதாவது மேலும் உண்மையானதாக உள்ளன... கலையோ, - நேரடியாக அனுபவிக்கப்படுவதை எந்த வகையிலும்

---

4 Quoted by Dave Laing, Op. cited, p.37.

அருவமாக தாக்குவதில்லை. இங்கு புலனனுபவம் இரு மடங்கு 'உயிரோட்ட'முடையதாகிறது. அந்தப் புலனனுபவம் செறிவுபடுத்தப்படுகிறது.[5]

ஆனால் இக்கூற்றிலிருந்து, கலை மேற்பரப்பிலுள்ள நிகழ்ச்சிப் போக்கை மட்டுமே வெளிப்படுத்துவதாலும் விஞ்ஞானமோ மெய்மையில் 'புதைந்துள்ள சாரத்'தைப் பிரதிபலிப்பதாலும் கலையானது விஞ்ஞானத்தைவிடத் தாழ்ந்தது - என்று பொருள்கொள்ளக்கூடாது என்றார். கலையைப்பற்றிய மேற்காணும் வரையறையின் காரணமாக நாம் ஒரு பிரமையை அல்லது கனவைப்பற்றிப் பேசுவதாகக் கருதலாகாது என்றும் மேற்பரப்பிலுள்ள நிகழ்ச்சிப்போக்கில் சாரம் புலப்படுகிறது; சாரம் மேற்பரப்புடன் ஒன்றிணைகிறது என்றும் நமது புலன்களுக்கும் புற உலகத்துக்குமிடையே தடுப்பு வேலிகள் ஏதும் இல்லை என்றும் கூறினார். மொழி, சொற்கள் ஆகியவற்றுக்கு புகாரின் முக்கியத்துவம் தந்து உருவவியலாளரின் நுட்பங்களைப் பாராட்டினார். கலையின் சமூகச் செயற்பாட்டின் நெடுங்கால வரலாற்றைச் சுட்டிக் காட்டிய அவர் இலக்கியத்தின் வாயிலாக சமூக மதிப்பீடுகளை மறுபடைப்புச் செய்யவேண்டியதன் அவசியத்தை வற்புறுத்தினார். அதே நேரத்தில் எல்லா எழுத்தாளர்களுமே ஒரே பாட்டை ஒரே சமயத்தில் பாடவேண்டியதில்லை என்றும் ஒரே மாதிரியான இலக்கிய வகை மாதிரிகளையும் வில்லன்களையும் படைக்க வேண்டியதில்லை என்றும் கூறினார். சோசலிச யதார்த்தவாதம் என்பது ஒரே சீரான பாணியல்ல. மாறாக எல்லா எழுத்தாளர்களும் கடைப்பிடிக்க வேண்டிய ஒரு பொதுவான நோக்குநிலை அல்லது கண்ணோட்டம்; அந்த நோக்கு நிலையை சோவியத் சமுதாயத்தின் தன்மையும் அது சோவியத் எழுத்தாளர்களுக்கு வழங்கியுள்ள புதிய வாசகர் கூட்டமுமே நிர்ணயித்துள்ளன என்று கூறினார்.

சோவியத் இலக்கியத்தின் எதிர்காலப்போக்கை தீர்மானிக்கப் போகிற அலெக்ஸாண்டர் ஸ்தானோவ் (*Alexander Zhdanov* 1896-1948 - அப்போது பிரபலமாகாதிருந்தவர், கட்சி, மத்தியக் குழுவின் செயலாளராகப் பணியாற்றியவர்) இந்த மாநாட்டுக்குமுன்பு முடிவடைந்த 17ஆவது கட்சிக் காங்கிரஸிற்குப் பிறகு

5 அதே நூல், பக்கம் 19.

நிலவிய அரசியல் நிலைமை பற்றிக் கூறிவிட்டு, 'நமது பொருளாதாரத்திலும் மக்களின் மனங்களிலும் உள்ள முதலாளிய எச்சத்தைத் துடைத்தெறிய வேண்டியது' அவசியம் என்று கூறினார் (பொருளாதார நிர்மாணம் போல கலாசார நிர்மாணம் இருக்கமுடியாது என்று லெனின் கூறியது நினைவிருக்கலாம்.) ஒரு கலைப்படைப்பு அதைப்படைத்த சமுதாயத்தைப் பிரதிபலிக்கிறது என்ற ப்ளோக்கனோவின் பண்படாத சமூகவியல் கண்ணோட்டமும் இத்தகைய இலக்கியப்படைப்புகளைத் தாமாகவே முன்வந்து எழுத்தாளர்கள், படைக்கவேண்டும் என்ற நெறியும் இணைந்த எளிமைப்படுத்தப்பட்ட அழகியல் கண்ணோட்டத்தை அவர் முன்வைத்தார். "சோவியத் இலக்கியம் சோசலிச அமைப்பின் நெறிகளையும் சாதனைகளையும் பிரதிபலிக்கிறது", "பூர்ஷ்வா இலக்கியத்தின் வீழ்ச்சிக்கும் நசிவுக்கும் காரணம் முதலாளித்துவ அமைப்பின் வீழ்ச்சியும் நசிவுமே" என்ற கொச்சைத்தனமான கூற்றையும் வெளிப்படுத்தினார். 'எழுத்தாளன் மனித ஆன்மாவின் பொறியியலாளன்' என்ற ஸ்டாலினின் வாசகத்தை சோவியத் எழுத்தாளர்கள் மனத்தில் கொள்ளவேண்டும் என்றும் இத்தகைய பொறுப்பை அவர்கள் நிறைவேற்றவேண்டும் என்றும் கூறினார்.

'அப்பழுக்கில்லாத கதாநாயகன்' என்ற கருத்தும் இம்மாநாட்டில் விவாதிக்கப்பட்டது. வேரா இன்பர், கிரிலெங்கோ போன்றவர்கள், ஒரு சூத்திரத்தின் அடிப்படையில் அருவமான, தட்டையான, ஒரே மாதிரியான பாத்திரங்களைப் படைப்பதிலும் நேர்மை, திறமை, பண்பாடு ஆகிய அரும்பண்புகளை மட்டுமே கொண்ட புதிய கதாநாயகனைப் படைப்பதிலும் உள்ள அபாயங்களைச் சுட்டிக்காட்டினர். அத்தகைய பாத்திரங்கள் நடமாடும் சூத்திரமாக அல்லது பண்புகளற்ற இயந்திர மனிதர்களாக சீரழிந்துவிடும் என்றும் எச்சரித்தனர்.

யூரி ஒலெஷா பேசுகையில், தனிமனித அனுபவத்திற்குள்ள முக்கியத்துவத்தை வற்புறுத்தினார். நல்லவர்களையும் தீயவர்களையும் சித்திரிக்கையில் நமக்குள்ளேயே உள்ள நன்மையும் தீமையும்தான் வெளிப்படுகின்றன என்றார். ஆந்ரே பெலி இரண்டுமுறை 'மனித ஆன்மாவின் பொறியியலாளன்' என்ற வாசகத்தை மேற்கோள் காட்டியபோதிலும் அவர் கொடுத்த அழுத்தம் மொழிபற்றியது; செயற்கையான, கொச்சையான,

அதிகாரிவர்க்க சொற்கள் எதிரியின் கரங்களுக்கே பயன்படும் என்றார். இதற்காக அவர் குட்டிக் கதையொன்றைக் கூறினார்:

> அண்டைவீட்டுத் தொழிலாளி ஒருவன் தன் மனைவியை அடிக்கிறான். ஒரு கூட்டம் சேர்கிறது. ஒருவன் கூறு கிறான்: 'அவன் சரியில்லை. மனைவியை அடிக்கிறான்; மற்றொருவன் கூறுகிறான்: 'அவன் காக்காய்வலிப்பு நோயாளி'; மூன்றாவது ஆள் கூறுகிறான்: 'என்னது காக்காய்வலிப்புக்காரனா, அவன் எதிர்ப்புரட்சியாளன் ஐயா'[6]

நமது காலத்தின் மிகக் குறிப்பிடத்தக்க கவிஞர் என்று புகாரினால் அந்த மாநாட்டில் புகழப்பட்ட போரிஸ் பாஸ்டர்நாக் பேசுகையில், தான் ஒரு 'போராளி' அல்லவென்றும் தனது அக்கறை யாவும் கவிஞரின் மொழிபற்றியவைதான் என்றும் கூறினார். கலையையும் அரசியலையும் இணைத்தல் பற்றிய தனது சொந்தக் கருத்துகளையும் கூறினார். மாநாட்டை வழிநடத்திச் செல்பவர்களில் ஒருவராகப் பன்னிரண்டு நாள்களாக உட்கார்ந்திருப்பதாகவும் அங்கு பேசியவர்கள், மாநாட்டுக்கு வருகை தந்த தொழிலாளிகள், உழவர்கள், படைவீரர்கள், மாணவர்கள் ஆகியோருடன் ஓர் அசாதாரணமான மௌன உரையாடலில் ஈடுபட்டிருந்ததாகவும் பாசக் கண்ணீரையும் சைகைகளையும் மலர்களையும் அவர்களோடு பரிவர்த்தனை செய்து கொண்டிருந்ததாகவும் கூறினார்:

> கட்டுப்படுத்தமுடியாத உணர்வெழுச்சியின் கரரணமாக, மெட்ரோவிலிருந்து வந்துள்ள பெண்தொழிலாளியின் தோளிலிருந்து நிலக்கரி தோண்டும் கருவியை - அதற்கு என்ன பெயர் என்பது எனக்குத் தெரியாது- அவரது தோளிலிருந்து இறக்கி வைக்க நான் விரும்பினேன். எனது அறிவு ஜீவி உணர்வைப் பார்த்து அப்போது இந்த மேடையிலிருந்து சிரித்த தோழர், அத்தொழிலாளி எனது சகோதரி என்பதையும் எனது பழைய, நெருங்கிய நண்பரொருவருக்கு உதவுவது போல அத்தொழிலாளிக்கு உதவவேண்டும் என்று எனக்குச் சட்டென்று பட்டது என்பதையும் புரிந்து கொள்வாரா?"[7]

---

6 Max Howard and Leopold Labedz, (ED) Op. cited, p.67

7 அதே நூல், பக்கம் 68.

நமது சமகாலவாழ்வுடன் நடத்தும் உரையாடலில் கவிதை பிறக்கிறது; தனியுடைமை என்ற நங்கூரங்களிலிருந்து தம்மை விடுவித்துக் கொண்டு, நினைத்துப் பார்க்கக் கூடிய ஒரு பரந்த வெளியில் சுதந்திரமாக இயங்கிக் கொண்டிருக்கும் மக்களுடன் உரையாடலில் ஈடுபடும் போதுதான் 'உன்னதமான கவிதை மொழி பிறக்கிறது'; இந்த மொழியானது மெய்மையின் எல்லைகளை விரிவுபடுத்தியுள்ளது; நம்மால் என்ன செய்ய முடியுமோ - சோசலிச உலகில், எது செய்யப்பட வேண்டுமோ - அந்தப் பிரதேசத்திற்கு நம்மை அழைத்து வந்துள்ளது என்று கூறிய பாஸ்டர்நாக் கவிதை பற்றிய தன் கருத்தைக் கூறினார்:

> கவிதை என்பது உரை நடை-இதன் பொருள் யாரோ ஒருவரது ஒட்டுமொத்தமான உரைநடைப் படைப்புகள் என்பதல்ல; உரைநடையே அது, உரையாடலின் ஒலி தான் அது; இயக்கத்தில் உள்ள உரைநடை; சொன்னதையே சொல்வதல்ல கவிதை; அது ஜீவத்துடிப்புள்ள உண்மையின் மொழி. உயிரோட்டமுள்ள பின்விளைவுகளைக் கொண்ட உண்மையின் மொழி[8]

தனது உரையின் முடிவில் அவர், மக்களும் அரசும் காட்டும் பெரும் ஆதரவின் காரணமாக எழுத்தாளர்கள் இலக்கியப் பிரமுகர்களாக ஆகிக்கொண்டிருக்கும் அபாயம் பற்றிய தனது கவலையைத் தெரிவித்தார். எழுத்தாளனுக்கு அதிகமான சன்மானங்களை வழங்குவதால் ஏற்படும் அந்நியமாதலைத் தடுப்பதற்கான ஒரேவழி அவன் தாய் நாட்டின் மீதும் அதன் மகத்தான மக்கள் மீதும் காட்டுகிற நேசம்தான் என்றார்.

ஐசக் பேபல் பேசுகையில் மொழிபற்றிய பிரச்சனைகளே தனது அக்கறையாக உள்ளன என்றும் ஆனால் வெற்று அரட்டைகள் மூலமோ அல்லது தீர்மானங்கள் மூலமோ - இவையிரண்டுக்கும் பஞ்சமில்லை - இவற்றைத் தீர்க்க முடியாது என்றும் கூறினார்.

புதிய சோசலிச சமுதாயத்தின் இலக்கியம் எத்தகையதாக இருக்க வேண்டும் என்ற விவாதம் நடந்தபோதிலும், திட்டவட்டமான முடிவுகள் ஏதும் எடுக்கப்படவில்லை. ஆனால் ஸ்தானோவ் வெட்ட வெளிச்சமாகக் கூறியவையே பின்வரும் ஆண்டுகளில் இலக்கியப் படைப்புக்கான வழிகாட்டுநெறிகளாக அமைந்துவிட்டன.

---

8 அதே நூல், பக்கம் 69.

எல்லா இலக்கியங்களிலும் உள்ள மிகச் சிறப்பானவற்றுக்கான ஒரே வாரிசு சோசலிச யதார்த்தவாதம்தான் என்றும் இலக்கிய மரபை விமர்சனரீதியாகத் தன்வயமாக்கிக்கொள்ளப் பெரும் முயற்சிகளைச் செய்யவேண்டும் என்றும் அவர் கூறினார். கலாசாரரீதியாக வளர்ச்சிபெற்றுவரும் மக்கள் திரளினரின் தேவைகளைப் பூர்த்திசெய்கின்ற படைப்புகள் உருவாக்கப்பட வேண்டும் என்று அவர் வற்புறுத்தினார். இப்படைப்புகள் இந்த யுகத்தைப்பற்றிய தெளிவான சித்திரமாக இருக்க வேண்டும் என்றார்.

சிக்கலான, நுட்பமான இலக்கியப்படைப்புகள், வெகுமக்கள் ரசனை என்பனபற்றித் தம் கருத்துகளைக் கூறிய பிரெஞ்சு எழுத்தாளர் ஆந்திரே மால்ரோ "ஒரு மகத்தான யுகத்தின் புகைப்படச் சித்திரம் மாபெரும் இலக்கியம் ஆகாது" என்று கூறினார்.

> இலக்கியத்தின் கடமை பிரக்ஞைக்கு அப்பால் இருப்பதை வெல்வதாகும்; அனுபவத்தை உணர்வுபூர்வமான சிந்தனையாகக் குறுக்குவதாகும். இந்தப் பொருளில்தான், மகத்தான படைப்பு ஒவ்வொன்றும் ஒரு வெற்றியாகும். ஆனால் உளவியல்ரீதியான ஆழமும் உளவியல் பரிமாணமும் இன்றியமையாதவை. ஆஸ்டெர்லிட்ஸ் போர்க்களத்தில் வேதனையையும் செருக்கையும் வென்றுவந்த ஆந்த்ரெய்போல் கோன்ஸ்கியின்[9] 'மகத்தான கவிதை தரிசனங்கள்' மனித அனுபவத்தை செழுமைப்படுத்துகின்றன. ஏனெனில் வாழ்வது எவ்வாறு என்பதை அவை மனிதர்களுக்குப் போதிக்கின்றன"[10]

இலக்கிய ஆய்வுக் குழுக்களில் பயிற்றுவிக்கப்பட்ட தொழிலாளர்கள் விரும்பும் புத்தகங்கள், அவ்வாறு பயிற்றுவிக்கப்படாத அவர்களது சகாக்கள் விரும்பும் புத்தகங்களிலிருந்து மாறுபட்டவை என்று கூறினார். "வெளிநாடுகளில் சோவியத் யூனியனின் இலக்கியத்துக்குப் பெருமை தேடக்கூடியன உண்மையிலேயே புதியபடைப்புகள்தாம் என்றும் மயாகோவ்ஸ்கியும் பாஸ்டர் நாக்குமே அங்கு சோவியத் இலக்கியத்துக்குப் பெருமை தேடித்தருகின்றனர்" என்றும் கூறினார்.

---

9 தோல்ஸ்தோயில் 'போரும் சமாதானமும்' நாவலில் வரும் நிகழ்ச்சி.

10 Max Howard and Leopold Labedz, (ED) Op. cited, p. 72.

ழான் ரிச்சர்ட்ப்ளாஹ் பேசுகையில் இலட்சக்கணக்கான வாசகர்களுக்கு எழுதக்கூடிய எழுத்தாளர்கள் இருப்பது எப்படித் தவிர்க்கமுடியாததும் அவசியமானதுமானதும் ஒன்றோ அதுபோலவே பத்தாயிரக்கணக்கான வாசகர்களுக்கான எழுத்தாளர்கள், ஐயாயிரம் வாசகர்களுக்கான எழுத்தாளர்கள் இருப்பதும் தவிர்க்கமுடியாததும் அவசியமானதுமாகும் என்றார். மிகச்சிறிய எண்ணிக்கையிலான வாசகர்கள்தான் இலக்கியத்தின் பரிசோதனை முன்னோடிகளுக்கான ஆதரவைத் தருபவர்கள்; வர்க்கமற்ற சோசலிச சமுதாயம் என்ற உன்னதமான கனவைக் கொண்டிருக்கும் சமுதாயம் "வெகுமக்கள்ரசனை என்ற எண்ணம் இலக்கியத்தில் ஊடுருவுவதை" அனுமதிக்கக்கூடாது என்றார்.

சோவியத் எழுத்தாளர் இலியா ஏஹ்ரன்பர்க் பேசுகையில் மயாகோவ்ஸ்கி, பாஸ்டர் நாக் ஆகியோரைப் படித்து ரசிப்பதற்கு ஒருவரது கலாசார அளவு உயர்ந்திருக்கவேண்டும் என்றும் சகிப்புத்தன்மை இருக்கவேண்டும் என்றும் பல்வகைப் படைப்புகளும் நுட்பமான படைப்புகளும் படைக்கப்படவேண்டும் என்றும் கூறினார். ஐஸக் பேபல், யூரி ஒலெஷா ஆகியோர் நீண்டகாலமாக ஏதும் படைக்காமலிருப்பதற்காக அவர்களைக் கண்டிக்கக் கூடாது என்றும், 'முயல் சீக்கிரமாகக் குட்டி போட்டுவிடும், யானை அப்படியல்ல' என்றும் கூறினார். மேற்கு நாடுகளின் இலக்கிய உத்திகளைக் கண்மூடித்தனமாகப் பின்பற்றியோ அல்லது அவற்றை ஒரேயடியாக நிராகரித்தோ அல்லது இரண்டையும் சேர்த்துக் கதம்பமாக்கியோ புதிய வடிவங்களை உருவாக்கிவிட முடியாது என்று கூறிய அவர் சோவியத் கட்டடக்கலையில் ஏற்பட்டுள்ள வக்கிரங்களைச் சுட்டிக் காட்டினார். ஆனால் புதிய வடிவங்கள் இன்றியமையாதவை என்றும், 1900 இல் இருந்த இலக்கிய, கலைவகையைப் *(genre)* பயன்படுத்துவது பிற்போக்குத்தனமானது என்றும் கூறினார். ஸெஸேன் *(Cezanne)* மட்டுமல்லாது டச்சு நாட்டின் பெரும் ஓவியர்களும்கூட ஆப்பிள் பழத்தை ஓவியமாகத் தீட்டினர். எந்த முறையில் அதைச்செய்தார்களோ அதில்தான் ஒருவருக்கொருவர் வித்தியாசப்பட்டனர். கலையை ஆழமாகக் கற்றல் என்பது கதைப் பின்னல்களின் பட்டியலை ஆய்வதல்ல என்றும் குழுவாகச் சேர்ந்து எழுதுவது முட்டாள்தனமானது என்றும் கலையைப் படைத்தல் என்பது பிறரோடு பகிர்ந்துகொள்ளமுடியாத, பிறரின்

தலையீடு இருக்கக்கூடாத அந்தரங்கமான அனுபவம் என்றும் அவர் கூறினார்.

இதே மாநாட்டில்தான் மேற்கு நாட்டு நசிவு - இலக்கியம் என்ற பெயரில் கார்ல் ராடெக் (அன்றிருந்த முக்கிய கம்யூனிஸ்ட் தலைவர்) ஜேம்ஸ் ஜாய்ஸ், மார்ஸல் புரூஸ்ட் ஆகியோரைத் தாக்கினார். அறிவுத்துறையில் முதலாளியம் சுருங்கிப்போய்விட்டது என்றும் அற்பமான உள்ளடக்கமும் அற்பமான வடிவமும் கொண்ட படைப்புகளையே முதலாளியம் உருவாக்கிக்கொண்டிருக்கிறது என்றும் கூறினார். மிக சாமான்யனைக் கதாநாயகனாகக் கொள்ளும் ஜாய்ஸின் படைப்பான 'யுலிஸ்ஸி'ல் சித்திரிக்கப்படும் வாழ்வு 'புழுக்கள் நெளிகின்ற சாணக்குவியல்பற்றிய மைக்ராஸ்கோப் படப்பிடிப்பாக உள்ளது' என்று கூறினார். சில ஆண்டுகளுக்குப் பிறகு ராடெக் ஸ்டாலினால் ஒழித்துக் கட்டப்பட்டுவிட்ட போதிலும் ஜாய்ஸ், புரூஸ்ட், காஃப்கா போன்ற நவீனத்துவ எழுத்தாளர்கள் பற்றிய இத்தகைய அபிப்ராயமே கம்யூனிஸ்ட் வட்டாரங்களில் நெடுங்காலம் மேலோங்கியிருந்தது.

இந்தக் காங்கிரஸ் என்ன குறைபாடுகளைக் கொண்டிருந்த போதிலும் பல்வேறு அபிப்ராயங்கள் அங்கு சொல்லப்படுவதற்கான வாய்ப்பு இருந்தமை குறிப்பிடத்தக்கது. ஆனால், குறிப்பிட்ட பாணியில்தான் படைப்புகள் உருவாக்கப்படவேண்டும் என்பதில்லை என்று அக்காங்கிரஸில் தரப்பட்ட வாக்குறுதி மிக விரைவிலேயே காற்றில் பறக்கவிடப்பட்டுவிட்டது. அடுத்த காங்கிரஸ் மூன்றாண்டுகளுக்குப் பிறகு நடத்தப்படவேண்டும் என்று முடிவு செய்யப்பட்டிருந்தும் 1954 இல்தான் (ஸ்டாலின் மறைவுக்குப் பின்னர் தான்) அது நடைபெற்றது. இதற்கிடையே ஏராளமான மாற்றங்கள் ஏற்படலாயின. கலாசார விஷயங்கள், கலையுடன் எவ்வித சம்பந்தமுமில்லாத, ஆனால் கட்சியில் செல்வாக்குமிகுந்திருந்த அதிகாரிகளான ஸ்தானோவ் போன்றவர்களின் இறுக்கமான கட்டுப்பாட்டுக்குள் வரலாயின. அவர்கள், ஒரு எழுத்தாளனின் படைப்பு எத்தகைய உள்ளடக்கத்தையும் உருவத்தையும் கொண்டிருக்கவேண்டும் என்பதைத் தீர்மானிக்கலாயினர். இலக்கியம் மென்மேலும் ஒரே சீரான தன்மையைப் பெற்றுவந்தது. சோசலிச யதார்த்தவாதம் என்ற ஒரேமுறையே கடைப்பிடிக்கப்பட்டு வந்தது. கலை - இலக்கிய விவகாரம் சார்ந்த அமைச்சவைக் குழுக்களின்

செயல்பாடுகள் அதிகரித்தன. இலக்கியப்படைப்புகள், இசையமைப்புகள், திரைப்படங்கள் முதலானவற்றுக்கு 'ஸ்டாலின் பரிசுகள்' வழங்கப்படலாயின. கலைஞர்கள் பல்வேறுவகையில் கௌரவிக்கப்பட்டனர். ஒரு கலைஞனுக்குக் கட்சியிடமிருந்து கிடைக்கும் அங்கீகாரம் அல்லது விமர்சனம் என்பதைப் பொருத்து அவனது தலைவிதி அமைந்தது. படைப்புப் புதுமைகள் படைத்தல் அரசாங்கக் குழுக்களின் முடிவுகளைச் சார்ந்திருக்க வேண்டியதாயிற்று. தத்துவமும் கோட்பாடுகளும் கூட மத்தியப்படுத்தப்பட்ட கட்டுப்பாட்டுக்குள் கொண்டுவரப்பட்டன.

இலக்கியம் பரவலாக்கப்படுவதும் சமூக வாழ்க்கையில் அது வகிக்கும் பாத்திரமும் அங்கீகரிக்கப்பட்டன. 'மேலிருந்து உருவாக்கப்படுகிற புரட்சியால், திட்டமிடப்பட்டு நிர்மாணிக்கப்படுகிற சமுதாயத்தில் இலக்கியத்தை ஒருங்கிணைப்பதன் அவசியத்தைக் கட்சி முன் எப்போதையும்விட அதிகமாக உணரத் தலைப்பட்டது. இந்த ஒருங்கிணைப்புக்குத் தேவையான சாதனங்கள், அமைப்புகள், பத்திரிகைகள் முதலியன மேலும் எச்சரிக்கையோடு கண்காணிக்கப் படலாயின. 1932-36 வரை இத்தகைய கட்டுப்பாடுகளுடன் ஓரளவு 'சகிப்புத்தன்மை'யும் கூட அவ்வப்போது நிலவியதுண்டு. ஆனால் 1936-39இல் த்ரோத்ஸ்கியவாதிகளும் புகாரின், ஜீனோவீவ் போன்றோரும் ஸ்டாலினின் உண்மையான மற்றும் கற்பனையான எதிரிகளும் ஒழித்துக்கட்டப்பட்டபிறகு, ஒடுக்குமுறை கலைஞர்கள் மீது பாய்ந்தது. கட்சி மார்க்கத்தை ஏற்றுக்கொள்ளாதவர்கள் எனக் கருதப்பட்ட சகபயணிகளும் கம்யூனிஸ்ட் கலைஞர்களும் எதிரிகளாகப் பாவிக்கப்பட்டு ஒழித்துக்கட்டப்பட்டனர். சிறைகளிலோ, உழைப்பு முகாம்களிலோ செத்து மடிந்த கலைஞர்களில் குறிப்பிடத்தக்கவர்கள்: போரிஸ் ஐசன்பாம், பில் நியாக், ஐஸக் பேபல், ஓசிப்மாண்டல்ஷ்டாம், வியவஸலோட் மெயர்ஹோல்ட், நிகோலாய் க்ளூயெவ், பீட்டர் ஒரென்ஷன், பெவெல் வாஸிலியெவ், ஐவான் கதாயெவ், போரிஸ் குபெர், விளாடிமிர் கிர்ஷோன்...

பல்வேறு இலக்கியக்குழுக்களில் செல்வாக்குப் பெற்றிருந்தவர்களும் அரசாங்கத்தின் 'அழகியல் கோட்பாடு'களை விமர்சித்தவர்களுமான உருவவியலாளர்களை ஒழித்துக்கட்டுவதற்கு குற்றச்சாட்டுகளும் அவதூறுகளும் மலிந்த இந்த சகாப்தம்

கட்சிச் சித்தாந்தவாதிகளுக்குப் பயன்பட்டது. மேற்குலகிலும் மிக அண்மைக்காலமாக ரஷியாவிலும் போற்றப் படும் இலக்கியவாதிகளும் விமர்சகர்களுமான விக்டர் ஸ்க்ளோவ்ஸ்கி, போரிஸ் டோமாஷ்வ்ஸ்சி, போரிஸ் ஐசன்பாம், விக்டர் ழீர்முன்ஸ்கி முதலானோர் உருவவியலாளர்தாம். அவர்களுக்கு நிகரான படிப்பும் புலமையும் உடைய ஒரே ஒரு மார்க்சிய அழகியலாளரைக்கூட புரட்சிக்குப் பிந்திய 30 ஆண்டுகளில் சோவியத் ரஷியா உருவாக்கி யிருக்கவில்லை. கலை இலக்கியத்தில் வறட்டுத்தனமான சமூகவியல் பார்வையை நிராகரித்த அவர்கள் இன்று அமெரிக்காவில் பிரபலமாகியுள்ள நவ - திறனாய்வு *(Neo - Criticism)*, ஐரோப்பாவில் பிரபலமாகியுள்ள அமைப்பியல், குறியியல் ஆகியவற்றின் முன்னோடிகளாகத் திகழ்ந்தவர்கள். 1920களில் தமக்கும் த்ரோத்ஸ்கி போன்ற மார்க்சியர்களுக்கும் இடையில் நடந்த கருத்துப் போராட்டத்தின் விளைவாக அவர்கள் தமது தவறான கருத்துகள் சிலவற்றைக் கைவிட்டனர். இலக்கியப் படைப்புகளில் கையாளப்படும் பாணிகளும் உத்திகளும் பொதுவான வரலாற்று வாழ்க்கை நிலைமைகளைச் சார்ந்துள்ளன என்றும் சமூக மாற்றம் என்ற மேலும் விரிந்த கட்டுக்கோப்புக்குள்ளேயே கலை வடிவங்களில் மாற்றங்கள் ஏற்படுகின்றன என்றும் அவர்கள் பேசத் தொடங்கினர். கலை வெளிப்பாட்டுச் சாதனங்களில் வர்க்கக் கட்டமைப்பு மறைமுகமாகப் பிரதிபலிக்கப்படுகிறது என்றும்கூட சொல்லத் தொடங்கியிருந்தனர். ஆயினும் ஒடுக்கு முறையிலிருந்து அவர்களைக் காப்பாற்ற இவை போதுமானதாக இருக்கவில்லை!

இலக்கிய விமர்சனத்தின் கடமை, இலக்கியப் படைப்புகளிலுள்ள பாத்திரங்களை, யதார்த்த வாழ்வுபற்றிக் கட்சி உருவாக்கியிருந்த அருவமான படிமங்களுடன் ஒப்பிட்டுப் பார்த்துத் தீர்ப்புக் கூறுவது என்ற நிலைக்குத் தள்ளப்பட்டது. குறிப்பிட்ட சொற்றொடர்கள், புளித்துப்போன பதங்கள், தயாராக வைத்திருக்கும் அடையாளச் சீட்டுகள் ஆகியவற்றைக் கொண்டு 'தரப்படுத்தப்பட்ட' இலக்கிய விமர்சனமுறை, வித்தியாசமான கருத்துகளையும் பாணிகளையும் உருவவியல் என்று இகழ்ந்துரைத்து ஒழித்துக்கட்டப் பயன்பட்டது. நாடகத்திலும், இசையிலும், ஓவியம், கட்டடக்கலை போன்றவற்றிலும் துணிச்சலான பரிசோதனைகளுக்கு முற்றுப்புள்ளி வைக்கப்பட்டது. மெயர்ஹோல்ட், தைரோவ், வாக்டாங்கோவ் போன்ற நாடக

மேதைகளும் ஷஷ்டகோவிச் போன்ற இசைமேதைகளும் செய்துவந்த பரிசோதனைகள் கண்டனம் செய்யப்பட்டன. சர்க்கஸ்கூட விமர்சனத்துக்குள்ளாயிற்று! சர்க்கஸ் கோமாளிகளின் கோமாளிக் கூத்துகள் பல 'கலை கலைக்காகவே' என்ற அபாயகரமான போக்கின் வெளிப்பாடாகக் கருதப்பட்டு கண்டனம் செய்யப்பட்டன!

மரபான செவ்வியல் நாடகங்களும் கார்க்கியின் நாடகங்களுமே திரும்பத் திரும்ப நிகழ்த்தப்பட்டன. அங்கதத்சுவை நிறைந்த நாடங்கள் பிரபல்யமாகிய போதிலும் அவை அரசாங்கத்தின் கடுஞ்சினத்திற்கு இலக்காயின. 1920களின் இறுதியிலும் 1930களின் துவக்கத்திலும் மெயர்ஹோல்ட், மயாகோவ்ஸ்கியின் இரு நாடகங்களையும் நிகோலாய் எர்ட்மனின் நாடகமொன்றையும் இயக்கியிருந்தார், எர்ட்மனின் 'நற்சாட்சிப் பத்திரங்கள்' என்ற நாடகம் பழைய ஜாராட்சியைக் கேலிசெய்யும் வகையில் எழுதப்பட்டிருந்தது. அது மிக சாதுர்யமாக, சோவியத் அதிகாரிவர்க்கத்தையும் நாடு முழுவதும் விரவியிருந்த அச்சவுணர்வு, சந்தேக மனப்பான்மை ஆகியவற்றையும் அம்பலப் படுத்தியிருந்தது. எனவே கட்சிப் பத்திரிகைகளால் அவதூறு செய்யப்பட்டு கடைசியில் தடை செய்யப்பட்டது. அவரது இரண்டாவது நாடகமான 'தற்கொலை'யின் ஒத்திகை, கட்சி அதிகாரிகளால் மேற்பார்வையிடப்பட்டு கடைசியில் நாடகமே தடை செய்யப்பட்டது. பெரும் 'களையெடுப்புக'ளின்போது சிறையிலடைக்கப்பட்டுப் பின்னர் ஓராண்டுக்குப்பின் உழைப்பு முகாமுக்கு அனுப்பப்பட்ட அவர் இருபதாண்டுகளுக்குப் பின்னரே மாஸ்கோ திரும்பினார். 1956 இல் சினிமாத் திரைக்கதைகள் எழுதிப் பிழைக்கவேண்டியவரானார். மிகெயல் புல்காகோவின் 'சொய்காவின் குடியிருப்பு', புதிய பொருளாதாரக் கொள்கைக் காலகட்டத்திலிருந்த எதிர்மறை அம்சங்கள் பற்றிய கிண்டல் சித்திரம். அரசாங்க அதிகாரிகளுக்கு எரிச்சலூட்டிய அந்த நாடகம் அரங்குகளிலிருந்து அப்புறப்படுத்தப்பட்டது.

1930 களில் நையாண்டி இலக்கியங்களும் நாடகங்களும் தடை செய்யப்பட்டன. அரசியல் பிரசார நாடகங்கள் முதலிடம் வகிக்கலாயின. கட்சி உறுப்பினர்கள் உள்ளிட்ட இளம் நடிகர்கள் நடித்த இந்த நாடகங்களிற் ஒருசில பாராட்டத்தக்க படைப்புகள் என மார்க்சியரல்லாத விமர்சகர்கள் சிலர் கூறுகின்றனர்.

ஆனால் இத்தகைய நாடகாசிரியர்களில் மிகத்திறமைசாலியாகக் கருதப்படும் நிகோலாய் போகோடின்கூட யதார்த்த நிலையை மிகமி எளிமைப்படுத்துகிற போக்குக்கு உட்படவேண்டியிருந்தது. போரிஸ் ரோமானோவ் எழுதிய நாடகம் கடுமையாக விமர்சிக்கப்பட்டு தடை செய்யப்பட்டது. விளாடிமிர் கிர்ஷோன் எழுதிய 'ரொட்டி' என்ற நாடகம் ஒரு கிராம அளவில் புரட்சியை நடைமுறைப்படுத்துவது பற்றிய படைப்பு. 'அற்புத உலோகக்கலவை' என்ற மற்றொரு நாடகம் இளைஞர்களைப் பற்றிய நகைச்சுவை நாடகம். ஆனால் கட்சி மார்க்கத்திலிருந்து திசைவிலகியதாகக் குற்றம் சாட்டப்பட்ட கிர்ஷோன் 1938 இல் கொல்லப்பட்டார். அவரது நாடகங்கள் தடை செய்யப்பட்டன. 1956 இல் இதே நாடகம் சோவியத் யூனியனில் 200 அரங்குகளில் மேடையேற்றப்பட்டது.

நாடகத்துறையில் பழைய யதார்த்தவாத மரபும் ஸ்டானிஸ்லாவ்ஸ்கி பாணியுமே கோலோச்சத் தொடங்கின. நாடகக்கலையில் முன்னுவமை காணாத புதுமைகளைப் புகுத்திய தைரோவ், மெயர்ஹோல்ட், வாக்டங்கோவ் ஆகியோரின் மரபு 1935 - 37இல் 'உருவவியல்,' 'நசிந்துபோன பரிசோதனைவாதம்' 'அழகியல்வாதம்' என இகழப்பட்டன. மெயர்ஹோல்ட் பதவி இறக்கம் செய்யப்பட்டார். எல்லாவிதமான பொறுப்புகளும் பறிக்கப்பட்டு பல மாதங்கள் செயல்பட முடியாதிருந்த மெயர்ஹோல்ட் பங்கு பெற்ற கடைசிப் பொது நிகழ்ச்சி 1939 இல் நடைபெற்ற நாடக இயக்குநர்கள் மாநாடாகும். அவரை எப்படியும் பணியவைத்துவிட வேண்டும் என்று நினைத்த கட்சித் தலைமைக்கு அவர் ஆற்றிய உரை ஏமாற்றத்தையும் எரிச்சலையும் தருவதாகவே இருந்தது:

> சோசலிச யதார்த்தவாதம் எனக் கூறப்படும் இந்தப் பரிதாப கரமான, வீரியமற்ற விஷயத்திற்கும் கலைக்கும் எவ்வித சம்பந்தமுமில்லை. நாடகம் என்பது கலையுலகைச் சேர்ந்தது. கலையின்றி நாடகம் ஏதும் இல்லை. மாஸ்கோ நாடக அரங்குகளுக்குச் சென்று அங்கு நிகழ்த்தப்படும் சலிப்பூட்டும் சுவாரசியமற்ற நிகழ்ச்சிகளை ஒருமுறை பாருங்கள். சுத்தமான உதவாக்கரை என்ற நிலையை எந்த அளவுக்கு சமீபிக்கின்றன என்பதிலேதான் அவை ஒன்றுக்கொன்று மாறுபடுகின்றன. இந்த மகத்தான நாடக வட்டாரங்களில் ஒருகாலத்தில்

ஊக்கத்துடனும் இடைவிடாமலும் புதுப்பிக்கப்பட்டுவந்த கலை இருந்தது. இங்கு கலைக்குத் தங்களை அர்ப்பணித்துக் கொண்ட மனிதர்கள் ஆராய்ச்சியில் ஈடுபட்டிருந்தனர். பரிசோதனைகளில் திளைத்துத் திணறிய பின்னர் நாடகக் காட்சி அமைப்புகளுக்கான புதிய பாதைகளைக் கண்டறிந்தனர். அவை சிலசமயங்களில் மோசமானவையாகவும் இருந்தன. - இந்த வட்டாரங்களில் இப்போதோ நாம் சலிப் பூட்டும் சராசரித்தனத்தையே காண்கிறோம். மிகப்பெரும் நல்லெண்ணத்துக்கு ஆட்பட்ட ஆனால் நம்பிக்கையிழந்து விட்ட மனிதர்களையே பார்க்கிறோம். பயங்கரமான திறமைக்குறைவை வெளிப்படுத்திக்கொண்டிருக்கிற மனிதர் களையே பார்க்கிறோம்."[11]

இத்தகைய துணிச்சல்மிக்க சொற்பொழிவாற்றிய மெயர்ஹோல்ட் அடுத்த நாள் கைது செய்யப்பட்டார். விசாரணையின் போதோ, காவல்முகாமில் வைக்கப்பட்டிருந்தபோதோ மோசமான முறையில் நடத்தப்பட்டதன் காரணமாக மரணமடைந்தார். அவரது மனைவியும் மிகப்பிரபலமான நடிகையுமான ஜினாய்டா ரீய்ச், மெயர்ஹோல்ட் கைதுசெய்யப்பட்ட ஒரு சில வாரங்களில் கொலை செய்யப்பட்டார்.

புரட்சியின் துவக்கத்திலிருந்த துணிச்சல்மிக்க கலை- இலக்கியப் பரிசோதனைகளின் இடத்தில் பழைய, சம்பிரதாயபூர்வமான கலை இலக்கியப் பாணிகள் குடியேறின. அவற்றை 'மேலிருந்து நடத்தப்பட்ட புரட்சி'யின் விளைவாகத் தோன்றியிருந்த சோவியத் சமுதாயத்தின் பிற அம்சங்களோடும் ஸ்டாலினிசத்தின் தோற்றம், வளர்ச்சி ஆகியவற்றோடும் இணைத்தே புரிந்துகொள்ள முடியும்.

11 V. Meyerhold quoted by Henri Avron, Op. cited, p.70.

ஸ்டாலினிசம்

முன்பு பீட்டர்ஸ்பர்க் என்று அழைக்கப்பட்டுவந்த இன்றைய லெனின்கிராட் நகரின் புகழ்பெற்ற சதுக்கமொன்றில் ஒரு அற்புதமான கலைப்படைப்பு அங்கு செல்வோரையெல்லாம் கவர்ந்திழுத்துக் கொண்டிருக்கிறது. வெண்கலத்தாலான சிலையே அது. முன்னங்கால்களை உயர்த்திக்கொண்டிருக்கும் குதிரை மீது வலக்கரத்தைத் தூக்கி ஆணையிடுவதுபோன்ற தோரணையில் அமர்ந்திருக்கும் ரஷிய மாமன்னன் மகாபீட்டரின் சிலை. இந்த 'வெண்கலக் குதிரை வீரன்' தான் பூஷ்கினின் மிகச் சிறந்த படைப்பொன்றுக்கான தலைப்பையும் கருப்பொருளையும் வழங்கியிருக்கிறது.

'வெண்கலக் குதிரை வீரன்' என்ற கதைப்பாடலில் ஒரு முன்னுரையும் கதையும் உள்ளன. முன்னுரையில், நேவா ஆற்றின் கரையில் சதுப்பு நிலங்களுக்கும் காடுகளுக்கும் நடுவில் நின்று கொண்டிருக்கும் மகா பீட்டரைப் பற்றிய காட்சியைத் தீட்டுகிறார் பூஷ்கின். 'ஐரோப்பாவை நோக்கிய சாளரமாக' அமையப் போகிற நகரத்தைக் கட்டிமுடிப்பதுபற்றிய திட்டத்தில் ஆழ்ந்திருக்கிறான் பீட்டர். இந்த வரலாற்றுக் கட்டத்தைக் கவிதையில் சித்திரித்த பிறகு பூஷ்கின், தனது காலத்துக்குத் திரும்பி வருகிறார். இப்போது கதை தொடங்குகிறது பீட்டரின் கனவு நிறைவேறி அழகும் கம்பீரமும்மிக்க பீட்டர்ஸ்பர்க் நகரம் பொலிவோடு விளங்குகிறது. இக்கதையின் நாயகன் எவ்கனியோ சாமான்யன்; அலுவலக எழுத்தன்; அவனது கனவுகளும் சாமான்யமானவை. இனிய காதலி பாரஷாவைத் திருமணம் செய்து கொண்டு இல்லற வாழ்க்கையைத் தொடங்குதல்: ஆனால் இயற்கை சதி செய்கிறது. 1824ஆம் ஆண்டு நேவா நதியில் பெருக்கெடுத்தோடிய வெள்ளம் பீட்டர்ஸ்பர்க் நகருக்குள் புகுந்து பாரஷாவின் வீட்டை அடித்துச் சென்றுவிடுகிறது. அவள் இருந்த இடம் தெரியாமல் மறைகிறாள். எவ்கனிக்குப் பைத்தியம் பிடித்து விடுகிறது.

தெருத்தெருவாக அலைகிறான். ஒரு நாள் தூக்கத்திலிருந்து விழித்தெழுகிறான். அவன் கண்ணெதிரே 'வெண்கலக் குதிரை வீரன்' சிலை. கோபத்தால் அவன் கண்கள் சிவக்கின்றன; உடல் வெடவெடக்கிறது; பற்களை நெறித்துக்கொண்டு, முஷ்டியை உயர்த்தி அச்சிலையைப் பார்த்துக் கருவுகிறான்: "அற்புத சாதனைகளைச் செய்துவிட்டாயோ! பொறு, பொறு." திடீரென அவன் முகத்தில் பீதி. ஏனெனில் சிலையாக இருந்த பீட்டர் தன் சினம் பொங்கும் முகத்தைத் திருப்பி எவ்கனியைப் பார்த்து முறைப்பது போல் தெரிகிறது. பயந்துபோய் ஓடத் தொங்குகிறான் எவ்கனி. குதிரை வீரன் அவனைத் துரத்திக்கொண்டு வருவது போன்ற பிரமை. ஆம்! குளம்படிச் சத்தம்கூட அவன் காதில் விழுகின்றது. அலறிப் புடைத்துக்கொண்டு ஓடுகிறான். சில நாள்களுக்குப் பிறகு ஆற்றின் கரையோரமுள்ள ஒரு குட்டித் தீவில் வெள்ளத்தால் பாதிக்கப்பட்ட வீட்டினருகே அவனது சடலம் கிடக்கிறது.

பூஷ்கினின் படைப்பு, அரசுக்கும் தனிமனிதனுக்கும் இடையிலான முரண்பாட்டைச் சித்திரிக்கிறது. மகா பீட்டரின் சிலையைப் பார்த்து எவ்கனி கருவுவது ஏன்? 'ஐரோப்பாவை நோக்கிய சாளர'த்தை உருவாக்குவதற்காகக் காடுகளை அழித்து சதுப்பு நிலங்களைத் தூர்த்து அங்கிருந்த நில அமைப்பை மாற்றியமைத்தபோது ஆற்று வெள்ளம் நகருக்குள் புகுந்துவிடுகிற அபாயமும் ஏற்பட்டு விட்டது. அதுவே எவ்கனியின் அருமைக் காதலியின் அழிவுக்கும் காரணமாகிவிட்டது. ரஷியாவை ஐரோப்பிய மயமாக்க, நவீனமயமாக்க விரும்பிய பீட்டரின் வேட்கைகளுக்கு, வலுக்கட்டாயமாக நிறைவேற்றப்பட்ட திட்டங்களுக்கு எண்ணற்ற மனித உயிர்களையே விலையாகத் தரவேண்டியிருந்தது. பீட்டர்ஸ்பர்க் நகரத்தின் கருங்கற்கட்டடங்களும் இரும்பு வேலைப்பாடுகளும் மூர்க்கத்தனமான ஆற்று வெள்ளத்தோடு மோதின. அனாதிகாலமாய் ஓடிக் கொண்டிருக்கும் நேவா நதி, புராதன ரஷியாவை நவீனமயமாக்க முயற்சிசெய்த பீட்டரை இப்படித்தான் பழிவாங்கியது போலும்!

ஆனால் பூஷ்கினோ பீட்டர்ஸ்பர்க் நகர நாகரிகத்தைப்போற்றுகிறார்: 'பீட்டரின் படைப்பே உன்னை நான் நேசிக்கிறேன்'. அதே வேளையில் எவ்கனியின் கலக உணர்வுகளைப் பகிர்ந்து கொள்ளவும் செய்கிறார். 'வெண்கலக் குதிரைவீரன்' சிலை நிறுவப்பட்டுள்ள

சதுக்கத்திற்கு ரஷியாவின் புரட்சிகர ஜனநாயகவாதிகளான 'டிசம்பரிஸ்டு'களின் பெயர் சூட்டப்பட்டுள்ளது. பூஷ்கினின் இப்படைப்பு எழுதப்படுவதற்கு எட்டாண்டுகளுக்கு முன்புதான், ஜாருக்கு எதிரான கலகத்தைத் தொடங்குவதற்கு டிசம்பரிஸ்டுகள் இதே சதுக்கத்தில் கூடினர்.

தோயஸ்தோவ்ஸ்கியின் 'பக்குவப்படா இளைஞன்' என்ற நாவலில் 'வெண்கலக் குதிரைவீரன்' பற்றிக் குறிப்பிடப்படுகிறது. கதாநாயகன் ஆர்க்கடி, பனிமூட்டம் மிகுந்த பீட்டர்ஸ்பர்க் காலைநேரமொன்றில் எண்ண அலைகளில் மிதந்துகொண்டிருக்கிறான். அந்தப் பனிமூட்டத்திடையே இடைவிடாது வரும் கனவொன்றை நூறு முறையேனும் கண்டிருப்பான்: அந்தப் பனி மூட்டம் கரைந்து மேல் நோக்கிச் சென்று கொண்டிருக்கிறது. கூடவே அந்த அழுக்குப்படிந்த அழகிப்போன நகரமும் மிதந்துசென்று கொண்டிருக்கிறது. பனி மூட்டத்தோடு கலந்து மேலே சென்று புகையைப் போல மறைகிறது: முன்பிருந்த சதுப்பு நிலங்கள் தெரிகின்றன. ஓடிக் களைத்துப்போய் மூச்சிறைத்துக் கொண்டிருக்கும் குதிரையின் மேல் ஒரு வெண்கலக் குதிரைவீரன்!

'வெண்கலக் குதிரை வீரன்' பற்றிய இரண்டு பார்வைகள் ஸ்டாலின் விஷயத்திலும் சாத்தியம். பூஷ்கினைப் போலவே மகாபீட்டரின் சாதனைகளைப் போற்றிக்கொண்டே அச் சாதனைகளுக்குத் தரப்பட்ட விலையைப்பற்றியும் பேசலாம். மகாபீட்டரைப் போலவே ஸ்டாலினும் "அநாகரிகத்தைத் துரத்தியடிக்க அநாகரிக வழி முறைகளைப் பயன்படுத்தினார்" என ஐஸக் டாட்ஷரை அடியொற்றி நாமும் கூறலாம். அல்லது தோயஸ்தோவ்ஸ்கியைப்போல பீட்டர்ஸ்பர்க் பனிமூட்டத்தைப் போலவே அச்சாதனைகளும் விட்டுச் சென்றவை அழுகலும் அசுத்தமுமே என்றும் கறாராகக் கூறலாம்.

இன்றைய சோவியத் ரஷியாவில் தோயஸ்தோவ்ஸ்கிய விளக்கமே மேலோங்கி நிற்பதாகத் தோன்றுகிறது.

புரட்சியும் லெனினும்

நவம்பர் புரட்சிக்கு 25 ஆண்டுகளுக்கு முன்பு (அதாவது ரஷியாவில் பண்ணையடிமை முறை ஒழித்துக்கட்டப்படுவதற்கு 30 ஆண்டுகளுக்குப் பின்பு) எங்கெல்ஸ் எழுதினார்:

> முதலாளியப் பெரும் தொழில்களால் கவர்ந்திழுக்கப் படப்போகும் கடைசி நாடாகவும் மற்ற எல்லா நாடுகளையும் பார்க்க மிகப்பெரும் விவசாயி மக்கள் தொகையை கொண்ட நாடாகவும் ரஷியா இருக்கின்ற காரணத்தால், இந்த முதலாளியப் பொருளாதார மாற்றத்தால் ஏற்படப்போகும் நிலைகுலைவு வேறு எந்த இடத்தையும்விட மிகக் கடுமையானதாகவே இருக்கும். 50000 நிலவுடமையாளர்களுக்கும் 8 கோடி விவசாயிகளுக்கும் பதிலாக பூர்ஷ்வா நிலவுடமையாளர்கள் என்ற புதியதொரு வர்க்கம் உருவாவது மிகவும் அச்சமூட்டுகிற துன்பங்கள், குழப்பங்கள் ஆகியவற்றின் கீழ்தான் நடைபெறமுடியும். ஆனால் வரலாறு என்பது எல்லாத் தேவதைகளிலும் பார்க்க மிகக்கொடூரமான தேவதை. அவள் போரில் மட்டுமல்லாது 'அமைதியான' பொருளாதாரவளர்ச்சியிலும்கூட பிணக்குவியல்களுக்கு மேலேதான் தன் வெற்றி ரதத்தை நடத்திச்செல்கிறாள்.[1]

ரஷியா நிலவுடைமை அமைப்பிலிருந்து நேரடியாக மேலும் சிக்கலான சோசலிசக் கட்டமைப்புகளுக்கு மாறிச்செல்லும் என்று எங்கெல்ஸ் கருதவில்லை. ரஷியா ஒரு முதலாளியக் கட்டத்தைக் கடந்து செல்ல வேண்டும் என்றும் அதன் பிறகே அதை மறுதலித்து சோசலிச சமுதாயத்தை அடைய முடியும் என்றும் கருதினார். அன்று ரஷியப் பொருளாதாரத்தில் தீர்மானகரமான வர்க்கமாக இருந்த ஜார் சுயேச்சதிகாரவர்க்கம் இரத்தம் சிந்தவைக்காமல் தன் சலுகைகளை விட்டுக் கொடுத்துவிடாது என்பதை உணர்ந்திருந்தார். மார்க்ஸூம், சோசலிசத்தை நிறுவுவதற்கான புறநிலைமைகள் உருவாவதற்கு முன்பே பாட்டாளிவர்க்கம் அதிகாரத்தைக் கைப்பற்றக்கூடும் என்று கருதியபோதிலும் அப்படிக் கைப்பற்றிய பிறகு பாட்டாளிவர்க்க அரசாங்கம், பூர்ஷ்வா பொருளாதார அமைப்பு உருவாக்குகின்ற நெருக்கடிகள், நிர்ப்பந்தங்கள் ஆகியவற்றின் காரணமாக வீழ்ச்சியடைந்து

1 Marx and Engels, *Selected Correspondence*, Progress Publishers, Moscow, 1941, p.66.

விடும் என்பதை முன்கூட்டியே அறிவித்தார். 1847 இல் அவர் எழுதியதாவது:

> நிலவுகிற உற்பத்தி உறவுகளிலிருந்தே... முதலாளி வர்க்கத்தின் அரசியல் ஆதிக்கம் தோன்றுகிறது. எனவே, பாட்டாளிவர்க்கம், முதலாளிவர்க்கத்தின் அரசியல் ஆதிக்கத்தைத் தூக்கியெறியுமானால் அதன் வெற்றி தற்காலிகமானதாகவே இருக்கும்; முதலாளியப்புரட்சியில் உள்ள ஒரு கட்டமாக மட்டுமே அது அமையும்; 1794இல் நடந்தது போலவே முதலாளியப் புரட்சிக்கே அது சேவை புரியும். முதலாளிய உற்பத்திமுறையையும் அதனுடன் சேர்ந்து முதலாளி வர்க்கத்தின் அரசியல் ஆதிக்கத்தையும் திட்டவட்டமாகத் தூக்கியெறிவதை அவசியமாக்கும் பொருளாதார நிலைமைகளை வரலாற்றின் இயக்கம் உருவாக்காமலிருந்தால் மேற்கண்டதே நிகழும். எனவே பிரான்ஸில் 'பயங்கரத்தின் ஆட்சி'யானது தனது பயங்கரமான சம்மட்டி அடிகளைக் கொண்டு பிரான்ஸின் மேற்பரப்பிலிருந்து நிலமான்ய இடிபாடுகளைத் துடைத்துத் தூய்மையாக்குவதைச் செய்து முடிக்கவேண்டியிருந்தது. பயந்த சுபாவமுள்ள, எச்சரிக்கை மிகுத்த பூர்ஷ்வா வர்க்கம் பல தசாப்தங்களை எடுத்துக் கொண்டிருந்தாலும்கூட இக்கடமைகளைச் செய்து முடித்திருக்காது. எனவே, மக்களின் ரத்தக்களரிமிக்க செயல்கள் பூர்ஷ்வா வர்க்கத்துக்குரிய பாதையைத் தட்டிச் சீர்படுத்த மட்டுமே செய்தன.[2]

ஃபிரான்ஸில் 1793 முதல் 1795 வரை ரோபஸ்பியர் முதலானோரின் புரட்சிகர சர்வாதிகாரத்தின்கீழ் நடந்த 'வெள்ளை பயங்கர'த்தையே மார்க்ஸ் இங்கு குறிப்பிடுகிறார். 1789 இல் அங்கு நடந்த எழுச்சியிலும் 1917 இல் ரஷியாவில் நடந்த புரட்சிகர எழுச்சியிலும் சில ஒற்றுமைகளைக் காணலாம். 1917 ஆம் ஆண்டின் ரஷியாவைப் போலவே 1789 ஆண்டு பிரான்ஸிலும் பாட்டாளிவர்க்கம் எண்ணிக்கையில் மிகச்சிறியதாகவே இருந்தது. மக்களிற் பெரும்பாலோர் விவசாயிகள் (1917-இல் ரஷியாவிலிருந்த விவசாயிகளின் எண்ணிக்கை 10 கோடி, தொழிலாளர்களோ 800 இலட்சம்தான்.) மேலும் பாரிஸ், மார்சேஸ் போன்ற பெரும் தொழில்மையங்களிலேயே கிட்டத்தட்ட எல்லாத் தொழிலாளிகளும் குவிந்திருந்தனர். ஆயினும் பாஸ்டில்

2 Marx and Engels, Quoted by David Graig and Michael Eyan, Op. cited, p.67.

சிறையை உடைத்தெறிதல், முடியரசனைக் கைது செய்து மரண தண்டனை விதித்தல், அரசியல் அதிகாரத்தைக் கைப்பற்றி அதைப்பாதுகாக்கப் போர்க்களம் செல்லுதல் போன்ற புரட்சியின் முக்கிய செயல்களையெல்லாம் எண்ணிக்கையில் சிறியதான பாட்டாளி வர்க்கமே நிறைவேற்றியது. இவை கைகூடக்காரணம், பாட்டாளி வர்க்கம் ஒரு புரட்சிகர பூர்ஷ்வா வர்க்கத் தலைமையுடன் கூட்டுச் சேர்ந்து ஏற்கெனவே பெரும் மாற்றத்துக்கு உள்ளாகியிருந்த பொருளாதார உற்பத்திச் சக்திகளுடன் இணைந்து இயங்கிவந்தமையே ஆகும். தெருக்கள், மடாலயங்கள், நிலப்பிரபுத்துவப் பண்ணைகள் ஆகியவற்றில் நடந்த சண்டைகள் நசிந்துபோன நிலப்பிரபுத்துவ அமைப்புகளை ஒழித்துக்கட்டிப் புதிய நிறுவனங்களை உருவாக்கின. இப்புதிய நிறுவனங்கள் அப்போது தலையெடுக்கத் துவங்கியிருந்த முதலாளித்துவ அமைப்புக்குச் சாதகமாக அமைந்தன.

பிரெஞ்சுப்புரட்சியின் போர்க்குணமிக்க முழக்கங்கள் புதிய ஆளும் வர்க்கம் அதிகாரத்தை ஒன்று திரட்டிக் கொள்வதற்கே வழிவகுத்தன. மனித உரிமைகள் பற்றிய பிரகடனத்தின்கீழ் புதிய சுரண்டல் வடிவமே நிறுவப்பட்டது. ஆனால் புதிய ஆளும் வர்க்கத்தால் செய்யப்பட்ட சீர்திருத்தங்கள் அன்றைய நாள்களில் புரட்சிகரமானவைதான். எடுத்துக்காட்டாக, மடாலயங்களின் சொத்துக்கள் பறிமுதல் செய்யப்பட்டன. பூர்ஷ்வா சட்டங்கள் நடைமுறைப்படுத்தப்பட்டன. அதே சமயம் அரசின் பல்வேறு நிறுவனங்களும் மதிப்பீடுகளும் பொருளாதார அடித்தளத்துடன் கொண்டிருந்த உறவு, பூர்ஷ்வா பொருளாதார அடித்தளம்-பூர்ஷ்வா மேலடுக்கு என்பதாகவே எப்போதும் இருந்ததில்லை. பிரான்சின் கடைசிப் பேரரசரான மூன்றாம் நெப்போலியன் 1870இல் வீழ்ச்சியடைந்த பிறகு குடியாட்சி வடிவங்களுக்கு சிரமமே இருக்கவில்லை, பிரெஞ்சுப் பொருளாதாரத்தைப் பொருத்தவரை முடியாட்சி வீழ்வதும் வீழ்ச்சியடையாமல் இருப்பதும் ஒன்றாகவே இருந்தது. பூர்ஷ்வா வர்க்கத்தால், முதலாளித்துவ உற்பத்தி சாதனங்களின் உடைமையாளர்கள் என்ற பாத்திரத்தை, அதாவது தீர்மானகரமான வர்க்கம் என்ற பாத்திரத்தை, பலவகைப்பட்டதும் ஒன்றுக் கொன்று முரண்பட்டதுமான அரசாங்க அமைப்புகளின் கீழ் வகிக்க முடிந்தது. அரசாங்க வடிவங்களல்ல, மக்களிடையே உள்ள உடைமை உறவுகள் தான் முக்கியமானவை. இந்த உறவுகளுக்கு

எந்த அளவுக்கு எதிர்ப்புகளும் சவால்களும் வருகின்றனவோ அதைப் பொருத்தே அரசாங்கத்தின் ஜனநாயகவடிவம் அல்லது பாசிசவடிவம் தோன்றுகிறது.

1871 முதல் 1917வரை ரஷியாவில் தொழில்மயமாக்கலும் அதிகரித்தது. கூடவே அரசியல் பிற்போக்குத்தனமும் அதிகரித்தது. 1877 முதல் 1897 வரை தொழில் உற்பத்தி இரண்டு மடங்காகியது. ஆயிரக்கணக்கான மைல்களுக்கு ரயில்பாதைகள் அமைக்கப்பட்டன. பிரிட்டிஷ், பிரெஞ்சு மூலதனங்களின் மூலம் எண்ணெய்க் கிணறுகள் மேம்பாடு செய்யப்பட்டன. மாங்கனிஸ் சுரங்கங்கள் தோண்டப்பட்டன. இக் காலகட்டத்தில் பொறியியல் தொழிலாளரின் எண்ணிக்கை 50 சதவீதம் அதிகரித்தது. ஜவுளி ஆலைத்தொழிலாளரின் எண்ணிக்கை இரு மடங்காயிற்று. இத் தொழில் வளர்ச்சியானது தன் கூடவே நகர்ப்புறங்களில் வறுமையையும் பராரிக் கூட்டங்களையும் உருவாக்கிக் கொண்டிருந்தது. மக்கள் குமுறிக் கொண்டிருந்தனர். நரோத்னிக் இயக்கம் தோன்றி அரசியல் எதிரிகளை ஒழித்துக்கட்டும் முயற்சியில் இறங்கியது. 1881 இல் ஜார் மன்னன் இரண்டாம் அலெக்ஸாண்டர் வெடிகுண்டுக்கு இரையானான். அடுத்து அரியணை ஏறிய மூன்றாம் அலெக்ஸாண்டர் அரசியல் போலிஸின் ஒடுக்குமுறைகளை முடுக்கி விட்டான். கடுமையான தணிக்கை முறைகளைத் திணித்தான், பழைய பண்ணை அடிமைமுறை கிட்டத்தட்டப் புதுப்பிக்கப்படும் வகையில் விவசாயிகளை ஒடுக்கினான். நகர்ப்புற யூதர்கள் விரட்டியடிக்கப்பட்டு மாவட்டங்களில் ஜனநெருக்கடிமிகுந்த பகுதிகளில் பல வந்தமாகக் குடியேற்றப்பட்டனர். ஆளும்வர்க்கத்துக்கு மட்டுமே உயர் கல்வி உரிமையாக்கப்பட்டது.

இதே நிலைமை, முதல் ரஷியப் புரட்சி நடந்த 1905ஆம் ஆண்டு வரையிலும் நீடித்தது. இக் காலகட்டத்தில் மிகப் பத்தாம்பசலித் தனமான விவசாய முறையும் முதலாளிய வளர்ச்சியும் பாட்டாளி வர்க்கத்தின் வறுமையும் சேர்ந்து நிலவின. 1917ஆம் ஆண்டில் மொத்த மக்கள் தொகையில் 80 சதவீதத்தினர் உயிர்பிழைப்பதற்கு மட்டுமே போதுமான துண்டுதுக்காணி நிலங்களைக் கொண்டும் 10 சதவீதத்தினர் சுரங்கங்கள், போக்குவரத்து ஆகியவற்றின் மூலமாகவும் பிழைப்பு நடத்திவந்தனர். இந்த நிலைமைகள் ரஷியா அப்போது பூர்ஷ்வாப் புரட்சிக்குத்தான் தயாராக இருந்தது என்பதைக் காட்டுகின்றன. பொருளாதாரத்தில்

மேலாதிக்கம் செலுத்திக் கொண்டிருந்த முதலாளித்துவம் அரசியல் அதிகாரத்தைக் கைப்பற்றுவதற்கான நிலைமைகளே அவை. 1905இல் தோன்றிய புரட்சிகரமான எழுச்சியை ஜார் ஆட்சி மூர்க்கத்தனமாக ஒடுக்கியது. இந்தப் புரட்சியானது முதலாளித்துவ ஆட்சியை உருவாக்கும் திசையில் சென்ற போதிலும், தொழிலாளர் சோவியத்துகள் தன்னெழுச்சியாகத் தோன்றலாயின. இது பூர்ஷ்வா வர்க்கத்திற்கு அச்சமூட்டியது. ஸ்டொலிபின் என்பவனால் கொண்டுவரப்பட்ட அரசியல் சீர்திருத்தங்கள் தோல்வி கண்டன. முதல் உலகப் போர் தொடங்கிற்று. முதலாளித்துவ வர்க்கம் ஆட்சிக்கு வந்தது. கெரன்ஸ்கியின் தலைமையில் இடைக்கால அரசாங்கம் உருவாயிற்று.

லெனின் போன்ற போல்ஷ்விக் தலைவர்களிடம் 1917 ஆம் ஆண்டின் பூர்ஷ்வாப் புரட்சியில் தாங்கள் வகிக்கும் பாத்திரம்பற்றிய தெளிவான உணர்வு இருந்தது. முதலாளித்துவப் புரட்சியின் முழுவெற்றியைச் சாதித்துப் பின்னர் நேரடியாக சோசலிசப் புரட்சியை நோக்கிச் செல்வதற்காகப் பாட்டாளி வர்க்கம் தலைமை தாங்கவேண்டும் என்பதே அவர்களது நிலைப்பாடாக இருந்தது. அதே சமயத்தில் ஏறத்தாழ 60 ஆண்டுகளுக்கு முன்பு எங்கல்ஸ் கூறியிருந்தவற்றை அவர்கள் நன்றாகவே அறிந்திருந்தனர் என்றே கொள்ளவேண்டும்:

> ஒரு தீவிரமான கட்சியின் தலைவருக்கு நேரக்கூடிய மிக மோசமான விஷயம் என்னவென்றால் அவரால் பிரதிநிதித்துவம் செய்யப்படும் வர்க்கம் மேலாதிக்கம் புரிவதற்கும் அந்த மேலாதிக்கம் குறிப்பால் உணர்த்துகிற நடவடிக்கைகளை நிறைவேற்றுவதற்கும் வேண்டிய இயக்கம் இன்னும் முதிர்ச்சியடைந்திராத ஒரு சகாப்தத்தில் அரசாங்க அதிகாரத்தை எடுத்துக் கொள்ளுமாறு நிர்ப்பந்திக்கப்படுவதுதான். அவரால் என்ன செய்யமுடியும் என்பது அவரது சித்தத்தைச் சார்ந்திருப்பதில்லை; மாறாக பல்வேறு வர்க்கங்களுக்கிடையிலான முரண்பாட்டின் அளவு, உயிர் பிழைப்புக்கான பொருளாதார சாதனங்கள், வர்க்க முரண்பாடுகளுக்கு எப்போதும் அடிப்படையாக உள்ள உற்பத்தி நிலைமைகள், வர்த்தகம் ஆகியவற்றின் வளர்ச்சி அளவையே அது சார்ந்திருக்கிறது... எனவே அவர் தவிர்க்கமுடியாதபடி, தன்னால் தீர்வு காணமுடியாத நிலையையே சந்திப்பார்... அவர்

> தனது கட்சியையோ அல்லது வர்க்கத்தையோ அல்லாது எந்த வர்க்கத்தின் மேலாதிக்கத்தைக் கொண்டுவர அந்த இயக்கம் அப்போது முதிர்ச்சியடைந்துள்ளதோ அந்த வர்க்கத்தைத் தான் பிரதிநிதித்துவம் செய்யுமாறு நிர்ப்பந்திக்கப்படுவார். இயக்கத்தின் நலன்களுக்காக அவர் அந்நியவர்க்கத்தின் நலன்களை மேம்படுத்துமாறும் அந்த அந்நியவர்க்கத்தின் நலன்களைத் தன் சொந்த நலன்கள்தான் என்ற பவ்வியமான அறிவிப்புடன் தனது சொந்த வர்க்கத்திற்கு வெறும் சொற்றொடர்களையும் உறுதிமொழிகளையும் ஊட்டுமாறும் நிர்ப்பந்திக்கப்படுவார். இந்த தர்மசங்கடமான நிலைமைக்கு யாரெல்லாம் தள்ளப்படுகிறார்களோ அவர்களெல்லாம் ஒரேயடியாகத் தொலைந்து விடுவார்கள்.[3]

எங்கல்ஸின் இக்கூற்று ரஷியப் புரட்சிக்கும் ஓரளவு பொருந்தக்கூடியதாயிற்று. 'அரசும் புரட்சியும்' என்ற நூலில் லெனின் வெளிப்படுத்திய கனவை 'தந்திரமிக்க வரலாறு' நனவாக்கவிடவில்லை. ஒரு சமையற்காரன்கூட அரசாங்கத்தை நிர்வகிப்பவனாகும் சாத்தியப் பாட்டை நிறைவேற்ற விடவில்லை. பாட்டாளிவர்க்கமும் உழைக்கும் மக்களும் புரிந்த அளப்பரிய தியாகம் பாட்டாளிவர்க்கத்தின் உண்மையான ஆட்சிக்கான பாதையைத் தட்டிச் சீராக்கவில்லை. பிரெஞ்சுப் புரட்சியில் நடந்ததுபோல முதலாளிவர்க்கம் ஆட்சிக்குவரவில்லை என்றபோதிலும் பாட்டாளிவர்க்கத்தை 'ஆளும்வர்க்கமாக' (அதன் உண்மையான பொருளில்) ஆக்கவில்லை. இன்னும் சொல்லப் போனால் ஒரு சலுகை பெற்ற அதிகாரிவர்க்கத்தின் உதயத்தையே சாத்தியமாக்கிற்று.

இதைப் புரிந்துகொள்ள ரஷியப் புரட்சியின் இயங்கியல் வளர்ச்சியைக் காண்பது அவசியமாகிறது. புரட்சிக்குப் பல ஆண்டுகளுக்கு முன்பே லெனின் எழுதியிருந்தார்:

> புரட்சி என்பது காலங்காலமாக பெருகிக்கொண்டு வந்த சினம்... வெறும் வார்த்தைகளாக மட்டும் அல்லாமல் செயல்களாக வெடிக்கின்ற, தனிமனிதர்களின் செயல்களாக மட்டுமல்லாமல் பல லட்சக்கணக்கான மக்களின் செயல்களாக வெடிக்கின்ற காலகட்டம்.[4]

---

3 F. Engels, *Peasant War in Germany*, Progress Publishers, Moscow, 1976, pp. 138–39.

4 Lenin, *Collected Works* Vol 10,. Progress Publishers, Moscow, p.247.

புரட்சிக் குழந்தையை அதன் தொட்டிலிலேயே கழுத்தை நெரித்துக் கொன்றுவிடுவதற்காகப் பதினான்கு முதலாளித்துவ நாடுகள் இராணுவத்தலையீட்டில் இறங்கின. பல்லாண்டுகள் நடந்த ஈவிரக்கமற்ற உள் நாட்டுப்போரில் ஒவ்வொரு தரப்பினரும் தமது வெற்றியைச் சாதிக்க எத்தகைய வழிமுறைகளையும் பயன்படுத்தத் தயாராக இருந்தனர். போரின்போது ஏற்பட்ட ஏராளமான உயிர்ச் சேதங்கள், பொருள்சேதங்கள், அடித்து நொறுக்கப்பட்ட எண்ணற்ற கிராமங்கள், நகரங்கள், பல்லாயிரக்கணக்கான மக்களின் பட்டினிச் சாவுகள் ஆகியன 'பாட்டாளிவர்க்கம் தனது பழைய அழுக்குகளை அகற்றிக்கொண்டு புதிய சமுதாயத்தைப்படைப் பதற்காக தார்மிக மறு பிறப்பை அடைகின்ற திருவிழாவே புரட்சி' என்ற இளம் மார்க்ஸ், எங்கல்ஸ் ஆகியோரின் கருத்து ஒரு 'ரொமாண்டிக்' தன்மை வாய்ந்தது என்பதையே நிரூபித்தன. புரட்சியால் சமுதாயம் களங்கம் நீங்கப்பெற்றது என்பது மட்டும் உண்மையல்ல; புதிய களங்கமொன்றைப் பெற்றதும் உண்மைதான். நீடித்த, கொடுரமான உள்நாட்டுப் போர் பாட்டாளிவர்க்கத்தின் மிகச்சிறந்த பகுதியினரைப் பலிகொண்டது மட்டுமல்ல; வாழ்வா - சாவா என்ற போராட்டத்தில், புரட்சிகரப் போராட்டத்தில் பங்கெடுத்தோரை தார்மிகரீதியாகச் சீரழிக்கும் பயங்கரவாத, பலவந்த முறைகளைப் பயன்படுத்துவதற்கு ஒப்புதல் வழங்கவும் செய்தது. பழைய சமுதாயம் உடைக்கப்பட்டுத் தரைமட்டமாக்கப்பட்டதும் சமுதாயத்தின் எல்லாத் துறையிலும் உருக்குக்கட்டுப்பாடு நுழைக்கப்பட்டதும் புதிய சமுதாயத்தை நிர்மாணிப்பதற்கான நிலைமைகளை மட்டும் உருவாக்கவில்லை. புதிய கொடுங்கோன்மை - புதிய 'புரட்சிகர கொடுங்கோன்மை' - தோன்றுவதற்கான நிலைமையையும் உருவாக்கிற்று. பழைய சமுதாயத்தின் தீமைகளைப் போக்குவதைவிட இதை ஒழித்துக்கட்டுவதே மேலும் கடினமானது என்பதைப் பிந்திய ஆண்டுகள் நிரூபித்தன. 18 ஆம் நூற்றாண்டில் நடந்த பிரெஞ்சுப் புரட்சிக்கும் 1917 நவம்பர் புரட்சிக்கும் சரிசமமாகப் பொருந்தும் உண்மை இது.

உள்நாட்டுப்போரின்போது சோசலிசம் கட்டுவதற்கான அடிப்படைகளை நிறுவவேண்டிய மிக அவசரமான கடமைகள் பின்னுக்குத் தள்ளப்பட்டன. புரட்சியின்போது தோற்றுவிக்கப்பட்ட உண்மையான மக்கள் அதிகார அமைப்புகள் (சோவியத்துக்கள்)- சோசலிச ஜனநாயகத்துக்குத் தேவையான அடிப்படை அங்கங்கள்-

உள்நாட்டுப் போரின்போது அழிவுக்குள்ளாயின. வர்க்க உணர்வு பெற்றிருந்த பாட்டாளிவர்க்கத்தின் கணிசமான பகுதி போரில் அழிந்துவிட்டது.

பொருளாதாரம் முற்றாகச் சீரழிந்து, கிராமப்புறங்களிலிருந்து தானியங்களும் பிற பண்டங்களும் கட்டாயக் கொள்முதல் செய்யப்பட்டு நகர்ப்புறங்களுக்குக் கொண்டுவரப்பட்டு பொதுமக்களுக்கும் செம்படையினருக்கும் பகிர்ந்தளிக்கப்பட்டன. உள்நாட்டுப் போர் முடியும் தறுவாயில் வறட்சியும் பஞ்சமும் பட்டினிச்சாவுகளும் பரவியிருந்தன. இந்த நிலைமையின் அபாயத்தையும் ஸ்திரத்தன்மைக் குலைவையும் மற்ற எல்லாரைக் காட்டிலும் தெளிவாகப் பார்த்தவர் லெனின். எனவே பொருளாதார வாழ்வைப் புதுப்பிப்பதற்காகவும் புதிய அரசாங்கத்திற்கு மிகப் பெரும்பான்மையான மக்களின் ஆதரவைத் திரட்டுவதற்காகவும் புதிய பொருளாதாரக் கொள்கையைப் புகுத்தினார். சிறு அளவிலான தொழில்கள், விவசாயம், வர்த்தகம் போன்றவற்றில் தனியுடைமை அனுமதிக்கப்பட்டது. முதலாளிவர்க்கம் மீண்டும் உயிர்பெற்றுவிடுவதற்கான சில வாய்ப்புகள் இக்கொள்கையால் ஏற்பட்டபோதிலும் உடனடி நிவாரணம் வழங்குகிற ஒரு தற்காலிக நடவடிக்கையாகவே லெனின் அதைக் கருதினார். அன்றிருந்த கட்சியின் கொள்கை பற்றிப் பேசுகையில்,

> தற்போது, கட்சியின் பாட்டாளிவர்க்கக் கொள்கையானது அதன் உறுப்பினர்களின் தன்மையால் நிர்ணயிக்கப்படவில்லை. மாறாக, கட்சியின் பழம்பெரும் வீரர்கள் என சொல்லப்படக்கூடிய சிறுகுழுவிற்குள்ள பிரமாண்டமான, பிளவுபடாத செல்வாக்கினாலேயே தீர்மானிக்கப்படுகிறது. இந்தக்குழுவிற்குள் ஏற்படும் மிகச் சிறு முரண்பாடுகூட கொள்கையைத் தீர்மானிப்பதில் அதற்குள்ள ஆற்றலைப் பறித்துவிடும்.[5]

என்று கூறினார்.

கட்சியை மேலும் வலுப்படுத்தி அதை இறுக்கமான கட்டுப்பாட்டுக்குள் கொண்டுவந்து கட்சிக்குள் குழுக்களை *(Factions)* தடைசெய்தார். கட்சியைப் பலவீனப்படுத்தக்கூடிய விவாதங்களைத் தடைசெய்தார். அப்போதும்கூட கட்சிக்குள் கருத்து வேறுபாடுகள் அனுமதிக்கப்பட்டன. லெனினின்

---

5 Lenin, *Collected Works.* Vol 33, Progress Publishers., Moscow, p.257.

கருத்துக்கு மாறுபட்ட கருத்துகளை வைத்திருந்தவர்கள் அவற்றை வெளிப்படுத்தவும் ஆதரித்துப்பேசவும் அனுமதிக்கப்பட்டனர். கட்சியும் அரசாங்கமும் எடுத்த கடுமையான நடவடிக்கைகள் பல மறுஆய்வுக்கு உட்படுத்தப்பட்டன. வெற்றிபெற்ற கம்யூனிஸ்ட் கட்சிக்குள் சந்தர்ப்பவாதிகளும் சுய நலவேட்டைக்காரர்களும் அரைவேக்காடுகளும் நுழைந்துவிடுவது ஆச்சரியமானதல்ல என்று கூறிய லெனின், கட்சியின் தலைவர்கள் தம் மனசாட்சியின் ஆணைகளுக்கு நேரெதிராக ஒரு சொல்கூடப் பேசக் கூடாது என்றும் எந்தத் தவறையும் எதிர்த்துக் கண்டித்துப்பேசத் தயங்கக்கூடாது என்றும் அறிவுரை கூறினார்.

கட்சியை இவ்வாறு வலுப்படுத்தி அதற்குக் கட்டற்ற அதிகாரத்தை உருவாக்கியதற்குக் காரணங்கள் இருந்தன. புரட்சியின் மூலமாக அரசதிகாரத்தை போல்ஷ்விக்குகளும் பாட்டாளிவர்க்கமும் கைப்பற்றியிருந்தபோதிலும் உள்நாட்டுப் போரின் காரணமாக ஏற்பட்ட அழிவுகள், அதிகாரத்தைக் கைப்பற்றியவர்களின் ஆட்சித்திறமைக் குறைவு, ஆட்சிக்குவேண்டிய ஆள்களின் பற்றாக்குறை முதலியவற்றின் காரணமாக ஆட்சியை நடத்துவது மிகவும் கடினமானதாயிற்று. அதன்காரணமாக பழைய சமுதாயத்தின் அறிவுஜீவிகளை நாடவேண்டியதாயிற்று:

> நாம் பழைய அரசு எந்திரத்தை எடுத்துக் கொண்டோம். அது நமக்குக் கேடுபயத்தது. பல சமயங்களில் இந்த எந்திரம் நமக்கு எதிராகச் செயல்படுகிறது. 1917இல் நாம் அதிகாரத்தைக் கைப்பற்றிய பிறகு அரசாங்க அதிகாரிகள் நமக்கு எதிராகத் திரும்பினர். இது நமக்கு பாதகமாயிற்று. எனவே நாம் அவர்களுக்கு வேண்டுகோள் விடுத்தோம்: 'தயவுசெய்து திரும்பி வாருங்கள்.' அவர்கள் எல்லாரும் திரும்பிவந்தனர். அது நமக்குப் பெரும் கேடாயிற்று. நம்மிடம் இப்போது அரசாங்க ஊழியரின் பெரும்படையொன்று உள்ளது. ஆனால் அவர்கள் மீது உண்மையான கட்டுப்பாடு செலுத்தக்கூடிய, போதுமான கல்வியறிவுபெற்ற சக்திகள் நம்மிடம் இல்லை. நடைமுறையில் பெரும்பாலும் நிகழ்வது இதுதான்: அரசியல் அதிகாரத்தை நாம் பிரயோகிக்கிற மேல் மட்டத்தில் எந்திரம் எப்படியோ செயல்படுகிறது; ஆனால் கீழ்மட்டத்தில் அரசாங்க ஊழியர்கள் தன்னிச்சையான அதிகாரத்தைக் கொண்டுள்ளனர். நமது நடவடிக்கைகளை முறியடித்துவிடும்

> வகையில் அவர்கள் அதை அடிக்கடி பயன்படுத்துகின்றனர். மேல்மட்டத்தில் நம்மவர் எத்தனை பேர் இருக்கின்றனர் என்பது எனக்குச் சரியாகத் தெரியாது. ஆனால் எப்படியும் ஒரு சில ஆயிரம் பேராவது இருப்பர் என நினைக்கிறேன். வெளியிலோ நம்மவர் பல பத்தாயிரக்கணக்கில் உள்ளனர். ஆனால் கீழ்மட்டத்திலோ, ஜாரிடமிருந்தும் முதலாளிய சமுதாயத்திலிருந்தும் நாம்பெற்றுக்கொண்ட பல நூறாயிரக் கணக்கானவர் உள்ளனர். இவர்கள் ஓரளவு திட்டமிட்டும் ஓரளவு விரும்பாமலும் நமக்கெதிராகச் செயல்படுகின்றனர்.[6]

கம்யூனிஸ்டுகளும் அவர்களது ஆதரவாளர்களும் ரஷியா என்னும் பெருங்கடலில் உள்ள சிறு தீவுத்திடல்கள் என்றும் அரசாங்கத்தைத் தாங்கள் வழி நடத்துவதாக அவர்கள் கருதிக்கொண்டிருக்க, உண்மையில் அவர்கள்தாம் வழி நடத்தப்பட்டுக் கொண்டிருக்கின்றனர் என்றும் அவர் கூறினார்.[7]

எனவே உண்மையான மக்களாட்சி மலரவேண்டுமானால் மக்களின் - குறிப்பாக உழைக்கும் மக்களின்- பண்பாட்டு நிலையை உயர்த்தி அவர்களது விழிப்புணர்வை ஆழப்படுத்தி ஆட்சியில் அவர்களைப் பங்கேற்கச் செய்வதன் மூலம் கெட்டிகட்டிப்போன அதிகாரிவாக்கம் ஆட்சியிலும் கட்சியிலும் நிலைபெறுவதைத் தடுக்க முடியும் என்று நினைத்தார். கட்சிக்குக் கிடைத்திருந்த எல்லையற்ற அதிகாரத்திலுள்ள அபாயத்தை உணர்ந்த அவர், கட்சித் தலைமையின் மீது கண்காணிப்பு செலுத்துவதற்கான உத்திகளைக் கண்டறிய முயன்றார். ஆனால் வெற்றி பெறவில்லை, கட்சிக்குள்ளும் மக்களிடையேயும் தோன்றும் முரண்பாடுகளை வெறும் நிர்வாக முறைகொண்டு தீர்க்க முயல்வதைக் கடுமையாக எதிர்த்தார். அரசியலில் வெறுப்பு உமிழ்வதையும் அதிகாரிவர்க்க மனப்பான்மையையும் வெறுத்தார்.

லெனின், புதிய பொருளாதாரக் கொள்கையை அறிமுகப்படுத்திய தற்கு மற்றொரு முக்கிய காரணம், ஜெர்மனியில் புரட்சி வெற்றிபெறும் என்று அவர் நம்பியதே ஆகும். அக்கொள்கையை நியாயப்படுத்தி மூன்றாம் அகிலத்தின் மூன்றாவது பேராயத்தில் பேசுகையில் பொருளாதாரரீதியில் முதலாளித்துவத்துடன்

---

6 அதே நூல், பக்கம் 428–49.

7 அதே நூல், பக்கம் 253.

செய்துகொண்ட சமரசமே அக்கொள்கை என்றும் ஆனால் அது ஜெர்மனியில் புரட்சி நடக்கும் வரை சோவியத்யூனியனுக்கு அவகாசம் தருவதற்காகவே புகுத்தப்பட்டுள்ளது என்றும் கூறினார். அன்றிருந்த நிலைமை பற்றிய கருத்து நாம் முன்பு குறிப்பிட்ட எங்கல்ஸின் பகுப்பாய்வை உறுதிப்படுத்துவதாகவே இருந்தது. லெனின் தன் கடைசி நாள்களில், கம்யூனிசத்துக்கான போராட்டம் மிக நீண்டகாலம் பிடிக்கும் என்பதை உணர்ந்தார். புரட்சி இன்னும் நெருக்கடியான கட்டத்தில்தான் இருக்கிறது என்றும் அவர் கருதியதுபோல் தோன்றுகிறது. இது ஒரு மாறுதல் கட்டத்தில் இருந்தபோதிலும் இனி வரப்போவது "ஒன்று சோசலிசம் அல்லது பின்னோக்கி முதலாளித்துவத்துக்குச் செல்லுதல்" என்பதாகவே இருக்கும் என்று கூறினார்.

ஜெர்மானியப் புரட்சி வெற்றிபெறவில்லை. ஐரோப்பாவில் புரட்சிக்கான அறிகுறிகள் ஏதும் இல்லை. ஹங்கேரியப் புரட்சியின் ஆயுளோ ஒருசில மாதங்களில் முடிந்துவிட்டது. கட்சிக்குள் அவர் அஞ்சிய எதிர்மறைப் போக்குகள் வளர்ந்துவந்தன. அவரும் நீண்டகாலம் வாழவில்லை. 1924இல் தலையிலுள்ள ரத்தக்குழாய் வெடித்து அவர் முற்றிலுமாகச் செயலிழந்துபோவதற்குமுன் அடுத்தடுத்த குறிப்புகளை எழுதினார். அவற்றில் ஜார்ஜிய இனப் பிரச்சனையில் ஸ்டாலினும் அவரது சகாக்கள் இருவரும் கையாண்ட கொடூரமான வழி முறைகள் பற்றிய அவரது கடுமையான விமர்சனங்கள் இருந்தன. ஓர்ஜோனிகிட்ஸே என்ற போல்ஷ்விக் தலைவரின் கீழிருந்த ரகசிய உளவுப்போலிஸின் மூர்க்கத்தனமான ஒடுக்குமுறைபற்றி லெனின் கூறுகையில் புதிய அரசு நடந்துகொள்ளும் விதம் பற்றிய தனது மதிப்பீட்டை வழங்கினார்:

> அது ஜாரிசத்திலிருந்து எடுத்துக்கொள்ளப்பட்டு சோவியத் தூரிகைகொண்டு தார்பூசப்பட்ட அதே ரஷிய எந்திரம்தான்.[8]

ஸ்டாலின் இகழ்ந்துரைத்த ஜார்ஜிய 'தேசிய சோசலிசம்' பற்றி லெனின் கூறுகிறார்:

> ஸ்டாலினின் அவசரப்புத்தியும் வெறும் நிர்வாகத்தின் மீதுள்ள அவரது மோகமும், கேடுகெட்ட 'தேசிய சோசலிசம்' என்பதன் மீதான அவாது வன்மமும் நாசகரமான பாத்திரத்தை இங்கு

8 Lenin 'On the Question of Nationalties' in *The Questions of National Policy and Proletarian Internationalism*, Moscow (NY), p 184.

வகித்துள்ளன. அரசியலில் வன்மத்தைக் கடைப்பிடிப்பது மிகமிகக் கீழான பாத்திரத்தையே வகிக்கிறது.⁹

சகியாமையும் தோழர்களை அரவணைத்துச் செல்லும் மனப்பான்மை இல்லாமையும் முரட்டுத்தனமும் கொண்டிருந்த ஸ்டாலினை பொதுச் செயலாளர் பதவியிலிருந்து அகற்றி அவருக்குப் பதிலாக வேறொருவரைத் தேர்ந்தெடுக்கவேண்டும் என்றும் லெனின் தனது இறுதிக் காலத்தில் பரிந்துரை செய்திருந்தார்.¹⁰

நோய்வாய்ப்பட்டிருந்த சமயத்தில் 1923 மார்ச் 5இல் ஸ்டாலினுக்கு எழுதிய கடிதத்தில் தனது மனைவி க்ரூப்ஸ்கயாவுடன் முரட்டுத்தனமாக ஸ்டாலின் நடந்துகொண்டதற்காகக் கடுமையாகக் கண்டிக்கிறார்:

> எனக்கு எதிராகச் செய்யப்பட்டதை அவ்வளவு எளிதாக மறந்து விடும் உத்தேசம் எனக்கில்லை. என் மனைவிக்கு எதிராகச் செய்யப்பட்டதை எனக்கு எதிராகவும் செய்யப் பட்டது என்று நான் கருதுவேன் என்பதைச் சொல்லத் தேவையில்லை. எனவே நீங்கள் சொன்னதைத் திரும்பப் பெறவும் மன்னிப்பைக் கோரவும் தயாராக இருக்கிறீர்களா அல்லது நமக்கிடையே உள்ள உறவுகள் முறிந்துவிடவேண்டும் என விரும்புகிறீர்களா என்பதை யோசித்துப் பார்க்குமாறு உங்களை நான் கேட்டுக்கொள்கிறேன்.¹¹

அவர் கடைசியாகத் தன் செயலாளரிடம் எழுதுமாறு கூறிய கடிதம், ஜார்ஜிய கம்யூனிஸ்டுகளான பி.ஜி. டிவானி முதலானோருக்காகும். ஜார்ஜியப் பிரச்சனையில் ஸ்டாலினும் அவரது சகாக்களும் கையாண்ட வழிமுறைகளைக் கண்டித்து ஜார்ஜியத் தோழர்களுக்கு நம்பிக்கையும் உத்திரவாதமும் தரும் முறையில் எழுதுகிறார்:

> உங்கள் பிரச்சனையை முழுமனத்தோடு நான் கவனித்து வருகிறேன், ஓர்ஸோனிகிட்ஸேவின் முரட்டுத்தனத்தையும் ஸ்டாலின், மெர்ஸின்ஸ்கி ஆகியோரின் சதியையும் கண்டு நான் வெறுப்படைந்திருக்கிறேன்...

---

9 அதே நூல், பக்கம் 189.
10 அதே நூல், பக்கம் 189.
11 Lenin, *Collected Works*, Vol 6, Progress Publishers, Moscow, p. 150.

ஆனால் இக்கடிதத்தை எழுதச் சொன்ன பிறகு பக்கவாதத்தால் தாக்குண்டு சிறிது காலத்திற்குள் மரணமடைந்துவிட்டார்.

ஸ்டாலினிசத்தின் தோற்றம்

இங்கு நாம் ஸ்டாலினிசம் என்பதை குறிப்பிட்ட வரலாற்றுக் கட்டம் முழுவதிலும் சோவியத் யூனியான அரசியல், பொருளாதார நிர்வாக, பண்பாட்டுத்துறைகளில் மேலோங்கியிருந்த தத்துவம், நடைமுறை ஆகியவற்றைக் குறிப்பதற்கான சொல்லாகப் பயன்படுத்த விரும்புகிறோம். இத்தகைய தத்துவமும் நடைமுறையும், உலகின் முதல் பாட்டாளிவர்க்கப் புரட்சி நடந்த நாடாக ரஷியா இருந்தமையாலும் உலகக் கம்யூனிஸ்ட் இயக்கத்தில் அந்நாட்டுக்கிருந்த முதலிடத்தின் காரணமாகவும் உலகெங்கும் இருந்த மார்க்சிய இயக்கங்கள் மீது செல்வாக்கு செலுத்தின. அவற்றின் செல்வாக்கு இன்றும்கூட முற்றிலுமாக மறைந்துவிடவில்லை. அதேபோல் ஸ்தானோவிசம் *(Zhdanovism)* என்ற சொல்லையும் ஏறத்தாழ இதே கட்டத்தில் பண்பாட்டுத்துறையில் மேலோங்கியிருந்த தத்துவம், நடைமுறை ஆகியவற்றைக் குறிக்கப் பயன்படுத்துகிறோம். ஸ்டாலின், ஸ்தானோவ் ஆகிய பெயர்களுடன் பிணைக்கப்பட்டிருக்கும் இப் போக்குகளுக்கு முழுப்பொறுப்பும் இத்தனிமனிதர்களுக்கு இல்லை - இருவரது நேரடியான தனிப்பட்ட பங்களிப்புகள் இவற்றில் முதன்மையாக இருந்தபோதிலும். இப்போக்குகளைக் குறிப்பட்ட வரலாற்றுக் கட்டங்களுடன் இணைத்துத்தான் புரிந்துகொள்ள முடியும்,

இங்கு மார்க்ஸ் 1871 ஏப்ரல் 17இல் குகல்மான் என்பாருக்கு எழுதிய கடிதத்திலுள்ள முக்கியப் பகுதியொன்றை மேற்கோள் காட்டுவது பொருத்தமானது:

> தவறே நேராத, சாதகமான வாய்ப்புகள் என்ற நிபந்தனையின் பேரிலேயே போராட்டங்களை மேற்கொள்வது என்றால் உலக வரலாற்றை உருவாக்குவது மிக எளிமையானதாக இருக்கும். மறுபுறம் 'தற்செயல் நிகழ்வு'களுக்கு எந்தப் பாத்திரமும் இல்லையென்றால் உலக வரலாறு மாயத்தன்மை கொண்டதாக இருக்கும். இந்தத் 'தற்செயல் நிகழ்வுகள்' இயல்பாகவே வளர்ச்சியின் பொதுப்போக்கின் பகுதியாக அமைகின்றன, பிற 'தற்செயல் நிகழ்வு'களால் சமன்செய்யப்படுகின்றன.

> ஆனால் வரலாற்றை வேகப்படுத்துவதும் தாமதப்படுத்துவதும் இத்தகைய 'தற்செயல் நிகழ்வு'களையே பெரிதும் சார்ந்துள்ளன. இயக்கத்திற்கு முதலில் தலைமை தாங்குவோரின் பண்பும் இத்தகைய தற்செயல் நிகழ்வுதான்.[12]

பெரும் யுகத்தை உள்ளடக்குகிற பல நூற்றாண்டுக்கால, பல தலைமுறைகளை உள்ளடக்குகிற நீண்டகால வரலாற்று இயக்கத்தில் 'தற்செயல் நிகழ்வு' மற்றொரு 'தற்செயல் நிகழ்'வால் சமன்செய்யப்பட்டு இந்த நீண்டகால வரலாற்றின் சமநிலை காப்பாற்றப்படலாம். யுகம் என்ற நீண்டகால வரலாற்றின் உட்பிரிவாக உள்ள 30-40 ஆண்டுக்கால வரலாறு என்பதில் 'தற்செயல் நிகழ்'வின் பாத்திரம் மேலும் பாரதூரமானதாகவே இருக்கும். சோவியத் யூனியனில் அன்றிருந்த நிலைமைகளில் சோசலிச நிர்மாண முயற்சி இறுக்கமான வழிமுறைகளின் மூலமாகவே சாத்தியமாயிருக்கும் என்பதில் உண்மையிருக்கலாம். ஆனால் அது கட்டாயம் ஸ்டாலினிய வழிமுறையாகவே இருந்திருக்கமுடியும் என்பதற்கு ஆதாரமில்லை. ஸ்டாலினின் ஆளுமை பொதுவான வரலாற்றுப்போக்கின் மீது பெரும் தாக்கத்தை ஏற்படுத்தியது. மாறுபட்ட ஆளுமைகளைப் பெற்றிருந்த பிற போல்ஷ்விக் தலைவர்களில் யாரேனும் தலைமைப் பொறுப்பேற்றிருந்தால் வரலாற்றில் அவரது முத்திரையே பதிக்கப்பட்டிருக்கும். ஸ்டாலின் அவரது பெயருக்கு ஏற்ப 'உருக்கு' மனிதர்தான்! தலைமறைவுக் கட்சியில் இத்தகைய உருக்குபோன்ற உறுதி தேவைப் பட்டிருக்கும். ஆனால் 'உருக்கு' மனம் லெனினிடமும் இருந்தது. ஆனால் இரண்டு ஆளுமைகளுக்கிடையே எத்தனை வேறுபாடுகள்! லெனினைப் போன்ற ஆழ்ந்த தத்துவ ஞானமும், விசாலமான அறிவும், தவறு செய்த தோழர்களிடம் விட்டுக்கொடுக்கும் மனப்பான்மையும் ஸ்டாலினிடம் இருந்ததில்லை. லூனாசார்ஸ்கி, புகாரின், த்ரோத்ஸ்கி ஆகியோர்போல கலை, இலக்கிய பண்பாட்டுத் துறைகளில் முறையான பயிற்சி அவருக்கு இருந்ததில்லை (ஆனால் அவருக்கென தனியொருவகை கலை இலக்கிய ரசனை இருக்கவே செய்தது.) ஆனால் த்ரோத்ஸ்கியைப்போலல்லாது ரஷிய சோசலிச-ஜனநாயகத் தொழிலாளர் கட்சியின் போல்ஷ்விக் பிரிவில் துவக்கம் முதலே

12 Karl Marx and Frederic Engels, *Selected Letters*, Foreign Language, Press, Peking, 1977, p.33.

இருந்துவந்தவர்; புகாரினைக் காட்டிலும் அமைப்புப் பணிகளில் பெரும் அனுபவம் கொண்டிருந்தவர், திறமை மிக்கவர்; லூனாசார்ஸ்கி போன்றவர்களைப்போல அவர் ‘கடவுளைப் படைத்தல்’, ‘ஓட்ஸோவிசம்’ போன்ற போக்குகளுடன் தொடர்பேதுமற்றிருந்தவர். முதல் சோசலிச அரசைக் காப்பதில் தீவிரமான உறுதியும் விசுவாசமும் காட்டியவர். லெனின் தனது இறுதிக்காலத்தில் அவர் பற்றிச் செய்திருந்த கடுமையான விமர்சனங்கள், அவரைப் பொதுச் செயலாளர் பதவியிலிருந்து அகற்றிவிடவேண்டும் என்ற பரிந்துரை ஆகியவற்றைக் கட்சி மத்திய குழு பொருட்படுத்தவில்லை. லெனின் இறந்து 4 மாதங்கள் கழித்துக் கூட்டப்பட்ட கட்சி மத்தியக் குழுக் கூட்டம் லெனினின் விமர்சனங்களை ஸ்டாலின்ஏற்றுக்கொண்டதாகக் கருதி அவரிடம் கட்சித் தலைமையை ஒப்படைத்தது.

ரஷியாவில் உள்நாட்டுப் போரின்போதும் அதன் பிறகும் கடைப்பிடிக்கப்பட்ட சர்வாதிகாரப் பழக்கமானது கட்சித் தலைவர்களிடையே ஒரு எண்ணத்தை ஏற்படுத்தியிருந்தது. அதாவது பாட்டாளி வர்க்கத்தின் புரட்சிகர ஆர்வத்தையும் வேர்க்கால் மட்டங்களில் உழைக்கும் மக்களின் புரட்சிகரப் பங்கேற்பையும் குறைத்து மதிப்பிட்டு ஆரோக்கியமான விவாதங்களை அபாயகரமானவை எனக் கருதும் எண்ணமே அது. மக்களையும் பாட்டாளிவர்க்கத்தையும் தடிகொண்டோ அல்லது ஆசைகாட்டியோதான் வழி நடத்திச் செல்ல முடியும் என்ற நினைப்பு பல போல்ஷ்விக் தலைவர்களிடம் இருந்தது. அத்தகைய நினைப்புக்கும் போக்குக்கும் நியாயம் தேட சக்தி வாய்ந்தவரும் போல்ஷ்விக் மரபில் செல்வாக்குப் பெற்றிருந்தவருமான ஸ்டாலின் கிடைத்தது வரலாற்றின் தற்செயல் நிகழ்வு. அந்த மனிதருக்குள் கீழ்க்காணும் முரண்பாடுகள் ‘மாயமான’ முறையில் தீர்வு கண்டன: தொழிலாளியின் இருவேறு அம்சங்களுக்கிடையே (அவன் ஆர்வங்களும் எதிர்பார்ப்புகளும் கொண்ட தனிமனிதன் என்ற அம்சம்; சோசலிச நிர்மாணத்தில் பங்கேற்கிறவன் என்ற காரணத்தால் தனது ஆர்வங்களையும் எதிர்பார்ப்புகளையும் ஒத்திப்போட வேண்டியவன் என்ற அம்சம்) உள்ள முரண்பாடு; ஒரு புறம் கட்சி, அதிகாரிவர்க்கம் ஆகியவற்றுக்கும் மறுபுறம் அறிவுஜீவிகள், தொழில் நுட்ப வல்லுநர்கள் ஆகியோருக்குமிடையே உள்ள முரண்பாடு; தொழிலாளி வர்க்கத்துக்கும் விவசாயிவர்க்கத்துக்குமுள்ள

முரண்பாடு; கட்சித் தலைமைக்கும் அணிகளுக்குமிடையே உள்ள முரண்பாடு; கட்சித் தலைமைக்குள்ளே இருந்த முரண்பாடு; கட்சிக்கும் மக்களுக்குமிடையே இருந்த முரண்பாடு.

சோவியத் வரலாற்றில் முரண்பாடுகள் மிதந்த மிக நீண்டகாலகட்டம் ஸ்டாலின் ஆட்சிக்காலகட்டம்தான். வரையறையற்ற அதிகாரத்தை நோக்கிய பாதையில் ஸ்டாலின் பல்வேறு வகையான வேடங்கள் தரித்த மிகத் திறமையான, அனுபவமிக்க அரசியல் நாயகனாகத் திகழ்ந்தார். லெனினின் புதிய பொருளாதாரக் கொள்கை மிகப் பிரபல்யமாகவும் மிகப் பெரும்பான்மையான மக்களின் ஆதரவைப் பெற்றதாகவும் விளங்கிய காலத்தில்தான் ஸ்டாலின் ஆட்சிக்கு வந்தார். எனவே அவர் அதை முதலில் ஆதரித்தது மட்டுமல்ல, அதன் வீச்சையும் விரிவுபடுத்தினார். அதே சமயத்தில் கட்சி, அரசு அதிகாரம் ஆகியவற்றை விரிவுபடுத்தவும் வலுப்படுத்தவும் செய்தார். லெனின் காலத்தில் கட்சித்தலைமைக்கும் அரசுத் தலைமைக்கும் இடையிலிருந்த உறவை ஸ்டாலின் மாற்றியமைத்தார். புரட்சிக்கு முன்பே லெனின், ‘ஒற்றைக் கட்சி சர்வாதிகாரம்,’ ‘பாட்டாளிவர்க்க சர்வாதிகாரம்’ என்பனபற்றிப் பலமுறை பேசியதுண்டு. ஆயினும் 1917 பிப்ரவரி புரட்சிக்கு பின்பு, தொழிலாளர்கள், விவசாயிகளின் பகிரங்கக்கூட்டங்களில் தேர்ந்தெடுக்கப்பட்ட உறுப்பினர்களைக்கொண்ட சோவியத்துகளில் (மக்கள் அதிகார அமைப்புகள்) பெரும்பான்மையை பெறுவதற்காக சோசலிசப்புரட்சியாளர்கள், மென்ஷ்விக்குகள் போன்ற இதர கட்சிகளுடன் போல்ஷ்விக்குகள் போராட வேண்டியிருந்தது. 1917 அக்டோபர் வரை இது அரசியல்ரீதியான போராட்டமாகவே இருந்தது. பின்னர் 1918-19 காலகட்டத்தில் மற்ற கட்சிகளை சோவியத்துகளிலிருந்து அகற்றுவதற்காக ஒடுக்குமுறைகளும் நிர்வாக முறைகளும் பயன்படுத்தப்பட்டன. ‘போல்ஷ்விக்குகள் இல்லாத சோவியத்துகள்’ என்று பிறர்கட்சியினர் முழங்கியதற்கு மாற்றாக ‘போல்ஷ்விக்குகள் மட்டுமே உள்ள சோவியத்துகள்’ உருவாக்கப்பட்டன. இவற்றில் எக்கட்சியும் சாராத உறுப்பினர்கள் சிலரும் சேர்த்துக்கொள்ளப்பட்டதுண்டு. ஆயினும் இவை கட்சியின் சித்தாந்த, அரசியல் வழிகாட்டுதலைக் கொண்டிருந்த, அரசு அதிகாரத்தின் முதன்மையான அங்கங்களாக இருந்தன. இவற்றின் மூலமாகவே கட்சி தனது சர்வாதிகாரத்தை-பாட்டாளிவர்க்க சர்வாதிகாரத்தை-நடைமுறைப்படுத்திக்

கொண்டிருந்தது. கட்சியில் லெனினுக்கு அதிகாரப்பூர்வமான பதவி (தலைவர், பொதுச்செயலாளர் முதலியன) ஏதும் இல்லை. அவர் ரஷிய சோசலிச சோவியத் குடியாட்சிகளின் கூட்டமைப்பின் (RSFSR- பின்னர் இது USSR ஆக மாறியது) மக்கள் கமிசார்கள் குழுவின்(council of peoples commissar) தலைவராக இருந்தார். மக்கள் கமிசார்கள் குழுவின் தலைவர் (அதாவது அரசாங்கத்தின் தலைவர்) என்ற முறையில் லெனினிடம் கட்சித் தலைமையின் எந்தவொரு உறுப்பினரும் அவரது அலுவலகத்துக்குச் சென்றே விவாதிக்க வேண்டும். அவர் அந்த உறுப்பினரைத் தன் அலுவலகத்துக்கு வரச்சொல்வதுதான் வழக்கமும்கூட. இதே போலத்தான் மாவட்டங்களிலும் மாநிலங்களிலுமுள்ள சோவியத்தின் தலைவர்கள் அந்தந்த மட்டங்களிலுள்ள கட்சித்தலைவர்களைத் தமது அலுவலங்களுக்கு வரச்சொல்லிப் பிரச்சினைகளை விவாதிப்பதும் முடிவுகளை எடுப்பதும் வழக்கம். லெனினின் மறைவுக்குப் பிறகு இந்த மரபு மாற்றப்பட்டது. லெனினுக்குப் பின் மக்கள் கமிசார்கள் குழுவின் தலைவரான ஏ.ஐ. ரைகோவ் கட்சிப் பொதுச்செயலாளரான ஸ்டாலினைப் போய்ப் பார்க்க வேண்டியதாயிற்று! மாநில, மாவட்ட, மட்டங்களிலும் இதே போலவே மாற்றங்கள் ஏற்படலாயின. கட்சி இப்போது அதிகாரத்தின் குவிமுனையாக ஆயிற்று. சோவியத்துகள் சுயாதிகாரங்களை இழந்து கட்சியின் கட்டளைகளை நிறைவேற்ற வேண்டிய அம்சங்களாயின.

புதிய பொருளாதாரக்கொள்கை சமுதாயத்தின் பல்வேறு துறைகளில் சில ஏற்றத்தாழ்வுகளை ஏற்படுத்தியிருந்தபோதிலும் 1926-27 ஆண்டுவாக்கில், தொழிலுற்பத்தியிலும் விவசாய உற்பத்தியிலும் போருக்கு முந்திய அளவைத் தாண்டியிருந்தன. செஞ்சேனை, ரகசிய உளவுப்போலிஸ் (Cheka- GPU) ஆகியன எண்ணிக்கை அளவில் குறைக்கப்பட்டாலும் அவை பண்புரீதியாக வலுப்படுத்தப்பட்டன. 1920 களின் இடைப்பகுதியில், கட்சிக்குள் இருந்த இடதுசாரிகள் கோரிவந்த புரட்சிகரமான சோசலிசப் பொருளாதார மாற்றங்களை (தொழில்மயமாக்குதலை விரைவுபடுத்துதல், கூட்டுப்பண்ணை முறை) ஸ்டாலின் கடுமையாக எதிர்த்துவந்தார். உள்நாட்டுப் போரினால் நாட்டிற்கு ஏற்படுத்தப்பட்டிருந்த காயங்கள் ஆறுவதற்கு இன்னும் சிறிது காலம் தேவைப்படும் என்றும் ஸ்திரத்தன்மை குலையக் கூடாது என்றும் கூறினார். 1920களில் நகர்ப்புறங்களில் தனியார்

துறை முதலாளியம் கட்டுப்பாட்டுக்குள்ளேயே இருந்தது. பெரும் வர்த்தகமும் பெரும் தொழில்களும், வங்கிகளும் அரசின் கட்டுப்பாட்டிலேயே இருந்தன. நாட்டுப்புறத்தில் சோசலிச உறவுகளும் சோசலிசத் தொழில் முயற்சிகளும் பலகீனமானவையாக இருந்தன. அங்கு மேலோங்கியிருந்தவை சிறிய தனியார் பண்ணைகள், இவற்றில் முதன்மையான பாத்திரம் வகித்தவர்கள் ஒப்பீட்டு நோக்கில் வசதிபடைத்த பணக்கார விவசாயிகள் (குலக்குகள்). அரசாங்க விதிமுறைகளும் தானியங்களைக் கொள்முதல்செய்தல், விலைக்கு வாங்குதல் ஆகியவற்றில் அரசாங்கம் கடைப்பிடித்த முறைகளும் நாட்டுப்புறங்களில் எதிர்ப்புகளை எதிர்கொண்டன. ஏனெனில் இக்கொள்கைகள் குலக்குகளுக்கு அனுகூலமாக இருக்கவில்லை.

குலக்குகளுடன் சாதாரண விவசாயிகள், ஏழைவிவசாயிகள் ஆகியோரும்கூடப் பல இடங்களில் சேர்ந்துகொண்டனர். இந்த நிலையைச் சமாளிப்பதற்காக அரசு, ஆட்சி இயந்திரங்களையும் ராணுவம், போலிஸ் (GPU), மிகச்சிறிய விவசாயிகள் ஆகியவற்றின் முழுசக்தியையும் ஸ்டாலின் பயன்படுத்தினார். பணக்கார விவசாயிகளை அழித்தொழித்தும், பல லட்சம் விவசாயிகளை சோவியத் யூனியனின் வட, கிழக்குப் பகுதிகளுக்குப் பலவந்தமாகக் குடியேற்றியும் நாட்டுப்புறத்தில் தீவிரமான மாற்றங்களை உருவாக்கினார். அங்கு எஞ்சியிருந்த விவசாயிகள் வலுக்கட்டாயமாகக் கூட்டுப்பண்ணைகளில் ஒழுங்கமைக்கப்பட்டனர். இக் கூட்டுப்பண்ணைகளிடம் மிக நவீன முறையில் விவசாய உற்பத்திப் பொருள்களை உற்பத்தி செய்யும் பொறுப்பு ஒப்படைக்கப்பட்டது.

ஒரு பிற்பட்ட நாட்டைத் தொழில்மயமாக்க வேண்டியிருத்தமை துவக்ககால சோவியத் சமுதாயத்தில் ஓர் அடிப்படையான முரண் பாட்டைத் தோற்றுவித்தது. அது, சோசலிச நிர்மாணத்தின் எதிர் கால அனுகூலங்கள், பாட்டாளி வர்க்கத்தின் உடனடியான நலன்கள் ஆகியவற்றுக்கிடையிலான முரண்பாடாகும். தொழிலாளிகளின் வாழ்க்கைத் தரத்தை உயர்த்துதல் மேற்கத்திய முதலாளிய நாடுகளில் ஏற்கெனவே சாதிக்கப்பட்டிருந்ததும் புரட்சிக்கு முன்பு ரஷியாவில் கோரிக்கையாக எழுப்பப்பட்டிருந்ததும் ஆகும். ஆனால் இந்தக் கோரிக்கை புரட்சிக்குப் பிறகு சோசலிச நிர்மாணத்திற்கான இடையூறாகவே கருதப்பட்டது. இந்த

முரண்பாடு சோவியத் சமுதாயத்தின் பல்வேறு மட்டங்களில் மீண்டும் மீண்டும் தலை தூக்கியது. குறிப்பாக உணவு முதலான பண்டங்களை மலிவாகப் பெறவிரும்பிய தொழிற்துறைப் பாட்டாளிகளின் கோரிக்கைகளுக்கும் அதிக விலையில் தம் உணவுப் பண்டங்களை விற்க விரும்பிய விவசாயிகளின் விருப்பங்களுக்கும் இடையிலான முரண்பாடாக உருவாயிற்று. இந்த முரண்பாட்டைத் தீர்ப்பதற்கான முயற்சிகளுக்குத் தலைமை தாங்கிய ஸ்டாலின் வழங்கிய 'தீர்வே' நாம் மேலே கண்டவை.

ஸ்டாலின் 'மேலிருந்து நடத்திய புரட்சி'யின் காரணமாக முதலில் விவசாய உற்பத்தி வீழ்ச்சியடைந்தது. அதனைத் தொடர்ந்து முக்கியமான விவசாய உற்பத்திப் பிரதேசங்களில் மிகப் பெரிய பஞ்சம் ஏற்பட்டது. கூட்டுப் பண்ணையாக்கலின்போதும் பஞ்சத்திலும் பல லட்சக்கணக்கானோர் மடிந்தனர். நகர்ப்புறத்திலுள்ளவர்களின் வாழ்க்கைத் தரமும் குறைந்தது. ஆனால் இவற்றின் காரணமாக தொழிற்துறையின் எல்லாப் பிரிவுகளிலும் குறிப்பாக எஞ்சினியரிங் தொழில்கள், ஆயுத உற்பத்தித் தொழில் போன்றவற்றின் வளர்ச்சி நின்றுவிடவில்லை. சிறு அளவிலான தனியார் வர்த்தகங்கள், சிறு தொழில்கள் அனைத்தும் ஒழித்துக் கட்டப்பட்டன. வர்த்தகர்கள், தொழிலதிபர்கள் மட்டுமல்லாது பழைய சமுதாயத்தில் உருவாகியிருந்த அறிவுஜீவிகள், பொறியியலாளர்கள், நிபுணர்கள், விஞ்ஞானிகள், அறிவாளிகள் ஆகியோரும்கூட கணிசமான அளவில் ஒடுக்குமுறைக்கு ஆளாயினர். அவர்ளுக்குப் பதிலாக 'சிவப்பு' நிபுணர்கள், உருவாக்கப்பட்டனர். இவர்களை நாடெங்கினுமிருந்த நடு நிலை, உயர் நிலைக் கல்விக்கூடங்கள் பயிற்றுவித்தன. எழுத்தறிவின்மை நாடு முழுவதிலிருந்தும் அகற்றப்பட்டது. கட்டாய ஆரம்பக் கல்வி முறையும் பின்னர் கட்டாய ஏழாண்டுக் கல்வியும் புகுத்தப்பட்டன. தொழில் வளர்ச்சிக்குத் தேவையான தொழிலாளர்கள் நாட்டுப்புறங்களிலிருந்து குடியேறியவர்கள் அல்லது குடியேற்றப்பட்டவர்கள், சமூக மாற்றங்களால் பாதிக்கப்பட்ட இதர சமூக அடுக்கினர் ஆகியோரிடமிருந்து கிடைத்தனர். இதன் காரணமாக தொழிலாளிவர்க்கத்தின் எண்ணிக்கை பெருகியது. ஆனால் இவர்கள் முதல் தலைமுறைத் தொழிலாளர்கள், போல்ஷ்விக் கட்சியின் முதுகெலும்பாக இருந்த பாரம்பரியமிக்க பழைய தொழிலாளிகள் ஆகியோரிடமிருந்து குறிப்பிடத்தக்க வகைகளில் மாறுபட்டவர்கள்.

இந்தக் காலகட்டத்தில் (1932-41) உருவான புதிய அறிவுஜீவி வர்க்கம் பெரும்பாலும் விவசாய அல்லது தொழிலாளர் வர்க்கக் குடும்பங்களில் பிறந்தவர்களைக் கொண்டதாக இருந்தது. அவர்கள் கட்சிச் சித்தாந்தத்தின் நேரடியான அல்லது மறைமுகமான தாக்கத்துக்கு உட்பட்டிருந்தவர்கள். அவர்களிற் பெரும்பாலோர் கட்சியைச்சேர்ந்தவர்கள் அல்லது கட்சியின் செல்வாக்குக்கு உட்பட்டிருந்தவர்கள். உலகியல் விஷயங்களில் மிகுந்த அக்கறை காட்டியவர்கள். தொழிலாளிகள், விவசாயிகள் ஆகியோரைக் காட்டிலும் சிறப்புரிமைகளும் சலுகைகளும் பெற்றிருந்தவர்கள். தமக்கு வேறு எந்தவொரு சமுதாய அமைப்பிலும் இத்தகைய கல்வியறிவும் பண்பாட்டு வளர்ச்சியும் கிடைத்திருக்காது என்பதை உணர்ந்தவர்கள். இந்த அறிவுஜீவிகள் ஸ்டாலினிசத்தின் சமூக அடித்தளமாக அமைந்தனர். இதுபற்றி சற்று விரிவாகக் காண்போம்.

1917க்கும் 1921க்கும் இடையில் உள்நாட்டுப்போர், வெளிநாடுகளின் தலையீடு ஆகியவற்றால் ஏற்பட்ட அழிவுகள் ஒருபுறம் இருந்தாலும் அனைவருக்கும் சரிசமமான ஊதியம் என்ற கொள்கையை சோவியத் யூனியன் உணர்வுபூர்வமாக பின்பற்றி வந்தது. 1917இல் மிக அதிக ஊதியம் வழங்கப்பட்ட தொழிலாளியின் ஊதியம் மிகக் குறைவாக வாங்கியவரைவிட 320 சதவீதம் அதிகம். இது 1921 இல் 102 சதவீதமாகக் குறைக்கப்பட்டது. புதிய பொருளாதாரக் கொள்கை நடைமுறைக்கு வந்த பிறகும் கூட எந்த ஒரு கட்சி உறுப்பினரின் ஊதியமும் பயிற்சி பெற்றதொழிலாளியின் (Skilled worker) ஊதியத்தை விட அதிகமாக இருக்கக் கூடாது என்ற கொள்கை இருந்தது. 1928 இல் முதல் ஐந்தாண்டுத் திட்டம் ஆரம்பமாகியதும் இக்கொள்கை கைவிடப்பட்டு சமத்துவம், சரிசமமான ஊதியம் என்பன 'மார்க்ஸியத்துக்கு அந்நியமான விவசாயி மனப்பான்மை' என்று ஸ்டாலின் தாக்குதல் தொடுத்தார். மிகப்பெரும் ஊதிய வேறுபாடுகள் நடைமுறைக்கு வந்தன. கட்சியின் ஏழாவது காங்கிரஸில் மாலட்டோவ் வெளிப்படை யாகக் கூறினார்: "சமத்துவக் கொள்கையினரை, வர்க்கஎதிரிகளின் கூட்டாளிகள், சோசலிசத்தின் பகைச்சக்திகள் என்ற வகையில் எதிர்த்து உறுதியான போராட்டம் நடத்துமாறு போல்ஷ்விக் கொள்கை கூறுகிறது." கட்சி உறுப்பினர்களின் வருமானத்தை வரம்புக்குட்படுத்தும் விதி 1929 இல் மாற்றியமைக்கப்பட்டது.

பின்னர் அது ரகசியமான முறையில் ஒழித்துக்கட்டப்பட்டு விட்டது.

1937 இல் தொழிற்சாலை எஞ்சினியர்களின் (Plant Engineers) மாத ஊதியம் 1500 ரூபிள். தொழிற்சாலை இயக்குநரின் (Factory Director) மாத ஊதியம் 2000 ரூபிள். பயிற்சி பெற்ற தொழிலாளிகள் விட்டுக்கு எடுத்துச் சென்ற சம்பளம் 200-300 ரூபிள். தொழிற்சாலை நிர்வாகிகள் (management staff), அதாவது கட்சி உறுப்பினர்கள், போனசுகள் சன்மானங்கள் ஆகியவற்றின் மூலமாக தமது வருமானத்தைப் பெருக்கிக்கொள்ள முடிந்தது. அவர்கள் ஈட்டும் போனஸ் மற்றும் சன்மானங்களின் தொகை மத்திய அரசாங்கத்தால் நிர்ணயிக்கப்பட்ட உற்பத்தி இலக்கை எந்த அளவுக்கு விஞ்சியிருக்கிறார்கள் என்பதைச் சார்ந்ததாக இருந்தது. 1948ஆம் ஆண்டில் மேனேஜர்கள், இலாக்காத் தலைவர்கள் (Departmental Heads); ஃபோர்மென் ஆகியோர் தங்களுக்கு நிர்ணயிக்கப்பட்ட ஊதியங்களைக் காட்டிலும் 30 சதவீதம் அதிகம் ஈட்டி வந்தனர். சில சமயங்களில் நிர்ணயிக்கப்பட்ட உற்பத்தி அளவைவிட அதிகமாக அவர்கள் நான்கு சதவீதம் மட்டுமே சாதித்திருந்தபோதிலும்.[13]

வருமானத்திற்கான மற்றொரு உத்தி 'இயக்குநர்கள் நிதி' என்ற ஏற்பாடாகும். 1936 இல் உருவாக்கப்பட்ட இந்த நிதியில், திட்டமிடப்பட்ட லாபத்தில் 4 சதவீதமும் - அதற்கும் அதிகமாகக் கிடைக்கும் லாபத்தில் சரிபாதியும் சேர்க்கப்பட்டது. இந்த நிதி தொழிற்சாலையின் மூத்த அதிகாரிகளுக்கு விநியோகிக்கப்பட்டது. சராசரியாக ஒரு தொழிலாளிக்கு மாத ஊதியமாக 236 ரூபிள்களை வழங்கிய ஒரு தொழிற்சாலையின் இயக்குநர் நிதி கீழ்க்கண்ட வகையில் விநியோகிக்கப்பட்டது: இயக்குநருக்கு 22000 ரூபிள்; கட்சிக்குழுச் செயலாளருக்கு 10000ரூபிள்; உற்பத்தி முதல்வருக்கு (Production Chief) 8000ரூபிள்; தலைமைக் கணக்காயருக்கு 16000 ரூபிள்; தொழிற்சங்கக் கமிட்டித் தலைவருக்கு 4000 ரூபிள்; பட்டறை நிர்வாகிக்கு (head of the workshop) 5000ரூபிள். இவை போக இப்புதிய சலுகை பெற்ற சமூகத்தட்டினருக்கு ஆண்டுதோறும் 1000

---

13 இப் புள்ளி விவரங்களும் அடுத்து வரும் 5 பத்திகளிலுள்ள புள்ளிவிவரங்களும் சோவியத் சஞ்சிகைகளிலிருந்தும் ஆவணங்களிலிருந்தும் திரட்டி எடுக்கப்பட்டவை (பார்க்க: Tony Cliff, *Russia: A Marxsit Analysis*, Pluto Press, London).

அரசாங்கப் பரிசுகள் வழங்கப்பட்டுவந்தன. வரிவிலக்குப்பெற்ற இப்பரிசுத் தொகைகள் சிலவற்றின் தொகை 3லட்சம் ரூபிளாகும்.

எனவே இவர்கள் ஸ்டாலினை ஆதரித்ததில் வியப்பில்லை. 1930 களின் துவக்கத்தில் ஸ்டாலின் புதிய தொழில்நுட்ப அறிவுஜீவி வர்க்கத்தை உருவாக்கவேண்டும் என்றும் வல்லுநர்கள், பொறியியலாளர்கள், தொழில் நுட்பமறிந்தோர் ஆகியோருக்கு அதிகபட்ச அக்கறை காட்டப்படவேண்டும் என்று கூறினார். சமத்துவக் கொள்கை கண்டனம் செய்யப்பட்டு சிறந்த உழைப்புக்கு அதிக ஊதியம் என்ற புதிய முறை புகுத்தப்பட்டது.

கல்வி அமைப்பு இந்தப் புதிய சமூகத்தட்டினருக்கு அடிப்படையாக இருந்தது. மிகச்சிறந்த வேலைகள் இந்த அறிவு ஜீவிகளுக்குக் கிடைத்தன. இந்த வேலைகளுக்கு பல்கலைக் கழகங்களிலிருந்து ஆள்கள் எடுத்துக் கொள்ளப்பட்டனர். அறிவுஜீவிகளின் குழந்தைகள் மட்டுமே பல்கலைக் கழகங்களுக்குச் செல்லமுடிந்தது. 1938ஆம் ஆண்டுப் புள்ளிவிவரத்தின்படி மொத்த மாணவர்களில் 42 சதவிதத்தினர் அறிவுஜீவிகள் குடும்பங்களைச் சேர்ந்தவர்கள். கல்லூரிப்படிப்பு, நிர்வாக வேலைகள், கட்சி உறுப்பினர் பதவி ஆகியவற்றுக்கு இடையிலுள்ள தொடர்பைக் கீழ்க்காணும் விவரங்களிலிருந்து தெரிந்து கொள்ளலாம்: 1930களின் கடைசியில் இருபது மாணவர்களில் ஒருவன்தான் உயர்நிலைப்பள்ளி வகுப்பை முடித்திருந்தான். ஆயினும் 1934இல் 15லட்சம் கட்சி உறுப்பினர்களிடையே கல்லூரிப் படிப்பு முடித்திருந்தவர்களின் எண்ணிக்கை 1,27,000ஆக இருந்தது. இதையும் உயர்நிலைப் பள்ளிப்படிப்பை முடித்தவர்களின் எண்ணிக்கையையும் எடுத்துக் கொண்டால், தொழில்துறை மற்றும் தொழில்நுட்ப அறிவு ஜீவிகள் என்று அழைக்கப்படுபவர்களிலிருந்து கட்சி மாநாட்டுக்கு அனுப்பப்பட்ட பிரதிநிதிகளின் விகிதம் 1924இல் இருந்த 18 சதவீதத்திலிருந்து 1941இல் 70 சதவீதமாக உயர்ந்தது.

1923இல் மொத்த தொழிற்சாலை மேலாளர்களில் (Managers) 29 சதவீதத்தினர் கட்சியில் இருந்தனர். நான்கு ஆண்டுகளுக்குப் பிறகு 96.9 சதவீத மேலாளர்கள் கட்சி உறுப்பினர்களாயினர். 1936இல் எல்லா மேலாளர்களுமே கட்சியில் சேர்ந்திருந்தனர். செஞ்சேனை அதிகாரிகள் விஷயத்தில் நடந்ததும் இதுதான். 1937 ஜனவரியில் மொத்த மேலாளர் பதவிகளில் (Management Personnel) இருந்தவர் களின் எண்ணிக்கை 70 9000. இவற்றில் 90%கட்சியைச் சேர்ந்தவர்

கள். கட்சியில் மீதமுள்ள உறுப்பினர்கள், அரசாங்க அதிகாரிகள், ராணுவ அதிகாரிகள் முதலானோர். அதாவது, மக்கள்தொகையில் 10 சதவீதத்தினரே நாட்டை ஆண்டனர். பொருளாதாரத்தைத் திட்டமிட்டனர்; வெகுமதிகள் பெற்றுக்கொண்டனர்.

1917 இல் கட்சி உறுப்பினர்களாக இருந்தவர்களில் ஒரு சதவீதத்தினரும் உள்நாட்டுப்போர் முடிவடைகையில் இருந்த உறுப்பினர்களில் 5சதவீதத்தினரும் மட்டுமே 1939இல் கட்சி உறுப்பினர்கள். இதற்கு இயற்கைக் காரணங்கள் ஏதும் இல்லை. 1927 இல் கட்சி உறுப்பினர்கள் பலர் 29 வயதுக்கு குறைவானவர்களே. லெனினின் முதல் அமைச்சரவையில் இருந்தவர்களில் ஸ்டாலினைத் தவிர யாரும் உயிர் பிழைத்திருக்கவில்லை. இவ்வாறு 1917 பாட்டாளி வர்க்கப் புரட்சியானது புதிய அதிகாரவர்க்கத்தின் ஆட்சி ஏற்படுவதற்கே வழி வகுத்திருந்தது வரலாற்றின் அவலமிக்க முரண்பாடு ஆகும்.

ஸ்டாலின் இந்த அதிகாரி வர்க்கத்துக்குள்ளும் அவ்வப்போது களையெடுப்புகள் நடத்தியதுண்டு. அது தன்னை வலுவான ஆளும் வர்க்கமாக உருத்திரட்சி செய்துகொள்ளக்கூடும் என அவர் அஞ்சியதே அதற்குக்காரணம். களையெடுக்கப்பட்ட தனித்தனி உறுப்பினர்களுக்குப் பதிலிகள் எப்போதும் கிடைத்துவந்ததால் அதிகாரிவர்க்கம் தொடர்ந்து நிலவிவந்தது. மேலும், இந்த அதிகாரிவர்க்கத்தின் சமூக அடிப்படையை ஒழித்துக்கட்டும் முயற்சி ஏதும் ஸ்டாலினிடம் இருக்கவில்லை. ஏனெனில் அதிகாரிவர்க்கமே அவருடைய சமூக அடிப்படையாக இருந்தது!

ஸ்டாலின் தனது பல்வேறு நடவடிக்கைகளுக்கு நியாயம் தேட லெனினின் படைப்புகளிலிருந்து எழுத்துக்கு எழுத்து மேற்கோள் காட்டுவதுண்டு. லெனினோ அல்லது வேறு எவரோ, அவருடைய கருத்துகள் குறிப்பிட்ட வரலாற்றுச் சூழலில், சமூகச் சூழலில் உருவாகின்றன என்பதும் தேவைப்பட்டால் அவற்றை மறுதலித்துப் புதிய கருத்துகளை உருவாக்குவது வரலாற்று வளர்ச்சிக்கு உகந்தது, என்பதும் ஸ்டாலினால் புரிந்துகொள்ளப்படவில்லை. மாறாக தனது 'மேலிருந்து செய்யப்படும் புரட்சி'க்கு லெனினின் எழுத்துகளைப் பாடப் புத்தகமாக்கி விடுவது உகந்ததாக இருக்கும் என்று அவர் கருதினார் போலும்!

எடுத்துக்காட்டாக, 'சோசலிசப் பொருளாதார நிர்மாணத்'தில் வல்லுநர்கள், மேலாளர்கள், இயக்குநர்கள் ஆகியோரை மட்டுமே ஸ்டாலின் பெரிதும் சார்ந்திருந்தமைக்கும் தொழிலாளி வர்க்கத்தின் பங்கேற்பு ஆணைகளை நிறைவேற்றுதல் என்ற அளவுக்கே குறுக்கப்பட்டதற்கும் லெனினின் கருத்துகள் ஸ்டாலினுக்கு உதவியிருக்கின்றன. இவை, டெய்லரிசம்[14] தொழிலாளரின் கட்டுப்பாடு, பிரஷிய அரசுமுதலாளியத்திலிருந்து கற்றுக் கொள்ளுதல், போன்றவையாகும்.

1918 இல் நடந்த கட்சிப் பேரவைக் கூட்டத்தில் பேசிய லெனின், 'சோவியத் ஜனநாயகத்தின் சிறப்பான, உயிரோட்டமுள்ள அம்சம் உழைக்கும் மக்களுக்கு அதிகாரத்தை மாற்றுவதும் சுரண்டலை ஒழிப்பதும் தான்' என்று குறிப்பிட்டார். ஆனால் சில நாள்களுக்குப் பின் 'ஜெர்மானியர்களிடமிருந்து கற்றுக்கொள்ள வாருங்கள்' எனத் தோழர்களுக்கு அழைப்பு விடுக்கவும் செய்தார்:

> இப்போது மிருகத்தனமான ஏகாதிபத்தியத்தின் உருத்தோற்றமாக உள்ள ஜெர்மானியர்களிடம்தான் ஒழுங்கு, ஒழுங்கமைப்பு, நவீன இயந்திரத் தொழிலை அடிப்படையாகக் கொண்ட, இசைவிணக்கம்கொண்ட கூட்டுறவு, கறாரான கணக்குவழக்குமுறை, கட்டுப்பாடு ஆகியனவும் உள்ளன.[15]

இந்த பிரஷிய முன்மாதிரியைத்தான் லெனின் சோவியத் ஜனநாயகத்துடன் இணைக்க முயன்றார்:

> கொந்தளிக்கிற, பொங்கி எழுகின்ற, வசந்தகால வெள்ளம் போல் கரைபுரண்டு ஓடுகிற உழைக்கும் மக்களின் 'பொதுக்கூட்ட' ஜனநாயகத்தையும் வேலைநேரத்தில் கண்டிப்பு நிறைந்த ஒழுங்கு என்பதை சோவியத் தலைவன் என்ற தனிநபருக்குக் கேள்வியின்றி அடிபணிதல் என்பதுடன் இணைக்க வேண்டும்'[16]

---

14 டெய்லரிசம்: 19 ஆம் நூற்றாண்டின் இறுதியில் அமெரிக்காவைச் சேர்ந்த ஃப்ரடெரிக் டெய்லர் என்பவர், தொழிற்சாலையிலுள்ள தொழிலாளர்கள். ஊழியர்கள் ஆகியோரிடமிருந்து அதிகபட்ச உழைப்பைப் பெறவும் கூடுமானவரை செலவை சிக்கனப்படுத்தவும் உருவாக்கிய நிர்வாக முறை. 'விஞ்ஞான பூர்வமான நிர்வாகம்' (Scientific management) என இது அழைக்கப்பட்டது.

15 Lenin, Selected Works, Vol II, Moscow quoted by Bastian Wielenga in Worker's Power in Soviet Union 1917-87, *The Marxist Review,* May 1987, Calcutta

16 பாஸ்டின் வைலெங்காவின் அதே கட்டுரை.

ஜனநாயக மத்தியத்துவம் என்ற இக்கோட்பாட்டை வளர்க்கும் லெனின், சோவியத்துகளின் உறுப்பினர்கள் அனைவரையும் நிர்வாகப் பணிகளுக்குள் ஈடுபடுத்தவேண்டும் என்றும் ஒவ்வொரு உழைப்பாளியும் எட்டு மணிநேர வேலைக்குப் பிறகு அரசுக் கடமைகளை ஊதியமில்லாமல் நிறைவேற்ற வேண்டும் என்றும் நிர்வாகப் பணிகளில் சர்வாதிகாரத்தைப் பயன்படுத்தும் அதே வேளையில் கீழிருந்து கட்டுப்பாடு செய்கிற வடிவங்களை உருவாக்கவேண்டும் என்றும் கூறினார். ஆனால் பிரஷிய முன்மாதிரியையும் சோவியத் முன்மாதிரியையும் இணைக்கவே முடியவில்லை! உள்நாட்டுப் போரின் நிர்ப்பந்தங்கள் முதலியவற்றின் காரணமாக அதிகாரம் மையப்படுத்தப்பட்டதேயன்றி வேர்க்கால் மட்டங்களுக்குப் பரவவில்லை. மேலும், தொழிற்சாலை மேலாளர்கள், கமிசார்கள், கட்சிச் செயலாளர்கள் முதலியவர்களின் நியமனம் பற்றியோ அல்லது அவர்களைத் தேர்ந்தெடுப்பது பற்றியோ, தெளிவான விதிமுறைகளும் நெறிகளும் உருவாக்கப்படவில்லை. பிரஷிய முன்மாதிரி, சோவியத் முன்மாதிரியை விழுங்கி விட்டதற்கு இவையே காரணம்.

பிரஷிய முதலாளியத்திடமிருந்து கற்றுக்கொள்வது பற்றிய லெனினின் கருத்துகள் பின் தங்கிய ரஷியாவில் அன்றிலிருந்த நிலைக்கு எதிராக அவர் கடுமையாகப் போராடவேண்டியிருந்த சூழலில் புரிந்து கொள்ளக்கூடியனவே. இதேபோலவே, டெய்லரிசத்தையும் அவர் உற்சாகத்தோடு வரவேற்கவே செய்தார் - டெய்லரிசம் சுரண்டலை உள்ளடக்கியிருக்கிறது என்பதை அவர் தெளிவாகக் கண்டிருந்த போதிலும் உயர்ந்த ஊதியம் வழங்கி முதலாளித்துவ வல்லுநர்களைப் பயன்படுத்திக் கொள்ளவேண்டும் என்று அவர் கூறியபோது அது சந்தர்ப்பச் சூழ்நிலையின் நிர்ப்பந்தத்தால் மட்டுமே செய்யப்படக் கூடியது என்றார். ஆனால் டெய்லரிசத்தைப் பயன்படுத்துவது பற்றி எவ்வித நிபந்தனையையும் அவர் விதிக்கவில்லை. உற்பத்தித் திறனை ஆதரிக்கக்கூடிய எல்லாமே சோசலிசத்துக்கு உகந்தது என்று கருதினார். இவ்வகையில் இரண்டாம் அகிலத்தில் மேலோங்கியிருந்த தொழில்நுட்பக் கண்ணோட்டத்தையே லெனினும் (ஸ்டாலினும், த்ரோத்ஸ்கியும் பிற போல்ஷ்விக் தலைவர்களும்) பகிர்ந்துகொண்டிருந்தனர்.

எனவே, உற்பத்தித்திறனை வளர்த்தல், தொழில்மயமாக்குதல், தொழிற்சாலையில் கறாரான ஒழுங்கு என்ற பெயரால் தொழிலாளர்களுக்கு எவ்வித அதிகாரமும் இல்லாமல் போனதற்கு லெனினின் சில கருத்துகள் காரணமாக இருந்திருக்கின்றன. உற்பத்திச் சக்திகளின் வளர்ச்சி என்பதில் மனித அம்சத்திற்குப் போதுமான முக்கியத்துவம் கொடுக்கப்படாமலிருந்தமையும், முதலாளியத் தொழில்நுட்பம்பற்றி மார்க்ஸ் கொண்டிருந்த தயக்கம், எச்சரிக்கையுணர்வு ஆகியவற்றை வளர்த்துக் கொள்ளாமையும் இரண்டாம் அகில, மூன்றாம் அகில மார்க்சியர்களிடையே (லெனின் உட்பட) இருந்த குறைபாடுகள் என்பதைச் சுட்டிக் காட்டாமலிருக்க முடியாது. ஆனால் மாபெரும் இயங்கியலாளரான லெனின் மேலும் பல ஆண்டுகள் உயிரோடு இருந்து, தான் பரிந்துரைத்த முறைகளின் எதிர்மறை விளைவுகளை உணர்ந்திருப்பாரேயானால், தனது கருத்துகள் பலவற்றை மாற்றிக் கொண்டிருப்பார் என்று நம்மால் கூற முடியும். அதற்கான சான்றுகளை அவர் 1918இல் கூறிய பல்வேறு கருத்துகளை 1921இல் புதிய யதார்த்தத்துக்கு ஏற்ப மாற்றிக்கொண்டதில் காணலாம். ஆனால் ஸ்டாலினின் 'மேலிருந்து செய்யப்படும் புரட்சி'க்கு லெனினின் கருத்துகள் சில நியாயங்களைக் கற்பித்தன.

கட்டாய உழைப்பு முறைகள் விஷயத்திலும் கூட லெனின் குறிப்பிட்ட காலகட்டத்தில், குறிப்பிட்ட நோக்கத்தோடு, நடைமுறைப்படுத்திய முறை ஸ்டாலினால் உலகு தழுவிய ஒன்றாக ஆக்கப்பட்டது. 1919 நவம்பரில், கட்சியின் 8ஆவது காங்கிரஸின் தீர்மானத்தின்படி 'உழைக்காத சோம்பேறி'களைக் கட்டாயமாகக் குடியேற்றி உழைப்பில் ஈடுபடுத்துகின்ற உழைப்பு முகாம்கள் உருவாக்கப்பட்டன. இதற்காக 'செகா'வின் தலைவர் ஜெர்ஸென்ஸ்கி தலைமையில் 1920இல் ஒரு குழுவும் உருவாக்கப்பட்டது. 1922இல் 65 முகாம்களே இருந்தன: இவற்றின் எண்ணிக்கையும் இவற்றில் இருந்தவர்களின் எண்ணிக்கையும் போர்க்காலத்தில் இருந்த உழைப்புமுகாம்களோடு ஒப்பிடுகையில் பெரிதாக வித்தியாசப்படவில்லை. 1912இல் 32000 பேரும் 1928 இல் 30000 பேரும் இருந்தனர். 1930வரை போக்கிரிகள் மட்டுமே இவற்றில் அடைக்கப்பட்டனர். 1930இல் இங்கிருந்தவர்களின் எண்ணிக்கை 6 லட்சமாகவும் 1931-32இல் 20 இலட்சமாகவும் 1933-35இல் 50 இலட்சமாகவும் 1937இல் 60 இலட்சமாகவும் 1938இல் 80 இலட்சமாகவும் உயர்ந்தன.

எண்ணிக்கையில் குறைந்ததொரு சிறுகூட்டத்தை ஒடுக்குவதாக இருக்கவில்லை இம்முகாம்கள்! 1930-40ஆம் ஆண்டுகளில் கட்டாய உழைப்புக்கு ஆளானவர்கள் அரசு எந்திரத்திடமிருந்த சேமிப்புத் தொழிலாளர் படையாக (Reserve army of labour) அமைந்தனர். எளிதில் சென்றடையமுடியாத, மக்கள் குடியேறாத வட எல்லைப் பகுதிகளில் மிக மிக மலிவான உழைப்பை நல்கி சோவியத் பொருளாதாரத்தை நிர்மாணிப்பவர்களாக ஆனவர்கள் அவர்கள். கட்டாய உழைப்பு முகாம்களின் நிர்வாகங்களின்கீழ் பெரும் நிலப்பரப்புகள் இருந்தன. உதாரணமாக தோல்ஸ்தாய் முகாம் வடகிழக்கு சைபீரியாவில், பிரான்ஸ் நாட்டு நிலப்பரப்பு போல் 6 மடங்கு பிரதேசத்தை தன் கட்டுப்பாட்டில் வைத்திருந்தது. அங்கே தங்கச்சுரங்கங்கள் தோண்டப்பட்டன. தொழிலாளர் நகரமொன்று உருவாக்கப்பட்டது. அங்கு பெரும் தொழில்துறை, விவசாயத்துறை நிறுவன அமைப்புகளும் உருவாக்கப்பட்டு, முகாம் தொழிலாளர்களைக் கொண்டே இயக்கப்பட்டன. தேசியத் திட்டக் கணிப்புகளில் கூட முகாம் தொழிலாளர்களின் உற்பத்தியும், அவர்களது எண்ணிக்கை விகிதம், சாவு விகிதம் ஆகியனவும் கணக்கிலெடுத்துக் கொள்ளப்பட்டன. 'சோசலிச நிர்மாண'த்திற்கான இந்த முகாம்கள் யாவும் NKVD என்ற ரகசியப் போலிஸின் கட்டுப்பாட்டுக்குள்ளேயே இருந்தன. NKVD அதிகாரிகள் மூத்த அதிகாரிகளுக்கும் கட்சியின் உயர்பீடத்துக்கும் மட்டுமே பதில் சொல்லக் கடமைப்பட்டிருந்தனர். நினைத்த மாத்திரத்தில் யாரையும் கைது செய்து உழைப்பு முகாமுக்குள் தள்ளும் அதிகாரம் படைத்த NKVDதான் ஸ்டாலினிச சோசலிசத்தின் முக்கிய அங்கமாக விளங்கியது![17]

ஸ்டாலின் உருவாக்கிவந்த 'சோசலிச நிர்மாண'த்தின் காரணமாக மிகக்கடுமையான பொருளாதாரச் சிக்கல்களும், உழைக்கும் மக்களிடையே அதிருப்திகளும் பெருகிவந்தன. மறுபுறம் அதிகாரிவர்க்கத் தன்மை, அதிகாரக் குவியல்கள், ஸ்டாலின் என்ற தனிமனித வழிபாடு ஆகியவையும் அதிகரித்துவந்தன. இதன் காரணமாக புரட்சிக்கு முன்பும் புரட்சிக்குப் பிந்திய ஆண்டுகளிலும் லெனினின் தலைமையின் கீழ் உருவாகியிருந்த கட்சி மற்றும் அரசாங்க ஊழியர்களில் கணிசமான பகுதியினரிடமிருந்து கடுமையான விமர்சனங்கள் பிறக்கலாயின.

---

17 மேலிரண்டு பத்திகளிலுள்ள புள்ளிவிவரங்கள் காணப்படும் நூல்: Robert Conquest, *The Great Terror: Stalin's Purge of The Thirties*, Penguin 1971 p. 454.

இந்த எதிர்ப்புகளெல்லாம் ஒன்றுதிரண்டு தனது சர்வவல்லமைக்கு குழிபறித்துவிடும் என்பதை ஸ்டாலின் கண்டு கொண்டார். எனவே சற்றும் தாமதிக்காமல் மின்னல் வேகத்தில் செயல்பட்டார். போல்ஷ்விக் கட்சியின் பழம்பெரும் தலைவர்களையும் ஊழியர்களையும், கட்சிக்கும் நாட்டிற்கும் துரோகமிழைத்தவர்கள் என்றும் நாட்டைக் காட்டிக்கொடுத்தவர்கள் என்றும் அவதூறு செய்யத் தொடங்கி, 1936-38இல் அவர்களுக்கெதிரான களையெடுப்புகளைத் தொடங்கினார். இந்தக் களையெடுப்பு முதல் கட்டங்களில் கட்சிக்குள் உள்கட்சிப் போராட்டங்களை நடத்தியவர்கள் மீதே செலுத்தப்பட்டது. பின்னரோ உளவுப் போலிசான GPU-NKVD மூலம் (இது ஒரு பெரும் சேனையாகவே இப்போது வளர்ந்திருந்தது) ஒடுக்குமுறையானது கட்சியின் அடிமட்டத் தொண்டர்கள், செஞ்சேனை, சோவியத் அமைப்புகள், பொருளாதார அமைப்புகள், அரசாங்கத் துறைகள், இளம் கம்யூனிஸ்ட் கழக உறுப்பினர்கள், மூன்றாம் அகிலத்தைச் சேர்ந்தவர்கள், விஞ்ஞானிகள், கலை இலக்கியவாதிகள் ஆகியோர் மீதும், ஏன், ஒடுக்குமுறை இயந்திரங்களில் பணியாற்றியவர்கள் மீதும் கூடப் பாய்ந்தது. பல்லாயிரக்கணக்கான கம்யூனிஸ்டுகள் பூண்டோடு ஒழிக்கப்பட்டனர். பல லட்சம் கம்யூனிஸ்டுகளும் கட்சிசாராதவர்களும் சிறைகளிலும் கட்டாய உழைப்பு முகாம்களிலும் அடைக்கப்பட்டனர். பல லட்சக்கணக்கானோர் நாட்டின் வேறு பகுதிகளுக்கு இடம் பெயர்க்கப்பட்டனர்.

லெனினின் கீழிருந்த கட்சி மத்தியக் குழு உறுப்பினர்கள் 24 பேரில் 11 பேர் ஸ்டாலினால் ஒழித்துக் கட்டப்பட்டனர். 1934 இல் நடந்த 7ஆவது கட்சிக் காங்கிரஸில் பங்கேற்ற 1966 பிரதிநிதிகளில் 1108 பேர் சித்திரவதைக் கூடங்களிலோ அல்லது சிறைமுகாம்களிலோ மாண்டுபோயினர். 1934 ஆம் ஆண்டிலிருந்த மத்தியக்குழு உறுப்பினர்கள் 134 பேரில் 98 பேருக்கு நேர்ந்த கதியும் இதுதான். 1935- 37 இல் நடந்த களையெடுப்புகளிலும் மாஸ்கோ விசாரணைகளிலும் நிர்ப்பந்தங்களின் கீழ் கற்பனைக்கே எட்டாத குற்றங்களைப் புரிந்ததாக ஒப்புக்கொண்டு மரணதண்டனை பெற்ற நூற்றுக்கணக்கானோரில் பழம் போல்ஷ்விக் தலைவர்களான ரைகோவ், புகாரின், ஜீனோவீவ், காமனேவ் போன்றோரும் புகழ்பெற்ற செஞ்சேனைத் தளபதிகளான டுகாசெவ்ஸ்கி, ப்ளூஷெர், யாகிர்ம் போன்றோரும் அடங்குவர். ஸ்டாலினின் வலக்கரமாகத் திகழ்ந்த பெரியா, யெஷோவ் ஆகியோரின் தலைமையின் கீழ்

ஒடுக்குமுறையிலும் சித்திரவதையிலும் பயிற்சி பெற்றவர்கள் 'எதிராளி'களையும் கருத்து வேறுபாடுடையவர்களையும் தினந்தோறும் நூற்றுக்கணக்கில் வேட்டையாடிப் பிடித்தனர்.

ஒழித்துக்கட்டப்பட்ட கட்சி, ராணுவ, அரசாங்கத் தலைவர்களின் இடங்களை நிரப்புவதற்காக கட்சி மற்றும் அரசு ஊழியர்களில் இளந் தலைமுறையைச் சேர்ந்தவர்களுக்கு ஸ்டாலின் பதவி உயர்வு வழங்கினார். இவர்கள் சர்வவல்லமை படைத்த ஸ்டாலினின் ஆணையை வாய்பேசாது நிறைவேற்றினர். கம்யூனிசச் சித்தாந்த வாய்ச்சவடால்களும் வரையறையற்ற தனிமனித வழிபாடும், சட்ட முறைகள் ஏதும் இல்லாமையும், கட்டவிழ்த்துவிடப்பட்ட பயங்கரமும், கட்டாய உழைப்பும் சித்திரவதைக்கூடமும் மட்டுமே அல்ல ஸ்டாலினிசம் என்பது. சோசலிச நிறுவனங்களும் கூட(வக்கரித்தவடிவத்தில்) ஓரளவு ஸ்டாலினிசத்தின் கீழும் செயல்பட்டுவந்தன. ஏனெனில் இதே காலகட்டத்தில்தான் சோவியத் யூனியன் முழுவதிலும் கல்வி வளர்ச்சியும் பண்பாட்டு வளர்ச்சியும் மிக வேகமாக நடந்தேறின. ஜாராட்சியின் கடைசி ஆண்டுகளில் இருந்த பள்ளிகளின் எண்ணிக்கையும் மாணவர் எண்ணிக்கையும் மும்மடங்கு பெருகின. அறிவுத்துறையிலும் விஞ்ஞானத்திலும் குறிப்பிடத்தக்க முன்னேற்றம் ஏற்பட்டது. வறட்டுத்தனமான சூத்திரங்கள் அவ்வப்போது கல்வித்துறையில் தலைகாட்டியபோதிலும் கல்வி கற்பதிலும் கலை இலக்கியங்களை நாடுவதிலும் இளந் தலைமுறையினர் பெரும் உற்சாகம் காட்டினர். கலை, இலக்கியம், இசை நாடகம், நடனம் என்பன கோடிக்கணக்கான மக்களின் அன்றாட வாழவில் முதன் முறையாக இடம்பெற்றன. கட்சியின் கொள்கையும், புதிய வாசகர்கள், ரசிகர்கள் ஆகியோரின் ரசனையின் குறை வளர்ச்சியும் துணிச்சல் மிக்க பரிசோதனை முயற்சிகள் நிராகரிக்கப்படுவதற்கு ஓரளவு காரணமாக இருந்தன.

'மேலிருந்து செய்யப்படும் புரட்சி'யின் இயல்புக்கு ஏற்ப இந்த சாதனைகளெல்லாம் இறுக்கமான கட்டுப்பாட்டின் கீழேயே நடந்தன. புரட்சியின் துவக்கத்திலிருந்த துணிச்சல்மிக்க கலை, இலக்கியப் பரிசோதனைகளுக்குப் பதிலாக பழையசம்பிரதாய பூர்வமான கலை - இலக்கியப் பாணிகள் குடியேறின. வறுமை, தற்கொலை, நிறைவேறாத காதல், விபத்துகள், திருட்டு, மனமுறிவு, கொலை, குற்றங்கள், கருச்சிதைவு, மணமாகாதவர்

பெற்றெடுத்த குழந்தைகள், பாலுணர்வுப் பிரச்சனைகள் போன்ற "எதிர்மறையான" விஷயங்கள் யாவும் இலக்கியத்திலிருந்து அகற்றப்பட்டன. இத்தீமைகள் யாவும் கம்யூனிச சமுதாயத்தில் மறைந்துவருவதால் வாழ்வின் ஆக்கபூர்வமான அம்சங்களை மட்டுமே இலக்கியம் பிரதிபலிக்கவேண்டும் என்ற கட்டளை பிறப்பிக்கப்பட்டது!

'ஒரு நாட்டில் சோசலிசம்' என்ற முழக்கம் த்ரோத்ஸ்கியின் நிலைப்பாட்டுடன் ஒப்பிடுகையில் மேலும் யதார்த்தபூர்வமானது. ரஷியப் புரட்சிக்கு உதவுவதற்காக மேற்கு ஐரோப்பியப் பாட்டாளிவர்க்கம் முன்வரவில்லை. த்ரோத்ஸ்கியைப் போலவே ஸ்டாலினும் ரஷியாவின் பின்தங்கிய நிலைமையைப் புரிந்துகொண்டிருந்தபோதிலும் அவர் நம்பிக்கை வைத்திருந்தது மேற்கு நாட்டுப் பாட்டாளி வர்க்கத்தின் மீதல்ல. மாறாக 1913 இல் 'கிழக்கை மறந்து விடாதீர்!' 'கிழக்கிலிருந்து வரும் ஒளி' என்ற தலைப்புகளில் இரண்டு கட்டுரைகள் எழுதியிருந்தார். கிழக்கிலிருந்து வரும் ஒளி என்ற பொருள்படும் *Ex Orientelux* என்ற லத்தின் மொழிச் சொற்களைப் பயன்படுத்தியிருந்தார். டிஃப்ளிஸ் நகரத்திலுள்ள இறையியல் கல்லூரியின் முன்னாள் மாணவரான ஸ்டாலின் இறையியலாளர் பயன்படுத்தும் லத்தின் சொற்களைப் பயன்படுத்தியதில் வியப்பில்லை! ஸ்டாலின் தன் கட்டுரைக்குக் கொடுத்த இத்தலைப்பு தோய்ஸ்தோவ்ஸ்கியின் 'கிழக்கில் தோன்றும் நம்பிக்கை நட்சத்திரம்' என்பதனை நினைவூட்டுவதாக இருந்த போதிலும் ஸ்டாலின் தோய்ஸ்தோவ்ஸ்கியைப்போல ரஷியாவின் பழமைப்பிடிப்பான பண்பாட்டை உயர்த்துப் பிடிக்க வில்லை. ஸ்டாலின் கூறிய 'கிழக்கு', ரஷியாவை மட்டுமல்லாது ஆசிய நாடுகளையும் உள்ளடக்கியிருந்தது. இவ்வகையில் அவர் அலெக்ஸாண்டர் ப்ளாக்குக்கே நெருக்கமானவர் எனலாம். முதல் ஐந்தாண்டுத் திட்டத்தின்போது மக்களைத் தட்டியெழுப்புவதற்காக ரஷிய தேசிய உணர்வுகளையும் பயன்படுத்திக்கொண்டார். (சோவியத் யூனியனில் பல்வேறு தேசிய இனமக்கள் வாழ்ந்துவந்த போதிலும் 'சோவியத் தேசப்பற்று' என்பதில் ரஷிய தேசியவாதத்தின் பங்கு கூடுதலான விகிதத்தில் இருப்பதைக் காணலாம்) 1931 இல் அவர் ஆற்றிய உரை கீழ்வருமாறு:

> ரஷியா, அதன் பின் தங்கிய நிலையின் காரணமாக இடைவிடாது உதைக்கப்பட்டுள்ளது. ரஷியா, மங்கோலியக் கான்களால் உதைக்கப்பட்டது; ஸ்வீடிஷ் பிரபுக்களால் உதைக்கப்பட்டது. போல்ஸ்-லிதுவேனியப் பிரபுக்களால் உதைக்கப்பட்டது. ஆங்கிலோ-பிரஞ்சு முதலாளிகளால் உதைக்கப்பட்டது. ஜப்பானியப் பிரபுக்களால் உதைக்கப்பட்டது. அதனுடைய பின் தங்கிய நிலையின் காரணமாக எல்லாராலும் உதைக்கப்பட்டது. இராணுவரீதியான, பண்பாட்டுரீதியான அரசியல்ரீதியான பின்தங்கிய நிலையின் காரணமாக உதைக்கப்பட்டது. அதனை உதைப்பது லாபகரமானதாக இருந்ததாலும் உதைத்தவர்கள் தண்டனையில்லாமல் தப்பித்துக் கொண்டதாலும் அது உதைவாங்கிக்கொண்டே இருந்தது. புரட்சிக்கு முந்திய கவிஞனின் சொற்கள் உங்களுக்கு நினைவில் இருக்கலாம்: ‘ரஷிய அன்னையே நீ வறியவள், நீ வளம் கொழிப்பவள்; நீ வலுவானவள், நீ நிராதரவானவள்.[18]

இதை அப்பட்டமான தேசியவாதம் என்று ஒரேயடியாகக் கூறிவிடமுடியாது என்றும் மார்க்சியம், ரஷியா போன்ற ஒரு பெரும் தேசத்தின் ஆளும் சித்தாந்தமாக மாறியபோது அந்த தேசத்தின் மரபுகள், பண்பாடு, உணர்வுகள் முதலியன தவிர்க்கமுடியாதபடி மார்க்சியத்திற்குள் கசிந்து அதை ரஷியமயமாக்கின என்றும் ஒருவர் வாதிடலாம். ஆனால் ‘ஒரு நாட்டில் சோசலிசம்’ என்ற கோட்பாடு மூன்றாவது அகிலத்தின் ஏழாவது பேராயம் (காங்கிரஸ்)தொட்டு உலகில் நடக்கும் புரட்சிப் போராட்டங்களெல்லாம் சோவியத் யூனியனிலுள்ள சோசலிசத்தைக் காப்பது என்பதற்குக் கீழ்ப்பட்டிருக்கவேண்டும் என்கிற வகையில் சோவியத் யூனியனின் வெளிநாட்டுக் கொள்கை கடைப்பிடிக்கப்பட்டு வருவதற்கே வழிவகுத்தது என்பதையும் இதற்கு உகந்தவாறே தேசியவாதம் அங்கு முக்கியப் பங்காற்றியது என்பதையும் நாம் குறிப்பிட வேண்டும். இந்த ‘ரஷியமயமாக்கல்’ என்பது அலெக்ஸாண்டர் நெவ்ஸ்கி போன்ற ஜார்மன்னர்களின் அல்லது அவர்களது படைத்தளபதிகளின் வரிசையில் லெனினையும் சேர்க்குமளவிற்குக்கூடச் சென்றுவிட்டது! **1941**இல் நாஜிகளால் முற்றுகையிடப்பட்ட மாஸ்கோவில் நவம்பர் புரட்சியின் ஆண்டுவிழாக் கூட்டமொன்றில் ஸ்டாலின் பேசுகிறார்:

18 J. Stalin, *Problems of Leninism*, Progress Pubishers, Moscow 1947, p. 356.

அலெக்ஸாண்டர் நெவ்ஸ்கி, டிமிட்ரி போன்ஸ்கோய், குஸ்மாமினின், டிமிட்ரி போஸார்ஸ்கி, அலெக்ஸாண்டர் ஸுவாரோவ், மிகய்ல் க்யுடுஸொவ் ஆகிய நமது மாபெரும் முன்னோர்களின் புகழ்த் தோற்றங்கள் இந்தப்போரில் உங்களுக்கு ஊக்கம் கொடுக்கட்டும். மாபெரும் லெனினின் வெற்றிப் பதாகை உங்களுக்கு வழிகாட்டட்டும்.[19]

இரண்டாம் உலகப்போருக்கு முன்பே ரஷிய தேசியவாதம் பெருமளவில் ஊக்குவிக்கப்பட்டது என்று கூறினோம். சோவியத் ரஷிய தேசப்பற்றும் சோசலிசமும் ஒன்றே எனக் கருதப்படலாயின. ரஷியாவின் கடந்த காலத்தைப் போற்றுவது, அரசாங்கத்தின் செயல் திட்டமாக இருந்தது. பழைய ஜார் மன்னர்களான மகாபீட்டர், பயங்கர ஐவான், அலெக்ஸாண்டர் நெவ்ஸ்கி போன்றவர்கள் போற்றப்பட்டனர். ரஷியாவின் கடந்தகால வரலாற்றையும் வரலாற்று நாயகர்களையும் கருப்பொருளாகக் கொண்டு எழுதப்பட்ட வரலாற்று நவீனங்கள் ஊக்குவிக்கப்பட்டன. அலெக்ஸி தோல்ஸ்தாயின் 'மகாபீட்டர்', யூரி டைன்யானோவின் 'குக்ரியா', வாஸிர் முக்தரின் 'மரணம்', 'பூஷ்கின்', 'மெழுகு பொம்மை' ஆகியன விமர்சகர்களால் மிகவும் பாராட்டிப் புகழப்பட்டுள்ளன. 'வரலாற்று நாவல்கள்' என்ற புதிய இலக்கிய வகையை (genre) உருவாக்கியவர்களில் ஒருவர் கூட கம்யூனிஸ்ட் அல்லர். அலெக்ஸி தோல்ஸ்தாய் வெண்படைத் தலைவன் டெனிகினிடம் பணியாற்றியவர். டைன்யானோவ் உருவவியலாளர். மற்றவர்கள் ஒன்று சகபயணிகள் அல்லது கட்சி சாராதவர்கள். இந்த வரலாற்று நாவல்கள் ஸ்டாலின் ஊக்குவித்த ரஷிய தேசிய உணர்வுக்கு வலுக்கூட்டுவதாக இருந்தன. இவற்றைப் படைத்த இலக்கியவாதிகளுக்கோ சமகாலப் பிரச்சனைகளில் தலையைக் கொடுத்துவிட்டு அவதிப்படுவதைவிட கடந்த காலம் பற்றிய புனைவிலக்கியங்களை எழுதுவது பாதுகாப்பானதாகவும் அதேவேளையில் தமது படைப்பாற்றல்களை வெளிப்படுத்தக்கூடியதாகவும் இருந்தது (மரபுவழி அறிவாளிகளால் மட்டுமே புதிய சூழ்நிலைமைக்கு ஏற்பத் தம்மை மாற்றிக்கொள்ள முடிந்திருக்கிறது!)

---

19 J.V. Stalin, Speech at the red Army Parade on the red Square, Moscow, Collected Works of Stalin, vol 15, Foreign Language Publishing House, Moscow.

இத்தகையதொரு சூழ்நிலையில் ‘சோசலிச யதார்த்தவாதம்’ ‘புரட்சிகர ரொமாண்டிசிசம்’ என்பன ‘அதிகாரிவர்க்க யதார்த்தவாத’மாக மாறியிருந்தன. அவற்றுக்கு ஒரு சித்தாந்தப் பாத்திரம் தவிர்க்கவியலாதபடி உருவாகியிருந்தது. ஸ்டாலின் உருவாக்கியிருந்த ‘சோசலிச அமைப்பை’ நியாயப்படுத்துகிற சித்தாந்தமே அது.

யதார்த்தவாதம் என்பது மிக உயர்ந்த விமர்சன நோக்குக்கொண்ட கலைப்பாணி என்று மார்க்சியம் கருதுகிறது. சீரிய தத்துவக் கண்ணோட்டமும் இலட்சிய நோக்குகளும் கொண்ட (இது வெளிப்படையாக இருக்கவேண்டிய அவசியமில்லை) இந்த யதார்த்தவாதம், மெய்யுலகு எவ்வாறு உள்ளதோ அதை, அவ்வாறே எதிர்நோக்குகிறது. அதன் காரணமாக, அது திரிபுக்கும் மூடிமறைத்தலுக்கும் பொய்மைக்கும் எதிராக உண்மையை உயர்த்திப் பிடிக்கிறது. மனித சுதந்திரம் என்ற இலட்சியம் எவ்வாறு நடைமுறை உலகில் மறுக்கப்பட்டு வஞ்சிக்கப்படுகிறது என்பதைக் காட்டும் யதார்த்தவாதம், இந்த நிலைமைகளைக் கடந்துசெல்கிற பாத்திரத்தையும் வகிக்கிறது. கலாபூர்வமான உள்ளடக்கத்தின் இறுதி எல்லை ஸ்டாலின் ஸ்தானோவ் காலத்தியதும் அதைத் தொடர்ந்துவருகிறதுமான சோவியத் சமூக அமைப்புதான் என்று ஸ்தானோவிசம் கருதியது. அதாவது, இருக்கும் நிலைமைகளை இடைவிடாது கடந்து செல்கிற பணி கலைக்கு மறுக்கப்பட்டது. சிலசமயங்களில் சமுதாய அமைப்பிலுள்ள குறைகள் சுட்டிக்காட்டப்பட அனுமதி வழங்கப்பட்டது உண்மையானாலும், சமுதாயமும் தனிமனிதனும் தம்மை முழு நிறைவு செய்துகொள்வதற்கான களம் ஏற்கெனவே நிலவுகிற சோவியத் அமைப்புதான் என்று கூறப்பட்டது. கம்யூனிச எதிர்காலம் என்பது கோட்பாட்டளவில் சுட்டிக்காட்டப்பட்டது உண்மைதான். ஆனால் அந்த எதிர்காலம் ஏற்கெனவே நிலவிவரும் சமூக முரண்பாடுகளின் போராட்டத்தால் விளைவதாக அல்லாது தானாகவே படிப்படியாக உருவாகிவருகின்ற ஒன்றாகக் கருதப்பட்டது. சமூகத்தில் முரண்பாடுகள் மறைந்துவிட்டதால் நல்லதற்கும் தீயதற்கும் இடையிலுள்ள மோதல்கள்கூட இப்போது இல்லை என்றும், நல்லதுக்கும் “அதைவிட நல்லதுக்கும்” இடையிலே மட்டுமே மோதல் நிலவுவதாகவும் கூறப்பட்டது! யதார்த்தபூர்வமாக நிலைமையைச் சித்திரிக்கும் முயற்சி சோவியத் மெய்மையை அவதூறு செய்வதாகக் கருதப்பட்டது. சித்தாந்த

உள்ளடக்கம் மட்டுமே முக்கியமாகக் கருதப்பட்டது. அதாவது அரசும் கட்சியும் கூறுகின்ற கூற்றுகளே இச்சித்தாந்தம்.

சோசலிச யதார்த்தவாதத்தோடு சேர்த்து ஊக்குவிக்கப்பட்ட மற்றொரு போக்கு புரட்சிகர ரொமாண்டிசிசம் (Revolutionary Romanticism). இது புரட்சிகரமானதோ பொருள்முதல்வாதத் தன்மையுடையதோ அல்ல! இது யதார்த்தத்திலுள்ள முரண்பாடு களைக் கருத்தில் கொள்ளாமல் 'யதார்த்தத்திலிருந்து வடித்தெடுக்கப்பட்ட ஒன்றோடு விரும்பப்படுகின்றதையும் சாத்தியமானதையும் இணைத்து செழுமையான படிமத்தை' உருவாக்க முயற்சி செய்கிறது. புரட்சிக்குப்பிந்திய சமுதாயத்தில் இருந்த உள்பிரச்சனைகள் யாவும் முதலாளியத்தின் எச்சமே என்று கருதும் இப்போக்கு, இச்சமுதாயம் பற்றிய சோசலிச விமர்சனங்களுக்கான சாத்தியப்பாட்டை மறுக்கிறது. மேலும், எல்லாவகையான விமர்சனங்களையும் சோசலிச சோவியத் விரோத நடவடிக்கைகள் என்ற ஒரே கூற்றின் கீழ் கொண்டு வந்தது. ஸ்டாலினின் இயக்க மறுப்பியல் கண்ணோட்டம் ஏற்கெனவே சோவியத் ஆட்சியமைப்பில் நன்கு வேரூன்றியிருந்த அதிகாரவர்க்கத்துக்கு மிகவும் உகந்ததாக இருந்தது. தன்னை எதிர்ப்பவர்களை, விமர்சிப்பவர்களை எல்லாம் 'எதிரி ஏஜெண்டுகள்' என முத்திரை குத்தி ஒழிக்க முடிந்தது. மனிதன் 'தன்னிறைவு செய்து கொள்ளுதல்' என்கிற மார்க்சிய இலட்சியத்தின் அடிப்படையில் எழுந்த சோசலிச ஆர்வங்கள் வெறும் 'அறவுரைகள்' என்று நிராகரிக்கப்பட்டன.

உண்மையில் புரட்சிக்குப்பிந்திய சமுதாயம்பற்றிய சோசலிச விமர்சனங்கள் அனைத்தையும் 'அறவுரைகள்' எனக் கண்டனம் செய்யும் நிலைப்பாடு, அருவமான கண்ணோட்டமேயாகும். ஏனெனில் இந்த நிலைப்பாடு குறிப்பிட்ட வரலாற்றுச் சூழலின் முக்கிய அம்சமொன்றைக் கருத்தில் கொள்ளவில்லை. அதாவது சமுதாயத்தை உருவாக்குகிற உண்மையான, திட்டவட்டமான, இரத்தமும் சதையும் கொண்ட, எதிர்பார்ப்புகளையும் தோல்விகளையும் கொண்டுள்ள, மகிழ்ச்சியையும் வேதனையும் அனுபவிக்கிற உண்மையான தனிமனிதர்களை இவை கருத்தில் கொள்வதில்லை. அதற்குப் பதிலாக கருத்துமுதல்வாதக் கண்ணோட்டத்துடன் எதிர்பார்க்கப்படும் அருவமான, எதிர்கால சமுதாய-வரலாற்றுக் கட்டமொன்றை இந்நிலைப்பாடு

இலக்கியத்திலும் சிந்தனையிலும் திணிக்கிறது. புரட்சிக்குப் பிந்திய சமுதாயத்தில் தனிமனிதர்களின் நடத்தையின் அளவுகோலாக இருந்தது, நிர்வாக யந்திரத்தால் தன்னிச்சையாகத் தீர்மானிக்கப்பட்ட, அருவமான அளவுகோல்களாகும். அதாவது, 'அப்பழுக்கற்ற சோசலிச மனிதன்'; 'சோசலிசத்தின் எதிரி' என்ற அருவமான, மொட்டையான முன்மாதிரிகள் உருவாக்கப்பட்டு யதார்த்தமான தனிமனிதர்கள் இந்த முன்மாதிரிகளில் எதில் பொருந்துகிறார்கள் அல்லது பொருந்தவில்லை என்பதைக் கொண்டு அவர்களின் நடத்தை பற்றிய முடிவு வகுக்கப்பட்டது. குறிப்பிட்ட தனிமனிதன் எந்தத்திட்டவட்டமான சமுதாய - பொருளாதார நிலைமைகளில் வாழ்கின்றானோ, அவை கருத்தில் கொள்ளப்படவில்லை. அவனது தனிப்பட்ட, நியாயமான ஆர்வங்களும், எதிர்பார்ப்புகளும் துன்பங்களும் வேதனைகளும் கருத்தில் கொள்ளப்படவில்லை. அருவமான கருத்துகளும் அளவுகோல்களும் இரத்தமும் சதையுமான மனிதர்களுக்குப் பிரயோகிக்கப்பட்டன.

உண்மையில் "அறவுரை" கூறியது ஸ்டாலினிய-ஸ்தானோவிச வறட்டுச் சூத்திரங்கள்தாம். புரட்சிகர ரொமாண்டிசிசம் என்ற கோட்பாட்டிற்கும் உண்மையான புரட்சிகர அறவொழுக்கக் கோட்பாடுகளுக்கும் அடிப்படையான வேற்றுமைகள் உண்டு. காரணம், புரட்சிகர ரொமாண்டிசிசம் என்பது மனிதனை வெறும் பொருளாதார மனிதனாக (அல்லது அரசியல் மனிதனாக) குறுக்கிவிடுகிறது; அந்தப் பொருளாதார மனிதனுக்கான எதிர்காலம் என்று அருவமான எதிர்காலத்தை ஊகித்துக்கொள்கிறது. அதிகாரிவர்க்கத்தால் போற்றப்படும் இந்த அருவமான எதிர்காலமே உன்னதமான, தார்மிக ரீதியில் மேம்பட்ட சமுதாயம் என்று பிரகடனப்படுத்துகிறது. இப்படிப்பட்ட அருவமான எதிர்காலச் சமுதாயத்தை உயர்த்திப் பிடித்துக் கொண்டு, நிகழ்காலம் பற்றிச் செய்யப்படுகிற யதார்த்தபூர்வமான விமர்சனங்களை நிராகரிக்கிறது. யதார்த்தமான நிகழ்காலத்தின் புற நிலை இயல்புகளுக்கு மாற்றாக இந்த அருவமான எதிர்காலத்தின் இலட்சிய மதிப்பீடுகள் உருவாக்கப்படுகின்றன. எனவே புரட்சிகர ரொமாண்டிசிசக் கோட்பாட்டைக் கடைப்பிடிக்காத, ஆனால் நிகழ்கால யதார்த்தத்தை அடிப்படையாகக்கொண்ட 'மதிப்பீடுகள்' அதிகாரிவர்க்கத்தைப் பொறுத்தவரை கடந்தகால அறவுரைகளின் எச்சங்களாகத் தெரிந்ததில் வியப்பில்லை. பெரும் சமுதாய மாற்றத்தின் சிக்கல் மிகுந்த புறநிலையான முரண்பாடுகள் தன்னிச்சையான முறையில்

அகவயமான விளக்கங்களாக குறுக்கப்பட்டன ('கடந்த காலத்தின் எச்சங்கள்', 'சோசலிச விரோத சக்திகள்' முதலானவை). சோவியத் யூனியனின் நடப்பு நிலையை விமர்சனம் செய்யும் சோசலிசக் கவிஞனும் கலைஞனும்கூட கடந்தகாலத்தின் எச்சங்களாகவே பார்க்கப்பட்டனர். சமுதாயப் பிரச்சனைகள் ஒருதலைப்பட்சமாகவும் வெறும் நிர்வாகப் பிரச்சனைகளாகவும் பாவிக்கப்பட்டு அதிகாரிவர்க்கத் தீர்வுக்கு உட்படுத்தப்பட்டன. புரட்சிக்குப் பிந்திய சோவியத் சமுதாயத்தில் அதிகார எந்திரத்தின் நிலைப்பாடுகளை எதிர்த்த தனிமனிதனுக்கு புரட்சிகர ரொமாண்டிசிசம் அறிவுரை கூறியது: (அருவமான, அகவயமான முறையில் தீர்மானிக்கப்பட்ட) 'முன் மாதிரியான சோசலிச மனிதன்' போல் நடந்து கொள்; இல்லாவிடில் சட்டரீதியான நடவடிக்கை எடுக்கப்படும்!

இங்குள்ள 'புதிர்' என்னவென்றால் ஸ்டாலினின் கூற்றுகள் சில மேற்காணும் இலக்கியக் கொள்கைக்கு, கட்சிக் கொள்கைக்கு நேர் மாறானதாகவே இருந்திருக்கின்றன என்பதுதான். தலைசிறந்த சோவியத் கவிஞராகவும், கட்சியின் மத்தியக்குழு உறுப்பினராகவும், 'நோவிமிர்', 'ப்ராவ்தா' போன்ற பத்திரிகைகளின் ஆசிரியராகவும் இருந்த கான்ஸ்டான்டின் ஸிமனோவ் (Konstantin Simonov), கலை - இலக்கிய விவகாரங்களிலும் பிற விவகாரங்களில் இருந்தது போலவே ஸ்டாலினின் சொற்களுக்கும் செயல்களுக்குமிடையே இருந்த பெரும் இடைவெளியை விளக்குகிறார்.[20]

ஸ்டாலினால் பகிரங்கமாகப் பாராட்டப்படுபவர்கள் திடீரெனக் காணாமற் போய்விடுவதும், விமர்சிக்கப்படுபவர்கள் பரிசுகள் பெறுவதும் மிகச் சாதாரணமாக நடந்த நிகழ்ச்சிகள் என்று ஸிமனோவ் எழுதுகிறார். கலை-இலக்கிய உலகில் நடைபெற்று வந்தனவற்றை மிகக் கூர்மையாகக் கவனித்துவந்த ஸ்டாலின், எழுத்தாளர் சங்க செயலர்கள், இலக்கியப் பிரமுகர்கள், பத்திரிகையாசிரியர்கள், அறிவாளிகள் முதலானோரை அடிக்கடி அழைத்து அவர்களுடன் விவாதிப்பது வழக்கம். அதன் நோக்கம் அறிவு ஜீவிகள் எவ்வாறு சிந்திக்கிறார்கள், நாட்டு நடப்பையும் மக்களின் உணர்வுகளையும் எவ்வாறு அவர்கள் பிரதிபலிக்கிறார்கள் என்பதை அறிந்து கொள்வதும், அவர்களுக்கு நடுவில் தனக்கு ஒரு மதிப்பு ஏற்படுத்திக் கொள்வதும்,

20 Konstantin Simonov, Through The Eyes of My Generation (Meditation on Stalin) Soviet Literature, No 4 (493) and 5 (494), April and May 1989.

சர்வவல்லமையுடைய தனது கூர்மையான கண்காணிப்பு ஒவ்வொரு கலைஞன்மீதும் செயல்பட்டு வருகிறது என்பதை சம்பந்தப்பட்ட அனைவருக்கும் உணர்த்துவதுமாகும்.

இலக்கியப் படைப்புகளுக்கான ஸ்டாலின் பரிசுகள் கடைசியாகக் கொடுக்கப்பட்ட ஆண்டு 1952. பரிசுக்குரிய படைப்புகளைத் தேர்ந்தெடுக்கும் கூட்டத்தில் கலந்துகொள்கிறார் ஸிமனோவ். இரண்டு நாவல்கள் விவாதிக்கப்படுகின்றன. திடீரென ஒரு கேள்வியைத் தூக்கிப் போடுகிறார் ஸ்டாலின்: "அவர்களுக்கு ஏன் பரிசளிக்க வேண்டும்? பரிசு நன்றாக எழுதப்பட்ட நாவலுக்கா அல்லது குறிப்பிட்ட எழுத்தாளர் ஒரு குறிப்பிட்ட தேசிய இனக்குடியரசைச் சார்ந்தவர் என்பதற்காகவா?... இரக்கத்தின் காரணமாகப் பரிசுகளைக் கொடுப்பீர்களேயானால் எழுத்தாளர்கள் எதைக் குறிக்கோளாகக் கொள்வர்?"[21]

மற்றொரு நாவல் விவாதத்துக்கு எடுத்துக்கொள்ளப்பட்டு அதை அங்கிருந்தவர்கள் புகழத் தொடங்குகையில் ஸ்டாலின் கேட்கிறார்: "அது ஒரு நல்லகதை என்று ஏன் கூறுகிறீர்கள்? விவசாயிகள் எல்லோரும் நல்லவர்களா? கூட்டுப்பண்ணைகள் எல்லாமே முற்போக்கானவையா? அங்கு விவாதங்களே இல்லையா?... வர்க்கப் போராட்டங்களே இல்லையா? எல்லோருமே நல்லவர்கள், அதனால் கதையும் நல்ல கதைதான்-அப்படித்தானே? அதனால் என்ன பயன்? எப்படி எழுதப்பட்டுள்ளது என்பது முக்கியமில்லையா?"[22]

இப்படிக் கேட்கிற ஸ்டாலின்தான் பரிசுபெறக்கூடிய நூல்களின் எண்ணிக்கையை ஒரேயடியாக இரட்டிப்பாக்கியதையும் மோசமான படைப்புகளுக்கு அவரே பரிசுகள் வழங்கியதையும் குறிப்பிடுகிறார் ஸிமனோவ்:

அவரது மதிப்பீட்டிலும் செயல்களிலும் இருந்த இந்த முரணை எவ்வாறு விளக்குவது? அவரது சலனபுத்தி தான் காரணம் என்றா? இல்லை. இலக்கியம் பற்றிய ஸ்டாலினின் நிலைப்பாடு அதிசயமான முறையில் ஃபதெயெவின் நிலைப்பாட்டை ஒத்ததாகவே இருந்தது. அவர் உண்மையிலேயே இலக்கியத்தை விரும்பினார். அது மிக முக்கியமான, மிகவும் செல்வாக்கு செலுத்தக்கூடிய, இறுதியில் கலைகள்

---

21 Ibid p.. 55

22 Ibid p. 56

முழுவதிலும் மாற்றத்தை தீர்மானிக்கக்கூடிய வடிவம் எனக் கருதினார். படிப்பதில் அவருக்கு விருப்பம் உண்டு. தான் படித்ததைப் பற்றி பேசுவதில் மகிழ்வார்.. தான் பேசுவது என்ன என்பதைத் துல்லியமாக அறிந்திருப்பார். புத்தகங்களை விவரமாகவே நினைவில் வைத்திருப்பார். அவரிடம் கலையின் மெல்லியகீற்று இருந்ததென்றே கூறலாம். அவரது இளமைக் கால கவிதை முயற்சி அதன் மூலமாக இருக்கக்கூடும். ஆனால் பரிசு கொடுப்பது என்பது எல்லாவற்றுக்கும் மேலாக ஓர் அரசியல் நடவடிக்கை என்று அவர் கருதினார். அவரது எண்ணற்ற கூற்றுகளே இதற்கு ஆதாரம். ஆயினும் அதே சமயம் அவர் உண்மையிலேயே சில புத்தகங்களைப் படிப்பதில் மகிழ்ச்சியடைபவராகவும் சில புத்தகங்களை விரும்பாதவராகவும் இருந்தார். அவரது ரசனை பிழையற்றது அல்ல. ஆனால் அவருக்கென ஒரு தனிப்பட்ட ரசனை இருக்கவே செய்தது. மயாகோவ்ஸ்கி, பாஸ்டர்நாக் ஆகியோர்பற்றி அவர் கருதியது என்ன என்றோ, புல்காகோவ் ஒரு ஆழமான எழுத்தாளர் என்று அவர் கருதினாரா என்றோ நான் கற்பனை செய்ய முயற்சிசெய்ய மாட்டேன். இந்த மூவரையும் அவர் பாராட்டினார் என்பதற்குச் சில சான்றுகள் உள்ளன.

ஆயினும் வேறு சமயங்களில் சில குறிப்பிட்ட இலக்கிய வகைகளில் அவர் காட்டிய விருப்பம் அவரது பலகீனத்தை வெளிப்படுத்தவே செய்தது. மிகைப்படுத்தல்களும், உயர்வு நவிற்சிகளும் மிகுந்ததும் உணர்ச்சிப்பாங்கானதுமான வாஸிலெவ்ஸ்காவின் பாணியை அவர் விரும்பினார். அந்தக் குறிப்பிட்ட எழுத்தாளரை நேசித்தார். அவரது கருத்துகளை யாரேனும் பகிர்ந்து கொள்ளவில்லையானால் வாட்டமுறுவார். அதே சமயம் முற்றிலும் மாறுபட்ட தன்மையுடைய புத்தகங்களை- குறிப்பாக கஸாகேவிச்சின் எல்லாப் படைப்புகளையும் நெக்ரஸோவின் ‘ஸ்டாலின்கிராட் பதுங்குகுழிகளில்’ என்ற நாவலையும் - பாராட்டுவார். ஸ்டாலின், தன்னிடம் அவருக்கே உரிய முரண்பாடு இருந்ததை உணர்ந்திருக்கக்கூடும். அது மற்றவர்களுக்கு சிறிதும் தெரிந்திராத முரண்பாடு. ஒரு தனிமனிதன் என்ற வகையில் இலக்கியத்தின்மீதான அவரது சொந்த உணர்வுக்கும் ஒரு புத்தகத்தின் அரசியல் பொருத்தப்பாட்டினை மதிப்பீடு செய்வதன் அவசியத்துக்கும் இடையிலான முரண்பாடு. அந்த

அணுகு முறைக்காக அவர் வெட்கப்பட்டதுமில்லை; அதை மூடிமறைக்க முயற்சி செய்யவும் இல்லை."[23]

ஸிமானோவ் மேலும் எழுதுகிறார்:

> காலம் செல்லச் செல்ல விமர்சர்களிடமிருந்து அவர் எதிர் பார்த்தவற்றுக்கும் இலக்கியத்திலிருந்து அவர் எதிர்பார்த்த வற்றுக்கும் இடையிலும், யதார்த்த வாழ்வைச் சித்திரித்துக் காட்ட வேண்டிய தேவைக்கும் அத்தகைய முயற்சிகளை உண்மையில் மேற்கொள்ளும்போது பெரும்பாலும் என்ன நேரிட்டதோ அதற்கு இடையிலும் எந்தவொரு தொடர்பையும் பார்ப்பது மென்மேலும் கடினமாகியது. சில சமயங்களில் பனோவா, நெக்ரஸோவ், கஸாகேவிச் போன்றோரது நூல்களைப் போன்ற உண்மையான யதார்த்தவாதப் படைப்புகளைத் தன் சொந்த முன்முயற்சிகொண்டு தேர்ந்தெடுப்பதும் வேறுசமயங்களில் பான்ஃபையோராவ் எழுதிய 'சமாதானத்துக்கான போராட்டம்,' 'வீழ்ந்தவர்களின் நிலத்தில்' மற்றும் இவ்வகையான, யதார்த்தவாதம் சிறிதுமற்ற வேறுசில படைப்புகளைப் பரிந்துரைப்பதுமான செயல்களில் எவ்வித தர்க்கத்தையும் காணமுடியவில்லை...
>
> ஸ்டாலினின் தர்க்கத்தைப் புரிந்து கொள்ளவும் அவர் இவ்வாறு செய்வது அரசியல் தேவையை முன்னிட்டே என்று விளக்கவும் முடிந்தவரை நேர்மையான முயற்சியைச் செய்தேன். ஆயினும் எதை விளக்கமுடியாதோ அதை விளக்குவதற்கு நான் நேர்மையான முயற்சியில் ஈடுபட்டபோது பல சமயங்களில் என் தலை வெடித்துச் சிதறியதும் உண்டு.[24]

ஸ்டாலின் என்ற 'புதிரை'ப் புரிந்து கொள்வதற்கு உதவும் நூல்களில் ஸிமனோவின் 'நினைவுக்குறிப்புகள்' மிக முக்கியமானதாகும். இலக்கிய விவகாரங்களில் அவர் முதன்மையாகக் கருதிய அளவுகோல் அரசியல் அளவுகோல்; அந்த அரசியல் அவரது அரசியல்; 'மேலிருந்து செய்யப்பட்ட புரட்சி'யின் அரசியல், அதற்கு சித்தாந்த நியாயங்களைக் கற்பிக்கக்கூடியன உண்மையான யதார்த்தவாதப் படைப்புகளாக இருக்கமுடியாது. 'சோசலிச அறவுரை' கூறும் சோசலிச யதார்த்தவாதமும் புரட்சிகர

23 Ibid, p, 56-57.

24 Ibid, p, 74-75.

ரொமாண்டிசிசமுமே அதற்குத் தேவை. எனவே இந்த 'அறவுரை'களைக் கேட்கவிரும்பாத பாஸ்டர்நாக் போன்றவர்கள் மொழிபெயர்ப்புகளிலேயே மூழ்கிக்கிடக்க, பில்நியாக், பெயெல், மாண்டெல்ஷ்டாம் போன்றவர்கள் மரணத்தைத் தழுவ வேண்டியிருந்தது. இக்கட்டமான நிலைக்குத் தள்ளப்பட்ட ஃபெடின் போன்றவர்களோ தங்களது சமரசங்களுக்கு ஊடாகவும் சில வரலாற்றுப் பதிவுகளை நேர்மையாக செய்ய முடிந்திருக்கிறது.

நெரிக்கப்பட்ட குரல்வளைகள்

ஓசிப் மாண்டெல்ஷ்டாம் [1891–1938]

போலந்து நாட்டிலுள்ள வார்ஸா நகரில் மத்தியதர வர்க்க யூதக் குடும்பத்தில் பிறந்த ஓசிப் மாண்டெல்ஷ்டாம் இருபதாம் நூற்றாண்டு ரஷியக் கவிதை உலகில் மிகச் சிறப்பான இடத்தைப் பிடித்துக் கொண்டுள்ளார். தனது வாழ்நாளிலோ வேட்டையாடப்பட்ட விலங்காகவே மடிந்தார். எதிர்ப்புகளையும் விமர்சனங்களையும் கடுகளவு கூடச் சகிக்காத எதேச்சதிகார உலகம் அவரது உயிரைக் கொடூரமான முறையில் பறித்துக் கொண்டது..

செயின்ட் பீட்டர்ஸ்பர்க் நகரில் பள்ளிப்படிப்பையும் பல்கலைக்கழகப் படிப்பையும் முடித்த பின்னர் பிரான்சிலும் ஜெர்மனியிலும் இலக்கியமும் லத்தின், கிரேக்க மொழிகளும் பயின்று திரும்பிய அவரால் வருமானம் ஈட்டுவதற்கான எந்த வேலையிலும் ஈடுபடமுடியவில்லை; மிகப்பலவீனமான சிறிய உடல்தோற்றம் கொண்டிருந்தவரும் கூச்ச சுபாவம் மிகுந்தவருமான அவரால் சமுதாய வாழ்வோடு ஒத்துப்போக முடியவில்லை. ஆனால் தனது கருத்துகளிலும் படைப்புகளிலும் உறுதியாக நின்று போராடுவதில் அசாதாரணமான நெஞ்சுரம் கொண்டவராக விளங்கினார். நரம்புத் தளர்ச்சியால் அவதியுற்ற மாண்டெல்ஷ்டாம், தனது படைப்புகளில் வெளியிடப் படுபவைதாம் ‘உண்மை’ என்பதை அறுதியிட்டுக் கூறினார்.

அற்புதமான கவித்துவ ஆற்றல் கொண்டிருந்த அவர் தனது 19 ஆம் வயதில் நிகோலாய் குமிலியெவின் வழிகாட்டுதலின் பேரில் இலக்கிய ‘ஆக்மியிஸ்டுகள்’ என்ற குழுவில் சேர்ந்தார் (‘acme’ என்ற - கிரேக்கச் சொல்லுக்கு அவர்கள் ‘சிகரம்’, ‘பூரணத்துவம்’ என்று பொருள் கொண்டனர்). இருபதாம் நூற்றாண்டின் துவக்கத்தில் ரஷிய - இலக்கியத்தில் மேலோங்கியிருந்த

சிம்பலிஸ்டுகள் மீது தாக்குதல் தொடுத்த ஆக்மியிஸ்டுகள் சிம்பலிசத்தின் வாழ்வு முடிந்துவிட்டது என்றனர். சிம்பலிஸ்ட் கவிதையின் இசைத்தன்மையையும், அக் கவிதை மொழியின் தெளிவின்மையையும் 'அறியப்படாத உலகங்'களுக்கு அவை பயணம் செய்வதையும் சிம்பலிஸ்டுகளின் அனுபூதிவாதக் கருத்துகளையும் நிராகரித்தனர்.

சொற்களும் உருவகங்களும் துல்லியமானவையாக இருக்கவேண்டும் என்றும் அன்றாட வாழ்வில் காணப்படும் பொருள்களையும் உணர்ச்சிகளையும் கவிதையின் கருப்பொருள்களாக்கிக் கொள்ளவேண்டும் என்றும் கூறினர். புதிர்களும் பூடகங்களுமற்ற, நுண்மான் நுழைபுலங்கள் தேவைப்படாத, வண்ணச்சாயல்கள் மிகுதியாக இராத, எளிமையான வண்ணங்கள் கொண்ட இலக்கியப்படைப்புகளே தேவை என்றனர். "நாங்கள் ரோஜா மலரைப் போற்றுகிறோம், காரணம் அதன் வண்ணமும் வடிவமும் அழகானவையாக உள்ளன என்பதால்; அது ஏதோ ஒரு பூடகமான தூய்மையின் குறியீடாக இருக்கிறது என்பதற்காக அல்ல" என்று மாண்டெல்ஷ்டாம் எழுதினார். ஒவ்வொரு செங்கல்லையும், கருங்கல்லையும் மிகக் கவனத்தோடு பொறுக்கி எடுத்துக் கட்டடம் கட்டும் கொத்தனுடன் தன்னை ஒப்பிட்டுக்கொண்ட அவரது முதல் கவிதைத் தொகுப்பின் தலைப்பு 'கல்' *(1913)*. ஆனால் ஆக்மியிசம் என்பது யதார்த்தத்தை அப்படியே பிரதிபலிக்கக் கூடியது அல்ல என்றும் கலை மட்டுமே தொட்டுணரப்படக் கூடிய யதார்த்தம் என்றும் அவர்கள் கூறினர். "ஒரு சொல் கூட இன்னும் எழுதப்படவில்லை. ஆனால் கவிதை ஏற்கெனவே ஒரு ஒலியைப் பெற்றிருக்கிறது. அதன் உள்படிமம் உயிர் பெற்றிருக்கிறது; அது கவிஞனின் காதுகளுக்குக் கேட்கிறது" என்று ஆக்மியிச அழகியல் பற்றிப் பேசுகையில் மாண்டெல்ஷ்டாம் குறிப்பிடுகிறார்.

மாண்டெல்ஷ்டாமின் பிற்காலப் படைப்புகளில் சிம்பலிச, ஃப்யூசரிசத் தாக்கங்கள் இருந்தன என்று சில விமர்சகர்கள் கருதுகின்றனர். தனது உரைநடை இலக்கியங்களில் அவர் கையாண்ட தனிப்பாணியையும் அவர்கள் சிலாகித்துப் பேசுகின்றனர். ரஷிய மொழியில் ஆழமான புலமை பெற்றிருந்த ஆக்மயிஸ்டுகள் தேவாலயங்களில் பயன்படுத்தப்பட்ட பழைய ஸ்லாவோனிக் மொழிச் சொற்களுடன் அன்றாடப்

பேச்சு வழக்குகளையும் கலந்த நடையைப் பயன்படுத்தினார் என்பதையும் அவர்கள் சுட்டிக்காட்டுகின்றனர்.

'வடக்கு ஏதென்ஸ்' என்று மாண்டெல்ஷ்டாமால் அழைக்கப்பட்ட பீட்டர்ஸ்பர்க் நகரம் அவரைக் கவர்ந்திழுத்தது. ரஷிய நாகரிகத்தின் மூலவேர் கிரேக்க நாகரிகத்தில்தான் உள்ளது என்பது அவர் கருத்து. புரட்சியையும் அதன் முக்கியத்துவத்தையும் புரிந்துகொள்ளவோ வரவேற்கவோ செய்யாதிருந்த அவரது கவிதைகளில் - 1920களின் கடைசியிலும் 1930களிலும் - அவல உணர்வே மேலோங்கியிருந்தது. இருபதுகளில் நடந்த இலக்கிய சர்ச்சைகள் எதிலும் கலந்து கொள்ளாமல் ஒதுங்கியிருந்த, யாரிடமும் அதிகம் பேசாத சுபாவமுடைய அவர் அதிகாரிகளின் சந்தேகத்துக்கு உள்ளானார். தனது கருத்துகளைச் சிறிதும் அச்சமின்றிக்கூறும் பழக்கமுடைய மாண்டெல்ஷ்டாமின் மிகச்சிறந்த கவிதைகள் ஸ்டாலினியப் பயங்கரம் தலைவிரித்தாடியபோது எழுதப்பட்டவைதான். அவருடைய நெஞ்சுரத்துக்கு, 'ஸ்டாலினுக்கு' என்ற தலைப்பில் அவர் எழுதிய கவிதையே சான்று:

> என்னிடமிருந்து எல்லா சமுத்திரங்களையும்
> எல்லா இடங்களையும் பறித்துக் கொண்டீர்கள்
> இப்பூமியில் என் காலணி அளவுக்கே இடம் விட்டு வைத்தீர்கள்
> அதைச் சுற்றிலும் கம்பிகள் நட்டீர்கள்
> இவற்றாலெல்லாம் நீங்கள் சாதித்தது என்ன?
> ஒன்றுமில்லை
> எனது உதடுகளை விட்டுவைத்தீர்கள்
> அவை மௌனத்திலும் கூட வார்த்தைகளை வடிக்கின்றன.[1]

ஸ்டாலினியப் பயங்கரம் தலைவிரித்தாடிய சமயத்தில் எழுதினார்: "நாம் வாழ்கின்றோம், நமது மண்மீது நடப்போமா என்பது நமக்கு நிச்சயமாகத் தெரியவில்லை. பத்து அடிகளுக்கு அப்பால் நாம் சொல்வது யாருக்கும் கேட்பதில்லை." ஆனால் சர்வவியாபியான ரகசியப் போலிசின் காதில் இது விழவே செய்தது. 1934இல் கைது செய்யப்பட்ட அவர் பாஸ்டர்நாக் போன்ற செல்வாக்கு மிகுந்த நண்பர்களின் தலையீட்டின் காரணமாக கடுமையான தண்டனையிலிருந்து தப்பினார். அவரும் அவரது மனைவியும் காமா ஆற்றின் கரையிலுள்ள சிறு நகரத்துக்கு அனுப்பப்பட்டனர்,

---

[1] இக்கவிதையின் ஆங்கிலமூலம் இடம்பெற்றுள்ள நூல்: Gregory Kozintsev, *King Lear: The Space of Tragedy*, Heinemann, London 1977.

அங்கு மனநோய் கண்டு தற்கொலை செய்யமுயன்றார். மருத்துவமனையின் ஜன்னலிலிருந்து குதித்த அவரது தோள்பட்டை எலும்பு முறிந்தது. பிரபல எழுத்தாளர்களின் தலையீட்டின் காரணமாக மாஸ்கோவிலிருந்து 500 மைல்களுக்கு அப்பாலுள்ள வோரோனெழ் என்ற நகருக்கு செல்ல அனுமதிக்கப்பட்டார்.

போலிஸ் கண்காணிப்பின் கீழ் அங்கு வசித்துவந்த அவருக்கு வேலை வாய்ப்பு மறுக்கப்பட்டது. அரைப்பட்டினியோடு உயிர்வாழ்ந்த மாண்டெல்ஷ்டாம் தொடர்ந்து எழுதினார். 'வோரோனெழ் குறிப்பு'கள் என்ற தலைப்பில் அவர் எழுதிய கவிதைகள் அவர் மரணமடைந்து பல ஆண்டுகளுக்குப் பின்னரே வெளிவந்தன. 1937இல் அவரும் மனைவியும் மாஸ்கோ திரும்பினர். அவர் மருத்துவமனையில் சிகிச்சையும் ஓய்வும் எடுத்துக்கொண்டிருக்கையில் 1938 மே மாதம் மீண்டும் கைது செய்யப்பட்டார். பலமாத சிறைவாசத்திற்குப்பிறகு சைபீரிய சிறை முகாமொன்றுக்குக் கைதிகளை ஏற்றிச்செல்லும் ரயில் வண்டியில் கொண்டுசெல்லப்பட்டார். விளாடிவஸ்டோக் பகுதியை அடைந்ததும் ஏற்கெனவே ஒடுக்குமுறை தந்த பீதியாலும் பசி பட்டினியாலும் துடித்துக்கொண்டிருந்த அவர் உயிர் துறந்தார். 1938 டிசம்பர் 27 இல் பொதுஇடுகாட்டில் புதைக்கப்பட்டார். அவரது 'வோரோனெழ் குறிப்பு'களில் உள்ள கவிதை "நான் இன்னும் இறக்கவில்லை":

இன்னமும் நான் இறக்கவில்லை
தனியாகவும் நான் இல்லை
இப்போதும் என் இதயம் இதமடைகிறது
சமவெளியின் அழகைக்கண்டு
துயரத்திலும் பசியிலும் பனிப்புயல்களிலும்
இன்னமும் ஆனந்தம் கொள்வேன்
என் பராரிப் பெண்ணுடன்.

இந்த நாள்களில்
பகட்டான வறுமையில் வாழ்கிறேன்
நிறைவோடு அமைதியாக.
பேறு பெற்றவை எனக்குள்ள
இந்த நாள்களும் இரவுகளும்
களங்கமற்றவை என் கவிதைகளின் முயற்சி.
நிம்மதிகுலைந்தவன் அவன், ஒரு நிழல்

> அவனைக் காற்றே நசுக்கிவிடும்
> நாயின் குரைப்பே திடுக்கிடச் செய்யும்
> குற்றுயிரோடு ஒரு நிழலிடமிருந்து யாசிப்பவனோ,
> இரங்கத்தக்கவன்.²

1936 – 38 இல் நடந்த மிக பயங்கரமான 'களையெடுப்பு'களின் போது எழுதப்பட்ட கவிதை 'புத்துயிர்ப்பு',

> குவிக்கப்பட்ட மனிதத்தலைகள் பார்வையிலிருந்து மறைகின்றன
> யாரும் கவனிக்காத வண்ணம் நான் மிகவும் சிறியவனாகிறேன்
> நான் மரணம் அடைந்தாலும்
> குழந்தைகளின் மிருதுவான புத்தகங்களிலும்
> புதிய விளையாட்டுகளிலும்
> உயிர்த்தெழுவேன்
> கதிரவன் பிரகாசிக்கிறான் என்பதைக் கூற.

அவரது மனைவி நடேஸ்டா மாண்டெல்ஷ்டாம் எழுதியுள்ள நினைவுக் குறிப்புகள் 'Hope against Hope' 'Hope Abandoned' என்ற இரு நூல்களாக பெங்குவின் பதிப்பகத்தாரால் வெளியிடப்பட்டுள்ளன. உள்ளத்தை உருகவைக்கும் இந்த நினைவுக்குறிப்புகளில் அவர் தனது கணவரின் கவிதைகளை எழுதி வைக்கக்கூட முடியாதிருந்த நிலைமை பற்றியும் எவ்வாறு அவர் எதிர்காலத்தினருக்காக அவற்றைப் பத்திரப்படுத்தி வைத்திருக்கும் பொருட்டு மனப்பாடம் செய்துவைத்திருந்தார் என்பதையும் அவற்றை மறந்துவிடாமல் இருப்பதற்காக ஒரு ஜவுளிக் கடையில் இரவு நேரங்களில் வேலை செய்து கொண்டிருக்கும் போதெல்லாம் தூங்கி விடாமல் அக்கவிதைகளை உச்சரித்துக் கொண்டே இருந்ததாகவும் எழுதுகிறார்.

இந்த நினைவுக்குறிப்புகள் வெளிவந்தபின் மாண்டெல்ஷ்டாமின் புகழ் உலகெங்கும் பரவத்தொடங்கிற்று. மேலை நாடுகளில் அவரது படைப்புகள் அனைத்தும் வெளிவரத் தொடங்கின. 1973-இல் தான் முதன் முதலாக சோவியத் யூனியனில் அவரது கவிதைத் தொகுப்பொன்று வெளியிடப்பட்டது. ஆனால் அபாயகரமான, அரசியல் கவிதைகள் அத் தொகுப்பில் இடம் பெறவில்லை.

---

2 இக்கவிதையும் அடுத்துவரும் கவிதையும் ரெஜிஸ்ரீவர்த்தனாவின் ஆங்கில மொழிபெயர்ப்புகளிலிருந்து தமிழாக்கம் செய்யப்பட்டுள்ளன. ஆங்கில மூலங்கள் இடம் பெற்றுள்ள நூல்: *Many Voices*, Colombo, 1974.

போரிஸ் பில்நியாக்: 1894–1938

1920களில் முற்றிலும் புதிய பாணியில் நாவலை எழுதிய பெருமை பில்நியாக்குக்கு உண்டு. புதிய பொருளாதாரக் கொள்கை காலகட்டத்தில் எழுதப்பட்ட நாவல்களில் மிகவும் குறிப்பிடத்தக்க ஒன்று அவர் எழுதிய 'நிர்வாண ஆண்டு' *Naked Year* (1922). அன்று சோவியத் யூனியனில் மிகப்பரவலாகப் பேசப்பட்டு வந்த இந்த நாவலில், பில்நியாக் தொடர்ச்சியான 'ஃப்ளாஷ்பேக்' உத்திகள் மூலம் ஒரு பிரபுக்குடும்பம், ஒரு அராஜகவாதியின் கட்டுப்பாடற்ற வாழ்க்கை, விவசாயிகளின் நிலைமை, எழுச்சிகள், பல்வேறு கொடூர சம்பவங்கள், காம உணர்ச்சிகள், பஞ்சம், மனச்சோர்வு ஆகியவற்றைச் சித்திரிக்கிறார். 'க்ளோஸ் அப்' உத்திகளையும் பயன்படுத்தியுள்ளார்.

பில்நியாக் கம்யூனிஸ்ட் அல்ல. அவரது அரசியல் பார்வையில் நரோத்னிக்குகளின் செல்வாக்கினைக் காணலாம். கோகோல், தோல்ஸ்தோய் ஆகியோர் அவரது ஆதர்ச எழுத்தாளர்கள். தனது படைப்புகளில் 'டாகுமெண்டரி' உத்தியைப் பயன்படுத்துவதோடு சட்ட ஆவணங்கள் முதலியவற்றிலிருந்து சில பகுதிகளை சேர்த்துக் கொள்வார். மேற்கத்திய மரபை எதிர்த்தவர். ஸ்லாவியப் பண்பாட்டைப் போற்றியவர். நாட்டுப்பற்றின் காரணமாகவே போல்ஷ்விக்குகளை ஏற்றுக்கொண்டவர். யெஸினினைப் போலவே அவரும் போல்ஷ்விக் புரட்சி என்பது நாட்டுப்புறத்தின் மீது நகர்ப்புறம் கொண்ட வெற்றி என்று கருதினார். அவரது படைப்புகளில் குறிப்பிடத்தக்கன 'தாய் பூமி', 'அணைக்கப்படாத நிலவின் கதை' ஆகியன என்பது விமர்சகர்களின் தீர்ப்பு.

'அணைக்கப்படாத நிலவின் கதை'[3] செஞ்சேனைத் தளபதியாகப் பணியாற்றிய மிகெய்ல் ஃப்ருன்ஸெவின் (*Mikhail Frunze*) மரணம் ஏற்படுத்திய தாக்கத்திலிருந்து பிறந்தது. இதில் ஸ்டாலின் 'வளையாத உருக்கு மனிதர்' எனக் குறிப்பிடப்படுகிறார். கதாநாயகன் காவ்ரிலோவ் செஞ்சேனைத் தளபதிகளில் ஒருவர். நோய்வாய்ப்பட்ட அவரை அறுவை சிகிச்சை செய்துகொள்ளுமாறு கட்சியின் மத்தியக் குழு உத்திரவிடுகிறது. மருத்துவரின் கத்தி தன் உடல் மீது பட்டுவிடக் கூடாது என அவரது உள்ளுணர்வு கூறுகிறது. தோல்ஸ்தாயைப் படித்து மகிழும், குழந்தைகளை

---

3 இது *Soviet Liteature*, ஃபிப்ரவரி 1989 இதழில் பிரசுரமாகியுள்ளது.

நேசிக்கும் காவ்ரிலோவ், வாழ்க்கை பற்றியும் மரணம் பற்றியும் கூறும் கருத்துகள் மிக எளிமையானவை. ஆனால் ஆழமானவை. தோல்ஸ்தாயின் படைப்புகளில் உள்ள கதைமாந்தர்கள், தாம் நேரில் காணும் மாந்தர்களைவிட முக்கியமானவர்களாகவும் யதார்த்தமானவர்களாவும் அவருக்குப் படுகிறது.

அறுவை சிகிச்சையை மேற்கொள்ளுமாறு உத்திரவிடும் கட்சி இயந்திரமும் தலைவர்களுமோ, தொடர்ந்து செயல்படுவதற்காகப் பழுது பார்க்கப்படவேண்டிய பயனுள்ள தொழிலாளியாகவே அவரைப் பார்க்கின்றனர். கட்சி உத்திரவுகளையும் மருத்துவ விஞ்ஞானத்தையும் மீறி, காவ்ரிலோவ் அறுவைச் சிகிச்சையின்போது மரணமடைந்து விடுகிறார்! வாழ்க்கை -மரணம் என்ற சுழற்சி, அறிவின் 'சாதனை'களைப் பொருட்படுத்தாது வெற்றிகரமாக நிறைவேறிவிடுகிறது. இந்தக் குறுநாவல் பெரும் கண்டனத்துக்குள்ளாகியது; அவரும் அவரது படைப்பைப் பிரசுரித்த சஞ்சிகையும் (நோவிமிர்) தம் தவறுகளுக்காக வருந்தி மன்னிப்புக் கேட்க வேண்டியதாயிற்று.

அதன் பிறகு அவர் 'ராப்,' கட்சி ஆகியவற்றின் ரசனைகளுக்கும் எதிர்பார்ப்புகளுக்கும் அடிபணிந்து செயல்பட்டார். 'வோல்கா நதி காஸ்பியன் கடலுக்குள் பாய்கிறது' (1930) என்ற நாவல் ஐந்தாண்டுத் திட்டக் காலத்தில் ஒரு அணையைக் கட்டிமுடிப்பது பற்றிய நாவலாகும். இந்த அணையைக் கட்டுவதில் தம்மை அர்ப்பணித்துக் கொள்ளும் கம்யூனிஸ்ட் உற்சாகிகள், சீர்குலைவு வேலையில் ஈடுபடும் எதிர்ப்புரட்சியினர் ஆகியோரைச் சித்திரிக்கும் இந்த நாவலும் தாக்குதலுக்கு இலக்காகியது. ஏனெனில், இயற்கையோடு ஒன்றிணைந்த வாழ்க்கையைப் போற்றும் ஆசிய மனப்பான்மைக்கும் இயற்கையை வென்று அதை அழிக்கும் ஐரோப்பிய மனப்பான்மைக்கும் இடையில் உள்ள போராட்டத்தைச் சித்திரிக்கையில் ஆசிய மனப்பான்மைக்குத் தன் அனுதாபத்தைக் காட்டியிருந்தார். ரஷியாவின் ஐரோப்பிய எதிர்காலத்தைக் காட்டிலும் அதனுடைய ஆசியக் கடந்த காலம் சிறந்தது எனக் கூறியிருந்தார்.

சூழலால் மனிதனை மாற்றிவிட முடியாது என்பது அவரது எல்லாப் படைப்புகளிலும் இடம் பெற்றிருந்த கருத்து என்பதை இலக்கியவாதிகள் சுட்டிக்காட்டுகின்றனர். எத்தனையோ கொந்தளிப்புகளும், சமூக வரலாற்று மாற்றங்களும் ஏற்பட்டாலும்,

மனித இயல்பில் உள்ள சில அம்சங்கள் மாறவே மாறா என்பது அவர் கருத்து. பிறப்பு, காதல், இழப்பு, தனிமை, பாலுணர்வு, அழிவு பற்றிய அச்சமும் வேதனையும், இயற்கையோடு ஒன்றுதல் ஆகியனவே அவரது அக்கறைகளாக இருந்தன. கட்சி வட்டாரத்தினரோ அவரை சமூகவிரோத, வரலாற்று-விரோத நிலைப்பாடுகள் கொண்டவராகக் கருதினர். தாக்குதலுக்கு உள்ளாகிய பில்நியாக் கடைசியில் இலக்கிய அமைப்புகளிலிருந்து வெளியேற்றப்பட்டார். அவரது கடைசிப் படைப்பான OK (அமெரிக்கா பற்றிய மனப்பதிவுகள்) கட்சிக்கும் ஆட்சிக்கும் உகந்த கருத்துகளையே கூறியது. ஆயினும், 1937க்குப் பிறகு அவரது பெயர் சோவியத் சஞ்சிகைகளில் குறிப்பிடப்படவே இல்லை. 1937 இல் அவர் ஜப்பானிய உளவாளி என்றும் த்ரோத்ஸ்கியவாதி என்றும் குற்றம் சாட்டப்பட்டுக் கைது செய்யப்பட்டு சுட்டுக் கொல்லப்பட்டார்.

ஐஸக் பேபல்: 1894–1941

மிகச்சிறந்த ரஷிய உரைநடை எழுத்தாளர்களில் ஒருவராகப் போற்றப்படும் ஐஸக் பேபல், பில்நியாக் போலவே 1920களில் மிகப்பிரபல்யம் பெற்றிருந்தார். இந்த யூத எழுத்தாளரின் கதைகள் மயாகோவ்ஸ்கியின் 'லெஃப்' இதழில் பிரசுரமாயின. சோவியத் இலக்கியத்திற்கு வண்ணம் சேர்த்த மிகப் பிரகாசமான படைப்புகளில் அவரது 'சிவப்புக் குதிரைப் படை'யும் (Red Cavalry) ஒன்று என்பது இலக்கிய விமர்சகர்களின் கருத்து. ரஷிய, ஐரோப்பிய செவ்வியல் இலக்கியங்களை ஆழ்ந்து படித்து, பல ஐரோப்பிய மொழிகளைக் கற்று, பிரெஞ்சு மொழியில் கதை எழுதத் தொடங்கிய பேபலின் இலக்கிய 'ஞானத் தந்தை' கார்க்கி. 1916இல் கார்க்கி தனது Annals என்ற சஞ்சிகையில் பேபலின் முதல் கதைகளைப் பிரசுரித்தார். உலக அனுபவம் பெற்றுவருமாறு கார்க்கி ஆலோசனைகூற, பேபல் பல்வேறு பணிகளையும் வேலைகளையும் மேற்கொண்டார். செஞ்சேனை வீரனாக, 'செக்கா' என்ற உளவுப்படைப் பணியாளனாக, பத்திரிகை நிருபராக, சோவியத் பணியாளராக - இப்படிப் பல்வேறு துறைகளில் அனுபவம் பெற்றார்.

இந்த அனுபவங்களெல்லாம் அவரை உறுதியான மனம் படைத்தவராக ஆக்கியபோதிலும் ஒடுக்குமுறைக்குக் காலங்காலமாக ஆளாகிவந்த யூதப்பரம்பரையைச் சேர்ந்தவர் என்ற முறையில் வாழ்க்கை மீதான

ஒருவித அவநம்பிக்கை அவரிடத்தில் இருந்தது. மனிதனிடத்தில் உள்ள கொடூர எண்ணங்கள், கொலைவெறி போன்றன அவரது மனத்தில் அழியாக் கோடுகளை வரைந்திருந்தன. அனாதரவான யூதர்கள் இனப்படுகொலைக்கு ஆளானதைத் தன் இளம்வயதில் கண்கூடாகப் பார்த்துமிருந்தார். 'சிகப்புக் குதிரைப் படை' யில், புரட்சிப் படையினரின் உன்னத இலட்சியங்களுக்கும் அவர்களது ஈவிரக்கமற்ற செயல்களுக்குமிடையே உள்ள முரண்பாட்டைப் படம்பிடித்துக் காட்டுகிறார். 'புரட்சி ஓங்குக' என்று முழக்கமிட்டு மடியும் அவர்கள், கூடவே ஆபாசமான வசைமொழிகளையும் உதிர்க்கின்றனர். கொலைசெய்வது அவர்களது அன்றாட வாழ்வாக அமைந்துவிட்டது. நாசம்செய்யப்பட்ட ஒரு பைலோ ரஷிய கிராமத்தில் செஞ்சேனையின் தாக்குதலால் பின்வாங்கி ஓடும் போலந்து நாட்டுப் படைவீரர்கள் வயோதிகர்களையும் கர்ப்பிணிகளையும் கொன்று குவித்திருக்கின்றனர். இந்தப் பிணக் குவியல்களிடையே பேபல் தன் நண்பன் குத்ரியாவைக் காண்கிறார். செஞ்சேனையைச் சேர்ந்த குத்ரியா ஒரு கிழட்டு யூதனின் கழுத்தை அறுத்துக் கொண்டிப்பதைப் பார்க்கிறார். அந்த யூதன் ஒரு எதிர்ப் புரட்சியாளன் என்று குத்ரியா கூறுகிறான். கோழியின் கழுத்தை அறுப்பதுபோல, யூதனின் ரத்தம் தன் உடைகளில் படிந்துவிடக் கூடாது என்று எச்சரிக்கையோடு, அக்கிழவனின் கழுத்தை அறுக்கிறான். தனது அபிமானக் குதிரை கொல்லப்பட்டுவிட்டதைத் தொடர்ந்து பழிவாங்கும் நடவடிக்கையாக, ஒரு இளம் கொஸாக் வீரன் போலந்து கிராமங்களை எரிக்கிறான்; வயோதிகர்களை சுட்டுக் கொல்கிறான்; விவசாயிகளின் உடைமைகளைக் கொள்ளையடிக்கிறான்: நெரிசல் மிகுந்த ரயில் பெட்டிக்குள் எப்படியாவது ஏறிவிடவேண்டுமென்பதற்காகத் தன்னை ஏமாற்றிய விவசாயிப் பெண்ணொருத்தியைக் கொன்றுவிடுகிறான் ஒரு படைவீரன்.

குர்டியுகோவ் என்பவனின் தந்தை, வெண்படையில் சேர்ந்து செஞ்சேனையைச் சேர்ந்த தன் இரு ஆண்மக்களில் ஒருவனைப் பிடித்து வருகிறான். பிறகு ஒரு நாள் முழுவதும் அவனைச் சித்திரவதை செய்தபிறகு கொன்றுவிடுகிறான். இறந்தவனின் சகோதரனோ தகப்பனைத் தேடிப்பிடித்துப் பழிக்குப்பழி வாங்குகிறான். லெப்டினண்ட் த்ருனோவ் என்பவன் கைதிகளின் தொண்டைகளில் தன் வாளைச் செருகுகிறான். துப்பாக்கிக் குண்டால் அவர்களது மண்டைகளைப் பிளக்கிறான். குண்டுக்

காயம்பட்டு செத்துக்கொண்டிருக்கும் தளபதி ஷெவெலியோவின் கண்ணுக்கு எதிரேயே அவனது ஆசைநாயகியும் அவனது படைப்பிரிவில் உள்ள வேசியுமான ஷாஷ்கா ஒரு சாரதியுடன் சோரம் போகிறாள். இத்தகைய கொடூரச் செயல்களைப் புரிகின்றவர்கள்தாம் தம் தோழர்களுக்காகத் தம் உயிரையும் தியாகம் செய்யச் சற்றும் தயங்காதவர்களாகவும் உள்ளனர். நிகழ்காலக் கொடூரங்களும் கொடுமைகளும் முற்றிலும் மறைந்த இனிய எதிர்காலம் பற்றிக் கனவு காண்கின்றனர்.

நேரடியான அனுபவங்களின் அடிப்படையில் பேபல் எழுதிய இந்த நாவலில் தத்ரூபமான காட்சிகளும் கவிதைத்தன்மை மிக்க கற்பனைகளும் கலந்திருக்கின்றன. மனிதனுக்குள் இருக்கின்ற விலங்குத்தன்மையை வெளிப்படுத்தும் பேபல், தெய்விக நிலைக்கு உயரக் கூடிய சாத்தியப்பாடும் இதே மனிதனிடத்தில் இருப்பதாகக் கூறுகிறார். உள்நாட்டுப் போரின்போது, வாழ்வா - சாவா என்ற போராட்டத்தில், சம்பந்தப்பட்ட இருதரப்பினருமே எல்லா வழிமுறைகளையும் கையாண்டனர். பேபலின் நோக்கம் போல்ஷ்விக்குகளையோ புரட்சியையோ மறுதலிப்பதல்ல. ஆனால் தீயவழிமுறைகள் உன்னத இலக்குக்குக் குழிபறித்துவிடும் என்று எச்சரிக்கவே விரும்பினார்.

1930களின் துவக்கத்தில்கூட அவர் தலைசிறந்த சோவியத் எழுத்தாளராகக் கருதப்பட்டு வந்தார். 1934-இல் நடந்த எழுத்தாளர் காங்கிரஸிலும் கலந்து கொண்டார். ‘மகத்தான எழுத்தாளர்’ என்றும் விசுவாசமிக்க போல்ஷ்விக் என்றும் கார்க்கியால் அழைக்கப்பட்ட பேபல், செஞ்சேனைத் தளபதிகளில் ஒருவரான மார்ஷல் புடோன்னியால் புரட்சியின் தீரச் சாகசங்களை இழிவுபடுத்துவர் எனக் குற்றம் சாட்டப்பட்டார். சோவியத் சஞ்சிகைகளோ, அவர் யதார்த்தத்தை சரியாகச் சித்திரிக்கிறாரா இல்லையா என்ற விவாதத்தைத் தொடங்கின. தனது நேர்மை சந்தேகத்துக்குட்படத் தொடங்கியதும் எழுதுவதை நிறுத்திக்கொண்டார் அவர். சில ஆண்டுகளுக்குப் பிறகு ஸ்டாலினின் களையெடுப்புக்குப் பலியானார். இருபதாம் நூற்றாண்டின் மிகப் பெரும் உரைநடை எழுத்தாளர்களில் ஒருவராகக் கருதப்படும் பேபல் ரஷியாவில் நீண்டகாலம் இருட்டடிப்புக்குள்ளானார். 1957 இல் தணிக்கை செய்யப்பட்ட பதிப்பாக அவரது ‘சிவப்புக் குதிரைப்படை’ மாஸ்கோவில் வெளியிடப்பட்டது.

எவ்கனி ஜாமியாடின்: இலக்கிய மரணம்

'செராபியோன் சகோதரர்'களுக்கு ஆசானாகவும் வழிகாட்டியாகவும் இருந்த எவ்கனி ஜாமியாடின் (EvgenyZamyatin: 1884-1937) மாஸ்கோவுக்கு தெற்கே டான் நதிக்கரையோரம், உள்ள லெபட்டியான் என்ற சிறு நகரத்தில் 1884 பிப்ரவரி முதல் தேதி பள்ளி ஆசிரியர் ஒருவரின் மகனாகப் பிறந்தார். போல்ஷ்விக் கட்சியில் சேர்ந்து 1905 புரட்சியில் பங்கேற்றதன் காரணமாகக் கைதுசெய்யப்பட்டு நாடு கடத்தப்பட்டார். 1908 இல் கப்பல் நிர்மாணப் பொறியியலாளர் பட்டம் பெற்றார். சோவியத் ரஷியாவின் முதல் (பனியுடைக்கும்) கப்பலான 'லெனினை' நிர்மாணித்தவர் அவர்தான்.

மூன்றாண்டுகள் கப்பல் கட்டும் தொழிலில் ஈடுபட்டிருந்தபோதே எழுதவும் தொடங்கினார். சிறு கதை, நாவல், இலக்கிய விமர்சனம் ஆகியவற்றில் மிக அலாதியான முத்திரைகளைப் பதித்திருக்கிறார். அவரது உரைநடையைப் படிக்கின்ற எவருமே, ஒரு நாட்டிற்கு ஒரு நூற்றாண்டுக் காலம் வேறு எந்த உரை நடை ஆசிரியனுமே தேவையில்லை என்கிற அளவிற்கு மிகச் சக்திவாய்ந்த, கேலியும் கிண்டலும் கும்மாளமிடுகிற, விமர்சனத்துக்குட்படுகின்றவற்றை ஈவிரக்கமின்றிக் குத்திக் கிழிக்கின்ற, உவமைகளும் உருவகங்களும் வைரங்கள் போல் பதிக்கப்பட்ட அற்புதமானதொரு நடையைக் காணலாம். ரஷியாவின் வடக்கு மாநிலமொன்றில் வாழும் மனிதர்கள் பற்றிய 'ஒரு மாவட்டத்தின் கதை' 1911இல் பிரசுரமானபோது அதுபற்றி முன்னூற்றுக்கும் மேற்பட்ட விமர்சனங்கள் எழுதப்பட்டனவாம். மூன்றாண்டுகளுக்குப் பின் அவர் எழுதிய 'உலகத்தின் கடைசி மூலையில்' என்ற குறுநாவலும் பெரும் கவனத்தை ஈர்த்தது. கிழக்கு சைபீரியாவிலிருந்த ஜாரிஸ்ட் ராணுவ முகாம் பற்றிய அவரது சித்திரிப்புகளைப் படித்தவர்கள், அவர் ஒருபோதும் ராணுவத்தில் பணியாற்றியதில்லை என்பதை நம்பவே

மறுத்தனராம். ராணுவத்திற்குள் சீர்குலைவு ஏற்படுத்த முயற்சி செய்ததாக அவர் மீது ஜார் அரசாங்கம் வழக்குத் தொடர்ந்து தண்டித்தது.

அவர் தனது படைப்புகளில் கையாளும் படிமங்களும் உவமைகளும் மிகச் செழுமையானவை. நனவிலி மனத்தின் தூண்டுதல்களையும் உளவியல்நிலைகளையும் வெளிப்படுத்துவதற்காகக் கையாளப்படும் உத்திகள் அவை. ஒவ்வொரு படைப்பிலும் தான் ஒரு ‘தாய் உருவக’த்தைக் (Mother Metaphor) கையாளுவதாக ஜாமியாடின் கூறுகிறார். அவர் எழுதுவார்: “மாலையிலும் இரவிலும் பீட்டர்ஸ்பர்க்கில் காணப்படுவன வீடுகள் அல்ல. ஆறுமாடிக் கல்கப்பல்கள் தாம்: இந்தக் கப்பல்கள் தனிமையான ஆறுமாடி உலகங்கள்; பிற தனிமையான ஆறுமாடி உலகங்களுக்கு நடுவே அவை கல் அலைகளில் மிதந்து செல்கின்றன.”

1917 இல் இங்கிலாந்து சென்ற அவர் 1917 செப்டம்பரில் தாயகம் திரும்பினார். கப்பல் நிர்மாண வேலைகளைக் கைவிட்டு இலக்கியத்தையும் பீட்டர்ஸ்பர்க் பாலிடெக்னிக்கில் கல்வி கற்பிப்பதையும் தொழிலாக மேற்கொண்டார். சோசலிசத்தின்பால் மிகுந்த ஈடுபாடு கொண்டிருந்த ஜாமியாடின், புரட்சியின் துவக்க ஆண்டுகளிலேயே போல்ஷ்விக்குகளுடன் கருத்து முரண்பாடு கொள்ளத் தொடங்கினார். விவசாயிகள் சார்பான சோசலிஸ்ட் புரட்சியாளர் பக்கமே அவரது அனுதாபம் சென்றது. 1918இல் போல்ஷ்விக்குகளின் புரட்சிகர பயங்கரவாத நடவடிக்கைகளையும் பண்பாட்டுச் சின்னங்கள் பரவலாக அழிக்கப்பட்டு வந்தமையையும் நாட்டை மின்சாரமயமாக்குதல் பற்றிய லெனினின் திட்டத்தையும் விமர்சித்தார். ‘நாளை’ என்ற தலைப்பிட்ட கட்டுரையில் அவர் எழுதினார்:

> நேற்று ஜார்களும் இருந்தனர், அடிமைகளும் இருந்தனர்; இன்று ஜார் இல்லை, ஆனால் அடிமைகள் இருக்கின்றனர். நாளை ஜார்கள் மட்டுமே இருப்பர். நாளைய ‘சுதந்திர மனிதன்’ ‘அரசகுல மனிதன்’ என்ற பெயரால் நாம் நடை போட்டுக் கொண்டிருக்கிறோம். வெகுமக்களை ஒடுக்கிய யுகத்தை வாழ்ந்து தீர்த்திருக்கிறோம்; வெகுமக்களின் பெயரால் தனிமனிதன் ஒடுக்கப்படும் யுகத்தில் வாழ்ந்து கொண்டிருக்கிறோம்... நேராக நடக்கத் தொடங்கிய மனிதன் இப்போது நான்கு கால்களில் நடக்கவும், கோரைப்

பற்களும் அடர்த்தியான ரோமமும் கொண்டவனாகவும் மாறத் தொடங்கியுள்ளான். மனிதனில் உள்ள விலங்கு வெற்றியடைந்துள்ளது. மிருகத்தனமான மத்திய காலம் திரும்பிவந்து கொண்டிருக்கிறது. மனிதவாழ்வுக்கான மதிப்பு கூராகச் சரிந்து கொண்டிருக்கிறது...[1]

கட்டுரை எழுதப்பட்ட ஆண்டில் சோசலிஸ்ட் புரட்சியாளர் கட்சித் தலைவர்கள் கைது செய்யப்பட்டனர். செய்தியேடுகள் இழுத்து மூடப்பட்டன. 'செகா'வால் விசாரணை செய்யப்பட்டவர்களில் ஜாமியாடினும் ஒருவர். ஆனால் தனக்குக் கம்யூனிசத்தின் பேரிலுள்ள நம்பிக்கையை உறுதிப்படுத்தி, தான் முன்பு கட்சி உறுப்பினராக இருந்தவர் என்பதை சுட்டிக்காட்டியதன் பேரில் விடுதலை செய்யப்பட்டார். அதன் பிறகு அரசியல் கட்டுரைகளை எழுதுவதைக் கைவிட்டார். இலக்கியத்திற்கே முழுச்சக்தியை ஒதுக்கினார். புரட்சி பற்றி அரசியல்வாதிகள் கூறுவதை அவர் ஏற்கவில்லை. அவர் 'புரட்சி' பற்றிக் கொண்டிருந்த கருத்துகள் முற்றிலும் வித்தியாசமானவை:

எங்கும் எதிலும் புரட்சி இருக்கிறது; அது எல்லையற்றது; கடைசிப்புரட்சி, கடைசி எண் என்பது ஏதும் இல்லை, சமூகப்புரட்சி என்பது கணக்கில்லாத எண்களில் ஒன்றே ஒன்றுமட்டுமே. புரட்சியின் விதி என்பது சமூக விதி அல்ல, அதைக் காட்டிலும் அளவிடமுடியாத ஒரு பெரிய விதிதான். அது சர்வவியாகமான விதி, பிரபஞ்சவிதி...[2]

சுதந்திரமான கருத்துகளை ஒருபோதும் கைவிட மறுத்துவந்த ஜாமியாடின், தனது 'செராபியோன் சகோதரர்'களில் யாரேனும் சமரசம் செய்துகொண்டால் அவர்களையும் கண்டிக்கத் தயங்கியதே இல்லை. ஒடுக்குமுறையும் அதிகாரவர்க்கக் கட்டுப்பாடும் நிறைந்த, வறட்டுக் கோட்பாடுகளை ஓதுகிற ஆட்சியைப் புரட்சி அரசாங்கமாக அவர் ஒப்புக்கொள்ளவில்லை. ஆட்சியில் இருப்பவர்களை மகிழ்விப்பதற்காக எழுதுபவர்களை அவர் கடுமையாகத் தாக்கினார்:

உண்மையான இலக்கியத்தைப் பித்தர்களும் துறவிகளும் அஞ்ஞானிகளும் கனவு காண்பவர்களும் மட்டுமே உருவாக்க

1 Yevgeny Zamyatin, Op. cited, p.51.

2 அதே நூல், பக்கம் 107.

முடியும்; திறமையான, விசுவாசமிக்க அதிகாரிகளால் முடியாது... அஞ்ஞானிகளின் ஏதோவொரு சொல்லால் அச்சுறுத்தப்படும் ஒருவகைப் புதிய கத்தோலிக்க சமயத்திலிருந்து நாம் விடுவிக்கப்படாவிட்டால், நமக்கு உண்மையான இலக்கியம் ஏதும் இல்லாமல் போய்விடும் என்று அஞ்சுகிறேன். இந்த நோய் தீர்க்கப்படாமல் போகுமேயானால் ரஷிய இலக்கியத்திற்கு ஒரே ஒரு எதிர்காலம்தான் இருக்கும் என அஞ்சுகிறேன் - கடந்தகாலம் என்பதுதான் அது.³

கட்சி இலக்கியம் மட்டுமே இருக்கவேண்டும், அதற்கு ஒத்துப்போகாதவர்களை ஒடுக்கவேண்டும் என்று கூறிவந்த 'ராப்'பின் 'அக்டோபர்' சஞ்சிகை பற்றி அவர் எழுதுகிறார்: "இந்த சஞ்சிகைக்கு ஒரே ஒரு கலையுடன் மட்டுமே தொடர்பு உண்டு. அது இராணுவக் கலை. அதில் பிரசுரமாகும் எழுத்துகள் ஏற்கெனவே நமக்கு நன்கு தெரிந்த கண்ணிவெடிகள், விஷவாயுக்குண்டுகள் ஆகியவற்றுடன் சேர்ந்துள்ள ஒரு புதிய ஆயுதம்தான்."

தனது படைப்புகளும் சிந்தனை சுதந்திரமும் இலக்கியத் தகுதியற்ற தணிக்கையாளர்களால் தாக்குதல்களுக்கும் தணிக்கைகளுக்கும் உட்படுத்தப்படுவது குறித்து எழுதினார்:

எனது குழந்தைகள் மோசமான உடை உடுத்திக்கொண்டு தெருவிற்குள் வரும் போது எனக்கு வேதனை ஏற்படுகிறது. ஒரு மூலையிலிருந்துகொண்டு பொறுக்கிகள் அவர்கள் மீது கற்களை எறியும் போது நான் துவண்டுவிடுகிறேன். அறுவை சிகிச்சை மருத்துவர் கிடுக்கிகளுடன் அவர்களை நெருங்கும் போது, அவர் அவர்களுக்குப் பதிலாக எனது உடலை வெட்டிவிடுவதையே விரும்புவேன் என்று நினைக்கிறேன். எனது புத்தகங்களே எனது குழந்தைகள், எனக்கு வேறு குழந்தைகள் இல்லை.

என்னென்ன ரசாயனச் சேர்க்கைகளால் டைனமைட் உருவாக்கப்பட்டுள்ளதோ அதே ரசாயனச் சேர்க்கைகளால் ஆனவைதான் எனது புத்தகங்களும். வேறுபாடு என்னவென்றால் டைனமைட் ஒரேமுறைதான் வெடிக்கிறது. ஒரு புத்தகமோ ஓராயிரம் முறைகள் வெடிக்கும். முதல் புத்தகம் எப்பொழுது

---

3 அதே நூல், பக்கம் 57-58.

> எழுதப்பட்டதோ அன்றுதான் மனிதனின் குரங்கு நிலை முற்றுப் பெற்றது. அவன் குரங்கைத் தோற்கடித்தான். குரங்கு அதை இன்றுவரை மறக்கவில்லை; அதனிடம் ஒரு புத்தகத்தைக் கொடுத்துப்பாருங்கள்- உடனடியாக அதை நாசம் செய்யும், கிழித்தெறியும், அசிங்கப்படுத்தும்.[4]

அவர் வறட்டுவாதிகளால் இடைவிடாமல் தாக்கப்பட்டு வந்தபோதிலும் நாட்டிற்குள்ளும் நாட்டிற்கு வெளியிலும் அவர் புகழ் ஓங்கவே செய்தது. ரஷியாவின் தலைசிறந்த எழுத்தாளர்களான வியசெவலோட் ஐவனோவ், கான்ஸ்டான்டின் ஃபெடின், நிகோலாய் நிகிடின், மிகய்ல் ஜோஸ்செங்கோ, வெனியாமின் கவெரின், யூரி ஒலஷா முதலானோர் அவரது தாக்கத்துக்குட்பட்டவர்களே அவர் மீதான தாக்குதல் 1929இல் உச்சக்கட்டத்தை அடைந்தது. அச்சமயத்தில் அவருக்குத் தெரியாமலேயே செக்கோஸ்லோவோக்கியாவில் அவரது நாவல் ‘நாம்’ பிரசுரமாகிவிட்டது. அதை ரஷியாவிலேயே பிரசுரிக்க அனுமதி கேட்டிருந்தார். அந்த நாவலின் தட்டச்சுப் பிரதிகளை எழுத்தாளர் சங்கத்தில் படித்துக்காட்டியுமிருந்தார். தட்டச்சுப்பிரதி வடிவத்திலேயே அது பலராலும் படிக்கப்பட்டுமிருந்தது. புரட்சிக்குப் பிந்திய சமுதாயம் ஒன்று எறும்புப் புற்றாக, புதிய, திட்டமிடப்பட்ட, யாருமே தப்பிக்கமுடியாத அடிமை அமைப்பாக மாறக்கூடுமோ என்ற அச்சமும், பொதுவாக நவீனத் தொழில் நுட்பமும் விஞ்ஞானமும் வளர்ந்த சமுதாயத்தில் தனி மனித சுதந்திரம் பறிக்கப்பட்டுவிடுமோ என்ற அச்சமும் அவரை இந்த நாவலை எழுதவைத்தன. ‘படுமோசமான’ நபும்சகத்தனமான நாவல் என்றும் ‘இதில் வெளிப்படுத்தப்பட்டுள்ள கோபம் ஒரு கிழட்டு வேலைக்காரியின் கோபம்’ என்றும் கார்க்கி எழுதினார். ‘தீய எண்ணம் கொண்ட அறிவாளியின் கண்களைக் கொண்டு எழுதப்பட்ட நாவல்’ என்று இடதுசாரி விமர்சகர்கள் பலர் கூறினர். வோரான்ஸ்கி போன்றவர்களோ ஒரு கலைப்படைப்பு என்ற கண்ணோட்டத்திலிருந்து பார்த்தால் இது அற்புதமான படைப்புதான் என்றும் புரட்சியின் ஒரு சில நடவடிக்கைகள் அல்ல; மாறாக புரட்சி முழுவதுமே அவருக்கு அந்நியமானதாகவும் பகையானதானதாகவும் தெரிவதால் நாவல் களங்கப்பட்டுவிடுகிறது என்றும் எழுதினர். ஆனால் இந்த

---

4 அதே நூல், பக்கம் 131.

நாவலை சரியாகப் புரிந்து கொண்டால் ஜாமியாடின் விமர்சிப்பது புரட்சியை அல்ல, மேலை நாட்டைச் சேர்ந்த இயந்திரத் தொழில் நாகரிகத்தின் அடிப்படையில் உருவாகும் புதியவகை கொடுங்கோன்மைச் சமுதாயத்தைத்தான் என்பது விளங்கும்.

'நாம்,' 26ஆம் நூற்றாண்டு சமுதாயம் ஒன்றினைப்பற்றிய ஒரு நாவல். மனிதர்களின் தனித்துவமும் சுதந்திரமும் ஒடுக்கப்பட்டுவிட்ட ஒரு கூட்டுத்துவ சமுதாயம் அது. இரு நூற்றாண்டுகள் உலக முழுவதிலும் நடந்த யுத்தத்தில் அழிந்தவர்கள் போக எஞ்சியுள்ளவர்கள் (உலக மக்கள் தொகையில், 0.10%) பிரமாண்டமான கண்ணாடிக் கூரையைக்கொண்ட நகரில் வாழ்கின்றனர். கட்டுக்கடங்காத பருவ நிலைகளால் ஏற்படும் திடீர் மாற்றங்களைத் தவிர்ப்பதற்காகவே இந்தக் கண்ணாடிக் கூரை. இந்த நகரத்தை 'நன்மையாளன்' ஆள்கிறான். அவனுக்கு உதவியாக 'காவலர்கள்' (ரகசியப் போலிஸ்) செயல்படுகின்றனர். குடிமக்கள் எவருக்குமே பெயர் இல்லை. எண்களும் எழுத்துக்களும்தான் தரப்படுகின்றன. பெண்களுக்கு உயிரெழுத்துக்கள், ஆண்களுக்கு உயிர்மெய் எழுத்துக்கள். எல்லாருக்கும் சாம்பல் நீல நிறச் சீருடைகள். அவர்களது வேலை, சிந்தனை, ஓய்வு நேரம் எல்லாமே 'நன்மையாளன்' அல்லது அவனது தலைமையின் கீழுள்ள மதியூக அதிகாரிகளால் முறைப்படுத்தப்படுகின்றன. ஒரேமாதிரியான செயற்கை உணவு அவர்களுக்கு வழங்கப்படுகின்றது. தேசீயகீதம் இசைக்கப்படும் போது அவர்கள் நான்கு கால்களில் அணி வகுத்து வரவேண்டும். அரசாங்க நிறுவனங்களால் விநியோகிக்கப்படும் விசேட சிகப்பு நிறச் சீட்டுகளில் கறாராகக் குறிப்பிடப்பட்டுள்ள நாள்களிலும் நேரங்களிலும் மட்டுமே புணர்ச்சி செய்யலாம். வீடுகள் கண்ணாடிகளாலானவை. உள்ளே நடப்பவை வெளியே தெரியும். எனவே ஒவ்வொரு வீட்டுக்குள்ளும் என்ன நடக்கிறது என்பதைப் போலிசால் பார்க்கமுடியும். அங்கு ஒளித்துவைக்கப்பட்டுள்ள மைக்குகள் மூலம் வீட்டில் நடக்கும் உரையாடல்களைக் கேட்க முடியும். தெருக்களிலோ யந்திரக் கண்களும் காதுகளும் பொருத்திவைக்கப்பட்டுள்ளன. ஒருவன் பிறந்த நேரம் முதல் அவன் இறக்கும் நேரம் வரை அவனது பேச்சுகளும் செயல்களும் கவனிக்கப்பட்டுப் பதிவு செய்யப்படுகின்றன.

எல்லா உணர்ச்சிகளும் சந்தேகத்துக்குரியவனவாக கருதப்படுகின்றன. காதல் என்பது அறிவுவிரோதமானது. சமுதாய செயல்பாட்டின் அடிப்படை விஞ்ஞானமே-குறிப்பாக கணிதம். கழித்தல், கூட்டல், வகுத்தல், பெருக்கல் ஆகியனவே இச்சமுதாயத்தின் அறிவியலுக்கான அடிப்படைகள். கலகக்காரர்களுக்கு மின்சாரம் பாய்ச்சித் தண்டனை. டி-503 என்ற குடிமகனின் நாள்குறிப்புகள் என்ற வடிவத்தில் எழுதப்பட்டுள்ளது இந்த நாவல். கணித வல்லுநனான டி-503 'இன்டெக்ரா' என்ற விண்வெளிக் கப்பலை நிர்மாணிக்கிறான். 'நன்மையாள'னைத் தூக்கியெறிவதற்காக உருவாக்கப்பட்டுள்ள ரகசிய அமைப்பைச் சேர்ந்த 1-330 என்ற பெண்ணைச் சந்திக்கிறான். அச்சந்திப்பின் தாக்கத்தில் 'தனித்துவம், சுதந்திர சிந்தனை, உண்மைக் காதல் என்ற குற்றங்'களை இழைக்கிறான். அந்த நகரத்தை இயற்கையிலிருந்து வெட்டிப்பிரிப்பதற்காக பச்சைச் சுவர் எழுப்பப்பட்டிருக்கிறது. ஒருநாள் டி-503 தன் காதலியை அந்த பச்சைச்சுவருக்கு அப்பால் அழைத்துச் செல்கிறான். மனிதவாடையே படாத இயற்கை, கட்டுப்பாட்டுக்குள் கொண்டுவரப் படாத விலங்குகள், தாவரங்கள் அங்கே. கண்ணாடிக் கூரையின் கீழ் வாழும் மனிதர்களைப்போன்ற ஜீவன்களுக்கும் அந்த இயற்கையில் உள்ள ஜீவராசிகளுக்குமிடையே எத்தனை வேறுபாடுகள்...

டி-503யின் சுதந்திரவேட்கை நசுக்கப்படுகிறது. அவனது கலக முயற்சி முறியடிக்கப்படுகிறது. டி-503க்கு ஒரு பெரும் அறுவை சிகிச்சை நடக்கிறது. அதன் காரணமாக அவன் 'மகிழ்ச்சியான எதிரிகள்' எல்லாரையும் காட்டிக் கொடுத்து விடுகிறான். கொலையாளிகளிடம் தன் காதலியை ஒப்படைத்து விடுகிறான். அறிவு வெற்றியடைந்து விடுகிறது.

இந்த நாவல்பற்றிய சர்ச்சைகள் தொடங்கிய பின்னர் ஜாமியாடின்மீது 'எதிர்ப்புரட்சிவாதி' என்ற முத்திரையும் பதிக்கப்பட்டது. எழுத்தாளர்கள் சங்கத்திலிருந்து விலகுமாறு நிர்ப்பந்திக்கப்பட்ட ஜாமியாடின் தனது எழுத்துக்களைத் தொடர்ந்து பிரசுரிக்கும் வாய்ப்புகளை இழந்தார். புகழ் பெற்ற ரஷிய எழுத்தாளர் லெஸ்கோவ் எழுதிய 'பூச்சி' என்ற சிறு கதையைத் தழுவி ஜாமியாடின் எழுதிய நாடகம் மிகப் பிரபல்யமாகியிருந்தது. நூற்றுக்கணக்கான முறை மேடையேறிய

அதுவும் தடை செய்யப்பட்டுவிட்டது. தனக்கு நேர்ந்த நிலை பற்றி எழுதினார்:

> நான் சோவியத் இலக்கிய உலகிலுள்ள பிசாசு ஆனேன். பிசாசுமீது காறித்துப்புவது நற்செயலாததால், எல்லா விமர்சகர்களும் எத்தனை வன்மத்துடன் என்மீது காறித் துப்பமுடியுமோ அவ்வளவு வன்மத்துடன் காறித் துப்புவதை மட்டுமே செய்தனர்[5]

தன் மனைவியுடன் நாட்டைவிட்டு வெளியேறிச் செல்வதற்காக அனுமதி கேட்டு ஸ்டாலினுக்கு அவர் எழுதிய கடிதம் அவரது நெஞ்சுரத்துக்கு சான்று:

> எனது பெயர் அநேகமாக உங்களுக்குத் தெரிந்திருக்கும். எழுத்தாளனாகிய என்னைப் பொறுத்தவரை எழுதும் வாய்ப்புப் பறிக்கப்பட்டிருப்பதானது மரண தண்டனையை விடக் குறைந்ததல்ல... எவ்விதக் குற்றமும் இழைக்காமல் ஊறு விளைவிக்கப்பட்டிருப்பவன் நான் என்ற சித்திரத்தை உங்கள் முன் நான் வைக்க விரும்பவில்லை... ஒரு தருணத்தில் எதைப் பேசுவது சௌகரியமானதோ அதைவிடுத்து உண்மையைப் பேசுகின்ற மிகவும் அசௌகரியமான பழக்கம் என்னிடம் உள்ளது என்பதை நான் அறிவேன்... சோவியத் குற்றவியல் சட்டத்தில் மரண தண்டனைக்கு அடுத்தபடியானது குற்றவாளியை நாடுகடத்துதல். உண்மையில் நான் தண்டனை பெறத்தக்க குற்றவாளியாக இருப்பேனாயாகில், இலக்கிய மரணம் என்ற அவ்வளவு கடுமையான தண்டனையைப் பெறவேண்டியவன் நான் என்று கருதவில்லை. எனவே இந்த மரண தண்டனையை சோவியத் யூனியனிலிருந்து நாடு கடத்தப்படும் தண்டனையாக மாற்றுமாறும் என்னுடன் செல்ல என் மனைவிக்கு அனுமதி வழங்குமாறும் கேட்டுக் கொள்கிறேன்.[6]

அந்தக் கடிதத்தில் அவர் “அற்ப மனிதர்களுக்கு முன்னால் கெஞ்சிக் கூத்தாடாமல் இலக்கியத்தின் மூலம் உன்னதமான கருத்துகளுக்குப் பணிபுரியக் கூடிய சூழல்” உருவாகுமேயானால் தாயகம் திரும்பி வருவதாகவும் கூறுகிறார். கார்க்கியின்

5 அதே நூல், பக்கம் 306..

6 அதே நூல், பக்கம் 305–306.

தலையீட்டின் பேரில் வெளிநாடு செல்ல அனுமதி வழங்கப்பட்ட ஜாமியாடின் 1932இல் பாரிஸில் குடியேறினார். புகழ்பெற்ற பிரெஞ்சுத் திரைப்பட இயக்குநர் ழான் ரெனுவாவுடன் சேர்ந்து கார்க்கியின் 'அதலபாதாளம்' என்ற நாடகத்தைத் திரைப்படமாக உருவாக்கினார். 'அட்டிலா' என்ற நாவலின் முதல் பகுதியை எழுதி முடித்தார். வறுமையாலும் மன அமைதிக் குலைவாலும் வாட்டப்பட்ட அவர் உடல் நலம் குன்றி இதய நோயின் காரணமாக 1937 மார்ச் மாதம் உயிர் துறந்தார். சாகும்வரை அவர் சோசலிசத்தின்மீது அசையாத நம்பிக்கை கொண்டிருந்தார். அவரது மரணம் பற்றி அன்று சோவியத் பத்திரிகைகள் ஒரு வார்த்தை கூட எழுதவில்லை.

கான்ஸ்டான்டின் ஃபெடின்: சமரசத்தினூடே

வோல்கா நதிக்கரையோரம் உள்ள சாரடோவ் என்னுமிடத்தில் பிறந்த கான்ஸ்டான்டின் ஃபெடின் (Konstantin Fedin: 1892-1977) பழைய அறிவு ஜீவிகளைச் சேர்ந்தவர். புரட்சிக்குப்பிறகு சக பயணியாக இருந்தவர். 'செராபியோன் சகோதரர்'களில் ஒருவராகத் திகழ்ந்தவர். ஆனால் எவ்கனி ஜாமியாடின், மெயர்ஹோல்ட் போன்ற மார்க்சிய எழுத்தாளர்கள் போலவோ மரண்டெல்ஷ்டாம், அன்னா அக்மதோவா, அலெக்ஸாண்டர் லல்ஸனித்ஸின் போன்ற மார்க்சியரல்லாத எழுத்தாளர்களைப் போலவோ ஸ்டாலினையும் ஸ்டாலினிசத்தையும் பகிரங்கமாக விமர்சித்தவரோ அல்லது ஸ்டாலினிசம் எழுத்தாளர்களிடம் கோரியவற்றை நிறைவேற்ற மறுத்தவரோ அல்லர். மாறாக ஸ்டாலினியத்துக்கு வளைந்து கொடுத்தவர். இலக்கியத்துக்கான ஸ்டாலின் பரிசும் பெற்றவர். மிக எச்சரிக்கையோடு எழுத வேண்டிய நிலைக்குத் தள்ளப்பட்டவர். இதற்குக் காரணம்,

> மார்க்சியம் உண்மையில் அரசியல், தத்துவம், இலக்கியம் ஆகியவற்றுக்கு இடையிலுள்ள இடைவெளியைக் குறுக்கியிருந்தது. அவற்றின் பரஸ்பரத் தொடர்புகள் பற்றிய மார்க்சியப் பார்வையை ஸ்டாலின் பக்குவமற்ற முறையில் மிக எளிமைப்படுத்தினார். கடைசியில் அவர் விஞ்ஞானம், வரலாறு, கலை ஆகியவற்றைக் கீழ்ப்படுத்தித் தனது அரசியலுக்கு எடுபிடிவேலை செய்பவைகளாக ஆக்கினார். பொருளாதார மற்றும் அரசியல் ஆணையொன்றை அவர் புதிதாகப் பிறப்பிக்கும் ஒவ்வொரு முறையும் வரலாற்று ஆசிரியர்களும் தத்துவவாதிகளும் எழுத்தாளர்களும் தமது மிக அண்மைப் படைப்புகளில் தலைவரின் கடைசி வார்த்தையுடன் தாங்கள் முரண்படவில்லை என்பதை எச்சரிக்கையுடன் பார்த்துக் கொள்ள வேண்டியிருந்தது[1]

1 Isaac Deutscher, Stalin, Quoted by David Graig and Mrchael Eyan, Op. cited, p. 73.

கான்ஸ்டான்டின் ஃபெடின், ஸ்டாலினுக்கு வளைந்து கொடுப்பதோடு நிற்கவில்லை. அதிகாரிவர்க்கத்தில் பிரிக்கமுடியாத பகுதியாகிவிட வேண்டிய பரிதாபகரமான நிலையும் அந்தத் திறமையான எழுத்தாளருக்கு நேர்ந்தது. சமூக அந்தஸ்துக்கும் அதிகாரத்துக்கும் அவர் காட்டிய விருப்பம், தனது முன்னாள் நண்பர்களைக் கண்டனம் செய்யும் நிலைக்கு இட்டுச்சென்றது. 1958இல் பாஸ்டர் நாக்குக்கு எதிரான கண்டன இயக்கத்தில் முன் வரிசையில் நின்றார். 1959இல் சோவியத் எழுத்தாளர் சங்கத்தின் பொதுச்செயலாளராகத் தேர்ந்தெடுக்கப்பட்டார். 1966இல் ஸினியாவ்ஸ்கி, டேனியல் என்ற எழுத்தாளர்கள் மீதான விசாரணையின்போதும் அவரது நிலைப்பாடு வெறுக்கத்தக்கதாகவே இருந்தது. ஸல்ஸனித்ஸின் போன்று போலிஸின் இரக்கமற்ற கொடுமைகளுக்கு ஆளானவர்கள் மீது அவர் காட்டிய பகைமை அவருடைய நண்பர்களைக்கூட அதிர்ச்சிக்குள்ளாக்கியது.

இத்தகைய கான்ஸ்டான்டின் ஃபெடின், தனது சொந்த அரசியல், சமூக நிலைப்பாடுகளையும் மீறி எழுத்தாளனுக்கு வேண்டிய கலாநேர்மையைத் தன் யதார்த்தவாத இலக்கியப்படைப்புகளில் கடைப் பிடித்ததால்தான் சோவியத் இலக்கியவாதிகளின் நீண்ட பட்டியலில் குறிப்பிடத்தக்க இடத்தைத் தக்கவைத்துக்கொண்டுள்ளார். புரட்சியின் விளைவாக ஏற்பட்ட சமூக மாற்றங்களைப்பற்றி அவர் எழுதிய கீழ்க்காணும் மூன்று நாவல்கள் அக்காலகட்டம் பற்றிய மிக முக்கியமான அரசியல்-சமூகவியல் ஆவணங்களாகவும் விளங்குகின்றன: ‘ஆரம்பகால மகிழ்ச்சிகள்’ (*Early Joys, 1945*). இது 1905 முதல் 1917 வரையிலான காலகட்டத்தை சித்திரிக்கிறது; ‘அசாதாரணமான கோடை’ (*No Ordinary Summer, 1948*). உள்நாட்டுப்போர் பற்றிய சித்திரிப்புகள் கொண்ட இந்த நாவலுக்கு 1949 இல் சிறந்த இலக்கியத்துக்கான அரசாங்க விருது வழங்கப்பட்டது; ‘பெருந்தீ’ (*Conflagration*, 1962). இந்நாவலின் முதல்பகுதி 1941 இல் ஜெர்மனியுடன் நடந்த போர் பற்றியும் 1930களில் நடந்த ‘களையெடுப்பு’கள் பற்றியும் பேசுகிறது.[2]

பஸ்டுகோவ், அன்னா பராபுகீனா, ஸ்வெடுகின், கிரில் இஸ்வெகோவ் ஆகியோரை முக்கிய பாத்திரங்களாகக் கொண்டது ‘பெருந்தீ’ என்ற நாவல். கலைநுட்பமும் சமுதாயம் பற்றிய ஆழ்ந்த ஞானமும் கொண்டிருந்த ஃபெடின் என்ற கலைஞன்

2 இந்த நாவல் பற்றிய விளக்கத்திற்கு டேவிடக்ரெய்க், மைகேல் எயான் ஆகியோருக்குக் கடன்பட்டுள்ளேன். அவர்கள் எழுதிய நூல் மேலே குறிப்பிடப்பட்டுள்ளது.

தனது பாத்திரங்களை ஒற்றைப் பரிமாண மனிதர்களாக, கறுப்பும் வெள்ளையுமாகச் சித்திரிப்பதில்லை. மாறாக எல்லாப்பாத்திரங்களையும் விமர்சனக் கண்ணோட்டத்தோடு பார்க்கிறார்.

மிகச் சாதாரணமான சம்பவங்களின் மூலமாகவே புரட்சிக்குப்பிந்திய சமுதாயம் சென்று கொண்டிருக்கும் திசையைப்பற்றிய புரிதலை நமக்கு வழங்கிவிடுகிறார் ஃபெடின். உதாரணமாக, நாடகாசிரியன் பஸ்டுகோவ் மோட்டார் வாகனத்தில் நகரினூடே சென்றுகொண்டிருக்கும் காட்சி. வண்டி ஓட்டி வெரிகின் முன்னாள் விவசாயி. ஹாரனை அடித்து பாதசாரிகளை விரட்டுவது அவனுக்குப் பிடித்தமான விஷயம். தன்னை அன்போடு கடிந்து கொள்ளும் பாஸ்டுகோவிடம் கூறுகிறான்: "உங்களுக்கு இந்த விஷயத்தில் எப்போதும் கோபம் வந்துவிடுகிறது. ஆனால் உண்மையில் நீங்கள் இதை விரும்பத்தான் செய்கிறீர்கள்". ஃபெடின் எழுதுகிறார்: "ஹாரனை அடிப்பது; வாகனத்தின் பின்புற ஜன்னலில் உள்ள கிரேப் துணி மறைப்புகள் (இது யூரியா பாவ்லோனோ காட்டும் மிருதுவான அக்கறைக்கான அடையாளம்); சாலையில் தனது வாகனம், மற்ற வாகனங்ளைக் கடந்து அரசாங்க வாகனங்களுக்கென்றே சாலையின் மையப்பகுதியில் ஒதுக்கப்பட்டுள்ள குறுகலான பாதைக்குக் சென்று அப்பாதையிலேயே எவ்வளவு நேரம் முடியுமோ அவ்வளவு நேரம் அதை ஓட்டிச்செல்லும் வெரிகினின் பழக்கம் ஆகியவற்றை பாஸ்டுகோவ் விரும்பத்தான் செய்தான். இந்தக் குழந்தைத்தனமான செய்கைகளுக்கான பழி முழுவதையும் பஸ்டுகோவ் தன் சாரதியின் மீது சுமத்தினான். ஆயினும் தனது வாகனம் அரசாங்க அதிகாரியின் வாகனம் என மிக எளிதாகப் புரிந்து கொள்ளப்படும் என்பதை நினைக்கையில் அவன் மனம் கிளுகிளுப்படைந்தது."

அன்னா பராபுகினா, டிகோன் பராபுகின் என்ற தொழிலாளியின் மகள். நடிப்புக் கலையில் நாட்டமுடைய அழகிய இளம்பெண். புரட்சிக்குப்பின் நாடகத்துறையில் பணியாற்றத் தொடங்குகிறாள். ஸ்வெடுகின் என்ற நடிகரிடம் பயிற்சி பெறுகிறாள். பின்னர் கிரில் இஸ்வகோவ் என்ற போல்ஷ்விக்கைத் திருமணம் செய்து கொள்கிறாள். அவளது குடும்பம் புரட்சிக்கு முன்பு மிகவும் ஏழ்மையானதாக இருந்தது. அப்போது ஒரு முறை,

நாடகத்துறையில் தேர்ச்சி பெற்றவர்களும் மேட்டுக்குடியைச் சேர்ந்தவர்களுமான பாஸ்டுகோவும் ஸ்வெடுகினும் அன்னாவின் வீட்டுக்கு வருகின்றனர். தமது படைப்புகளில் வறுமையைத் தத்ரூபமாகச் சித்திரிப்பதற்காக அதைப் பற்றித் தெரிந்து கொள்வதற்காகவே அவர்கள் வந்திருக்கின்ற சேரிப்பகுதியில் சில நாள்கள் தங்குகின்றனர். இந்த மேட்டுக்குடியினர் விட்டுச் சென்ற ஒரு நாணயத்தை எடுத்துக்கொண்டு அன்னா ஓடுவதாக ஒரு காட்சி...

புரட்சிக்குப் பிறகு அன்னா தனது வர்க்கமூலங்களைப்பற்றி மிகவும் பெருமைப்பட்டுக்கொள்கிறாள். புகழ்பெற்ற நடிகையாக அவள் உருவாகிவரும் சமயத்தில் பழைய பாணி நடிகர்களின் ஆலோசனைகளை எதிர்க்கிறாள். பாட்டாளி வர்க்கப்பின்னணியை நினைவூட்டும் தனது சொந்தப் பெயரை மாற்றிக்கொண்டு புதிய கவர்ச்சிகரமான பெயரைச்சூட்டிக் கொள்ள மறுக்கிறாள். குதிரைப்படையைச் சேர்ந்த புரட்சியாளர்கள் அவளது நடிப்பைப் பார்த்து மகிழ்ந்து சான்றிதழ் வழங்குகின்றனர்- "நீங்கள் எங்களுக்குப் பாட்டாளிவர்க்கக் கலையைத் தாருங்கள். நாங்களோ எம் பங்குக்கு டெனிகின் என்ற பிராணியை மண்ணில் போட்டு நசுக்குவோம்."[3]

இதே அன்னா, சில ஆண்டுகளுக்குக் பிறகு தன் பெயரை யூலினா என்று மாற்றிக் கொள்கிறாள். கர்வத்தோடு ஒரு நட்சித்திரம்போல நடந்து கொள்கிறாள். அவளுடைய கலையின் புரட்சித்தன்மை மங்கி விடுகிறது. பழைமை வாய்ந்த சிறு நகரங்களின் நாடகமேடைகளில் மட்டுமே நடிக்க விரும்புகிறாள். அதாவது நகர்ப்புறத் தொழிலாளி வர்க்கத்தைப் புறக்கணித்துவிட்டு பூர்ஷ்வா வர்க்கத்தின் ரசனைகளை ஏற்றுக்கொள்கிறாள். புரட்சியை அடுத்துத் தோன்றத் தொடங்கிய (மெயர்ஹோல்ட் போன்றவர்களின்) பரிசோதனை முயற்சிகள் ஒடுங்கிப்போய் பழைய ரசனைகளும் பழைமைவாதமும் மீண்டும் தலைதூக்குகின்றன.

ஸ்வெடுகின் பலபரிமாணங்களுள்ளவர்; முரண்பட்ட இயல்புகளைக் கொண்டவர். இன்ப நாட்டங்கள் கொண்டவர். ஆனால் இலட்சியவாதி: தலைக்கனமும் புகழாசையும் கொண்டவராக அறிமுகமாகும் அவர் படிப்படியாக மாறுதல்களுக்குள்ளாகிறார்.

---

3 எதிர்ப்புரட்சி வெண்படைத் தளபதி.

கதாநாயகனாகவும் காதலனாகவும் நடிக்க விரும்பிய, இளம் நடிகைகளை மயக்குபவராக இருந்த ஸ்வெடுகின் புரட்சிக்குப் பிறகு, மக்களிடையே சென்று நாடகங்கள் நிகழ்த்திக் காட்டி ‘நடமாடும் நாடகக் கம்பெனி’யை உருவாக்க அயராது உழைக்கிறார். அவர் போல்ஷ்விக் அல்ல: ஆனால் போல்ஷ்விக் கருத்துகளை நடைமுறைப்படுத்த விரும்புகிறவர். காரணம், பிழைக்கத் தெரிந்த அவர், ஏற்கெனவே முடிவுசெய்யப்பட்டுவிட்ட ஓர் அரசியலை ஏற்றுக்கொண்டு அதிலிருந்த ஆதாயம் தேட முயல்பவர்தான். புரட்சி அவருக்கு நல்ல வாய்ப்புகளை வழங்கும் போல் தோன்றுகிறது. தனது கற்பனைகளுக்கும் கனவுகளுக்கும் ஏற்பப் புதுமைகளைப் புகுத்த விரும்புகிறார். தனிமனிதனாக சாதிக்க முடியாததை புரட்சியின் உதவியோடு சாதித்துவிடலாம் என நினைக்கிறார். ஆனால் போகப்போக புதுமையான முயற்சிகள் மவிசு இழக்கின்றன. பூர்ஷ்வா நாடக மேடையின் பழைய சம்பிரதாயங்களே மீண்டும் மேடையேறுகின்றன. ஆனாலும் அவரது வாழ்க்கையும் வளம் பெறவே செய்கிறது. அவரும் அன்னாவும் பிரபல்யம் பெற்று விடுகின்றனர்.

பாஸ்டுகோவ், ஸ்வெடுகின் ஆகிய இருவரும் போல்ஷ்விக்கு களாகவோ சோசலிச எண்ணம் கொண்டிருந்தவர்களாகவோ ஒரு போதும் இருந்ததில்லை. அவர்கள் 1917க்கு முன்பு விவசாயிகளை சுரண்டிப் பிழைத்தவர்கள். உள்நாட்டுப் போருக்குப்பிறகு புதிய அமைப்போடு எப்படி ஒத்துப்போவது என்பதை அறிந்துவைத்திருந்தவர்கள். ஸ்டாலின் சகாப்தத்தில் இருந்த சலுகைபெற்ற சமூகப்பிரிவின் பிரதிநிதிகள்.

புரட்சிக்கு முந்திய ரஷியாவில், திட்டவட்டமான வர்க்க நலன்கள் கொண்டிருந்தவனாக பாஸ்டுகோவ் சித்திரிக்கப்படுகிறான். காரியவாதியும் ஏழைகளின் துன்பங்களைப் பற்றிக்கவலைப்படாதவனுமான அவனது தந்தை வியாபாரத்தில் முன்னுக்கு வராத, ஆனால் பேராசை மிக்க வியாபாரி. ரஷியப் பாராளுமன்றத்துக்கு ‘காடட்’[4] சார்பில் போட்டியிட்டுத் தோற்றவர். எனவே பாஸ்டுகோவ் புரட்சியின் இயல்பான எதிரி என்பதில் சந்தேகமில்லை. ஆனால் அவன் அதிர்ஷ்டசாலி. எதிர்பாராது நடந்த சம்பவம் அவன் புரட்சியின் ஆதரவாளன்தான் என்ற அபிப்பிராயத்தை ஏற்படுத்தி விடுகிறது. புரட்சி இயக்கத்தின்

4 பிற்போக்கு முதலாளித்துவக் கட்சி..

பிரசுரங்களை அச்சிடும் அச்சகமும் சில துண்டுப் பிரசுரங்களும் ஜாரின் போலிசாரால் கண்டுபிடிக்கப்படுகின்றன. இதன் காரணமாக பியதோர் ரகோஸின் என்ற போல்ஷ்விக் தலைவர் தலைமறைவாகி விடுகிறார். கிரில் இஸ்வெகோவ் சிறையில் தள்ளப்படுகிறான். விசாரணையின் போது பாஸ்டுகோவின் பெயர் அடிபடுகிறது. எனவே அவனை அழைத்துப் போகும்போது வழக்கமான கேள்விகளைக் கேட்கின்றனர். அவனிடம் விஷயம் ஏதும் இல்லை என்பதைத் தெரிந்துகொண்ட போலிஸ் அதிகாரிகளோ அவனை விட்டுவிடுகின்றனர். ஆனால் முட்டாள்தனம்மிக்க அவர்கள் அவன் நகரைவிட்டு வெளியேறக் கூடாது என உத்திரவிடுகின்றனர். தானே அநேகமாக மறந்து விட்ட இந்த அற்ப நிகழ்ச்சியைப் புரட்சிக்குப் பின் பயன்படுத்திக் கொள்கிறான் பாஸ்டுகோவ் - கம்யூனிஸ்டுகளுடன் தனக்கு இருந்த தொடர்பை நிரூபிப்பதற்காக!

பாஸ்டுகோவுக்கு முன்பு அடித்த அதிர்ஷ்டம் இப்போது அவனுக்கே பெரும் சோதனையாகிறது. சாரதோவ் நகரத்தை எதிர்ப்புரட்சி வெண்படை தளபதி டெனிகின் கைப்பற்றுகிறான். அவனை வரவேற்பதற்காக நியமிக்கப்பட்ட, எட்டுப் பேரடங்கிய குழுவில் பாஸ்டுகோவும் ஒருவன். ஆனால் முன்பு கம்யூனிஸ்டுகளுடன் சம்பந்தப்பட்டிருந்தவன் என்ற அபிப்பிராயம் காரணமாக அவன் சிறையில் அடைக்கப்படுகிறான். செம்படை அந்த நகரத்தைக் கைப்பற்றுகிறது. பாஸ்டுகோவ் தான் செம்படை ஆதரவாளன் தான் என அறிவிக்கிறான்!

சில ஆண்டுகளுக்குப் பிறகு பாஸ்டுகோவை நாம் சந்திக்கிறோம். தின்று கொழுத்த சதை போட்ட பாஸ்டுகோவ் முதல் மனைவியை விவாகரத்து செய்துவிட்டு அழகிய இளம்பெண்ணைத் திருமணம் செய்து கொண்டவன். வெற்றிகரமான நாடகங்களை எழுதிப் பாராட்டுகளும் விருதுகளும் பெற்ற பாஸ்டுகோவ்.

கிரில் போன்ற பழம் போல்ஷ்விக் வீரர்களுக்கு, லட்சியப் பிடிப்புள்ளவர்களுக்கு என்ன நிகழ்ந்தது? துண்டுப் பிரசுரங்களை வெளியிட்டதற்காக சிறைத்தண்டனை அனுபவித்த ஒரு இளம் புரட்சியாளனாகத் தன் அரசியல் வாழ்க்கையைத் தொடங்கிய கிரில், செஞ்சேனையில் திறமையாகவும் தீரத்துடனும் செயலாற்றுகிறார். 1930களின் கனரகத் தொழில்துறையில் மூத்த அதிகாரியாகப் பணியாற்றுகிறார். தன்னை விரும்பாதவர்களால்கூடப்

பாராட்டப்படுமளவிற்கு திறமையும் நேர்மையும் மிக்கவராகத் திகழ்கிறார். அவர் 30 ஆண்டுகள் கட்சி உறுப்பினராக இருந்தவர். பாட்டாளி வர்க்கக் குடும்பத்தில் பிறந்தவர். கட்சியின் உயர்மட்டத் தொடர்புகள் கொண்டிருந்தவர். அவரது பழைய சகா ரகோசின் இப்போது மத்தியக்குழு உறுப்பினராகவும் ராணுவத்துறையில் உயர் அதிகாரியாகவும் இருக்கிறார். தனக்குள்ள தொடர்புகளைக் கொண்டு தன் வாழ்க்கையை வளப்படுத்திக் கொள்ள விரும்பாதவர் கிரில்.

அத்தகையதொரு அர்ப்பணிப்புமிக்க புரட்சிவாதியை ஒருநாள் திடீரெனக் கட்சியின் கட்டுப்பாட்டுக்குழு அழைத்துத் தன்னிலை விளக்கம் கொடுக்குமாறு கேட்கிறது. திகைப்படையும் கிரிலை ஒரு திமிர் பிடித்த அதிகாரி விசாரணை செய்கிறான். அவர் செய்த குற்றம்தான் என்ன? பல ஆண்டுகளுக்கு முன்பு அவர் காஸிலோவ் என்ற மனிதரைப் பற்றிய அறிமுகக் குறிப்பை எழுதியிருந்தார். காஸிலோவ் இப்போது நாட்டைவிட்டு வெளிநாட்டுக்குப் போய்விட்டார். அதுதான் கிரிலின் குற்றம்! எனவே அவர்மீது அரசியல்ரீதியிலும் தனிப்பட்ட ரீதியிலும் தாக்குதல் தொடங்குகிறது. தனது வேலையையும் மாஸ்கோவில் வசிக்கும் உரிமையையும் இழந்து சிறு நிர்வாக வேலையை மேற்கொள்வதற்காக குலா என்னும் ஊருக்கு மாற்றப்படுகிறார். விசாரணையின்போது குற்றவாளியைப்போல் நடத்தப்படுகிறார். காஸிலோவ் விஷயத்தில் அவர் ஏமாந்து போனார் என்பதுதான் உண்மை; மற்றபடி மனதார ஒரு குற்றமும் செய்யவில்லை. இக்கட்டான இந்த நிலையில் அவரது நண்பர்கள் அனைவரும் கை கழுவிவிடுகின்றனர். அவர் இழைத்த குற்றம்பற்றி கூலிக்கு மாரடிக்கும் இரண்டு அரசாங்க அதிகாரிகள் தமக்குள் பேசிக்கொள்கின்றனர்: "எனக்குத் தெரிந்தவரை கட்சிக்குள் இருந்த எதிர்ப்பு அணியினரில் அவர் இருக்கவில்லை. அவர் அக்கறைப்பட்டதெல்லாம் தனது அபிப்ராயங்களைத்தான்; எதிர்ப்பை அல்ல" என்கிறான் ஒருவன். "ஒருவனது சுதந்திரமான சொந்த அபிப்ராயம் என்பதுவே எதிர்ப்புதான்" என்கிறான் மற்றொருவன். இக்கால கட்டத்தின் தார்மிக, அரசியல் வீழ்ச்சி இந்த ஒரு வாக்கியத்திலேயே வெளிப்பட்டுவிடுகிறது.

நல்லவேளையாக, கிரில் ஒரு 'ஜப்பானிய உளவாளி' 'ஏகாதிபத்திய ஏஜெண்ட்,' 'நாசவேலை செய்பவன்' என்றெல்லாம் குற்றம்

சாட்டப்பட்டுக் குண்டுகளுக்குப் பலியாக்கப்படுவதில்லை. அவருக்குக் கிடைத்த தண்டனை பதவியிறக்கம் மட்டுமே. இதற்காக அவர் நோவோஸிலோவ் என்பவருக்கு நன்றியும் கூறிக்கொள்கிறார். 1921இல் அரசியல் போலிஸ் அதிகாரியாக இருந்த நோவோஸிலோவ் ஒப்படைத்த கடமையொன்றை அன்று கிரில் திறமையுடன் நிறைவேற்றியிருந்தார். அதை நினைவில் வைத்திருந்த நோவோஸிலோவ் இப்போது அவருக்கு உதவ முன்வந்தார். காரணம் காஸிலோவ் விவகாரத்தோடு ஒப்பிடுகையில் கிரிலின் புரட்சிகர சேவைகளும் சாதனைகளும் அதிகம் என்பதற்காக அல்ல. மாறாக, கிரில் போன்ற சுதந்திரமான அபிப்பிராயங்களைக்கொண்ட மனிதனை எப்படிக் கையாள்வது என்ற வகையிலேயே நோவோஸிலோவ் இந்த விஷயத்தைக் கையாள்கிறார்.

பாஸ்டுகோவ்களுக்கோ வளமான வாழ்வு; கிரில்களோ சாக்கடைக்குள் தள்ளப்படுகின்றனர். குலா நகரத்தெருக்களில் ஒரு நாள் நடந்து செல்கையில் கிரிலின் கண்களில் ஒரு பழைய தண்ணீர் பம்ப் தென்படுகிறது. கேள்விக் குறிபோல் தோற்றமளிக்கும் கைப்பிடி பழைய சமுதாயத்தின் மிச்ச சொச்சங்கள் பற்றிய குறியீடு. “இளம் சோவியத் ரஷியாவே! மந்தமான பழைய வாழ்க்கை முறையை நீ மாற்றிக் கொள்ளாவிட்டால் எல்லாமே அப்படி அப்படியே இருந்து வரும்” என்பதுதான் கிரிலும் அவர் மூலம் ஃபெடினும் விடுத்த எச்சரிக்கை.

அந்த எச்சரிக்கை தனது தாக்கத்தை ஏற்படுத்துவதற்கு மேலும் சில தசாப்தங்கள் காத்திருக்க வேண்டியிருந்தது!

போர்க்கால இலக்கியம்

1941 ஜூன் 21ஆம் நாள் சோவியத் யூனியன் மீது ஹிட்லர் திடீர் படையெடுப்பு நடத்தினான். 1936-38ஆம் ஆண்டுகளில் நடந்த பயங்கரமான 'களையெடுப்பு'களின் காரணமாக கட்சி, அரசு ஆகியவற்றின் எல்லா உறுப்புகளும் பலகீனமடைந்திருந்தன; மிகப்புகழ் பெற்ற செஞ்சேனைத் தளபதிகளும் பலியாகியிருந்தனர். சோவியத் யூனியன் நடத்திய தேசப் பாதுகாப்புப் போரின் முதல் கட்டங்களில் ஏற்பட்ட பின்னடைவுகளுக்கு அது மட்டுமே காரணம் அல்ல என்ற போதிலும், முக்கியமான காரணமாக அமைந்தது. 1942 இலையுதிர் காலத்தில் ஹிட்லரின் படைகள் காகாசஸ் மலையடிவாரங்களுக்கும் வோல்கா நதிக்கரைக்கும் மாஸ்கோ, லெனின்கிராட் ஆகிய நகரங்களுக்கும் வந்துவிட்டன. சோவியத் யூனியனின் மக்கள் தொகையில் சரிபாதிப்பேர் வாழும் பிரதேசங்கள் அப்படைகளால் ஆக்கிரமிக்கப்பட்டிருந்தன. நாட்டின் தொழிலுற்பத்திக்கான மையப்பகுதிகளிற் பாதி எதிரியின் ஆக்கிரமிப்பின் கீழ் இருந்தது. இந்த நிலை ஸ்டாலினின் சர்வாதிகாரத்துக்கு மட்டுமல்லாமல் முழு நாட்டின் வாழ்வு, பல்வேறு தேசிய இன மக்களின் பண்பாடு, வாழ்க்கை, வரலாறு ஆகியவற்றுக்கான அச்சுறுத்தலாகவும் இருந்தது. சோவியத் யூனியனின் மக்கள் அனைவரும் தம் நாட்டைப் பாதுகாக்க எழுந்தனர். இராணுவத்தில் ஏற்பட்ட இழப்புகள் விரைவில் ஈடுசெய்யப்பட்டன. கிழக்குப்பகுதிகளில் உள்ள தொழிலுற்பத்தி பிரமாண்ட அளவுக்கு விரிவுபடுத்தப்பட்டு எல்லாவகையான நவீன ஆயுதங்களும் போருக்குத் தேவையான பொருள்களும் உற்பத்தி செய்யப்பட்டன. ஆக்கிரமிப்பாளனுக்கு எதிரான போராட்டத்தில் பல்லாயிரக்கணக்கான திறமையான இராணுவத் தலைவர்களும், தளபதிகளும் போர்முனைக்குச் சென்றனர். பல லட்சம் தேசபக்த இளைஞர்கள் கம்யூனிஸ்ட் கட்சியில் சேர்ந்தனர். இவையனைத்தும் சேர்ந்து போரின்

போக்கை மாற்றியமைத்தன. நாட்டின் மேற்குப் பகுதியில் சோவியத் ஆயுதப்படைகள் முன்னேறிச் சென்று எதிரிக்கு மிகப் பலத்த அடிகள் கொடுத்து இராணுவ ரீதியில் ஹிட்லரைக் காட்டிலும் தமக்கிருந்த திறமையையும் வலுவையும் நிரூபித்து காட்டின. ஹிட்லருக்கான ஆயுத இராணுவபலத்திற்கான ஊற்றுக்கண்கள் அன்று ஜெர்மனில் மட்டுமல்லாது அவனது ஆக்கிரமிப்பின் கீழிருந்த மேற்கு ஐரோப்பாவிலும் இருந்தது குறிப்பிடத்தக்கது. அமெரிக்காவும் பிரிட்டனும் தமக்கு முதலில் ஏற்பட்ட பின்னடைவுகளிலிருந்து மீண்டு தமது இராணுவ எந்திரத்தை முடுக்கிவிட்டு அச்சு நாடுகள் மீதான நிர்ப்பந்தத்தை அதிகரித்தன. ஐரோப்பாவிலும் ஆசியாவிலும் அந்த அச்சு நாடுகளின் ஆக்கிரமிப்புக்கு எதிரான எதிர்ப்பியக்கங்களும் எதிர்ப்புப் போர்களும் வலுவடைந்தன. 1945 மே 9ஆம் தேதி சோவியத் யூனியன் முழுவெற்றியடைந்தது.

கோடிக்கணக்கான உயிர்களைப் பலிகொடுத்துப் பெறப்பட்ட விடுதலை அது. லட்சக்கணக்கான மக்கள் போரின்போது பட்டினியால் மடிந்தனர். 'சோவியத் தாய் நாட்டைக் காப்போம்' என்ற முழக்கத்தின் கீழ் ஒவ்வொரு குடிமகனும் கட்சி, சித்தாந்த, வர்க்க, மொழி, இன வேறுபாடுகளைக் கடந்து செயல்பட்ட ஒரு வீரகாவியக் காலகட்டம் அது. அந்தக் காலகட்டத்தில் சோவியத் இலக்கியம் முழுக்க முழுக்க 'போர் இலக்கிய'மாகவே இருந்தது என்பது வியப்புக்குரியதல்ல. சோவியத் மக்களின் மிகப்பிரமாண்டமான பாசிச எதிர்ப்புப் போர் இலக்கியத்தின் எல்லா வகைகளுக்கும் வேண்டிய விஷயதானங்களை வழங்கியது. இத்தகைய இலக்கியங்களைக் கட்சியும் அரசும் கட்டாயமாக ஆதரிக்கவும் அவற்றைப் போர் நடவடிக்கைகளில் ஒன்றாகக் கருதியதும் கூட வியப்பானவை அல்ல. கட்டாய இராணுவ சேவையிலிருந்து எழுத்தாளர்களுக்கு விதிவிலக்குத்தரப்பட்டது. ஆவேசமும் உற்சாகமும் ஊட்டும் இலக்கியப் படைப்புகள் போர்முனை நடவடிக்கைகளுக்கு நிகரானவையாகக் கருதப்பட்டன. அப்படியிருந்தும் ஆயிரக்கணக்கான எழுத்தாளர்களும் அறிவுஜீவிகளும் பத்திரிகையாளர்களும் இராணுவத்தின் பல்வேறு துறைகளில் பணியாற்றினர். அவர்களில் நூற்றுக்கணக்கானோர் தம் இன்னுயிரைத் தியாகம் செய்தனர். அவர்களில் யூரி க்ரைமோவ், ஆர்க்கடி கய்தர், வாஸிலி ஸ்டாவ்ஸ்கி, அலெக்ஸாண்டர் அஃபினாஜெனோவ் ஆகியோர் குறிப்பிடத்தக்கவர்கள், தேசபக்த,

பாசிச எதிர்ப்புப்போர் இலக்கியங்களை உற்பத்தி செய்யுமாறு கட்சியும் அரசாங்கமும் எழுத்தாளர்களுக்கு ஆணையிடவேண்டிய தேவையே இல்லாமல் போயிற்று. மறுபுறம் அழகியல் தராதரங்கள், கலாநேர்த்தி என்ற விஷயங்களும் இக்காலகட்டத்தில் பொருளிழந்துவிட்டன. விஷயங்கனைப் பதிவு செய்வதும் உணர்ச்சிகளைத் தட்டியெழுப்பு வதுமே இலக்கியத்தின் முதன்மை நோக்கமாக இருந்தது. ஆயினும் இந்தக் காலகட்டத்தைச் சேர்ந்த நூற்றுக்கணக்கான படைப்புகள் சோவியத் மக்களுக்கும் மனிதகுலத்திற்கும் இன்னும்கூட உத்வேகம் தரக்கூடிய மகத்தான படைப்புகளாய் விளங்குகின்றன.

புனைவிலக்கியங்கள் மட்டுமல்லாது இலியா எஹ்ரன்பர்க், அலெக்ஸி தோல்ஸ்தோய், மிகய்ல் ஷோலக்கோவ், டிகானோவ் ஆகியோர் நாளேடுகளில் எழுதிய கட்டுரைகளும் சொற்சித்திரங்களும் மிக முக்கியத்துவம் பெற்றிருந்தன. குறிப்பாக ஏஹ்ரன்பர்க் எழுதிய கட்டுரைகள் போர்முனையிலிருந்தவர்களுக்கும் அவர்களுக்கு உதவி செய்துவந்த சாதாரணக் குடிமக்களுக்கும் சரிசமமான உத்வேகங்களைத் தருவதாக அமைந்தன. நூற்றுக்கணக்கான சோவியத் எழுத்தாளர்கள் போர்முனைகளில் பத்திரிகை நிருபர்களாகப் பணியாற்றினர். போர் நிகழ்ச்சிகளையும் சோவியத் மக்களின் பாசிச எதிர்ப்புப் போராட்டங்களையும் இயற்கைவாதமுறையில் விவரிப்பதை அவர்கள் விரும்பவில்லை. 1942 ஏப்ரலில் நடந்த சோவியத் எழுத்தாளர் சங்க மாநாட்டில் நிறைவேற்றப்பட்ட தீர்மானம் "உளவியல் யதார்த்தவாதமும் மனிதாபிமான அணுகுமுறையும் மட்டுமே மக்களிடம் தொடர்புகொள்ளக்கூடிய பொது மொழியை இலக்கியத்திற்கு வழங்கும்" என்று கூறியது. இத்தீர்மானத்தில் பொதிந்திருந்த உணர்வுகளை நிறைவேற்றும் வகையில் எழுதப்பட்டப் படைப்புகளில் வாஸிலி க்ராஸ்மனின் "அமரத்துவம் பெற்றவர்கள்" என்ற நவீனமும் ஒன்று.[1]

1930களின் இறுதியில் மேலோங்கியிருந்த இலக்கியப் போக்குகள் 'அப்பழுக்கற்ற கதாநாயகன்', 'புரட்சிகர ரொமாண்டிசிசம்', 'நிர்மாண வேலைகளைத் தனியொருவனாகவே செய்யும் கட்சி உறுப்பினர்' போன்றவை மறைந்து பாத்திரங்களின்

1 க்ராஸ்மனின் அற்புதப் படைப்புகளில் ஒன்றானவை 'வாழ்க்கையும் தலைவிதியும்' என்ற நாவலிலிருந்து ஒருபகுதி *Soviet Literature*, நவம்பர் 1984 இதழில் வெளியாகியுள்ளது.

சாதாரண மனிதத்தன்மைகளுக்கு அழுத்தம் தரும் படைப்புகள் தோன்றலாயின. க்ராஸ்மன் போன்ற எழுத்தாளர்கள், நாடகப்பாணியிலும் செயற்கையான முறையிலும் உருக்கமான அல்லது வீராவேசப் பேச்சுகளைப் பேசும் பாத்திரங்களைப் படைக்காமல் மிக அடக்கத்தோடு நாட்டுக்காகத் தம் இன்னுயிர் இழக்கும் சாமான்யர்களைப்பற்றி எழுதினர். இத்தகைய மனிதர்களைப் பற்றி அவர் எழுதுகிறார்:

போர்க்காலத்தில் வீழ்ந்தவர்களின் பெயர்கள் பல நூற்றாண்டுகள் வாழும் என்று கவிஞர்கள் சொல்வது வீண்; மடிந்துபோனவர்களிடம் அவர்கள் உண்மையில் இறக்கவில்லை, புகழ்மிக்க நினைவுகளில் அவர்கள் என்றென்றும் தொடர்ந்து வாழவே செய்கிறார்கள் என்று இக்கவிஞர்கள் கூறுவதும் வீண். நூற்றுக்கணக்கான, ஆயிரக்கணக்கான பெயர்களை மனிதனால் தன் நினைவில் தக்கவைத்துக் கொள்ளவே முடியாது. இறந்தவர்கள் இறந்தவர்கள்தாம். கடினமான வேலைக்குப் போவதைப் போலவே போருக்கும் லட்சக்கணக்கானோர் சென்றனர். எல்லையற்ற போர்க்களத்தில் மிகச் சாதாரணமாக, துறவிகள் போல் எளிமையுடன் மடிந்தவர்களின் பெற்றோர்கள் மகத்தானவர்கள் - வாழ்க்கை முழுவதும் உழைத்த அந்த எல்லாத் தச்சர்களும் சுரங்கத் தொழிலாளிகளும் குழி தோண்டுபவர்களும் நெசவாளிகளும் விவசாயிகளும் மீளாத்துயிலில் ஆழ்ந்துள்ளனர், அவர்களது முன்னோர்களைப்போலவே முன்பு அவர்கள் தமது வியர்வையையும் கடினமான- பல சமயங்களில் சகிக்க முடியாத- உழைப்பையும் தந்திருக்கிறார்கள். இப்போதோ அந்த பயங்கரமான நேரம் வந்ததும் தமது சத்தத்தையும் வாழ்க்கையையும் தந்திருக்கின்றனர்.[2]

போர்க்காலம், இதுகாறும் புறக்கணிக்கப்பட்டோ அல்லது ஒடுக்கப்பட்டோ வந்த எழுத்தாளர்கள் அனைவரும் தமது கசப்புணர்வுகளை மறந்துவிட்டு தேசத்தின் பாதுகாப்புக்காகத் தமது இலக்கியப் பாத்திரங்களை வகிக்குமாறு செய்துவிட்டது. போரிஸ் பாஸ்டர்நாக், அன்னா அக்மதோவா போன்ற மகத்தான கவிஞர்கள் தேசப்பற்றை ஊக்குவிக்கும் கவிதைகள் எழுதினர். போர்க்காலத்தில் எழுதப்பட்ட கவிதைகள் போர் முனைகளிலும்

---

2 Vassily Grossman, Quoted by Marc Slonin, Op. cited, p.295.

பிற இடங்களிலும் மிகப்பெரும் உத்வேகத்தைத் தட்டியெழுப்பக் கூடியனவாக இருந்தன. கான்ஸ்டான்டின் ஸிமனோவ் (1915-1979) எழுதிய கவிதை ஒன்று பல லட்சம் பிரதிகள் அச்சடிக்கப்பட்டு விநியோகிக்கப்பட்டது. 1912 பிப்ரவரியில் நாஜிப்படைகள் மாஸ்கோவிலிருந்து விரட்டியடிக்கப்பட்டபோது 'ப்ராவ்தா' நாளேடு வெளியிட்ட இக்கவிதையைப் போர்வீரர்கள் செய்தித்தாள்களிலிருந்து கத்திரித்து எடுத்து, பதுங்கு குழிகளில் பிரதிகளெடுத்து, மனப்பாடம் செய்து மனைவியருக்கும், காதலிகளுக்கும் அதை எழுதி அனுப்பினர். போரில் காயமடைந்தவர்கள், இறந்தவர்களின் சட்டைப்பைகளில் இக்கவிதையடங்கிய தாள்கள் காணப்பட்டன. 'எனக்காகக் காத்திரு' என்ற தலைப்பிடப்பட்ட அக்கவிதை:

எனக்காகக் காத்திரு, திரும்பிவருவேன் நான்
காத்திரு, வருவேன் நான்
இலையுதிர்காலத்து மஞ்சள் நிற மழையினூடும்
அதுதரும் சலிப்பினூடும் காத்திரு.
உன் இதயத்தை திடப்படுத்து வருந்தாதே,
பனிக்காலத்தின் மூட்டத்தினூடே காத்திரு
காற்றினூடும் சீறும் சூறாவளியினூடும் காத்திரு.
கோடையில் ஒளிவீச்சினூடே காத்திரு.
மற்றவர்கள் இனிமேலும் காத்திராத போதும்
என் கடிதங்கள் நின்று விட்ட போதும்
மங்காத நம்பிக்கையுடன் காத்திரு
காத்திரு. கைவிடாதே நம்பிக்கையை.

எனக்காகக் காத்திரு. திரும்பிவருவேன் நான்
அன்பே, பொறுமையைக் கற்றுக்கொள்.
நான் திரும்ப மாட்டேன் எனச் சொல்பவரிடமிருந்து
நீ விலகி நில்
என் மகனும் தாயும் துக்கத்தின்
கண்ணீரைச் சிந்தி அழட்டும்
என்னை மறந்துவிடவேண்டியதுதான் என
நண்பர்கள் அடித்துச் சொல்லட்டும்
அவர்களின் அனுதாபச் சொற்களைக் கேட்காதே
என் நினைவுக்காக அவர்கள் குடித்தால்
சேராதே அவர்களுடன்

எனக்காகக் காத்திரு, காத்திராத அவர்கள்
சொல்லட்டும் உன்னுடன் நான் இணைந்த பின்னர்
அதிர்ஷ்டம் தான் நம்மை இணைத்ததென்று
மரணத்தின் ஒவ்வொரு வகையையும் சிதைத்து
அந்தக் கொடும் தீப்பிழம்பினூடே
நான் நலமுடன் வந்தேன் என்பதை
நம்மிருவர் மட்டுமே அறிவோம்
உறுதியோடும் பிடிவாதத்தோடும்
நீ காத்திருக்கக் கற்றதினால்
பூமியில் வேறு எவர்மாதிரியுமின்றி
அன்பே, நீ எனக்காகக் காத்திருந்ததனால் மட்டுமே
நிகழ்ந்தது அது.”[3]

போர்க்கால இலக்கியங்கள் சில முக்கியமான பிரச்சனைகளை எழுப்பின. பாசிச எதிர்ப்புப் போரின் முக்கியத்துவம் என்ன? மக்களின் வீரவுணர்வைத் தட்டியெழுப்பி அதை வலுப்படுத்திய காரணி யாது? மரபு வழிவந்த தேசபக்தியா அல்லது புரட்சியால் தட்டியெழுப்பப்பட்ட புதியதொரு தேசியப் பொறுப்புணர்வா? சோவியத் மக்கள் தமது நாடு தமது முன்னோர்களின் புனித பூமி என்பதற்காகப் போராடுகிறார்களா? அல்லது எதிர்காலத்தில் சுபிட்சத்தைத் தருவதாக வாக்களிக்கும் பூமியைப் பாதுகாக்கவா? மிகக் கொடூரமான மரணத்துக்கும் பட்டினிக்கும் உட்படுத்தப்பட்ட, முன்னுவமை காணாத மனோதிடத்தை வெளிப்படுத்திய கோடானு கோடி சோவியத் ரஷிய மக்களின் இயல்பு பற்றிய எத்தகைய முடிவுகளை வகுக்க இயலும்? லெனின்கிராட் முற்றுகையிடப்பட்டிருந்த 900 நாள்களில் ஏழு லட்சம் நகரவாசிகள் நாஜிகளின் குண்டு வீச்சுக்கும் பசிக்கும் பட்டினிக்கும் இரையானார்கள். ஒரு நாடு முழுவதும் அசாதாரணமான தீரச் செயல்களையும் தியாகத்தையும் செய்ய முடியுமென்றால் அதற்கே உரிய அதன் உள்ளார்ந்த தன்மைகளா? அதன் ஆன்மாவா? ஸ்டாலினியக் கொடும் அடக்குமுறைகளையும் மறந்து மக்கள் ஒரே கொடியின் கீழ் திரளக் காரணம் என்ன? இத்தகைய கேள்விகளுக்கான பதில்கள் வழக்கமான மார்க்சிய விளக்கங்களைத் தாண்டிச் சென்றன. காலங்காலமாகவே ரஷியர்களிடமிருந்து வந்த வீரப்பண்புகள், சோவியத் யூனியனின்

3 ஆங்கிலம் வழித்தமிழில்: ஆர். சிவக்குமார் (ஆங்கில மூலம் இடம் பெற்றுள்ள நூல். *Three Centuries of Russian Poetry*, Progress Publishers Moscow, 1980.)

பல தேசிய இன மக்களின் ஒற்றுமையை வலுப்படுத்திய பொது இலட்சியம் (நாஜிச எதிர்ப்பு) ஆகிய இரண்டு அம்சங்களையும் எழுத்தாளர்கள் வலியுறுத்தினர். ஆயினும் ‘தேசப் பற்று’ என்ற அம்சத்திற்கே கட்சியாலும் அரசாங்கத்தாலும் மேலதிக அழுத்தம் தரப்பட்டது.

இலக்கியத் துறையில் குழுச்சண்டைகளும் வெளி நிர்ப்பந்தங்களும் தற்காலிகமான ஓய்வு பெற்றன. தணிக்கை விதிகள் தளர்த்தப்பட்டன. பாணிகளிலும் கருத்துகளிலும் சுதந்திரம் அதிகரித்தது. பல ஆண்டுகள் மௌனத்திலாழ்த்தப்பட்டிருந்த பழம் எழுத்தாளர்கள் மீண்டும் எழுதவும் பிரசுரிக்கவும் தொடங்கியிருந்தனர். 1920களில் இருந்தது போன்ற ஒரு இலக்கிய மறுமலர்ச்சிக்கான அறிகுறிகள் தோன்றலாயின. பாசிச எதிர்ப்புப் போரில் உலகெங்கும் கம்யூனிஸ்டுகளும், கம்யூனிஸ்ட் அல்லாதவர்களும் ஏற்படுத்திக்கொண்ட ஒற்றுமை இலக்கியத்திலும் தாக்கத்தை ஏற்படுத்தியது. சோவியத் எழுத்தாளர்களும் சுதந்திரத்தை நேசிக்கும் அனைத்து மக்களின் சகோதரத்துவம் பற்றியும் மேலை நாடுகளுடனும் அமெரிக்காவுடனும் பண்பாட்டுப் பரிமாற்றம் பற்றிப் பேசவும் தொடங்கினர். மூன்றாம் அகிலம் கலைக்கப்பட்டிருந்ததாலும் கிரேக்க வைதீக கிறித்துவத் திருச்சபையுடன் அரசாங்கம் நல்லிணக்கம் கொள்ளத் தொடங்கியதாலும் இறுக்கம் தளர்த்தப்படும் என்ற நம்பிக்கை உருவாயிற்று. ஆனால் போருக்குப் பிந்திய நிலைமைகள் முற்றிலும் வேறுவிதமாக இருந்தன.

ஸ்தானோவிசத்தின் ஆதிக்கம்

இரண்டாவது உலகப்போர் எப்படி முடியவேண்டும் என்று யார் விரும்பினார்களோ, யார் பாசிச ஆக்ரமிப்பை நீண்ட காலமாக ஊக்குவித்து வந்தார்களோ அவர்களுடைய விருப்பத்துக்கு மாறான முறையில் அது முடிவடைந்தது. மேற்கு ஐரோப்பா பெரிதும் நாசமடைந்து பலவீனப்பட்டிருந்தது. ஐரோப்பாவின் பிடியிலிருந்த ஏராளமான காலனி நாடுகள் சுதந்திரமடையத் தொடங்கின. சீனா மகத்தான வெற்றி நடைபோட்டுக் கொண்டிருந்தது. முதலாளிய உலகிலோ, அமெரிக்கா பிரமாண்டமான பொருளாதார, ராணுவபலம் கொண்ட நாடாயிற்று. புதிய காலனியக் கொள்கையை அது பரப்பலாயிற்று. உலகின் ஒவ்வொரு கண்டத்திலும் ஒவ்வொரு சமுத்திரத்திலும் ராணுவத்தளங்களை நிறுவத் தொடங்கிற்று. அணுகுண்டு வைத்திருந்த ஒரே நாடும் அதுதான். ஏற்கெனவே ஹிரோஷிமா - நாகசாகியில் அணுகுண்டு வீசி உலகை அச்சுறுத்திக் கொண்டிருந்தது. அதே சமயம் சோவியத் யூனியனும்கூட ஏராளமான இழப்புகளைச் சந்தித்திருந்த போதிலும் மேலை நாடுகளின் ராணுவபலத்துக்கு ஈடுகொடுக்கக்கூடிய வகையில் வல்லரசாக மாறியிருந்தது. கிழக்கு, தென்கிழக்கு ஐரோப்பிய நாடுகளும் கிழக்கு ஜெர்மனியும் அதன் செல்வாக்கின் கீழ்வந்தன. இடதுசாரி இயக்கங்களின் செல்வாக்கு உலகின் பல பகுதிகளில் - குறிப்பாக மேற்கு ஐரோப்பாவில் - வலுப்பெற்றிருந்தது. இத்தாலியிலும் பிரான்சிலும் கம்யூனிஸ்டுகள் போருக்குப்பிந்தியகால அரசாங்கங்களில் சேர்க்கப்பட்டிருந்தனர். போரின் இறுதி விளைவு இப்படியிருந்ததானது முதலாளிய உலகிற்குச் சற்றும் பிடிக்கவில்லை. சர்ச்சிலும் ட்ரூமனும் பிரகடனப்படுத்திய 'கெடுபிடிப்போர்' (Cold war) மேற்கு நாடுகளுக்குப் பெரிய வெற்றிகளை ஈட்டித் தரவில்லை. அங்கு கம்யூனிச இயக்கம் வளர்வதைத் தடுப்பதில் கணிசமான வெற்றியை

ஈட்டியபோதிலும் மேற்கு நாட்டு அரசாங்கங்களிலிருந்து கம்யூனிஸ்டுகள் வெளியேற்றப்பட்டனர்.

நேட்டோ (Nato) உருவாக்கப்பட்டது. பின்னர் இதில் மேற்கு ஜெர்மனியும் சேர்ந்து கொண்டது. மேற்கு நாடுகளின் பொருளாதாரம் விரைவாக வளர்ச்சியடைந்தது. ஈரான், ஈராக் மீதான நிர்ப்பந்தங்களை சோவியத் யூனியன் கைவிடவேண்டியிருந்தது. சில மேலை நாடுகள் தம் முன்னாள் காலனிகளைத் திரும்பக் கைப்பற்றவும் முயற்சி செய்தன. பிரான்ஸ் இந்தோ-சீனாவில் போரைத் தொடங்கியது.

ஆனால் கிழக்கு, தென்கிழக்கு ஐரோப்பிய நாடுகளிலோ கம்யூனிஸ்ட் கட்சிகளின் அதிகாரம் வலுப்பட்டது. கிழக்கு ஜெர்மனியில் புதிய கம்யூனிஸ்ட் அரசாங்கம் நிறுவப்பட்டது. ஸ்டாலினின் சர்வாதிகாரத்தை எதிர்த்து வெளியேறிய யூகோஸ்லேவியா மட்டுமே சோவியத் வட்டத்துக்கு வெளியே நின்றது. 1949 இல் மகத்தான சீன மக்கள் குடியரசு நிறுவப்பட்டது. தென் கொரியாவில் தன் கட்டுப்பாட்டை வைத்திருப்பதற்காக அமெரிக்கா நான்காண்டுகள் மூர்க்கத்தனமான போர் நடத்தியது. பின்னர் வட கொரியப் படைகளும் சீனத் தொண்டர் படையினரும் சேர்ந்து அமெரிக்காவுக்கு பாடம் புகட்டினர். 1949இல் சோவியத் யூனியன் அணுகுண்டு தயாரித்திருந்தது. ஆயினும் அமெரிக்காவின் தொழிலுற்பத்தியில் 10 சதவீத அளவையே சோவியத் யூனியன் 1950இல் எட்டியிருந்தது. போருக்குப் பிந்திய இந்த வருடங்களில்தான் பின்வரும் தசாப்தங்களில் சர்வதேச உறவுகளை நிர்ணயிருக்கிற போட்டா போட்டிகள் இரு நாடுகளிடையே உருவாகத் தொடங்கியிருந்தன.

சோவியத் யூனியனின் உள் நாட்டு நிலைமைகள் மிகவும் சிக்கல் வாய்ந்தவையாக இருந்தன. போரில் ஏற்பட்ட வெற்றியானது மக்களின் அரசியல் உணர்வையும் நாட்டுப்பற்றினையும் மிகவும் உயர்த்தியிருந்தபோதிலும் ஸ்டாலினின் சர்வாதிகாரமே மேலும் வலுப்பட்டு விட்டது. 1941இலேயே ஸ்டாலின் தன்னை சோவியத் யூனியனின் தலைவராக்கிக் கொண்டிருந்தார். அவரது தனிப்பட்ட சர்வாதிகாரம் மேன்மேலும் கூர்மையாக வெளிப்படத் தொடங்கியிருந்தது. கட்சி மத்தியக் குழுவின் பிளினங்களையோ சோவியத் அமைச்சர்கள் கவுன்சிலின் அரசியல் குழுவின் கூட்டங்களையோ நடத்துவதைக் கைவிட்டார். எப்போதாவது

அக்கூட்டங்கள் நடக்குமேயானால் பெரும்பான்மையான உறுப்பினர்கள் கலந்துகொள்ளும் வாய்ப்பில்லாமல் பார்த்துக் கொண்டார். கட்சிக் காங்கிரஸ் தொடர்ந்து ஒத்திப்போடப்பட்டு வந்தது. கட்சி அமைப்புகள் (குறிப்பாக அதன் மத்திய குழு) ரகசியப் போலிஸின் கட்டுப்பாட்டிற்குள் வந்தன. சமுதாயத்தில் வழி காட்டும் பாத்திரத்தை இழந்தன. போரின் கடைசி ஆண்டுகளில் ஸ்டாலின் மீண்டும் பழைய பயங்கரவாதத்தை நடைமுறைப்படுத்தத் தொடங்கியிருந்தார். வோல்கா பிரதேசம், வடகாகசியப் பிரதேசம், கிரிமியா ஆகியவற்றிலிருந்த தேசிய இன மக்கள் அங்கிருந்து அப்படியே பெயர்த்தெடுக்கப்பட்டு சோவியத் யூனியனின் கிழக்குப் பகுதிகளில் வலுக்கட்டாயமாகக் குடியேற்றப்பட்டனர். ஜெர்மானிய இனத்தைச் சேர்ந்த அனைவரும் 1941-42 இல் கைது செய்யப்பட்டு நாடுகடத்தப்பட்டிருந்தனர். யூத எதிர்ப்பு இயக்கம் வளர்ச்சியடைந்து 1948-50 இல் எல்லா யூத தேசிய அமைப்புகளும் ஒழிக்கப்பட்டன. கட்சி, அரசாங்க, ஆராய்ச்சி மட்டங்களிலிருந்து யூதர்கள் வெளியேற்றப்பட்டனர். ஏராளமான யூத அறிவுஜீவிகள் கைது செய்யப்பட்டனர். கட்சியிலும் அரசாங்கத்திலுமிருந்த பெரும் தலைவர்கள் (என். வோஸ்னெஸென்ஸ்கி, ஏ.குஸ்னெட்ஸோவ் முதலானோர்) கடும் ஒடுக்குமுறைக்குள்ளாயினர்.

இதற்கிடையே தொழில்வளர்ச்சி விரைவாக ஏற்பட்டது. போர்க்கால அனுபவம் இதற்கு உதவிற்று. 1952இலேயே சோவியத் யூனியனின் மொத்தத் தொழில் உற்பத்தி 1940 இல் இருந்தது போல இரு மடங்காயிற்று. நாட்டின் விவசாய உற்பத்திப் பொருள்களுக்கான தேவை அதிகரித்தபோதிலும் விவசாயத் துறையில் வளர்ச்சி மிக மந்தமானதாகவே இருந்தது. கட்டாயக் கொள்முதல் அமுலாக்கப்பட்டிருந்தது. கூட்டுப்பண்ணை விவசாயிகள் உற்பத்தியைப் பெருக்குவதற்கான எவ்வித ஊக்குவிப்பும் இன்றித் தம் நிலங்களோடு பிணைத்து வைக்கப்பட்டிருந்தவர்களாயினர். கிராமப்புறங்களிலிருந்த மிகப் பெரும்பான்மையினர் மிகுந்த வறுமைக்குட்பட்டிருந்தனர். விவசாயிகள் மீதான பொருளாதார, அரசியல் நிர்ப்பந்தம் கடுமையாகியிருந்தது. கூட்டுப்பண்ணை விவசாயிகளுக்கு ஊதியம் தரப்படவில்லை. பெரும்பாலான தொழிலாளர்கள், வெள்ளைக் காலர் ஊழியர்கள் ஆகியோருமே வறுமையில் வாடினர். வீட்டு வசதியை மேம்பாடு செய்ய எந்த முயற்சியும் செய்யப்படவில்லை. தாங்கள் விரும்பிய இடத்தில் போய் வேலைசெய்யும் உரிமை தொழிலாளர்களுக்கு

இருக்கவில்லை. நகரங்களில் உணவு வழங்கல் முறை படுமோசமாக இருந்தது. ஊதிய விகிதமும் ஓய்வூதியமும் மிகக் குறைவானதாகவே இருந்தன. அவை அத்யாவசியப்பண்டங்களை வாங்குவதற்குக்கூடப் போதுமானதாக இல்லை. நாடுமுழுவதிலும், குறிப்பாக வடகிழக்குப் பகுதிகளில் கட்டாய உழைப்பு முகாம்கள் ஏராளமாக இருந்தன. இவற்றில் பல லட்சக்கணக்கான கைதிகள் செத்தொழிந்தனர். சிறைகள் நிரம்பி வழிந்தன. இவற்றில் அரசியல் கைதிகளின் எண்ணிக்கை அதிகரித்தது. உண்மையிலேயே தேசவிரோதிகளாகவும் சீர்குலைவாளர்களாகவும் இருந்த கைதிகளும் அதில் அடங்குவர் என்றபோதிலும் எக்குற்றமும் இழைக்காதவர்களும் அரசியல்ரீதியான கருத்து வேறுபாடு உடையவர்களுமே மிக அதிகம்.

1950களின் துவக்கத்தில் சோவியத் யூனியன் கடுமையான பொருளாதார, அரசியல் நெருக்கடிகளை எதிர்கொண்டது. அவற்றை ஸ்டாலினிய நிர்வாகம் தனது வழக்கமான முறைகள் கொண்டு தீர்க்கமுயன்றது. மக்களிற் பெரும்பாலோர் வறுமையில் வாட, அரசு அதிகாரிகள், கட்சி அதிகாரிகள் ஆகியோரின் சிறப்புரிமைகளும் ஊதிய விகிதங்களும் மிகப் பெருமளவு பெருகியிருந்தன. அரசுக்கும் குடிமை சமுதாயத்துக்குமிடையே உள்ள பிளவு அதிகரித்தது. ஆட்சியிலிருந்த அதிகாரிவர்க்கம் - சலுகை தரப்பட்டும் அச்சுறுத்தலுக்கு ஆளப்பட்டும் வந்த அதிகாரி வர்க்கம் - ஸ்டாலின் பிறப்பிக்கும் எந்தவொரு ஆணையையும் நிறைவேற்றக் காத்திருந்தது.

கட்சி, அரசாங்க நிர்வாகங்களில் இருந்த ஸ்டாலினியத்துக்கு நிகராகப் பண்பாட்டுத்துறையில் கோலோச்சிவந்ததுதான் ஸ்தானோவிசம். ஸ்டாலினின் அறிவுரைகளின் பேரில் கட்சியின் அரசியல் குழு (Politbureau) உறுப்பினரும் கட்சியின் முன்னாள் செயலாளருமான ஆந்திரே ஸ்தானோவால் (1888-1948) புதிய இலக்கியக் கொள்கை வகுக்கப்பட்டு கட்சி மத்தியக் குழுவால் 1946 ஆகஸ்ட் 14இல் நிறைவேற்றப்பட்டது. கட்சித் தீர்மானத்தை விளக்கி ஸ்தானோவ் பல உரைகளை நிகழ்த்தினார். இவ் உரைகளை அடியொற்றி எழுத்தாளர் சங்கத்தின் பொதுச் செயலாளராலும் பிறராலும் பல உரைகள் ஆற்றப்பட்டன. நூற்றுக்கணக்கான கட்டுரைகள் எழுதப்பட்டன. ஆகஸ்ட் 26இல் நாடகத்துறைபற்றிய மற்றொரு தீர்மானத்தை கட்சி

நிறைவேற்றியது. மாஸ்கோவின் ஒன்பது முதன்மையான நாடக மன்றங்களால் வழங்கப்பட்ட 119 நாடகங்களில் 25 மட்டுமே நடப்புக்கால விஷயங்களைக் கருப்பொருளாகக் கொண்டன என்றும் அவையுமே மோசமான நாடகங்கள்தாம் என்றும் அத்தீர்மானம் கண்டனம் செய்தது.

ஸ்டாலினின் அபிமான ஜார் மன்னனான 'பயங்கர ஜவான்' பற்றிய திரைப்படத்தை இயக்கிய ஸெர்ஜி ஐஸன்ஸ்டைன் மீதும் தாக்குதல் கணை பறந்தது. ஜவான், ஊசலாட்டமிக்க மனிதனாகவும் அவனது படைவீரர்கள் சீரழிந்துபோனவர்களாகவும் காட்டப்படுவதாகக் குற்றம் சாட்டப்பட்டது. 1948 பிப்ரவரி 10ஆந் தேதி நிறைவேற்றப்பட்ட மற்றொரு தீர்மானத்தில் புகழ்பெற்ற ஜார்ஜிய இசைமேதையான முரதெலியின் இசை நாடகமான 'மாபெரும் நட்பு' கண்டனத்துக்குள்ளாக்கப்பட்டது. மக்களுக்கான 'ஜனரஞ்சகமான' கலையை உருவாக்குவதற்குப் பதிலாக புதுமைகளும் பரிசோதனைகளும் நவீனத்துவமும் புகுத்தப்படுவதாக அவர் விமர்சிக்கப்பட்டார். மற்றொரு இசை மேதையான ஷாஸ்டகோவிச் இதே காரணத்துக்காக கட்சிப்பத்திரிகைகளால் தாக்கப்பட்டார். கலை இலக்கியத்தில் எத்தகைய முறைகள், பாணிகள், நடைகள் பின்பற்றப்படவேண்டும் என்பதைக் கட்சி தீர்மானித்தது. "சோசலிச யதார்த்தவாதம்" என்ற பெயரால் கட்சித் தீர்மானங்களுக்கேற்ற வெறும் கற்பனையான, ஒற்றைப்பரிமாண, தட்டையான பாத்திரங்களே இலக்கியப்படைப்புகளில் உருவாக்கப்பட்டன.

'நட்சத்திரம்', 'லெனின்கிராட்' என்ற இரு இலக்கிய சஞ்சிகைகள். தீங்கு விளைவிக்கும் படைப்புகளை வெளியிட்டதாகக் குற்றம் சாற்றப்பட்டன. 'நட்சத்திரத்'தின் ஆசிரியர் குழு மாற்றியமைக்கப்பட்டது. 'லெனின்கிராட்' நிறுத்தப்பட்டது. அன்னா அக்மதோவாவும் மிகய்ல்ஜோஸ்செங்கோவும் சோவியத் எழுத்தாளர் சங்கத்திலிருந்து வெளியேற்றப்பட்டனர். அன்னா - அக்மதோவா என்ற மகத்தான பெண்கவிஞர் 'கலை கலைக்காகவே' என்ற கோட்பாட்டின் பிரதிநிதி; 'அரசியல் அக்கறையின்மை, மாயாவாதக்கருத்துகள், பாலுணர்வுக் கருத்துகள் ஆகியனவே அவரது கவிதைகளில் உள்ளன' எனக்குற்றம் சாற்றப்பட்டார்,

அக்மதோவாவின் அக்கறைகள் வரவேற்பறை, படுக்கையறை, மாதாகோயில் ஆகியவற்றுக்கு சரிசமமான அளவில்

செலுத்தப்படுகின்றன என்றார் ஸ்தானோவ். சோவியத் குடிமக்களைக் கிண்டல் செய்து கேவலப்படுத்துவதாக ஜோஸ்செங்கோ மீது குற்றம் சாட்டப்பட்டது. பழைய 'செராபியோன் சகோதரர்'களைச் சேர்ந்தவராக ஜோஸ்செங்கோ இருந்ததால் அந்த அமைப்பு முழுவதுமே பூர்ஷ்வா சித்தாந்தத்தின் மையம் என்று ஸ்தானோவ் தாக்குதல் தொடுத்தார்.

"மக்களுக்குப் பொருத்தமான, ஜனரஞ்சகமான, எளிமையான, யதார்த்தபூர்வமான கலையை, கம்யூனிஸத்தை நோக்கிச் சென்று கொண்டிருக்கிற, சோசலிச சகாப்தத்துக்குப் பொருத்தமான ஒரு கலையை" ஸ்தானோவிசம் போற்றியது. இத்தகைய 'அதிகார வர்க்க யதார்த்தவாதத்தின்' சித்தாந்தப் பாத்திரம் பற்றி நாம் ஏற்கெனவே ஸ்டாலினிசம் பற்றிய அத்தியாயத்தில் பார்த்தோம்.

1948 டிசம்பரில் சோவியத் எழுத்தாளர் சங்கத்தின் பீளீனம், 'உருவ வாதம்', 'அழகியல் வாதம்', 'பூர்ஷ்வா காஸ்மோபாலிடனிசம்' ஆகியனவற்றைக் கண்டனம் செய்யும் தீர்மானத்தை நிறைவேற்றியது. இது மறைமுகமாக யூத - எதிர்ப்புணர்வைத் தூண்டிவிட்டது. குர்விச், யுஸோவ்ஸ்கி, ஆல்ட்மன் போன்ற யூத எழுத்தாளர்கள் தாக்குதலுக்குள்ளாயினர். 1952 இல் பெர்கெல்ஸன், ஃபெஃபர், க்விட் கோ, மார்க்கிஷ் போன்ற எழுத்தாளர்கள் கொல்லப்பட்டனர். பிரபல நடிகர் மிகோய்ல்ஸ் உள்பட ஏராளமான யூதக்கலைஞர்களும் அறிவு ஜீவிகளும் 1948 இல் சிறையிலடைக்கப்பட்டு சித்திரவதை செய்யப்பட்டனர்.

பொதுவாக, ஸ்தானோவிசம் கோலோச்சிய காலத்தில் ரஷிய எழுத்தாளர்கள் பாதுகாப்பற்ற நிலையில் இருக்கவேண்டியதாயிற்று. பொய்யான குற்றச்சாட்டுகளும் சிறைத்தண்டனைகளும் நிறைந்த காலம் அது. அச்சம் பலரை வாய்மூடி மௌனிகளாக்கியது. ஆனாலும் இந்த மௌனம்கூடப் பலரைக் காப்பாற்ற முடியவில்லை. எழுத்தாளர் சங்க உறுப்பினர்கள் நூற்றுக்கணக்கில் ஒடுக்கப்பட்டனர், ஸ்டாலினின் மரணத்துக்குப்பிறகு 617 பேர் மறுஅங்கீகாரம் பெற்றனர். 305 பேர் ஏற்கெனவே முகாம்களிலும் சிறைகளிலும் மடிந்து போயிருந்தனர்.

'கெடுபிடிப்போர்' என்ற விஷயத்தைக் காரணமாகக் காட்டி மேலைநாட்டுக் கலை இலக்கியப் போக்குகளுடன் இருந்த தொடர்புகள் முற்றிலுமாகத் துண்டிக்கப்பட்டன. ரஷிய தேசிய

உணர்வு அபத்தமான எல்லைக்கு இட்டுச் செல்லப்பட்டது. மார்க்சியம், ஐரோப்பிய சிந்தனை மரபுகளிலிருந்து சில அம்சங்களை உட்செரித்துக் கொண்டுள்ளது என எழுதிய தத்துவ அறிஞர் அலெக்ஸாண்ட்ரோவ் கண்டனம் செய்யப்பட்டார். மேற்கு நாடுகளின் சாதனைகள் பல (வானொலி, மின்சார பல்ப் உட்பட) ரஷியர்களால் கண்டுபிடிக்கப்பட்டவை என உரிமை பாராட்டப்பட்டன.

புகழ்பெற்ற அறிவாளிகளும் ஆராய்ச்சியாளர்களும் கைது செய்யப் பட்டு ஒடுக்கப்பட்ட காலம் அது. உயிரியல், உயிர் மரபியல், வரலாறு, சமூகவியல், புள்ளிவிவரவியல் போன்ற துறைகளில் ஆராய்ச்சிகள் நிறுத்தப்பட்டன. பரிசோதனைகளுக்கு முற்றுப்புள்ளி வைக்கப்பட்டது. இத்துறைகளில் மிக உயர்ந்த பதவிகளிலிருந்த உண்மையான வல்லுநர்கள் அகற்றப்பட்டு அரைவேக்காட்டுப் பேர் வழிகள் நியமிக்கப்பட்டனர். லைஸெங்கோ போன்ற போலி விஞ்ஞானிகள் ஊக்குவிக்கப்பட்டு வாவிலோவ் போன்றவர்கள் கொல்லப்பட்டனர்.

கட்சியின் இலக்கிய சூத்திரங்களிலிருந்து விலகிச் சென்றவர்களுக்கு உடனடியான தண்டனை காத்திருந்தது. வாஸிலி க்ராஸ்மன் என்ற அற்புதமான எழுத்தாளர் எழுதிய ‘நியாயமான காரணத்துக்காக’ என்ற நாவலின் முதல்பகுதி, “மிகையான உளவியல் பார்வையைக்கொண்ட கருத்து முதல்வாதப் படைப்பு” எனக் கண்டனம் செயயப்பட்டது. இந்த நாவலைத் தொடர்கதையாக வெளியிட்ட ‘நோவிமிர்’ பத்திரிகையும் தாக்குதலுக்குள்ளாயிற்று. நாவலின் இரண்டாவது பாகம் உளவுத் துறையால் கைப்பற்றப்பட்டது. ஆனால் முக்கிய அத்தியாயங்களின் கையெழுத்துப் படிகளையும் ‘எல்லாமே மாறிக் கொண்டிருக்கின்றன’ என்ற முழு நாவலின் கையெழுத்துப் படிகளையும் அவர் ஒளித்து வைத்திருந்து பல ஆண்டுகள் கழித்துப் பிரசுரிக்க ஏற்பாடு செய்தார். இரண்டாவது நாவலில் க்ராஸ்மன் 1930களில் உக்ரெய்னில் ஏற்பட்ட கொடுமையான பஞ்சம் பற்றியும் ஆண் காவலர்களின் கண்காணிப்பில் இருந்த பெண் கைதிகளின் உழைப்பு முகாம் பற்றியும், ஸ்டாலினின் இரும்புக் கரங்களாக விளங்கிய யகோடா, பெரியா, யெஸோவ் ஆகியோரின் கொடுஞ்செயல்கள் பற்றியும் எழுதியுள்ளார்.

யூரி ஜெர்மன், ஃபதெயெவ், வாலன்டின் கதயெவ் போன்ற எழுத்தாளர்கள் தமது படைப்புகளை மீண்டும் மீண்டும் கட்சியின் கட்டளைக்கேற்ப மாற்றியமைக்க வேண்டியிருந்தது. கட்சியின் இரண்டாவது செயலாளர், முதல் செயலாளரைவிடப் புத்திக்கூர்மையுள்ளவராகச் சித்தரிக்கப்பட்டுள்ள நாவலொன்று (வாலன்டின் ஓவெச்சின் எழுதியது) கட்சித் தலைமையிடம் உள்ள விவேகத்தை சந்தேகிப்பதாக குற்றம் சாட்டப்பட்டது.

மிகவும் பாதிக்கப்பட்ட இலக்கிய வடிவம் நாடகம்தான். முரண்பாடு இல்லாத சமூகம் பற்றிய சித்திரிப்பை மட்டுமே எதிர்பார்த்த கட்சித் தலைமை மனிதர்களிடையே, இரு குணச்சித்திரங்களிடையே ஏற்படும் முரண்களையும் மோதல்களையும் அடிப்படையாகக் கொள்ளும் நாடகங்களை சந்தேகக்கண்கொண்டு பார்த்ததில் வியப்பில்லை. ஸ்தானோவ் காலத்திய நாடகங்கள் பற்றி மாஸ்கோவில் பரவலாகச் சொல்லப்பட்டுவந்த ஒரு ஜோக்: “கல்லறைகளை சோவியத் நாடக அரங்குகளிலும் நாடக அரங்குகளைக் கல்லறைகளிலும் காணலாம்.” ஸ்தானோவிசம் என்ற இறுகிப்போன பார்வை தத்துவரீதியான விவாதங்கள் எதையும் வளரவிடாமல் தடுத்தது. ஒரு தத்துவத்தை, ஒரு கருத்தை, அது ‘பூர்ஷ்வா தத்துவம்’, ‘கருத்துமுதல்வாதம்’, ‘பிற்போக்கு’ என்று வர்ணிப்பதோடு விவாதத்தை முடித்துவிடும் பார்வை அது. அது எப்போதேனும் அக்குறிப்பிட்ட தத்துவத்தின், கருத்தின் உள்ளடக்கத்தைப் பரிசீலித்ததென்றால், அது அத்தத்துவத்தைப் பற்றி ஏற்கெனவே முடிவு செய்யப்பட்டிருந்த பொதுவான மதிப்பீட்டை விவரிக்க ஒன்றிரண்டு உதாரணங்களைத் ‘தோண்டி எடுக்கும்’ முயற்சியே அன்றி வேறல்ல. எதிராளியின் கருத்துகளை மேற்கோள் காட்டாமலோ அல்லது அதைத் திரித்துக் கூறியோ அவரைத் தாக்குவதை நியதியாக்கியது. நேர்மையான முறையில் எதிராளியின் கருத்துகளை யாரேனும் எடுத்துக்கூறினால் அது ‘எதிரிக்கு மேடையமைத்துக் கொடுத்தல்’ என்று தாக்கப்பட்டது. இப்போக்குடன் கொச்சை சமூகவியலும் சேர்ந்து கொண்டது. அதாவது ‘இவர் குட்டி பூர்ஷ்வா, எனவே இவரது கருத்தும் குட்டி பூர்ஷ்வா கருத்து தான்’ என்று கூறி அடையாளச்சீட்டுகளை ஒட்டி விடும் வேலையை ஸ்தானோவிசம் செய்தது. எனவே இத்தகைய போக்கு ஆதிக்கம் செலுத்துகையில் கட்சிக்கு வேண்டிய ‘ஆமாம் சாமி’களும் நுனிப்புல் மேய்ப்பவர்களும் கொட்டமடித்ததில் வியப்பில்லை.

இத்தகைய மனிதர்களிற் சிலர், ஸ்தானோவின் கலை உணர்வையும் 'ஜனநாயகத் தன்மையையும்' நிருபிப்பதற்காக சில மேற்கோள்களைக் காட்டுகின்றனர். "கலைஞர்கள் முதன் முதலில் வாழ்க்கையைக் கலைப்படைப்புகளில் எடுத்துரைக்கும் நோக்குடன் அதைக் கற்கவேண்டும்" என்பது மேற்கோளாகக் காட்டப்படும் ஸ்தானோவின் கூற்றுகளில் ஒன்று. "வாழ்க்கையைக் கலைப்படைப்புகளில் எடுத்துரைக்கும் நோக்கம் கொண்ட கலைஞர்களின் குரல்வளையைத்தான் ஸ்தானோவின் விரல்கள் நசுக்கின (அவை பியானோவும் வாசிக்குமாம்!)

சோவியத் தத்துவ அறிஞரும் இலக்கிய விமர்சகருமான யூரி கரயாகின் (Yuri Karayakin) 19ஆம் நூற்றாண்டில் பயன்படுத்தப் பட்டு வந்த 'ஸ்தானோவ் - திரவம்' என்ற திரவத்தைப் பற்றிக் குறிப்பிடுகிறார். அது அழுகிப்போன பிணங்களின் குடலைப்பிடுங்கும் நாற்றத்தை மட்டுப்படுத்துவதற்காக அவற்றின் மீது தெளிக்கப்படும் திரவம் (தோயஸ்தோவ்ஸ்கியின் 'அப்பாவி' (The Idiot) என்ற நாவலின் கடைசி அத்தியாயமொன்றில் குறிப்பிடப்படும் திரவம்.) கரயாகின் எழுதுகிறார்: வரலாற்றை அறிந்தவர்கள், ஆந்திரேய் ஸ்தானோவ் பண்பாட்டின் மீது தெளித்து வந்த திரவத்தைக் குறிப்பிட்டுவந்தது இயல்பானதுதானே. ஆயினும் முந்தியகாலத் திரவத்தோடு ஒப்பிடுகையில், புதிய திரவமோ மரணம் விளைவிக்கக் கூடிய, பயங்கரமான நாற்றமுடைய, ஆனால் சித்தாந்த அமுதமென வழங்கப்பட்ட கொடிய நஞ்சு."[1]

மகத்தான கலைஞர்கள் மீது ஸ்தானோவிசம் உமிழ்ந்த வசைச் சொற்கள்தான் எத்தனை:[2]

பாஸ்டர்நாக்	- குரைக்கும் நாய்
ஷாஷ்டகோவிச்	- இசைக்குப் பதில் கூச்சல்
அக்மதோவா	- சித்தாந்த உள்ளடக்கமற்ற பிற்போக்கு உளைச் சேற்றின் பிரதிநிதி
ஜோஸ்செங்கோ	- இலக்கிய அயோக்கியன்

---

[1] Yuri Karayakin, "Zhdanov Liquid" or Against Dofamation, in *Culture and Porostrolka*, Progress Publishers, Moscow. 1988, p. 97

[2] Yuri Borov, *Soviet Literature*, No. 4 (493). April 1989. p, 132)

ஸ்தானோவ் ஒரு 'சித்தாந்தவாதி' மட்டுமல்ல. யகோடா, யெஸோவ், பெரியா என்ற கொலைபாதகர்களின் வரிசையில், சோவியத் வரலாற்றின் ரத்தக்கறை படிந்த அத்தியாயங்களை எழுதியவர்களின் வரிசையில் நிற்பவருமாவார். யகோடா கொன்று குவித்த பிணங்களின் எண்ணிக்கை போதாதென்று 1936 செப்டம்பர் 25ஆம் தேதி ரஷியாவிலுள்ள சோலோச்சி என்ற இடத்திலிருந்து மாஸ்கோவிலுள்ள கட்சி பொலிட்பீரோவுக்குத் தந்தியனுப்பியவர்கள் இருவர், ஒருவர் ஸ்டாலின்; மற்றொருவர் ஸ்தானோவ். வாசகம்:

> தோழர் யெஸோவ் உள்நாட்டு விவகாரங்களுக்கான மக்கள் கமிசாராக உடனடியாக நியமிக்கப்படவேண்டும், த்ரோத்ஸ்கி-ஜீனோவீவ் அணியை அம்பலப்படுத்துவதில் யெகோடா சிறப்பாகப் பணியாற்றவில்லை. OGPU(ரகசியப் போலிஸ்துறை- எஸ்.வி.ஆர்) இந்த விஷயத்தில் நான்காண்டுகள் தாமதித்துவிட்டது. இது, கட்சிப்பணியாளர்கள் அனைவரினதும் உள் நாட்டு விவகார மக்கள் கமிசாரகத்தின் மண்டலப் பிரதிநிதிகள் பெரும்பாலானோரதும் அபிப்ராயமாகும்.[3]

1937-38இல் நடந்த மிகப் பயங்கரமான 'களையெடுப்பு'களுக்கான ஆயத்தமே இந்த இணையாசிரியர்கள் அனுப்பிய தந்தி.

மாபெரும் போல்ஷ்விக் தலைவர் கிரோவ் கொலையுண்டதற்குப் பிறகு லெனின்கிராட் பிரதேசத்தினதும் நகரினதும் கட்சித் தலைமையை 1934இல் ஏற்றுக்கொண்ட ஸ்தானோவ், முதலில் செய்த காரியங்களிலொன்று பாஷ்கின் மண்டலக் கட்சிக் குழுவின் முதல், இரண்டாம் செயலாளர்களை ஒழித்துக்கட்டியது தான். முதல் செயலாளரின் மனைவியும்கூட (அப்போது அவர் நிறைமாத கர்ப்பிணி) சுட்டுக் கொல்லப்பட்டார். ஸ்தானோவ் அப்போது கூறிய வார்த்தைகள்:

> தார்மிக சுமை நீங்கிவிட்டது. வேலிமரங்கள் வெட்டப்பட்டு விட்டன. வேலிகள் தாமாகவே விழுந்துவிடும்.[4]

'கலை உணர்வு' மிக்க ஸ்தானோவின் கொலையுணர்வுக்கு இதுவும் ஒரு சான்று.

---

3 Yurik Karayakin. Ibid, 97-98.

4 Ibid, p.99.

அன்னா அக்மதோவா

1980களின் இறுதியில் மாஸ்கோவின் இலக்கிய ஏடான 'அக்டோபர்', அன்னா அக்மதோவாவின் (Aana Akhmatova: 1889-1966) 'இரங்கற்பா' தொடர்கவிதையை முழுவதுமாக வெளியிட்டதின்மூலம் இந்த நூற்றாண்டின் மாபெரும் கவிஞருக்கு நீண்டகாலமாகச் செய்யப்பட்டுவந்த அநீதியைத் துடைத்தெறிந்தது. அப்படைப்பு உருவாக்கப்பட்டு ஐம்பத்திரண்டாண்டுகளுக்கும் அப்படைப்பாளி மரணமடைந்து இருபத்தியோராண்டுகளுக்கும் பிறகு அது ரஷியாவில் முதன்முறையாக வெளியிடப்பட்டதானது சோவியத் சமூக வாழ்வில் அறநெறிகள் புதுப்பிக்கப்படுவதன் அறிகுறியாகவே அமைந்துள்ளது.

இது நடேஸ்ட்ா மாண்டெல்ஷ்டாம் தனது நினைவுக்குறிப்புகளில் ('நம்பிக்கை கைவிடப்பட்டது') எழுதிவைத்துள்ள வாக்கியங்களை நினைவூட்டுகிறது: "ஒரு காலத்தில் காலில் போட்டு மிதிக்கப்பட்ட, என்றென்றைக்குமாகத் துடைத்தெறியப்பட்டுவிட்டதாகத் தோன்றிய கவிதையின் புத்துயிர்ப்பைப்பற்றி வியப்படைவதை அக்மதோவா ஒரு போதும் நிறுத்திக்கொள்ளவில்லை. 'கவிதைக்கு இத்தகைய நீண்ட ஆயுளிருக்கும் என்பதை நாம் ஒருபோதும் உணரவில்லை' என்று அவர் எப்போதும் கூறுவார். மேலும், 'கவிதை என்பது நாம் இளமையில் நினைத்தது போன்றது அல்ல' என்றும் கூறுவார்."

அக்மதோவா, தான் இருபதாம் நூற்றாண்டைச் சேர்ந்தவர் என்பதில் பெருமைப்பட்டுக் கொண்டவர். அதேபோல 'சிம்பலிசம்' என்ற இலக்கியப் போக்கை எதிர்ப்பதிலும் பெருமையடைந்தவர். அவர் எழுதினார்:

> இருபதாம் நூற்றாண்டு, உலகப்போர் வெடித்த 1914ஆம் ஆண்டின் இலையுதிர்காலத்திலிருந்துதான் தொடங்குகிறது - 19ஆம் நூற்றாண்டானது வியன்னா காங்கிரஸ் நடந்த

நாளிலிருந்து தொடங்கியதுபோல நாள்காட்டியில் உள்ள நாள்கள் முக்கியத்துவம் அற்றவை. சிம்பலிசம் 19ஆம் நூற்றாண்டைச் சேர்ந்தது என்பதில் ஐயமில்லை. சிம்பலிசத்துக்கு எதிரான எங்கள் கலகம் முற்றிலும் நியாயமானதே, ஏனெனில் நாங்கள் இருபதாம் நூற்றாண்டைச் சேர்ந்தவர்கள் என்பதை உணர்ந்தோம். கடந்த காலத்தில் வட்டமிட்டுக் கொண்டிருக்க விரும்பவில்லை."[1]

தான் பிறந்த ஆண்டைப்பற்றியும் பெருமைப்பட்டுக்கொண்ட அவர்:

> சார்லி சாப்ளின், தோல்ஸ்தாயின் 'க்ருயெட்ஸர் சோனாட்டா', ஈஃபில் கோபுரம், டி.எஸ். எலியட் ஆகியோர் பிறந்த அதே ஆண்டில் பிறந்தவள் நான். அந்தக் கோடைகாலத்தில் பாஸ்டில் சிறையின் வீழ்ச்சியின் நூற்றாண்டுவிழாக் கொண்டாடப்பட்டது. நான் பிறந்த இரவு புனித யோவான் திருநாள்.[2]

அன்னா அக்மதோவாவின் தாய்வழிப் பாட்டி செங்கிஸ்கானின் வழித் தோன்றல்: தத்தாரிய இளவரசி அக்மதோவா. அவருடைய பெயரைத் தன் புனைபெயராகக் கொண்டார் அன்னா. புரட்சிக்கு முன்பே மிகச்சிறந்த கவிஞராகத் திகழ்ந்த அவர் 'ஆக்மியிஸ்ட்' குழுவைச் சேர்ந்தவர். எத்தகைய புற நிர்ப்பந்தத்திற்கும் வளைந்துகொடுக்காத, தனது உணர்ச்சிகளை இறுக்கமான கட்டுப்பாட்டுக்குள் வைத்திருக்கக்கூடிய இயல்புடையவர். கவிதைப்படைப்பில் அவர் கையாண்ட சொற் சிக்கனம் வியப்பு தரும் ஒன்று. ஐரோப்பிய, இலக்கியத்தில் ஆழ்ந்த ஈடுபாடுகொண்ட அவர், 1930களின் துவக்கத்தில், மிகக்கடினமான நிலைகளில் தானாகவே ஆங்கிலம் கற்றுக்கொண்டார். "இந்த பூமியில் வாழ்ந்துகொண்டு ஷேக்ஸ்பியரின் படைப்புகளை அவற்றின் மூல மொழியில் படிக்காமலிருப்பது வெட்கக்கேடானது" என்று கூறினார். புரட்சிக்கு முன்பே ஜெர்மானிய, பிரெஞ்சு மொழிகளில் புலமை பெற்றிருந்த அவர் 1930களில் இத்தாலிய மொழியையும் கற்றுக் கொண்டார். காரணம் தாந்தேமீது அவருக்கிருந்த மரியாதையாகும். டி.எஸ்.எலியட், ஃபாக்னர், ஜாய்ஸ், ஹெமிங்வே ஆகியோரின் படைப்புக்களை மிக

---

1 Quoted by Anatoly Nailman, *Moscow News*, No 3. 1989, p. 16

2 *Soviet Literature*, No 6 (495), June 1989, p. 26

விருப்பத்தோடு படித்தார். கீழைத்தேய இலக்கியங்களிலும் மிகுந்த ஆர்வம் காட்டினார். பிரெஞ்சு, சீன, ஜார்ஜிய, கொரிய, எகிப்திய, ஆங்கிலமொழிக் கவிதைகளை ரஷிய மொழியில் மொழிபெயர்த்தார், அவர் மொழிபெயர்ப்புச் செய்த கவிதைகளில் ரவீந்திரநாத் தாகூரின் படைப்புகளும் அடங்கும்.

புரட்சிக்குப் பின்னர் புதிய பொருளாதாரக் கொள்கை நடைமுறைப்படுத்தப்பட்ட முதலிரண்டு ஆண்டுக்காலமே தொடர்ந்து எழுதி வந்தார். 1922க்குப் பிறகு அவரது கவிதைகள் ஏதும் பிரசுரமாகவில்லை. இரண்டாம் உலகப்போர்க் காலத்தில் தேசிய உணர்வுக்கும் நாட்டுப்பற்றுக்கும் முதன்மை வழங்கப்பட்டு நாடு முழுவதுமே எதிரியைச் சந்திக்க அணிதிரண்டிருந்த சமயத்தில் பாஸ்டர்நாக் போன்றவர்களின் எழுத்துகளுடன் அக்மதோவாவின் எழுத்துகளும் மீண்டும் பிரசுரமாகத் தொடங்கின. 1940இல் அவரது மகன் லெவ் குமிலியெவ் சிறைப்பட்டிருந்த போது 300 பக்கக் கவிதைத் தொகுப்பொன்று (10000 பிரதிகள்) பிரசுரமாயிற்று. 1946இல் 50 பக்கக் கவிதைத் தொகுப்பொன்று 100,000 பிரதிகள் அச்சடிக்கப்பட்டிருந்தன. ஆனால் விற்பனைக்கு வரவில்லை. காரணம், அன்று இலக்கிய உலகில் கோலோச்சிய ஸ்தானோவிசம்தான்.

அக்மதோவாவின் துவக்ககாலக் காதல் கவிதைகள், நிகோலாய் குமிலியோவ் என்ற புகழ்பெற்ற கவிஞருடன் அவருக்கு இருந்த உக்கிரமான ஆனால் நிம்மதியற்ற உறவுகளிலிருந்து பிறந்தவை. அக்மதோவா பள்ளி மாணவியாக இருக்கும்போது குமிலியோவைச் சந்தித்தார். 1910இல் திருமணம் செய்து கொண்ட இருவரும் 1916 இல் பிரிந்தனர். அவரது ஆரம்பகாலக் கவிதைகளிலொன்று இது:[3]

சூரியனைப் பற்றிய நினைவு என் இதயத்தில் சுருங்கி வருகிறது
புல்வெளிகள் மஞ்சள் பாரித்துள்ளன.

---

3 இக்கவிதை 1981இல் ரெஜிஸ்ரீவர்தன வெளியிட்ட சிறுபிரசுரத்திலுள்ள ஆங்கில மூலங்களிலிருந்து மொழியாக்கம் செய்யப்பட்டது. இந்த அத்தியாயத்தில் இடம் பெறும் ‘இரங்கற்பா’ கவிதை வரிகளும்கூட ரெஜி அமைத்துத்தந்த ஆங்கில மூலத்திலிருந்து மொழியாக்கம் செய்யப்பட்டவை. ‘இரங்கற்பா’ தொடர்கவிதையும் அக்மதோவாவின் வேறு சில கவிதைகளும் எஸ்.வி.ராஜதுரை, வ. கீதா ஆகியோரால் தமிழாக்கம் செய்யப்பட்டு வெளியிடப்பட்டுள்ளன (அன்னா அக்மதோவா கவிதைகள், வயல் வெளியீடு, சென்னை –4)

காற்று கடந்து செல்கையில் பனித்துகள்களைச் சற்று
சலனப்படுத்துகிறது.
உறைந்துபோன இக்குறுகிய கால்வாய்களில்
நீரோட்டம் இல்லை
ஓ, இங்கு ஏதும் இனி நடக்கப் போவது இல்லை
ஒரு போதும் இல்லை
விரிந்த வான்வெளியில் வில்லோ மரம் தெளிவாக விசிறிபோல்
விரிந்துள்ளது

ஒரே படுக்கையில் நாம் இருவரும்
படுக்காமல் இருப்பது நல்லது போலும்
சூரியனைப் பற்றிய நினைவு என் இதயத்தில் சுருங்கி வருகிறது
இனி என்ன? இருளா?
இருக்கலாம். இந்த இரவின் குளிர்
பனிக்காலத்தின் குறியாகத்தான் இருக்கவேண்டும்.

எதிர்ப்புரட்சி சதித்திட்டமொன்றில் பங்கேற்றிருந்தார் என்ற குற்றச்சாட்டின் கீழ் 1921இல் கைது செய்யப்பட்டு சுட்டுக்கொல்லப்பட்டார் குமிலியோவ். லெனின் காலத்தில் நடந்த மிகவும் வருந்தத்தக்க நிகழ்ச்சி அது. புரட்சிக்குப் பிறகு, ஏராளமான ரஷிய அறிவாளிகளும் கலைஞர்களும் வெளிநாடுகளில் குடியேறிய காலத்தில் தாய் நாட்டை விட்டுச் செல்ல மறுத்த அக்மதோவா, தனக்குக் கட்சி அதிகாரிகளும் இலக்கிய சர்வாதிகாரிகளும் காட்டிய பகைமையையும் வெறுப்பையும் கண்டு துவண்டுவிடாமல் சுயகௌரவத்தை உயர்த்திப் பிடித்தார்.

1948ஆம் ஆண்டு நிறைவேற்றப்பட்ட கட்சித் தீர்மானத்தின்படி அனைத்து எழுத்தாளர்களின் சுதந்திரமும் பறிக்கப்பட்டது. அதனையடுத்து ஜோஸ்செங்கோ, அக்மதோவா போன்றவர்கள் மீது ஸ்தானோவ் நேரடியான தாக்குதல் தொடுத்தார். அக்மதோவா "பாதி கன்னிகாஸ்திரி, பாதி பரத்தை அல்லது கன்னிகா ஸ்திரி, பரத்தை இரண்டுமே" என்றும் "வேசைத்தனமும் இறைவழிபாடும் அவரிடத்தில் ஒன்று கலந்திருக்கின்றன" என்றும் ஸ்தானோவ் கூறினார். சோவியத் இலக்கியத்துக்கு அந்நியமான தனிமையுணர்வும் நிராதரவான உணர்வும் அக்மதோவாவின் படைப்புகளில் விரவியுள்ளதாக குற்றம் சாட்டினார். இத்தகைய

கேடுகெட்ட வசைச்சொற்கள் அக்மதோவாவிடம் எவ்வித சலனத்தையும் ஏற்படுத்தவில்லை.

தனது காலத்தில் நடந்த கொடுஞ்செயல்களைப் பற்றிய மௌன சாட்சியாக இருக்குமாறு அவர் வரலாற்றுச் சூழ்நிலைமைகளால் நிர்ப்பந்திக்கப்பட்ட போதிலும், அவற்றையும் மீறி தனது கவிதைகளை உரத்தகுரல் எழுப்பும் இலக்கிய சாட்சிகளாக உருவாக்கிவிட்டே மறைந்தார்.

1935 இல் அவரது மகன் லெவ் குமிலியெவும் அவரோடு ஒன்பதாண்டுகள் வாழ்ந்த நிகோலாய் பூனின் என்ற கலை விமர்சகரும் கைது செய்யப்பட்டனர். அச்சமயம் எழுதப்பட்ட கவிதை:[4]

எனக்குப் பிரியமானவர்களை அழைத்துச் செல்கின்றனர் அந்நியர்கள்
பொறாமை சிறிதுமின்றி நான் அவர்களைப் பார்க்கிறேன்.
விரைவில் நான் மட்டும் தனியாகக் குற்றவாளிக் கூண்டில்
அரை நூற்றாண்டுக் காலம்.

என்னைச் சுற்றிலும் அவர்கள் முட்டிமோதி வாதாடுகின்றனர்
மசியிலோ மரணத்தின் வாடை
எல்லாமே காஃப்காவின் கதையைப் போல
திரைப்படத்தில் சார்லி சொல்லுமொரு கதையைப் போல.

முனைப்போடு வாதிட்டாலும் அவர்கள்
உறக்கத்தின் பிடிப்பில் இருப்பதுபோலத்தான்
மூன்று தலைமுறையைச் சேர்ந்த நீதிமான்கள்
குற்றம் என ஒருமனதாய்த் தீர்ப்புரைத்தனர்.

பாதுகாவலர்களின் முகங்கள் மாறிக்கொண்டேயிருக்கின்றன.
ஆறாவதாக வந்த அரசாங்க வழக்கறிஞரின் இதயம்
நின்றுபோய்விட்டது
கொளுத்தும் வெயிலில் எங்கோ
வானம் திரைபோர்த்துக் கறுத்துள்ளது.

கோடையோ களிப்புடன் பவனி வரும்
தூரத்துக் கடற்கரையோரம்

---

4 இக் கவிதையினதும் அடுத்துவரும் கவிதையினதும் ஆங்கில மூலங்கள் Verses From A Burnt Note Book, *Soviet Literature* No 6 (495) ஜூன் 1989 இதழில் (பக்கம் 76 – 78) உள்ளன.

நான் இனி ஒருபோதும் நினைத்துப் பார்க்க முடியாத
அந்த இழந்து போன ஆனந்தமான ‘எங்கோ ஒரு இடத்தில்’
சாபங்கள் என்னைச் செவிடாக்குகின்றன.

எனது வேலை நேர ஆடையோ நைந்து போய்க் கிழிந்துள்ளது
மானுடராய்ப் பிறந்த எவரொருவரையும் விடக்
குற்றம் செய்தவளா நான்?

அதே ஆண்டில் எழுதப்பட்ட மற்றொரு கவிதை:

நான் அருந்தும் நீரில் நீ ஏன் விஷம் கலந்தாய்?
என் சோற்றில் ஏன் மண்ணைச் சேர்த்தாய்?
என் கடைசிச் சுதந்திரத்தை ஏன் பறித்து அதை
வேசியின் ஆபாசப்படுக்கையாக்கினாய்?
என் நண்பர்களின் குரூர சாவை
நான் நையாண்டி செய்யவில்லை என்பதாலா?
என் அப்பாவி நாட்டினை நான்
கடைசி வரை நேசித்ததாலா?
இருக்கட்டும். ஒவ்வொரு நாட்டிலும்
கவிஞனை அழைப்பவை கண்ணீரும் விரக்தியும்தான்
நாங்கள் மெழுகுவத்தியைக் கையிலேந்தி ஓலமிட்டழுது
எங்களை நாங்களே வருத்திக் கொள்பவர்கள்
பாவ மன்னிப்பைத் தேடி.

ஆனால் அவரது கவிதையாற்றால் கொடுமுடியைத் தொட்டது; ‘இரங்கற்பா’ *(Requiem)* என்ற தலைப்பில் அவர் எழுதிய தொடர் கவிதைகளில் தான். 1935 - 1940ஆம் ஆண்டுகளில் ஸ்டாலினின் ‘களையெடுப்புகள்’ நடந்த பயங்கரமான காலகட்டத்தில் எழுதப்பட்டவை. அவரது மகன் லெவ் குமிலியோவும் அக்மதோவாவுடன் ஒன்பது ஆண்டுகள் வாழ்ந்து வந்த நிகோலாவ் பூனினும் கைது செய்யப்பட்ட பிறகு ஏற்பட்ட பதற்றமும் வேதனையும் உருவாக்கிய படைப்புகள். கட்சி சாராத அறிவாளிகள் மீது நடத்தப்பட்ட பயங்கர ஒடுக்குமுறையின் பகுதியாகவே இக் கைதுகள் அமைந்தன. ஆனால் லெவ் குமிலியோவ், நிகோரலாய் குமிலியோவின் மகன் என்பதால் அவரைக் குறிப்பாகக் கைது செய்தனர்.

ஆனால் இத்தொடர் கவிதைகளில் வெளிப்படுவது அவரது தனிப்பட்ட வேதனைகளோ சோகங்களோ அல்ல. சிறைகளிலும்

உழைப்பு முகாம்களிலும் அடைக்கப்பட்டிருந்த, தங்களது கணவர்களையோ, மக்களையோ, சகோதரர்களையோ, பெற்றோர்களையோ பார்த்து அவர்களுக்கு உணவுப் பொட்டலத்தையோ அல்லது கடிதத்தையோ தந்துவிட்டு வருவதற்காக நீண்ட வரிசைகளில் காத்திருந்த நூற்றுக்கணக்கான மாதர்களுடன் சேர்ந்து சிறைவாசல்களுக்கு முன்பு மாதக்கணக்கில் தான் காத்திருந்த அனுபவத்தை இத் தொடர் கவிதைகளில் பல இடங்களில் அக்மதோவா வெளிப்படுத்துகிறார். பெயரறியா இம்மாதர்களின் அழுகை வெளிப்படுகின்ற பெரும் வாய்தான் 'இரங்கற்பா'. இதில் கவிஞரின் தனிப்பட்ட அனுபவம் கூட்டு அனுபவத்தோடு இரண்டறக் கலந்து விடுகிறது. 1957இல் அவர் இத் தொகுப்புக்கு எழுதிய முன்னுரையில் குறிப்பிடுகிறார்:

> யெஸோவின் பயங்கரவாதம் தலைவிரித்தாடிய, அந்தக் கொரடூமான ஆண்டுகளில் லெனின்கிராடில் உள்ள சிறைக்கு வெளியே 17 மாதங்கள் நீண்ட வரிசையில் காத்திருந்தேன். ஒரு நாள், கூட்டத்திலிருந்த யாரோ ஒருவர் - என்னை அடையாளம் கண்டு கொண்டார். எனக்குப் பின்னால் நின்று கொண்டிருந்தவர் ஒரு பெண். குளிரால் அவரது உதடுகள் நீலம் பாரித்திருந்தன. பெயர்சொல்லி - - நான் அழைக்கப்பட்டதை அவர் அதற்கு முன்பு கேட்டதேயில்லை. இப்போது அவர் எங்கள் எல்லோருக்கும் பொதுவாக இருந்த மரத்துப்போன நிலையிலிருந்து தொடங்கி என்னிடம் தாழ்ந்தகுரலில் பேசினார் (அங்கு எல்லாருமே தாழ்ந்த குரலிலேயே பேசினர்): 'இதை உங்களால் சித்திரிக்க முடியுமா?'. பிறகு புன்னகை போன்ற ஏதோவொன்று முன்பு அவர் முகம் இருந்த இடத்தில் தோன்றி மறைந்தது[5]

அக்மதோவா காப்பாற்றிய அந்த வாக்குறுதியே 'இரங்கற்பா'. ஒரு யுகத்தின், ஒரு தலைமுறையின் குரல் அது. இன்று லட்சக்கணக்கான ரஷியர்கள் அதை வாசிக்கக் காரணம், தமது முன்னோர்கள் இழைத்த பொதுக்குற்றத்தை நேர்மையோடு எதிர்கொள்கின்ற ஒரு தார்மிக மனப்பக்குவம் அங்கு தோன்றியிருப்பதுதான். அக் கவிதைகளைப் படித்து முடிக்கையில் அன்று நடந்த அந்த துர்ப்பாக்கிய சம்பவங்களுக்கும் தீயகனவுகளுக்கும் முற்றுப்புள்ளி

5 Quoted by Reggie Sriwardea in The Resurrection of Requiem in *The Thaiched Patio* No 14; June 1987, CES, Colombo. p.28. 'இரங்கற்பா' கவிதை வரிகள் ரெஜிஸ்ரீவர்தனவின் கட்டுரைகளிலுள்ள ஆங்கில மூலத்திலிருந்து தமிழாக்கம் செய்யப்பட்டுள்ளன.

வைத்து விட வேண்டும் என்ற உறுதி அவர்களது உள்ளத்தில் தோன்றியிருப்பதுதான்.

எந்த நிலைமைகளின் கீழ் அக்கவிதைகள் எழுதப்பட்டன? எப்படி அக் கவிதைகள் பாதுகாக்கப்பட்டன? கறுப்பு ரொட்டியும் சர்க்கரையும் இல்லாத தேநீருமே அக்கவிஞரின் அன்றாட உணவாக அமைந்திருந்த கொடிய வறுமை நிறைந்த நாள்களில் எழுதப்பட்டவை. அவற்றைத் தாள்களில் எழுதிவைக்கக் கூடமுடியாதிருந்த சூழ்நிலை அன்று. ஏனெனில் ரகசியப் போலிசாரால் வீடு சோதனையிடப்படுகையில் கையெழுத்துப் பிரதிகள் அவர்களிடம் சிக்கிவிட்டாலோ கவிஞரின் வாழ்வு அத்தோடு முடிந்திருக்கும், அவரது சிநேகிதி லிடியா சுகோவ்ஸ்கயா கூறுகிறார்:

> அன்னா ஆந்திரீவ்னா என் வீட்டுக்கு வருகைதரும் போது 'இரங்கற்பா' கவிதைகளை என்னிடம் மெல்லிய குரலில் படித்துக்காட்டுவார், ஆனால் அவரது சொந்த இருப்பிடத்தில் தாழ்ந்த குரலில் கூடப் பேசமாட்டார். எங்களது உரையாடலின்போது, திடீரென மௌனமாகிவிடுவார். கண்களின் மூலம் சமிக்ஞை செய்து கூரையையும் சுவர்களையும் காட்டிவிட்டு, பேனாவையும் துண்டுத்தாளையும் எடுத்துக்கொண்டு, சம்பிரதாயமாகப் பேசும் தோரணையில் தேநீர் அருந்துகிறாயா? என்றோ வெய்யிலில் நன்கு கறுத்துப் போயிருக்கின்றாய் என்றோ உரத்தகுரலில் பேசிக்கொண்டே, அந்தத் தாளில் அவசர அவசரமாக எழுதி என்னிடம் கொடுப்பார். நான் அந்த வரியைப் படித்துவிட்டு அவற்றை மனப்பாடம் செய்து கொண்டபின் மௌனமாக அத்தாளை அவரிடம் கொடுத்து விடுவேன். அன்னா ஆந்திரீவ்னா உரத்த குரலில், 'இந்த வருடம் இலையுதிர் காலம் சீக்கிரமாகவே வந்துவிட்டது' என்று கூறிக்கொண்டே, தீக்குச்சியை உரைத்து ஆஷ்ட்ரேவுக்குள் அத்தாளை எரித்துவிடுவார்.[6]

அவர்கள் பேசுவதை ஒட்டுக்கேட்கும் 'மைக்குகள்' கூரையிலோ சுவர்களிலோ ஒளித்து வைக்கப்பட்டிருந்தனவா இல்லையா என்பதல்ல முக்கியம். அன்று நிலவிவந்த பீதியுணர்வுதான் முக்கியம். லிடியா சுகோவ்ஸ்கயாவும் கூட இரவு நேரத்தில் ஜனசந்தடி இல்லாத தெருக்களில் நடந்து சென்று,

---

6 அதே கட்டுரை, பக்கம் 28.

அக்மதோவாவின் கவிதைகளைத் தனக்குத்தானே திரும்பத்திரும்பச் சொல்லிக்கொண்டிருப்பது வழக்கமாம். கவிதைகளில் உள்ள ஒரு சொல்லைக் கூட மறந்துவிடாமல் இருப்பதற்காக இந்தப் பழக்கத்தை மேற்கொண்டிருந்தாராம். அப்படிப் பாதுகாக்கப்பட்ட 'இரங்கற்பா' விலுள்ள 'தண்டனை' என்ற தலைப்பிடப்பட்டுள்ள பகுதியிலிருந்து சில வரிகள் (அக்மதோவா, தனது மகனுக்கு விதிக்கப்பட்ட தண்டனை பற்றிய செய்தியைக் கேட்ட பிறகு எழுதியவை):

அந்தச் செய்தி
விம்முகிற என் நெஞ்சில்
கல்லாய் விழுந்தது
ஒப்புக் கொள்: நான் தயாராக உள்ளேன்
சோதனைக்கு எவ்வாறோ நான் தயாராக உள்ளேன்

இன்றைக்கு செய்ய வேண்டியவை இவை:
நினைவைக் கொன்று, வேதனையைக் கொன்று
இதயத்தைக் கல்லாக்கி
மீண்டும் உயிர்வாழத் தயாராவது

இல்லாவிடில்... கடும் கோடை
விழாக்காலக் களியாட்ட வதந்திகளைக் கொண்டுவந்துவிடும்
இந்தப் பளிச்சிடும் நாள், இந்த வெறிச்சென்ற வீடு,
என் தீர்க்க தரிசனம்.

'மறக்க முடியாது' என்ற தலைப்பிடப்பட்ட மற்றொரு பகுதியிலிருந்து சில வரிகள்:

இந்த நாட்டில் எனக்கொரு நினைவாலயம் எழுப்ப
யாரேனும் முடிவு செய்தால்
மனதாரத் தருகிறேன் என் சம்மதம்
ஆனால் ஒரு நிபந்தனை
நான் பிறந்த கடலுக்கருகே அதைக் கட்டாதீர்
கடலுடனான எனது கடைசிப் பிணைப்பு முறிந்துவிட்டது
ஜார் பூங்காவில்[7] தேற்றமுடியாத ஒரு நிழல்[8]

---

7 பீட்டர்ஸ்பர்க் நகரின் புறநகப்பகுதியாக இருந்த ஜார் கிராமம் (Tsarskoe Selo) என்ற இடத்திலிருந்த பூங்கா. அங்குதான் அக்மதோவா, நிகோலாய் குமிலியோவைச் சந்தித்தார். அங்குதான் காதல் மலர்ந்தது.

8 1921 இல் எதிர்புரட்சிவாதி எனக் குற்றம் சாட்டப்பட்டு சுட்டுக் கொல்லப்பட்ட குமிலியோவின் ஆவி.

என்னைத் தேடிக்கொண்டிருக்கும்
அந்தக் குழிவான குத்துக் கட்டை[9]யருகிலும் வேண்டாம்

ஆனால் இங்கு-
முந்நூறு மணிநேரம் நான் நின்றிருந்த இடத்தில்
எனக்காகக் கதவு ஒருபோதும் திறந்துவிடப்படாத இந்த இடத்தில்.
ஏனெனில் மீளாத் துயிலிலும் கூட நான் பீதியடைகிறேன்.
கறுப்பு மரியாக்களின்[10] உறுமலை,
அந்த வெறுக்கத்தக்க கதவுகள் இழுத்து மூடப்படுவதை,
அந்த வயதான மாது அடிபட்ட மிருகம் போல ஓலமிட்டதை
மறந்து விடுவேனோ என்று.

எனது நிச்சலனமான வெண்கல இமைகளிலிருந்து
வழியும் கண்ணீர் போல
உருகும் பனி பெருக்கெடுத்தோடட்டும்
சிறைச்சாலைப் புறாக்கள் தூரத்தில் கூவட்டும்
நேவா நதியில் படகுகள் அமைதியாகச் செல்லட்டும்.

ஸ்டாலினுக்குப் பலியாகிய பல்லாயிரக்கணக்கான மனிதர்களுக்கு மாஸ்கோவில் இன்று நினைவாலயம் கட்டப்படப் போகின்றது. அது அக்மதோவா எழுதியுள்ள நினைவாலயத்தைவிடவா வலுவானதாக இருக்கப் போகிறது?

அக்மதோவாவுக்கு சோவியத் ரஷியா மட்டுமல்ல உலகம் முழுவதுமே இன்று அஞ்சலி செலுத்துகின்றது. 1988ஆம் ஆண்டை 'அக்மதோவா ஆண்டாக' யுனெஸ்கோ அறிவித்தது.

---

9 பூஷ்கினின் நினைவுச் சின்னமாகக் கருதப்பட்ட, அடிக்மரக்கட்டை. குமிலியோவும் அக்மதோவாவும் சந்தித்த இடத்தில் இருந்தது.

10 கறுப்பு மரியாக்கள்: அன்று சோவியத் ரஷியச் சிறைச்சாலைகளில் பயன்படுத்தப்பட்டு வந்த வாகனங்கள் (Vans).

மரினா செடீவா

ரஷிய மொழியின் இரு மாபெரும் பெண் கவிஞர்கள் அன்னா அக்மதோவாவும் மரினா செடீவாவும். 'நம்பிக்கை கைவிடப்பட்டது' என்ற தலைப்பில் வெளிவந்துள்ள தனது நினைவுக்குறிப்புகளில் ஓசிப் மாண்டெல்ஷ்டாமின் மனைவி நடேஸ்டா, ரஷிய மொழியில் முதல் பெண் கவிஞர் யார் என்ற சர்ச்சை நெடுங்காலமாக ரஷிய வாசகர்களிடையே இருந்து வந்தது என்றும் 1970களில்தான் இந்த சர்ச்சை தணியத் தொடங்கியது என்றும் குறிப்பிடுகிறார். வாசகர்களின் அபிப்பிராயங்கள் எத்தகையதாக இருந்தபோதிலும் இருவரும் ஒன்றுக்கொன்று முற்றிலும் வேறுபட்ட ஆளுமைகளைக் கொண்டிருந்தனர் என்பதே உண்மை. அவர்களது கவிதைகளிலும் இருவேறு ஆளுமைகளின் விகசிப்புகள் புலப்படுவதை விமர்சகர்கள் சுட்டிக் காட்டியுள்ளனர். "செடீவாவிடம் பகிரங்கமான உணர்ச்சிக் கொந்தளிப்புகளும் அக்மதோவாவிடம் இறுக்கமான கட்டுப்பாட்டுக்குள் உள்ள உணர்வெழுச்சிகளும்" இருப்பது பற்றி நடேஸ்டா மாண்டெல்ஷ்டாம் எழுதுகிறார்.

இந்த இரு கவிஞர்களின் ஆளுமைகளை ஒப்பிடுவதற்காக இலங்கையின் தலைசிறந்த சிந்தனையாளரும் இலக்கிய விமர்சகருமான ரெஜி ஸ்ரீவர்தன தனது கட்டுரையொன்றில் கீழ்க்காணும் கவிதைகளை உதாரணங்களாகக் காட்டுகிறார். முதல் கவிதை, பூங்காவொன்றில் மண்ணில் வீழ்ந்துள்ள சிலைபற்றி அன்னா அக்மதோவா எழுதியதாகும்:

பழைய மேப்பிள் மரத்தருகே
என்னோடு பிறந்த பளிங்குச்சிலை வீழ்ந்து கிடக்கிறது
அவன் முகம் ஏரி நோக்கித் திரும்பியிருக்கிறது
பச்சிலைகளின் சலசலப்பைக் கேட்டவாறு.
ரத்தம் உறைந்து போன அவன் காயத்தை

பிரகாசமான மழைத்துளிகள் கழுவுகின்றன...
காத்திரு, குளிர்ந்த வெண்ணிறச் சிலையே
நானுமே பளிங்காக மாறும் காலம் வரும்.[1]

மற்றொரு கவிதை, மரினா 1920இல் எழுதியதாகும். தனது இயல்புக்கான குறியீடாகத் தனது பெயரை (மரினா) இக்கவிதையில் பயன்படுத்துகிறார்.

கல்லால் ஆனவர் சிலர், மண்ணால் ஆனவர் சிலர்
நானோ வெள்ளியாய் ஒளிர்பவள்!
மாற்றமே எனது இயல்பு. எனது பெயர் மரினா
நான் கடலலையின் நுரை, நொடிப்பொழுதே எனது இருப்பு
மண்ணால் ஆனவர் சிலர், சதையால் ஆனவர் சிலர்
அவர்களுக்கு சவப்பெட்டியும் கல்லறையும்
கடலின் நீரூற்றில் பெயர் சூட்டப்பட்டவள் நான்

பொங்கித் தணியும் அலையே நான்
எனது பிடிவாத குணம் ஒவ்வொரு இதயத்தையும்
ஒவ்வொரு வலையையும் துளைத்துச் செல்லும்
கட்டுக்கடங்கா என் சுருள் முடியைப்பாருங்கள்
நம்பத்தகுந்தவளாக ஆக்க முடியுமா என்னை நீங்கள்
கருங்கற் பாறையில் மோதிச்சிதறி
ஒவ்வொரு அலையிலும் புதிதாய்ப் பிறக்கிறேன்
நீடுழி வாழ்க அந்த நுரை, ஆனந்த நுரை
கடலில் எம்பிப் பறக்கும் நுரை

எந்த சமரசத்தையும் செய்து கொள்ளாமல் கொந்தளிப்பு நிறைந்த வாழ்க்கையை வாழ்ந்து அவலமிக்க முடிவைத் தேடிக்கொண்ட மரினா செடீவாவின் (Marina Tsvetaeva: 1892-1941) தந்தை மாஸ்கோ பல்கலைக்கழகத்தின் கலைத்துறைப் பேராசிரியர்; தாயாரோ திறமைமிக்க பியானோ இசைஞர். 1916இல் மரினா எழுதிய கவிதையொன்றில் தான் பிறந்த வேளைக்குள்ள முக்கியத்துவத்தைப் பற்றிக் கூறுகிறார்:

1 இக்கவிதையும், அடுத்துவரும் கவிதைகளும் வரிகளும் ரெஜிஸ்ரீவர்தன எழுதியுள்ள Tsvetaeva, Translations and Commentaries என்ற கட்டுரையிலுள்ள ஆங்கில மூலங்களிலிருந்து தமிழாக்கம் செய்யப்பட்டுள்ளன.

செம்பிழம்பாய் ரோவான் மரமெங்கும்
செங்கனிகள் காய்த்துத் தொங்க
இலைகள் உதிர்ந்து கொண்டிருக்க
இவ்வுலகில் பிரவேசித்தேன் நான்
நூற்றுக்கணக்கில் கோயில் மணிகளின்
வாதப் பிரதிவாதங்கள்
அது ஒரு சனிக்கிழமை
புனித யோவான் திருநாள்
இன்னும் கூட எனக்கு
ஒளிரும் ரோவான் மரத்தின்
கசப்புக் கனியைக்
கடிப்பதில் ஓர் ஆசை

1911இல் மரினா, செர்ஜி எஃப்ரான் என்பவரைச் சந்தித்து அடுத்த ஆண்டு அவரைத் திருமணம் செய்து கொண்டார். அதே ஆண்டு அவர்களது முதல் குழந்தை இரியாட்னா (அலியா) பிறந்தாள். தனது கணவரைப் பற்றி மரினா 1914இல் எழுதினார்:

விதிவசமான இந்த யுகத்தில்
சில மனிதர்கள் கவிதைகள் இயற்றுகின்றனர்
தூக்குமேடைக்கும் செல்கின்றனர்

நவம்பர் புரட்சியில் போல்ஷ்விக்குகள் அதிகாரத்தைக் கைப்பற்றிய பிறகு, எஃப்ரான் எதிர்ப்புரட்சி சேனையில் அதிகாரியாகப் பதவியேற்றார். வெண்படையினரின் எதிர்ப்பைப்பற்றி மரினாவும் கவிதைகள் எழுதினார். உள்நாட்டுப்போர் பற்றிய அவரது கவிதைகளில் மிகச் சிறந்ததெனக் கருதப்படும் கவிதை எந்தத் தரப்பின் பக்கமும் நில்லாமல் மனித உயிர்களுக்கு நேர்ந்த இழப்பு பற்றிய சோகக் குரலாக ஒலிக்கிறது:

இந்த மனிதன் வெண்படைவீரன் இப்போதோ அவன் செந்நிறம்
ரத்தம் அவனை சிவப்பாக்கியுள்ளது
அந்த மனிதனோ செம்படைவீரன் இப்போதோ அவன் வெண்ணிறம்
மரணம் அவனை வெளுப்பாக்கியுள்ளது.

1922இல் மரினா, தன் மகளுடன் ரஷியாவைவிட்டு வெளியேறினார். ப்ராக் நகரில் அவர்களும் எஃப்ரானும் மூன்றாண்டுகள் வாழ்ந்தனர். அங்குதான் அவர்களது மகன் ஜியோர்ஜி (முர்)

பிறந்தான். ப்ராக் நக்கரில்தான் மரினாவின் உக்கிரம் நிறைந்த, இறுதியில் அவலமிக்க காதல் அனுபவமொன்றும் ஏற்பட்டது. 1925இல் அவரும் குடும்பத்தினரும் பாரிஸுக்குச் சென்றனர்.

புரட்சிக்குப்பின் பாரிஸில் குடியேறியிருந்த ரஷியர்களுடன் அவரால் ஒத்துப்போக முடியவில்லை, அவர்கள் மீது அவருக்கிருந்த அனுதாபம் சிறிது சிறிதாக மறைந்தொழிந்தது. தான் எந்த ரஷியாவை அரசியல்ரீதியாக நிராகரித்தாரோ அந்த ரஷியாவோடு உணர்ச்சி மட்டத்தில் தன்னை இணைத்துக்கொண்டார். புதிய ரஷியாவின் இலக்கிய சாதனைகள் பற்றிப் பாரிஸில் இருந்த பிற ரஷியர்களின் மதிப்பீட்டை அவர் பகிர்ந்துகொள்ளவில்லை. உதாரணமாக, அவர் மயாகோவ்ஸ்கியின் கவித்துவ ஆற்றல்களை அங்கீகரித்தார். ரஷிய மொழியுடன் மட்டுமே தன்னை இணைத்துக்கொள்ளக்கூடிய மாபெரும் கவிஞரான மரினாவால் பாரிஸில் எதனோடும் இணைத்துக்கொள்ள முடியவில்லை. அங்கிருந்த ரஷியர்களும் தாங்கள் நடத்திவந்த பத்திரிகைகளில் அவரது கவிதைகளைப் பிரசுரிக்க முன்வரவில்லை. 1922-25ஆம் ஆண்டுகளில் வறுமையின் கோரப்பிடிகளுக்கிடையே அவர் எழுதிய கவிதைகளின் தொகுப்புதான் அவரது வாழ்நாளில் பிரசுரிக்கப்பட்ட கடைசித் தொகுப்பாகும். 'எனது வாசகன் ரஷியாவில்தான் இருக்கிறான். ஆனால் அவனுக்கு என் கவிதைகள் போய்ச் சேருவதில்லை' என்று சோகம் பொங்க ஒரு முறை எழுதினார்.

1930களில் அவரது வாழ்க்கையில் திடீர் மாற்றம் ஏற்பட்டது. முன்பு வெண்படை அதிகாரியாக இருந்த அவரது கணவர், இப்போது சோவியத் அனுதாபியாக மாறியிருந்தார். தன் மனைவியையும் மக்களையும் கூட சோவியத் அனுதாபிகளாக மாற்றினார். எஃப்ரான் வெண்படையில் சேர்ந்ததுதான் ஆச்சரியமான விஷயமாக இருந்தது. ஏனெனில் எஃப்ரான் நரோத்னிக் புரட்சியாளர் குடும்பத்தில் பிறந்தவர். எனவே அவர் இயல்பாகவே செம்படையில்தான் சேர்ந்திருக்க வேண்டும். வெண்படையில் சேர்ந்தது மிகப்பயங்கரமான தவறு என்று கூறும் மரினா, அத்தவறை அவர் மட்டுமல்ல, மனப்பக்குவம் நிறைந்த ஏராளமானோர் அதைச் செய்தனர் என்றும் அதற்குக் காரணம் ரஷியாவின் விமோசனம் வெண்படையில் அடங்கியிருப்பதாக அவர்கள் உளமார நம்பியதே என்றும் எழுதுகிறார்.

மரினாவுக்கு தெரியாத விஷயம் இருந்தது. அதாவது தனது கணவர் பாரிஸில் சோவியத் உளவுப்படை ஏஜெண்டாகப் பணியாற்றிக் கொண்டிருந்தார் என்ற விஷயம்தான் அது. த்ரோத்ஸ்கியின் மகன் லியோன் செடோவ், முன்னாள் சோவியத் உளவுத்துறை அதிகாரியும் த்ரோத்ஸ்கியின் பக்கம் வந்துவிட்டவருமான இக்னாடி ரெய்ஸ் ஆகியோரின் கொலையில் எஃப்ரான் சம்பந்தப்பட்டிருந்ததாக ஒரு வதந்தி நிலவியது. தனது கணவர் இக் கொலைகளில் சம்பந்தப்பட்டிருப்பார் என்பதை மரினா நம்ப மறுத்தார்.

எஃப்ரானுடைய நடவடிக்கைகளின் காரணமாக அவரால் பாரிஸில் நிலைத்து நிற்க முடியவில்லை. எனவே அவர்கள் அங்கிருந்து ஸ்பெயினுக்கும் பின்னர் சோவியத் யூனியனுக்கும் சென்றனர்.

பாரிசில் வறுமையிலும் தனிமையிலும் வாடிவந்த மரினாவுக்கு ரஷியாவுக்குத் திரும்பிச்செல்வதற்கான வாய்ப்பு மிகுந்த உற்சாகத்தைக் கொடுத்தது. ஆனால் ஏற்கெனவே இரண்டாம் உலகப்போர் மேகங்கள் திரள ஆரம்பித்திருந்தன. 1939 மார்ச் மாதம் அவருக்கு மிகப்பிரியமான ப்ராக் நகரை நாஜிகள் கைப்பற்றினர். ஆனால் பேரிடியொன்று வேறுவடிவத்தில் காத்திருந்தது.

1939இல் ஸ்டாலினின் பயங்கரக் களையெடுப்புகள் இன்னும் முடிவடையாதிருந்த நேரத்தில் மரினா சோவியத் யூனியனில் காலடி வைத்தார். வந்து சேர்ந்ததுமே அவரது கணவர் கைதுசெய்யப்பட்டு சுட்டுக்கொல்லப்பட்டார். த்ரோத்ஸ்கியின் மகனின் கொலைபற்றிய ரகசியங்கள் அவரிடம் இருந்தன என்பதுதான் காரணம். மரினாவின் மகள் அலியா உழைப்பு முகாமுக்குள் அடைக்கப்பட்டாள். எல்லோராலும் புறக்கணிக்கப்பட்டு, நண்பர்களே இல்லாத சூழலில் தனது மகனோடு சேர்ந்து உயிர்பிழைப்புக்குப் போராடிய மரினாவுக்கு எந்த வேலையும் கிடைக்கவில்லை. அவரது இளமைக் காலத்தில் பரிச்சயமாகியிருந்த செல்வாக்குப்பெற்ற எழுத்தாளர்களில் ஒருவர்கூட அவருக்கு உதவி செய்ய முன்வரவில்லை. போர் முடிவுக்கு வந்தவுடன் அவரும் அவரது மகனும் தத்தார் சுயாட்சிக் குடியரசில் உள்ள சிறு நகரமொன்றுக்குக் குடிபெயர்க்கப்பட்டனர். அங்கு அவர்களது வாழ்க்கைப் போராட்டம் மேலும்

கடுமையாகியது. அங்கு அவரது மகனின் தொல்லைகளும் தாங்க முடியாததாகிவிட்டன. 1941 ஆகஸ்ட் 31ஆம் நாள், அவரது வீட்டில் இரண்டு ரொட்டிகள் வாங்குவதற்குப்போதுமான சொற்பக் காசுகள் மட்டுமே இருந்த அன்று, தன் மகன் வீட்டைவிட்டுச் சென்ற பிறகு, தூக்குப்போட்டுக் கொண்டு உயிர்துறந்தார் மரினா. அவரது ஈமச்சடங்குக்கு ஒருவர்கூட வரவில்லை. பெயரோ அடையாளமோ குறிப்பிடப்படாத சமாதியின் கீழ் அவரது பூதவுடல் புதைக்கப் பட்டிருந்தது. அடுத்த இருபதாண்டுகளுக்கு அவரது பெயரோ கவிதையோ யாராலும் உச்சரிக்கப்படவே இல்லை. அவரது மகன் முர் உலகப் போரில் கொல்லப்பட்டான். ஆனால் கட்டாய உழைப்புமுகாமில் தப்பிப்பிழைத்திருந்த அலியா தன் அருமைத்தாயின் கவிதைகளைப் பத்திரமாக வைத்திருந்தாள். இன்று ரஷியாவின் மாபெரும் கவிஞர்களில் ஒருவராகக் கருதப்படும் அவரது தொகுப்புகள் உடனடியாக வெளியிடப்படவேண்டும் என்று 1957 இல் வற்புறுத்திய பாஸ்டர் நாக் தன் சுயசரிதையில் எழுதினார்:

> அவரது கவிதைகளைப் பிரசுரிப்பதானது ரஷியக்கவிதைக்கு மகத்தான வெற்றியாக, மகத்தான கண்டுபிடிப்பாக அமையும். காலங்கடந்து வரும் இந்தக் கொடை, ரஷியக் கவிதையை உடனடியாகவும் ஒரே வீச்சிலும் செழுமைப்படுத்தும்.

1960களில்தான் அவரது கவிதைகள் மறுபிரசுரம் செய்யப்படலாயின. 1931இல், தனது இருபத்தியொன்றாவது வயதில், தன் கவிதைகளுக்குக் காலம் கடந்துதான் அங்கீகாரம் கிடைக்கும் என்ற முன்னுணர்வோடோ என்னவோ ஒரு கவிதையினை எழுதியிருந்தார்:

மிக இளமையில் எழுதிய என் கவிதைகளுக்காக-
நான் ஒரு கவி என்பது எனக்கே தெரியாது
ஊற்றிலிருந்து பீறிட்டுச் சிதறும்,
ஒரு ராக்கெட்டிலிருந்து வெடித்துத்தெறிக்கும்
குட்டிப் பிசாசுகளாய் என் கவிதை
மயக்கந்தரும் தூபப்புகை நிறைந்த
புகலிடத்தில் வந்து சேரும்
இளமை பற்றிய என் கவிதைகளுக்காக
மரணம் பற்றிய என் கவிதைகளுக்காக
படிக்கப்படாத என் கவிதைகளுக்காக

புத்தகக் கடைகளில் தூசிபடிந்து கிடைக்கும் கவிதைகளுக்காக
[இங்கு யாருமே அவற்றை வாங்கவில்லை, வாங்குவதும் இல்லை]
பல்லாண்டுக்காலம்
பாதுகாக்கப்பட்ட மதுரசம் போல்
என் கவிதைகளுக்கும்
ஒரு காலம் வரும்.

கரையும் பனி மூட்டம்: குருஷ்சேவ் சகாப்தம்

ஸ்டாலின் தனது அரசியல் சூழ்ச்சிகளால் மட்டுமல்லாது 1920களில் இருந்த கட்சி, அரசாங்கம் ஆகியவற்றிலிருந்த கணிசமான பகுதியினரின்-குறிப்பாக மத்திய, கீழ் மட்டப்பகுதியினரின்-உணர்வுகள், எதிர்பார்ப்புகள் ஆகியவற்றின் காரணமாகவுமே அதிகாரத்துக்கு வந்தார். ஆயினும் அவர் அந்தக் கட்சியையோ, அரசாங்கத்தையோ அப்படியே விட்டுவைக்கவில்லை. அவற்றில் இடைவிடாது 'களையெடுப்பு'களை நடத்தி வந்தார். ஸ்டாலினுக்கு மிக விசுவாசமாக சேவை செய்தவர்களுக்குக்கூட துப்பாக்கிக் குண்டோ அல்லது சிறை செல்லோதான் பரிசாகக் கிடைத்தது. ஆயினும் அவரால் களையெடுக்கப்பட்டுத் திருத்தியமைக்கப்பட்ட அரசாங்க அமைப்பின் பெரும்பகுதியின் ஆதரவைத் தக்கவைத்துக்கொண்டே இருந்தார். அவரது ஆட்சியின் கீழ் அதிகாரிவர்க்கம் மிக வலுவானதாக உருவாகியிருந்தது.

ஆனால் அவரது கடைசி ஆண்டுகளில் இந்த அதிகாரிவர்க்கம்கூட மிகவும் சோர்வடைந்திருந்தது. இடைவிடாத ஒடுக்குமுறைகள் அதை நிம்மதியற்றதாக்கியிருந்தன. யதார்த்த நிலைமைகள் பற்றிய பொய்யான, மிகைப்படுத்தப்பட்ட, அழகு படுத்தப்பட்ட தகவல்களை ஸ்டாலினுக்கு வழங்கி வந்த இந்த அதிகாரிவர்க்கம் தனக்குத் தானே குழிதோண்டிக் கொண்டிருந்தது. ஏனெனில் இந்தப் பொய்யான தகவல்களின் அடிப்படையில் ஸ்டாலினின் எதிர்பார்ப்புகளும் அதிகரித்துக்கொண்டே இருந்தன. இந்த எதிர்பார்ப்புகளைப் பூர்த்தி செய்யாதவர்களுக்கு மரண தண்டனையும் சிறை வாழ்க்கையையுமே காத்திருந்தன. இந்த பரஸ்பர மோசடி நீண்ட நாள்கள் நீடிக்கவில்லை. ஸ்டாலினின் மரணம் அதிகாரிவர்க்கத்தின் ஒரு பகுதியினரிடமிருந்து

வருத்தத்தை மட்டுமல்ல, நிம்மதிப் பெருமூச்சையும்கூட வரவழைத்தது எனலாம்.

கட்சிக்குள் மிக மூர்க்கத்தனமான போராட்டத்தை முதலில் 'இடதுசாரி'களுக்கு எதிராகவும் பிறகு 'வலதுசாரி'களுக்கு எதிராகவும் நடத்திய பிறகே ஸ்டாலினால் ஆட்சிக்கு வரமுடிந்தது. குருஷ்சேவும் கூட அதிகாரத்துக்கு வருவதற்கு முன்பு கடுமையான போராட்டத்தை நடத்த வேண்டியிருந்தது. இப்போராட்டத்தின் முதல்கட்டத்தில் கட்சி, அரசு, ராணுவம் ஆகியவற்றிலுள்ள தலைவர்களின் உதவி கொண்டு ஸ்டாலினின் ஒடுக்குமுறை அமைப்பை (ரகசியப் போலிஸ், உளவுத்துறை) தகர்த்தெறிந்து நாட்டின் மிக உயர்ந்த அதிகாரத்தைக் கட்சித் தலைமையிடம் - குறிப்பாக கட்சியின் மத்தியக் குழுவிடம் - திரும்ப ஒப்படைத்தார் குருஷ்சேவ். இரண்டாவது கட்டத்தில் ராணுவம், புதுப்பிக்கப்பட்ட உளவுத்துறை அமைப்பான *KGB*, கட்சியின் கணிசமான பகுதி ஆகியவற்றின் உதவியுடன் ஸ்டாலின் உருவாக்கியிருந்த அரசியல் குழுவிலிருந்த பெரும்பாலோரை, அதாவது ஸ்டாலினின் ஒடுக்குமுறையுடன் சம்பந்தப்பட்டிருந்தவர் களைப் பதவியிலிருந்து நீக்கினார். ஆயினும் குருஷ்சேவால் நிர்வாக யந்திரத்தை முற்றிலுமாக மாற்றியமைக்க முடியவில்லை. ஸ்டாலினின் அதிகாரிவர்க்கப் படிநிலை அமைப்பில் இருந்தவர்களே இப்போது குருஷ்சேவையும் சூழ்ந்திருந்தனர். இந்த நிலைமையும் குருஷ்சேவிடமிருந்த முரண்பாடுகளும் சேர்ந்து அவரது நடவடிக்கைகளில் இருந்த பல முரண்பாடுகளுக்கான காரணமாக அமைந்தன.

குருஷ்சேவின் சாதனைகளில் ஒன்று, ஒடுக்குமுறை இயந்திரத்தைக் குறுக்கி ஸ்டாலினியப் பயங்கரவாதத்துக்கு முற்றுப்புள்ளி வைத்ததுதான். 1954-5இல் ரகசியப்போலிஸ் முதலானவற்றின் அளவு, அதிகாரம் ஆகியவற்றை வெகுவாகக் குறைத்தார். இந்த அமைப்புகளில் இருந்த அதிகாரிகளையும் ஊழியர்களையும் மாற்றினார். 1956இல் நடந்த கட்சியின் இருபதாவது காங்கிரஸில் ஸ்டாலினின் குற்றங்கள் பற்றிய அவரது ரகசிய அறிக்கை வெளியிடப்பட்ட பிறகு அப்போது இன்னும் உயிரோடு இருந்த அரசியல் கைதிகள் அநேகமாக அனைவரும் விடுதலை செய்யப்பட்டு புனர்வாழ்வு பெற்றனர். நூற்றுக்கணக்கான கட்டாய உழைப்பு முகாம்கள் இழுத்து மூடப்பட்டன. 1957இல் வோல்கா

பகுதியிலிருந்த முஸ்லிம், பௌத்த தேசிய இனங்கள் மறுவாழ்வு தரப்பட்டு அவர்களது சொந்த மண்ணுக்கு திரும்பிச் செல்லவும் அனுமதிக்கப்பட்டனர்.

1961இல் நடந்த கட்சியின் இருபத்திரண்டாவது காங்கிரஸில் ஸ்டாலின் இழைத்த குற்றங்கள் ரகசியமாக அல்லாது பகிரங்கமாக விவாதிக்கப்பட்டன. லெனின் சமாதிக்கு அருகே வைக்கப்பட்டிருந்த ஸ்டாலினின் உடலை, அங்கிருந்து அகற்றவும் அவரது பெயர் சூட்டப்பட்டிருந்த எல்லா நகரங்கள், கிராமங்கள், தொழிற்சாலைகள் அனைத்துக்கும் வேறுபெயர்கள் சூட்டவும், அவரது நினைவுச் சின்னங்கள் அனைத்தையும் - அகற்றவும் கட்சிக்காங்கிரஸ் தீர்மானித்தது. ஸ்டாலின் பற்றியும் ஸ்டாலினிசம் பற்றியுமான விமர்சனம், இலக்கியம், சினிமா, வரலாற்று நூல்கள், சமூக விஞ்ஞானங்கள் ஆகியவற்றில் ஒலிக்கத் தொடங்கியது. ஸ்டாலினுக்குப் பலியான பல்லாயிரக்கணக்கான கம்யூனிஸ்டுகளும் லெனினின் நெருங்கிய போராட்டத் தோழர்களும் மறு அங்கீகாரம் வழங்கப்பட்டனர். ஸ்டாலினிசத்துக்கு எதிரான போராட்டத்தை ஆழப்படுத்துதலும் விரிவுபடுத்துதலும் புதிய ஜனநாயக வடிவத்திலான அரசாங்கத்தை உருவாக்குவதற்கான முயற்சியும் கட்சியிலும் அரசாங்க அமைப்பு களிலும் இருந்த கணிசமான பகுதியினரிடமிருந்து கடும் எதிர்ப்பை சந்திக்க வேண்டியிருந்தன. இந்த அமைப்புகளைத்தான் குருஷ்சேவும் சார்ந்திருந்தார். இப் பகுதியினரின் செல்வாக்கின் காரணமாக ஸ்டாலினிசத்தின் மீதான விமர்சனத்தின் கடுமை தணியத் தொடங்கியது. ஸ்டாலின் பற்றிய விமர்சனத்தில் குருஷ்சேவ் எல்லை கடந்து விட்டதாக இவர்கள் கருதிய போதிலும், இந்த விஷயத்தில் அவருக்கிருந்த வாய்ப்புகளை அவர் முழுமையாகப் பயன்படுத்திக் கொள்ளவில்லை என்றே கூறவேண்டும். அரசாங்கத்தை ஜனநாயகத் தன்மையாக்குவதற்கு அவர் அவ்வப்போது எடுத்து வந்த முயற்சிகளை அவரைச் சுற்றியிருந்த அதிகாரிவர்க்கம் நசுக்கிக் கொண்டே வந்தது.

குருஷ்சேவ் மேற்கொண்ட மற்றொரு முயற்சி, சோவியத் பொருளாதாரத்தில் - குறிப்பாக விவசாயத்தில் - இருந்த நெருக்கடிக்குத் தீர்வுகாண மேற்கொண்ட நடவடிக்கைகளாகும். கிராமப்புறத்தில் இருந்த விவசாயிகளுக்கு வழங்கப்பட்டிருந்த சொந்தத் துண்டு நிலங்கள் மீதும் கூட்டுப் பண்ணைகள் மீதும்

விதிக்கப்பட்டிருந்த வரிகளைக் குறைக்கவும் அவற்றை ரத்து செய்தும் பின்னர் விவசாய உற்பத்திப் பொருள்களுக்கான கொள்முதல் விலைகளை உயர்த்தவும் செய்ததன் மூலம் கூட்டுப்பண்ணை விவசாயிகளின் வருவாய்களை அதிகரித்து, விவசாய வளர்ச்சிக்கான பொருளாதார ஊக்குவிப்புகளை உருவாக்கினார். மிகக்குறுகிய காலத்தில் கூட்டுப்பண்ணைகளின் ஸ்டாலினிய வடிவங்களை உடைத்தெறிந்தபோதிலும் அவற்றின் எச்சங்களை அவரால் முற்றிலுமாகத் துடைத்தெறிய முடியவில்லை. அதே நேரத்தில் நாட்டின் கிழக்கிலும் தென் கிழக்கிலும் உள்ள பகுதிகளில் பலலட்சம் ஏக்கர் நிலங்களை சாகுபடிக்குக் கொண்டுவந்தார். ஆனால் பருவ நிலை பற்றிய விவரங்களைச் சரியாகக் கருத்தில் கொள்ளாததாலும் லைஸெங்கோ போன்ற போலி விஞ்ஞானிகளின் அறிவுரைகளைக் கேட்டதன் காரணமாகவும் இந்தப் புதிய நிலங்களில் சாகுபடி வெற்றியடைவில்லை. தொழில், போக்குவரத்து, நுகர்பொருள்கள் உற்பத்தி ஆகியனவற்றின் வளர்ச்சியைத் துரிதப்படுத்தவும் புதிய வீடுகளைக் கட்டுவதற்கும் அவற்றின் கட்டுமானச் செலவைக் குறைப்பதற்கும் நடவடிக்கைகள் மேற்கொள்ளப்பட்டன. பல லட்சக்கணக்கானோர் சொந்தக் குடியிருப்புகளை (ஃப்ளாட்ஸ்) பெறுகின்ற வாய்ப்புப் பெற்றனர். முதியோர் மற்றும் வேலைசெய்ய இயலாதோரின் ஓய்வூதியங்கள் பலமடங்கு அதிகரிக்கப்பட்டன. பல்வேறுவகைத் தொழிலாளர்கள், வெள்ளைக்காலர் ஊழியர்களின் ஊதிய விகிதமும் உயர்த்தப்பட்டது. பரந்துபட்ட மக்களின் வாழ்க்கைத்தரம் 1950களின் இறுதியில் இருந்ததைக் காட்டிலும் கணிசமாக உயர்ந்திருந்தது.

குருஷ்சேவின் பொருளாதாரச் சீர்திருத்தங்கள், முன்முயற்சிகள் ஆகியன அவசரக் கோலத்தில் செய்யப்பட்டவை. சரியாகத் திட்டமிடப்படாதவை. எனவே எதிர்பார்த்த விளைவுகளை உருவாக்கவில்லை. சில முயற்சிகள் சோவியத் பொருளாதாரத்திற்கு இழப்பையே ஏற்படுத்தின. தொழிற்துறையைப் பொறுத்தவரை அதிகாரம் மையத்தில் குவிக்கப்பட்டிருப்பதை மாற்றியமைத்து அதைப்பரவலாக்கவும் குறிப்பிட்ட தொழில்கள் ஒவ்வொன்றுக்கும், இருந்த அமைச்சகங்களை ஒழித்துக் கட்டவும் மாகாண மற்றும் பிராந்திய பொருளாதாரக் குழுக்களை (Councils) உருவாக்கவும் அவர் செய்த முயற்சிகள் பயனளிக்கவில்லை. அரசுக்குச் சொந்தமான இயந்திர டிராக்டர் நிலையங்களை அவசர அவசரமாக இழுத்து

மூடி, விவசாய உற்பத்திக்கருவிகளை கூட்டுப்பண்ணைகளுக்கு விற்றுவிட்டதானது கூட்டுப் பண்ணைகளின் நிதி நிலைமைகளை மிக மோசமாக்கியது. மேலும், சோவியத் யூனியனில் விவசாயக் கருவிகளின் உபயோகத்தை மேம்படுத்துவதில் அவர் தோல்வியே கண்டார். கன்னி நிலங்களை அழித்துத் தானிய சாகுபடிக்கான பெரும் விவசாய நிலப்பரப்புகளை உருவாக்க அவர் செய்த முயற்சியும்கூட வெற்றி பெறவில்லை. அந்நிலங்களிற் பெரும்பகுதி மண்ணரிப்புக்கு உள்ளாயிற்று. இறைச்சி உற்பத்தியில் மூன்று நான்கு ஆண்டுகளுக்குள் அமெரிக்காவை எட்டிப் பிடித்துவிடுவோம் என்ற முழக்கமும் தோல்வியே கண்டது. ஆரம்பத்தில் நம்பிக்கைகளை ஊட்டிவந்த சோவியத் பொருளாதார வளர்ச்சி பின்னர் படிப்படியாக மந்த நிலையை அடைந்து கொண்டிருந்தது.

1950களில் குருஷ்சேவ் வெளிநாட்டுக் கொள்கைகளில் மாற்றங்களை ஏற்படுத்தத் தொடங்கியிருந்தார். மூன்றாம் உலக நாடுகளுடன் குறிப்பாக இந்தியாவுடன் அதற்குத் தொடர்புகளும் உறவுகளும் அதிகரித்தன. எகிப்துடன் நட்புறவு ஏற்பட்டது. க்யூபாப் புரட்சி வெற்றியடைந்து அமெரிக்கக் கண்டத்தில் சோவியத் யூனியனுக்கான ஒரு நட்பு நாட்டை உருவாக்கியது. யூகோஸ்லேவியாவுடன் இருந்த பகைமை மறைந்து உறவுகள் மேம்படுத்தப்பட்டன. கிழக்கு ஐரோப்பிய நாடுகளுடன் சேர்ந்து வார்ஸா ஒப்பந்தம் உருவாக்கப்பட்டது. இது நேட்டோவை (NATO) சமாளிப்பதற்கான ஏற்பாடாகக் கருதப்பட்டது. சோவியத் யூனியன், கிழக்கு ஐரோப்பிய நாடுகள் ஆகியவற்றுடன் மங்கோலியாவும் சேர்ந்து பரஸ்பர பொருளாதார உதவிக்குழு உருவாக்கப்பட்டது. அவர் காலத்தில் கிழக்கு ஐரோப்பிய சோசலிச நாடுகள் மீதான சோவியத் செல்வாக்கும் கட்டுப்பாடும் தளர்த்தப்பட்டன. 1956இல் போலந்தில் ஆட்சிக்கு எதிராக நடந்த கிளர்ச்சிக்கு அரசியல் ரீதியான தீர்வு காணப்பட்டது. ஆனால் ஹங்கேரியில் எழுந்த கிளர்ச்சியோ சோவியத் படைகளால் ஒடுக்கப்பட்டது.

அமெரிக்கா நடத்திவந்த 'கெடுபிடிப்போரை' முடிவுக்குக் கொண்டு வருவதற்காக குருஷ்சேவ் அந்நாட்டுடனான உறவுகளை வலுப்படுத்த முயற்சி செய்தார். ஆனால் மேலை நாடுகள் சம்பந்தமான சோவியத் கொள்கைகளுக்கும் சோவியத் யூனியன்

மற்றும் அதன் கூட்டாளிகள் சம்பந்தமான மேலை நாடுகளின் கொள்கைகளுக்கும் இடையில் இன்னும் ஏராளமான முரண்பாடுகள் இருக்கவே செய்தன. எனவே 1955 இல் சோவியத்யூனியனுக்கும் மேலை நாடுகளின் தலைவர்களுக்குமிடையே 'உச்சிமாநாடு' நடந்திருந்தபோதிலும் போலந்திலும் ஹங்கேரியிலும் ஏற்பட்ட நிகழ்ச்சிகள், இங்கிலாந்தும் ஃபிரான்சும் சேர்ந்து எகிப்தின்மீது நடத்திய தாக்குதல்கள் ஆகியன இரு முகாம்களுக்கிடையே பிணக்குகளை ஏற்படுத்தின. குருஷ்சேவ் அமெரிக்காவிற்குப் பயணம் மேற்கொண்டு திரும்பியதன் பிறகு இரு நாடுகளுக்குமிடையே உறவுகள் வலுப்படும் என்ற எதிர்பார்ப்பு உருவாகியிருந்தது. ஆனால் அமெரிக்காவின் உளவு விமானங்கள் சோவியத் எல்லைகளுக்குள் நுழைந்தமை இந்த எதிர்பார்ப்பைக் குலைத்து விட்டது. மேற்கு ஜெர்மனியுடன் ராஜதந்திர உறவுகள் ஏற்படுத்தப்பட்டு, ஆஸ்திரியாவுக்கு புதிய அந்தஸ்து வழங்கப்பட்டிருந்த போதிலும் புதிய பெர்லின் நெருக்கடி ஏற்பட்டது. கிழக்கு, மேற்கு பெர்லின்களுக்கிடையே ஒரு பெரும் தடுப்புச்சுவர் எழுப்பப்பட்டது. அமெரிக்கா, க்யூபாவைத் தாக்க முயற்சி செய்ததும் பின்னர் சோவியத் யூனியன் அங்கு ஏவுகணைகளை நிறுவமுயன்றதும் கருங்கடற்பிரதேசத்தில் பெரும் நெருக்கடியைத் தோற்றுவித்தது. சோவியத் யூனியன் ஏவுகணைகளைத் திரும்ப எடுத்துக்கொண்ட பிறகே மற்றொரு உலகப்போர் ஏற்படும் அபாயம் அகன்றது.

1950களில் குருஷ்சேவின் முன்முயற்சி காரணமாக சோவியத் யூனியனின் இராணுவத்தின் அளவு கணிசமாகக் குறைக்கப்பட்டது. கடற்படையை விரிவுபடுத்துவதற்கான சில திட்டங்கள் கைவிடப் பட்டன. ஆனால் ஏவுகணைகள், அணு ஆயுதங்கள் ஆகியவற்றைப் பொறுத்தவரை சோவியத் யூனியன் அமெரிக்காவைவிட மிகவும் பின் தங்கியிருந்ததால் அவற்றை உற்பத்தி செய்வதற்கு குருஷ்சேவ் ஊக்கம் தந்தார். வாயு மண்டலத்தில் ஹைட்ரஜன் குண்டு, சோதனைக்காக வெடிக்கப்பட்டதும் குருஷ்சேவ் காலத்தில்தான். விண்வெளி ஆராய்ச்சியில் அமெரிக்காவை விஞ்சிய பெருமையும் இக்காலத்தைச் சேர்ந்ததுதான். முதல் விண்கலம் யூரிகாரினை ஏற்றிக்கொண்டு புவியை வலம் வந்தது.

1960களில் உள்நாட்டு, வெளிநாட்டுக் கொள்கைகளில் சில அம்சங்களில் வெற்றி ஈட்டப்பட்டிருந்தபோதிலும், சோவியத்

யூனியனில் சமூகப் பொருளாதார - அரசியல் நெருக்கடிகள் தோன்றத் தொடங்கியிருந்தன. 1961இல் நாணய சீர்திருத்தம் (Currency reform) மேற்கொள்ளப்பட்டது. உணவுப் பொருள்களின் விலைகளும் சில உற்பத்திப் பண்டங்களின் விலைகளும் உயர்ந்தன. இதன் காரணமாக தொழிலாளர்களின் உண்மை ஊதியத்தில் (realwages) வீழ்ச்சி ஏற்பட்டது. குருஷ்சேவின் ஆலோசனையின் பேரில் நாட்டின் கிழக்கு மற்றும் வட பகுதிகளில் தரப்பட்டுவந்த பொருளாதார சலுகைகள் நிறுத்தப்பட்டன. உற்பத்தித்திறமைக் குறைவுக்கான அறிகுறிகள் நாடெங்கும் தோன்றலாயின. தொழில் முன்னேற்ற வளர்ச்சி விகிதம் வீழ்ச்சியடைந்தது. இது தொழிலாளர்களிடையே பெரும் அதிருப்தியைத் தோற்றுவித்தது. பெரும் தொழில் நிறுவனங்கள் சிலவற்றில் வேலை நிறுத்தங்கள் நடந்தன.

விவசாயத் துறையிலோ நிலைமை இன்னும் மோசமடைந்தது. 1963இல் தான் சோவியத் யூனியன் தன் வரலாற்றில் முதன்முறையாக பெரும் அளவிலான தானியத்தை வெளிநாடுகளிலிருந்து இறக்குமதி செய்ய வேண்டியிருந்தது. நகரங்களில் ரொட்டிக்கும் மாவுக்கும் பொது மக்கள் 'க்யூ' வரிசைகளில் காத்திருக்க வேண்டியிருந்தது. விவசாயிகளின் உண்மை ஊதியம் சுருங்கிற்று. கூட்டுப்பண்ணை உழவர்கள், அரசுப்பண்ணைகளிலும் சிறு நகரங்களிலும் இருந்த தொழிலாளர்கள் ஆகியோருக்கு ஒதுக்கப்பட்டிருந்த சொந்தத் துண்டு நிலங்கள் மீது அதிகாரிகள் எடுத்த நடவடிக்கைகள் பெரும் அதிருப்தியைத் தோற்றுவித்தன. 1963இல் தணிக்கை முறையும் எழுத்தாளர்கள் முதலான அறிவுஜீவுகள் மீதான கட்டுப்பாடும் குற்றச்சாட்டுகளும் புதுப்பிக்கப்படலாயின. ஏற்கெனவே நாடு முழுவதிலும் அதிருப்தி மேலோங்கியிருந்த சமயத்தில் ஆயுதப் படைகளின் பலத்தில் மூன்றிலொரு பகுதியைக் குறைக்க குருஷ்சேவ் எடுத்த முயற்சியும் ராணுவ அதிகாரிகளுக்குத் தரப்பட்ட சலுகைகள் பலவற்றை ரத்து செய்து ராணுவத்தினரின் ஓய்வூதியங்களையும் குறைப்பதற்கான முயற்சியும் அதிகாரிகளின் சினத்தைத் தூண்டிவிட்டன. குடிமக்கள் படையின் (Militia) அதிகாரிகளின் ஊதியங்களிலும் வெட்டு விழுந்தது. குருஷ்சேவின் சீர்திருத்தங்களால் கட்சியிலும் அரசிலும் இருந்த அதிகாரிகள் பலருக்குப் பெரும் அதிருப்தி ஏற்பட்டிருந்தது. இந்த அதிகாரிகள் பலர் அனுபவித்து வந்த பெரும் சலுகைகளையும் அவர்களுக்கு வழங்கப்பட்டுவந்த கொழுத்த ஊதியங்களையும்

குருஷ்சேவ் ஏற்கெனவே ஒழித்துக்கட்டியிருந்தார். இருபத்து இரண்டாவது கட்சிக் காங்கிரஸில் நிறைவேற்றப்பட்ட விதிகளின்படி கட்சிப் பணியையே தொழிலாகக்கொள்ளும் பழக்கம் ஒழித்துக்கட்டப்பட்டது. கட்சிப் பதவிகளுக்குத் தேர்ந்தெடுக்கப்பட்டவர்களின் பதவிக்காலம் வரையறை செய்யப்பட்டது. இது, பழைய கட்சி அதிகாரிகளுக்கு எரிச்சலூட்டியிருந்தது. குருஷ்சேவ், கட்சியைத் தொழிற்துறைப் பிரிவு என்றும் விவசாயத்துறைப் பிரிவு என்றும் பிரித்தது கட்சிக்குள்ளும் அரசுத்தலைமைக்குள்ளும் பெரும் குழப்பத்தை ஏற்படுத்தியது. கட்சி அரசாங்கத்திலும் நிர்வாகிகளின் எண்ணிக்கை அதிகரித்தது. ஆனால் அவர்களது ஊதியங்களும் சலுகைகளும் குறைக்கப்பட்டன.

எகிப்து மற்றும் வேறு சில அரபு நாடுகள் முதலியவற்றுக்கு அளித்து வந்த ராணுவ, பொருளாதார உதவிகளின் காரணமாக சோவியத் பொருளாதாரம் பாதிக்கப்பட்டது. சர்வதேச கம்யூனிஸ்ட் இயக்கத்தில் ஏற்பட்ட நெருக்கடி, சீனாவுடன் ஏற்பட்ட பிளவு ஆகியவற்றுக்கான முழுப்பொறுப்பையும் கட்சியின் மூத்த தலைவர்கள் சிலர் - பழைமைவாதிகள் - குருஷ்சேவின்மீது சுமத்தினர். இருபத்திரண்டாவது காங்கிரசில் ஸ்டாலின்மீது நடத்தப்பட்ட புதிய தாக்குதல்களும், அதன்பிறகு நாட்டில் ஏற்பட்ட பண்பாட்டு மறுமலர்ச்சியும், சிந்தனை சுதந்திரமும் இப் பழைமைவாதிகளுக்குச் சற்றும் பிடிக்கவில்லை.

இத்தகைய பல்வேறு காரணங்களினால் குருஷ்சேவிற்கிருந்த ஆதரவு குன்றலாயிற்று. கடைசி நாள்களில் அவர் கட்சியின் அரசியல்குழுவில் இருந்த ஆதரவை மட்டும் நம்பி ஆட்சியை நடத்திவந்தார். ஆனால் கட்சியின் மத்தியக்குழு உறுப்பினர்களிற் பெரும்பான்மையோர் அவரை எதிர்க்கத் தொடங்கியதும், குருஷ்சேவ் அதிகாரத்திலிருந்து அகற்றப்பட்டு அரசியல் சந்நியாசம் பூண வேண்டியதாயிற்று. எந்த அதிகாரிவர்க்கத்தின் காரணமாக சோவியத் சோசலிசத்தில் வக்கரிப்புகள் தோன்றினவோ, எந்த அதிகாரிவர்க்க அமைப்புக்கு எதிரான சீர்திருத்தங்களை குருஷ்சேவ் கொண்டுவர விரும்பினாரோ அந்த அதிகாரிவர்க்கத்தின் ஒரு பகுதியை அவர் சார்ந்திருந்தமையே குருஷ்சேவின் தோல்விக்கும் வீழ்ச்சிக்கும் முக்கிய காரணமாக அமைந்தது.

மிக நம்பிக்கையூட்டக்கூடிய வகையில் மாற்றங்களை உருவாக்கத் தொடங்கிய குருஷ்சேவ், மிக ஏமாற்றம் தரக்கூடிய தலைவராக முடிவடைந்ததற்கு இணையாக அவர் காலத்தில் பண்பாட்டு மறுமலர்ச்சியின் தொடக்கத்தையும் அது மீண்டும் பழைய தணிக்கை முறையிலும் ஒடுக்குமுறையிலும் போய் முடிந்ததையும் காணலாம். இது அதிகாரிவர்க்கத்தின் தற்காலிக வீழ்ச்சி மற்றும் புதிய எழுச்சி ஆகியவற்றுக்கு இணையானதாகவும் இருந்தது.

குருஷ்சேவ் ஆட்சிக்கு வந்த பின்னர் சிறைமுகாம்களிலிருந்து விடுதலை செய்யப்பட்ட எண்ணற்ற கலைஞர்கள் தம் அனுபவங்களை வெளிப்படுத்தத் தொடங்கினர். இதுகாறும் தடை செய்யப்பட்டிருந்த விஷயங்கள் மெல்ல மெல்ல வெளியே வரலாயின. உற்சாகமான, சூடான விவாதங்கள் எழுத்தாளர் கூட்டங்களில் நடக்கத் தொடங்கின. அதிகாரிவர்க்க முறைகளின் மூலம் கலைப் படைப்புப் பிரச்சனைகளைத் தீர்க்கமுடியாது என முழங்கத் தொடங்கினார் இசைமேதை ஆரம் கசாடூரியன். புள்ளிவிவரங்கள் தொழிற்துறையில் பயன்படுவதுபோல கலைத்துறையில் பயன்படா என இலியா ஏஹ்ரன்பர்க் எழுதினார். கட்சி அதிகாரிகளாலோ எழுத்தாளர் சங்கத்தாலோ வற்புறுத்தப்பட்டு கார்க்கியோ, செகாவோ எழுதவில்லை என்றார். 'நோவிமிர்' பத்திரிகையின் 1953 டிசம்பர் இதழில் போமெரென்ட்ஸோவ் எழுதிய கட்டுரையில் சோவியத் இலக்கியம் ஆத்மார்த்தமானதாகவும் நேர்மையானதாகவும் இல்லை என்றும் பெரும்பாலான படைப்புகள் கிராமஃபோன் இசைத்தட்டுகளை ஒத்தவையாக உள்ளன என்றும் உண்மையையும் யதார்த்த வாழ்வையும் பிரதிபலிப்பதற்குப் பதிலாக புளித்துப்போன முழக்கங்களை ஓயாது முழக்குகின்றன என்றும் எழுதினார். "காதலைப்பற்றிப் பேசும்போது கூட அவை பொதுக்கூட்டச் சொற்பொழிவுகளையே ஆற்றுகின்றன" என்றார். கவிஞன் தனிமனிதனாகத் தன்னை வெளிப்படுத்திக் கொள்கையில்தான் உண்மையான கவிதை பிறக்கும் என்பது போன்ற கருத்துகள் வெளியிடப்பட்டன. கட்சியிலும் அரசாங்கத்திலும் உள்ள அதிகாரி வர்க்கத்தினரை நேரடியாகத் தாக்கும் சிறுகதைகளும் நாவல்களும் வெளிவந்தன. 25 ஆண்டுகளுக்குப் பின்னர் மயாகோவ்ஸ்கியின் 'பெரும் துப்புரவு' நாடகம் மீண்டும் மேடையேறிற்று. இதற்கிடையே பழைமைவாதிகள் தங்கள் சக்தியனைத்தையும் திரட்டி விமர்சனங்களை நசுக்க முயன்றனர்.

கால மாறுதலின் குறியீடாக விளங்கிய நாவல் 'பனிக்கட்டி இளக்கம்' *(The Thaw)* என்பதாகும். இலியா ஏஹ்ரன்பர்க் எழுதிய இந்த நாவலின் தலைப்பு சமுதாய வாழ்வின் எல்லாத்துறைகளிலும் எதேச்சதிகாரக் கட்டுப்பாடுகளும் இறுக்கங்களும் இளகிவந்த காலகட்டத்தின் குறியீடாக விளங்குகிறது. சோவியத் யூனியனுக்குள்ளும் வெளியேயும் பெரும் பரபரப்பை ஏறபடுத்திய இந்த நாவல் பின்னர் குருஷ்சேவ் பழைமைவாதிகளுடன் சமரசம் செய்துகொள்ள வேண்டிய நிலை ஏற்பட்ட சமயத்தில் அவராலேயே கண்டனம் செய்யப்பட்டது. ஒடுக்குமுறையும் நிர்ப்பந்தமும் இருந்த சகாப்தத்தில் வாழ்ந்த மனிதர்களிடையே இருந்த உறவுகள், வெளிப்படையாகவும் தன்னியல்பாகவும் ஒருவருக்கொருவர் பேசவோ கருத்துப்பரிமாறவோ தொடர்பு கொள்ளவோ இயலாதிருந்த நிலை ஆகியவற்றை இந்த நாவல் சித்திரிக்கிறது.

இந்த நாவலும் பாஸ்டர்நாக்கின் கவிதைகளும் பிரசுரமான பின் கட்சியிலும் இலக்கிய வட்டாரங்களிலுமிருந்த பழமைப் பிடிப்பாளர்கள் எதிர்த்தாக்குதல் தொடுக்கத் தொடங்கினர். "1946-48ஆம் ஆண்டுகளில் நிறைவேற்றப்பட்ட அடிப்படைக் கோட்பாடுகளையும் கட்சி முடிவுகளையும் மார்க்ஸிய விரோதமான முறையில் திரித்துவிட்டதாக" பொமெரென்ட்ஸோவ் மீது கவிஞரும் கட்சிப்பணியாளருமான சுர்கோவ் தாக்குதல் தொடுத்தார். புதிய குரல்களுக்கும் விமர்சனங்களுக்கும் இடம் தந்த கவிஞர் த்வோர்தோவ்ஸ்கி 'நோவிமிர்' பத்திரிகையின் ஆசிரியர் குழுவிலிருந்து நீக்கப்பட்டார். நிகோலாய் விர்தா உள்ளிட்ட நான்கு நாவலாசிரியர்களும் நாடகாசிரியர்களும் சோவியத் எழுத்தாளர் சங்கத்திலிருந்து வெளியேற்றப்பட்டனர். எஹ்ரன்பர்க், பொமெரென்ட்செவ், வேரா பனோவா, ஜோஸ்செங்கோ ஆகியோர் "பகிரங்கக் கண்டனத்துக்"குள்ளாயினர்.

இருபதாண்டுகளுக்குப் பிறகு 1954 டிசம்பரில் நடத்தப்படவிருந்த சோவியத் எழுத்தாளர் சங்கத்தின் இரண்டாவது காங்கிரஸையொட்டி இத்தனை கெடுபிடிகள் செய்யப்பட்டன. ஆயினும் இந்த மாநாட்டில் கூட, மிகவும் வரம்புக்குட்பட்ட வாய்ப்புகளைப் பயன்படுத்திக்கொண்டு பல எழுத்தாளர்கள் எதிர்ப்புக் குரல் எழுப்பினர். பெரும்பான்மையான படைப்புகளில் உள்ள கலைவறட்சி பற்றிப்பேசினர்; இலக்கிய அமைப்புகள்,

அமைச்சகங்கள் போல நடப்பதாகவும் அவற்றில் தலைமைப் பொறுப்பு வகிப்பவர்கள் எழுதுவதை என்றோ நிறுத்திவிட்டு அதிகாரிவர்க்கத்தினராக மாறிவிட்டனர் என்றும் குற்றம் சாட்டினர். இந்தக் காங்கிரசுக்குப் பிறகும் இலக்கிய அமைப்புகளின்மீது கட்சியின் பிடிப்பு தளரவில்லை என்ற போதிலும் படைப்பாளிகள் தம் படைப்புகளுக்குத் தேர்ந்தெடுக்கும் கருப்பொருள்களின் வீச்சு முன்பைவிட அதிகமாயிற்று. ஸ்டாலின்கால ஒடுக்கு முறைகளும். கைதுகளும் இனி இரா என்று அரசாங்கம் உத்திரவாதம் அளித்தது. த்வார்தோவ்ஸ்கி, வேரா பனோவா, வாஸிலி க்ராஸ்மன் ஆகியோர் மீண்டும் எழுத்தாளர் சங்கத்தின் நிர்வாகக் குழுவுக்குத் தேர்ந்தெடுக்கப்பட்டனர். அன்னா அக்மதோவா மீண்டும் சங்க உறுப்பினராக்கப்பட்டார்.

மாலெங்கோவின் வீழ்ச்சியுடன் ஸ்டாலினிய எதிர்ப்புப் போராட்டம் மற்றொரு கட்டத்தை அடைந்தது. 20ஆவது கட்சிக் காங்கிரஸில், புகழ்பெற்ற சோவியத் எழுத்தாளர் மிகய்ல் ஷோலக்கோவ் ஆற்றிய உரை, பெரும் தாக்கத்தை ஏற்படுத்தியது. காங்கிரசுக்கு வந்த பிரதிநிதிகளிடம் அவர் கூறினார்: எழுத்தாளர் சங்க உறுப்பினர்களின் எண்ணிக்கைக்கு யாரும் எந்த முக்கியத்துவமும் கொடுக்க வேண்டியதில்லை. பேனா என்ற ஆயுதத்தை ஏந்திய 3773 உறுப்பினர்களைக் கண்டு காங்கிரஸ் பயப்படவோ மகிழ்ச்சியடையவோ தேவையில்லை. ஏனெனில் இந்த எழுத்தாளர்களில் ‘செத்த ஆன்மாக்’களும் உண்டு; கடந்த ஆண்டுகளில் அச்சிடப்பட்ட புத்தகங்களை சோவியத் இலக்கியத்தின் பெரும் சாதனைகளுக்கான அடையாளமாகக் கொள்ளக் கூடாது. ஏனெனில் கடந்த 20 ஆண்டுகளில் நமக்குக் கிடைத்தவை ஒரு சில நல்ல அறிவார்ந்த புத்தகங்களும் வண்டி வண்டியான குப்பைகளும்தான்; இதற்குக் காரணம் எழுத்தாளர்கள் மக்களிடமிருந்து அந்நியப்பட்டுக்கிடந்தமையே.

ஷோலக்கோவ் இதே காங்கிரசில் எழுத்தாளர் சங்கத்தின் மீதும் தாக்குதல் தொடுத்தார்:

> படைப்பாற்றல்மிக்க கூட்டமைப்பாகத் திட்டமிடப்பட்டிருந்த இந்த சங்கம் நிர்வாக அமைப்பாக, (அதிகாரவெறி கொண்ட தலைமைச் செயலாளர் அலெக்ஸாண்டர் ஃப்தெயெவின் கீழ்) மாறிவிட்டது. எழுத்தாளர்களை எழுதவைக்க உதவுவதைத் தவிர வேறு எல்லாக் காரியங்களையும் அச்சங்கம் செய்திருக்கிறது.

எழுத்தாளர் சங்கம் இராணுவப் பிரிவு அல்ல; நிச்சயமாக அது தண்டிக்கப்பட்ட இராணுவத்தினருக்கான குடியிருப்பு அல்ல. ஃபதெயெவுக்கு முன்பு அட்டென்ஷனில் நிற்க எந்த எழுத்தாளனுக்கும் விருப்பம் இல்லை என்று கடந்த 15 ஆண்டுகளில் ஏன் ஒருவர்கூட அவரிடம் கூறவில்லை? எப்படி எழுதுவது என்பதைத் தெரிந்துகொள்ள எந்தவொரு உரைநடை எழுத்தாளனும் ஃபதெயேவிடம் செல்லவில்லை. ஏனெனில் ஒவ்வொருவனுக்கும் அவனுக்கே உரிய கையெழுத்தும், உலகம் பற்றிய தரிசனமும், அவனுக்கே உரிய பாணியும் இருந்தன. ஃபதெயெவ் பிழையே செய்யாத கலைத்துறைத் தலைவராக இருக்க முடியாது, இருக்கவும் இல்லை.

எழுத்தாளர் சங்கத்தின் புதிய தலைவரான சுர்கோவ் பற்றிக் கூறினார்:

கவிதை எழுதுவது எப்படி என்று கேட்டு எந்தக் கவிஞனும் அவரிடத்தில் வருவதில்லை. ஏனெனில் ஒரு கூட்டிசையை உருவாக்குவது முரசுகளும் தோல்கருவிகளும் மட்டுமல்ல என்பதை அவர் புரிந்துகொள்ளவில்லை... படைப்பு பற்றிய பிரச்சனைகளைத் தீர்ப்பதற்கு எந்த ஒரு சகாவாலும் நாடப்படாத இத்தகைய இலக்கியத் தலைவர்கள் நமக்குத் தேவையில்லை.

"தலைமைச் செயலர் என்ற வகையிலோ எழுத்தாளர் என்ற வகையிலோ கடந்த 15 ஆண்டுகளில் எதுவும் செய்யாத" ஃபதெயெவ், கட்சியின் உத்தரவுக்குப் பணிந்து தனது 'இளம் காவலர்' என்ற நாவலைத் திருத்தியெழுதியதன் மூலம் தனது படைப்பைச் சிதைத்துத் தனக்குத்தானே துரோகமிழைத்திருந்தார். ஸ்டாலினின் மறைவுக்குப்பிறகு அவர் கட்சியின் மத்தியக் குழுவின் முழு உறுப்பினர் பதவியிலிருந்து பரீட்சார்த்த உறுப்பினராக மாற்றப்பட்டிருந்தார். அவருக்குமே எண்ணற்ற சந்தேகங்கள் ஏற்பட்டிருந்தன. ஸ்டாலினைப் பின்பற்றியது, எழுத்தாளர்களைக் கட்டுப்படுத்தியது, அறிவாளிகளைக் 'களையெடுப்பதில்' பங்கேற்று, ஐஸக் பேபல், கிர்ஷோன் போன்ற எழுத்தாளர்களைக் கண்டனம் செய்து எண்ணற்ற தீர்மானங்களை எழுதிக்குவித்தது - இவையெல்லாம் சேர்ந்து 1956 மே 13இல் அவரைத் தற்கொலை செய்துகொள்ள வைத்துவிட்டன.

ஸ்டாலின் காலத்தில் ஒழித்துக்கட்டப்பட்ட எழுத்தாளர்களான ஐஸக் பேபல், மெயர்ஹோல்ட், கிர்ஷோன், ஐவான் கதாயேவ், ஸ்மிதி குழுவைச் சேர்ந்த கவிஞர்கள் கிரிலோவ், கோல்ட் ஸோவ், யாசென்ஸ்கி முதலிய எண்ணற்ற படைப்பாளிகள் 1955இல் மறுஅங்கீகாரம் வழங்கப்பெற்றனர். அவர்களது படைப்புகளும் பிரசுரமாயின. ஆயினும் அப்போதும்கூட அவர்கள் ஏன் தண்டிக்கப்பட்டனர், எப்படிக் கொல்லப்பட்டனர் என்பது போன்ற விவரங்கள் வெளியிடப்படவில்லை. மேலும், போரிஸ் பில்நியாக், எவ்கனி ஜாமியாடின். ஓசிஃப் மாண்டெல்ஷ்டாம், குமிலியோவ் போன்றவர்கள் மறு அங்கீகாரம் செய்யப்படவோ அல்லது அவர்களது படைப்புகள் வெளியிடப்படவோ இல்லை. ஆனால் புல்காகோவின் நாடகங்கள், புரட்சிக்குப்பின் நாட்டை விட்டு வெளியேறிய ஐவான் புனினின் கதைகள் முதலிய பிரசுரமாயின. தோயஸ்தோவெஸ்கி, மாபெரும் ரஷிய இலக்கியவாதி என அங்கீகரிக்கப்பட்டு அவரது தொகை நூல்கள் பிரசுரிக்கப்பட்டன. மத்திய ஆசியாவிலிருந்து எழுத்தாளர் யூரி ஒலெஷா மாஸ்கோவுக்குத் திரும்பி வந்தார். அன்னா அக்மதோவா ‘திறமையான, உன்னதமான ரஷியக் கவி’ எனப் பாராட்டப் பட்டார். அவரது கவிதைகளும் ஷேக்ஸ்பியரின் படைப்புகளை மொழிபெயர்த்தமை குறித்து பாஸ்டர்நாக் எழுதிய கட்டுரைகள், மரினா ட்ஸ்வெடேய்வாவின் கவிதைகள் முதலியனவும் வெளியிடப்பட்டன.

எழுத்தாளன் ‘கண்டுபிடிப்பாளன்’, எதிர்காலத்துக்காக வேலை செய்பவன், ஆனால் வளைக்கப்பட்ட தலையால் நேராகப் பார்க்க முடியாது என்று நாடகாசிரியர் அலெக்ஸாண்டர் க்ரோன் எழுதினார். ஸ்டாலின் காலத்தில் தனிமனிதர்களுக்கு நேர்ந்த அவலங்கள் பல படைப்புகளின் கருப்பொருளாயின. எவ்விதக் குற்றமும் செய்யாமல் தண்டிக்கப்பட்ட, கண்டனம் செய்யப்பட்ட கம்யூனிஸ்டுகள், நாடுகடத்தப்பட்டவர்கள், ரகசியப் போலிசாரால் நிரந்தரமாகத் தூக்கிச் செல்லப்பட்டவர்களின் குழந்தைகள், உழைப்புமுகாமில் இருந்தவர்கள், தனது தோலைக் காப்பாற்றிக்கொள்வதற்காக பொய் சொல்கிற, சகாக்களைக் கை கழுவி விடுகிற கட்சி உறுப்பினர்கள் ஆகியோரைப் பாத்திரங்களாகக் கொண்ட படைப்புகள் வெளிவரலாயின.

1954இல் நடந்த சோவியத் எழுத்தாளர் சங்கத்தின் இரண்டாவது மாநாட்டின்போது 'சோசலிச யதார்த்தவாதம்' பற்றிய கேள்விகள் எழுப்பப்பட்டன. கான்ஸ்டான்டின் ஸிமனோவ் 'நோவிமிர்' ஏட்டின் டிசம்பர் இதழில் எழுதுகையில் கடந்த பத்தாண்டுகளில் வெளியிடப்பட்ட எல்லாப் படைப்புகளும் திருத்தப்படவேண்டும் என்று பரிந்துரைத்ததோடு, 'சோசலிச யதார்த்தவாதம்' என்பது மட்டுமே அடிப்படையான முறை என்ற கருத்தினைக் கடுமையாகச் சாடினார். நெட்செங்கோ என்ற மற்றொரு எழுத்தாளர், கடந்த பத்தாண்டுகளில் சோவியத் இலக்கியம் பற்றி 550 முனைவர் பட்ட ஆய்வுகள் வெளிவந்துள்ளன என்றும் ஆனால் 'சோசலிச யதார்த்தவாதம்' என்ற புதிரைப் பற்றித் தெரிந்துகொள்ள அவற்றில் ஏதும் உதவவில்லை என்றும் கூறினார்.

"யதார்த்தத்தை உள்ளது உள்ளபடியே உண்மையாகப் பிரதிபலித்தல்" என்ற வரையறையை விமர்சித்த சில கலைஞர்கள், எந்த அளவுக்கு ஒரு படைப்பு யதார்த்தத்தை உண்மையாகப் பிரதிபலிக்கிறது எனபதை மதிப்பிடும் அளவுகோல் எது? 'பொய்யா'கப் பிரதிபலிப்பதை விரும்புவது யார்? 'கட்சி அமைப்பும் கட்சி இலக்கியமும்' என்ற தலைப்பில் 50 ஆண்டுகளுக்கு முன் புரட்சிக்கு முந்திய காலகட்டத்தில் எழுதப்பட்ட கட்டுரையை இப்போது அந்த வரலாற்றுச் சூழலில்தானே வைத்துப் பார்க்க வேண்டும்? அந்தக் குறிப்பிட்ட சூழலுக்குத்தானே அது பொருந்தும்? மாற்றமுடியாத விதி என்று அதை இன்று அறிவிப்பது அறிவுடைமையா? - இப்படிப் பல்வேறு கேள்விகளை எழுப்பினர்.

குடும்ப வாழ்க்கை, திருமணம், விவாகரத்து, காதல் தோல்வி, ஏமாற்றம், கள்ளத்தனமாகப் பெற்றெடுக்கப்படும் குழந்தைகள், மனைவிக்கு துரோகமிழைக்கும் கணவன், கணவனை ஏமாற்றும் மனைவி, தனிமனித ஏக்கங்கள், உணர்வெழுச்சிகள், பாலுறவுச் சிக்கல்கள் முதலிய உண்மையான மனிதப் பிரச்சனைகள் இப்போது சோவியத் இலக்கியப் படைப்புகளில் தைரியமாகக் கையாளப்பட்டன.

சோவியத் சமுதாய நிலைமைகள்பற்றிய விமர்சனத்தில் மிக ஆழமாகச் சென்ற படைப்புகளில் ஒன்று 'ரொட்டியினால் மட்டும் அல்ல' என்ற நவீனமாகும். விளாடிமிர் டுடின்ட்ஸேவ் எழுதிய இந்த நாவலின் நிகழ்ச்சிகள், முன்னாள் இயற்பியல் பேராசிரியரும்

போருக்குப் பிறகு புதிய இயந்திரம் ஒன்றைக் கண்டுபிடித்தவருமான லோபோட்கின் என்பவரைச் சுற்றி நிகழ்கின்றன. இரும்புக் குழாய்களை வார்த்தெடுப்பதற்கான இயந்திரத்தை உருவாக்கத் தன்னந்தனியாக விடாமுயற்சியுடன் உழைக்கிறார் அவர். ஆனால் அவருக்கு 'உயர்மட்டத்' தொடர்புகள் இல்லை. ஏட்டறிவு மட்டுமே நிறைந்த நிபுணர்களுக்கும் அமைச்சக ஊழியர்களுக்கும் அவர் எரிச்சலூட்டக்கூடியவராகவே இருந்தார். அவரது திட்டங்கள் சிவப்பு நாடாக்களுக்குள் புதைந்துவிடுகின்றன. தனிமைப்பட்டுப்போன அவர் வறுமையில் வாடுகிறார். அவரைப்போன்ற மற்றொரு மனிதரும் அவரது முக்கிய எதிரியான ட்ரோஸோவ் என்பவரின் மனைவியான நாடியாவுமே அவருக்குள்ள ஒரே ஆதரவு. ஒரு கட்டத்தில் அவரது திட்டத்தில் ராணுவம்கூட அக்கறை காட்டுகிறது. ஆனால் 'அரசு ரகசியங்களை' வெளியிட்டு விட்டதாகக் குற்றம் சாட்டப்பட்டு உழைப்புமுகாமுக்கு அனுப்பப்பட்டு விடுகிறார். ஸ்டாலினின் மரணத்துக்குப் பிறகு அவரது வாழ்க்கையைப் புலனாய்வு செய்த நேர்மையான நீதிபதி விசாரணைகளில் இருந்த கோளாறுகளைக் கண்டுபிடித்து அவரை விடுதலை செய்கிறார். அவருக்கு மீண்டும் பழைய பதவி வழங்கப்படுகிறது. ஆனால் அவரது துயரத்துக்கெல்லாம் காரணமாக இருந்த ட்ரோஸோவ் இப்போது துணைமந்திரியாக நியமிக்கப்படவிருக்கிறார். குற்றவாளிகள் தண்டிக்கப்படவே போவதில்லை என்ற நிலையே நீடிக்கிறது.

'நோவிமிர்' பத்திரிகையில் தொடர்கதையாக வெளியிடப்பட்டு பெரும் சர்ச்சையைக் கிளப்பிய இந்த நாவல் பழமைவாதிகளாலும் பின்னர் குருஷ்சேவாலும்கூடத் தாக்கப்பட்டது. சோவியத் சமூக அமைப்பின் அடிப்படையையே அவர் கேள்விக்குட்படுத்துகிறார் என்பதே அவர்களது குற்றச்சாட்டு.

நாடகத்துறை புத்துயிர் பெற்றது. கவிதைத் துறை மறுமலர்ச்சி கண்டது. கடந்தகாலத்தின் சிறந்த கவிஞர்களான அஸெயெவ், டிகானோவ், மயாகோவ்ஸ்கி, யெஸினின் போன்றவர்களின் படைப்புகள் பல்லாயிரக்கணக்கான பிரதிகள் அச்சிடப்பட்டு ஒரு சில நாள்களுக்குள் விற்பனையாயின. ஒவ்வொரு ஆண்டும் கவிதை நாள் கொண்டாடப்படும் வழக்கம் 1956இலிருந்துதான் தொடங்கியது. கவிஞர்கள் தம் கவிதைகளை வாசிக்கும் இந்த நாளில் பல்லாயிரக் கணக்கான மக்கள் கூடி அவற்றைக் கேட்கின்றனர்.

சோவியத் ரஷியாவில் மட்டுமல்லாது உலகெங்கெலும் பரபரப்பூட்டிய எழுத்தாளர் குருஷ்சேவின் காலத்தில் தான் அறிமுகமானார். 'ஐவான் டெனிசோவிச்சின் வாழ்வில் ஒரு நாள்' என்ற குறு நாவலைப் பிரசுரித்ததன் மூலம் 'நோவிமிர்' சஞ்சிகை அலெக்ஸாண்டர் ஸல்ஸனித்ஸினை வெளி உலகிற்கு அறிமுகம் செய்தது. ஸ்டாலின் காலத்திய கட்டாய உழைப்புமுகாமிலிருந்த வாழ்க்கையைச் சித்திரிப்பதற்காக எந்தவிதமான மிகைப்படுத்தலையும் நாடாமலும், மிகச் சாமனிய கிராமப்புறத்து விவசாயி ஒருவனைக் கதாநாயகனாகக் கொண்டும், உழைப்புமுகாம் நாள்களில் மிகச் சாதாரணமான நாளொன்றின் மிகச்சாதாரணமான சம்பவங்களை விவரித்தும் எழுதப்பட்டுள்ள இக் குறுநாவல் ரஷிய யதார்த்தவாத இலக்கிய மரபில் வந்த மிகப் பிரகாசமான படைப்பாகும். இக் குறுநாவல் தவிர 'மார்ட்டியானோவின் இல்லம்', 'இலட்சியத்தின் நன்மைக்காக' போன்ற வேறு சில குறு நாவல்களும் பிரசுரிக்கப்பட்டன. ஸ்டாலினிச அதிகாரிவர்க்கத்துக்கு எதிரான போராட்டத்தில், குருஷ்சேவின் தலைமை இலக்கியவாதிகளைப் பயன்படுத்திக் கொண்டதற்கான உதாரணமாக இதைக் கொள்ளலாம். ஆயினும் பழைமைவாதிகளின் பிடிப்பை குருஷ்சேவால் முற்றிலும் அகற்ற முடியவில்லை என்பதற்குச் சான்றாக விஸெவோலோட் கோச்சடோவ் போன்ற இறுகிப்போன எழுத்தாளர்கள், புதிய படைப்புகள் மீதும் புதிய எழுத்தாளர்கள் மீதும் தொடர்ந்து நடத்தி வந்த தாக்குதல்களைக் கூறலாம்.

குருஷ்சேவ் காலத்தில் ஒரு புறம் 1948இல் கட்சியால் தடைசெய்யப் பட்டிருந்த முரதெலியின் இசை நாடகமான 'மாபெரும் நட்பு' போன்றவை தடை நீக்கம் செய்யப்பட்டன. ஷஸ்டாகோவிச், கசாடூரியன், ப்ரோகோஃபியெவ், மியாகோவ்ஸ்கி போன்ற இசைக் கலைஞர்கள் மீது செய்யப்பட்டிருந்த கண்டனங்கள் ரத்து செய்யப்பட்டன. மறுபுறமோ 'சோசலிச யதார்த்தவாதம்' என்ற பெயரால் நவீனவகை ஓவியங்கள், சிற்பங்கள் மீது தாக்குதல் தொடுக்கப்பட்டது.

விஞ்ஞானப் புனைகதைகள் (science fiction) ரஷிய இலக்கியத்தில், முக்கிய இடம் பெறத் தொடங்கியதும் குருஷ்சேவ் காலத்தில் தான். டேனியல் க்ரானின், ஐவான் எஃப்ரமெவ், ஸ்ட்ருகாட்ஸ்கி சகோதரர்கள் (Arkady and Boris Strugatsky) ஆகியோர் குறிப்பிடத்தக்கவர்கள். விஞ்ஞானிகள், ஆராய்ச்சியாளர்கள்

ஆகியோரின் உளவியலையும் விஞ்ஞானம் எழுப்பியுள்ள அறவியல் பிரச்சனைகளையும் ஸ்ட்ருகாட்ஸ்கி சகோதரர்கள் தமது படைப்புகளில் விவாதங்களுக்குட்படுத்துகின்றனர். புகழ்பெற்ற, ரஷியத்திரைப்பட இயக்குநரான தார்கோவ்ஸ்கியின் '*stalker*', ஸ்ட்ருகாட்ஸ்கி சகோதரர்களின் கதையொன்றைத் தழுவியது என்பது குறிப்பிடத்தக்கது.

குருஷ்சேவ் காலத்தில் பிரபல்யம் பெற்ற இளந்தலைமுறைக் கவிஞர்களில் குறிப்பிடத்தக்கவர்கள் யெவ்கனி யெவ்டுஷெங்கோ, ஆந்ரே வோழ்னெஸென்ஸ்கி, யெவ்கனி வினோகுரோடோவ் ஆகியோராவர். வோழ்னெஸென்ஸ்கியைப் பொறுத்தவரை, கவிஞன் விஷயங்களைப் பெயரிட்டு அழைக்கக்கூடாது; கருத்துகளை நிரூபிக்கக் கூடாது; தர்க்கரீதியான சிந்தனையென்ற மலைச்சரிவில் சறுக்கிச் சென்று கொண்டிருக்கக்கூடாது; கவிதை உலகிலுள்ள தம் முன்னோர்களை நகல் செய்யக்கூடாது (*copy the heavenly tabernacles*); மாறாக அவன் மரபான உண்மைகளை மறந்துவிட வேண்டும். மூடிமறைக்கப்பட்டுள்ள நட்சத்திரங்களின் முகங்களை வெளிப்படுத்த வேண்டும்; உலகிலுள்ள ஜீவிகளுக்கும் விஷயங்களுக்குமிடையே உள்ள உறவுகளை - இதுவரை பரிச்சயப்பட்டிராத வித்தியாசமான உறவுகளை - அவன் நிரூபித்துக் காட்டவேண்டும்; கவிஞன் குறியீடுகளைப் பயன்படுத்தவேண்டும்; ஆனால் அது நேரடியாக, வெளிப்படையாக, தெளிவாக ஒரு விஷயத்தைச் சுட்டிக் காட்டுகிற குறியீடாக இருக்கக்கூடாது; அப்படியிருந்தால் அது கலைத்தன்மை குன்றியதாகவே இருக்கும்; கலைப்படைப்புகள் நிறைந்த அருங்காட்சியகத்திற்குள் நுழைவாயில் மூலமாக நுழைவதைக் காட்டிலும் மடத்தனமானது வேறில்லை; உண்மையான கலைஞன் கூரையைப் பொத்துக் கொண்டுதான் உள்ளே நுழைவான்.- இத்தகைய கருத்துகளைக்கொண்ட வோழ்னெஸென்ஸ் கியின் '*Parabolic Ballad-*' இலிருந்து சிலவரிகள் (இதில் கலைப் படைப்புக்கான குறியீடாகப் புகழ்பெற்ற ஓவியர் கோகான் (*Gaugin*) குறிப்பிடப்படுகிறார்).

மோன்மாத்ரேவிலிருந்து[1] மாட்சிமை நிறைந்த லூவர்[2] வந்து சேர
ஜாவா சுபத்திரா வழியாக சுற்றி வளைத்த பயணம்
பணவெறியை, மனைவிகளின் அரட்டைகளை

1 மோன்மாத்ரே: பாரிஸ் நகரில் கலைஞர்கள் வாழும் பகுதி.

2 லூவர்: பாரிஸிலுள்ள புகழ்பெற்ற கலை அருங்காட்சியகம்..

கலைப்பண்டிதர்களின் வறட்டுப்பேச்சுகளை மறந்து
அவன் கிளம்பினான்
புவியின் ஈர்ப்பு சக்தியை கடந்து வந்தான்
பலிகேட்கும் புரோகிதர்கள்[3] *மது வெறியில் சளசளக்கின்றனர்:*
“நேர்கோடு நீளம் குறைந்தது வளைவோ செங்குத்தானது
சொர்க்கத்து மாடங்களை நகல் செய்வதன்றோ சிறப்பு?”
அவனோ, உறுமிச் செல்லும் ஏவுகணைபோல்
காதைக் கிழிக்கும், உடையைக் கிழித்தெறியும் காற்றினூடே
பறந்து சென்றுவிட்டான்
விசாலமான நுழைவாயிலினூடே அல்ல
கூரையைப் பிய்த்துக்கொண்டு வரும் சினமிக்க
வளைவுப்பாதையினூடே நுழைகிறான் லூவருக்குள்.[4]

யெவ்கனி யெவ்டுஷெங்கோ, சோசலிசப்புரட்சியை உயர்த்திப் பிடிக்கும் அதே வேளையில் ‘சோசலிச யதார்த்தவாத’ இலக்கியப் போக்கு மட்டுமே அனுமதிக்கப்படுவதை எதிர்த்தவர். கட்சியிலும் அரசாங்கத்திலுமுள்ள அதிகாரிவர்க்கம், பொருளாதாரச் சிக்கல்கள், ரஷியர்களிடையே உள்ள யூத - விரோத மனப்பாங்கு ஆகியவற்றைக் கடுமையாக விமர்சித்தவர். சர்வதேசியக் கண்ணோட்டத்திலிருந்து அவர் க்யூபா, அல்ஜீரியா முதலிய நாடுகள் பற்றிய கவிதைகள் எழுதியதுண்டு. ஆனால் அவை கட்சியின், அரசாங்கத்தின் உத்திரவுகளின் பேரில் பல கவிஞர்கள் எழுதிய கவிதைகள் போன்றவை அல்ல. “நான் உத்தரவுக்குப் பணிந்து எழுதுபவனல்லன்; உற்பத்தித் திட்டத்துக்கு ஏற்பப் பணிபுரிகிறவனல்லன்” என்றவர் அவர்.

படைப்புச் சுதந்திரம் என்பது பொதுவான இலட்சியத்திற்குக் குறுக்கீடாக இருக்கவேண்டியதில்லை என்ற கருத்தை வலியுறுத்திய யெவ்டுஷெங்கோ க்யூபாவின் அனுபவத்திலிருந்து அதற்கு சில ஆதாரங்களைத் தருகிறார்:

பாட்டிஸ்டாவின்[5] மாளிகையைத் தாக்குவதற்குமுன் ஆணைகளுக்காகக் காத்திருந்த புரட்சியாளர் குழுவொன்று

3 இக் கவிதையின் ஆங்கில மூலம் உள்ள நூல்: Max Howard and Leopold (ED), *Literature and Revolution* in Soviet Russia: 1917–1962.

4 பலி கேட்கும் புரோகிதர்கள்: மரபுவழி ஓவியத்தைப் போற்றுகின்ற புதிய பாணிகளை எதிர்க்கின்ற விமர்சகர்கள்.

5 பாட்டிஸ்டா (Batista): க்யூபாவின் சர்வாதிகாரியாக இருந்தவன்.

சிறிய வீட்டில் பல நாள்கள் தங்கியிருக்க நேரிட்டது. ஒவ்வொருவரும் தமக்கு விருப்பமான காரியத்தில் ஈடுபட்டிருந்தனர். ஒருவர் புத்தகம் படிக்க, மற்றொருவர் கவிதை எழுதிக் கொண்டிருக்க, மற்றவர்கள் சதுரங்கம் ஆடிக் கொண்டிருப்பர். புரட்சியாளர்களுக்கிடையே இரு ஓவியர்களும் இருந்தனர். ஒருவர் யதார்த்தபாணி ஓவியங்களையும் மற்றொருவர் நவீனபாணி ஓவியங்களையும் தீட்டுபவர். படைப்பிலீடுபட்டுக்கொண்டே அவர்கள் தமக்கிடையே ஆவேசமான விவாதம் புரிவதுண்டு (அன்றிருந்த சூழ்நிலையில் இந்த ஆவேசமான விவாதம் தணிந்த குரலில் தான் நடந்தது.) இருவரும் கைகலக்கும் நிலைக்குச் செல்லக் கூடிய அளவிற்கு சிலசமயம் இந்த விவாதம் இருந்ததுண்டு. ஆனால் கடைசி உத்திரவுகள் வந்தபோது, யதார்த்தபாணி ஓவியர், நவீனபாணி ஓவியர் இருவருமே தம் நாட்டின் எதிர்காலத்திற்காகப் போரிடச் சென்றனர். இருவருமே கொல்லப்பட்டனர்.

எல்லா நவீனக் கலைஞர்களுமே முதலாளிய சித்தாந்தத்தின் அடியாள்கள் என நிராகரிப்பதில் அவசரம் காட்டும் வறட்டுவாதிகள் இச்சம்பவத்தை அறிய வேண்டும் என்று மிகவும் விரும்புகிறேன். நம்மிடம் சகிப்புத் தன்மையும் பாகுபடுத்திப்பார்க்கும் குணமும் இருக்கவேண்டும். நவீனக் கலையின் தொங்குசதைகளான மோசடிப் பேர்வழிகளும் இலாப வேட்டைக்காரர்களும் உள்ளனர் என்பதில் சந்தேக மில்லை. ஆனால் நேர்மையான, கடினமாக உழைக்கக் கூடிய பலர் உள்ளனர். அவர்கள் தவறு செய்திருக்கலாம். ஆனால் அவர்கள் புதிய வெளிப்பாட்டு முறைகளை நேர்மையுடன் தேடிக்கொண்டிருப்பவர்கள். அவர்களது உள்ளங்களில் தீய உள்நோக்கங்கள் ஏதும் இல்லை. வித்தியாசமான கலைப்பாணியை வித்தியாசமான சித்தாந்தம் எனக் குழப்பக் கூடாது என்பதை வாசிலியோவ், நியஸ்வெஸ்ட்னி மற்றும் பிற இளம் கலைஞர்களைத் தெரியவரும்போது புரிந்து கொண்டேன். பின்னர் வெளிநாடு சென்றபோது பல மேற்கத்தியக் கலைஞர்களைப் பார்த்தேன். அவர்களில் பிகாஸ்ஸோ, மாக்ஸ் எர்னஸ்ட், ஷகால், ஹென்றி மூர், சிட்னி நோலான், ப்ராக் ஆகியோர் அடங்குவர். அவர்களுடன்

பல விஷயங்களில் நான் கருத்து மாறுபடலாம். ஆனால் நமது பெரும் மரியாதைக்குரியவர்களும் எருதுகள் போல உழைக்கிறவர்களுமான இக்கலைஞர்களை என்னால் ஒருபோதும் உதாசீனப்படுத்த முடியாது[6]

யெவ்டுஷெங்கோ, குருஷ்சேவின் காலத்தில் பிரபல்யம் பெற்ற தற்குக் காரணம் அதிகாரிவர்க்கத்திற்கு எதிராக அவர் எழுப்பிய கலகக்குரல் மட்டுமல்ல; முற்றிலும் புதியதொரு தலைமுறையின் பிரதிநிதி என்ற வகையில் அவர் பழைய உண்மைகளைப் புதிய கண்களுடன் பார்த்தார் என்பதும் ஒவ்வொரு புதிய தலைமுறையும் செய்ய வேண்டிய அக்கடமையை அவர் நிறைவேற்றினார் என்பதும்தான் காரணம். ஜிமா சந்திப்பு (Zima Junction) என்ற கவிதையில் கூறுகிறார்:

வயதாக ஆக நம்மிடம் நேர்மை கூடுகிறது
அதில் ஏதோ உண்மை இருக்கிறது
இந்தப் புற நிலையான மாற்றங்கள்
என்னுள் ஏற்படும் மாற்றங்களின் மொழியாக அமைகின்றன.
நான் இப்போது உன்னைப் பார்க்கும் பார்வை
நான் முன்பு உன்னைப் பார்த்த பார்வையாக இல்லை என்றால்,
உன்னிடத்தில் நான் புதுமை கண்டால்
எனது சுயதரிசனத்தின் மூலமே அதனைக் கண்டறிந்தேன்.
எனது இருபதாண்டுகள் எனக்கு அத்தனை முதிர்ச்சி தரவில்லை
ஆனால் நான் சொன்னது சொல்லியிருக்கக் கூடாதது
சொல்ல வேண்டியதை சொல்லாமலிருந்தது
இவற்றைப் பற்றி மீண்டும் ஒரு பரிசீலனை.
எனது வாழ்க்கையில்
பின்னோக்கிய பார்வைகள்
சில தனிப்பட்ட உணர்ச்சிகள்
எண்ணங்கள், விருப்பங்கள்.

எனது வாழ்க்கையில்
சீரான திருப்பங்கள், பாதைகள்
செழுமையான வேட்கைகள்
ஆனால் எதுவுமே முழுமை பெறவில்லை
ஆயினும் அவை இங்கே எப்பொழுதும்

---

[6] Yevgeny Yevtushenko, *A Precocious Autobiography*, Collins and Harvill Press, London, 1963, p. 113.

புதிய திட்டத்திற்கு புதிய வலிமைக்கு
வழிமுறைகள்.
வெறுங்காலோடு புழுதி கிளப்பி நீ சுற்றித் திரிந்த
அதே மண்ணில் உன் கால்கள்
நான் எப்போதும் நம்பியிருப்பது இந்த சாதாரண உண்மையைத்தான்:
பைக்கல் ஏரியோரம் எனது நகரம் எனக்காகக் காத்திருக்கும்.[7]

உக்ரெய்னில் உள்ள 'பாபியார்' என்ற இடம் இரண்டாம் உலகப் போரின்போது நாஜிகள் யூதர்களைக் கொன்று குவித்த இடங்களில் ஒன்று. யூதர்கள் மீது காட்டப்படும் பகைமையையும் வெறுப்பையும் குறிக்கின்ற குறியீடாக 'பாபியார்' என்பதைப் பயன்படுத்தும் யெவ்டுஷெங்கோ, தனது நாட்டு மக்களிடையேயும் உள்ள யூத விரோத மனப்பான்மையைச் சர்வதேசிய நிலைப்பாட்டிலிருந்து கண்டிக்கிறார். 'பாபியார்' என்ற தலைப்பிடப்பட்டுள்ள அக்கவிதையிலிருந்து சிலவரிகள்:

பாபியாரில்
காட்டுப் புற்களின் சலசலப்பு
அச்சுறுத்தலாய் மரங்கள்
நீதிபதிகள் போல்
அங்கு இருந்தது ஒரே ஒரு
மௌன ஓலம்
என் தொப்பியைக் கழற்றியவுடன்
எனது தலையும் நரைக்கத் தொடங்கியுள்ளதை
உணர்கிறேன்.
புதைக்கப்பட்ட பல்லாயிரம் மனிதர்களிடையே
நானும் ஒரு மௌன ஓலம்
கொல்லப்பட்ட ஒவ்வொரு வயோதிகனும்
ஒவ்வொரு குழந்தையும் நானே.
ஓ எனது ரஷியர்களே
உங்களை நான் அறிவேன்
உங்களின் இயல்பு சர்வதேசியம்
உங்களது தூய பெயரினை
களங்கப்பட்ட கரங்கள் உலுக்குகின்றன.
எனது நாட்டின் நற்பண்பை நானறிவேன்

---

[7] இக்கவிதையினதும் அடுத்துவரும் கவிதையினதும் ஆங்கில மூலங்கள் இடம் பெற்றுள்ள நூல்: *Yevtushenkho Poems*, Penguin, London. 1971.

'ரஷிய மக்கள் சங்கம்' என்று
ஆரவாரமாக யூத- விரோதிகள் தங்களைத் தயக்கமின்றி
அழைத்துக் கொள்வது
எத்தனை கொடுமை
என்னில் ஒரு அணுவும்
அதை மறக்காது
கடைசி யூத - விரோதி
ஒரேடியாகப் புதைக்கப்பட்ட பின்
சர்வதேச கீதம் முழங்கட்டும்.
எனது நாளங்களில்
யூத ரத்தம் ஓடுவதில்லை
ஆனால் நான் ஒரு யூதனென்று
யூத விரோதி ஒவ்வொருவனாலும்
கடுமையாக வெறுக்கப்படுகிறேன்
இதனால்தான் நானொரு ரஷியன்

'வலுவற்றது' என்ற கவிதை கவிஞர்களையோ அல்லது பிற மனிதர்களையோ உயிரோடு இருக்கும்போது புறக்கணித்துவிட்டு இறந்த பிறகு அவர்களைப் போற்றும் மாய்மாலத்தை அம்பலப்படுத்துகிறது:

இது நீடிக்கமுடியாது
இது ஒருவகை அநீதி
இது எந்த ஆண்டில் எவ்வாறு
மவிசு பெற்றது
உயிரோடிருப்பவர்களிடம் வேண்டுமென்றே
அசிரத்தைக் காட்டுவது
இறந்தவர்களை வேண்டுமென்றே
போற்றுவது
அவர்களது தோள்கள் துவள்கின்றன
சில சமயங்களில் அவர்கள் போதையிலாழ்ந்து
ஒவ்வொருவராக அகல்கின்றனர்.
சுடுகாட்டுப் பேச்சாளர்கள்
வரலாற்றிடம் மென்மையுரை ஆற்றுகின்றனர்.
மயாகோவ்ஸ்கியிடமிருந்து உயிரைப் பறித்தது எது?
அவரது விரலிடுக்கில் துப்பாக்கியை செருகியது எது?
அப்படி ஒரு குரலும் அப்படி ஒரு தோற்றமும் கொண்ட அவருக்கு

அவர் உயிரோடிருக்கையில்
மென்மையின் துணுக்குகளைத் தந்திருந்தால்.
மனிதர்கள் கலகக்காரர்கள்
இறந்த பின்னேவரும் கௌரவம் வலுவற்றது.

குருஷ்ஷேவ் காலத்திய முரண்பாடுகள் கலை இலக்கியத் துறையிலும் பிரதிபலிக்கக் கண்டோம். புதுமைகளும் விமர்சனங்களும் ஊக்குவிக்கப்பட்ட இதே கால கட்டத்தில் அதற்கு முந்திய சகாப்தத்தின் தணிக்கை முறைகளும் கண்டனங்களும் கூட இருக்கவே செய்தன. ஸ்டாலின் காலத்திய கொடிய அடக்குமுறைகளுக்கு முற்றுப்புள்ளி வைக்கப்பட்டு விட்டது என்ற போதிலும் கட்சிக்கும் அரசாங்கத்துக்கும் மகிழ்ச்சியூட்டாத எழுத்தாளர்களின் படைப்புகள் தடை செய்யப்படுவதும், ‘சோவியத் விரோத நடவடிக்கைகளில் ஈடுபட்டனர்’ என்ற குற்றச்சாட்டின் பேரில் தண்டிக்கப்படுவதும், நாட்டைவிட்டு வெளியேற்றப்படுவதும் அரசாங்கமும் கட்சியும் தமது தொடர்புசாதனங்களின் மூலம் குறிப்பிட்ட படைப்பாளி மீது அவதூறு இயக்கம் நடத்துவதும் அவ்வப்போது நிகழவே செய்தன. குருஷ்சேவின் வீழ்ச்சிக்கு 6 ஆண்டுகளுக்கு முன்பே ஏற்பட்ட சம்பவம் அவரது காலத்தின் முரண்பாடுகளுக்கான மிக முக்கியமான எடுத்துக்காட்டாக விளங்கிற்று. அதுதான் பாஸ்டர்நாக் விவகாரம்.

போரிஸ் பாஸ்டர்நாக்: அறவியல் கேள்விகள்

1958இல் போரிஸ் பாஸ்டர்நாக்குடன் (*Boris Pasternak: 1890-1960*) தொடர்புடைய ஒரு நிகழ்ச்சி சோவியத் இலக்கிய வட்டாரங்களில் பெரும் பரபரப்பை ஏற்படுத்தியது. அவர் எழுதிய 'டாக்டர் ஜிவாகோ' (*Doctor Zhivago*) என்ற நாவல் 1957ஆம் ஆண்டு இறுதியில் இத்தாலிய மொழியில் மொழியாக்கம் செய்யப்பட்டு வெளியிடப்பட்டிருந்தது. பின்னர் அடுத்தடுத்துப் பல ஐரோப்பிய மொழிகளில் மொழிபெயர்க்கப்பட்டது. ரஷியாவில் அதை வெளியிட அனுமதி வழங்க மறுத்த சோவியத் அதிகாரிகள் ஐரோப்பிய மொழிகளில் அது வெளியிடப்படுவதைத் தடுக்க முயற்சிசெய்து தோல்வியடைந்தனர். அந்தப் படைப்புக்கு மேலை நாடுகளில் கிடைத்த வெற்றிபற்றி சோவியத் ஏடுகள் அன்று ஒரு வரி கூட எழுதவில்லை. 1958 அக்டோபரில் அந்த நாவலுக்காக பாஸ்டர்நாக்குக்கு நோபல் பரிசு வழங்கப்பட்டபோது சோவியத் அதிகார வட்டாரத்தினரால் அமைதியாக இருக்கமுடியவில்லை.

மாபெரும் கவிஞராக விளங்கிய தனிமனிதர்மீது அரசாங்கமும் ஆளும் கட்சியும் தொடுத்த கண்டனங்களும் அவதூறுகளும் வேறெந்த நாட்டிலும் இருந்திருக்கமுடியாதவை. 'துரோகி', 'ஃபிலிஸ்டைன்', 'உருவவியலாளன்', 'கடைந்தெடுத்த பிற்போக்குவாதி' என்ற வசைமாரிகள் பொழியப்பட்டன. இந்தியாவிலிருந்த பல கம்யூனிஸ்டுகளும் மார்க்சியர்களும் முற்போக்கு எழுத்தாளர்களும் கூட இந்தக் கண்டனச் சடங்கில் பங்கேற்றனர்.[1] கண்டனம் செய்தவர்களில் பெரும்பாலோர் அந்த நாவலைப் படித்ததே இல்லை. இது கம்யூனிஸ்ட் இயக்க

1 இதற்கு விதிவிலக்காக இருந்தவர்களும் உண்டு. பாஸ்டர்நாக் விவகாரத்தில் சோவியத் அரசாங்கமும் கட்சியும் எடுத்த நிலைப்பாட்டை எதிர்த்த முற்போக்கு எழுத்தாளர்களில் முல்க்ராஜ் ஆனந்த் குறிப்பிடத்தக்கவர். காலஞ்சென்ற கம்யூனிஸ்ட் தலைவர் கே.தாமோதரன், பாஸ்டர்நாக்குக்காக குருஷ்சேவிடம் நேருக்கு நேர் வாதாடியவர் என்பதும் குறிப்பிடத்தக்கது.

வரலாற்றில் இன்றுவரை நீடித்துவருகிற வருந்தத்தக்க நிலை. இது குறித்து காலஞ்சென்ற அமெரிக்கக் கறுப்பின எழுத்தாளர் ரிச்சர்ட் ரைட் *(Richard Wright)* ஒரு முறை எழுதினார்:

> ஒரு மணி நேரம் அவர்களது பேச்சைக் கேட்டதானது புதிய கருத்துகள், புதிய உண்மைகள், புதிய உணர்வுகள், புதிய நிலைப்பாடுகள், வாழ்வதற்கான முறைகள் பற்றிய புதிய குறிப்புகள் ஆகியவற்றைக் காண மறுக்கும் மூடிய மனங்களின் வெறித்தனமான சகியாமையையே வெளிப்படுத்தியது. அவர்கள் ஒருபோதும் படித்திராத புத்தகங்களை, ஒருபோதும் அறிந்திராத மனிதர்களை, ஒருபோதும் புரிந்து கொள்ளமுடியாத கருத்துகளை தங்களால் பெயர் கூட உச்சரிக்க முடியாத கோட்பாடுகளைக் கண்டனம் செய்தனர். கம்யூனிசமானது, கருத்துகளையும் வாழ்க்கையையும் வெற்றி கொள்வதற்கு மனிதர்கள் தம் இதயத்தில் எரியும் நெருப்போடு பாய்ச்சலை மேற்கொள்ளச் செய்வதற்குப் பதிலாக அவர்கள் கம்யூனிசத்தை சந்திப்பதற்கு முன் எந்தவொரு அறியாமை மட்டத்தில் இருந்தார்களோ அதற்கும் கீழே அவர்களை உறைந்து போகச் செய்துவிட்டது[2]

கம்யூனிசத்தின் எதிரிகள், கம்யூனிச எதிர்ப்புப் பிரசாரத்துக்காக இந்தப் புதினத்தைப் பயன்படுத்திக் கொண்டனர் என்பது உண்மை. ஆனால் உண்மையான நாட்டுப்பற்றாளரும், மனிதநேயமிக்க வரும் சமூக நீதியில் அக்கறை கொண்டிருந்தவரும் தனது உன்னதமான கவிதைகள் மூலமும் பிற மொழிப் படைப்புகளை மொழியாக்கம் செய்ததன் மூலமும், ரஷிய மொழிக்கு மாபெரும் பங்களிப்பு வழங்கியவருமான பாஸ்டர்நாக் அவதூறு செய்யப்பட்டதும், சோவியத் எழுத்தாளர் சங்கத்திலிருந்து வெளியேற்றப்பட்டதும், ‘அவர் தாமாகவே முன் வந்து நோபல் பரிசை மறுத்துவிட்டார்’ என்று அறிவிக்கப்பட்டதும் சோவியத் இலக்கிய வரலாற்றில் ஏற்பட்ட மாபெரும் களங்கமேயாகும். இலக்கிய உலகில் அவருக்கிருந்த மிக உயர்ந்த இடமும், உலகம் முழுவதிலும் இருந்த அறிஞர்களும் கலைஞர்களும் காட்டிய எதிர்ப்புமே சோவியத் அரசாங்கம் அவரை நாடுகடத்தும் எண்ணத்தை

2 Richard wright, Quoted by Michael Albart and Robin Hahnel in *Socialism Today and Tomorrow*, South End Press Boston, USA, 1981, p. 7,

கைவிடச் செய்தன. இதற்கிடையே பாஸ்டர்நாக் குருஷ்சேவுக்கு உருக்கமான கடிதம் எழுதியிருந்தார்:

> எனது தாய் நாட்டை விட்டு வெளியேறுவது என்பது எனது சாவுக்கு நிகரானது. அதனால்தான் நான் உங்களிடம் கேட்டுக்கொள்கிறேன், என் மீது இந்த இறுதி நடவடிக்கையை எடுக்க வேண்டாமென்று. நான் சோவியத் இலக்கியத்திற்கு சிறு பங்களிப்பைச் செய்திருக்கிறேன் என்றும் எதிர்காலத்திலும் நான் சோவியத் இலக்கியத்திற்குப் பயனுள்ளவனாக இருப்பேன் என்றும் என் நெஞ்சைத் தொட்டு என்னால் கூற முடியும்.

ஆனால் அதன் பிறகு அவரது மரணம் வரை ஒரு வரியைக்கூட அவரால் பிரசுரிக்க முடியவில்லை.

ஓவியரான தந்தைக்கும், இசைக் கலைஞரான தாய்க்கும் பிறந்த போரிஸ் பாஸ்டர்நாக், முதலில் இசைக் கலைஞராக உருவாக விரும்பினார். மாஸ்கோ பல்கலைக்கழகத்தில் சட்டமும் வரலாறும் தத்துவமும் பயின்றார். ஒரு சில மாதங்கள் அவர் ஜெர்மனியிலுள்ள மார்பர்க் பல்கலைக்கழகத்திலும் பயின்றார். அங்குதான் அவரது முதல் காதல் அனுபவம் ஏற்பட்டது. அவர் பயின்ற தத்துவமும் அனுபவித்த காதலும் சேர்ந்து அவரை கவிஞராக ஆக்கின. தனது முதல் காதலை அவர் ஒருபோதும் மறக்கவில்லை. 'டாக்டர் ஜிவாகோ' நாவலில் வரும் லாரா என்ற பாத்திரம் அந்த முதல் காதலியின் சாயலில் படைக்கப்பட்டிருக்கிறது என விமர்சகர்கள் கூறுகின்றனர். 1914இல் அவர் கவிதை உலகில் நுழைந்தபோது, அவரது தோழர்களாக அமைந்தவர்கள் அன்றைய ஒளிமிக்க கவிஞர்களான ஆந்திரே பெலி, மயாகோவ்ஸ்கி, ப்ளாக், யெஸினின், அக்மதோவா ஆகியோராவர். சிம்பலிசத்தின் தாக்கத்துக்கு முதலில் ஆட்பட்டவராக இருந்தார். பின்னர் எல்லாவித இசங்களின் செல்வாக்கிலிருந்தும் விடுபட்டு, தனக்கேயுரிய முற்றிலும் தனியானதொரு பாணியை உருவாக்கிக் கொண்டார். மயாகோவ்ஸ்கியின் லெஃப் (இடதுசாரிக் கலை முன்னணி) இயக்கத்தில் 1920இல் சேர்ந்தார். ஆனால் சிறிது காலத்திற்குப்பின் அதிலிருந்தும் விலகிக் கொண்டார். அச்சமயத்திலேயே அவர் புரட்சிக்குப் பிந்திய ரஷியாவின் மிகப்பெரும் கவிஞராகக் கருதப்பட்டுவந்தார். ஆனால் அவர் மயாகோவ்ஸ்கி, யெஸினின் ஆகியோர் போலப் பிரபல்யம் பெற்றிருக்கவில்லை. இளம் கவிஞர்களாலும் மிகுந்த இலக்கிய

விழிப்புணர்வு கொண்ட வாசகர்களாலும்தான் அவரது கவிதைகள் படிக்கப்பட்டுவந்தன. மிகுந்த முயற்சி எடுத்துக்கொண்டே அவரது கவிதைகளைப் புரிந்து கொள்ள முடியும். ரஷிய மொழியில் நல்ல பிடிப்பு இருப்பவர்களுக்கே அவரது கவிதைகளை சரியாகப் புரிந்து கொள்ளவும் ரசிக்கவும் முடியும் என்று சில இலக்கிய அறிஞர்கள் கூறுகின்றனர். அவர் பயன்படுத்தும் உவமைகளும் உருவகங்களும் அலாதியானவை: 'கசங்கிய மெத்தை போலக் கிடக்கும் காகாசிய மலைத்தொடர்' என்பார். 'உயிர்த்தெழ வைக்கப்பட்ட ஆன்மாக்களைப் போல பனிப்பாறைகள் தங்கள் முகங்களை வெளிப்படுத்துகின்றன' என்று எழுதுவார். வசந்தத்தைப் பற்றிய அவரது கவிதை:[3]

வசந்தமே! நெட்டிலிங்க மரங்கள்
வியந்து நிற்கும் தெருக்களிலிருந்து வந்துள்ளேன் நான்
அங்கு தூரம் வெருண்டோடும்
வீடுகளோ விழுந்துவிடுவோமோ என அஞ்சும்

அங்கு வானம் நீலந்தரித்திருக்கும்
மருத்துவமனையிலிருந்து அப்போதுதான்
வெளியேறிய நோயாளியின் ஆடைகளைப் போல்.

பாஸ்டர்நாக்கின் மற்றொரு கவிதை இது - காதல் கவிதை:

ஒரு புதிரின்
நகத்தால் கீறப்பட்ட ரகசிய அடையாளம்
இங்கு இழையோடுகிறது
"நேரமாகிவிட்டது. நான் தூங்கப் போகிறேன்
பொழுது புலர்ந்ததும் நான் அதை மீண்டும் படித்துப்
புரிந்து கொள்வேன்.
ஆனால் நான் விழிப்பதற்கு முன்
அன்பே, என்னைப்போல் உன்னைத் தொடுவதற்கு
யாருக்கும் அனுமதியில்லை."
எப்படியெல்லாம் உன்னை நான் ஸ்பரிசித்தேன்

---

3 'வசந்தமே' என்று தொடங்கும் கவிதையும் 'ஒரு புதிரின்' என்று தொடங்கும் கவிதையும் முறையே கீழ்க்காணும் நூல்களிலுள்ள ஆங்கில மொழியாக்கத்திலிருந்து மொழிபெயர்க்கப்பட்டவை:

1. Literature and Revolution in Soviet Union: 1917 – 62 (Ed.) Max Howard and Leopold Labedz, OUP, London, 1963.

2. Three Centuries of Russian Poetry, Progress Publishers, Moscow, 1980.

எனது வெண்கல உதடுகளால் உன்னை ஸ்பரிசித்தேன்-
பார்வையாளர்களின் இதயத்தைத் தொடும்
அவல நாடக நடிகர்களைப் போல்.
கோடை போன்றதோர் முத்தம் மங்கி மறையாமல்
வட்டமிட்டுக் கொண்டிருந்தது
பிறகுதான் தொடங்கியது இடி முழக்கம்
பறவைகள் போலத் துளிகளைக் குடித்தேன்
மயக்கம் வரும்வரை விழுங்கினேன்
எனது தொண்டை வழியாக நட்சத்திரங்கள்
என்னுள் எப்போதோ இறங்கிவிட்டன
ஆனால் வானம்பாடிகளோ கண்களை உருட்டி
சிலிர்க்கின்றன
ஒவ்வொரு சொட்டாக இரவுநேர வானக்கோப்பையைக்
காலி செய்தபடி.

மற்றவர்களுடன் அதிகம் தொடர்பில்லாது தனிமையில் அமைதியாக வாழ்ந்துவந்த பாஸ்டர்நாக், மக்கள் திரளினரின் கல்விக்கான சாதனமாக இலக்கியத்தைப் பார்க்கவில்லை. அவ்வப்போது முக்கியத்துவம் பெற்றுப் பின் மறைந்து விடும் விஷயங்களை அவர் கவிதைக்கான கருப்பொருள்களாகக் கருதவில்லை. தான் சரி என்று கருதுவதை எப்போதும் உறுதியாகப் பின்பற்றிவந்த அவர், சந்தர்ப்பத்துக்கு ஏற்றவாறு மாறி ஐந்தாண்டுத் திட்டங்கள் பற்றியோ அல்லது ஸ்டாலினின் புகழ்பற்றியோ எழுதியதில்லை. இயற்கை, காதல், தனிமை, அன்பு ஆகியனபற்றித் தமக்கு விருப்பமானபோதெல்லாம் தாமாகவே சுதந்திரமாகத் தேர்ந்தெடுத்த வடிவங்களில் கவிதைகள் எழுதினார்.

அரசியல் என்பது மனித வாழ்வின் முக்கிய அம்சங்களில் ஒன்று எனக் கருதிய அவர், அரசியலை மட்டுமே கொண்டு மனித வாழ்க்கையில் அடிப்படை மாற்றத்தைக் கொண்டுவர முடியும் என்பதை ஏற்றுக் கொள்ளவில்லை. ரஷியப் புரட்சி தவிர்க்கமுடியாதது என்பதை ஏற்றுக்கொண்டார். (ஆனால் அதற்கு முன்பு ஏற்பட்ட மறுமலர்ச்சியையே பெரிதும் போற்றினார்.) புரட்சியின் வேட்கைகளையும் அதன் இயக்கத்தையும் தனக்கேயுரிய முறையில் புரிந்து கொண்டிருந்தார். 1905-ஆம் ஆண்டுப் புரட்சியைப் பற்றியும் செவாஸ்டபோல் நகரத்தில் ஏற்பட்ட எழுச்சியில் கொல்லப்பட்ட லெஃப்டினண்ட் ஸ்மிட் பற்றியும் கவிதைகள் எழுதினார். போல்ஷ்விக் புரட்சிக்கு முன்பு

ஜாரை எதிர்த்துப் போராடிய புரட்சிகர ஜனநாயகவாதிகள் பற்றியும் கவிதை பாடினார். லெனினை மிக உயர்வாக மதித்தார். சோவியத் ஆட்சியை வழி நடத்திச் சென்ற கம்யூனிஸ்ட் ஆட்சியின் சகபயணி எனத் தன்னை அழைத்துக் கொண்டார். ஆனால் தனது சொந்த ஆன்மாவின் வழியாக உலகத்தின் குரலைக் கேட்கும் முழுச் சுதந்திரம் கவிஞனுக்கு உண்டு என்பதை வலியுறுத்தினார். 1920இல் புதிய அரசியல் மாற்றங்களைப் பற்றிக் கிட்டத்தட்ட எல்லாக் கவிஞர்களும் ஆரவாரத்தோடு எழுதி வருகையில் பாஸ்டர்நாக் எழுதினார்:

என் கழுத்தில் மஃப்ளருடன்
என் உள்ளங்கையை நெற்றியில்
வைத்துப் பார்வையைக் குவித்து
முற்றத்திலிருந்து கேட்கிறேன்:
'எந்தப் பொன்னாளை நாம்
கொண்டாடிக் கொண்டிருக்கிறோம்.'

மயாகோவ்ஸ்கியும் அவரும் ஒருவரையொருவர் மதிக்கவும் போற்றவும் செய்தனர் என்றபோதிலும் பாஸ்டர்நாக் அரசியலுக்கோ அல்லது எந்தவொரு சித்தாந்தத்துக்கோ பெரும் முக்கியத்துவம் வழங்குவதை ஏற்றுக்கொள்ளவில்லை. அவர் ஒருமுறை கூறினார்:

> எப்பாடுபட்டேனும் ஒரு கண்ணோட்டத்திற்கு விசுவாசமாக இருப்பது என்ற கருத்து எனக்கு சலிப்பூட்டுகிறது. நம்மைச் சூழ்ந்துள்ள வாழ்வு மாறிக்கொண்டே இருக்கிறது. அதற்கேற்றாற்போல் நாமும் நமது சாய்வுகளை மாற்றிக்கொள்ள முயற்சி செய்யவேண்டும் - குறைந்தது பத்தாண்டுக்கொரு முறையாவது- என்று நான் கருதுகிறேன். ஒரு கண்ணோட்டத்திற்குத் தீரமிக்க அர்ப்பணிப்பு காட்டுவது என்னைப் பொறுத்தவரை அந்நியமானதொரு விஷயம். அடக்கமின்மையையே அது குறிக்கிறது. மயாகோவ்ஸ்கி தன்னை மாய்த்துக் கொண்டதற்குக் காரணம், அவரது செருக்கும் அவருக்குள்ளேயோ அல்லது அவரைச் சுற்றியோ இப்போது நிகழ்ந்து கொண்டிருப்பவையும் ஒன்றுக்கொன்று ஒத்துப்போக முடியவில்லை என்பதுதான்.[4]

4 Quoted by Robert Conquest in *Courage of Genius*, Collins and Harvill Press, London 1961, p 31

ஆயினும் இருவருக்குமிடையே நெருக்கமான நட்பு நீடிக்கவே செயததது. அது அரசியலையும் சித்தாந்தத்தையும் தாண்டிய ஒன்று. மயாகோவ்ஸ்கியின் அவல முடிவுபற்றி பாஸ்டர்நாக் மிக உருக்கமாக எழுதியுள்ளார்.

‘சிங்கத்தின் குகைக’ளுக்கே சென்று அவற்றின் பிடரிமயிர்களைப் பிடித்து உலுக்குவது வழக்கம். 1931இல் ஒருமுறை பாஸ்டர்நாக்கின் ‘ராப்’ கூட்டமொன்றில் கூறினார்:

> இதைச் செய்! அதைச்செய்! என்று அவர்கள் எப்போதும் கவிஞர்களிடம் இரைந்து கொண்டிருக்கிறார்கள். ஆனால் கவிஞன் தான் எது தேவையென்று கருதுகிறானோ அதைப் பற்றிப் பேசுவதுதான் அவசியமானது.[5]

இப்பேச்சைப் பற்றி 1931 டிசம்பர் 19-ஆம் நாளிட்ட ‘லிட்டரேசுர்யா கெஜட்டா’ என்ற ஏடு எழுதிற்று: ‘இத்தகையப் பிற்போக்குத்தன மான வார்த்தைகளை வேறு யாரேனும் பேசியிருந்தால் அப்பேச்சு மற்றவர்களால் அடக்கப்பட்டிருக்கும். ஆனால் கூட்டத்திலிருந்தவர் களோ பாஸ்டர்நாக்கின் பேச்சுக்குப் பாராட்டுத் தெரிவித்தனர்.’ இது அன்று அவருக்கிருந்த செல்வாக்கையே குறிக்கிறது.

1936இல் சோவியத் எழுத்தாளர் சங்கத்தின் பிளீனத்தில் பேசுகையில் குறிப்பிட்டார்:

> எந்த விகிதத்தில் உள்ளே தள்ளுகிறோமோ அதற்கேற்ப உற்பத்திப் பொருள்களை வெளியே தள்ளுகிற, இடை விடாது வேலைசெய்கிற இயந்திரத்தை ஒத்த ஒன்று என்பது போல அவர்கள் கவிதையைப் பற்றிப் பேசுகிறார்கள். என்னைப் பொறுத்தவரை அது எவ்வளவுதான் முயற்சி செய்தபோதிலும் பொதுத் தேவைகளை நிறைவு செய்யமுடியாத தண்ணீர்ப்பம்புபோலத் தோன்றுகிறது. ஆனால் எல்லாருமே தமது தவறை ஒப்புக்கொண்டு தமது முயற்சிகளை அதிகரிப்பதாக வாக்குறுதி வழங்கியுள்ளதால், கட்டாயம் கூடுதலான தண்ணீர் கிடைத்தே தீரவேண்டும்!... இங்கு பேசிய சிலர் கவிதைகளை நல்லவை என்றும் கெட்டவை என்றும் கறாராகப் பாகுபடுத்தினர். அவை ஏதோ இயந்திரத்தின் நல்ல பாகங்கள், பழுதுபட்ட பாகங்கள்

---

5 அதேநூல், பக்கம் 37.

என்பது போல்... இயந்திரத்தை அதிகரித்த அளவில் பயன் படுத்துவதனால் நமக்கு விமோசனம் கிட்டப்போவதில்லை. ஆபத்துகளை மேற்கொள்ளாமலும் சுய தியாகத்தைச் செய்யாமலும் கலை என்பதை சிந்தித்துப் பார்க்கவே முடியாது. சுதந்திரமும் கற்பனையின் துணிச்சலும் நடைமுறையிலேயே சாதிக்கப்படவேண்டும். இங்கு நாம் எதிர்பாராதவற்றை எதிர்பார்க்க வேண்டும். சாலையில் வழிகாட்டுதல்களுக்காகக் காத்திருக்க வேண்டாம்'[6]

தொடர்ந்து அவர் பேசுகையில், 'எழுத்தாளர்களுக்கு ஆணை பிறப்பிக்கக்கூடாது' என்றும் 'பெண் குழந்தையைப் பெற்றுக்கொடு; ஆண் மகவையல்ல என்று நாம் தாயிடம் கூறமுடியாது' என்றும் கூறினார். அவரது பேச்சை இடைமறித்துக் கூச்சல் போட்டவர்களிடம் கூறினார்: 'என்னைப் பார்த்துக் கத்தாதீர்கள், அப்படிக் கத்தியே தீரவேண்டும் என்றால் எல்லாரும் ஒன்றாகச் சேர்ந்து கத்தாதீர்கள்'.

கலை கலைக்காகவே என்ற கொள்கையை நிராகரித்தவர் அவர். வாழ்க்கையை உவகையோடு பார்த்தல், இயற்கையின் மீதான நேசம், கிறித்துவம்கூறும் ஆன்மிகம், சகோதரத்துவம் ஆகியனவற்றின் கலவையாகவே அவரது உலகக் கண்ணோட்டம் அமைந்தது. எந்தவொரு புற நிர்ப்பந்தத்துக்கும் வளைந்துகொடுக்காத நெஞ்சுரம் அவரிடம் இருந்தது. ஸ்டாலினின் களையெடுப்புகளுக்குப் பல செஞ்சேனைத் தளபதிகள் பலியானபோது அக்களையெடுப்புகளை ஆதரித்து எழுத்தாளர்களிடம் கையெழுத்துகள் சேகரிக்கப்பட்டு வந்தன. தான் கையெழுத்திட மறுத்த நிகழ்ச்சியினை நினைவு கூர்கிறார் பாஸ்டர்நாக்:

> எனது மனைவி அப்போது கர்ப்பிணி. கையெழுத்துப் போடு மாறு என்னிடம் கெஞ்சிக் கதறினாள். ஆனால் என்னால் முடியவில்லை. அன்று நான் என் உயிருக்கு ஏற்படப் போகும் சாதகபாதகங்கள் பற்றிப் பரிசீலித்தேன். நான் கைது செய்யப்பட்டு விடுவேன், எனது முறை வந்துவிட்டது என்று நான் நிச்சயப்படுத்திக் கொண்டேன். நான் அதற்குத் தயாராக இருந்தேன்.[7]

---

6 அதேநூல், பக்கம் 37.

7 அதேநூல், பக்கம் 38.

அவரது சகாக்கள் மறைமுகமாக உதவியிருக்கின்றனர். அதனால் அவரது தலை தப்பியது. அதிகாரிவர்க்கத்தினர் கோரியவை யாவை என்பது பற்றி அவர் கூறுகிறார்:

> அவர்கள் விரும்புவது ஒன்றே ஒன்றே ஒன்றுதான். நீங்கள் எதை விரும்புகிறீர்களோ அதை வெறுக்க வேண்டும். எதை வெறுக்கிறீர்களோ அதை நேசிக்கவேண்டும். ஆனால் இது தான் எல்லாவற்றிலும் மிகக் கடினமானது.[8]

முதல் உலகப்போரின் போது அவர் ஃப்யூசரிஸ்டுகளுடன் சேர்ந்திருந்தார். அவரது முதல் தொகுதி 1914இல் வெளியாயிற்று. அதன் பிறகு குறைந்தது ஏழுகவிதைத் தொகுதிகளும் மூன்று உரை நடைத் தொகுதிகளும் 1933 வரை பிரசுரமாயின. பின்னர் 1943 வரை புதிய படைப்புகள் ஏதும் பிரசுரிக்க அனுமதிக்கப்படவில்லை. இது உண்மையில் ரஷிய இலக்கியத்திற்கு பாஸ்டர்நாக் மிகப்பெரும் பங்களிப்பு வழங்கிய காலகட்டமாகவே அமைந்தது. மொழிபெயர்ப்புப் பணியின் மூலமே தனக்கு வருவாய் தேடிக்கொள்ள வேண்டியிருந்த பாஸ்டர்நாக், இந்தக் காலகட்டத்தில்தான் ஷேக்ஸ்பியரின் அவல நாடகங்களையும், கெதெயின் ‘ஃபாஸ்ட்’ காவியத்தையும் ரஷியமொழியில் மொழியாக்கம் செய்தார். ஒரு மொழியிலிருந்து மற்றொரு மொழியில் பெயர்க்கப்பட்ட மாபெரும் இலக்கியங்களில் அவரது ரஷிய மொழியாக்கங்கள் மிகச் சிறப்பானவை என இலக்கிய அறிஞர்கள் கூறுகின்றனர். சோவியத் ஜார்ஜியக் கவிதைகளையும் மொழிபெயர்த்தார். 1943-இல் அவர் 42 பக்கக் கவிதை நூலையும் 1945-இல் 47 பக்க நூலொன்றையும் 1948-இல் தேர்ந்தெடுக்கப்பட்ட கவிதைகளையும் பிரசுரிக்க அனுமதிக்கப்பட்டார்.

இரண்டாம் உலகப்போர் அவருக்கு மீண்டும் எழுத வாய்ப்புக் கொடுத்தது. அந்தப் போரானது தன் நாட்டு மக்களைத் தீய கனவிலிருந்து தட்டியெழுப்பி யதார்த்தத்தைப் பார்க்குமாறு செய்தது என்று கூறினார்:

> ஒரு போர் சதுரங்க ஆட்டமல்ல. வெள்ளைக்காய்கள், கறுப்புக்காய்களை வெற்றி கொள்வது போன்றதல்ல. போரிலிருந்து வேறு விஷயங்கள் வந்தாக வேண்டும். இத்தனைத் தியாகங்கள் வீணாகிப் போய் விடா. போர்

---

8 அதேநூல், பக்கம் 38.

துவங்கியது முதல் ரஷியா ஒருமைப்பாட்டுக் காலகட்டத்தில் நுழைந்துவிட்டதாகவே எனக்குத் தோன்றுகிறது. புதியது ஏதோ பிறந்தாக வேண்டும். வாழ்க்கையைப் பற்றிய ஒரு புதிய கண்ணோட்டம், மனித குலத்திற்குத் தனது மதிப்பு பற்றிய உணர்வு பிறந்தாக வேண்டும்.

1941 முதல் 1945 வரை அவர் போர் முனையில் பத்திரிகை நிருபராகவும் பணியாற்றினார். போருக்குப் பின்னர் தனது பெயர் உலகெங்கிலும் அறிமுகமாயிருப்பதை உணர்ந்தார். தனக்கு அத்தகைய புகழ் ஏற்படுவதை அவர் விரும்பவில்லை:

> எனது சொந்தப் பெயருக்கு முன்னால் நானே தலைவணங்க வேண்டியதாயிற்றே என்பதை நினைத்துப் பார்த்தேன். இப்படிப்பட்டப் புகழை ஈட்டுவதற்கு நான் கவிதை எழுதுவது போதாது. உரைநடையின் மூலமே கடின உழைப்பும் கூடுதலான முயற்சியும் அதிக நேரமும் பிடிக்கும் உரைநடை எழுத்தின் மூலமே நான் இப்புகழை ஈட்ட வேண்டும்.

டாக்டர் ஜிவாகோ நாவல் எழுதுவதற்கான முனைப்பு இவ்வாறுதான் தோன்றியது.

தனது கொள்கைகளிலும் கருத்துகளிலும் சிந்தனைச் சுதந்திரத்திலும் அசையாத நம்பிக்கை கொண்டிருந்த அவர், தனது காலத்தின் பேரிரைச்சல்களையும் பெரும் முழக்கங்களையும் மிக அமைதியாகவே எதிர்கொண்டார். அவற்றின் ஆத்திரமூட்டல்களுக்கு இரையாகவில்லை. சோவியத் நாட்டிற்கு எதிராக முதலாளித்துவ மேற்கு நாடுகள் செய்த சூழ்ச்சிகள் பற்றியோ பொருளாதார மறு கட்டமைப்புப்பற்றியோ அவரிடம் கருத்துகள் கேட்கப்பட்டபோது அவர் கூறிய பதில் இதுதான்:

> இவை இரண்டும் மிக முக்கியத்துவம் வாய்ந்தவை என்றபோதிலும், கவிஞன் என்கிறமுறையில் எனக்கு நன்கு தெரிந்தவை எவையோ அவற்றைப்பற்றிச் சொல்லவே விரும்புகிறேன். கலைஞனுக்கு எப்போதும் இன்றியமையாதவை எவையோ அவைபற்றியே சொல்ல விரும்புகிறேன். அதாவது மனித நெஞ்சில் நடைபெறும் போராட்டங்கள், மனித இதயங்களில் இடை விடாது மாறிவரும் உணர்ச்சிகள், மனித மனங்களில் உள்ள நம்பிக்கைகள் ஆகியனவே அவை.

ஒவ்வொரு கலைஞனிடத்திலிருந்தும் செயலை எதிர்பார்த்த ஒரு யுகத்தில் பாஸ்டர்நாக் ஆழ்ந்த சிந்தனைக்கு முக்கியத்துவம் வழங்கினார். இத்தகையதொரு சூழலில் தனிமைப்பட்டிருப்பதை அவர் உணராமலில்லை. ஆயினும் சோதனை மிக்க ஒரு வரலாற்றுக் கட்டத்தில் ஒரு தனி மனிதனுக்கு உள்ள 'கனவு காணும் உரிமை'யை வலியுறுத்துவதையே தன் கடமையாகக் கொண்டார். "வரலாறு என்னும் ஆற்றில், கடலை நோக்கி, வெளிச்சத்திற்குள், எதிரே பரந்து விரிந்துகிடக்கும் சோசலிசத்திற்குள், வேகமாகச் சென்று கொண்டிருக்கின்றன போர்க் கப்பல்கள். நானோ இந்தக் போர்க்கப்பல்களால் கடந்துசெல்லப்பட்டுவிட்ட சிறு படகில் துடுப்பு வலித்துக் கொண்டிருப்பவன்" என்று ஒருமுறை கூறினார். தனது யுகத்தோடு தனக்கு ஒரு வழக்கு இருந்து வருகிறது என்று அவர் கூறுவது வழக்கம்.

பொய்களும் மாய்மாலங்களும் கொடிய ஒடுக்குமுறைகளும் சிந்தனை வறட்சியும் நிறைந்திருந்த 1930களில் அவர் ஒருமுறை கூறினார்: 'இந்தப் பேரண்டம் முழுவதுமே முடிவில்லாத அமைதி நிலவும் மாதா கோவில் போல இருப்பதாக நான் உணர்கிறேன். ஏனெனில் நான் கூறுவதெல்லாம் செவிடர் காதுகளில்தான் விழுகின்றன. நான் பேசும் மொழி பிறருக்குப் புரிவதில்லை.'

இந்த உலகத்தில் கண்ட, புரிந்துகொண்ட அனைத்தையும் ஒரு நாவலில் கூறவேண்டும் என்ற எண்ணத்துடனேயே ஐந்தாண்டுக் காலம் இடைவிடாது உழைத்து 'டாக்டர், ஜிவாகோ'வை எழுதி முடித்தார். 1955க்கு பிறகு ரஷியாவில் ஏற்பட்ட மாறுதல்களினால் அங்கு அந்த நாவலை பிரசுரிக்கமுடியும் என்று கருதினார். ஆனால் அனுமதி மறுக்கப்பட்டது. பின்னர் வெளிநாடுகளில் அது பிரசுரிக்கப்பட்டு, நோபல் பரிசும் வழங்கப்பட்டபோது கட்சியாலும், அரசாங்கத்தாலும், எழுத்தாளர் சங்கத்தாலும் கடுமையாகத் தாக்கப்பட்டார். தாக்குதல்களினால் துவண்டுபோன பாஸ்டர்நாக் எழுத்தாளர் சங்கத்திலிருந்து வெளியேற்றப்பட்டார். பின்னர் எந்தவொரு எழுத்தையும் பிரசுரிக்கும் வாய்ப்பில்லாமல்போன அவர் 1969இல் காலமானபோது அவரது ஈமச் சடங்கில் அரசாங்க அல்லது எழுத்தாளர் சங்கப் பிரதிநிதி ஒருவர்கூடக் கலந்து கொள்ளவில்லை.

உலகின் பல மொழிகளில் மொழிபெயர்க்கப்பட்டுள்ள 'டாக்டர் ஜிவாகோ' பெரும்பாலான கம்யூனிஸ்டுகளாலும் கம்யூனிச விரோதிகளாலும் கம்யூனிச-எதிர்ப்புப் பிரசார நாவல் என்றே வர்ணிக்கப்பட்டுள்ளது. ஆனால் பாஸ்டர்நாக் அதை அரசியல் நாவலாக எழுதத் திட்டமிடவே இல்லை. புரட்சி போன்றதொரு அசாதாரணமான, கொந்தளிப்பும் வன்முறையும் நிறைந்த, தனிமனித உயிருக்கோ தனி மனித மாண்புக்கோ சற்றும் மதிப்புத்தராத காலகட்டத்தில், தனிமனித கௌரவத்தை, தனிமனித சுதந்திரத்தைக் காத்துக்கொள்வது பற்றிய பிரச்சனையே அந்த நாவலுக்கான அடிப்படையாக அமைந்தது.

இந்த நாவலின் மையப் பாத்திரமான யூரி ஜிவாகோ, பணக்கார சைபீரியத் தொழிலதிபரின் மகன். பத்து வயதில் தாய் தந்தையரை இழக்கிறான். மாஸ்கோ அறிவுஜீவிகள், கலைகளை ஆதரிக்கும் புரவலர்கள் ஆகியோரின் பாதுகாப்பில் வளர்கிறான். புரட்சிக்கு முந்திய ரஷியப் பண்பாட்டின் - மேட்டுக்குடிப் பண்பாட்டின் - தாக்கம் அவன் மீதிருந்தது. ஆனால் அவனது தனித்துவத்தை இப்படி வகைப்படுத்திச் சுருக்கிவிட முடியாது. மருத்துவம் கற்று மிகச் சிறந்த மருத்துவனாகும் ஜிவாகோ தத்துவமும் இலக்கியமும் படிக்கிறான். பல்வேறு விஷயங்களில் தனக்கே உரிய சுதந்திரமான கருத்துகளை வகுத்துக்கொள்கிறான். கவிதைகள் எழுதுகிறான். (இவை இந்த நாவலின் கடைசிப் பகுதியாக அமைகின்றன. அவற்றைப் படித்துப் புரிந்துகொண்டால்தான் நாவலை சரியாக புரிந்து கொள்ளமுடியும் என்று பல இலக்கியத் திறனாய்வாளர்கள் கூறுகின்றனர்.)

தனது ஆன்மிகச் சுதந்திரத்தைப் பாதுகாத்துக்கொள்வதுதான் ஜிவாகோவின் முதன்மையான நோக்கம். முதல் உலகப் போரிலும் பின்னர் புரட்சியிலும் அவன் ஏதோ ஒரு வகையில் சம்பந்தப்பட்டவனாகவே இருக்கிறான். ஆனால் அவன் தன்னை எப்போதும் 'பிறத்தியானா'கவே கருதிக்கொள்கிறான். புரட்சியில் முழுமையாக ஈடுபடுத்திக் கொள்ள மறுக்கிறான். வாழ்க்கையை நேசிக்கிறவன் அவன். இயற்கையோடு ஒன்றி வாழ்பவனாகத் தன்னைக் கருதிக்கொள்கிறான். தனது சுதந்திரம் வரம்புக்குட்படுவதை அவன் விரும்புவதில்லை. புரட்சியை வரவேற்கிறான். தொடக்கத்தில் அதற்கிருந்த வீச்சு, பொது நீதி பற்றிய அதன் கனவு, அவலம் நிறைந்த அதன் அழகு

ஆகியவற்றை வரவேற்கிறான். தனது பெரிய வீட்டின் பெரும் பகுதியைப் புரட்சி அரசாங்கம் எடுத்துக் கொண்டதை மனதார ஏற்றுக் கொள்கிறான். ஆனால் எப்படி வாழவேண்டும், எப்படிச் சிந்திக்கவேண்டும் என்பதைக் கம்யூனிஸ்டுகள் அவனுக்குப் போதிக்கத் தொடங்கியதும் ஆத்திரமடைகிறான். மாஸ்கோவை விட்டுத் தன் குடும்பத்துடன் வெளியேறுகிறான். யூரல் மலைச்சாரலில் உள்ள ஒரு கிராமத்தில் குடியேறுவது அவன் திட்டம். நாள்கணக்கில் ரயிலில் பயணம் செய்கிறான். போகும் வழியெங்கும் பஞ்சம், பட்டினிச்சாவுகள், அழிவுகள், எரியும் கிராமங்கள்...

லாரா என்ற பெண்ணை ஒரு கிராமத்தில் சந்திக்கிறான். அதற்கு முன் அவளை மாணவப் பருவத்தில் மாஸ்கோவில் பார்த்திருக்கிறான். இப்போது ஏற்படும் சந்திப்பு காதலாக மலர்கிறது. அது அவன் வாழ்வில் மிகப்பெரும் தாக்கத்தை ஏற்படுத்துகிறது. தனது வாழ்க்கையில் அவன்விரும்பிய உன்னதத்தின் குறியீடாகவே லாரா என்ற பாத்திரம் பாஸ்டர் நாக்கால் உருவாக்கப்பட்டுள்ளது. நரகத்தின் ‘முதல் வட்ட’த்தில் வைக்கப்பட்டுள்ள தன்னைத் தூய்மைப்படுத்தி, பாவங்களைக் கழுவி, பரிபூரணனாக்கி சொர்க்கத்திற்குள் இட்டுச்செல்லும் பீட்ரிஸ் என்ற இலட்சிய மங்கையை தாந்தே படைத்ததுபோல, பெட்ராக் என்ற மற்றொரு மாபெரும் இத்தாலியக் கவிஞர் படைத்த லாரா என்ற உன்னதப் பாத்திரம் போல, பாஸ்டர் நாக்கும் தனது லாராவை உருவாக்கியுள்ளார். உலகில் இதுவரை எழுதப்பட்டுள்ள காதல் கதைகளில் ஜிவாகோ -லாரா காதல் கதை அற்புதமானதொன்றாகும். அக்காதலைப்பற்றிப் பாஸ்டர் நாக் தனது நாவலில் ஓரிடத்தில் குறிப்பிடுகிறார்:

> காதல் என்பதற்குப் பல சமயங்களில் தவறாகக் கற்பிக்கப்படும் ‘தகிக்கும் வேட்கை’ என்பதால் தூண்டப்பட்டு அவர்கள் ஒருவரையொருவர் காதலிக்கவில்லை. அவர்கள் காதலிக்க வேண்டும் என்பதுதான் அவர்களைச் சூழ்ந்திருந்த மரங்கள், முகில்கள், அவர்களது தலைகளுக்கு மேலே இருந்த வானம், கால்களுக்கடியில் இருந்த பூமி ஆகிய எல்லாவற்றினதும் சித்தமாக இருந்தது. அவர்களைச் சூழ்ந்திருந்த உலகமும் தெருக்களில் அவர்கள் சந்தித்த அந்நியர்களும், நடந்து செல்லும்போது அவர்கள் கண்ட பரந்தவெளிகளும்,

அவர்கள் வசித்த, சந்தித்த அறைகளும் அவர்கள் தமது காதலில் கண்டடைந்த ஆனந்தத்தைக்காட்டிலும் கூடுதலான ஆனந்தத்தைப் பெற்றிருக்கக்கூடும்.

யூரல் மலைச்சாரலின் அமைதி நிறைந்த வாழ்க்கை நெடுநாள் நீடிக்கவில்லை. உள்நாட்டுப் போரில் அவன் தனது சம்மதம் இல்லாமலேயே ஈடுபடுத்தப்படுகிறான். செங்காவலர் படைப்பிரிவொன்று அவனை வலுக்கட்டாயமாக இராணுவ மருத்துவனாகத் தன்னோடு சேர்த்துக் கொள்கிறது. செங்காவலர்களுடன் சைபீரியாவில் சுற்றியலைகையில் கிட்டும் அனுபவங்கள் அவனை மிகவும் பாதிக்கின்றன. உள்நாட்டுப் போரில் இருதரப்பினரும் கணக்கில்லாமல் கொல்லப்படுகின்றனர். எல்லாவிதமான கொடிய வழிமுறைகளையும் பயன்படுத்துகின்றனர். படை அதிகாரிகளால் தனது சிந்தனைச் சுதந்திரம் பறிக்கப்படுவதை எதிர்த்துப் போராடுகிறான். அங்கு அவனுக்குக் கிடைப்பவை சோகமும் தனிமையுணர்வுமே. ஒரு நாள் அவன் உள்நாட்டுப் போர் முடிவடைந்து விட்டதைக் கேள்விப்படுகிறான். மனைவி, மக்களைப் பார்க்கவேண்டும் என்ற ஆசையால் உந்தப்பட்டு அங்கிருந்து தப்பி விடுகிறான். யூரியாடின் என்ற இடத்தை அடைகிறான். அங்கு லாராவை மீண்டும் சந்திக்கிறான். உன்னதம் மிக்க அவர்கள் காதல் சில மாதங்கள் நீடிக்கின்றன. லாராவின் மிக இளமைப்பருவத்திலேயே அவளது வாழ்க்கையில் குறுக்கிட்ட ஒரு வழக்கறிஞனின் தூண்டுதலின்பேரில் லாரா மங்கோலியாவுக்குத் தப்பிச்செல்கிறாள். மாஸ்கோவுக்குத் திரும்பும் ஜிவாகோ தனது குடும்பம் நாடுகடத்தப்பட்டு விடுவதை அறிந்து கொள்கிறான். அங்கு தன் கவிதைகளை எழுதிப் பிரசுரிக்கிறான். புற நிர்ப்பந்தங்களினாலும், சந்தர்ப்பவசத்தாலும் தனது முன்னாள் பணியாளனின் மகளைத் திருமணம் செய்துகொள்கிறான். பின்னர் அவளையும் பிரிந்து வாழ்கிறான். ஒரு நாள் டிராலி பஸ்ஸில் பயணம் செய்கையில் அவ் வண்டியைக் கடந்து செல்லும் ஒரு பெண்ணைக் காண்கிறான். அப்பெண் லாராவை நினைவூட்டினாளோ என்னவோ, இனந்தெரியாத வேதனை அவனை அலைக்கழிக்கிறது. மாரடைப்பால் செத்து விழுகிறான்.

பாஸ்டர்நாக்கின் பாத்திரங்கள் வரலாற்று நாயகர்களல்லர்; மாறாக வரலாற்றுக்குப் பலியானவர்கள். மனிதனை வெறும் அரசியல்

விலங்காகவும் சமூக-பொருளாதார நிலைமைகளால் தீர்மானிக்கப் படுபவனாகவும் குறுக்குவதை எதிர்க்கும் பாஸ்டர்நாக் அவனை தனித்துவம் மிக்க தனிமனிதனாகக் காட்டுகிறார். அத் தனிமனிதனின் வாழ்க்கை மாபெரும் வரலாற்று நிகழ்ச்சிகளை விளக்குவதற்கு உதாரணமாகக் காட்டப்படும் வாழ்க்கை அல்ல. ஒவ்வொருவனின் வாழ்க்கையும் ஈடிணையற்றது. அரசியல் என்பது கணநேரமே நீடித்து மறையக் கூடிய புற அம்சம் என்பது அவர் கருத்து. மனித மனத்தின் நிரந்தரமான அடிப்படைப் பண்புகள், உணர்வெழுச்சிகள், படைப்பாற்றல் ஆகியனவே பாஸ்டர்நாக் முதன்மைப்படுத்துபவை. மனிதனால் தெய்வீக நிலையை அடைய முடியும்; படைப்பாற்றல் என்பது அதனை அடையும் ஏணியில் உள்ள ஒரு படி என்கிறார். ஜிவாகோவும் லாராவும் பிற்போக்குவாதிகள் அல்லர். மாறாக சிதைவுகளையும் அழிவுகளையும் ஏற்படுத்துகிற புறச்சக்திகள், அரசியல் சக்திகள் ஆகியவற்றுக்கு எதிரே தமது மனித சாரத்தை, அந்தரங்கமான உணர்வுகளை, உணர்வெழுச்சிகளை, மானிட கௌரவத்தைப் பாதுகாக்க உறுதியுடன் போராடுகிறவர்கள். ஜிவாகோ, வரலாற்றுச் சக்கரத்தைப் பின்னோக்கித் தள்ளுபவனல்லன். மாறாக புரட்சியால் கொண்டுவரப்பட்ட சமூக பொருளாதார மாற்றங்களை வரவேற்கிறவன்.

அவனுக்கும் அவனது சகாப்தத்துக்குமிடையே இருந்த முரண்பாடு அரசியல்ரீதியானது அல்ல தத்துவரீதியானது. அறவியல் தொடர்பானது. புரட்சியின் தலைவர்களின் ஆணைகளும் அவர்கள் விதிக்கும் மரண தண்டனைகளும் மனிதர்களிடத்தில் மாற்றம் ஏற்படுத்தும் என்பதை அவன் ஏற்க மறுக்கிறான். அது வெறும் பிரமையே என்பது அவன் கருத்து. அருவமான முழக்கங்கள், சூத்திரங்களின் பெயரால் செய்யப்படும் வன்முறையை எதிர்க்கிறான். உன்னதமான இலக்கைத் தூய்மையான வழிமுறைகள் மூலமே அடையமுடியும் என்கிறான். மனிதனுக்குள் இருக்கிற தீமையை அல்லது விலங்குத்தன்மையைப் போக்குவதற்கு அச்சுறுத்தலையும் கொடிய பயங்கரவாதத்தையும் பயன்படுத்தினால் நாம் உருவாக்க விரும்பும் ‘இலட்சிய மனிதன்’ சர்க்கஸ் கூடாரத்தில் சவுக்குகொண்டு விலங்குகளைப் பழக்கும் மனிதனாகத்தான் இருப்பானேயன்றி ஏசு கிறிஸ்துவாக அல்ல என்கிறான். கிறிஸ்துவ அறநெறிகளில் போற்றப்படும் நற்பண்புகளை மதிக்கும் ஜிவாகோ இயற்கை,

அன்பு, அழகு ஆகியவற்றைப் போற்றுகிறான். மனிதனுக்கும் பேரண்டத்துக்குமுள்ள இணைப்பைக் கம்யூனிஸ்டுகள் சரியாகப் புரிந்து கொள்ளவில்லை என்று கருதுகிறான். தாம் பிழையே செய்யாதவர்கள் என்றொரு கட்டுக்கதையைப் புனைந்து கொண்டுள்ள ஆட்சியாளர்கள் உண்மையைப் புறக்கணிப்பதற்குத் தம்மாலியன்ற அனைத்தையும் செய்கின்றனர் என்று கூறுகிறான். பொய்மையைக் கொண்டு புதிய சமுதாயத்தைக் கட்ட முடியாது என்பதை வலியுறுத்துகிறான்.

'டாக்டர் ஜிவாகோ,' அது தோன்றிய மண்ணில் இலக்கியத்துக்குப் புறம்பானதொரு போலியான அளவுகோல் கொண்டு மதிப்பீடு செய்யப்பட்டு நிராகரிக்கப்பட்டது. ஆனால் முப்பதாண்டுகளுக்குப் பின்னர் அதே மண்ணில், புதிய தலைமுறையைச் சேர்ந்தவர்களும் கூடுதலான விவேகமும் சிந்தனை முயற்சியும் கொண்டவர்களுமான வாசகர்களாலும் அறிவுஜீவிகளாலும் சகிப்புத்தன்மைகொண்ட ஆட்சியாளர்களாலும் பாஸ்டர்நாக்கின் அனைத்துப் படைப்புகளுக்கும் உரிய அங்கீகாரம் வழங்கப்பட்டு வருகின்றது. சுயநலம் கருதியோ அல்லது எந்தவொரு பிற்போக்குச் சக்திகளையும் ஆதரிக்கவோ அன்றி அடிப்படையில் தனது ஆன்மிக, படைப்பு, சிந்தனை சுதந்திரத்தை வலியுறுத்தப் போராடிய நேர்மையான கலைஞரின் நூற்றாண்டு விழாவுக்கான மிகச் சிறந்த தயாரிப்புகள் சோவியத் ரஷியாவில் நடைபெற்றுவருவது இலக்கிய நாகரிகத்தின் சிறந்த வெளிப்பாடாக விளங்குகிறது.

ப்ரெஸ்னெவ்: ஸ்டாலினிசத்தின் மறுபிறப்பு

ஸ்டாலினும் குருஷ்சேவும் அதிகாரத்தைக் கைப்பற்றவும் தமது செல்வாக்குகளை உறுதிப்படுத்திக் கொள்ளவும் கடுமையான உள்கட்சிப் போராட்டங்களை நடத்தியது போலன்றி லியோனிட் ப்ரெஸ்னெவ் அமைதியான முறையில் பதவி உயர்வைப் பெற்றார். ப்ரெஸ்னெவ் சகாப்தத்தின் முதலாண்டில் கட்சியின் அரசியல் குழு, மத்திய குழு ஆகியவற்றிலும் அமைச்சர்கள் குழுவிலும் தலைமையிலிருந்த சில தனியாள்களுக்கும் அவருக்குமிடையே சில தகராறுகள் எழுந்தன. ஆனால் அவற்றைத் தீர்ப்பதற்கு அவர் ஸ்டாலின் காலத்து அல்லது குருஷ்சேவ் காலத்துக் கடும் போராட்டங்களை மேற்கொள்ள வேண்டியிருக்கவில்லை. கட்சியும் அரசு எந்திரமும் சிறிதும் தயக்கமின்றி ப்ரெஸ்னெவை முழு மனத்தோடு ஆதரித்தன. எனவே அவரை எதிர்க்கக்கூடியவர்கள் யாரும் இல்லாமல் போயிற்று. அவரை ஆதரித்த கட்சியிலும் அரசு இயந்திரத்திலும் இருந்த, அதிகாரிவர்க்கத்தினர், தம்மை நிம்மதியாக வாழவிடாத ஸ்டாலின், குருஷ்சேவ் போன்ற வலிமைமிக்கத் தலைவர்களை விரும்பவில்லை. ப்ரெஸ்னெவ் பலகீனமான, தனக்கே உரித்த குறிப்பிடத்தக்க குணநலன்கள் ஏதும் இல்லாத, சிறப்பான அறிவாற்றல் படைத்திராத மனிதர். எனவே கட்சிக்கும், அரசுக்கும் மேலான மனிதராகத் (ஸ்டாலின் போல) தன்னை உயர்த்திக் கொள்வதிலேயோ அல்லது அதிகாரி வர்க்கத்துக்கெதிராகப் போராடக் கூடியவராக (குருஷ்சேவ் போல) தன்னை உருவாக்கிக் கொள்ளவோ அவருக்கு விருப்பமோ ஆற்றலோ இருக்கவில்லை. மாறாக, அவர் அந்த இயந்திரத்தின்மீது தனது முழு நம்பிக்கையை வைத்தது மட்டுமல்லாமல் சமுதாயத்தையும் அரசையும் நிர்வகிக்கும் பொறுப்பின் பெரும்பகுதியை அந்த இயந்திரத்திடம் ஒப்படைக்கவும் செய்தார். அவராகவே முன்முயற்சி எடுத்து நிறைவேற்றிய முடிவுகள் ஏதுமில்லை.

ப்ரெஸ்னெவ் சகாப்தத்தில்தான் சலுகைபெற்ற சமூக அடுக்கு என்ற வகையில் சோவியத் அதிகாரிவர்க்கத்தின் புல்லுருவித்தனம், முழுமையாக வெளிப்பட்டது.

அரசியல், பொருளாதார, பண்பாட்டுத் துறைகளில் தேக்கம் ஏற்பட்ட காலகட்டம் என சொல்லப்படுகிற அக்காலகட்டத்திலுங்கூட சில துறைகளில் குறிப்பிட்ட முன்னேற்றங்களேற்பட்டன. ஆயினும், ப்ரெஸ்னெவின் பதினெட்டு ஆண்டுக்கால ஆட்சியில் ஏற்பட்ட பின்னடைவுகளே, சாதனைகளைக் காட்டிலும் மிக அதிகமாக இருந்தன. அவரது ஆட்சியின் முதல்கட்டத்தில் குருஷ்சேவ் மேற்கொண்ட தவறான நடவடிக்கைகள் என கட்சித் தலைமையால் கருதப்பட்டவை ரத்து செய்யப்பட்டன. உதாரணமாக, சோவியத் கம்யூனிஸ்ட் கட்சியில் தொழிற்துறைப்பிரிவு என்றும், விவசாயத்துறைப்பிரிவு என்றும் குருஷ்சேவ் ஏற்படுத்திய பாகுபாடு ரத்து செய்யப்பட்டது. மாவட்ட, பிரதேச மட்டங்களில் கட்சி மற்றும் சோவியத் நிர்வாகமுறை மீண்டும் கொண்டுவரப்பட்டது. சோவியத் ஒன்றிய மட்டத்திலும் குடியரசுகள் மட்டத்திலும் இயங்கிய பொருளாதாரக்குழுக்கள் (Economic Councils) அமைச்சகங்களுடன் இணைக்கப்பட்டு, ஒவ்வொரு குறிப்பிட்ட தொழிலுக்கும் ஒவ்வொரு குறிப்பிட்ட அமைச்சகம் பொறுப்பாக்கப்பட்டது. கல்வித் துறையில் குருஷ்சேவ் செய்த சீர்திருத்தங்கள் படிப்படியாக கைவிடப்பட்டன. மிகவும் எச்சரிக்கையுடனும் நிதானமாகவும் ஸ்டாலினுக்கு மறு அங்கீகாரம் வழங்கப்படலாயிற்று. தொழில், விவசாயம் ஆகியவற்றை நிர்வகிப்பதில் கடைப்பிடிக்கப் பட்டுவந்த பழைய முறைகளை மாற்ற முயற்சி செய்யப்பட்டது. பொருளாதார ஊக்குவிப்புகளும் மேலாளரின் பொறுப்புகளும் அதிகாரங்களும் அதிகரிக்கப்பட்டன. 1960 முதல் 1970 வரை மொத்தத் தொழிலுற்பத்தி 50 சதவீதமும் விவசாய உற்பத்தி 20 சதவீதமும் அதிகரித்தன. ஆனால் இந்தப் பொருளாதார சீர்திருத்தங்கள் அதிகாரிவர்க்க முறைகளின் மூலம் நடைமுறைப்படுத்தப்பட்டதால் பொருளாதாரத்தின் மீது அவை ஏற்படுத்திய தாக்கம் ஆழமானதாக இருப்பதற்குப் பதிலாக மென்மேலும் பலவீனமடைந்தே வந்தது. 1970ஆம் ஆண்டு வாக்கில் அத்தாக்கத்தின் சுவடே இல்லாமல்போயிற்று.

1960களில் சோவியத் யூனியனின் சர்வதேச உறவுகள் மிகவும் சீர்கெட்டன. சீனத்தில் "பண்பாட்டுப் புரட்சி" தொடங்கிய பிறகு இரு நாடுகளுக்குமிடையே உள்ள உறவுகள் சீர்கெட்டுப் பின்னர் 1969 இல் இராணுவ மோதல் ஏற்படும் அளவுக்குச் சென்றன. சீனம், தனது நாட்டின் வடபகுதிகளில் இராணுவ ஆயத்தங்களைப் பெருமளவில் முடுக்கிவிட்டது. அணுஆயுதங்களையும் ஏவுகணைகளையும் தயாரிக்கத் தொடங்கிற்று. இதுகாறும் தனது நேச நாடாக இருந்த சீனத்துடன் ஏற்பட்ட பகைமையானது சோவியத் யூனியனின் இராணுவத்திட்டங்களை மறுபரிசீலனை செய்ய வைத்தது. மேலும், நாட்டின் கிழக்குப் பகுதியில் பாதுகாப்பை வலுப்படுத்துவதற்கான நடவடிக்கைகள் மேற்கொள்ளப்பட்டன. வியட்நாமில் அமெரிக்கா நடத்தி வந்த ஆக்கிரமிப்புப் போர் பற்றி முதலில் பெரிதாக அக்கறைப் படாத சோவியத் யூனியன், பின்னர் பெருமளவிற்கு இராணுவ உதவிகளை வியட்நாமிற்கு வழங்கத் தொடங்கிற்று.

கிழக்கு ஐரோப்பாவில் சோவியத் யூனியனுக்கு தலைவலி தரக்கூடிய சில மாற்றங்கள் ஏற்படலாயின. ருமேனியா, சீன ஆதரவு நிலைப்பாட்டை மேற்கொண்டது. அலெக்ஸாண்டர் டூப்ஸெக் தலைமையில் செக்கோஸ்லோவேக்கியாவில் 'மனித முகம் கொண்ட சோசலிச'த்தை உருவாக்க விரும்பியவர்கள் ஆட்சியைக் கைப்பற்றினர். ஸ்டாலினிச அதிகாரிவர்க்க சோசலிசத்துக்குப் பெரும் சவாலாக அமைந்த இந்த புதிய ஆட்சியைக் கண்டு அச்சமடைந்த சோவியத், போலந்து, கிழக்கு ஜெர்மனி ஆகிய நாடுகளின் பழைமைவாதத் தலைமை, வார்ஸா ஒப்பந்தத்தைப் பயன்படுத்தி செக்கோஸ்லேவாக்கியாவிற்கு இராணுவத்தை அனுப்பி டூப்ஸெக் அரசாங்கத்தைக் கவிழ்த்தது. மக்களின் எதிர்ப்பும் போராட்டத்தை ஈவிரக்கமின்றி நசுக்கியது. அந்த நாட்டு மக்களும் அரசாங்கமும் வெளிப்படுத்திய சுதந்திரமான வேட்கைகளை நசுக்கியதானது சர்வதேசச் சட்டங்கள், சோசலிச சர்வதேசியம் ஆகியவற்றின் அடிப்படைகளைக் கடுமையாக மீறிய கொடுஞ்செயலாயிற்று. இதன் காரணமாக மேலை நாடுகளுடனான சோவியத் யூனியனின் உறவுகள் சீர்கெடலாயின. அந்த நாடுகளிலிருந்த கம்யூனிஸ்ட் கட்சிகள் கிட்டத்தட்ட அனைத்துமே இந்த ஆக்கிரமிப்பை வன்மையாகக் கண்டித்தன. மத்தியக் கிழக்கில் இஸ்ரேலுடன் நடந்த ஆறு நாள் போரில் அரபு நாடுகள் தோற்றுப்போயின. அங்கு சோவியத் யூனியனின் நிலை

மோசமடைந்தது. எகிப்திலும், சிரியாவிலும் பலவீனமடைந்திருந்த இராணுவங்களை மீண்டும் வலுப்படுத்துவதற்காக மிகப்பெரும் செலவுகளை சோவியத்யூனியன் ஏற்கவேண்டியதாயிற்று. 1960களில் பல்வேறு மூன்றாம் உலக நாடுகளுக்கும் சோவியத் யூனியனுக்கும் இருந்த உறவுகளும் சீர்கெடலாயின. இதுகாறும் சோவியத் யூனியனின் நட்பு நாடுகளாயிருந்த பல ஆசிய, ஆப்பிரிக்க, நாடுகளில் இருந்த ஆட்சிகள் இராணுவப்புரட்சிகளால் தூக்கி எறியப்பட்டன. அவை சோவியத் யூனியனின் பகைவர்களாக மாறின. க்யூபாவுடனான உறவுகளும் சீர்கெட்டன. உலகம் முழுவதிலும் சோவியத் யூனியனுக்கு இருந்த உண்மையான, செயலூக்கமுள்ள நண்பர்களின் எண்ணிக்கை வேகமாகக் குறைந்து வரலாயிற்று. சோவியத் எதிர்ப்பு உணர்வும், அமெரிக்க எதிர்ப்பு உணர்வும் உலகின் பல பாகங்களில் ஒரே சமயத்தில் வளர்ந்து வந்தன. 1970-இல் போலந்தில் ஏற்பட்ட பெரும் நெருக்கடி கோமுல்காவின் வீழ்ச்சியில் போய் முடிந்தது. சோவியத் யூனியனின் சர்வதேச நிலைமை படுமோசமாயிற்று. இச் சமயத்தில் அதன் இராணுவச் செலவுகள் கணிசமான அளவுக்கு அதிகரித்தன. புதிய, மிகப் பெருமளவிலான ஆயுதத் தயாரிப்புத் திட்டங்கள் உருவாகத் தொடங்கின.

உள்நாட்டைப் பொறுத்தவரை 1960களில் ‘எதிர்ப்பாளர் இயக்கம்’ *(dissident movement)* வலுவடைந்தது. ஒடுக்குமுறைகளினால் அதைத் துடைத்தெறிய முடியவில்லை. பல ஆண்டுகளுக்குப் பிறகு இப்போதுதான் முதன் முறையாக, சுதந்திரமான பொதுமக்கள் கருத்தும் ஆட்சிக்கு எதிரான எதிர்ப்புக்குரலும் உருவாகியிருந்தன. எதிர்ப்பியக்கம் என்பது ஒரேபடித்தானதாக இருக்கவில்லை. சீர்திருத்தவாத சோசலிஸ்டுகள், தீவிரமான கம்யூனிஸ்டுகள், சமயக் குழுக்கள், தேசிய இனப் பிரச்சனைகளுக்காகப் போராடுபவர்கள், மிதவாத ஜனநாயகவாதிகள், கட்சி சித்தாந்தங்கள் ஏதுமற்ற தனி மனிதர்கள் எனப் பலவகைப்பட்டவர்கள் இருந்தனர். அவர்கள் அனைவருக்கும் பொதுவானதாக இருந்த விஷயம் ஸ்டாலினுக்கு மறுஅங்கீகாரம் கொடுப்பதை அவர்கள் அனைவரும் எதிர்த்தனர் என்பதுதான். இந்த எதிர்ப்பு இயக்கத்தில் தீவிரமாகச் செயல்பட்டவர்களின் எண்ணிக்கை மிக மிகக் குறைவானதே என்றபோதிலும் அவர்களுக்கு அறிவுஜீவிகள் பலரது ஆதரவு இருந்தது. அதன் காரணமாக வெளிநாடுகளில் அவர்களைப் பற்றிய செய்திகள் வெளியாயின. மேலை நாட்டு எழுத்தாளர்கள்,

அறிவாளிகள், மனித உரிமை இயக்கத்தினர் போன்றோர் அவர்களுக்கு தமது ஆதரவுகளைத் தெரிவிக்கலாயினர்.

1971-1979ஆம் ஆண்டுக்காலகட்டம் சோவியத் வரலாற்றில் இருந்த மிக அமைதியான காலகட்டமாகும். ஸ்திரத்தன்மை என்பதுதான் அன்றைய முதன்மையான முழக்கமாக இருந்தது. அதாவது வெளிநாட்டு, உள்நாட்டுக் கொள்கையிலும், கட்சியிலும் அரசாங்கத்திலும் ஸ்திரத்தன்மை. இந்த ஸ்திரத்தன்மையானது ஒரு தேக்க நிலையையே உருவாக்கிற்று. சலனமற்ற வாழ்க்கையின் பொருட்டு, புதிய சீர்திருத்தங்களைப் புகுத்தவோ கிழடுதட்டிப்போன நிர்வாகிகளையும் அதிகாரிகளையும் அப்புறப்படுத்தவோ எவ்வித நடவடிக்கையும் மேற்கொள்ளப்படவில்லை, 1970 களில் சோவியத் தொழிற்துறையில் குறிப்பிடத்தக்க முன்னேற்றங்கள் ஏற்பட்டு குடிமக்களுக்குக் கூடுதலான பொருள்களும் சேவைகளும் கிடைப்பதற்கான வாய்ப்புகள் கிட்டியபோதிலும் தொழிற்துறை உற்பத்தியின் வளர்ச்சி விகிதம் கணிசமாக வீழ்ச்சி அடைந்தது, முதலில் ஆண்டுக்கு 5 சதவீதம் என்ற அளவிலும் பின்னர் அந்த தசாப்தத்தின் இறுதியில் 3.5 சதவீதம் என்ற அளவிலும் வீழ்ச்சி அடைந்தது. ஒன்பதாவது ஐந்தாண்டுத்திட்டம் (1971-75), பத்தாவது ஐந்தாண்டு திட்டம் (1976-80) ஆகிய இரண்டுமே முழுமைபெறவில்லை. 1970களில் சோவியத் யூனியன் நிலக்கரி, இரும்புத்தாது, சிமென்ட், டீசல், ரயில்வண்டிகள், டிராக்டர்கள், இரும்பு, உருக்கு, இயற்கை உரவகைகள், உருக்குக் குழாய்கள், உலோகங்களை வெட்டும் மெஷின் டூல்கள், கம்பளி மற்றும் பருத்தி ஆடைகள், தோலால் ஆன காலணிகள், தொழிற்துறைக்குத் தேவையான மரப் பலகைகள் போன்ற பொருள்களின் உற்பத்தியில் அமெரிக்காவை விஞ்சியிருந்தது. அதேபோல அணுவிசை உற்பத்தியிலும் உலகில் முதல் நாடாகத் திகழ்ந்தது. உருக்காலைகள், விண்வெளி ஆராய்ச்சி, நெடுந்தொலைவுகளுக்கு மின்சாரத்தை எடுத்துச் செல்லும் தொழில் நுட்பம், பொது மருத்துவசேவை முதலியவற்றிலும் முன்னணியில் இருந்தது. நவீனப் போர்களில் மிக முக்கியமானவையாகக் கருதப்படும் ஆயுதங்களின் உற்பத்தியிலும் சோவியத் யூனியன் முதன் முறையாக 1970களில்தான் அமெரிக்காவை எட்டிப்பிடித்திருந்தது. கப்பற்படையை கணிசமான அளவு விரிவுபடுத்தியது. அமெரிக்கா மற்றும் மேலை நாடுகளிடமிருந்த நவீன ஆயுதங்களுக்கு எவ்விதத்திலும் குறையாத ஆயுதங்கள் சிலவற்றைத் தயாரிக்கவும்

செய்தது. ஆயினும் உழைப்பின் உற்பத்தித்திறன், ஒட்டுமொத்த தேசிய உற்பத்தி ஆகியவற்றைப் பொறுத்தவரை அமெரிக்கா, ஜப்பான், மேற்கு ஜெர்மனி ஆகிய நாடுகளைவிடப் பின் தங்கியிருந்தது, இந்த நாடுகள் மின்னணுத்துறை நுண்கருவிகள் உற்பத்தி, மின்னணுவால் இயங்கும் மெஷின்டூல்கள், மிக நவீன தகவல்தொடர்பு வசதிகள், பல்வேறு நுகர்பொருள்கள், இயந்திரங்கள் ஆகியவற்றின் உற்பத்தியில் முன்னணியில் நின்றன.

1970களில் விவசாயத்துறை முதலீடுகள் குறிப்பிடத்தக்க வகையில் அதிகரித்தன. ஆயினும் விவசாய உற்பத்தியில் வருடாந்திர அதிகரிப்பு 1.5 சதவீதத்திலேயே நின்றுகொண்டது. இதன் காரணமாக விவசாய உற்பத்திச் செலவு கணிசமாக உயர்ந்தது. நகரங்களுக்கான உணவு வழங்கல் கடுமையாகப் பாதிக்கப்பட்டது. மக்களின் பண வருவாய் கடந்த பத்தாண்டுகளில் அதிகரித்தது. ஆயினும் அவற்றைக் கொண்டு வாங்குவதற்கான நுகர்பொருள்கள், விவசாய உற்பத்திப் பொருள்கள் ஆகியவற்றின் உற்பத்தியோ மிகக்குறைவாகவே இருந்தன. இதன் விளைவாக பணவீக்கம் ஏற்பட்டது. அது ஆண்டுக்கு 2 முதல் 3 சதவீதம் வரை அதிகரித்துவந்தது. மறுபுறம் செலவழிப்பதற்கு வாய்ப்பில்லாத பணம் (சேமிப்பு வங்கிகளிலும் வேறு இடங்களிலும் போடப்பட்டவை) அதிகரித்து வந்தது. வெளிநாடுகளில் வாங்கப்பட்டுவந்த தானியம், இறைச்சி, வெண்ணெய் ஆகியவற்றின் அளவும் அதிகரித்து வந்தது.

1970களில் 'பதட்ட நிலைத் தணிப்பு' (detente) என்ற கொள்கையின் மூலம் சோவியத் யூனியன் சர்வதேச அரங்கில் தனிமைப்படுத்தப் படும் அபாயத்திலிருந்து தப்பியது. இக்கொள்கைக்கு மேற்கு நாடுகளிலிருந்து ஆதரவு கிடைத்தது. மேற்கு ஐரோப்பிய நாடுகள், அமெரிக்கா ஆகியவற்றுடனான உறவுகள் சீரடைந்தன.

SALT I ஒப்பந்தம் கையெழுத்தாயிற்று. SALT II ஒப்பந்தத்துக்கான பேச்சுவார்த்தையில் முன்னேற்றம் ஏற்பட்டது. வளர்ச்சியடைந்த மேலை நாடுகளுடன் வர்த்தகம் அதிகரித்தது. 1975இல் ஐரோப்பாவின் பாதுகாப்பு, ஒத்துழைப்பு சம்பந்தமான ஒப்பந்தம் ஹெல்சிங்கியில் கையெழுத்தாயிற்று.

மூன்றாம் உலக நாடுகளில் அதன் செல்வாக்கு விரிவடைந்தது. எகிப்துடனான அதன் உறவுகள் சற்று மேம்பாடு கண்டதும் டேவிட்

முகாம் ஒப்பந்தமும் சோவியத்யூனியனுக்கு அனுகூலமாகவே இருந்தன. வியட்நாமில் அமெரிக்கா தழுவிய தோல்வி, நிலத்தடி எண்ணெய் விலைகளை அதிகரிக்க OPEC நாடுகள் எடுத்த முடிவு, ஈரானின் ஷா மன்னனின் வீழ்ச்சி, நிகராகுவாவில் சொமோஸாவின் தோல்வி ஆகியன அமெரிக்காவை ஆட்டங்காணச் செய்தன. சோவியத் யூனியனோ வியட்நாம், லாவோஸ் ஆகியவற்றுடனும் பின்னர் கம்பூசியாவுடனும் தனது உறவுகளை வலுப்படுத்திக் கொண்டது. இதன் மூலம் வியட்நாமில் தனக்கான கப்பற்படைத் தளத்தைப் பெற்றுக் கொண்டது. ஆப்பிரிக்காவில் எதியோப்பியா, அங்கோலா, மொஸாம்பிக் போன்ற நாடுகள் சோவியத் யூனியனின் புதிய நேசநாடுகளாயின. ஆனால் எதியோப்பாவிலுள்ள எரித்திரிய மக்களின் விடுதலைப் போராட்டத்தை முற்றிலுமாகப் புறக்கணித்து மக்களின் ஆதரவு பெற்றிராத இராணுவப்புரட்சியையும் மெங்கிஸ்டுவின் தலைமையிலான ஒடுக்குமுறை ஆட்சியையும் ஆதரித்ததன் மூலம் கம்யூனிசத்திற்கு அவப்பெயரே உண்டாயிற்று. இந்தியா, லிபியா, தெற்கு யேமன், பெனின் மற்றும் பல மூன்றாம் உலக நாடுகளுடன் அதன் உறவுகள் வலுவடைந்தன. 1971இல் வங்காள தேசப் போரின்போது இந்திய - சோவியத் 'சமாதான' ஒப்பந்தமும் கையெழுத்தாயிற்று. 1978இல் நடத்திய ஆப்கானிஸ்தான் படையெடுப்பு, வரப்போகும் பல ஆண்டுகளுக்கு நீடிக்கப்போகிற நெருக்கடியின் துவக்கமாக அமைந்தது.

1970களின் முதல் பகுதியில் சோவியத் யூனியனில் பல்வேறு எதிர்ப்பு இயக்கங்கள் வலுப்பெற்று வந்தன. ஆனால் அந்த தசாப்தத்தின் இறுதியில் அவை வீழ்ச்சியடையத் தொடங்கின. அதற்குப் பல்வேறு காரணங்கள் இருந்தன. எடுத்துக்காட்டாக மிகப்பெருமளவில் யூதர்கள் சோவியத் யூனியனிலிருந்து வெளியேறியமை ஒருகாரணம். 1960களின் இறுதியிலும் 1970களின் துவக்கத்திலும் எதிர்ப்பு இயக்கத்தின் தீவிர உறுப்பினர்கள் பலர் வெளிநாட்டில் குடியேறியமையும், வெளியேற்றப்பட்டமையும் மற்றொரு காரணம். ஆட்சியாளர்களின் ஒடுக்குமுறையும் எதிர்ப்பு இயக்கத்தைச் சேர்ந்த அறிவுஜீவிகளிடையே ஏற்பட்ட மனச்சோர்வும் ஏமாற்றமும் மற்ற முக்கிய காரணங்களாகும். எதிர்ப்பாளர்களை மனநோய் விடுதிகளில் அடைக்கும் வழக்கமும் அப்பட்டமான பொய்க் குற்றச்சாட்டுகளின் பேரில் சிறையிலடைக்கும் வழக்கமும் அதிகரித்தன. அப்படியிருந்தும் எதிர்ப்பாளர் இயக்கம் சிறு அளவிலேனும் தொடரவே செய்தது.

'ஸமிஸ்டாட்' என்றழைக்கப்படும் ரகசியப் பிரசுரங்களும் வெளிவந்து கொண்டிருக்கவே செய்தன.

1970 களில் ப்ரெஸ்னெவின் தனிப்பட்ட அதிகாரமும் செல்வாக்கும் அதிகரிக்கவே செய்தன. கட்சி மத்தியக்குழுவின் பொதுச் செயலாளர், நாட்டின் அதிபர், இராணுவத்தின் தலைமைத்தளபதி - எல்லாமே இப்போது ப்ரெஸ்னெவ்தான்! நாட்டின் நிர்வாகம், மென்மேலும் அதிகாரிவர்க்கத்தன்மையாக்கப்பட்டு வந்தது. ப்ரெஸ்னெவ் மீதான புகழுரைகள் அதிகரித்தன. இரண்டாம் உலகப்போரில் மிக சாதாரணமான பதவி வகித்த அவரை, மிகப்பெரும் பங்குவகித்த, துணிச்சல் மிக்க தளபதியாக சித்திரிக்கும் புத்தகங்கள் எழுதப்பட்டன. இலக்கியத்திற்கான மிக உயர்ந்த விருதான 'லெனின் பரிசு' கூட அவருக்கு வழங்கப்பட்டது! அவருடைய சீருடையில் குத்துவதற்கு இடமே இல்லாதபடி பதக்கங்கள் தொங்கலாயின. 'சுப்ரீம் மார்ஷல்' என்ற பட்டத்தையும் அவர் சூட்டிக் கொண்டார். இத்தகைய சுயபாராட்டுகளால் அவருக்கும் மக்களுக்கும் இடையிலிருந்த இடைவெளி அதிகரிக்கவே செய்தது. பண்பாட்டுத் துறையில் 1970-களில் பெரும் தேக்க நிலை ஏற்பட்டது. 1979 இன் இறுதியில் சமுதாய, பொருளாதார நெருக்கடிகள் ஆழமடைந்து வந்தன.

1979-82ஆம் ஆண்டுகளுக்கு வகுக்கப்பட்டிருந்த பொருளாதார வளர்ச்சித் திட்டங்கள் ஏதும் நிறைவு செய்யப்படவில்லை. தொழில் உற்பத்தியின் வளர்ச்சிவிகிதம் ஆண்டுக்கு 2.5 முதல் 3 சதவீதம் என்று மீண்டும் வீழ்ச்சியடையத் தொடங்கியது. உழைப்பின் உற்பத்தித்திறன் அதிகரிக்கவில்லை. அதேசமயம் உழைப்புப் பற்றாக்குறை பல துறைகளில் காணப்பட்டது. எரிபொருள், மின்சார உற்பத்தித்துறைகளில் பல சிக்கல்கள் தோன்றின. 1979-க்குப் பின்னர் நிலக்கரி, இரும்பு, எஃகு ஆகியவற்றின் உற்பத்தி வீழ்ச்சியடைந்தது. போக்குவரத்துத் துறையும் வளர்ச்சியடையவில்லை. ப்ரெஸ்னெவ் சகாப்தத்தின் கடைசி நான்கு ஆண்டுகளில் விவசாயத்திலும் நெருக்கடி ஏற்பட்டது. நான்கு ஆண்டுகளிலும் மிகக்குறைவான அறுவடையே சாத்தியமாயிற்று. பருத்தி ஒன்றைத் தவிர மற்றெல்லாப்பயிர்களின் உற்பத்தியும் வீழ்ச்சியடைந்தது. பெரும்பாலான தொழில் நகரங்களில் பல்வேறுவகையான பங்கீட்டு முறைகளை நடைமுறைப்படுத்த வேண்டியதாயிற்று.

ப்ரெஸ்னெவின் ரஷியா திடீரென 'ஐந்து புதிர்கள்' உள்ள நாடாக மாறிற்று:

1. எல்லாருக்கும் வேலை இருக்கிறது, ஆனால் ஒருவரும் உண்மையாக வேலை செய்வதில்லை 2. யாருமே சாகும் வரை வேலை செய்வதில்லை. ஆனால் உற்பத்திக்குறியிலக்குகள், எப்போதுமே பூர்த்திசெய்யப்படுவது மட்டுமின்றிக் குறியிலக்குகளைத் தாண்டியும் விடுகிறது. 3. உற்பத்திக் குறியிலக்குகள் எப்போதுமே பூர்த்திசெய்யப்படுகின்றன. ஆனால் அவற்றின் விளைவுகளைக் கடைகளில் காணமுடிவதில்லை. 4. பற்றாக்குறை இன்னும் இருந்து வருகிறது; ஆனால் யாரும் உணவில்லாமலோ ஆடையில்லாமலோ இருப்பதில்லை. 5. மெதுவாக வேலை செய்யும் வழி எல்லோருக்கும் தெரிந்துவிடுகிறது; ஆனால் அதனால் யாருமே மகிழ்ச்சியடைவதில்லை.[1]

சர்வதேச அரங்கிலும் சோவியத் யூனியனின் நிலை மீண்டும் மோசமாகியது. 'நேட்டோ' தனது இராணுவத்தை அதிகரிக்க முடிவு செய்தது. அமெரிக்க-சீன அரசியல் ராணுவக் கூட்டை ஏற்படுத்த கார்ட்டர் அரசாங்கம் முயற்சி செய்தது. ரீகன் ஆட்சிக்கு வந்ததும் இருநாடுகளுக்குமிடையிலான உறவு மேலும் சீர்கெட்டது. அணு ஆயுத ஏவுகணைகளை நேட்டோ நாடுகளில் வைக்கவும், இராணுவச் செலவை அதிகரிக்கவும் அமெரிக்கா முடிவு செய்தது. நாட்டின் கிழக்கில் ஆப்கானிஸ்தானும் மேற்கில் போலந்தும் தீர்க்கமுடியாத பிரச்சனைகளாயின. சீன-வியட்நாமியப் போர், கம்பூசியப் பிரச்சனை, மாஸ்கோ ஒலிம்பிக் விளையாட்டுகளை மேற்கு நாடுகள் புறக்கணித்தமை, ருமேனியாவின் பொருளாதார நெருக்கடி, மேற்கு ஜெர்மனியில் பிற்போக்குக் கட்சி ஆட்சிக்கு வந்தமை ஆகியன சோவியத் வெளியுறவுக் கொள்கையை மேலும் சிக்கலாக்கின.

ப்ரெஸ்னெவின் ஆட்சியின் கடைசி ஆண்டில் எண்ணற்ற தீர்மானங்கள் நிறைவேற்றப்பட்டன. ஆனால் யாரும் அவற்றை நடைமுறைப்படுத்தவில்லை. அதிகாரிவர்க்கத்தனமும், ஊழலும் அரசு அங்கங்களில் தலைவிரித்தாடின. எதிர்ப்பாளர்களின் எண்ணிக்கை குறைந்து கொண்டே வந்தபோதிலும் மக்களிடையே

---

[1] K S. Karol, Gorbachev and The Dynamics of Change in *Socialist Register 1988*, Merlin Press, London, 1988, p.15

அதிருப்தி வளர்ந்துகொண்டே வந்தது. குற்றங்களும் குடிப்பழக்கமும் அதிகரித்தன.

ஒரே ஒரு துறையில் மட்டும் ப்ரெஸ்னெவ் மாபெரும் வெற்றிகளைச் சாதித்தார் எனலாம். அதாவது ஆட்சியையும் கட்சியையும் விமர்சித்த எதிர்ப்பாளர்களை உறுதியோடும் வலிமையோடும் ஒடுக்கினார். உலகப் புகழ்பெற்ற விஞ்ஞானியும் மனித உரிமை இயக்கத் தலைவருமான சகாரோவ்கூட மாஸ்கோவிலிருந்து வெளியேற்றப்பட்டு கார்க்கி என்னுமிடத்தில் வாழவேண்டியிருந்தது.[2]

இரண்டாண்டுகளுக்கு முன்பு நோபல் பரிசுபெற்ற யோசிஃப் ப்ராட்ஸ்கி *(Iosip Brodsky:1940)* விவகாரம் குறிப்பிடத்தக்கது. 'ஒட்டுண்ணி', 'சோம்பேறி,' 'சமுதாயத்துக்காகப் பயனுள்ள எந்த வேலையும் செய்யாதவர்' என்று குற்றம் சாட்டப்பட்டார். நீதிமன்றத்தில் வழக்காடுகையில், தான் 'ஒரு கவிஞன், மொழிபெயர்ப்பாளன், எனவே சமுதாயத்துக்குப் பயன்படக்கூடியவன்' என்று அவர் கூறியபோது நீதிபதிகள் அவரைக் கேலி செய்தனர். நீதியை அவமதிக்கும் வகையில் நடத்தப்பட்ட இந்த வழக்கில் அவர் ஐந்தாண்டுக் காலம் கட்டாய உழைப்புமுகாமுக்கு அனுப்பப்பட்டார். ஆர்கேங்கெல்ஸ்க் என்ற இடத்திலுள்ள கூட்டுப் பண்ணையில் உரமூட்டைகளைத் தூக்கிச் சென்று வண்டிகளில் ஏற்றும் வேலையைச் செய்யத் தொடங்கினார். சோவியத் யூனியனிலும் மேலை நாடுகளிலுமிருந்த ஏராளமான இலக்கியவாதிகளும் மனித உரிமை இயக்கத்தினரும் காட்டிய எதிர்ப்பின் காரணமாக அவருக்கு விதித்த தண்டனையை அரசாங்கம் ரத்து செய்ய முடிவு செய்தது. ப்ராட்ஸ்கி 1965 செப்டம்பரில் விடுதலை செய்யப்பட்டார். பின்னர் நாட்டைவிட்டு வெளியேறவும் அனுமதிக்கப்பட்டார்.

ஆனால் அதே செப்டம்பர் மாதத்தில் ஆந்திரே ஸினியாவ்ஸ்கி, யூலி டேனியல் என்ற இரு எழுத்தாளர்கள் கைதுசெய்யப்பட்டனர். அவர்களிருவரும் முறையை ஆப்ராம் டெர்ட்ஸ், நிகோலாய் அர்ஷாக்

---

2 சோவியத் யூனியனில் ஏற்பட்ட அரசியல், பொருளாதார மாற்றங்கள், உள்நாட்டு, வெளிநாட்டுக் கொள்கைகள் ஆகியனபற்றிய விவரங்களுக்கான ஆதாரம்: Roy Medvedev, The Soviet Union At The Beginnig of The New Era: Stages And The Development of Society And The Political Leadership In The USSR, *Socialist Register* 1983. Merlin Press, London, 1983

என்ற புனைபெயர்களில் எழுதியும் மொழிபெயர்ப்புப்பணிகளில் ஈடுபட்டும் வந்தனர். புனைபெயர்களில் அவர்கள் தமது படைப்புகளைப் பிரசுரித்தது குற்றம் என அரசாங்கம் கூறியது. 'நோவிமிர்' ஏட்டிற்கு எழுதிவந்த ஸினியாவ்ஸ்கி மிகச்சிறந்த விமர்சகர். பிக்காஸோ பற்றியும் 1920களின் சோவியத் கவிதைகள் பற்றியும் நூல்கள் எழுதியவர். பாஸ்டர்நாக் கவிதைத் தொகுப்பொன்றுக்கு அவர் எழுதிய முன்னுரை மிக நுட்பமானது என விமர்சகர்களால் மதிப்பிடப்பட்டுள்ளது. அடுத்துவந்த பதிப்புகளிலிருந்து இம் முன்னுரையை அகற்றியது அரசாங்கம். யூலி டேனியல் மொழிபெயர்ப்பாளரும் கவிஞருமாவார். அவர்களது வழக்கின்போது வெளிநாட்டுப் பத்திரிகையாளர்கள் யாரும் நீதிமன்றத்தில் அனுமதிக்கப் படவில்லை. 'பகிரங்கமான விசாரணை' என்று சொல்லப்பட்ட போதிலும் சிறப்பு அனுமதியின் பேரிலேயே நீதிமன்றத்துக்குள் செல்ல முடிந்தது. அதுவும் ஒரு விசாரணைக்குமேல் யாரும் அங்கு இருக்க முடியாது. குற்றம் சாட்டியவர்கள் சில அரசியல் காரணங்களைக் கூற, குற்றம் சாட்டப்பட்டவர்களோ தங்களது படைப்புகள் வெறும் இலக்கியப்படைப்புகள்தாம் என்றும் அதற்கான படைப்புச் சுதந்திரம் தமக்கு உண்டு என்றும் வாதாடினர்.

இந்த 'நீதி' விசாரணைக்குப் பிறகு ஸினியாவ்ஸ்கிக்கு 7 ஆண்டுக் கடின உழைப்பும் டேனியலுக்கு 5 ஆண்டுக் கடின உழைப்பும் தண்டனையாக வழங்கப்பட்டன. இத்தீர்ப்பு மேலை நாடுகளிலிருந்தும் சோவியத் யூனியனுக்கு உள்ளே இருந்தும் கடுமையான எதிர்ப்பைச் சந்திக்க வேண்டியிருந்தது. உலகம் முழுவதிலுமுள்ள முக்கியமான கம்யூனிஸ்ட் அறிவாளிகளும் கலைஞர்களும்கூட (லூயி ஆரகன் போன்றோர்) எதிர்ப்பைத் தெரிவித்தனர். 62 பிரபல சோவியத் எழுத்தாளர்கள், தண்டிக்கப்பட்டவர்களுக்கு பிணைத்தொகை தர முன்வந்தனர். ஏராளமான கட்சி உறுப்பினர்கள், கட்சித் தலைமைக்கும் அரசாங்கத்திற்கும் கண்டனக் கடிதங்கள் எழுதினர். சோவியத் சட்ட மீறல் என்பதற்காக அல்லாமல் இலக்கியப் படைப்புகளைப் படைத்த 'குற்றத்'துக்காக அவர்கள் தண்டிக்கப்பட்டமை நாடு முழுவதிலுமுள்ள அறிவுஜீவிகளிடையே பெருஞ்சினத்தை மூட்டிவிட்டது.

ஸினியாவ்ஸ்கி தண்டிக்கப்பட்ட நிகழ்ச்சியை ப்ரெஸ்னெவ் ஆட்சியின் துவக்க காலத்தில் ஸ்டாலினுக்கு மறு அங்கீகாரம் தரச் செய்யப்பட்ட முயற்சிகளின் பின்னணியிலேயே பார்க்கவேண்டும். 1965-இல் வெளிவந்த 'விசாரணை தொடங்குகிறது' என்ற நாவல், ஸ்டாலின் காலத்திய 'களையெடுப்புகளை'ச் சித்திரிக்கிறது. கட்சியைச் சேர்ந்த அரசாங்க வழக்கறிஞருக்கும் அவரது மகனுக்குமிடையே கடும் மோதல்கள் ஏற்படுகின்றன. கட்சிக் கருத்துகளையும் அரசாங்கத்தின் கொள்கைகளையும் ஏற்க மறுக்கும் மகனுக்குத் தந்தையே தண்டனை வாங்கித் தந்துவிடுகிறார். அதீதக் கற்பனைகள், கனவு நிகர் காட்சிகள் மூலம், புதிய ஆளும்வர்க்கத்தினரின் அந்தரங்க வாழ்க்கையையும் அவர்களது உள் முரண்பாடுகளையும் சித்திரிக்கும் ஸினியாவ்ஸ்கி, வாழ்க்கையின் உண்மைகளை எடுத்துக்கூற யதார்த்தவாதச் சித்திரிப்புகளைக் காட்டிலும் ஈ. டி. ஏ.ஹாஃப்மன், தோயஸ்தோவ்ஸ்கி, கோயா, ஷகால், மயாகோவ்ஸ்கி போன்றோரின் மிகைக் கற்பனைகளும் செறிவான படிமங்களுமே தேவை என்கிறார்.

'சோசலிச யதார்த்தவாதம் பற்றி' என்ற நூலில், கம்யூனிசம், வரலாற்றுக்கு நோக்கம் கற்பித்தல், அறவியல், தேடல் முதலிய பிரச்சனைகளை அலசுகிறார். பொருள்முதல்வாதத் தத்துவம், கம்யூனிசம் ஆகியவற்றை உருவாக்குவதே வரலாற்றின் குறிக்கோள் என்பதுபோன்ற ஒருசமயவகை விளக்கம் தரப்பட்டு வந்ததை அடிப்படையாகக் கொண்டு சில கருத்துகளைத் தெரிவிக்கிறார்:

> தத்துவத்தின் வரலாறு என்பது, விஞ்ஞானரீதியான உலகக் கண்ணோட்டம், அதன் விதிகள் ஆகியவற்றின் - பிறப்பு, எழுச்சி, வளர்ச்சி பற்றிய வரலாறாகும். கருத்துமுதல்வாதத்திற்கு எதிரான போராட்டத்தில் பொருள்முதல்வாதக் கண்ணோட்டம் வளர்ச்சியடைந்து மேம்பாடடைந்ததால் தத்துவத்தின் வரலாறு என்பது, பொருள்முதல்வாதத்துக்கும் கருத்துமுதல்வாதத்துக்கும் இடையிலான போராட்டத்தின் வரலாறு ஆகும் என்று ஸ்தானோவ் கூறுகிறார் (ஏ.ஏ.ஸ்தானோவ், எஃப். அலெக்ஸாண்ட்ரோவின் 'மேற்கு ஐரோப்பியத் தத்துவத்தின் வரலாறு' என்ற நூல் பற்றிய விவாதத்திற்குப் பங்களிப்பு, ஜூன் 24, 1947.) பெருமிதம் நிறைந்த இந்த வார்த்தைகள் கடவுளின் இந்த வார்த்தைகளைப் போலவே தோன்றுகின்றன: 'வரலாறு முழுவதும் எனது வரலாறுதான். சாத்தானுடனான

போராட்டத்தில் என்னை நானே உறுதிப் படுத்திக்கொள்வதால், உலக வரலாறு என்பது சாத்தானுடனான எனது போராட்டத்தின் வரலாறும் ஆகும்’.[3]

‘கம்யூனிசத்தை அடைதல்’ என்ற வரலாற்றின் நோக்கத்தின் பொருட்டு ரஷியாவில் செய்யப்பட்டதைப் பற்றி அவர் எழுதுகிறார்:

சிறைச்சாலைகள் என்றென்றைக்குமாக மறைந்துவிட வேண்டும் என்பதற்காக, நாம் புதிய சிறைச்சாலைகள் கட்டினோம். எல்லைகளெல்லாம் வீழ்ந்துவிடவேண்டும் என்பதற்காக நாம் நம்மைச் சுற்றிலும் சீன மதிலை எழுப்பினோம். வேலை என்பதுபோய், ஓய்வும் ஆனந்தமும் வரவேண்டும் என்பதற்காக நாம் கட்டாய உழைப்பைப் புகுத்தினோம். ஒரு சொட்டு இரத்தம்கூட இனி சிந்தப்படக் கூடாது என்பதற்காக நாம் கொன்றோம், கொன்றோம், கொன்றோம்..

குறிக்கோள் என்பதன் பெயரால் நமது எதிரிகள் பயன்படுத்திய வழிமுறைகளை நாடினோம். ஏகாதிபத்திய ரஷியாவைப் போற்றினோம். ‘ப்ராவ்தா’(உண்மை)வில் பொய்களை எழுதினோம். இப்போது காலியான சிம்மாசனத்தில் புதிய ஜாரை ஏற்றினோம். அதிகாரிகளுக்கான பதக்கங்களையும் சித்திரவதை முறைகளையும் அறிமுகப்படுத்தினோம்... சில சமயங்களில் நினைத்தோம் - கம்யூனிசத்தின் வெற்றிக்குத் தேவை இனி ஒரே ஒரு கடைசித் தியாகம்தான் என்று: அதாவது கம்யூனிசத்தைத் துறப்பதுதான் அது.[4]

உன்னதத்தையோ, கடவுளையோ தேடுவது பற்றிய அழகான கருத்தைக் கூறுகிறார்:

எது ஒருவனிடம் இல்லையோ அவன் தான் அதைத் தேடுவான் என்று கருதுகிறேன். எவனிடம் ஒன்று இருக்கிறதோ, எவன் ஒன்றின் மீது நம்பிக்கை வைத்திருக்கிறானோ அவன் தேடமாட்டான். எல்லாமே தெள்ளத் தெளிவாக இருந்து அவன் செய்யவேண்டியதெல்லாம் கடவுளைப் பின்பற்றுவது

---

3 Abram Tertz: *The Trial Begins & on Socialist Realism*, Vantage Russian Library, New York, p.73.

4 அதே நூல் பக்கம் 77.

மட்டுமே என்றால் அவன் தேடவேண்டியது என்ன? இங்கு கடவுள் கண்டறியப்படுவதில்லை, அவர் நம்மைக் கண்டறிகிறார். நம்மிடம் வருகிறார். அவர் நம்மைக் கண்டறிகையில், நாம் தேடுவதை நிறுத்திக் கொள்கிறோம்.[5]

கம்யூனிசத்தை விமர்சித்தவர் என்ற காரணத்திற்காகத் தண்டிக்கப் பட்ட ஸினியாவ்ஸ்கி போன்றவர்கள் மட்டுமல்லாது கம்யூனிசத்தை உறுதியாக ஆதரித்த எழுத்தாளர்களும் கூட ஒடுக்குமுறைக்கு ஆளானார்கள். புதிய எழுத்தாளர்களுக்கும் புதிய சிந்தனையாளர்களுக்கும் ஊக்கமும் ஆதரவும் தந்து வந்த புகழ்பெற்ற கவிஞர் தவார்தோவ்ஸ்கி, 'நோவிமிர்' ஏட்டின் ஆசிரியர் பதவியிலிருந்து 1970இல் நீக்கப்பட்டார். அவரது உதவியாளர்களும்கூட வெளியேற்றப்பட்டனர். அதனால் மனமுடைந்த த்வார்தோவ்ஸ்கி 1971இல் காலமானார். முக்கியமான பல எழுத்தாளர்கள் நாட்டைவிட்டு வெளியேற்றப்பட்டனர், அல்லது வெளியேறுமாறு செய்யப்பட்டனர். அவர்களில் ஸினியாவ்ஸ்கி, விக்டர் நெக்ரஸோவ், அலெக்ஸாண்டர் எஃபிம் எர்கின்ட், யோசிஃப் ப்ராட்ஸ்கி, அலெக்ஸாண்டர் ஸல்ஸனித்ஸின் ஆகியோர் குறிப்பிடத்தக்கவர்கள். அவர்கள் எல்லாருமே கம்யூனிசத்தை விமர்சித்தவர்களல்லர்.

1987இல் பாரிஸில் காலமான விக்டர் நெக்ரஸோவ், சோவியத் ராணுவத்தில் 1941-24 வரை துணைக் கமாண்டராகப் பணியாற்றியவர். ஸ்டாலின்கிராடைப் பாதுகாப்பதற்கான போரில் படுகாயம் அடைந்தவர். பின்னர் கம்யூனிஸ்ட் கட்சியில் சேர்ந்து பணியாற்றியவர். 1946இல் வெளிவந்த 'ஸ்டாலின்கிராட் பதுங்குகுழிகளில்' என்ற நூல் போரைப் பற்றிய மிகச்சிறந்த படைப்புகளில் ஒன்றாகக் கருதப்படுகிறது. இலக்கியத்துக்கான 'ஸ்டாலின் பரிசை' இருமுறை பெற்றவர். பாஸ்டர்நாக்கைக் கண்டிக்க மறுத்தவர். 1968இல் செக்கோஸ்லோவேகியாமீது நடத்தப்பட்ட படையெடுப்பைக் கண்டித்தவர். ஸல்ஸனித்ஸினை நாட்டைவிட்டு வெளியேற்றுவதை எதிர்த்தவர்.

இக் காரணங்களால் கட்சியிலிருந்தும் எழுத்தாளர் சங்கத்திலிருந்தும் வெளியேற்றப்பட்டார். பின்னர் KGBயின் தொல்லைகளுக்காளாகி 1974இல் ரஷியாவை விட்டே வெளியேற முடிவு செய்தார்,

5 அதே நூல் பக்கம் 81.

கம்யூனிஸ்ட் பத்திரிகையான 'அக்டோப'ரின் ஆசிரியர் குழுவில் இருந்தவர் விளாடிமிர் மாக்ஸிமோள். 20 ஆவது கட்சி காங்கிரசில் ஸ்டாலின் பற்றிய குருஷ்சேவ் வைத்த அறிக்கை, 1968 செக்கோஸ்லோவேகியா மீதான படையெடுப்பு ஆகியன அவரை அதிர்ச்சிக்குள்ளாக்கின. சோவியத் எழுத்தாளர் சங்கத்திலிருந்து வெளியேற்றப்பட்ட அவர் 1971இல் நாட்டை விட்டு வெளியேறினார்.

ஆயினும் 'சுப்ரீம் மார்ஷல்' ப்ரெஸ்னெவின் ஆட்சியின் கீழ் துணிச்சலோடும் அதிகாரிவர்க்கக் கட்டுப்பாடுகளுக்கு பிடிபடாமலும் எழுதியவர்களும் இருந்தனர். யெவ்கனி யெவ்டுஷெங்கோ, சிங்கிஸ் அய்த்மதோவ், ஃபாசில் இஸ்கந்தர், வாலெண்டின் கதாயெவ், புலாட் ஒகிட்ஸாவா, யூரி ட்ரை ஃபோனோவ் ஆகியோர் குறிப்பிடத்தக்கவர்கள். 'கிராம' அல்லது 'விவசாயி இலக்கியம்' என்று விமர்சகர்களால் அழைக்கப்படுகிற படைப்புகளும் ப்ரெஸ்னெவ் காலத்தில்தான் தோன்றின. அதைத் துவக்கிவைத்தவர்கள் ஓவெட்ச்கின், ஸல்ஸனித்ஸின், ஃப்யதோர் ஆப்பமோவ், போரிஸ் மோடியென் ஆகியோர். அவர்களது வாரிசாக இன்று திகழ்பவர் வாலென்டின் ரஸ்புடின். அவர்களது படைப்புகள் எல்லாமே ஸ்டாலின் காலத்தில் வலுக் கட்டாயமாகப் புகுத்தப்பட்ட கூட்டுப்பண்ணை முறை, அதன் விளைவுகள் ஆகியன பற்றியவை; 'அதிகாரப்பூர்வமான' வரலாற்று நூல்களில் கூறப்பட்டுள்ள விஷயங்களை நேரடியாகவோ, மறைமுகமாகவோ மறுப்பவை; நாட்டுப்புறம் ஈவிரக்கமின்றி சுரண்டப்படுவதைப் பற்றிப் பேசுபவை; சோசலிசத்தின் பெயரால் எண்ணற்ற மனித உயிர்கள் பலி கொடுக்கப்பட்டதை நினைவூட்டுபவை. இந்த எழுத்தாளர்களிடையே இருபோக்குகள் இருந்தன. இத்தகைய 'தீமை'களுக்கெல்லாம் காரணம் ஸ்டாலின் நடத்திய 'இரண்டாவது புரட்சி'தான் என்பவர் ஒரு சாரார். லெனினிடத்திலேயே இவற்றுக்காண மூலவேர்களைக் காணலாம் என்பவர் மற்றொரு சாரார். இந்த இரண்டாவது பிரிவைச் சேர்ந்தவரே ஸல்ஸனித்ஸின்.

நெடுங்காலமாகப் பிரசுரிக்கப்படாமலிருந்த ஆந்திரே ப்ளாடோனோவின் (1899-1951) எழுத்துகள் ப்ரெஸ்னெவின் காலத்தில் பிரசுரமாகத் தொடங்கின. 'மூர்க்கத்தனமான மற்றும் அழகான உலகம்' என்ற தலைப்பில் ஆங்கிலத்தில்

மொழிபெயர்க்கப்பட்ட 15 சிறுகதைகள் ப்ளாடோனோவ் என்ற அற்புதமான எழுத்தாளரைத் தெரிந்து கொள்ள உதவுபவை. ஒரு ரயில்வேத் தொழிலாளியின் மகனாகப் பிறந்த ப்ளாடோனோவ், உள் நாட்டுப் போரின்போது செம்படை வீரராகப் பணியாற்றினார். பின்னர் விவசாயப் பொறியாளர் பட்டப் படிப்பு முடித்துவிட்டு மின்துறைப்பொறியாளராகப் பணியாற்றினார். அப்போதே கவிதைகளும் கதைகளும் எழுதத் தொடங்கினார். பின்னர் 1927இல் மாஸ்கோவில் எழுத்தாளராகவும் பத்திரிகையாளராகவும் வாழ்க்கையைத் தொடங்கினார். எர்னஸ்ட் ஹெமிங்வேயால் பாராட்டப்பட்ட ப்ளாடோனோவின் மேற்காணும் 15 சிறு கதைகளிலும் உள்ள பாத்திரங்கள் சாமானிய மனிதர்களே, ஒவ்வொரு மனிதனிடத்திலும் அழகு, நீதி, சமத்துவம், மனிதநேயம் ஆகியவற்றுக்கான ஏக்கம் குடிகொண்டுள்ளது. நாம் யார்? நாம் எங்கிருந்து வருகிறோம்? எங்கு செல்கிறோம்? சகமனிதருக்கும் நமக்கும் உள்ள உறவு என்ன? அரசுக்கும் நமக்கும் என்ன உறவு? கடவுளுக்கும் நமக்கும் இயற்கைக்கும் நமக்கும் இடையில் உள்ள உறவு என்ன? இத்தகைய கேள்விகளைக் கேட்கிற பாத்திரங்கள் அவை. மக்களிடமிருந்து வெடித்துக் கிளம்பிய புரட்சியின் உற்சாக அலைகள், இறுகிப்போன வறட்டுச் சூத்திரவாதிகளாலும் வாழ்வின் இயல்பான மூலாதாரங்களிலிருந்து அந்நியமாகிப்போன அதிகாரிவர்க்கத்தாலும், உன்னத முழக்கங்களைக் கொச்சைப்படுத்துவோராலும் ஒடுக்கப்பட்டு சிதைந்து போகின்றன என்பதையே ப்ளாடோனோவ் தனது படைப்புகள் சிலவற்றில் திரும்பத்திரும்ப வலியுறுத்த விரும்புகிறார். அப்படைப்புகளில் மிக முக்கியமானவை எனக் கருதப்படுகிற ‘செங்குர்’, ‘குழி’, ‘த்யான்’ ஆகியன ப்ரெஸ்னெவ் காலத்தில் பிரசுரிக்கப்படவில்லை.

சோவியத் சமுதாயம் ஒரு ‘முன்னேறிய சோசலிசம்’, அங்குள்ள அரசு எல்லா மக்களினதும் அரசு (அதாவது தொழிலாளி வர்க்கம், விவசாயி வர்க்கம், அறிவு ஜீவிகள் ஆகியோரது அரசு), கூர்மையான வர்க்க வேறுபாடுகள் அற்ற சமுதாயம், அங்கு பகைத்தன்மையற்ற முரண்பாடுகளே நிலவுகின்றன என்ற போலிப் பிரக்ஞை (false consciousness) ப்ரெஸ்னெவ் காலத்தில் மேலோங்கியிருந்தது. மற்ற எல்லா வளர்ச்சியடைந்த நவீன சமுதாயங்கள் போலவே அங்கும் பல்வேறு நலன்களுக்கிடையில் மோதல்களும் முரண்பாடுகளும் இருப்பதை இப்போலிப்பிரக்ஞை

மூடி மறைத்தது. பண்பாட்டு, இலக்கிய, சித்தாந்த மட்டங்களில் சமுதாயத்திலுள்ள முரண்பாடுகள், கம்யூனிசத்துக்கான ஆதரவு அல்லது எதிர்ப்பு என்ற வடிவங்களில் மட்டுமே தம்மைப் புலப்படுத்திக் கொள்ள முடியாது என்பதையும் பல்வேறு கருத்துச் சாயல்களும் ஏற்கெனவே கொண்டிருந்த நம்பிக்கையின் மீதான ஐயப்பாடுகளும் இலக்கியப்படைப்புகளில் வெளிப்பட்டே தீரும் என்பதையும் இந்தப் போலிப்பிரக்ஞை ஏற்றுக்கொள்ள மறுத்தது. எல்லாவிதமான மாற்றுக் கருத்துகளையும் விமர்சனங்களையும் 'சோவியத் எதிர்ப்பு' அல்லது 'கம்யூனிச எதிர்ப்பு' என்ற திணையின் கீழ் கொண்டுவந்தது. ஆனால் ஸ்டாலின் காலத்தைபோல மரண தண்டனைகள் வழங்கும் முறை ப்ரெஸ்னெவ் காலத்தில் இருக்கவில்லை என்ற போதிலும் அறிவுஜீவியை அல்லது எழுத்தாளரை தனது தொழிலைச் செய்யமுடியாமல் ஆக்குவதன் மூலம் ஒன்று அவர் அரசாங்கத்தோடு ஒத்துப்போகுமாறோ அல்லது நாட்டைவிட்டு வெளியேறுமாறோ அல்லது மனநோய் விடுதியில் வாழ்வின் பெரும் பகுதியைக் கழிக்குமாறோ செய்யப்படுவதே ப்ரெஸ்னெவ் கால நடைமுறையாக இருந்தது.

தோய்ஸ்தோவ்ஸ்கியின் தொகை நூல்கள் அனைத்தும் ப்ரெஸ்னெவ் காலத்தில் பிரசுரிக்கப்பட்டதும் அவரது நூற்றாண்டு விழா சிறப்பாகக் கொண்டாடப்பட்டதும் குறிப்பிடத்தக்கது. தோய்ஸ்தோவ்ஸ்கி கிறித்துவ அறநெறிகளில் நம்பிக்கை கொண்டிருந்தவர். மேலை நாகரிகத்தையும் பண்பாட்டையும் வெறுத்தவர். 'புனித ரஷியா'வால் மட்டுமே மனித ஆன்மாவிற்கு ஒளி காட்டமுடியும் என்று நம்பியவர். முதலாளித்துவ விழுமியங்களைக் கண்டனம் செய்தபோதிலும் சோசலிசத்தின் மீதும் பகைமை பாராட்டியவர். ஆயினும் அவர் சோசலிச இலக்கியங்களின் முன்னோடி என இப்போது சித்திரிக்கப்பட்டார்; தோய்ஸ்தோவ்ஸ்கியின் உலகக் கண்ணோட்டத்தை முழுமையாகவே பகிர்ந்துகொண்ட ஸ்ல்ஸனித்ஸினோ நாட்டைவிட்டு வெளியேற்றப்பட்டார். காரணம், தோய்ஸ்தோவ்ஸ்கி புரட்சிக்கு முந்திய காலத்தைச் சேர்ந்தவர்; அப்போது இன்னும் நிறைவேறாதிருந்த புரட்சியைப் பற்றிய தனது ஐயப்பாடுகளைத் தெரிவித்தவர்; எனவே இப்போதைய சூழலில் ஆபத்து விளைவிக்காதவர். ஆனால் ஸ்ல்ஸனித்ஸினோ புரட்சியின் குழந்தை; ஸ்டாலினின் 'இரண்டாவது புரட்சி'யின் நேரடி அனுபவம் பெற்றவர்; நெருப்பில் மூழ்கி எழுந்தவர்; அவர் பட்ட தீக்காயங்கள் கண்களை

உறுத்தக் கூடியவை; அக்காயங்கள் என்றோ ஏற்பட்டவை; ஆனால் இன்னும் உடலிருந்து மறையாதவை; தொடர்ந்து பல உண்மைகளை நினைவூட்டிக் கொண்டிருப்பவை. அதனால் தான் மிகமிகப் பிற்போக்கான சித்தாந்தத்தைக் கொண்டிருந்த ஸல்ஸனித்ஸினை - ஒடுக்குவதற்கான அறவியல் அடிப்படை. ஏதும் 'மார்க்ஸிய' ப்ரெஸ்னெவுக்கு இருக்கவில்லை. அவருக்கு இருந்ததோ அதிகார அடிப்படை மட்டுமே.

ஸல்ஸனித்ஸின்: இருநாவல்கள்

இலக்கிய உலகத்தில் நுழையும்போதே பெரும்பரபரப்பை ஏற்படுத்துகிற எழுத்தாளர்களைப் பற்றிக் கேள்விப்பட்டிருக்கிறோம். அலெக்ஸாண்டர் ஸல்ஸனித்ஸினின் "ஜவான் டெனிஸோவிச்சின் வாழ்வில் ஒரு நாள்" என்ற குறுநாவலைத் தாங்கி வெளிவந்த 'நோவிமிர்' (நவம்பர் 1962) ஏட்டின் 95000 பிரதிகளும் ஒரே நாளில் விற்பனையாகிவிட்டன. அதுவரை அனாமதேயமாக இருந்த ஒரு பள்ளி ஆசிரியர் நாடு முழுவதிலும் உலகளவிலும் அறிமுகமாகிவிட்ட எழுத்தாளரானார். கட்சியின் மையக்குழுவின் தலைமையின் ஒப்புதலுக்குப் பிறகு பிரசுரிக்கப்பட்ட அந்தக் குறுநாவல் ஸ்டாலினிசத்துக்கு எதிரான போராட்டத்தில் குருஷ்சேவ் பயன்படுத்திக் கொண்ட இலக்கிய ஆயுதமாகும் (அதைப் பிரசுரிப்பதற்கு எதிர்ப்புத் தெரிவித்தவர்களில் லியோனிட் ப்ரெஸ்னெவும் ஒருவர்.) "சமுதாயத்துக்குப் பயன்படக்கூடியதாகவே கலை- இலக்கியம் அமைய வேண்டும்" என்ற சித்தாந்த வரையறையை குருஷ்சேவ் வற்புறுத்தி வந்த காலத்தில் ஸல்ஸனித்ஸினோ "தனி மனிதனின் வாழ்க்கை எப்போதுமே சமுதாயத்தின் வாழ்க்கையைப் போலவே இருப்பதில்லை. சமூகக்கூட்டு எப்போதுமே தனிமனிதனுக்கு உதவுவதில்லை. ஒவ்வொரு தனிமனிதனுக்கும் எண்ணற்ற பிரச்சனைகள் உள்ளன. அவற்றை சமூகக் கூட்டால் தீர்க்க முடியாது" என்ற கருத்தைக் கொண்டிருந்தார். குருஷ்சேவின் வீழ்ச்சிக்குப் பிறகு அவரது நிலைமை சிக்கலாகி, பொது அரங்குகளில் பேசுவதற்குக்கூட அனுமதிக்கப்படாதிருந்த சமயத்தில் நான்காவது எழுத்தாளர் காங்கிரசுக்கு 1967இல் அனுப்பிய கடிதத்தில் எழுதினார்:

> 'அனுமதிக்கப்படுவது' 'அனுமதிக்கப்படாதது', 'இதைப்பற்றி நீ எழுதலாம்', 'இதைப்பற்றி நீ எழுதக் கூடாது' என்ற

திணைகளுக்குள் இலக்கியம் வளர முடியாது. நடப்புக்கால சமுதாயத்தின் மூச்சாக இல்லாத இலக்கியம், சமுதாயத்தின் வேதனைகளையும் அச்சங்களையும் எடுத்துச் சொல்லாத இலக்கியம், நம்மை அச்சுறுத்தும் அறவியல், சமூக அபாயங்களைப் பற்றி சரியான நேரத்தில் எச்சரிக்காத இலக்கியம்-இலக்கியம் என்ற பெயருக்குத் தகுதியுடையது அல்ல. அது வெறும் தோற்றம்தான். இத்தகைய இலக்கியம் தனது சொந்த மக்களின் நம்பிக்கையை இழந்து விடுகிறது. பிரசுரிக்கப்பட்ட அதன் படைப்புகள் படிக்கப்படுவதற்குப் பதிலாக குப்பைக் காகிதங்களாகவே பயன்படுத்தப்படுகின்றன.

இலக்கியவாதி என்கிற முறையில் தனது கடமையைப்பற்றிக் கூறுகிறார்:

எந்தவொரு சூழ்நிலையிலும் எனது வாழ்நாளில் செய்வதைத் காட்டிலும் மேலும் வெற்றிகரமாக, எனது புதைகுழியிலிருந்தும் எழுத்தாளன் என்ற வகையில் எனது கடமையை நான் நிறைவேற்றுவேன் என்பதில் எனக்கு நிச்சயம் நம்பிக்கை உள்ளது. உண்மைக்கான பாதையை யாராலும் தடுக்க முடியாது. உண்மையின் பொருட்டு மரணத்தைக்கூட ஏற்பதற்கு நான் தயாராக இருக்கிறேன்.

இத்தகைய கொள்கைக்காக அவர் கொடுக்கவேண்டியிருந்த விலை எழுத்தாளர் சங்கத்திலிருந்து வெளியேற்றம். வெளிநாடுகளில் தனது புத்தகங்களைப் பிரசுரித்ததாக ஒரு குற்றச்சாட்டு, அவரே மறுத்துவிட்ட ஒரு புத்தகத்தின் உள்ளடக்கம் பற்றிய கடுமையான விமர்சனம் ஆகியவற்றுக்குப் பிறகு எழுத்தாளர் சங்கம் அவரை வெளியேற்றியது. அதன் பொருள், பிழைப்பதற்காக எழுதுவது என்ற வாய்ப்புக்கூட அவருக்கு முற்றாக மறுக்கப்பட்டது என்பதுதான். 1970இல் அவருக்கு நோபல் பரிசு வழங்கப்பட்டபோது பாஸ்டர்நாக் விவகாரம் போல மிகப் பெரியதொரு சர்ச்சை ஏற்பட்டது. சோவியத் எழுத்தாளர் சங்கத்தின் தலைமையிலிருந்த சுர்கோவ் ஏற்கெனவே ஒரு முடிவுக்கு வந்திருந்தார்:

ஸல்ஸனித்ஸினுடைய படைப்புகள் நமக்கு பாஸ்டர்நாக்கின் படைப்புகளைவிட அபாயகரமானவை. பாஸ்டர்நாக் வாழ்க்கையிலிருந்து விலகியிருந்தார். துடிப்பான

போர்க்குணமிக்க சித்தாந்த மனோபாவம் கொண்ட ஸல்ஸனித்ஸினோ கொள்கைப் பிடிப்பாளர்.

ஸல்ஸனித்ஸினின் இலக்கியப்படைப்புகள், சமுதாயத்தின் திட்டவட்டமான முரண்பாடுகள் அனைத்தையும் - தனிமனிதனுக்கும் சமுதாயத்திற்கும், சிவில் சமுதாயத்திற்கும் அரசுக்கும் இடையிலான எல்லா முரண்பாடுகளையும் - மூடிமறைக்கிற அல்லது கற்பனையான தீர்வுகளைத் தருகிற, சோசலிச யதார்த்தவாதத்திற்கு சவாலாக அமைபவை. அதேநேரத்தில் கரைந்துபோன கனவுகள், உடைந்துபோன நம்பிக்கைகள், சிதைந்துபோன மனித உறவுகள், தகர்ந்துபோன இலட்சியங்கள் ஆகியவற்றையும் சமுதாயத்தால் அந்நியமாக்கப்பட்டு 'பிறத்தியானா'க வாழ்கிற, தனக்கும் சமுதாயத்துக்குமுள்ள முரண்பாடுகளைத் தீர்ப்பதற்கான திட்டவட்டமான வாய்ப்புகளைக் காண முடியாத அல்லது ஒரு அருவமான அறவியல் உலகில் அவற்றுக்குத் தீர்வுகாண முயற்சி செய்கிற 'பிரச்சனை'க்குரிய கதாநாயகனின் அவலப் பார்வையையுமே வெளிப்படுத்துகின்றவை.

ஸ்டாலின் சகாப்தம் சோவியத் குடிமக்களிடம் கோரியவை யாவை? மனிதன் என்ற கௌரவப் பட்டத்திற்குத் தகுதியாக்கிக் கொண்டவன் யார்? மனித கௌரவத்தையும் தனித்தன்மையையும் பாதுகாத்துக் கொண்டவன் யார்? மனிதத்தன்மை உடைக்கப்பட்டு, அழிக்கப்பட்டு, திரிக்கப்பட்டது எங்கு எவ்வாறு? இத்தகையப் பிரச்சினைகளைக் கலாபூர்வமாக அணுகியதாலேயே ஸல்ஸனித்ஸினின் குறுநாவல்களும் நாவல்களும் வெற்றி பெற்றுள்ளன என்று ஜார்ஜ் லூகாச் கருதுகிறார். ஐரோப்பிய ரஷிய செவ்வியல் யதார்த்தவாத இலக்கிய மரபிற்குப் புத்துயிர் மாட்டிய ஸல்ஸனித்ஸின், ஸினியாவ்ஸ்கி போன்றவர்களின் நவீன உத்திகளைக் கையாளாது நிதானமான, புறநிலையான, நேரடியான எடுத்துரைப்பு மூலம், பெரும் சிறைச்சாலை போன்றதொரு சமூக அமைப்புக்குள் வைக்கப் பட்டுள்ள மனிதன்கூட சுதந்திர ஜீவியாக, அறமனிதனாகச் செயல்பட முடியும் என்பதை வலியுறுத்துகிறார்.

'முதல்வட்டம்' (First Circle), 'கான்ஸர் வார்ட்' (Cancer Ward) ஆகிய இரு நாவல்களையும் பலகுரல் நாவல்கள் (Polyphonic novels) என்றும் அவற்றிலுள்ள ஒவ்வொரு பாத்திரமும் முதன்மையான

பாத்திரமே என்றும் ஸல்ஸனித்ஸின் கூறுகிறார். இந்த இரண்டு நாவல்களுமே, தான் எதிர்கொண்டுள்ள சமூக சக்திகளின் பயங்கரமான நிர்ப்பந்தங்களைப் பிடிவாதத்துடன் எதிர்த்து நிற்கிற, கடைசியில் தனது வாழ்வுக்கான அர்த்தமே இந்த எதிர்ப்பில்தான் உள்ளது என்பதைக் கண்டுணர்கிற தனிமனிதனின் உலகத்தை, அவலம் நிறைந்த உலகத்தைச் சித்திரிக்கின்றன.

'முதல்வட்டம்' நாவலின் தலைப்பு இத்தாலியக் கவி தாந்தேவின் 'நரகம்' (Inferno) என்ற காவியத்திலிருந்து எடுக்கப்பட்டுள்ளது. தாந்தேயின் 'நரகத்'தில் சித்திரிக்கப்படும் 'முதல்வட்ட'த்தில் இடம் பெறுபவர்கள் விஞ்ஞானிகள், மருத்துவர்கள், அறிவாளிகள் ஆகியோராவர். எனவே, கைதிகளாக்கப்பட்ட கணிதவியலாளர், விஞ்ஞானிகள், பொறியியலாளர் ஆகியோர் அடைக்கப்பட்டிருக்கும் மாவ்ரினோ சிறைச்சாலையைப் பகைப்புலனாகக் கொண்ட நாவலுக்கு 'முதல்வட்டம்' என்ற பெயரைச் சூட்டியுள்ளார் ஸல்ஸனித்ஸின்.

ஸ்டாலினின் இறுதி நாள்களைச் சித்திரிக்கும் இந்த நாவலின் நிகழ்ச்சிகள் அனைத்தும் மூன்று நாள்களில் நடைபெறுவதாகக் காட்டப்பட்டுள்ளன. மக்களுடனான தொடர்பை முற்றிலுமாகத் துண்டித்துக் கொண்ட அதிகாரிவர்க்க எந்திரத்தின் 'மறையாகவும், திருகாணி'யாகவும் உள்ளவர்கள் தங்கள் சமுதாய, மானிடத் தன்மைகளை எப்படி முற்றிலுமாக இழக்கிறார்கள் என்பதை இந்த நாவல் எடுத்துரைக்கிறது. மேலதிகாரிகளைப் பற்றிய அச்சம், அவர்கள் மீதான நம்பிக்கை ஆகிய இரு உணர்வுகளுக்குள்ளேயே அவர்களது வாழ்க்கை சுருங்கிவிடுகிறது. அவர்கள் எடுக்கும் ஒவ்வொரு முடிவும் நடவடிக்கையும் மேலதிகாரிகளைத் திருப்திப்படுத்தித் தண்டனையிலிருந்து தப்பித்துக்கொள்வது அல்லது யாரையேனும் காட்டிக் கொடுத்துப் பதவி உயர்வு பெற்று விடுவது என்ற நிலைக்குச் சீரழிந்து விடுகிறது. அடக்குமுறை இயந்திரம் தன்னை நியாயப்படுத்திக் கொள்வதற்கும் தன் இருப்பை நீடித்துக் கொள்வதற்குப் புதிய வழக்குகளையும் புதிய ஒடுக்குமுறைகளையும் உற்பத்தி செய்கிறது. இந்த இயந்திரத்தால் நசுக்கப்படுபவர்களோ தங்களது தனித்தன்மையை, அடையாளத்தை, நேர்மையை, அகத்தன்மையைப் பாதுகாத்துக் கொள்ள வேண்டிய நிர்ப்பந்தமிக்க சூழலை ஒவ்வொரு மணி நேரமும் எதிர்கொள்கிறார்கள். வாழ்க்கையின் மிக அதீதமானதொரு

சூழ்நிலைக்குத் தள்ளப்பட்ட அவர்கள் தங்களது அசலான தன்மையை இழந்து விடாமல் இருப்பதற்குப் போராடுகின்றனர். வெறும் அகவயமான எதிர்ப்பு மனப்பான்மையைக் கொண்டு இந்தக் கொடூரமான நிலைமைகளைக் கடந்து வரமுடியாது என்பதால், உடனடியாக முடியாவிட்டாலும் என்றேனும் ஒரு நாள் நிறைவேற்றப்படக்கூடிய சமுதாய - அறநெறிக் கோட்பாடுகள் மீது நம்பிக்கை வைப்பதன் மூலம் தமது தனித்தன்மையையும், நேர்மையையும் காப்பாற்றிக்கொள்ள முயற்சி செய்கின்றனர்.

இத்தகைய மனிதன்தான் 'முதல் வட்ட'த்தின் கதாநாயகனான க்ளெப் நெர்ஜின். கணிதவியலாளனும் மொழியியலில் கணிசமான பரிச்சயம் உள்ளவனுமான அவனுக்கும் மற்றொரு பாத்திரமான லெவ் ரூபினுக்குமிடையே நடக்கும் தத்துவார்த்தக் கருத்து மோதல்களைச் சுற்றியே நாவலின் பெரும்பகுதி அமைக்கப்பட்டுள்ளது. ரூபின் உண்மையான, நேர்மையான ஸ்டாலினிஸ்ட். அதாவது, ஸ்டாலினிசத்தின் எதிர்மறை அம்சங்கள் சிலவற்றை அவன் எதிர்த்தபோதிலும் அவை வரலாற்றில் தவிர்க்க முடியாதவை என்று நம்புகிறவன். போர் முடிந்தபிறகு சோவியத் யூனியனிலிருந்த ஜெர்மானிய வம்சாவளியினர் அனைவரும் ஒட்டுமொத்தமாகக் கைது செய்யப்பட்டதை விமர்சித்ததின் காரணமாகக் கைது செய்யப்பட்டு சிறையில் அடைக்கப்பட்டவன். ஆயினும், ஸ்டாலினும் கட்சியும் 'பொதுவாகப் பேசினால்' சரியான திசையில்தான் செல்கின்றனர் என்று நம்புகிறவன். தன்னைப் போன்றவர்கள் தவறாகக் கைது செய்யப்பட்டுவிட்டதாக அவன் நினைத்தபோதிலும் ஒரு நீதியான, முற்போக்கான வளர்ச்சிப்போக்கில் தவிர்க்கவியலாதபடி தோன்றும் குறைபாடுதான் அது என்று கருதுகிறவன். இந்தத் தற்காலிகமான குறைபாடுகள், தவறுகள் ஆகியவற்றைக் கடந்து இறுதியில் கம்யூனிசம் மலரும் (மனிதச்செயல்பாடு ஏதும் இல்லாமலேயே கம்யூனிசம் மலரும்) என்று நம்புகிறவன். தனது அடிமை நிலையை 'முற்போக்கான' நிலைப்பாட்டிலிருந்து பார்க்கிறவன். ஸ்டாலினின் ஆட்சிக்கால வரலாற்று அடிப்படையைப் பார்ப்பதற்கு அவன் தவறியபோதிலும் சமுதாயத்தில் அறவியல் அளவுகோல்கள் வீழ்ச்சியடைந்துவிட்டதை உணர்கிறவன். இதற்குத் தீர்வு, மக்களை ஊக்குவிப்பதற்கான புதிய வகைக் கோயில்களைக் கட்டி, உண்மையான புரட்சியாளர்களை அக் கோயில்களில் நிரந்தரமான பூசாரிகளாக வைப்பதுதான்

என்று கருதுகிறவன், அதாவது ஸ்டாலினிசத்தின்கீழ் உருவான பொருளாதார, அரசியல் நெருக்கடிகளுக்கு அறவியல் தீர்வுகளை முன்வைக்கிறவன். அதிகாரிவர்க்கமானது மக்களின் புரட்சிகரச் செயல்பாட்டையும் பங்கேற்பையும் புரட்சிகர உணர்வையும் மறுக்கின்ற, அவற்றுக்குத் தடையாக உள்ள சக்தி என்பதைப் புரிந்துகொள்ளத் தவறும் ரூபின், அதிகாரிவர்க்க ஆட்சி கடைப்பிடிக்கும் வறட்டுத்தனமான பொருள்முதல்வாதத்திற்கு (இது வரலாற்றுரீதியாகத் தவிர்க்க முடியாதது என அவன் கருதுகிறான்) மாற்றாக சமூக - பொருளாதார - அரசியல் நிலைமைகளிலிருந்து சுயேச்சையாக நிலவும் அறவியல் கோட்பாடுகளைத் தீர்வாகக் கொள்கிறவன்.

க்ளெப் நெர்ஜினோ உண்மைகளைக் கண்டறிவதில் வேட்கையுடையவன். ஸ்டாலினிசத்தின் வரலாற்று வேர்களை அறிந்துகொள்ள முயற்சி செய்கிறவன். சிறைச்சாலைக்குள் ரஷிய வரலாற்றை ரகசியமாக எழுதிக் கொண்டிருப்பவன். 1930களில் சிறுவனாக இருந்தபோதே ஸ்டாலினின் ‘விவேகமிக்க தலைமை’ என்பதை நம்ப மறுத்தவன். அப்போதே பழம்பெரும் போல்ஷ்விக் தலைவர்கள், செஞ்சேனைத் தளபதிகள், சோவியத் தூதுவர்கள் ஆகியோரின் பெயர்களைத் தெரிந்து வைத்திருந்தவன். 1934 இல் கிரோவ் கொலை செய்யப்பட்ட செய்தியைப் படிக்கையிலேயே அந்தக் கொலைக்குக் காரணம் ஸ்டாலின்தான் என்ற மிகச் சாதாரண உண்மையைக்கூடத் தன்னைவிட வயதில் மூத்தவர்களாய் இருந்தவர்கள் புரிந்துகொள்ளவில்லையே என்று புலம்பியவன். ஐந்தாண்டுச் சிறைவாழ்க்கையானது பல இளமைக்காலத் தவறுகளைச் செய்வதிலிருந்து தன்னைக் காப்பாற்றியது என்றும் அதற்குக் காரணம் தன்னால் சிறைக்கு வெளியே தெரிந்துகொள்ளமுடியாத பல்வேறுவகையான மனிதர்களை சிறைக்குள் தெரிந்து கொள்ள முடிந்ததுதான் என்றும் கருதுகிறவன். சுதந்திரமாகச் சிந்திப்பதற்கு வாய்ப்புத் தருகிறது என்பதற்காகவே சிறைவாழ்க்கையை மகிழ்ச்சியாக ஏற்றுக் கொள்பவன். அவன் விரும்பும் மாற்றங்களைக் கொண்டு வருவதற்கான அரசியல் சக்திகளோ புரட்சிகரக் குழுக்களோ சிறைக்கு வெளியே இல்லை. எனவே இருக்கின்ற நிலைமைகளுடன் சமரசம் ஏதும் கொள்ள முடியாது என்பதன் பொருள், முற்றிலுமாகத் தனிமைப்பட்டு விடுவதுதான் அவனால் செய்யக்கூடிய ஒரே செயல். இருக்கும் நிலைமைகளைக்

கடுமையாக விமர்சிக்கிற, அவற்றை நிராகரிக்கிற அறவியல் மதிப்பீடுகளை உருவாக்கிக்கொள்வதுதான். அவை ஸ்டாலினிச ஆட்சியையும் அது உருவாக்கிய சமுதாய - அரசியல் நிலைமைகளையும் ஈவிரக்கமின்றி விமர்சிக்கின்றன. ஆனால் வரலாற்று உள்ளடக்கம் அவற்றில் இல்லை. எனவே புதிய சமூகத்தை உருவாக்குவதற்கான செயலாற்றல் அவற்றிடம் இல்லை. இது அவல நிலையை உருவாக்கியே தீரும். உண்மையான சுதந்திரத்துக்காகப் போராடுகிறவனின் அவலம் இது. இந்த நிலையில் தன்னளவில் நேர்மையாக இருப்பது மட்டுமே அவனுக்கு சிறப்பான தீர்வாகப்படுகிறது. மன்னிப்புக் கடிதம் எழுதித் தருமாறு சிறை அதிகாரிகள் கேட்கும்போது அவன் கூறுகிறான்: "முதலில் அவர்கள் ஒப்புக்கொள்ளட்டும், வித்தியாசமாக சிந்திக்கிறவர்களை சிறையில் அடைத்தது தவறு என்று. பிறகு நாம் யோசிப்போம், அவர்களை மன்னித்துவிடலாமா என்று."

வெறும் உலகியல் இன்பங்களிலேயே நாட்டம் கொள்வதில் உள்ள ஆன்மிக வறட்சியைப்பற்றி அவன் பேசுகிறான். ஆழ்ந்த மனித நேயத்தை வெளிப்படுத்தும் நெர்ஜின் துறவு மனப்பான்மையுடன் அதைப் புலப்படுத்துகிறான். செயற்கையான முறையில் பாட்டாளி வர்க்கத்தையும் மக்களையும் போற்றிக்கொண்டு அதேநேரத்தில் அவர்களை ஒடுக்கிவந்தவர்களும் அவர்களது மனங்களை மாற்றியமைக்கும் 'பொறியியலாளர்'களாகத் தம்மைக் கருதிவந்தவர்களுமான அதிகாரிவர்க்கத்தின் உயர்குடி மனப்பான்மையை வெறுக்கிறான்.

வோலோடின் என்ற மற்றொரு பாத்திரத்தின் மூலமும் ஸல்ஸனித்ஸின் அறவியல் பிரச்சனைகளை எழுப்புகிறார். உயர்மட்ட ராஜதந்திரியாகப் பணியாற்றும் இன்னோக்கன்ட்டி வோலோடின், தனது குடும்ப மருத்துவரான பேராசிரியர் தோப்ருமொவ் என்பவரைக் காப்பாற்ற முயற்சி செய்கிறான். மேலைநாட்டு விஞ்ஞானிகளுக்கு அவர் சில 'விஞ்ஞான ரகசிய'ங்களைத் தெரிவித்து விட்டதாகப் பொய்க்குற்றம் சாட்டி அவரைக் கைது செய்ய அரசாங்கம் முடிவு செய்து விட்ட செய்தி வோலோடினுக்கு முன் கூட்டியே தெரியவருகிறது. இதைப் பேராசியருக்குத் தொலைபேசி மூலம் சொல்லி அவரை எச்சரிக்க விரும்புகிறான். அவனது பேச்சு ஒட்டு கேட்கப்படு

கிறது. சந்தேகத்தின் பேரில் கைது செய்யப்பட்டவர்களில் உண்மைக் குற்றவாளி அவன்தான் என்பது குற்றங்களைப் பதிவுசெய்யும் கருவியின் மூலம் (இதை உருவாக்குவது மாவ்ரினோ சிறைச்சாலையில் உள்ள அறிவாளிகள்) கண்டுபிடிக்கப்பட்டு விடுகிறது. கைது செய்யப்படும் வரை உயரதிகாரியாக இருந்த, மேட்டுக்குடியைச் சேர்ந்தவனாக இருந்த ஒரு மனிதனுக்கு ஒரு நொடியில் ஏற்படும் அந்தஸ்து வீழ்ச்சி, அவமானம், இழிவு, அதிர்ச்சி ஆகியவற்றை மிக அற்புதமாகச் சித்திரிக்கிறார் ஸல்ஸனித்ஸின்.

வோலோடின் மேட்டுக்குடியைச் சேர்ந்தவனாக இருந்தபோதிலும் அவன் வெறும் பிழைப்புவாதியல்ல. மனச்சாட்சிக்குப் பயப்படுகிறவன்; நீதி, நியாயம், உண்மை ஆகியவை பற்றிக் கவலைப்படுகிறவன். சிறையில் தள்ளப்படுவதற்கு சிறிது காலம் முன்புதான் தன் தாயின் நாள்குறிப்புகளைப் படிக்கிறான். அதிலொரு குறிப்பு உள்ளது: "உலகில் உள்ளவற்றில் விலைமதிக்க முடியாத விஷயம் அநீதியில் பங்குபெறவே கூடாது என்ற உணர்வுதான். அநீதியானது உன்னைவிட வலுவானது. அது எப்போதும் அப்படித்தான் இருந்திருக்கிறது, அப்படித்தான் இருக்கவும் செய்யும். ஆனால் உன்வழியாக அநீதி இழைக்கப்படுவதற்கு அனுமதிக்காதே." அறநெறிகள் வீழ்ச்சியடைந்த சமூகச்சூழலில் இத்தகைய வார்த்தைகள் அவனது உள்ளத்தில் ஆழமாகப் பதிகின்றன. 'வாழ்க்கை ஒரு முறைதான் வருகிறது; எனவே இருக்கும் வரை அனுபவிப்போம்' என்ற வறட்டு உலகியலை வெறுக்கத் தொடங்குகிறான். முடமாக்கப்பட்ட மனச்சாட்சி இழந்துபோன வாழ்க்கையைப் போலவே மீட்கப்பட முடியாதது என்பதை உணர்கிறான். நேர்மையையும் மனித நாகரிகத்தையும் காப்பாற்றிக் கொள்வதற்குத் தரப்பட வேண்டிய விலை என்ன என்பதை சிறைக்கு வந்த பிறகே உணர்ந்துகொள்கிறான்.

'கான்ஸர்வார்டு' நாவலிலும்கூட ஆழமான அறவியல் பிரச்சனைகள் எழுப்பப்படுகின்றன. கான்ஸர்வார்டுக்கு போவெல் நிகோலயேவிச் ரஸ்னோவ் நோயாளியாக வந்துசேர்வதை நாவல் துவக்கமாகக் கொள்கிறது. மார்க்சியத்தை ஒரு கேலிச்சித்திரமாக மாற்றிய, அதை கொச்சையாகப் புரிந்துகொண்டு, அற்பத்தனமாக நடைமுறைப்படுத்திய ஃபிலிஸ்டைன் அவன். மக்களிடமிருந்து அந்நியப்பட்டு நிற்கிற அதிகாரிவர்க்கத்தின் செல்லப்பிள்ளை.

சாதாரணத் தொழிலாளியாக இருந்து, சகத்தொழிலாளரை ரகசியப் போலிசுக்குக் காட்டிக்கொடுத்ததன் மூலம் படிப்படியாக உயர்ந்து, தொழில் வாரியத்தின் உறுப்பினனாக மாறியவன், ஸ்டாலினசத்தின் தவிர்க்க முடியாத வார்ப்பு. கார்க்கி பயன்படுத்திய ஒரு சொல்லை மிக அற்பத்தனமான முறையில் பயன்படுத்திக் கொள்கிறவன்: *Man with a capital 'M'* என்று லெனினைப்பற்றி கார்க்கி எழுதினார். நோயைக் குணப்படுத்துவதில் நம்பிக்கை இழக்கக் கூடாது என்றும் *I must feel like a man with a capital 'M'* என்றும் கூறுகிறவன் அவன். "உங்களுடைய குழந்தைகள் உங்களையும்விட மேலானவர்களாக இல்லையென்றால் நீங்கள் அவர்களைப் பெற்று வளர்த்தது வீண். உண்மையில் உங்கள் வாழ்க்கையே வீண்" என்று கார்க்கி கூறியதையும் கொச்சையாகவே புரிந்து கொள்கிறான். அதாவது தனது அதிகாரத்தைப் பயன்படுத்தித் தனக்கு நல்ல குடியிருப்பும் காரும் வசதியும் தேடிக்கொண்டது மட்டுமல்லாமல் தன் மக்களுக்கு நல்ல கல்வியும் வேலைவாய்ப்புகளும் உருவாக்கிக் கொடுத்து அவர்களைத் தன்னைவிட மேலானவர்களாக ஆக்கியவன். உயர்ந்த ஆன்மிகப் பண்புகளைக் கொண்டவர்களாக இளந் தலைமுறையினரை உருவாக்கவேண்டும் என்ற கார்க்கியின் கூற்று ரஸனோவால் இப்படிப் புரிந்துகொள்ளப் படுகிறது!

'சமூக வாழ்நிலை சமூகப் பிரக்ஞையை நிர்ணயிக்கிறது' என்ற மார்க்சியக் கருத்தும் அவனால் கேவலப்படுத்தப்படுகிறது. அவன் கூறுகிறான்: "ஒரு சரியான எண்ணத்தை உருவாக்க ஒரு மனிதனுக்கு நல்ல மகிழ்ச்சியான வாழ்வு இருக்கவேண்டும். 'ஆரோக்கியமான மனத்திற்கு ஆரோக்கியமான உடல்' என்று கார்க்கி சொன்னார்."

அதிகாரவர்க்கத்தைச் சேர்ந்த ரஸனோவ்கள் எப்படி மக்களைவிட்டு வெகுதூரத்தில் தந்தக் கோபுரத்தில் வாழ்கின்றனர் என்பதை ஸல்ஸனித்ஸின் காட்டுகிறார். ஷெண்டியாபின் என்ற கட்சி ஊழியரின் மகள் ஒரு கூட்டுப்பண்ணை உழத்தியின் மகனைக் காதலிக்கப்போய், திருமணம் செய்து கொள்ளும் அளவுக்குத் துணிந்துவிட்ட 'முட்டாள்தனம்' தனது மக்களுக்கும் வந்துவிடக் கூடாது என ரஸனோவ் அஞ்சுகிறான். அந்தக் காதலனை அரசியல்ரீதியாக மட்டந்தட்டி நிராகரித்துக் தன் மகளை அவனிடமிருந்து 'காப்பாற்றிய' ஷெண்டியாபினை ரஸனோவ் பாராட்டுகிறான். படிப்படியாக வாழ்க்கையில்

முன்னேறிவந்த ரஸனோவுக்கு சாமான்ய மனிதர்களின் கூட்டமும் நெருக்கித்தள்ளும் கும்பலும் வெறுப்பூட்டுகின்றன. "பஸ்கள், டாக்சிகள், டிராலி வண்டிகள், நெருக்கித் தள்ளும் மக்கள், ஒருவரை ஒருவர் இடித்துக்கொள்வதும், திட்டிக்கொள்வதும் - சே! கொத்தனார்களும் அழுக்குச்சட்டைத் தொழிலாளர்களும் பஸ்களில் ஏறிவிட்டால் உனது கோட்டு முழுவதும் சுண்ணாம்பும் எண்ணையும் தான்" என்று எரிச்சல்படுகிறவன் அவன்.

உள்ளூர் அறிவுஜீவிகளுக்கு உபதேசம் செய்துவிட்டுப் பின்னர் கிராமப் பெண்களுக்குப் பொருள்களை இரட்டைவிலைக்கு விற்கும் உள்ளூர் நலத்துறை அதிகாரி, தனது சொந்தப் பயன்பாட்டிற்கு மருத்துவமனையின் ஆம்புலன்ஸ் வண்டியை அடிக்கடி எடுத்துச் சென்றுவிடும் கட்சிச் செயலாளர், பங்கீட்டு முறையில் பொது மக்களுக்குக் கொடுக்கவேண்டிய பொருள்களை முன்கூட்டியே கட்சித் தலைவர்களுக்குக் கொடுத்துவிட்டு 'விற்பனை முடிந்தது' என்ற பலகையை மாட்டும் சில்லறை வணிகன், மருத்துவர்கள் தனியாகத் தொழில் செய்யக் கூடாது என்ற நியதியை, கட்சியினதும் அரசாங்கத்தினதும் முக்கிய பிரமுகர்களுக்கு சிகிச்சைசெய்வதன் மூலம் மாற்றிக்கொள்ளும் மருத்துவர் - இப்படி எத்தனையோ பேர் இந்த நாவலில் இடம் பெறுகின்றனர்.

கதாநாயகன் ஓலக் கோஸ்ட்டோக்ளோடோவ் புரட்சிக்குப்பின் பிறந்தவன். ஸ்டாலின் ஆட்சிக் காலத்தில் ராணுவத்தில் சேர்ந்து அநியாயமான தண்டனைக்குள்ளாகி, உழைப்பு முகாமில் அவதிப்பட்டு, குடியுரிமையை இழந்து, புற்றுநோயால் தாக்குண்டு, வறுமையில் வாடும் மனிதன். அவன் ஒரு கடிதத்தில் எழுதுகிறான்: "எனது பூட்சுகளை மாட்டிக்கொண்டு, ஒரு பெண்ணின் கவுனை அணிந்து அதைச் சுற்றி எனது ராணுவ பெல்ட்டைக் கட்டிக் கொண்டு... ஐந்து நிமிடத்தில் கடைத்தெருவுக்கு வந்து சேர்கிறேன். எனது தோற்றம் கடைத் தெருவிலோ அல்லது அக்கம் பக்கம் உள்ள சந்துகளிலோ எந்தவிதமான ஆச்சரியத்தையும் சிரிப்பையும் வரவழைக்கவில்லை. எல்லா வற்றையும் பார்த்துப் பழகிப்போய்விட்ட நம் நாட்டின் ஆன்மிகக் கேட்டின் அடையாளமாகவே இதைக் கருதுகிறேன்."

ஓலக் கோஸ்ட்டோக்ளோடோவ், பேராசிரியர் ஷுலிபின், ஸ்டியோபா என்ற நோயாளிப்பெண் ஆகியோர் மூலம் ஸல்ஸனித்ஸின் அறவியல் பிரச்சனைகளை எழுப்புகிறார். 'முதல்

வட்டம்', 'கான்ஸர் வார்டு' ஆகிய இரண்டு நாவல்களிலும் உன்னதமான, அறவியல் கோட்பாடுகள் என்பன மார்க்சியத்துக்கு வெளியே இருப்பனவைதான் என்ற எண்ணத்தை ஸல்ஸனித்ஸின் ஏற்படுத்துகிறார். குரோபோட்கின், தோல்ஸ்தோய், மிகலாய்வ்ஸ்கி, தோய்ஸ்தோவ்ஸ்கி, சோலோவியெவ், ஃபூரியே, ஷான் சிமோன் ஆகியோரது அறவியல் கருத்துகள் விரிவாக விவாதிக்கப்படுகின்றன. கிறித்துவம் போதிக்கும் அன்பு, கருணை ஆகியனவும் 'சக மனிதர்களிடையே அன்பு செலுத்துதல்' என்ற தோய்ஸ்தோவிசக் கோட்பாடும் திரும்பத்திரும்ப வலியுறுத்தப் படுகின்றன,

சமயவொழுக்கம், இரக்க குணம், அன்பு முதலிய அருங்குணங்களைக் கொண்ட ஸ்டியோபாவிடம் கான்ஸர்வார்டில் நோயாளியாக உள்ள டையோம்கா என்ற சிறுவன் 'சமயப்'பற்றுள்ளவர்களைப் பற்றி கட்சித் தலைவர்கள் தனக்குக் கற்றுக் கொடுத்திருந்தவற்றுக்கு முற்றிலும் மாறான பண்புகளைக் காண்கிறான். 'மதம் சுரண்டும் வர்க்கத்தின் அபின்' என்பது அவனுக்குக் கற்பிக்கப்பட்ட ஒன்று. ஆனால் சமய உணர்வு நிறைந்த ஸ்டியோபா எத்தனை கருணை மிக்கவள்; எத்தனை அன்பு நிறைந்தவள்; டையோம்காவுக்கு எத்தனை அன்பு காட்டுகிறவள்; எத்தனைத் தின்பண்டங்கள் தருகிறவள்!

புரட்சியையும் லெனினையும் ஏற்றுக் கொண்டிருந்த பேராசிரியர் ஷுலிபின் கூட அறவொழுக்க சோசலிசத்தைத்தான் பேசுகிறார். மார்க்சின் நண்பரான கவிஞர் ஹோகார்த்தின் கவிதையொன்றை விமர்சித்து 'வெறுத்தது போதும், இனி நேசிக்கத் தொடங்குவோம்' என்கிறார். "உற்பத்தி முறையை மாற்றினால் போதும், மக்கள் அதனுடன் தாமாகவே மாறிவிடுவர் என்று நினைத்தோம். ஆனால் என்ன நடந்தது? நாசமாய்ப் போக! அவர்கள் கொஞ்சம்கூட மாறவில்லை" என்கிறார். "மனிதன், உயிரியல் ஜீவி; அவன் மாறுவதற்கும் பல்லாயிரம் ஆண்டுகள் பிடிக்கும்' என்றும் கூறுகிறார். "பொருண்மைப் பொருள்களின் பெருக்கத்தின் அடிப்படையில் சோசலிசத்தைக் கட்ட முடியாது. ஏனெனில் சில சமயங்களில் மக்கள் எருமைகள் போல நடந்துகொள்வார்கள். அவற்றை மிதித்துத் துவைத்து விடுவார்கள். வெறுப்பின் அடிப்படையில் மட்டும் சோசலிசத்தைக் கட்ட முடியாது" என்று கூறுகிறார். அறவொழுக்கங்களிலிருந்து மட்டுமே

பிறக்கின்ற உறவுகள், அடிப்படைக் கோட்பாடுகள், சட்டங்கள் ஆகியவற்றைக் கட்டுவதுதான் அவரது விருப்பமாக உள்ளது. ஓலக், ஷுலிபின் ஆகியோர் மூலமாக ஸல்ஸனித்ஸின் வைக்கும் கருத்துகள் கிறித்துவ சமயக்கருத்துகளும் கருத்துமுதல்வாத சிந்தனையும் ஆகும் என்பதைப் புரிந்துகொள்வது கடினமல்ல.

பேராசிரியர் ஷுலிபின் குற்றவுணர்வு கொண்டவர். தன் தோலைக் காப்பாற்றிக் கொள்வதற்காகப் பிற அறிவுஜீவிகளுடன் சேர்ந்து கொண்டு ஸ்டாலினது 'களையெடுப்பு'களைப் பாராட்டியவர்: "இருபந்தைத்து ஆண்டுகள் வாய்மூடி மௌனியாக இருந்தேன். முதலில் என் மனைவியின் பொருட்டு. பின்னர் என் குழந்தைகளின் பொருட்டு. பின்னர் பாவம் நிறைந்த என் சொந்த உடலின் பொருட்டு." மனச்சாட்சிக்கு விரோதமாக செயல்படும் நிலைக்கு ஆளான அவர் கூறுகிறார்: "நான் பணியாற்றிய பல்கலைக்கழகத்தில், நான் போதித்த இயங்கியல் பொருண்மைவாதத் துறையிலிருந்து ஐன்ஸ்டினின் சார்பு நிலைக்கொள்கையை எதிர்ப் புரட்சி இருண்மைக் கொள்கை என அறிவிக்குமாறு கால் நூற்றாண்டுகளுக்கு முன்பு நான் கட்டாயப்படுத்தப்படவில்லையா?" அவரது வாழ்க்கை சிதைந்து பொருளற்றுப் போய்விட்டது. அவரது மக்களோ அவரைப் பற்றிய அக்கறை சிறிதளவும் இல்லாமல் போய்விட்டனர். புற்றுநோயால் தாக்குண்டு மரணம் அவரை நெருங்கி வருகையில்தான் அவர் மீண்டும் உண்மையைப் பேசத் தொடங்குகிறார். உலகப் புரட்சிக்காக 1917 இல் தனது உயிரைத்தியாகம் செய்யத் தயாராக இருந்த அவர் கேட்கிறார்: 1917க்குப் பிறகு நமக்கு என்ன நேர்ந்தது? எப்படி நாம் தளர்ந்துபோனோம்? நமது வீழ்ச்சிக்கு முக்கிய காரணம் எது? பயமா? சந்தைத் திடல்களில் நிற்கும் சிலைகளா? கலையரங்கத்தில் நிற்கும் சிலைகளா? சரி, நான் ஒரு சாமானியன். ஆனால் க்ருப்ஸ்கயா?[1] அவருக்குப் புரிந்திருக்க வில்லையா? என்ன நடக்கிறது என்பதை அவர் உணரவில்லையா? ஏன் அவர் தன் குரலை உயர்த்தவில்லை? அவருடைய ஒரே ஒரு அறிக்கை நமக்கு எவ்வளவு பயன்பட்டிருக்கும் - அந்த அறிக்கை அவரது உயிருக்கே உலைவைத்திருந்த போதிலும். சரி, ஓர்ழோனி கிட்ஸெ[2] என்ன செய்தார்? அவர்கள் பேசாமல் இருந்தார்கள். அல்லது 'மர்மமான' சூழ்நிலையில் இறந்து போனார்கள்.

---

1 லெனினின் மனைவி.

2 போல்ஷ்விக் தலைவர்.

என்ன நடந்தது, எப்படி நடந்தது என்பதை ஷுலிபினால் புரிந்து கொள்ள முடியவில்லை. ஏதோ நடந்தது என்பதும் தனது வாழ்க்கையும் சமரசத்தின் அடிப்படையிலேயே நீடித்து வந்தது என்பதும் மட்டுமே அவருக்குத் தெரிந்தவை.

அவர் விவாதம் புரிகையில் ஸ்டாலினிசத்தைப் புரிந்துகொண்டதன் அடிப்படையில் அல்லாமல் அதைக் கண்டனம் செய்வதன் அடிப்படையிலேயே அறவொழுக்க சோசலிசம் பற்றிப் பேசுகிறார். பழைய போல்ஷ்விக்கான அவர் இப்போது மார்க்சியத்தைக் கடுமையாக விமர்சித்த மிகய்லோவ்ஸ்கி, குரோபோட்கின், சோலோவியெவ் ஆகியோரையே தனக்கு ஆதரவாக மேற்கோள் காட்டுகிறார். உற்பத்தியை சமூகமயமாக்குவதன் மூலம் அல்ல, உலகு தழுவிய அறவியல் கோட்பாடுகளின் மூலமாகவே உன்னத சமுதாய அமைப்பை உருவாக்க முடியும் என்பது தான் இந்த மூன்று சிந்தனையாளர்களிடமும் இருந்த பொதுவான கருத்து. கருத்துமுதல்வாதத்தத்துவம் பற்றி லெனின் கூறுகிறார்:

> ...யாந்திரிகமான பொருள்முதல்வாதம் கருத்துமுதல்வாதத் தத்துவத்தை முட்டாள்தனமான, பொருளற்ற கருத்து எனக் குறைகூறுகின்றது. மாறாக, இயங்கியலின் நிலை!ப்பாட்டிலிருந்து காண்கையில் உலகின் உண்மையின் ஒரு பகுதியை மட்டும் அதிலிருந்து வெட்டிப்பிரித்து, ஊதிப் பெருக்கி, மிகைப்படுத்தி, அதுவே முழுமை என ஏற்பதும் பறைசாற்றுவதும்தான் கருத்துமுதல்வாதத்தின் அடிப்படையான குறை. ஆம் கருத்து முதல்வாதம் இறுதியில் மதவாதிகளின் பூசாரித்தனம்தான். அதேபோல அறிவை மழுங்கடித்து இருட்டடிப்புச் செய்து குழப்புவதுதான் அதன் இறுதி விளைவு. இருப்பினும் அதுவும் மனிதனின் எல்லையற்ற, மிகச் சிக்கலான அறிவின் பல கிளைகளில் ஒன்றின் வாயிலாகவே பிறந்தது என்பதையும் நாம் காணத் தவறக்கூடாது.[3]

ஷுலிபின் போன்றோரது கருத்துமுதல்வாதத்தையும் அறவொழுக்க சோசலிசத்தையும் நிராகரிப்பவர்கள் அதிகாரிவர்க்க ரஸனோவும் வறட்டுவாத லெவ் ரூபினிம் மட்டுமே என்பது குறிப்பிடத்தக்கது. அதேபோல ஸ்டாலினிசம் பற்றிய வரலாற்றுரீதியான, மார்க்சியத்

3 V.I. Lenin, *Collected Works*, Vol 38, Progress Publishers. Moscow. 1976 p.361

திறனாய்வை மேற்கொள்ளும் ஆற்றலற்ற ஷூலிபினும் ஓலக்கும்தான் அறவொழுக்க சோசலிசத்தையும் காலம் - இடம் ஆகியவற்றைக் கடந்த அறநெறிக் கோட்பாடுகளையும் முன்வைக்கின்றனர் என்பதும் ஸ்டாலினிசத் திரிபுகளை விமர்சிப்பதற்கான ஊடகமாகவே அவர்கள் இந்த அறநெறிகளைப் பயன்படுத்துகின்றனர் என்பதும் குறிப்பிடத்தக்கது.

“சமயம் என்பது உண்மைத்துயரங்களின் பிரதிபலிப்பு; அதேசமயம் அவற்றுக்கான எதிர்ப்பும் ஆகும். அது இதயமற்ற உலகத்தின் இதயம். ஒடுக்கப்பட்ட உலகின் பெருமூச்சு. மதம் மக்களுக்கு வாய்த்த அபின்” என்றார் மார்க்ஸ். மனிதன் தன்னை இன்னும் இழக்காத, ஆனால் தன்னைப்பற்றிய உணர்வு கொள்ளாத புராதனகாலத்தில் மந்திரம் (Magic) அவனுக்குக் கை கொடுத்ததுபோல அவன் தன்னை முற்றிலும் இழந்துவிட்ட ஒடுக்கு முறை சமுதாயத்தில் சமயம் ஆறுதல் அளிக்கிறது. பண்பட்ட மனித உறவுகள் வாய்க்கப்பெறாத ஒரு சமுதாயச் சூழலில், வாழ்க்கையில் பிடிப்பிழந்துபோகையில், ‘சகமனிதரிடம் அன்பு செலுத்துதல்’ என்பது பெரும் ஆறுதலளிக்கும் கோட்பாடாகிறது.

ஒருவகையில் இத்தகைய கருத்துமுதல்வாதத் தத்துவம் ஸ்டாலினிசத்தின் வறட்டுத்தனமான, ஈரமற்ற பொருள்முதல்வாதத்தைக் காட்டிலும் மேன்மையானது. மனிதநேயத்தை அந்நியமாக்கப்பட்ட வடிவத்திலேனும் காக்கும் வல்லமையுடையது. இக்காரணத்தாலேயே கோஸ்ட்டோக்ளோடோவ், உண்மையான மானிட சமுதாயத்தின் மதிப்பீடுகளால் வழிகாட்டப்படாத, மனிதர்களை வெறும் புறப்பொருள்களாகக் கருதுகிற இயற்கை விஞ்ஞானங்களையும் சமூக விஞ்ஞானங்களையும் எதிர்க்கிறான். சோசலிசப் பொருளாதாரம், சோசலிச அரசியல், சோசலிசப் பண்பாடு, சோசலிச மனித உறவுகள் ஆகியவற்றை உருவாக்குவதில் மக்களுக்குப் பங்கேதும் இல்லாமல் செய்துவிடுகிற சூழலில், புரட்சியை அதிகாரிவர்க்கத் திரிபுகளுக்குள்ளாக்கிவிடுகிற சூழலில்தான் அறவொழுக்க சோசலிசம் என்ற மாற்று முன்வைக்கப்படுகிறது. மாவ்ரினோ சிறைக்கும் கான்ஸர்வார்டுக்கும் வெளியே, தங்கள் மீது அன்பு செலுத்துகிற, மனித உறவுகளை வளர்த்துக்கொள்கிற திட்டவட்டமான மனித சமூகம் ஏதும் இல்லையாதலால் நெர்ஜினோ, ஓலக் கோஸ்ட்டோக்ளோடோவோ தங்கள் தனித்தன்மையையும் அகவலிமையையும் முற்றான

அறநெறிக்கோட்பாடுகளை உறுதிப்படுத்துவதன் மூலமே காப்பாற்றிக் கொள்ளமுடியும்.

பேராசிரியர் ஷுலிபின் ஓலக்கிடம் கேட்கிறார். "நீ புரட்சிக்குப் பின் பிறந்தவன். ஆனால் உன்னை அவர்கள் சிறையிலடைத்தனர். சரி, நீ சோசலிசத்தின்மீது நம்பிக்கையிழந்து விட்டாயா இல்லையா?"

ஓலக் கூறுகிறான்: "எனக்குத் தெரியாது. விஷயங்கள் மிகச் சிக்கலானவையாக இருக்கின்றன. அளவற்ற சினத்தின் காரணமாக சில சமயங்களில் நீங்கள் உத்தேசித்திருந்த இலக்கையும் தாண்டி வெகு தூரம் போய்விட நேரிடும்."

ஓலக்கின் கூற்று மற்ற எவரையும்விட ஸல்ஸனித்ஸினுக்குத்தான் அதிகம் பொருந்தும். வரலாற்றுத்தன்மையற்ற அவரது புரிதல், ஸ்டாலினியக் கொடுங்கோன்மைகளுக்கான மூலவேர் புரட்சியும் லெனினும்தான் என்றும், புரட்சியை சாத்தியமாக்கியவர்கள் முதல் உலகப்போரின்போது ஜாரின் கீழிருந்த பொறுப்பற்ற அதிகாரிகள்தான் என்றும் அவரைக் கூறவைத்தது. சோவியத் வரலாற்றிலிருந்தும் யதார்த்தத்திலிருந்தும் அதிகரித்த அளவில் விலகிச்சென்று கொண்டிருந்த அவர், கடந்துபோன நூற்றாண்டுகளை மகாபீட்டரின் காலத்தை, பயங்கர ஐவானின் காலத்தை ஏக்கத்தோடு பார்க்கத் தொடங்கினார். 'மகிழ்ச்சி நிறைந்த' இடையர்களும் பண்ணையடிமைகளும் வாழ்ந்த பழங்கால ரஷியாவுக்காக ஏங்கத் தொடங்கினார். ரஷியாவை நவீனப்படுத்துவதற்குக் கையாளப்பட்ட கொடூரமான வழிமுறைகளை மட்டுமல்ல; நவீனமயமாக்குதல் என்பதையே எதிர்க்கத் தொடங்கினார். இதில் சுற்றுச்சூழல் பிரச்சனை அவருக்கு நல்லதொரு ஆயுதமாகப் பயன்பட்டது. சமய அறவியலைப் புறக்கணித்து, நாத்திகத்தை ஏற்றுக்கொண்ட அறிவுஜீவிகள் தான் ரஷியாவின் சீரழிவைத் துவக்கி வைத்தவர்கள் என்றார். மேற்கு நாட்டு ஜனநாயக முறையைக்கூட நிராகரித்தார். அறநெறிகளின்பாலும் மக்களின்பாலும் அக்கறையுடைய கிறித்துவ எதேச்சதிகாரம்தான் தீர்வு எனக் கூறத்தொடங்கினார். எல்லாப் புரட்சிகளுமே தீமையைத்தான் உருவாக்கின என்று கூறிய அவர், கம்யூனிசம் மிகப்பெரும் தீமை எனக்கருதிய அவர், 1965இல் இந்தோனீஷியாவில் புரட்சி ஒடுக்கப்பட்டபோது- பல லட்சக்கணக்கான கம்யூனிஸ்டுகள் படுகொலை

செய்யப்பட்டபோது - மகிழ்ச்சியோடு வரவேற்றார். தென் வியட்நாம் கொடுங்கோலன் தியூவின் ஆட்சி கவிழ்ந்தபோது 'நாகரிகமும் பண்பாடும்' அழிந்து விட்டதாக அலறினார். கிரேக்க பாசிஸ்ட் ஆட்சியை ஆதரித்தார். சிறைக்கைதிகளுக்கு வலுக்கட்டாயமாக உணவு ஊட்டப்படுவதை, பெண்கள் மீது செய்யப்படும் பலாத்காரத்துடன் ஒப்பிட்ட ஸல்ஸனித்ஸின், அதைவிடக் கொடுமையான சித்திரவதைகள் ஜெர்மானியச் சிறையிலிருந்த பாதர்- மெய்ன்ஹோஃப் புரட்சியாளர் குழுவினர் மீது இழைக்கப்பட்டபோது மௌனம் சாதித்தார். ஜெர்மானியப் பிற்போக்குவாதியான ஆக்ஸெல் ஸ்பிரிங்கரையே தனது நூல்களின் வெளியீட்டாளராகத் தேர்ந்தெடுத்தார். சோவியத் யூனியனின் ஆட்சியாளர்களை விமர்சனமின்றி ஆதரித்தவர்கள் எனக் குற்றம் சாட்டப்படவே முடியாத ழான்பவுல் சார்த்தர், பெட்ரண்ட்ரஸ்ஸல் போன்றோர் மீதே அவரது கடுமையான தாக்குதல்கள் செலுத்தப்பட்டன. ஸல்ஸனித்ஸினைக் கம்யூனிசத்தின் விரோதிகள் முழுக்க முழுக்கப் பயன்படுத்திக் கொள்ளமுடியாததற்கு முக்கியக் காரணம் அவர் மேலை நாட்டு நாகரிகத்தையே, முதலாளியத்தையோ அல்லது அந்த வாழ்க்கை முறையையோ ஆதரிக்கவில்லை என்பதுதான்.

ஸல்ஸனித்ஸினின் உலகக் கண்ணோட்டம் குழம்பிப்போன ஒன்று. ஆனால் அது அவரது கசப்பான அனுபவங்களின் விளைவாகப் பிறந்த கண்ணோட்டம். அந்தக் கசப்பான, மறுக்க முடியாத, ஆட்சியாளர்களால் நியாயப்படுத்தமுடியாத அனுபவங்களைத் தனது நாவல்களிலும் பிற படைப்புகளிலும் பதிவு செய்திருப்பதால்தான் அவர் தோய்ஸ்தோவ்ஸ்கியின் இலக்கிய வாரிசாகத் திகழ்கிறார்.

பெரெஸ்த்ரொய்கா: சோசலிச மறுமலர்ச்சி

கோர்பசெவின் சீர்திருத்தங்கள், லெனினின் புதிய பொருளாதாரக் கொள்கையுடன் ஒப்பிடப்படுகின்ற இச்சமயத்தில் அவற்றைப் பற்றிய சரியான புரிதலைப் பெறுவதற்கு 1920 களில் கட்சிக்குள் நடந்த விவாதங்களைப்பற்றிச் சற்று சுருக்கமாகவேனும் தெரிந்து கொள்ளவேண்டும். வரலாற்றுச் சக்கரத்தை நாம் பின்னோக்கி நகர்த்த முடியாது. வரலாற்றில் நிகழ்ந்தவற்றை அழித்துவிடவும் முடியாது. ஆனால் குறைந்தபட்சம் கோட்பாட்டுரீதியான சில முடிவுகளையேனும் வகுக்கமுடியும்.

அன்று கட்சிக்குள் த்ரோத்ஸ்கி, புகாரின், ஸ்டாலின் ஆகியோரது மூன்று மார்க்கங்கள் இருந்தன. மிகவிரைவாக நாட்டைத் தொழில்மயமாக்க வேண்டும் என்றும் அதிகரித்த அளவில் விவசாயக் கூட்டுப் பண்ணைகளை உருவாக்கவேண்டும் என்றும் துவக்கத்திலிருந்தே கூறி வந்தவர் த்ரோத்ஸ்கிதான். அதேசமயம் ஒற்றைவார்ப்படமாக இயங்கிய கட்சி எல்லா அதிகாரங்களையும் முற்றுரிமையாக்கிக் கொண்டமை, கட்சிக்குள்ளிருந்த குழுக்களைத் தடை செய்தமை, உள்கட்சி ஜனநாயகம் பெருமளவில் குறுக்கப்பட்டு வந்தமை ஆகியவற்றையும் இடைவிடாது விமர்சித்து வந்தார். ஆனால் பிற கட்சிகள் மீது விதிக்கப்பட்டிருந்த தடையை அகற்றுமாறு அவர் கோரவில்லை. த்ரோத்ஸ்கி அன்று முன்மொழிந்த அரசியல் வேலைத்திட்டத்தின் வெற்றி, அது புகாரின் முன்வைத்த பொருளாதாரத் திட்டத்துடன் இணைக்கப்பட்டிருந்தால் மட்டுமே சாத்தியமாயிருக்கும். 'புதிய பொருளாதாரக் கொள்கை' தொடர்ந்து பல ஆண்டுகள் நீடிக்க வேண்டும் என்றும் அது விரிவுபடுத்தப்படவேண்டும் என்றும் புகாரின் கூறினார். போல்ஷ்விக் கட்சி மட்டுமே அன்று இயங்கிவந்த ஒரே கட்சியாதலால் சமுதாயத்தின் பல்வேறு

வர்க்கங்களின் நலன்கள், கட்சியின் பல்வேறு குழுக்களின் நிலைப்பாடுகளின் மூலமாகவே பிரதிபலித்தாக வேண்டிய நிலையில் இருந்தன. புகாரினால் தலைமைதாங்கப்பட்டக் குழுவின் மூலம் மேல் நிலை, மற்றும் மத்திய நிலை விவசாயிவர்க்கம் (upper and middle peasantry) சிறுவர்த்தகர்கள், சிறு தொழிலதிபர்கள் ஆகியோரின் நலன்கள் கட்சிக்குள் பிரதிபலிக்கப்பட்டன. புகாரின் பரிந்துரைத்த கலப்புப் பொருளாதாரம் சிறு அளவிலான தனியார் தொழில்முயற்சிகளுக்கு சலுகைகள் கொடுக்கக்கூடியது. அது சமுதாயத்திலுள்ள முரண்பாடுகளைத் தணித்து அரசியலில் நெகிழ்ச்சித்தன்மையை உருவாக்கியிருக்கும்.

1920களின் இறுதியில் சோவியத்யூனியன் எதிர்கொண்டிருந்த குறிப்பிட்டதொரு சூழலில், நாட்டை விரைவில் தொழில்மயமாக்குதல், கூட்டுப்பண்ணைமயமாக்குதல் ஆகியவற்றை நிறைவேற்றக் கட்சிப் பெரும்பான்மை முடிவு செய்துவிட்டது. கூட்டுப்பண்ணை முறையை விவசாயிகள் தாமாகவே முன்வந்து ஏற்றுக் கொள்ளுமாறு செய்யுமளவிற்கு விவசாயக் கருவிகளையும் ஏருந்துகளையும் வழங்குவதற்கான மூலாதாரங்கள் அன்று சோவியத் தொழிற்துறையில் இருக்கவில்லை. இரண்டாவதாக, முதல் ஐந்தாண்டுத் திட்டக் காலத்தில் நகர்ப்புறத் தொழிலுற்பத்தியை விரைவாக சாதிக்கும் பொருட்டு கிராமப்புறங்களிலிருந்த உழவர்களைக் கட்டாயமாக நகர்ப்புறங்களில் குடியேற வைக்க வேண்டியிருந்தது. நவீனத்தொழிற்சாலைகளில் செய்யப்படும் வேலைகளுக்குரிய ஒழுங்கு அவர்களிடம் இருக்கவில்லை. மேலும், மிகமோசமான நிலைமைகளில் (குடியிருப்புவசதி, குறைந்த ஊதியம், கடுமையான உழைப்பு போன்றவை) அவர்கள் வேலைசெய்யவேண்டியிருந்தது. கிராமப்புறங்களிலிருந்து வந்த அவர்களிடம் கல்வியறிவும் பண்பாட்டு வளர்ச்சியும் மிகக் குறைவாகவே இருந்தன. சோவியத் யூனியனில் அன்றிருந்த மிகக் குறைவான வளர்ச்சியின் காரணமாக, மக்களின் நுகர்வு அளவைக் குறைப்பது, மூலதனத் திரட்டலுக்கு இன்றியமையாததாக இருந்தது. எனவே ஸ்டாலின் காலத்தியப் பொருளாதாரத்தில் பலவந்தமும் கடுமையான அடக்குமுறைகளும் இருந்தன. அரசியல் மட்டத்தில் ஏற்பட்ட முரண்பாடுகளைத் தீர்ப்பதற்கு ஒடுக்குமுறைகளும் களையெடுப்புகளும் பயன்படுத்தப்பட்டன. அன்றிருந்த வரலாற்றுச் சூழலில் கட்சியின் தீர்மானத்துக்கு உகந்த வகையில் மிகவிரைவாகத் தொழில்மயமாக்குவதற்கும் கூட்டுப்

பண்ணைமயமாக்குவதற்கும் ஸ்டாலினின் இடத்தில் வேறுயார் இருந்திருந்தாலும் இறுக்கமான பலவந்தமான முறைகளே கையாளப்பட்டிருக்கும். ஆனால் ஸ்டாலின் என்ற தனிமனிதரின் பண்புகளின் முத்திரைகள் தாங்கிய ஈவிரக்கமற்ற. கொடிய, மிகப்பரந்த அளவிலான வன்முறைகள் இல்லாதிருந்திருக்கலாம்.

த்ரோத்ஸ்கி விரும்பிய அரசியலோ ஜனநாயகத்தன்மை வாய்ந்தது. அவர் விரும்பிய பொருளாதாரமோ அன்றைய சூழலில் ஒரு இறுக்கமான பலவந்த முறைகளின் மூலமே சாத்தியப்பட்டிருக்கும், அந்த முரண்பாட்டை அவர் எவ்வாறு தீர்த்தார்? அவரிடம் தெளிவான தீர்வு இருக்கவில்லை என்றே கூறலாம். சோவியத் யூனியன் தனிமைப்பட்டுப் போகும் அபாயத்திலிருந்து ஐரோப்பியப் புரட்சி காப்பாற்றிவிடும் என்று அவர் மனதார நம்பினார். 1940இல் அவர் ஸ்டாலினின் கையாள் ஒருவனால் படுகொலை செய்யப்பட்ட நாள் வரை அவர் மேற்கு ஐரோப்பாவின் பாட்டாளிவர்க்கம் சோவியத் ரஷியாவின் உதவிக்கு வரும் என்றும் அப்படி வராவிட்டால் சோவியத் யூனியனின் சமூக உடைமை முறை வெளிநாட்டுத் தலையீடு மூலமோ அல்லது உள்நாட்டு அதிகாரவர்க்கச் சீரழிவு மூலமோ அழிந்துவிடும் என்றும் கருதினார். சோவியத் யூனியன் தனிமைப்பட்டுப்போன நிலையிலும் தாக்குப் பிடிக்கும் என்பதைக் குறைவாகவும் மேற்கு நாட்டுப்பாட்டாளி வர்க்கத்தின் புரட்சிகர உள்ளூறையாற்றலை மிகையாகவும் அவர் மதிப்பிட்டுவிட்டார் என்றே கூறலாம்.

புகாரினுடைய கொள்கை நடைமுறைப்படுத்தப்பட்டிருக் குமேயானால் பலவந்த முறைகளும் ஒடுக்குமுறைகளும் இருந்திரா. சோவியத் யூனியன் தனது வளர்ச்சிக்காக அத்தனை மனிதப் பலிகளைக் கோரியிருக்காது. “நமது பெரிய விவசாயி வண்டியை இழுத்துக்கொண்டு ஒவ்வொரு அடியாக எடுத்து வைத்து முன்னேறிச் செல்வோம்” என்றார் புகாரின். ஆனால் 1941 இல் நாஜிகள் படையெடுத்தபோது அந்த ஆக்கிரமிப்பை முறியடிப்பதற்குத் தேவையான இராணுவத் தொழில்வளம் இருந்திருக்குமா என்ற கேள்வியும், ஜெர்மனியைத் தோற்கடிக்க சோவியத் மக்கள் நீண்டகால கெரில்லாப் போரில் ஈடுபட்டிருக்க வேண்டியிருந்திருக்குமா என்ற கேள்வியும் எழுகின்றன. பகைமைமிக்க சர்வேதசச் சூழலில் தாக்குப்பிடித்து நிற்கவேண்டிய ஒரு நிலையின் காரணமாக ஸ்டாலினின் மார்க்கம் தவிர்க்க

முடியாதபடி வெற்றி பெற்று புகாரின் மார்க்கம் தோற்றது என்று கூறலாம்.[1]

புகாரின், த்ரோத்ஸ்கி ஆகிய இருவரின் மார்க்கங்களையும் நிராகரித்து ஸ்டாலின் உற்பத்திச் சக்திகளின் விரைவான வளர்ச்சியைச் சாத்தியமாக்கினார். வேறு எந்த நாட்டிலும் அத்தகையதொரு குறுகிய காலத்தில் சாதிக்கப்பட்டிருக்கமுடியாத அளவில் மும்முரமான தொழில்வளர்ச்சி ஏற்பட்டது. ஆனால் அதற்காகப் பல லட்சம் மனித உயிர்கள் பலி கொடுக்கப்பட்டது மட்டுமல்லாமல், அத்தகைய பொருளாதார வளர்ச்சி சமச்சீரற்றதாகவும் பல முரண்பாடுகளைக் கொண்டதாகவும் இருந்தது. குறிப்பாக, ஒருபுறம் தொழில், விவசாயம் ஆகியவற்றுக்கு இடையிலும் மறுபுறம் உற்பத்திச் சாதனங்களை உற்பத்தி செய்யும் தொழில்கள், நுகர்வுப் பண்டங்களை உற்பத்தி செய்யும் தொழில்கள் ஆகியவற்றுக்குமிடையே சமநிலைக் குலைவுகள் ஏற்பட்டிருந்தன. ஆணைகளின் மூலமே கடமைகளை நிறைவேற்றவைக்கும் முறை உருவாகியிருந்தது. வேறு எந்த நாட்டிலுமில்லாத அளவில் ஒரு பெரும் அதிகாரிவர்க்கம் தோன்றியிருந்தது.

பிற்கால சந்ததியினருக்கு ஸ்டாலின் சகாப்தம் விட்டுச் சென்றவை இவை. ஆயினும் ஸ்டாலின் சகாப்தத்தில்தான் காலங்காலமாகப் பின்தங்கியிருந்த ஒரு பெரும் நாடு தொழில் வளர்ச்சியும் இராணுவ வலிமையும் கொண்ட நாடாக மாறிற்று. ஐஸக் டாய்ஷர் கூறுகிறார்: "ஸ்டாலின், மரக்கலப்பைகளைக் கொண்ட ரஷியாவை சுவீகரித்து அணு ஆயுதக் குவியல்களைக் கொண்ட ரஷியாவை விட்டுச் செல்கிறார் என்பதுதான் அவரது வரலாற்றுச் சாதனையின் வாரமாகும்."

ஸ்டாலின் சகாப்த சாதனை வெறும் பொருளாதாரரீதியானது மட்டுமல்ல. தொழில்வளர்ச்சியின் கூடவே அதற்கு இன்றியமையாத கல்வி - பண்பாட்டு வளர்ச்சியும் ஏற்பட்டது. எழுத்தறிவே இல்லாதிருந்த கோடிக்கணக்கான மக்களுக்கு எழுத்தறிவும் நவீனக் கல்வியும் தரப்பட்டன. இறுக்கமும் ஒடுக்குமுறையும் அதிகாரிவர்க்கத் தன்மையும் நிறைந்த ஸ்டாலினிய அரசியலும்

1 த்ரோத்ஸ்கி, புகாரின் ஆகியோரது மார்க்கங்கள், பரிந்துரைகள் என்று நாம் இதுவரை கேள்விப்பட்டிருப்பனவற்றின் அடிப்படையிலேயே இக்கருத்துகளைச் சொல்ல முடிகின்றது. இதுவரை கட்சிக்கு வெளியே தெரியவராமலுள்ள ஆவணங்கள் வெளியிடப்பட்ட பிறகு ஒருவேளை நமது கருத்துகளை மாற்றிக் கொள்ள நேரலாம்.

சித்தாந்தமும் இந்தப் பண்பாட்டு வளர்ச்சியில் திரிபுகளை ஏற்படுத்தின என்றபோதிலும் அப்பண்பாட்டு வளர்ச்சிக்குள்ளேயே பிற்காலத்தில் ஸ்டாலினிய ஒடுக்குமுறைகளை எதிர்த்துப் போராடி, சுதந்திரத்தையும் உண்மையான மானுடவளர்ச்சியையும் சாத்தியமாக்கக் கூடிய உள்ளூறைக் கூறுகள் இருக்கவே செய்தன. அரசியலிலும் பொருளாதாரத்திலும் த்ரோத்ஸ்கியும் புகாரினும் விரும்பிய ஜனநாயக முறைகள், நெகிழ்ச்சியான முறைகள் ஆகியவற்றைப்பற்றி இன்று பேசமுடிகின்றதென்றால், அவற்றுக்கான நடைமுறைச் சாத்தியம் இன்று இருக்கிறதென்றால் அவற்றுக்கு வேண்டிய பொருளாதார, தொழில் அடிப்படைகள் ஏற்கெனவே ஸ்டாலின் சகாப்தத்தில் இடப்பட்டிருக்கின்றன என்பதுதான் காரணம். ஆனால் இந்த சீர்திருத்தங்கள், ஸ்டாலின் விட்டுச்சென்ற அரசியல், பொருளாதார, பண்பாட்டு மரபுகளை நிராகரிப்பதன் மூலமே சாத்தியம்!

ஸ்டாலின் காலமாகி முப்பத்தாறு ஆண்டுகள் கழிந்துவிட்டன. ஸ்டாலினிசம் ஏற்கெனவே காலவழக்கொழிந்ததாகிவிட்டது. மிகவும் பிற்பட்டதொரு நாட்டில் 1920களில் செயல்பட்ட ஸ்டாலினிசம், ஐம்பதுகளிலேயே நவீன சமுதாயமாகிவிட்ட சோவியத் யூனியனின் தேவைகளைப் பூர்த்தி செய்யும் ஆற்றலற்றதாகியிருந்தது. ஆயினும் அரசியல், சித்தாந்தக் கட்டமைப்புகள் எந்த பொருளாதார நிலைமைகளில் தோன்றினவோ அப்பொருளாதார நிலைமைகள் மறைந்த பிறகும் தொடர்ந்து நீடிக்கக்கூடியவை. அதற்குக் காரணம் அரசியல் வடிவங்களுக்கும் சித்தாந்தங்களுக்கும் அவற்றுக்கே உரித்த சுயேச்சைத்தன்மை இருப்பது மட்டுமல்ல. ஆளும் குழுக்களுக்கும் சுயநலக்கும்பல்களுக்கும் அந்த வடிவங்களை நிலை நிறுத்திக் கொள்வது அவசியமானதுமாகும். அதனால்தான் ஸ்டாலினுக்குப் பிந்தைய ஆட்சியாளர்களான மாலெங்கோவ் முதல் ப்ரெஸ்னெவ் வரை எல்லாருமே சோவியத் சமுதாயம் முன்னேறிச் செல்லவேண்டுமானால் ஸ்டாலினியப் பாரம்பரியம் நீக்கப்பட வேண்டும் என்பதை உணர்ந்திருந்தபோதிலும் தங்களது சொந்த நலன்களின் காரணமாக அத்திசையில் அவர்களால் வேகமாகச் செல்ல முடியவில்லை. இன்னும் சொல்லப்போனால், ப்ரெஸ்னெவ் காலத்தில் அப்பாரம்பரியத்திற்குப் புத்துயிரூட்டவும் முயற்சி செய்யப்பட்டது.

தேக்க நிலை

ப்ரெஸ்னெவ் காலத்தில்தான் சோவியத் சமுதாயம் 'முன்னேறிய சோசலிச'த்தை அடைந்துவிட்டதாகப் பறைசாற்றப்பட்டது. ஆனால் அக்காலத்தில்தான் சமூக ஏற்றத்தாழ்வுகளும் வேறுபாடுகளும் முன்னெப்போதும் இருந்திராத பரிமாணங்களைப் பெற்றன. செல்வந்தர்கள், கோடீசுவரர்கள் என்ற சமூக அடுக்கு பரவலாகக் காணப்பட்டதும் அக்காலத்தில் தான். ஊழலும் லஞ்சமும் சமூகத்தில் புரையோடியிருந்தன. உழைப்பாளிகள் தமது உழைப்பு சக்தியை விற்பதற்கான ஒரு போட்டிச்சந்தை உருவானதும் அக்காலத்தில் தான். எல்லாருக்கும் வேலைவாய்ப்புத் தரப்பட்டுள்ள, வேலை செய்யாதவர்கள் 'ஒட்டுண்ணிகள்' எனக் கருதப்பட்ட சமுதாயத்தில் அரசுக்குச் சொந்தமான தொழிற்சாலைகள், தனிப்பட்டமுறையில் ஒப்பந்தம் செய்துகொண்டு சாதாரணமாகக் கொடுக்கப்படக் கூடியதைப் போல ஐந்து மடங்கு ஊதியம் கொடுத்து சாதாரணத் தொழிலாளிகளிடம் வேலைவாங்கும் வழக்கம் பரவியிருந்தது. மாஸ்கோ நகருக்கு வெளியே கட்டுமானப் பணிகளில் ஈடுபட்டிருந்த தொழிலாளிகளில் பாதிக்குமேல் இத்தகையவர்களே. அவர்களுக்கு சமூகக் காப்பீட்டு நிதி போன்ற வசதிகளை அரசு வழங்குவதில்லை யாதலால் அவர்களால் அரசுக்கு செலவு ஏதுமில்லை. முறையாக வேலைக்கமர்த்தப்பட்டு, முறையாக ஊதியம் வழங்கப்படுகையில் இதே தொழிலாளிகள் ஒழுங்காக வேலை செய்வதில்லை. மேலே உள்ள அதிகாரிகளின் ஒட்டுண்ணி வாழ்க்கையைப் பார்த்துக் கொண்டிருக்கும் தொழிலாளிகளும் பிற குடிமக்களும் அதே சீரழிந்த மதிப்பீடுகளையே தமக்கும் உருவாக்கிக் கொள்கின்றனர். முறையாக வேலையில் அமர்த்தப்பட்டிருக்கும் நிறுவனங்களில் (இங்கு ஊதிய உத்திரவாதம் இருப்பதால், நேர்மையாக வேலை செய்ய வேண்டியதில்லை போலும்!) வேலையை முடித்துவிட்டு, மாலை நேரங்களிலோ அல்லது விடுமுறை நாள்களிலோ தனிப்பட்ட முறையில் கட்டுமானப் பணிகள் போன்ற வேலைகளில் ஈடுபடுகின்றனர்-கூடுதலான வருமானம் ஈட்ட. ரஷியப் பாட்டாளிவர்க்கத்தைப் பொருளாதார, அரசியல், தார்மிகரீதியாகக் களங்கப்படுத்துவதில் இவ்வாறு ப்ரெஸ்னெவிசம் வெற்றிபெற்றது. இந்த நிலையை ஒரேயடியாக மாற்றிவிடமுடியாது என்பதாலும், மேற்காணும் வகையில் கூடுதலான வருமானம் ஈட்டும் தொழிலாளியும் கூட சமூகரீதியில்

பயனுள்ள பணிகளைச் செய்கிறான் என்பதாலும், உழைப்பில் 'கறுப்புச்சந்தை' இருப்பதை அகற்றுவதற்காகவும் இத்தகைய உழைப்புக்கு இப்போது சட்டரீதியான அங்கீகாரம் தந்திருக்கிறது புதிய அரசாங்கம்.

அரசாங்கம் வழங்கும் பெரும் மான்யங்களைக் கொண்டு உற்பத்தி செய்யப்பட்ட பண்டங்களை பகிரங்க அல்லது ரகசிய சந்தைகளில் சற்றுக் கூடுதலான விலைக்கு விற்பதன் மூலம் ஊழல் அதிகாரிகளும் கட்சித் தலைவர்களும் ஏராளமான ஆதாயத்தைப் பெற்றனர். இன்றியாமையாப் பண்டங்களின் உற்பத்தியைப் பெருக்க ப்ரெஸ்னெவ் அரசாங்கம் இடைவிடாது மான்யத் தொகைகளை அதிகரித்து வந்தது. ஆனால் அப்பண்டங்களில் ஒரு சில மட்டுமே அடித்தட்டு மக்களுக்குப் போய்ச் சேர்ந்தன. பொருள்களின் பற்றாக்குறை நாடு முழுவதிலும் நிலவிற்று. பொருளாதாரம் தேக்கமுற்றது. முதலீடுகளுக்கு ஏற்ற வருமான விகிதம் குறைந்து வரலாயிற்று. உற்பத்தித் திறனில் ஏற்பட்ட வீழ்ச்சியை ஈடுகட்டுவதற்காக முன்புபோல கிராமப்புறங்களிலிருந்து உழவர்களை நகர்ப்புறங்களில் வலுக்கட்டாயமாகக் குடியேற்றுவதைத் தொடர்ந்து செய்ய முடியவில்லை. சமுதாயத்தில் கல்வி வளர்ச்சியும் தரமும் அதிகரித்ததற்கு ஏற்றவாறு பெருமளவிலான சமூக முன்னேற்றத்துக்கான வாய்ப்புகள் உருவாகவில்லை. பொருளாதாரத் தேக்கத்தின் காரணமான, சலுகை பெற்ற பிரிவினர் எவ்வகையிலும் பாதிக்கப்படவில்லை. மாறாக, அவர்களது சலுகைகள் அதிகரித்துவந்தன. தமக்குள்ள கல்வி, தொழில்நுட்ப, விஞ்ஞானத் தகுதிகளுக்கேற்றவாறு சமூக அந்தஸ்து பெற்றிராதவரிடையே அதிருப்தி ஏற்படலாயின. குழு நலன்கள் திட்டவட்டமான வடிவங்கள் கொள்ளலாயின. வெவ்வேறு சமூகத்தட்டினரின் குரல்கள் பகிரங்கமாகவே ஒலிக்கத் தொடங்கின. விஞ்ஞானிகள், தொழில் நுட்ப வல்லுநர்கள், ஆராய்ச்சியாளர்கள், கல்வி நிபுணர்கள், பொருளாதார அறிஞர்கள், சட்டவியலாளர், எழுத்தாளர் போன்றோர் கட்சியின் மீதும் அரசாங்கத்தின் மீதும் நிர்ப்பந்தங்களைச் செலுத்தவேண்டியவராயினர்.

சுருக்கமாகச் சொல்லப்போனால் சோவியத் சமுதாயம் முடக்குவாதத்தால் பீடிக்கப்பட்டிருந்தது. எல்லாவகையான குற்றங்களும்- குடிப்பழக்கம், விபசாரம், மோசடி முதலியன-

பெருகின. விவகாரத்துகள் குறிப்பாக சோவியத்யூனியனின் ஐரோப்பியப் பகுதிகளில் அதிகரித்து வந்தன. மக்களிடையே அரசியல் பற்றிய அக்கறை குறைந்து வந்தது. விரக்தி மனப்பான்மை அதிகரித்தது. எல்லா அரசியல் சிந்தனையுமே போலித்தனமானவை அல்லது அபாயகரமானவை என்று கருதுமளவிற்கு மக்களிடையே அவநம்பிக்கை குடிகொண்டது. இந்தப் பின்னணியில் தான் கடந்த சில ஆண்டுகளாகவே ரஷிய மரபைச் சேர்ந்த அறநெறிகள், ஆன்மிகப் புரட்சி என்பனபற்றிய விவாதங்கள் நடைபெறுவதைப் பார்க்கலாம். மனித ஆன்மாவிலுள்ள 'தீமை'யே எல்லாவற்றுக்கும் மூலகாரணம் என்றும் எந்த சமூக சீர்திருத்தத்தாலும் ஆன்மாவைப் பண்படுத்திவிட முடியாது என்றும் கூறும் போக்குகள் வலுவடைந்தன. இலக்கியம், திரைப்படங்கள், பிற கலைப்படைப்புகள் ஆகியவற்றில் சமய மதிப்பீடுகளும் மத சின்னங்களும் அதிகரித்த அளவில் இடம் பெறலாயின. மூத்த தலைமுறையினரின் சொல்லுக்கும் அவர்களது செயலுக்கும் இடையிலிருந்த பெரும் இடைவெளியையும் அவர்களது மாய்மாலத்தையும் கண்டு வெறுப்படைந்த இளைஞர்களோ, ராக் இசையிலும் போக்கிரித்தனத்திலும் தமது ஆளுமைகளை வெளிப்படுத்தத் தொடங்கியிருந்தனர்.

இத்தகையதொரு படுமோசமான சூழ்நிலைமையில் எந்தவொரு தலைவனின் தலையாயக் கடமையும், நாட்டு மக்களிடையே நம்பிக்கையுணர்வை ஏற்படுத்துவதாகவே இருக்கமுடியும். இத்தகையதொரு வரலாற்றுக் கடமையையே கோர்பசெவ் ஏற்றுக்கொள்ள வேண்டியதாயிற்று. இங்கு குறிப்பிடப்படவேண்டிய விஷயங்கள் இரண்டு: முதலாவதாக கோர்பசெவ், குருஷ்சேவ் போலக் கடந்தகாலப் பாவங்களை சுமந்து கொண்டிருப்பவரல்லர்; இரண்டாவதாக குருஷ்சேவ் பதவியிழந்த பிறகு, முற்றிலும் புதிய தலைமுறையைச் சேர்ந்த ரஷியக் குடிமக்கள் - ஸ்டாலின்காலக் கொடுமைகளையும் ஒடுக்குமுறைகளையும் அனுபவிக்காதவர்கள்- தோன்றியுள்ளனர். இவர்கள் மேலதிக அரசியல், பொருளாதார சுதந்திரம் கோருபவர்கள்.

பெரெஸ்த்ரொய்கா[2]

கோர்பசெவின் 'பெரெஸ்த்ரொய்கா' - மறுசீரமைப்பு - ஆழமான பொருளாதார நெருக்கடியில் சிக்குண்டுள்ள, சோவியத் யூனியனை மீட்பதற்காக (அதுவும் எந்த வழிமுறைகளைக் கொண்டேனும் மீட்பதற்காக) மேற்கொள்ளப்படும் நடவடிக்கைகள் மட்டும் அல்ல. அது சோவியத் பொருளாதாரத்தில் மட்டுமல்லாது, சமுதாயம் முழுவதிலும் உள்ள நெருக்கடியை எதிர்கொண்டு அதைக் கடந்துவருவதற்கான முயற்சியாகும். ஆழமான விவாதங்களுக்குப் பிறகு, நாடு முழுவதிலுமுள்ள பல்வேறு துறைகளைச் சேர்ந்த அறிஞர்களைக் கலந்தாலோசித்தபிறகு, நன்கு வரையறுக்கப்பட்ட கோட்பாட்டை, நீண்டகாலப் பார்வையை அது அடிப்படையாகக் கொண்டுள்ளது. 1984-ஆம் ஆண்டு தொட்டு கோர்பசெவ் ஆற்றிய முக்கிய உரைகள், அவர் எழுதிய 'பெரெஸ்த்ரொய்கா' என்ற நூல், 1984ஆம் ஆண்டு தொட்டு நடந்த கட்சிப் பிளீனங்களிலும் 19 ஆவது அனைத்து ஒன்றிய கட்சி மாநாட்டிலும் எடுக்கப்பட்ட முடிவுகள் ஆகியன இப்பார்வைக்குச் சான்றாகும். ப்ரெஸ்னெவ் சகாப்தத்தால் விளைந்த தேக்கநிலையைப் போக்குவதற்கான 'சீர்திருத்தம்', 'பொருளாதார வளர்ச்சியை விரைவுபடுத்துதல்' என்பதற்கு முதலில் கொடுக்கப்பட்ட அழுத்தம் பின்னர் 'நிர்வாக ஆணைகள் இடும் அமைப்பு' என்பதற்கு எதிரான போராட்டத்திற்குத் தரப்படலாயிற்று. சமுதாயத்தின் அனைத்துத் துறைகளையும் பற்றிய திட்டவட்டமான விமர்சனங்கள் முன்னுவமை காணாத வகையில் கட்டவிழ்த்துவிடப்பட்டுள்ளன. 'பெரெஸ்த்ரொய்கா' என்பதன் பொருள் சமுதாயவாழ்வு முழுவதையும் ஜனநாயகப்படுத்துதல் என்பதாகிவிட்டது. அதாவது சட்டத்துக்குட்பட்டு இயங்கும் அரசின் கீழ் சோசலிச சுயாட்சியையும் சுயநிர்வாகத்தையும் அனைத்து மட்டங்களிலும் உருவாக்குதல் என்பதாகிவிட்டது.

---

2 பெரெஸ்த்ரொய்கா பற்றிய எனது புரிதலை ஆழப்படுத்தியவர் பாஸ்டியன் வைலெங்கா. அவர் மேற்கு ஜெர்மனியைச் சேர்ந்த புகழ்பெற்ற மார்க்சிய அறிஞர் ஹாக் (W.F. Haug) என்பாரின் ஆய்வுகள், கோர்பசெவ் ஆற்றிய உரைகள் ஆகியவற்றிலிருந்து ஆதாரங்களை எடுத்துக்காட்டியும் தனது சொந்த விளக்கங்களைத் தந்து 'இக்கடைசிப் பகுதியைத் திருத்தியெழுது உதவினார். அவர் எழுதி இன்றும் பிரசுரமாகாத கட்டுரையொன்றும் (Perestroika- Theory in the Making) எனக்குப் பயன்பட்டது. இவ்வகையில் நான் அவருக்குக் கடன்பட்டுள்ளேன்- எஸ்.வி.ஆர்.

கோர்பசெவின் சிந்தனையில் குறிப்பிடத்தக்கதாக விளங்குவது, அந்நியமாதல் பற்றிய மார்க்ஸியக் கோட்பாட்டை சோவியத் சமுதாயத்திற்கு அவர் பிரயோகிப்பதுதான். மேலிருந்து ஆணைகளைப் பிறப்பிக்கும் நிர்வாகமுறை, உழைக்கும் மக்களைத் தங்களிடமிருந்தும் உற்பத்திச் சாதனங்களிலிருந்தும் அரசியல் அதிகாரத்திலிருந்தும் பண்பாட்டுச் செயல்பாடுகளிலிருந்தும் அந்நியமாக்குகிறது என்பதை வலியுறுத்தும் கோர்பசெவின் தலைமை, இந்த 'அந்நியமாதலே' சோவியத் மக்களின் விரக்தி, அசிரத்தை, அடிமை மனப்பான்மை, முன்முயற்சி இல்லாமை, குடிப்பழக்கம் போன்ற தீமைகள் முதலானவற்றுக்கான அடிப்படைக் காரணமாக உள்ளது என்று கருதுகிறது.

சமுதாய வாழ்வை முடக்குகிற, அதிகார - ஆணை பிறப்பிக்கும் அமைப்பினைக்கொண்டு பண்புவகையில் முற்றிலும் புதியதான தொழில்நுட்ப, விஞ்ஞான வளர்ச்சியைக் கொண்ட சமுதாயத்தை எட்டமுடியாது என்று இத்தலைமை கருதுகிறது.

சோவியத் யூனியனின் கடந்த 60 ஆண்டுக்காலப் பொருளாதாரத் தத்துவமும் - நடைமுறையும் - உடைமைகளை அரசுமயமாக்குவதும் சோசலிசமும் ஒன்றுதான் என்ற எண்ணத்தையே ஏற்படுத்திவந்தன. அறுபதாண்டுக்கால அனுபவம் கீழ்க்காணும் கேள்விகளை எழுப்பியுள்ளது:.

(1) முற்றிலுமாக மையப்படுத்தப்பட்டதும் அரசுக் கட்டுப் பாட்டில் உள்ளதுமான பொருளாதாரமும் அரசியல் சுதந்திரமும் ஒன்றுக்கொன்று ஒத்துப்போகக் கூடியவையா?

(2) இத்தகைய பொருளாதாரம் உற்பத்தித் திறனையும் செயல் திறமையையும் ஊக்குவிக்கக் கூடியதா?

இன்று நடைபெற்றுக்கொண்டுவரும் சீர்திருத்தங்கள், ஒரு வகையில், இக் கேள்விகளுக்கான விடைகள் என்றே கூறலாம். கடந்த அறுபதாண்டுக்கால நிர்வாக முறை உற்பத்திச் சக்திகளுக்கு (இவற்றின் முதன்மையானது, உற்பத்தியாளர்களின் உழைப்பு) தளையாக இருக்கக்கூடிய உற்பத்தி உறவுகளையே உருவாக்கியிருக்கிறது. அரசுடைமையாக்கப்பட்ட, அதிகாரிவர்க்கக் கட்டுப்பாட்டிலுள்ள பொதுஉடைமைகளிலிருந்து மக்கள் அந்நியமாக்கப்பட்டுவிட்டனர் என்று வாடிம் மெட்வடோவ் *(Vadim'Medvedov)* என்ற சோவியத்

அறிஞர் கூறுகிறார். மையப்படுத்தப்பட்ட திட்டமிடுதல் மூலமாக அல்லாமல், சந்தை சக்திகளின் மூலமாக சமூக நீதியை நிலைநாட்ட முடியாது என்பதையே இதுவரை கட்சி கூறிவந்தது. ஆனால் மையப்படுத்தப்பட்ட பொருளாதாரத்தின் காரணமாக பல்வேறு பகுதிகளில் வாழும் மக்களின் உண்மையான தேவைகள் கருத்தில் கொள்ளப்படவில்லை. மூலவளங்கள் விரயம் செய்யப்பட்டன. பல்வேறு வகையான பண்டங்களின் உற்பத்திக்கு ஏராளமான மான்யம் கொடுக்கப்பட்டு வந்ததன் காரணமாக, ஒரு பொருளின் விலை அதன் உற்பத்திச் செலவைப் பிரதிபலிக்கவில்லை. மையப்படுத்தப்பட்ட திட்டமிடுதல், அதிகாரக் குவியலுக்கும் மிகப்பெரும் அதிகாரவர்க்க அமைப்பு உருவாவதற்கும் காரணமாயிற்று. திட்டமிடுதல் மூலமாகவே நாட்டின் ஏற்றத்தாழ்வுகள் மறைந்துவிடும் என்பதற்கான சான்றுகளை சோவியத் அனுபவம் வழங்கவில்லை. சோவியத் குடியரசுகள் ஒவ்வொன்றிலும் பெருநகரங்களுக்கும் சிறு நகரங்களுக்குமிடையிலும் நகரங்களுக்கும் நாட்டுப்புறங்களுக்குமிடையிலும் பெரும் வேறுபாடுகள் தோன்றியிருந்தன. தொழில் வளர்ச்சி, சமுதாயத்தை ஒன்றுபடுத்தி, சோசலிசத்துக்கான பொருளாயத அடிப்படையை உருவாக்கி, பின்னர் பாட்டாளிவர்க்க ஜனநாயகத்துக்கு வழிகோலும் என்று இதுவரை கூறப்பட்டுவந்தது. ஆனால் உண்மை என்ன? வேறுபாடுகளோ, ஏற்றத்தாழ்வுகளோ அற்ற சமுதாயம் உருவாகவில்லை என்பது மட்டுமல்ல, அச்சமுதாயத்தில் வாழ்பவர்களாலேயே - அவர்கள் கீழ் மட்டத்திலிருப்பவராயினும் சரி, மேல்மட்டத்திலிருப்பவராயினும்சரி- ஊடுருவிப்பார்க்க முடியாத சமுதாயம் உருவாகிவிட்டது. இச்சமுதாயத்திலுள்ள முரண்பாடுகள் இதுவரை வெடித்துக்கிளம்பாமல் உள்ளேயே அடங்கிக் கிடந்தன, ஒடுக்கப்பட்டுவந்தன அல்லது ப்ரெஸ்னெவிய 'ஊக்குவிப்புகள்' மூலம் தணிக்கப்பட்டுவந்தன.

இத்தகைய சமூக-பொருளாதார உருவாக்கத்தை 'சோசலிசம்' என்று சோவியத் ஆட்சியாளர்களும் ('முன்னேறிய சோசலிசம்' என்று ப்ரெஸ்னெயிஸ்டுகளும்) 'திரிபுக்குட்பட்ட தொழிலாளர் அரசு', 'அரசு - ஏகபோக முதலாளித்துவம்' என்று த்ரோத்ஸ்கியவாதிளும், 'புரட்சிக்குப் பிந்திய சமுதாயம்,' 'மேலாளராட்சி சமுதாயம்' *(managerial society)* என்று பால் ஸ்வீஸி போன்றவர்களும், 'சோசலிச-ஏகாதிபத்தியம்' *(social-imperialism)* என்று மாவோயிஸ்டுகளும்

வர்ணித்துள்ளனர். சோவியத் அறிஞர்கள் வாடிம் மெட்வடோவ், ஏ. புடெங்கோ, அம்பார்ஸீமோவ் போன்றோர் அதை அரசு-அதிகாரிவர்க்க சோசலிசம் அல்லது அரசு-ஏகபோக சோசலிசம் (state-bureaucratic or state-monopoly socialism) என்று வர்ணிக்கின்றனர். இது சிந்தனைக்குரிய கருத்தாக்கமாகவே படுகிறது. புரட்சி நடந்த சமுதாயங்களில் உருவாகும் இத்தகைய அரசு- சோசலிச வடிவங்கள் பற்றி முன்கூட்டியே மார்க்ஸால் பார்த்திருக்க முடியாது என்றபோதிலும், 'கம்யூனிஸ்ட் கட்சி அறிக்கை' போன்றவற்றில் அவர் சோசலிசம் எடுக்கும் பிற்போக்கு வடிவங்கள் பற்றியும், பாசறை கம்யூனிசம் (barrack communism) பற்றியும் எழுதியுள்ளது குறிப்பிடத்தக்கது.

கோர்பசெவ் வலியுறுத்துவதெல்லாம், இத்தகைய உடைமை வடிவங்களிலிருந்து அந்நியமாக்கப்பட்டிருக்கும் உழைக்கும் மக்கள், ஆணைகளை நிறைவேற்றிக்கொண்டிருக்கும் இவர்கள், விடுதலை பெற்றுத் தாமே உற்பத்தியினதும் சமூக வளர்ச்சியினதும் கர்த்தாக்களாக மாறவேண்டும் என்பதுதான். இந்தப் பின்னணியில் தான் கோர்பசெவ், சுய நிர்வாகம் பற்றிய லெனினின் கருத்துகளை அதிகாரிவர்க்கத்தின் எல்லையற்ற அதிகாரத்துடன் ஒப்பிடுகிறார்: "பொதுச் சொத்து என்பது படிப்படியாக அதனுடைய உண்மையான உடைமையாளனான உழைப்பாளியிடமிருந்து பிரிக்கப்பட்டு தடுப்பு வேலியிடப் பட்டுவிட்டது" என்றும் இன்றுள்ள அரசியல் அமைப்பில் "அரசு நிர்வாகத்தில் மக்களால் உண்மையான பங்கேற்பைச் செய்யமுடியவில்லை" என்றும் கூறுகிறார். விவசாயத் துறையைப்பற்றி அவர் கூறும் கருத்துகள் குறிப்பாகக் கவனிக்கத்தக்கவை. உற்பத்திச் சாதனங்களிலிருந்தும் படைப்பாற்றலிலிருந்தும் விவசாயிகள் அந்நியமாக்கப் பட்டுள்ளதைப்பற்றிக் குறிப்பிடுகையில், தனது நிலத்தில் தானே எசமானனாக இருக்கவேண்டும் என்ற உழவனின் ஆர்வம் நசுக்கப்பட்டு, கூட்டுப்பண்ணைகள், அரசுப் பண்ணைகள் ஆகியவற்றுக்குள்ள பொருளாதார, சுதந்திரம் அனைத்தும் மறுக்கப்பட்டு, அப் பண்ணைகளின் உறுப்பினர்கள் தினக்கூலிகளாக மாற்றப்பட்டுவிட்டதைக் கண்டிக்கிறார். "கூட்டுப்பண்ணை மையம், கூட்டுப்பண்ணை சங்கங்கள், பல்வேறு வகையான கூட்டுறவு அமைப்புகள் போன்ற ஜனநாயக அமைப்புகள் குறுக்கப்பட்டன; வலுவடைந்த அதிகாரிவர்க்க அமைப்போ, கூட்டுப்பண்ணைகள், அரசுப்

பண்ணைகள், விவசாயிகள் ஆகியோர் மீது ஆதிக்கம் செலுத்தத் தொடங்கிற்று" என்றும் கூறுகிறார், குடியானவனை அவனது நிலத்தின் எசமானனாக உறுதி செய்யும் உற்பத்தி உறவுகளையும் பொருளாதார நிர்வாக வடிவங்களையும் உருவாக்கும் வகையில் விவசாயக்கொள்கை வடிவமைக்கப்படவேண்டும் என்று லெனின் கூறியதை நினைவூட்டுகிறார்.[3]

இக்கருத்துகள் தவிர்க்கமுடியாதபடி அதிகாரிவர்க்கத்துக்கு எதிரான போராட்டத்துக்கு இட்டுச் செல்கின்றன. 1937களில் கடைப்பிடிக்கப் பட்டது போன்ற ஒடுக்குமுறைகளை நாடாமல் அதிகாரிவர்க்கத்தைத் துடைத்தெறிவது எவ்வாறு? ஜனநாயகப்படுத்துதல்தான் ஒரே வழி: "மக்களின் செயலூக்கமுள்ள பங்கேற்புடன் சுயஒழுங்குபடுத்தும் உத்திகளைக் கட்டியெழுப்ப வேண்டும்." "இந்தக் குறிக்கோளுக் காகத்தான், தமக்கான அதிகாரத்தை சாதித்து அதை நடைமுறையில் பயன்படுத்துவதற்காகத்தான் 1917 நவம்பரில் பாட்டாளிகள் தடைச் சுவர்களை எழுப்பிப் போரிட்டனர்." (M.Gorbachev, - Speech at CC Meeting of CPSU, January 6, 1989)

இத்தகைய சிந்தனையின் அடிப்படையில்தான் அவர் 1987 ஜனவரி 27இல், சமுதாயத்தைப் புரட்சிகரமான முறையில் மாற்றவேண்டுமானால் சமுதாயத்தின் எல்லா மட்டங்களிலும் தேர்தல்கள் நடத்தப்படவேண்டும் என்றும் தொழிலாளர்கள் எல்லா மட்டங்களிலும் தம் கட்டுப்பாட்டைச் செலுத்தவேண்டும் என்றும் கூறினார். உற்பத்தித்தளங்களில் (Shop floors) தொழிலாளிகளுக்கு அதிக அதிகாரம் தரப்படும் என்றும் தொழிற்சாலை மேலாளர்களைத் தேர்ந்தெடுக்கும் உரிமை அவர்களுக்கு வழங்கப்படும் என்றும் வாக்குறுதியளித்தார். இந்த அடிப்படையான ஜனநாயகம் இனிமேல்தான் விரிவுபடுத்தப்படவேண்டும், அதேபோல "அனைத்து அதிகாரங்களும் சோவியத்துகளுக்கே" என்ற 1917 ஆம் ஆண்டுப் புரட்சிக்கால முழக்கம் புதுப்பிக்கப்பட்ட போதிலும் இன்னும் உள்ளூர்மட்ட சோவியத்துகள், உள்ளூர்மட்ட கட்சிச்செயலர்களின் தலைமையிலேயே இயங்கிவருகின்றன. இதற்குப் பல்வேறு காரணங்கள் உள்ளன. தொழிலாளிவர்க்கத்துக்குள்ளேயே செயலூக்கமுள்ள பிரிவு,

---

[3] *M. Gorbachev on the Agrarian Policy of the CPSU in the Present conditions*, Novosti Press, Moscow. 1989, pp 10–12.

செயலூக்கமற்ற பிரிவு, ஊழலுக்கிரையான பிரிவு என்ற மூன்று பிரிவுகள் இருப்பதும் சோவியத் சமுதாய வாழ்வில் புதிதாகத் தோன்றியுள்ள சுதந்திரத்தை சோசலிச வளர்ச்சிக்காகப் பயன்படுத்துவதில் கட்சியிலும் அரசாங்கத்திலுமுள்ள அதிகாரிவர்க்க சக்திகளுக்கு ஆர்வம் இல்லை என்பதும் முக்கிய காரணங்கள். சுப்ரீம் சோவியத்துக்கான் (நாடாளுமன்றம்) தேர்தலில் ஒவ்வொரு இடத்துக்கும் போட்டியிடுவதற்கு ஒன்றுக்கும் மேற்பட்ட வேட்பாளர்கள் போட்டியிடுவது அனுமதிக்கப்பட்டாலும், கணிசமான இடங்கள் கட்சிக்கும் கட்சிசார்ந்த அமைப்புகளுக்கும் ஒதுக்கப்பட்டுள்ளன. ஆனால் அரசு, பொருளாதாரம் இரண்டிலும் முற்றான அதிகாரத்தைக் கட்சியே கொண்டிருந்த நாட்டில் இத்தகைய சீர்திருத்தங்கள் புரட்சிகரமானவையே (இத்தகைய மாற்றங்கள், இதுகாறும் நிறைவேற்றப்படாத, பூர்ஷ்வா ஜனநாயகப் புரட்சியோ என்ற ஒரு கூற்று தவறானது. ஏனெனில் இந்த மாற்றங்களும் சீர்திருத்தங்களும் தனியுடைமை பெருமளவிற்கு ஒழிக்கப்பட்டுவிட்ட ஒரு நாட்டில் நடை பெறுகின்றன என்பதை இக் கூற்றினை முன்வைப்பவர்கள் கருத்தில் கொள்வதில்லை.)

மேலும், மக்களின் ஈடுபாடும் தொழிலாளிகளின் பங்கேற்பும் அதிகரிக்க அதிகரிக்க சீர்திருத்தங்களின் எல்லைகளும் வீச்சுகளும் நாளுக்கு நாள் விரிவடைந்து வருவதையும் காணலாம். எடுத்துக்காட்டாக சைபீரியாவிலும் உக்ரெய்னிலும் நடந்த, சுரங்கத் தொழிலாளரின் வேலை நிறுத்தத்தை ஆதரித்துத் தொலைக்காட்சியில் கோர்பசெவ் பேசுகையில் தொழிலாளர்கள் விஷயங்களைத் தம் கைகளிள் எடுத்துக்கொண்டமை குறித்துத் உற்சாகமடைந்திருப்பதாகக் கூறினார். இன்றியமையாப் பொருளுற்பத்தித் துறைகளில் மட்டும் - அதுவும் மிக நெருக்கடியான சமயங்களில் மட்டும்- வேலை நிறுத்தங்களைத் தடை செய்ய நாடாளுமன்றம் ஒப்புக்கொண்டிருக்கிறது. ஒட்டுமொத்தமாக வேலை நிறுத்தத்தைத் தடைசெய்வதை ஏற்கவில்லை:

கோர்பசெவின் தலைமை அரசாங்க, கட்சி மட்டங்களில் புரையோடிப் போயிருந்த ஊழல்களையும் லஞ்சலாவண்யங்களையும் அம்பலப்படுத்தவும் அகற்றவும் தொடங்கியது. மேலும், தங்களுடைய வேலை முறைகளை

மாற்றிக்கொள்ளுமாறும் ஜனநாயகத்தன்மையுடன் நடந்துகொள்ளுமாறும் அடிமட்டத்திலுள்ள மக்களின் குரலுக்கும் கோரிக்கைகளுக்கும் செவிமடுக்குமாறும் கட்சி ஊழியர்களுக்குத் திரும்பத் திரும்ப வேண்டுகோள் விடுத்தது. கட்சி ஊழியர்கள், நிர்வாகப் பணிகளை மேற்கொள்வதைத் தவிர்த்து அரசியல் கடமைகளை மேற்கொள்வதை வலியுறுத்தினார். வெறும் பிழைப்பை நடத்தும் வல்லுநர்களை தவிர்த்த அரசியல் தூண்டுதல் பெற்றவர்களையே கட்சிக்குள் சேர்க்கவேண்டும் என்பதையும் வலியுறுத்தினர். ஆனால் இந்த வேண்டுகோளும் வலியுறுத்தல்களும் கட்சி ஊழியர்கள் அனைவரிடமிருந்தும் உற்சாகமான வரவேற்பைப் பெறவில்லை.

சோசலிசப் பன்மைப் போக்குகள்

எனவே, கோர்பசெவ் கட்சிக்கு வெளியில் தனக்கான ஆதரவைத் திரட்டவேண்டியுள்ளது. இந்த ஆதரவை, சமுதாயத்திலுள்ள பல்வேறு சக்திகளிடமிருந்தும் பெறவேண்டியிருப்பதால் கோர்பசெவ் சில விட்டுக்கொடுப்புகளைச் செய்யவேண்டியுள்ளது. அதே சமயம் சோசலிசத்தின் மேலாண்மை நிறுவப்படவேண்டும் என்பதைத் திரும்பத் திரும்ப வலியுறுத்துகிறார். ஆனால், 'சரியான கோட்பாடுகளையும் வழிகாட்டுதல்களையும் எப்போதும் கொண்டிருக்கும் ஒரே கட்சி', 'பிழையே செய்யாத கட்சி தலைமை' என்ற கருத்துகளை அவரது தலைமை கைவிட்டுவிட்டது என்றே கூறவேண்டும். கட்சியும் தலைமையும் தவறுகளை மட்டுமல்ல கொடுமைகளையும் இழைக்கக் கூடியவை என்பதால் அவற்றைத் தவிர்ப்பதற்கான வழிகளிலொன்று பகிரங்கமான, சுதந்திரமான விவாதங்களை ஊக்குவிப்பதுதான். இது தவிர்க்கவியலாதபடி சோசலிச பன்மைப்போக்குகளுக்கு *(socialist Muralism)* வழிகோலியுள்ளது.

அவரது தலைமையால் ஊக்குவிக்கப்படும் கருத்து சுதந்திரம் சோவியத் யூனியனில் சாத்தியமாக்கியுள்ள விவாதங்களைப்பற்றி 'சோவியத் லிட்டரேச்சர்' ஏட்டின் ஆசிரியர் குழு ஒரு அழகான வர்ணிப்பைத் தருகிறது:

> முற்றிலும் எதிர்பாராத வகையில், நமது ஒற்றை வார்ப்பட வாழ்க்கையானது அதிகாரப்பூர்வமற்ற

முன்முயற்சிகளும் சங்கங்களும் நிறைந்த பிரகாசமான சுழற்காற்றாக வெடித்துள்ளது. இது, நுண்கருத்துகளையும் நுண்ணுயிர்களையும் பல்கிப் பெருக வைக்கிற உயிர்த்துடிப்புள்ள ப்ளாங்க்டனாக[4] மாறியுள்ளது; சக்தியும் உயிராற்றலும் இயக்கம் மிக்கதுமான சூழலை உருவாக்கியுள்ளது. இந்த அதிகாரப்பூர்வமற்ற வட்டாரங்களிலிருந்து வெடித்துக் கிளம்புகிற சிந்தனைகள் சில சமயங்களில் வியப்பூட்டுகிற வகையில் விநோதமானவையாகவும் அதிதீவிரத்தன்மை யுடையவையாகவும், வேறு சமயங்களில் தமது ஆக்ரோஷத்தால் அச்சமூட்டக்கூடியனவாகவும் விளங்குகின்றன. ஆனால் பல சமயங்களில் அவை நமது சமூகவாழ்வுக்கு விலைமதிப்பற்ற முன்முயற்சிகளை வழங்குகின்றன. பெரும்பாலும் இளைஞர்களாலேயே உருவாக்கப்படும் இந்தச் சூழலானது சுவாரசியமான பல நுண்கருத்துகளை, நுண் இலட்சியங்களை, சமூக நடத்தை வடிவங்களைத் தோற்றுவிக்கிறது. இவை மிகமிக முக்கியமானவை. ஏனெனில் இந்தப் பிளாங்க்டன்தான் கருத்துகள், சித்தாந்தங்கள் என்ற பெருந்திமிங்கிலங்களுக்கு வலிமையும் ஆற்றலும் ஊட்டுகிற உணவாக அமைகிறது.”[5]

கோர்பசெவ் “கருத்துகளின் மோதல்களிலும் அபிப்ராயங்களை ஒப்பிட்டுப் பார்ப்பதிலுமே உண்மையைக் கண்டறிவதற்கும் சரியான முடிவுகளை வகுப்பதற்குமான சாத்தியப்பாடு உள்ளது” எனக் கருதுகிறார். மேலும், “சோசலிசம் பற்றிய மரபான கருத்துகளை சமகாலத் தேவைகள் என்ற நிலைக்கு வளர்த்தால்தான் சோசலிசத்தை புதுப்பித்தல் என்ற இலக்கை அடையமுடியும்” என்றும் “சோசலிசம் என்பது எல்லாவற்றுக்கும் முதலாக, உற்பத்திச் சாதனங்கள், அரசியல், பண்பாட்டு சாதனைகள் ஆகியவற்றிலிருந்து மனிதன் அந்நியமாக்கப்பட்டுள்ள நிலைமையை ஒழித்துக் கட்டுவதாகும்”[6] என்றும் கூறுகிறார். இந்த அடிப்படையிலிருந்தே உற்பத்தி உறவுகளிலும் உடைமை உறவுகளிலும் மாற்றத்தை ஏற்படுத்துவதற்கான பொருளாதார சீர்திருத்தங்களை கோர்பசெவ் தலைமை மேற்கொள்ளவிருக்கிறது.

---

4 ப்ளாங்க்டன் (plankton): மீன்களின் இரையாக அமையும் நுண்ணுயிர்கள்

5 *Soviet Literature* No 7(496). July 168 p.121

6 Documented Materials, Plenary Meeting of the CPSU. CC Report by M. Gorbachev, *Novosti*, Mosow, 1988, p.28.

பொருளாதாரத் தேக்கநிலைதான் 'பெரெஸ்த்ரொய்கா' தொடங்கப்படுவதற்கான காரணமாக இருந்தபோதிலும், சோசலிசத்தைப் புதுப்பித்தல் என்ற பின்னணியிலேயே பொருளாதார சீர்திருத்தங்களைப் பார்க்கவேண்டும். வருமானத்தைப் பெருக்குவதற்காக மட்டுமே மனித முன்முயற்சி செலுத்தப்படவேண்டும் என்பதை அவர் ஏற்கவில்லை. சோசலிசம் என்பது முன்முயற்சியுடைய மக்களின் சமுதாயம், சோசலிசம் என்பதுமே வரலாற்றில் காணப்படும் மிகப் பெரும் முன் முயற்சியாகும். புதிய உற்பத்தி உறவுகளும் உடைமை உறவுகளும் பொருளாதாரத் தேக்கத்தைக் கடந்து வருவதோடு, உற்பத்திச் சாதனங்களை உண்மையாகவே சமூகத்தன்மை கொண்டவையாக்கும் நோக்கம் கொண்டவையாக இருக்க வேண்டும். உடைமையும் உழைப்பும் அரசின் கட்டுப்பாட்டில் இருப்பதன் காரணமாக, சமுதாயம் படைப்பாளியாக, வரலாற்றின் கர்த்தாவாக இருக்கும் வாய்ப்பு அகற்றப்பட்டுவிடுகிறது.

திட்டமிடுதலையும் சந்தையையும் பொருத்தமான வகையில் இணைக்க முயற்சிசெய்யும் பெரெஸ்த்ரொய்கா, "நமது கடந்தகாலத்திய பெரும் சாதனையான சமூக நீதி மற்றும் சமூக உத்திரவாதங்கள் என்ற கொள்கையை உயர்த்துப்பிடிக்கும் என்றும் ஒரு பொதுவான சட்டகத்திற்குள் உற்பத்தியாளர்களை செயலூக்கமிக்கவர்களாக்குகிற சந்தையை, ஒழுங்கு முறைப்படுத்தப்பட்ட சந்தையை உருவாக்கும் என்றும் கோர்ப்செவ் கூறுகிறார். இதில் புகாரினிய சாயல் இருப்பது போல் தோன்றினாலும் இந்தச் சீர்திருத்தம் நடைமுறைப்படுத்தப்படுவது 1980களின் நிலைமைகளில் என்பது கருத்தில் கொள்ளப்பட வேண்டும். மேலும், ஏற்கெனவே ஒரு போட்டிச்சந்தை, ரகசிய சந்தை தன்னெழுச்சியாகத் தோன்றி செயல்பட்டுவந்தது என்பதும் அதற்கு இப்போது சட்டரீதியான அங்கீகாரம் கொடுக்கப்பட்டுள்ளது என்பதும் நினைவில்கொள்ளப்பட வேண்டும்.

1990 களின் துவக்கத்தில் தொழிற்சாலைகளில் 30% மட்டுமே மையப் படுத்தப்பட்ட அரசுக் கட்டுப்பாட்டில் இருக்கும். மீதமுள்ள 70% தொழிற்சாலைகள், தொழிலாளிகளால் தேர்ந்தெடுக்கப்பட்ட மேலாளர்களால் சுயேச்சையாக நடத்தப்படும். உற்பத்தியை அவர்களே தீர்மானிப்பர். தமக்கு வேண்டிய மூலப்பொருள்களைப்

பிற நிறுவனங்களிலிருந்து தாமே நேரடியாக வாங்குவர். விலைகளைத் தாமே நிர்ணயிப்பர். சந்தை உத்திகளைப் பயன்படுத்திக்கொள்வர். நிதிவசதிகளைப் பொறுத்தவரை சுய நிறைவுடையவராக இருப்பர். இலாபம் தராத தொழிற்சாலைகள் இழுத்து மூடப்படும். வெளிவர்த்தக அமைச்சகத்தின் ஒப்புதல் இல்லாமலேயே தொழிற்சாலைகள் தமக்கிடையேயும் வெளிநாட்டு நிறுவனங்களுடனும், நேரடியாகத் தொடர்பு கொள்ளும். கூட்டுறவு வடிவ உடைமைகள் இருக்கும். இவை தமது பொருள்களை சந்தையில் விற்கும். இலாபத்தைத் தம் உறுப்பினர்களிடையே பகிர்ந்தளிக்கும். குடும்ப உறுப்பினர்களால் நடத்தப்படும் சிறு தொழில்கள் (சிற்றுண்டி விடுதிகள் போன்றவை) இருக்கும். தனியார் நடத்தும் சிறு தொழில்களுக்கு சலுகைகளும் ஊக்கமும் தரப்படும். குடும்ப உறுப்பினர்களின் அல்லது குழுக்களாகச் சேர்ந்து பணியாற்ற விரும்புவர்களின் பொறுப்பில் விவசாயம் செய்யப்பட, அவற்றுக்கு நிலம் குத்தகைக்கு விடப்படும். உபரி விளைச்சலை விவசாயிகள் நேரடியாக சந்தையில் விற்கலாம். இவை தவிர, சுயவேலையிலுள்ள தனி நபர்களும் (ரேடியோ, கார் பழுதுபார்ப்பவர் போல) இருப்பர். (இது ஏற்கெனவே இருந்துவந்த விஷயம். இப்போது சட்டரீதியான அங்கீகாரம் தரப்பட்டுள்ளது.)

இந்த நான்கு உடைமை வடிவங்களிலும் மூலதனம் - உழைப்பு என்ற உறவு இருக்காது, அவை முதலாளித்துவமல்லாத பொருளாதாரச் செயல்பாட்டு வடிவங்கள் என்று கூறப்படுகிறது. இந்த சீர்திருத்தங்களோடு விலைக் கொள்கையில் மாற்றம் ஏற்படுத்தப்பட்டுள்ளது. பல்லாயிரக்கணக்கான பொருள்களுக்கும் பல்வேறு வகையான சேவைகளுக்கும் அரசாங்கமே இதுவரை மான்யம் வழங்கி வந்தது. அதன் காரணமாக உற்பத்திச் செலவைவிடக் குறைவாகவே பண்டங்கள் கிடைத்து வந்தன. இப்போது ஒவ்வொரு உற்பத்தித் தொழிற்சாலையும் உற்பத்திச் செலவுக்கான கணக்கு வைத்துக்கொள்ள வேண்டியிருப்பதால் விலையேற்றத்துக்கும் நுகர்வாளர்கள் பாதிக்கப்படுவதற்கும் வழியேற்பட்டுள்ளது. இதை ஈடுகட்ட, தொழிலாளர்களுக்குக் கூடுதலான உற்பத்தித்திறனுக்கு ஊக்குவிப்பு ஊதியம் தரவும் தனிநபர் ஊதியத்துக்குள்ள உச்சவரம்பை அகற்றவும் அரசாங்கம் யோசித்து வருகிறது. இத்தகைய கொள்கை

எல்லாத் தொழிலாளர்களுக்கும் நன்மை பயக்குமா என்பதைப் பொறுத்திருந்தே பார்க்கவேண்டும்.

சோவியத் சமுதாயம் இன்று எதிர்நோக்கியுள்ள நெருக்கடியான சூழலில், 'சோவியத் மனிதன்', 'புதிய சோசலிச மனிதன்' என்பவன் இன்னும் தோன்றியிராத சூழலில், இன்றைய சீர்திருத்தங்கள் யதார்த்த நிலையை அனுசரிப்பவையாகவும் விவேகமானவையாகவும் தெரிகின்றன. மூலவளங்களை வெவ்வேறு உற்பத்தித் துறைகளுக்கு சரியான விகிதத்தில் ஒதுக்கீடு செய்ய சந்தையைப் பயன்படுத்துதல், ஊக்குவிப்பு ஊதியங்கள் வழங்குதல், ஊதிய வேறுபாடுகளை அதிகரித்தல் என்பன மாறுதல் காலகட்டத்தில் உள்ள சமுதாயம், உற்பத்திச் சக்திகளை வளர்ப்பதற்காகக் கடைப்பிடிக்கும் கலப்புப் பொருளாதரமேயாகும். சந்தை என்பதுவே 'அந்நியமாத'லை உருவாக்கும் தன்மையுடையது, எனவே, அதை ஜனநாயக ரீதியான கட்டுப்பாட்டின்கீழ் எவ்வாறு கொண்டுவருவது என்ற பிரச்சனை தீர்க்கப்படவில்லை. 'சோசலிச சந்தை' என இன்று கூறப்படுவது, ஜனநாயகரீதியான திட்டமிடுதலைக் காட்டிலும் சிறப்பாக மூலதன முதலீட்டுக் கொள்கையை எவ்வாறு உருவாக்கும் என்பதும் தெளிவுபடுத்தப்படவில்லை. சர்வதேச உழைப்புப் பிரிவினையிலுள்ள அனுகூலங்களையும் மாறுதல் காலகட்டத்திலுள்ள சமுதாயம் பயன்படுத்திக் கொள்வதில் தவறில்லை. ஆனால் குறைந்த உற்பத்தித் திறனுடைய பொருளாதாரம், சர்வதேச அரங்கில் உள்ள போட்டியை எவ்வாறு எதிர்கொள்ளப் போகிறது என்பது பெரும் கேள்வி.

மேலிருந்து ஆணையிடும் அதிகாரிவர்க்க முறைக்குக் காட்டப்படும் எதிர்ப்பு, இன்று ஒருதலைப்பட்சமான வடிவங்களையும் எடுத்துள்ளதைக் காண்கிறோம். சந்தையே எல்லாப் பிரச்சனைகளுக்குமான தீர்வு என்ற கருத்து வலுவாக ஒலிக்கத் தொடங்கியுள்ளது. ஆனால் தனியுடைமையையும் உழைப்புச் சந்தையையும் அடிப்படையாகக் கொண்ட முதலாளித்துவ முறைச் சந்தையை உருவாக்கும் யோசனையை கோர்பசேவ் உறுதியாக நிராகரித்து வருவது பாராட்டத்தக்கது.

அமெரிக்கா, மேற்கு ஐரோப்பா, ஜப்பான் ஆகிய நாடுகளை எட்டிப் பிடிக்கும் வகையில் நவீன விஞ்ஞானம், தொழில்நுட்பம் ஆகியவற்றில் வளர்ச்சியடைய சோவியத் யூனியன் விரும்புகிறது.

"உயர்தொழில்நுட்ப சோசலிசம்' என்பதை அடையவும் 'தகவல்புரட்சி' (information revolution) என்றழைக்கப்படும் துறைகளில் மேம்பாடு காணவும் விழைகிறது. முதலாளித்துவத் தொழில் நுட்பமும் விஞ்ஞானமும் அந்நியமாதலை உருவாக்கும் தன்மை கொண்டவை. நவீனத் தொழில்கள் பல சுற்றுச் சூழலுக்குக் கேடுவிளைவிப்பவை. இவற்றை எவ்வாறு ஜனநாயகரீதியான, சோசலிசத்தை வாழ்முறையாகக் கொண்ட சமூக அமைப்பின் கட்டுப்பாட்டின் கீழ் வைப்பது என்ற பிரச்சனை எழுகிறது. சோவியத் ரஷியா முழுவதிலும் தோன்றியுள்ள சூழலியல் குழுக்கள், சுயேச்சையான சோசலிசக் குழுக்கள் ஆகியன இப்பிரச்சனையை எதிர்கொள்வதிலும் தீர்ப்பதிலும் முக்கிய பங்கு வகிக்கக்கூடும். மேலும் 7.12.1988 அன்று ஐ.நா. சபையில் கோர்பசெவ் பேசுகையில் "மரபான வழிகளில் தொழில்மயமாக்குதல்" என்பது "சூழலியல் பேரழிவுக்கு" இட்டுச்சென்று கொண்டிருக்கிறது என்றும் "மக்களனைவரின் நலன்களுக்கு உகந்ததும், அடிப்படையிலேயே புதியதுமானதொரு தொழில் வளர்ச்சிமுறையைக் கண்டறிவது அவசியம்" என்றும் கூறியிருப்பது பாராட்டுதலுக்குரியதாயினும் நவீன விஞ்ஞானம், தொழில் நுட்பம் பற்றிய சரியான விழிப்புணர்வு தலைமைக்கு உள்ளதா என்பது தெரியவில்லை. அணுசக்தி போன்ற நவீன தொழில் நுட்பங்கள் மீதான பிரமைகள்- செர்னோபில் ஏற்படுத்திய பேரழிவிற்குப் பின்னாலும்- முற்றிலுமாக நீங்கி விட்டதாகத் தெரியவில்லை.

பண்பாட்டு மறுமலர்ச்சி

இன்றைய கட்சித் தலைமை மரபுவழிப்பட்ட 'மார்க்ஸிய-லெனினிய' சித்தாந்தத்திலிருந்து முறிவை ஏற்படுத்திக் கொண்டிருப்பதைக் காணலாம். அது, லெனின், மார்க்ஸ், எங்கல்ஸ் ஆகியோரின் படைப்புகளைப் புதிய கண்களுடன் படிக்க வேண்டும் என்று கூறுகிறது; இன்றைய பிரச்சனைகளுக்கு அவற்றில் விடை கிடைத்துவிடும் என்பதற்காக அல்ல; மாறாக, திட்டவட்டமான யதார்த்த நிலைமைகளிலிருந்து தோன்றிய (மார்க்ஸிய மூலவர்களின்) கேள்விகளை எவ்வாறு எழுப்புவது, விடைகளை எவ்வாறு தேடுவது என்பதை தமக்குப் புதிதாகக் கற்றுக்கொடுக்கும் என்பதற்காக. சோசலிச சமுதாயம் பற்றிய

லெனினின் கருத்தாக்கத்தை, இன்றைய நிலைமைகளைக் கருத்தில்கொண்டு, ஆக்கபூர்வமாகப் பிரயோகிப்பதற்காக, நாம் கிரகித்துக் கொள்ளவேண்டும். கடந்தகாலத்துக்குத் திரும்பிச் சென்று விடுவதல்ல நாம் செய்ய வேண்டியது. அது படுமோசமான வறட்டுச் சூத்திரவாதமாகும் என்கிறார் கோர்பசெவ்.

ஸ்டாலினிசத்தால் இருட்டடிப்பு செய்யப்பட்டிருந்த ரோசா லுக்ஸம்பர்க், புகாரின், த்ரோத்ஸ்கி, கிராம்சி போன்ற மார்க்ஸியர்களின் படைப்புகள் மட்டுமல்லாது ஐரோப்பிய சோசலிச ஜனநாயகவாதிகள், சோசலிசவாதிகள் ஆகியோரின் படைப்புகளும் இன்று அங்கு பரவலாகப் படிக்கப்பட்டு விவாதிக்கப்படுகின்றன. சோசலிச இயக்கங்கள் இதுவரை கருத்து வேறுபாடுகளினால் பிளவுபட்டு வந்திருக்கின்றன. இருபதாம் நூற்றாண்டு அனுபவத்தைக் கருத்தில்கொண்டு, சோசலிச தரிசனத்தின் பல்வேறு போக்குகளை ஒன்றிணைத்த ஒரு கோட்பாடு, மார்க்ஸியத்தின் மனிதநேயப் பார்வையை அடிப்படையாகக் கொண்டு உதயமாகும்போல் தோன்றுகிறது.

கோர்பசெவ் தலைமையின் 'புதிய சிந்தனை' மானுட மதிப்பீடுகள், அறநெறிகள் பற்றிய ஆழமான விவாதங்களைத் தோற்றுவித்துள்ளது. வர்க்கக் கண்ணோட்டம், வர்க்கப் பார்வை என்ற பெயரின் கீழ் கொடிய குற்றங்களும் மனிதப் படுகொலைகளும் இழைக்கப்பட்டுள்ள நாட்டில், இன்று உலகு தழுவிய மதிப்பீடுகள், உலகு தழுவிய அறநெறிகள் என்பன போற்றப்படுவதில் வியப்பில்லை. தோயஸ்தோவ்ஸ்கி, ஸல்ஸனித்ஸின், பாஸ்டர்நாக், அக்மதோவா, க்ராஸ்மன் போன்ற எழுத்தாளர்களும் சோலோவியெவ், பெர்டியெவ், புல்கா கோவ் போன்ற சமயச் சிந்தனையாளர்களும் இன்று மிக உயர்வாகப் பேசப்படுகின்றனர். உலகு தழுவிய மதிப்பீடுகள், அறநெறிகள் என்பன மரபான கருத்துமுதல்வாதத் தத்துவத்தோடு இணைந்து, வரலாற்றுரீதியான வர்க்கப் போரட்டங்களில் திட்டவட்டமாக மேற் கொள்ளப்பட வேண்டிய தேர்வுகளிலிருந்து துண்டிக்கப்படுகையில், அம்மதிப்பீடுகளும் அறநெறிகளும் பிற்போக்கு சக்திகளுக்குத் துணை போகும். மறுபுறம் உலகு தழுவிய மதிப்பீடுகளைப் புறக்கணித்து, குறிக்கோளை அடைய எந்த வழிமுறைகளையும் பயன்படுத்தலாம் என்ற நிலைப்பாடு

மேற்கொள்கையில் மனிதப் பலிகளே அதிகரிக்கின்றன. இம்முரண்பாட்டைத் தீர்ப்பதற்கு இன்றைய விவாதங்கள் உதவக் கூடும்.

வரலாற்றைத் திரித்து எழுதுவதும், நிகழ்ச்சிகளையும் மாந்தர்களையும் இருட்டடிப்பு செய்வதும் ஸ்டாலினிசம் கம்யூனிஸ்ட் இயக்கத்திற்கு வழங்கிய ‘கொடை’. கடந்தகாலத்தைப் பற்றிய ஆழமான புரிதலும் திறனாய்வும் இல்லாமல் நிகழ்காலத்தைப் புரிந்து கொள்வதோ, எதிர் காலத்தைப் பற்றிய திட்டங்களை வகுப்பதோ, உண்மையான வரலாற்றுணர்வு கொள்வதோ சாத்தியமில்லை. எனவே கடந்த எழுபத்திரண்டு ஆண்டுக் கால வரலாறு முழுவதும் இன்று மறு ஆய்வுக்குட்படுத்தப்பட்டுவருகிறது. மூடி மறைக்கப்பட்டுவந்த ஆவணங்கள் பிரசுரமாகத் தொடங்கியுள்ளன. இருட்டடிப்பு செய்யப்பட்டவை வெளிச்சத்துக்கு வந்து கொண்டிருக்கின்றன. ‘பாடப்புத்தக’ வரலாறு ஒழித்துக்கட்டப்பட்டு வருகிறது. வரலாறு எழுதுநெறி பற்றிய ஆழமான விவாதங்களை க்ளாஸ்நோஸ்ட் முடுக்கிவிட்டுள்ளது. ஸ்டாலினைப் பற்றிய விமர்சனத்தில் கட்சியின் அதிகாரப்பூர்வமான நிலைப்பாடு (இன்றுவரை) குருஷ்சேவின் எல்லைகளைத் தாண்டவில்லை என்ற போதிலும், சோவியத் ஏடுகளிலும் விவாத அரங்குகளிலும் கலைப்படைப்புகளிலும் ஸ்டாலின் பற்றிய மிகக் கடுமையான விமர்சனங்கள் நடந்து வருகின்றன! இன்று ஸ்டாலினிசத்தைத் தூக்கிப் பிடிப்பவர்களில் அதிகாரிவர்க்கத்திலுள்ள பழமைப் பிடிப்பாளர்கள் மட்டுமல்ல, பிரெஸ்னெவ் சகாப்தத்தின் சீரழிவுகளையும் சீர்குலைவுகளையும் அனுபவித்து அவற்றுக்கும் மாற்று ‘ஸ்டாலின் காலத்து ஒழுங்கு - கட்டுப்பாடு’ என்ற ஒன்றைப் பற்றிக் கனவு காண்கிற சில அடித்தட்டு மக்களும்தான். ஸ்டாலின் மறைந்து பல ஆண்டுகளுக்குப் பிறகு பிறந்து வளர்ந்த இவர்கள், ஸ்டாலின் சகாப்தம் பற்றிய எந்தவொரு சரியான வரலாற்றுணர்வும் அற்றவர்கள். அல்லது வரலாற்று உணர்வையும் அறிவையும் வக்கரித்துப்போன வடிவத்திலேயே பெற்றவர்கள். ரஷிய தேசியவெறியைப் பரப்புபவர்களும், யூத-எதிர்ப்பு மனப்பான்மை கொண்டவர்களுமான ‘பாம்யாட்’ என்ற குழுவைச் சேர்ந்தவர்களும் இன்று ஸ்டாலினிசத்தை உயர்த்துப் பிடிக்கிறார்கள்.

ஆனால் மிகப்பெரும்பான்மையான மக்களும் அறிவு ஜீவிகளும் ஸ்டாலினிசத்தின் எதிர்மறை அம்சங்களோடு கணக்குத் தீர்க்கவேண்டிய இன்றியமையாத் தேவையை உணர்ந்துள்ளனர். கட்சித் தலைமையும்கூட இதற்கு செவிமடுத்து ஸ்டாலினால் பழிவாங்கப்பட்ட, பலிகொடுக்கப்பட்ட பழம்பெரும் போல்ஷ்விக் தலைவர்களுக்கும், உறுப்பினர்களுக்கும் மறு அங்கீகாரம் வழங்கியுள்ளது. த்ரோத்ஸ்கியும் அவர்களது ஆதரவாளர்களும் இதுவரை அத்தகைய அங்கீகாரத்தைப் பெறவில்லை என்ற போதிலும் சோவியத் ஏடுகளும் அறிஞர்களும் இலக்கியவாதிகளும் அவர்களை போல்ஷ்விக் புரட்சியின் வரலாற்று நாயகர்களாகவே சித்திரிக்கத் தொடங்கியுள்ளனர். கட்சியும்கூட த்ரோத்ஸ்கியை 'ஏகாதிபத்திய ஏஜண்ட்' போன்ற அடைமொழிகளால் அழைப்பதில்லை. அவருக்கும் லெனினுக்கும் பிற போல்ஷ்விக் தலைவர்களுக்குமிடையே இருந்த கொள்கை வேறுபாடுகள் அரசியல் வாழ்க்கையில் மிக இயல்பானவை என்று இன்று மதிப்பீடு செய்யப்படுகிறது.

பெண்கள் பிரச்சனை

பெண்கள் பிரச்சனையில் 'பெரெஸ்த்ரொய்கா' பின்தங்கியுள்ளது என்று கூறலாம். மேலை நாடுகளில் தோன்றியுள்ள பெண் நிலை வாதத்துக்கு இணையானதொரு போக்கு இன்னும் ரஷியாவில் செல்வாக்குப் பெறவில்லை என்பது ஒருபக்கம் இருக்கட்டும். அது இன்னும் அங்கு அறியப்படாமலேயே உள்ளது. மாறாக, ஆணாதிக்கம் வலுவாக இருப்பதைக் காணலாம். பெண்களை இழிவுபடுத்துகின்ற எழுத்துக்களை இன்றுள்ள முன்னணி எழுத்தாளர்களான விக்டர் அஸ்யாஃபியெவ், ஃபசில் இஸ்கந்தர் போன்றோரிடம் கூடக் காணமுடிகின்றது. பொருளாதாரரீதியான சுதந்திரம் பெண்களுக்குக் கிடைத்துவிட்டதால் அவர்கள், வீட்டில் அதிகாரம் செலுத்தத் தொடங்கிவிட்டார்கள் என்று ஆண்களும் அதற்கு மறுப்பாக, ஆண்கள் தமது பழைய வீர்யத்தை இழந்து விட்டார்கள் எனப் பெண்களும் விவாதம் செய்வதைப் பத்திரிகைகள் மூலம் தெரிந்து கொள்ள முடிகிறது. அரசு அமைப்புகளில் பெண்களுக்கு இன்னும் மிகமிகக் குறைவான பிரதிநிதித்துவமே உள்ளது. ஒரு பெண் அமைச்சர்கூட இல்லை. சோவியத் பட்டதாரிகளில் பாதிக்கும் மேற்பட்டவர்கள்

பெண்கள். ஆனால் உற்பத்தித்துறைகளில் உயர்பதவிகளில் அல்லது பொறுப்பு நிறைந்த இடங்களில் தம் எண்ணிக்கைக்கு ஏற்ப அவர்கள் பிரதிநிதித்துவம் பெறவில்லை. அரசியலா, அது பெண்களுக்கு அல்ல என்ற மனப்பாங்கு சமுதாயத்தில் பரவலாக இருப்பதாக எல்வியா நோவிகோவா என்பவர். 'மாஸ்கோ நியூஸ்' பத்திரிகையில் *(No10. 1989)* எழுதுகிறார். கம்யூனிஸ்ட் இளைஞர் கழக உறுப்பினர்களிலும் பாதிக்கும் மேற்பட்டவர்கள் பெண்கள். அப்படியிருந்தும், நாடாளுமன்றத் *(Supreme - Soviet)* தேர்தலுக்கான வேட்பாளர்களாக இக்கழகத்தால் நியமனம் செய்யப்பட்டவர்களிற் மிகப் பெரும்பான்மையானவர் ஆண்கள் தாம் என்பதைச் சுட்டிக்காட்டுகிறார்.

பெண்கள் இவ்வாறான தாழ்நிலையில் இருக்கத் காரணம் ஸ்டாலினிசம்தான் என்கிறார். 'அரசியல் பெண்களுக்கானதல்ல' என்ற கருத்தை விமர்சித்த லெனின், அரசியலிலும் பொருளாதாரத்திலும் பெண்கள் சரிபங்கு பெற்றாலொழிய சோசலிசம் சாத்தியமேயில்லை என்று கூறியதை நினைவூட்டிவிட்டு, ஸ்டாலின் ஆட்சிக்குவந்த பிறகு பெண்கள் பிரச்சனை என்பது கட்சித்திட்டத்திலிருந்தும் அரசாங்கத் திட்டங்களிலிருந்தும் கொள்கையிலிருந்தும் அறவே நீக்கப்பட்டுவிட்டதாகக் கூறுகிறார். பெண்கள் விவகாரங்களுக்கான கட்சி மத்தியக்குழுவின் ஆய்வுக்குழுவை *(Commission)* 1932இல் ஸ்டாலின் கலைத்துவிட்டதைச் சுட்டிக்காட்டுகிறார். ஸ்டாலினின் - 'பாசறை சோசலிசம்' - *(Barrack socialism)* பெண்களுக்கு இரண்டாந்தாரப் பாத்திரங்களையும் சேவைகளையுமே ஒதுக்கிற்று. மிகச் சிறப்பாகப் பணியாற்றிய பெண்களுக்கு விருதுகள் வழங்கப்பட்ட போதிலும் அது பெண்களை ஆண்கள் புரவலர் நிலையிலிருந்து பார்க்கும் பார்வையை வலியுறுத்துவதாகவே அமைந்தது. இரண்டாம் உலகப்போரின்போது பெண்களின் பங்கு ஆண்களுக்கு நிகரான தாகவிருந்தது. போருக்குப் பிந்திய ஆண்டுகளில் பெண்கள் தமது அறிவுக்கும் விடாமுயற்சிக்கும் உறுதிக்கும் திறமைக்கும் பொருத்தமான பதவிகளை வகிக்கலாயினர். ஆனால் 1960களில் அவர்கள் ஆண்கள் கூட்டத்தால் முறியடிக்கப்பட்டுவிட்டனர்.

தமது நாட்டின் பொது வாழ்வில் ஏற்பட்ட முன்னேற்றங்கள் யாவும் பெண்கள் இயக்கத்தில் ஏற்பட்ட முன்னேற்றங்களோடு சேர்ந்தே நிகழ்ந்தன என்று கூறும் நோவிகோவா "பெண்களின்

உதவி, அவர்களது ஆழ்ந்த சிந்தனை, சமூக உணர்வு ஆகியவற்றைக்கொண்டு மட்டுமே புதிய சமுதாயத்தை வலுப்படுத்த முடியும்'' என்று 1920இல் லெனின் கூறியதையும் அதன் பின்னர் பெண்கள் பிரச்சனையை க்ரூப்ஸ்கயா, இனெஸ்ஸா ஆர்மண்ட், அலெக்ஸாண்ட்ரா கொல்லன்டாய் போன்ற பெண் போல்ஷ்விக்குகள் விரிவாகக் கையாண்டதையும் குறிப்பிடுகிறார். குருஷ்சேவ் ஆட்சிக்கு வந்த பிறகு பெண்களின் நிலை ஓரளவு உயர்ந்தது. யெகாடெரினா ஃபர்ட்ஸேவா என்ற பெண், அமைச்சராகவும் ஆனார் (இதுவரை சோவியத் யூனியனில் அமைச்சர் பதவியை வகித்துள்ள ஒரே பெண்மணி அவர் தான்.) இன்று நடக்கும் ஜனநாயகப்படுத்தும் இயக்கம் பல பெண் தலைவர்களை உருவாக்கியுள்ளபோதிலும் முடிவுகளை எடுக்கும் விஷயத்தில் பெண்கள் இன்னும் தமக்குரிய பாத்திரத்தை வகிக்கத் தொடங்கவில்லை.

இதற்குக்காரணம் இதுவரை நீடித்து வந்துள்ள 'வயதான ஆண்களின் ஆட்சி' ஆகும். அது பெண்கள், இளைஞர்கள் ஆகியோரின் (இவர்களே மக்கள் தொகையில் பெரும்பான்மையினர்) அபிப்ராயங்களை உதாசீனம் செய்துவந்துள்ளது; மூர்க்கத்தனம், மனமுறிவு, வன்முறை ஆகியவற்றையே வளர்த்துள்ளது. இதன் காரணமாக கருணை, சகிப்புத்தன்மை, அன்பு ஆகியன - ஆண்களிடம் இல்லாத இப்பண்புகள் - பெண்களிடம் மட்டுமே இருப்பதாகக் கருதப்படுகிறது. இது 'பெண்களுக்குரிய பண்புகள்', 'ஆண்களுக்குரிய பண்புகள்' என்ற மரபுரீதியான வகைப்படுத்துதலை ஒத்ததாகத் தோன்றினாலும், ஒரு விஷயத்தை நாம் கணக்கில் எடுத்துக்கொள்ள வேண்டும்: ஆணாதிக்கமே நீடித்துவந்த வரலாற்றில், பெண்கள் மென்மையான பண்புகளையே வளர்த்துக்கொள்ள முடிந்திருக்கிறது. வன்மையான பண்புகளை ஆண்களால் மட்டுமே வளர்த்துக்கொள்ள முடிந்திருக்கிறது. ஆண்களின் வன்மையான பண்புகள் சமுதாய வாழ்வை சகிக்க முடியாததாக்கிவிடும்போது பெண்களின் மென்மையான பண்புகளின் தேவை மிக ஆழமாக உணரப்படுவதில் வியப்பில்லை.

சமுதாய வாழ்வின் அனைத்துத் துறைகளிலும் பங்கேற்க வருமாறு கட்சி இன்று பெண்களை அறைகூவி அழைத்த போதிலும் அவர்களை ஊக்குவிக்கும் வகையில் கட்சியே நடந்து

கொள்வதில்லை என்றும் கட்சியில் 30 சதவீத உறுப்பினர்கள் பெண்கள் என்ற போதிலும் அவர்களில் கட்சிப்பதவி வகிப்பவர்கள் 6 சதவீதத்தினரே என்றும் கூறுகிறார் நோவிகோவா. பெண்கள் மீண்டும் வீட்டுப் பொறுப்புகளை மேற்கொள்ள வேண்டும் என்று சோவியத் பத்திரிகைகளில் இப்போது நடைபெற்று வரும் விவாதத்தைப் பற்றிக் குறிப்பிடும் நோவிகோவா பொருளாதாரத் துறையிலோ அல்லது குடும்ப வாழ்விலோ அல்லது சமூகவாழ்விலோ ஏற்படும் நெருக்கடிகளைப் போக்கவும் ஓட்டைகளை அடைக்கவுமே பெண்கள் எப்போதும் பயன்படுத்தப்பட்டு வந்துள்ளனர் என்று கூறுகிறார். உடலுக்கும் உயிருக்கும் ஊறு விளைவிக்கக்கூடிய பணிகளில் பெண்களை ஈடுபடுத்துவதைத் தடைசெய்யும் சட்டம் 1920களிலேயே இயற்றப்பட்டுள்ளது என்றாலும் இன்னும் ஏராளமான பெண்கள் அத்தகைய வேலைகளிலும் பயிற்சி தேவைப்படாத பணிகளிலும் ஈடுபடுத்தப்பட்டிருப்பதாகக் கூறுகிறார்.

"பொருள் வகை, ஆன்மிகவகை ஊக்குவிப்புகள் மூலம் தாய்க்கும் குழந்தைக்கும் நமது சமுதாயத்தில் மிகஉயர்ந்த முன்னுரிமை தரப்பட வேண்டும். தாய், தந்தை ஆகியோரின் நலன்களின் அடிப்படையிலேயே சமுதாயத்தின் திட்டங்கள் அனைத்தும் அமையவேண்டும். அப்போதுதான் உண்மையான நாகரிக சமுதாயத்தை நோக்கி நம்மால் செல்ல முடியும். எங்கு எந்த அளவு வேலை செய்வது அல்லது வேலை செய்ய வேண்டுமா வேண்டாமா என்பதைத் தேர்ந்தெடுக்கும் உரிமை பெண்களுக்கு வேண்டும். பெண்கள் தமது முன்னுரிமைகளின் அடிப்படையில், இல்லமா அல்லது வேலையா எது தமக்குப் பொருத்தமானது என்பதை அவர்களே தேர்ந்தெடுத்துக் கொள்ளட்டும். எல்லாமே மகிழ்ச்சியாக இருக்கவேண்டும் என்பது நமது இலக்காக இருக்கும்போது இது ஒன்றுதான் எல்லாருக்கும் மகிழ்ச்சி தரக்கூடியது என்று ஏதோவொன்றை மட்டும் தேடுவதை நிறுத்த வேண்டிய நேரம் இது." நோவிகோவின் இக்கூற்று விவேகமான கருத்தாகவே நமக்குப்படுகிறது.

இன்றைய ரஷியாவில் விபசாரம், கறுப்புப்பணம், அந்நியச் செலாவணியில் வர்த்தக சூதாட்டம் ஆகியனவும்கூடக் காணப்படுகின்றன. இவற்றை இன்று அச்சமுதாயத்தின் தலைவர்களும் சிந்தனையாளர்களும் பகிரங்கமாக

ஒப்புக்கொண்டு அவற்றைக் களைய முயற்சிசெய்து வருகின்றனர். நீண்டகாலமாக அமுக்கி வைக்கப்பட்டிருந்த விஷயங்கள் இவை. மேலும், அழகுப்போட்டிகள், ஃபாஷன் போட்டிகள் ஆகியன ஊக்குவிக்கப்படுகின்றன. அழகு, மோஸ்தர், என்பனவற்றை பிற சமுதாயங்களில் இருப்பதைப் போலவே இங்கும் ஆண்களேதான் தீர்மானிக்கின்றனர். ஆண்களின் ரசனையேதான் இங்கும் தீர்மானகரமான சக்தியாக உள்ளது. ஆயினும் தங்களது ஆளுமையையும், தனித்தன்மையையும் வெளிப்படுத்திக்கொள்வதில் பெண்கள் காட்டும் விருப்பம், அவர்களது தன்னிலை (*Subjectivity*), இந்த அழகுப்போட்டிகளில் அவர்களைப் பங்கெடுக்கவைக்கின்றது என்பதையும் தங்களது தனித்துவத்தை வெளிப்படுத்திக்கொள்ளும் வாய்ப்பாகவே அவர்களும் அப் போட்டிகளைக் கருதுகின்றனர் என்பதையும் கருத்தில் கொள்ள வேண்டும். அதே சமயம், இப்போட்டிகள் ஆண்களின் ரசனைகள் என்ற கட்டுக்கோப்புக்குள் நடப்பதால் ஆணாதிக்க சூழ்ச்சிப் பொறியில் பெண்கள் தாமாகவே சென்று விழுந்துவிடும் அபாயமும் உள்ளது.

சமய இயக்கங்கள்

கிறித்துவ சமய நிறுவனங்கள் புதுப்பிக்கப்பட்டுள்ளமையும் ‘ஹரே கிருஷ்ண இயக்கம்’ போன்றவை ரஷியாவில் தோன்றியுள்ளமையும் பார்த்துச் சிலர் இவை சோவியத் சமுதாயத்தின் சீரழிவுக்கான அறிகுறிகள் என்கிறார்கள். மார்க்சியமோ வேறு எந்த சக்திவாய்ந்த சித்தாந்தமோ எல்லா மனிதர்களையும் ஒரே சிந்தனைப் பாதையில் செலுத்தி விடமுடியாது. முடிவற்ற வரலாற்றின் ஒரே ஒரு கனத்திற்குள் மனித ஆன்மாவைப் பூட்டி வைத்துவிட முடியாது. தயாராக அடுக்கி வைக்கப்பட்டுள்ள விளக்கங்கள், விடைகள் என்பனவற்றுக்குள் பண்பாட்டையும் தேடலையும் குறுக்கிவிட முடியாது. மனித வாழ்விற்கான அர்த்தம் பற்றிய பகுத்தறிவுபூர்வமான விஞ்ஞானரீதியான விளக்கங்களைத் தாண்டி மனித ஆன்மா பயணம் செல்லக்கூடாது என்று அதற்கு யாரும் கட்டளை இடமுடியாது. விரிந்த அழகும் மாண்பும் மிக்கதோர் மானிடவாழ்வை உருவாக்கிக் காட்டுவதற்கான சான்றுகளை கோட்பாட்டளவிலும் செயலளவிலும் மார்க்சியம் வழங்கினாலும்கூட மாற்று தரிசனங்களை விரும்பக் கூடிய

மனிதர்கள் இருக்கவே செய்வர். இந்த எளிய உண்மையை அங்கீகரிப்பதுதான் உண்மையான சோசலிச ஜனநாயகத்தின் அடிப்படைப் பண்பு.

மனித வாழ்வைப் புரட்சிகரமான முறையில் மாற்றியமைப்பதாக உரிமை கொண்டாடிய மார்க்சியமும் கூட, மார்க்சியம்-லெனினியம் என்ற பெயர் சூட்டப்பட்ட அதிகாரவர்க்க சித்தாந்தமாக மாறி அதிகாரிவர்க்கம் தனது கொள்கைகளையும் நடைமுறைகளையும் நியாயப்படுத்துவதற்கான சித்தாந்தமாக இறுகியிருந்தது. ஆனால் மார்க்சியத்திற்குள்ளேயே ஒரு விமர்சன உணர்வு உள்ளூறைந்து கிடப்பதன் காரணமாகவே தன்பெயரால் எழுப்பப்பட்ட பிற்போக்குச் சித்தாந்தச் சுவர்களை உடைத்துக்கொண்டு வெளியே வரத் தொடங்கியுள்ளது. அதனால் தான் ரஷியாவிலிருக்கிற மார்க்சியச் சிந்தனையாளர்களாலும் எழுத்தாளர்களாலும் கம்யூனிஸ்ட்டுகளாலும் இன்று அங்குள்ள மற்றவர்களைக் காட்டிலும் ஆழமாக எல்லாப் பிரச்சனைகளையும் பார்க்கவும் சிறந்த தீர்வுகளை முன்வைக்கவும் முடிகிறது. ஸ்டாலினிய அதிகாரிவர்க்க சோசலிசத்துக்கான் மாற்றை, மார்க்சியக் கட்டுக் கோப்புக்குள்ளிருந்தே உருவாக்கிக்காட்ட முயற்சி செய்ய முடிகிறது.

கலை இலக்கிய மறுமலர்ச்சி

உண்மையான கலை-இலக்கிய மறுமலர்ச்சியை ‘க்ளாஸ் நோஸ்ட்’ துவக்கிவைத்துள்ளது. பல்வேறு கோணங்களிலிருந்து கட்சியையும் அரசையும் சமுதாயத்தையும் பார்க்கும் படைப்புகள் அனுமதிக்கப்படுகின்றன. 1917க்குப் பிறகு தடைசெய்யப்பட்ட, பிரசுரிக்க அனுமதி மறுக்கப்பட்ட படைப்புகளெல்லாம் இன்று பிரசுரிக்கப்படுகின்றன. சோவியத் சமூக அமைப்பை இழிவுசெய்வதாகக் கருதப்பட்ட பாஸ்டர்நாக்கின் ‘டாக்டர் ஜிவாகோ’ பல லட்சம் பிரதிகள் அச்சிடப்பட்டது. ஸல்ஸ்னித்ஸினின் ‘முதல் வட்டம்’ நாடகமாக நிகழ்த்தப் படுகிறது. அவரது எல்லாப்படைப்புகளையும் வெளியிடும் திட்டம் உருவாகியுள்ளது. அன்னா அக்மதோவாவின் ‘இரங்கற்பா’ வெளியிடப்பட்டதும் பல லட்சக்கணக்கான பிரதிகளும் ஒரு சில நாள்களில் விற்பனையாகிவிட்டன (வாசகர்களில் மிகக் கணிசமானவர்கள் தொழிலாளிகள் என்பது குறிப்பிடத்தக்கது).

எதிர்ப்புரட்சிவாதிகள் எனக் கருதப்படுபவர்களின் எழுத்துக்கள் கூட இன்று பிரசுரிக்கப்படுகின்றன. 'எழுதப்படக் கூடாதது' என்ற விஷயமே இன்று ஏதும் இல்லை. விளாடிமிர் நபகோவ், லியோனிட் ஆந்திரியெவ், யோசிஃப் ப்ராட்ஸ்கி, ஸினியாவ்ஸ்கி போன்றவர்களுக்கு உரிய அங்கீகாரம் வழங்கப்படுகிறது. ஒடுக்கு முறைக்கு ஆளான மிகய்ல் புல்காகோவ், ஆந்திரே ப்ளாடனொவ், வாஸிலி க்ராஸ்மன், விக்டர் நெக்ரஸொவ் போன்ற அற்புதமான ரஷிய எழுத்தாளர்கள் இன்று பெரிதும் கௌரவிக்கப்படுகின்றனர். விக்டர் அஸ்டஃபியெவ், சிங்கிஸ் அய்த்மதோவ், வாலன்டின் ரஸ்புடின், அனாடோலி ரைப்கோவ் போன்றோர் சமுதாயத்தையும் தனிமனிதனையும் நெறிப்படுத்துகிற அறவியல் பிரச்சனைகளை எழுப்புகின்றனர். பாவங்களும் குற்றங்களும் ரத்தக்களரியும் கொடுந்தண்டனைகளும் நிறைந்த கடந்த காலத்தின் நிகழ்ச்சிகளுக்கு, அந்தப் பொதுக் குற்றத்துக்கு சமுதாயம் முழுவதும் பொறுப்பேற்க வேண்டும் என்றும் சில எழுத்தாளர்கள் வற்புறுத்துகின்றனர். மனித உயிர்களைக் காக்கவும் சுற்றுக் சூழலைப் பேணவும் எழுத்தாளர்கள் தம் ஆற்றலைப் பயன்படுத்துகின்றனர். அலெக்ஸ் ஆடோமோ மாவிச், வாஸிலி பைகோவ் போன்ற எழுத்தாளர்கள் அணுமின் நிலையங்களுக்கு எதிராகப் போராடுகின்றனர்.

இலக்கியப் படைப்போ அல்லது கலைப்படைப்போ அரசுக்கும் கட்சிக்கும் சமுதாயத்துக்கும் அச்சுறுத்தலாக அமைந்துவிடும் என்ற மௌடீகம் இன்று மறைந்துவிட்டது. பல்வேறு கோணங்களிலிருந்து கட்சியையும் அரசாங்கத்தையும் அரசையும் விமர்சித்து, ஆழமான அறவியல் கேள்விகளை எழுப்புகின்ற படைப்புகள் - அவை பழைய படைப்புகளாயினுஞ் சரி, புதிய படைப்புகளாயினுஞ் சரி- இன்று சோவியத் ரஷிய, மக்களிடையே பெரும் வரவேற்பைப் பெறுகின்றன. புதிய சூழ்நிலைகளின் தேவைகளுக்கு உகந்த வகையில் அவை விளக்கப்படவும் புரிந்து கொள்ளப்படவும் செய்கின்றன. காலஞ்சென்ற மிகேயல் புல்காகோவின் படைப்புகள் முழுவதும் இப்போது ரஷியாவில் வெளியிடப்பட்டுவருகின்றன. அவற்றில் 'நாயின் இதயம்' என்ற குறுநாவலும் அடங்கும். அது நாடகமாக்கப்பட்டு சோவியத் ரஷிய அரங்குகளில் வெற்றிகரமாக மேடையேற்றப்பட்டு வருகிறது. மிகத்துணிச்சலான பரிசோதனையில் ஈடுபட்டுள்ள ஒரு மருத்துவர், விபத்தில் கொல்லப்பட்ட ஒரு இளைஞனின்

உடலிலிருந்து மூளைத்திசுக்களையும் வேறு சில முக்கிய உறுப்புகளையும் எடுத்து ஒரு தெரு நாய்க்குப் பொருத்துகிறார். ஷாரிக் என்ற பெயருள்ள அந்த நாய் பேச்சாற்றலும் இரண்டுகால் பிராணிகளுக்குள்ள வேறுசில பண்புகளும் பெற்றுவிடுகிறது. ஷாரிகோவ் என்ற மனிதனாகி விடுகிறது. ஆனால் அதன் பேச்சும் நடவடிக்கையும் அருவருக்கத்தக்கதாகவும் பண்பற்றதாகவும், இருக்கின்றன. திகைத்துப்போன மருத்துவர் மற்றொரு அறுவை சிகிச்சை செய்து மனித மூளைத் திசுக்களையும் பிற உறுப்புகளையும் அகற்றி பழைய நாயை மீண்டும் உருவாக்கிவிடுகிறார். இக் கதையின் பொருள் என்ன? விஞ்ஞானப் பரிசோதனை முறைகள் பயனற்றவை அல்லது அவற்றுக்கு அறவியல் எல்லை உண்டு - இது ஒரு பொருள். கருணையாலும் அன்பாலும் மட்டுமே மனித இயல்பை மாற்ற முடியும்; மிரட்டல், பலவந்தம், வன்முறைகள் - இவை சிகப்பு நிறம் கொண்டவையானாலும் சரி வெண்ணிறமானவையாலும் சரி - முற்றிலும் பயனற்றவை. இது அக்கதைக்குள்ள மற்றொருபொருள்.

ஒடுக்குமுறைகளும் மாய்மாலமும் பொய்மையும் நிறைந்திருந்த வரலாற்றுச் சூழலில் வாழ்ந்த ப்ளாடோனோவின் நாவல்கள் இன்று தடைநீக்கம் செய்யப்பட்டு ரஷியாவில் பிரசுரிக்கப்பட்டுள்ளன. சோசலிசம் பற்றியும் கடந்தகாலம் பற்றியும் இரண்டு வெவ்வேறு நிலைப்பாடுகளை அவரது இக்குறு நாவல்கள் கொண்டிருப்பதாகத் தோன்றுகிறது. 'த்யான்' (Djann), 'குழி' (The Pit) என்ற தலைப்பிடப்பட்டுள்ள படைப்புகள் அவை.[7]

'த்யான்' என்ற பெர்சிய மொழிச் சொல்லுக்கு 'ஆன்மா' என்பது பொருள். மத்திய ஆசியாவில் உள்ள வறிய பூர்வீகக் குடியினர் ஆரல் கடலுக்கும் ஈரான் நாட்டெல்லைக்குமிடையே வாழ்கின்றனர். கடல் மட்டத்துக்குப் பல அடிகள் கீழே உள்ள ஸாரி-காமிஷ் என்ற படுமோசமான பாலைவனத்தில் சுற்றியலைகின்றனர். மோஸஸால் வழி நடத்தப்பட்ட யூதர்களைப்போல் அவர்களும் 'வாக்களிக்கப்பட்ட பூமி'யைத் தேடி அலைகின்றனர். ஆனால் அது கண்ணுக்குத் தென்படுவதே இல்லை. பசியால் வாடிக்களைத்து, சோர்வும் துயரமும் மிகுந்து பின்னர் நம்பிக்கையை முற்றாக இழந்துவிடுகின்றனர். அவர்களைக் கடைசிவரை வழி நடத்திச் சென்ற தலைவன்

---

[7] இது *Soviet Literature*, July 1988 இதழில் பிரசுரமாகியுள்ளது.

சகாடெயெவ் அவர்கள் கலைந்து தனித்தனியாக பூமியின் நாலாபக்கங்களுக்கும் செல்வதைக் காண்கிறார். உணவுக்கும் தண்ணீருக்குமான வேட்கை, அமைதியான வாழ்க்கைக்கும் ஒரு துண்டு நிலத்துக்குமான ஆசை மனிதனிடத்தில் என்றும் தணிவதில்லை. ஆனால் மனிதனின் ஆர்வங்களுக்கு என்றுமே தோல்விதான் - இதுதான் 'த்யான்' தரும் செய்தி. 'குழி' யின் சுருக்கம் இது: ஒரு கிராமத்தில் வசிப்பவர்கள் ஒன்றுகூடி, எல்லாரும் ஒரே இடத்தில் சகோதரர்களாக ஒன்றாகக் கூட்டுவாழ்க்கை நடத்தத் தீர்மானிக்கிறார்கள். ஆனால் ஆழமான அஸ்திவாரக்குழி தோண்டியதற்குமேல் அவர்களது திட்டம் ஓரங்குலம் கூட முன்னேறவில்லை. திட்டங்கள் சிதைந்து சிதறுண்டு மண்ணோடு மண்ணாக, சேறாக, ஏமாற்றமாக மாறிவிடுகின்றன. ஆயினும் மனித குலம் மகிழ்ச்சியைத் தொடர்ந்து தேடிக்கொண்டிருக்கிறது. மேலும் சிறந்த வாழ்வைத் தேடிக்கொண்டிருக்கிறது.

கோர்பசெவின் பெரெஸ்த்ரொய்காவும் க்ளாஸ்நோஸ்டும் 'த்யானி'ல் உள்ள நம்பிக்கை வறட்சியிலிருந்து சோவியத் ரஷியாவையும் பிற சோவியத் தேசங்களையும் மீட்டு, 'குழி' உயர்த்துப்பிடிக்கும் நம்பிக்கை உணர்வை தம் நாட்டு மக்களுக்கு ஊட்ட முயற்சிசெய்து கொண்டிருப்பதாகவே நமக்குப்படுகிறது. இன்றைய உலகின் வேறெந்த நாட்டிலும் இல்லாத அளவிற்கு அங்கு இன்று அரசியல், பொருளாதார, பண்பாட்டுத்துறைகளில் காணப்படும் இயக்கத் துடிப்பே அதற்கு சாட்சி.

இந்த இயக்கத்துடிப்பு, சோசலிசப் பன்மைப் போக்குகளின் வளர்ச்சிக்கும் வாய்ப்பைத் தந்துள்ளது; பாட்டாளிவர்க்கமும் வெகுமக்களும் தமது சுதந்திரத்தை உறுதிப்படுத்திக் கொள்வதற்கான சாத்தியப்பாட்டை உருவாக்கியுள்ளது. இதுகாறும் கூட்டு முயற்சி அனுபவத்தைப் பெற்றிராத ரஷியப் பாட்டாளிவர்க்கம் இனி அந்த அனுபவத்தைப் பெறுவதற்கான வாய்ப்பும் உருவாகியுள்ளது. இந்த வாய்ப்புகளையும் சாத்தியப்பாட்டையும் இச்சக்திகள் பயன்படுத்திக் கொள்வதன் மூலமே ஒரு உண்மையான சோசலிசத்தை உருவாக்க முடியும். ஸ்டாலினிசத்துக்கும் அதிகாரிவர்க்கத்துக்கும் எதிராகப் போராடும் பிற சக்திகளிடமிருந்து தம்மை இனம் பிரித்துக் காட்டிக் கொள்ள முடியும்.

பெரெஸ்த்ரொய்காவை ஆதரிக்கும் சக்திகள் பல வகைப்பட்டவையாக உள்ளன: எழுத்தாளர்கள், கலைஞர்கள், அறிவாளிகள், தொழில் நிறுவன மேலாளர்கள், தொழில்நுட்ப வல்லுநர்கள், நன்கு பயிற்சி பெற்ற தொழிலாளர்கள், புதிதாக அமைக்கப்பட்டுவரும் நிறுவனங்களில் முதலீடுகளைச் செலுத்தி அவற்றை நடத்துபவர்கள் (இவர்களிற் சிலர், கறுப்புப் பணம் சேர்த்து வைத்திருந்தவர்களும் ஆவர்). ஸ்டாலினின் ஒடுக்குமுறைக்கு ஆளானவர்கள், அவர்களது உறவினர்கள், வழித்தோன்றல்கள், சிறுபான்மை இனக்குழுவினர், விவசாய நிலத்தில் குத்தகை முறையில் சாகுபடி செய்யும் வாய்ப்பைப் பெறப் போகிற இன்றைய கூட்டுப்பண்ணை மற்றும் அரசுப்பண்ணை ஊழியர்கள் ஆகியோராவர். இவர்களது நலன்கள் ஒன்றுக் கொன்று முரண்படுகின்றன என்றாலும் இந்த முரண்பாடுகளை பாட்டாளி வர்க்கத்துக்கும் முதலாளிவர்க்கத்துக்குமிடையிலான முரண்பாடு போலக் கருதமுடியாது. மாறுதல் கட்டத்திலுள்ள பொருளாதாரத்தில் ‘சக்திக்கேற்ற உழைப்பு, உழைப்புக்கேற்ற ஊதியம்’ என்பது செயல்பட்டே தீரும்; இதன் காரணமாக ஊதிய வேறுபாடுகள் தொடர்ந்து நிலவவும் அதிகரிக்கவும் செய்யும். ஆனால் இந்த வேறுபாடுகளைப் படிப்படியாகக் குறைப்பதற்கான நீண்டகாலத் திட்டம் தெளிவாக்கப்படவில்லை.

பெரெஸ்த்ரொய்காவின்கீழ் மேற்கொள்ளப்படும் சில சீர்திருத்தங்கள் பெயரளவிலேயே நின்றுகொள்கின்றன. எடுத்துக்காட்டாக, தொழிற்சாலை இயக்குநர்களையும் மேலாளர்களையும் தொழிலாளர்களே தேர்ந்தெடுத்துக் கொள்ளலாம் என்று அறிவிக்கப்பட்டுள்ள போதிலும் அது சரிவர நடைமுறைக்கு வரவில்லை. ஒன்றுக்கும் மேற்பட்ட வேட்பாளர்கள் தேர்தலுக்கு நின்ற தொழிற்சாலைகள் மிக மிகக் குறைவாகவே இருந்தன. வேட்பாளராக நின்றவர்களில் பலர் முன்னாள் மேலாளர்கள் அல்லது இயக்குநர்கள். பல சமயங்களில் கட்சிக்கும் அரசாங்கத்துக்கும் வேண்டிய ஆள்களையே தேர்ந்தெடுக்குமாறு தொழிலாளர்கள் நிர்ப்பந்திக்கப்பட்டனர்.

மேலும், தொழிலாளர்கள் தொழிற்சாலைகளில் உண்மையான கட்டுப்பாட்டைச் செலுத்துவது என்பது, விஞ்ஞான, தொழில் நுட்ப அறிவு, உற்பத்திச்செயல் முறை (Process) பற்றிய அறிவு, உற்பத்திச்செயலின் மீது கட்டுப்பாடு செலுத்தும் அதிகாரம் ஆகியன

விஞ்ஞானிகள், தொழில்நுட்பவியலாளர், மேலாளர் முதலானோர் கரங்களிலிருந்து சாதாரண, சராசரித் தொழிலாளர்களின் கரங்களுக்கு வருவதையே பெரிதும் சார்ந்துள்ளது. மேலும், எத்தகைய விஞ்ஞானமும் தொழில் நுட்பமும் ஜனநாயகரீதியான கட்டுப்பாட்டுக்கு வரக்கூடியவை என்பது பற்றிய முடிவையும் அது சார்ந்துள்ளது. இப்பிரச்சனை மீதான சோசலிச விவாதங்கள் சோவியத் யூனியனில் நடைபெறுவதாகத் தெரியவில்லை.

நாடாளுமன்றத் தேர்தலிலும்கூட ஒன்றுக்கும் மேற்பட்ட வேட்பாளர்கள் ஒரு தொகுதியில் போட்டியிட அனுமதிக்கப்பட்டபோதிலும், மாற்று வேலைத்திட்டத்தின் அடிப்படையில் வேட்பாளர்கள் போட்டியிட முடியவில்லை. இதற்கு அரசாங்கம் மட்டுமே பொறுப்பு என்று கூறிவிடமுடியாது. மாற்று சோசலிசத் திட்டத்தை வைக்கக்கூடிய அளவிற்கு எந்த சக்தியும் அங்கு இன்னும் வளரவில்லை என்பது முக்கிய காரணமாகும்.

புதிதாக உருவாக்கப்பட்டுள்ள கூட்டுறவு நிறுவனங்கள் உற்பத்தி செய்யும் பொருள்களின் விலை மிகவும் அதிகமானதாக இருப்பதாக நுகர்வாளர்கள் புகார் கூறுகின்றனர். இத்தகைய பண்டங்களின் விலையை ஒழுங்குபடுத்தவும் கூட்டுறவு உடைமையாளர்களின் வருவாயை வரம்புக்குட்படுத்தவும் அரசாங்கம் எடுக்கப்போகும் நடவடிக்கைகளைப் பொறுத்திருந்து பார்க்க வேண்டும்.

நாம் ஏற்கெனவே கூறியதுபோல இன்றுள்ள பொருளாதாரம் மாறுதல்கட்ட சமுதாயமொன்றின் கலப்புப் பொருளாதாரமேயாகும். இது யதார்த்த பூர்வமானதும் அவசியமானதும் கூட. ஆனால் இக்கலப்புப் பொருளாதாரம் கோர்பசெவ் கூறுகிற சோசலிச அமைப்புக்கு இட்டுச் செல்லுமா என்பது இன்று சோவியத் சமுதாயத்திற்குக் கிடைத்துள்ள அரசியல், பண்பாட்டுச் சுதந்திரங்களின் கீழ் சோசலிசப் பன்மைப் போக்குகள், இன்னும் சொல்லப்போனால் தொழிலாளி வர்க்கத்துக்கான சுயேச்சையான அமைப்புகள் வளர்வதையே சார்ந்துள்ளது.

இதற்கிடையே, ஆன்மிக வளம் நிறைந்த ரஷியா இன்று நமக்கு ஒரு உண்மையைச் சுட்டிக்காட்டிக் கொண்டிருக்கிறது. அது சில

ஆண்டுகளுக்கு முன்பு கவிஞர் ஆந்திரே வோழ்னெஸ்ஸென்ஸ்கி கூறிய உண்மை:

மனிதன் வீழ்ச்சியடைகையில்
முன்னேற்றம் யாவும் பிற்போக்கானதே
ஓர் உயிரற்ற பொம்மையைப்போல்
முடுக்கிவிடப்பட்ட யந்திரப் பறவைபோல்
எங்களை அவர்களால் விலைக்கு வாங்கமுடியாது.
வாழ்க்கையில் பொருட்படுத்தக்கூடியது மானுடஜீவியே
நமக்கும் மேலான முதன்மை பெறும்
தொழில்நுட்பமும் அதிகாரமும் நிலைத்து நிற்காதவை
பூமியில் நீடித்து நிற்கக் கூடியது
மறைந்துபோன நட்சத்திரங்களின் மினுக்கத்தைப் போன்ற
நிலைத்த பிரகாசம்
அதை ஆன்மாவென்று அழைத்தோம் நாம்.[8]

8 Poem 'Oza' by A.Voznessensky, quoted by Basil Kerblay in *Modern Soviet Society*, Methuen & Co Ltd., London. 1982. p.289.

நாவலின் முடிவு, கதாநாயகனின் முடிவு, எழுத்தாளனின் முடிவு...

சோவியத் யூனியன் தகர்ந்து 32 ஆண்டுகளாகின்றன. உலகின் முதல் சோசலிசப் புரட்சி நடந்த ரஷியாவிலும், பின்னர் அந்த நாட்டுடன் பிற நாடுகளும் இணைக்கப்பட்டு 1922இல் உருவாக்கப்பட்ட சோவியத் யூனியனிலும் நடந்து வந்த நிகழ்வுகளைக் கூர்மையாக அவதானித்துவந்த என் தலைமுறையைச் சேர்ந்தவர்களுக்கு - கம்யூனிஸ்டுகள், அவர்களது ஆதரவாளர்கள், சோவியத் யூனியனை 'சீரழிக்கப்பட்ட தொழிலாளர் அரசாக' கருதினாலும் அது மீண்டும் உண்மையான பாட்டாளி வர்க்க அரசாக நிலைத்து நிற்க வேண்டுமென்று கருதிய த்ரோத்ஸ்கியவாதிகள், பல்வேறு வகை சோசலிஸ்டுகள், ஏகாதிபத்திய எதிர்ப்பாளர்கள் ஆகியோருக்கு - சோவியத் யூனியன் திடீரென்று விரல்விட்டு எண்ணக்கூடிய நாள்களில் சரிந்து விழுந்ததும், அதைப் பாதுகாப்பதற்கான வெகுமக்கள் போராட்டங்கள் ஏதும் அங்கு நடக்காததும் பெரும் அதிர்ச்சியையும் வியப்பையும் ஏற்படுத்தின.

முழுமுற்றான அதிகாரத்தைச் செலுத்திக் கொண்டிருந்த ஒற்றைக் கட்சி - அரசாக இருந்து, குடிமைச் சமுதாயத்தில் சுயாதீனமான மக்கள் அமைப்புகள், தொழிற்சங்கங்கள், விவசாய சங்கங்கள் முதலிய ஏதும் இல்லாதிருந்த சோவியத் யூனியனில் எந்தவொரு வரவேற்கத்தக்க மாற்றத்துக்கான சாத்தியப்பாடும் 'மேலிருந்தே' - அதாவது சோவியத் கம்யூனிஸ்ட் கட்சித் தலைமையிலிருந்தோ, சோவியத் அரசு இயந்திரத்திலிருந்தோதான்- தோன்ற முடியும் என்ற புரிதலின் அடிப்படையிலேதான் சோவியத் / சோசலிச ஆதரவாளர்களிடையே, கோர்ப்பசெவ் தலைமையிலிருந்த சோவியத் கம்யூனிஸ்ட் கட்சி கொண்டு வந்த 'கிளாஸ்னோஸ்ட்', 'பெரெஸ்த்ரொய்கா' ஆகியவற்றில் பல குறைபாடுகள் இருந்தாலும், அவை ஜனநாயகத்தன்மை

வாய்ந்த 'மனித முகம் கொண்ட' சோசலிச வளர்ச்சிக்கான பாதை தோற்றுவிக்கப்படுவதற்கான தொடக்கத்தைக் குறித்தன என்ற கருத்து பரவலாக இருந்தது.

அதனால்தான் சோவியத் கம்யூனிஸ்ட் கட்சித் தலைமைக்குள்ளும் அரசு இயந்திரத்துக்குள்ளும் ஆதிக்கம் செலுத்திவந்தவர்களின் கருத்துகளும் விளக்கங்களும் மட்டுமே தெரியப்படுத்தப்பட்டு வந்த, மாற்றுக் கருத்துகள், போக்குகள் பற்றிய உண்மையான விவரங்களைத் தெரிந்து கொள்ள முடியாதிருந்த சோசலிச சக்திகளுக்கு 'க்ளாஸ்னோஸ்ட்' காலத்தில் வெளிவரத் தொடங்கிய வரலாற்றுத் தகவல்கள், நீண்டகாலம் இருட்டடிப்பு செய்யப்பட்ட அல்லது தடை செய்யப்பட்ட எழுத்துகள், கலைப் படைப்புகள் ஆகியன பிரமிப்பையும் மகிழ்ச்சியையும் நம்பிக்கையையும் ஏற்படுத்தின.

ரஷியாவின் சோசலிசப் புரட்சி, அது சென்ற பாதை, அதன் வீழ்ச்சி ஆகியவற்றின் வெவ்வேறு கட்டங்களை அடையாளப்படுத்த அவற்றை சம்பந்தப்பட்ட தலைவர்களின் பெயர்களுடன் இணைத்துப் பார்ப்பது தவறல்ல என்றாலும், அப்புரட்சியின் வெற்றி, தோல்வி, வீழ்ச்சி ஆகியவற்றுக்கு அத்தனிப்பட்ட தலைவர்கள் மட்டுமே காரணம் என்று வரலாற்றை எழுதுவது பொதுவான போக்காக இருந்து வந்துள்ளது.

ஸ்டாலின் ஆட்சிக் காலத்தில் ரஷியாவின் (அல்லது சோவியத் யூனியனின்) குடிமைச் சமுதாயத்தில் இருந்த சக்திகள், கட்சிகள், அவற்றின் கருத்துகள், அச்சமுதாயம் அரசு இயந்திரத்தின் மீது ஆற்றிய எதிர்வினைகள் ஆகியன பற்றி சோவியத் யூனியனிலிருந்து நமக்குக் கிடைத்து வந்த ஏடுகள், வெளியீடுகள் ஆகியவற்றிலிருந்து நம்மால் தெரிந்து கொள்ளப்படக்கூடியவை ஏதும் இருக்கவில்லை. ஏனெனில், அவை முழுக்க முழுக்க சோவியத் அரசாங்கத்தின் 'அதிகாரபூர்வமான' ஒற்றைவார்ப்பட கருத்துகளையே வெளியிட்டுக் கொண்டிருந்தன. ரஷியக் கிராமப்புறத்தைச் சேர்ந்த உழவர்கள், நகர்ப்புறத் தொழிலாளர்கள், அறிவுஜீவிகள், அதிகாரிவர்க்கத்தினர் ஆகியோரின் எதிர்வினைகளைப் பற்றி மேற்கு நாடுகளில் ஏராளமான நூல்கள் வெளிவந்துள்ளன என்றாலும், அந்த நூல்களைப் பற்றிய அறிமுகங்கள்கூட தமிழகத்தில் செய்யப்படவில்லை. எனவே

வரலாறை, தனிமனிதர்களின் செயல்பாடாகக் குறுக்கிப் பார்க்கும் பார்வையே மேலோங்கி வந்தது.

அத்தகைய சூழலில் ரஷியக் குடிமைச் சமுதாயத்தில் (civil society) ரஷியப் புரட்சி ஏற்படுத்திய தாக்கங்கள், எதிர்பார்ப்புகள், ஏமாற்றங்கள், வெறுப்புகள் ஆகியனவற்றை குடிமைச் சமுதாயத்தின் பகுதியாக உள்ள எழுத்தாளர்களின் இலக்கியப் படைப்புகள் வழியாகக் காணும் முயற்சியாகவே இந்த நூல் எழுதப்பட்டது. சோவியத் யூனியனில் பல்வேறு தேசிய இனங்களும் அவர்களின் குடியரசுகளும் தன்னாட்சிப் பிரதேசங்களும் இருந்த போதிலும், அதை உருவாக்குவதில் ரஷியர்களே முதன்மைப் பாத்திரம் வகித்தனர்,அதில் ஆதிக்கம் செலுத்தினர் என்பதால் இந்த நூல், ரஷியாவையும் ரஷிய எழுத்தாளர்களையும் மட்டுமே குவிமையப்படுத்தியது.

1956இல் சோவியத் யூனியன் கம்யூனிஸ்ட் கட்சியின் இருபதாம் காங்கிரஸில் குருஷ்சேவ் முன்வைத்த 'இரகசிய' அறிக்கை, அதனைத் தொடர்ந்து அங்கு அனுமதிக்கப்பட்ட நூல்கள், ஏடுகள் ஆகியவற்றின் வழியாக, அதுகாறும் சோவியத் யூனியன் பற்றி நமக்குத் தரப்பட்டு வந்த சித்திரம் அவ்வளவு பிரகாசமானதாக இருக்கவில்லை என்பது ஓரளவு தெரியவந்தது. ஸ்டாலினுக்குப் பிறகு அரசியல் தலைமைப் பொறுப்புக்கு வந்தவர்கள் குடிமைச் சமுதாயத்திலிருந்து வந்த நிர்பந்தங்களின் காரணமாக சொல்ல வேண்டியிருந்த சில உண்மைகளில் ஒரு பகுதியை மட்டுமே ஸ்டாலின் கால அரசியல், பொருளாதார நடவடிக்கைகளில் முக்கியப் பங்கு பெற்று வந்த குருஷ்சேவின் அறிக்கை கூறியது.

ப்ரெஸ்னெவ் ஆட்சிக் காலத்தில் கருத்து சுதந்திரம் தொடர்பான இறுக்கமான நிலைப்பாட்டையே கட்சியும் அரசும் கொண்டிருந்தன.

கோர்பசெவின் 'பெரெஸ்த்ரொய்கா', 'கிளாஸ்னோஸ்ட்' சீர்திருத்தங்கள் தொடங்கப்பட்ட காலத்திலிருந்துதான், சோவியத் யூனியனின் அரசியல் சமுதாயத்தில் மட்டுமல்ல, குடிமைச் சமுதாயத்திலும் பல்வேறு கருத்துகள், பல்வேறு ஆர்வங்கள், பல்வேறு எதிர்பார்ப்புகள் இருப்பதை அப்போது வெளிவந்த 'அதிகாரபூர்வமான', 'அதிகாரபூர்வமற்ற' ஏடுகள், நூல்கள் ஆகியவற்றின் வழியாக அறிந்து கொள்ள முடிந்தது.

அதிகாரபூர்வமாக அனுமதிக்கப்பட்டு வந்த இலக்கியப் படைப்புகள், தத்துவம், வரலாறு பற்றிய நூல்கள் ஆகியவற்றிலிருந்தும்கூட 'அதிகாரபூர்வமான சொல்லாடல்களி'லிருந்து விலகி நின்ற கருத்துகளைக் கூர்மையான பார்வை மூலம் உய்த்துணர்வது ஒரு சிலருக்கு சாத்தியப்பட்டது.

அதற்கடுத்த இரண்டாண்டுகளில் சோவியத் யூனியனில் மிக விரைவாக ஏற்பட்ட மாற்றங்கள் திகைப்பையும் அதிர்ச்சியையும் ஏற்படுத்தி சோவியத் யூனியனின் தகர்வுக்கு இட்டுச் சென்ற போது பல இலட்சக்கணக்கான உலக மக்களின் கனவுகள் உடைந்து சிதறின. "மினர்வாவின் ஆந்தை பொழுது சாயும் போதுதான் தன் இறக்கைகளை விரித்துப் பறக்கத் தொடங்கும்"[1] என்று ஹெகல் கூறியது போல, வரலாற்று நிகழ்வுகள் நடந்து முடிந்த பிறகுதான் அவற்றை பற்றிய புரிதல் நமக்கு ஏற்படுகிறது. எனவே 1989ஆம் ஆண்டு மார்ச் மாதத்தில் எழுதி முடிக்கப்பட்டு அவ்வாண்டு இறுதியில் வெளிவந்த இந்த நூலில் எவ்வித மாற்றமும் செய்ய நான் விரும்பவில்லை. எனினும், சோவியத் யூனியனின் தகர்வை நோக்கிய நிகழ்வுகளைப் பற்றி நான் படித்த நூல்கள், கட்டுரைகள், செய்திகள் ஆகியவற்றிலிருந்து எனக்குக் கிடைத்த புரிதலை இங்கு பதிவு செய்ய விரும்புகிறேன். இதில் என் போதாமை வெளிப்படலாம்; தவறுகள் இருக்கலாம். ஆனால், சோவியத் யூனியனின் தகர்வுக்கான விளக்கம் ஏதும் தமிழில் இல்லாத நிலையில் அந்தக் குறையைப் போக்கும் எளிய முயற்சியாகவே இதைக் காண்கிறேன்.

லெனினும் 1917ஆம் ஆண்டு நவம்பர் புரட்சியும்

இருபதாம் நூற்றாண்டின் மிகப் பெரும் புரட்சியான 1917ஆம் ஆண்டு நவம்பர் ரஷியப் புரட்சி உண்மையில் இரத்தம் சிந்தாத புரட்சியாகவே தொடங்கியது. புரட்சியாளர்கள் வன்முறையை விருப்பத்துடன் தேர்ந்தெடுக்கவில்லை. அது அவர்கள் மீது திணிக்கப்பட்டது. அந்தப் புரட்சியை, அதன் தொட்டிலிலேயே

1 கிரேக்கத் தொன்மங்களில் சொல்லப்படும் பெண் தெய்வமான 'அதீனா', ரோமாபுரியில் 'மினர்வா' என்றழைக்கப்பட்டாள். ஞானம், தத்துவம் ஆகியவற்றின் கடவுளான 'மினர்வா'வுடன் இணைந்ததுதான் ஆந்தை. "மினர்வாவின் ஆந்தை பொழுது சாயும் போதுதான் தன் இறக்கைகளை விரித்துப் பறக்கத் தொடங்கும்" என்று ஹெகலின் கூற்றுக்குப் பொருள், வரலாறு நடந்து முடிந்ததற்குப் பிறகுதான் மனிதர்களால் அதன் தர்க்கத்தைப் புரிந்துகொள்ள முடியும் என்பதாகும்.

கழுத்தை நெறித்துக் கொன்றுவிடுவதற்காக அமெரிக்கா, பிரிட்டன், பிரான்ஸ் உள்ளிட்ட 16 ஏகாதிபத்திய, முதலாளிய நாடுகளின் பின்பலத்துடன் எதிர்ப்புரட்சி வெண்படையினர் நான்காண்டுக் காலம் நடத்திய ஆக்கிரமிப்புப் போரை ரஷியச் செம்படை முறியடித்தது. ஏகாதிபத்திய, முதலாளிய நாடுகளின் துணையுடன் நடத்திய உள்நாட்டுப் போரில், போல்ஷ்விக் புரட்சி மரபில் புடம்போட்டு எடுக்கப்பட்ட, புதிய சோவியத் அமைப்புகளை நிர்வகிக்கும் திறன் பெற்றிருந்த பாட்டாளிவர்க்க உறுப்பினர்களில் இலட்சக்கணக்கானோர் கொல்லப்பட்டுவிட்டனர். உள்நாட்டுப் போரைத் தொடர்ந்து வந்த பஞ்சமும் பட்டினியும் பல்லாயிரக்கணக்கான மக்களைப் பலி கொண்டன.

ரஷிய உழைக்கும் மக்களும் புரட்சிகர மாற்றத்தை விரும்பிய படைவீரர்களும் தாமாகவே முன்வந்து உருவாக்கியவைதான் 'சோவியத்துகள்' என்னும் அதிகார அமைப்புகள். இவை எந்த அறிவாளியின் சிந்தனையிலிருந்தும் முளைத்தவையல்ல. அவற்றுக்குத் தத்துவரீதியான, அரசியல்ரீதியான வழிகாட்டுதல்களை லெனினின் தலைமையிலிருந்த போல்ஷ்விக்குகள் வழங்கினர். ஜெர்மனியுடன் ஜார் நடத்திவந்த போர் நிறுத்தப்பட்டது; உழுபவருக்கு நிலம் சொந்தமாக்கப்பட்டது; இன்றியமையாப் பண்டங்கள் சமத்துவ அடிப்படையில் வழங்கப்பட்டன. உள்நாட்டுப் போர்க்காலத்தில் போர்வீரர்களுக்கும், அரசாங்க நிர்வாகத்திற்கும், சாதாரணப் பொது மக்களுக்கும் தேவையான உணவுப் பொருள்களையும் பிற நுகர்வுப் பொருள்களையும் அவற்றை உற்பத்தி செய்வோரிடமிருந்து வலுக்கட்டாயமாகப் பறிமுதல் செய்யும் 'போர்க்கால கம்யூனிச முறை' நடைமுறையில் இருந்தது. உள்நாட்டுப் போரைத் தொடர்ந்து வந்த பஞ்சமும் பட்டினியும் பல்லாயிரக்கணக்கான மக்களைத் துன்புறுத்தின. இந்த சூழலிருந்து விடுபடுவதற்காக லெனினின் தலைமையிலிருந்த போல்ஷ்விக்குகள் நீண்ட, வேதனைமிக்க விவாதங்களுக்குப் பிறகு 'புதிய பொருளாதாரக் கொள்கையை' நடைமுறைப்படுத்தினர். முதலாளியத் தனியுடைமை முறையை ஓரளவிற்கு அனுமதித்த இந்தக் கொள்கையின் அடிப்படை நோக்கம், நாட்டிற்கு இன்றியமையாத எரிசக்தி வளங்களை உருவாக்குதல், அனைவர்க்கும் கல்வி வழங்குதல், மக்களின் பண்பாட்டு வளர்ச்சியை ஊக்குவித்தல் ஆகியனவாகும். இதன்

பொருட்டு, கம்யூனிஸ்ட கட்சியைச் சாராத, ஆனால் புரட்சி அரசாங்கத்திற்கு விரோதமாக இல்லாத அனைவரும் ('சக பயணிகள்' என அழைக்கப்பட்டவர்கள்) அணி திரட்டப்பட்டனர். பல்வேறு வகையானவையும் மிகப் புரட்சிகரமானவையுமான புரட்சிகர கலை, இலக்கிய முயற்சிகள் மேற்கொள்ளப்பட்டது இந்தக் காலகட்டத்தில்தான்.

அதிகாரிவர்க்கத்தின் தோற்றமும் எழுச்சியும்

அன்றாட நிர்வாகத்தை நடத்திச் செல்வதற்குத் தக்க பயிற்சி பெற்ற பாட்டாளிவர்க்கத்தினரின் பெரும்பகுதியினர் உள்நாட்டுப் போரில் அழிந்துவிட்ட சூழலில், தவிர்க்க இயலாத தீமையாக, பழைய குட்டி பூர்ஷ்வா அதிகாரிவர்க்கத்திற்கு அழைப்பு விடுத்தார் லெனின், 'அரசாங்க நிர்வாகத்தை மேற்கொள்ளுங்கள்' என்று. இதிலுள்ள அபாயத்தை லெனின் அறியாமலில்லை. பழைய பாட்டாளிவர்க்கத்தில் எஞ்சியிருந்த பகுதி, புதிதாக உருவாக்கப்படப்போகின்ற பாட்டாளிவர்க்கம் ஆகியவற்றின் பண்பாட்டு அளவை உயர்த்தி அவர்களிடம் அரசாங்க நிர்வாகப் பொறுப்பை ஒப்படைப்பதற்குச் சிறிது காலம் பிடிக்கும் என்பதை உணர்ந்திருந்த லெனின், 'புதிய பொருளாதாரக் கொள்கையை' நாட்டின் உடனடிப் பிரச்சனைகளைத் தீர்க்கும் தற்காலிகத் தீர்வாகவே கருதினார்.

லெனினும் பிற புரட்சிகர போல்ஷ்விக் தலைவர்களும் முதலில் ஐரோப்பிய நாடுகளில் புரட்சி வெடிக்கும் என்றும், புரட்சியில் வெற்றி பெற்ற நாடுகள் சோவியத் ரஷியாவின் சோசலிச நிர்மாணத்திற்கு உறுதுணையாக விளங்கும் என்றும் எதிர்பார்த்தனர். ஆனால், அவர்கள் எதிர்பார்த்த புரட்சி வெற்றிபெறவில்லை அல்லது நடக்கவே இல்லை. தன்னந்தனியாக விடப்பட்டுள்ள சோவியத் ரஷியாவின் எதிர்காலம் கேள்விக்குறியாக இருந்த நாள்களில் லெனின் அகால மரணமடைந்தார். லெனின் உயிரோடு இருக்கையிலேயே ரஷியக் கம்யூனிஸ்ட் கட்சி ஒன்றைத் தவிர மற்ற கட்சிகள் அனைத்தும் தடை செய்யபபட்டிருந்தன; அந்தக் கட்சிக்குள் உறுப்பினர்களோ, தலைவர்களோ தனித்தனிக் குழுக்களாக *(factions)* செயல்படுவதும் தடை செய்யப்பட்டிருந்தது. எனினும், கட்சிக்குள்ளே சுதந்திரமான விவாதங்கள் நடத்துவதற்கும் கருத்து வேறுபாடுகளைத்

தெரிவிப்பதற்கும் முழுமையான சுதந்திரம் தரப்பட்டிருந்தது. மாற்றுக் கருத்துகளையோ, மாற்று அரசியல் மார்க்கங்களையோ முன்வைத்த போல்ஷ்விக் தலைவர்களுடன் கருத்துப் போராட்டம் நடத்தி அவர்களைத் தன் பக்கம் வென்றெடுத்துக் கொள்வதுதான் லெனினின் நடைமுறையாக இருந்ததே தவிர, அவர்கள் மீது முத்திரை குத்தி ஒழித்துக்கட்டுவதல்ல.

முதல் உலகப் போரில், அதுவரை இருந்து வந்த மூன்று பேரரசுகளில் ஓட்டோமான் பேரரசும், ஆஸ்திரிய-ஹங்கேரியப் பேரரசும் தகர்ந்து விழுந்தன. எஞ்சியிருந்த ஜார் பேரரசைத்தான் லெனினும் போல்ஷ்விக்குகளும் சுவீகரித்திருந்தனர். 'தேசிய இனங்களின் சிறைக்கூடம்' என்று லெனினால் வர்ணிக்கப்பட்ட ஜார் ரஷியாவின் தேசிய இனங்களின் தன்னுரிமைப் பிரச்சனையை தீர்ப்பதில் லெனின் பெரும் வெற்றி கண்டிருந்தார். இதன் காரணமாகவே, பல்வேறு தேசிய இனங்களும் தேசங்களும் சேர்ந்து சோவியத் யூனியன் உருவாவதற்கான, அதன் மூலம் சர்வதேச உணர்வை வளர்ப்பதற்கான நல்ல அடித்தளமும் தோன்றியிருந்தது. ஆனால், லெனினின் மறைவுக்குப் பிறகு தேசிய இனப் பிரச்சனைகளைத் தீர்ப்பதற்கு லெனினிய முறைகளுக்குப் பதிலாக அதிகாரிவர்க்க, வன்முறை வழிமுறைகள் பின்பற்றப்பட்டன. கட்சித் தலைமைக்குள் ஏற்பட்ட கருத்து முரண்பாடுகள் லெனினிய வழியில் தீர்க்கப்படவில்லை. 1930களில் கட்சியில் நடந்த களையெடுப்புகளில் லெனின் தலைமையிலிருந்த போல்ஷ்விக் கட்சியின் மத்தியக் குழுவிலிருந்த ஒரே ஒருவரைத் தவிர மற்ற அனைவரும் ஒழித்துக்கட்டப்பட்டிருந்தனர். எல்லா முரண்பாடுகளையும் நிர்வாக, இராணுவ, போலிஸ் முறை கொண்டே தீர்ப்பது என்னும் முறை மேற்கொள்ளப்பட்டிருந்தது. கட்சிக்குள் நடக்கும் விவாதங்கள் பற்றிய விவரங்கள் ஒருதலைச்சார்பாகவே பொதுமக்களிடம் விளக்கப்பட்டன. உண்மையான எதிரிகள் யார், உண்மையான நண்பர்கள் யார் என்பதை மக்கள் அறிந்துகொள்ள முடியாதபடி செய்யப்பட்டிருந்தது. லெனின் கொண்டிருந்த விவசாயக் கொள்கைக்கு மாறாக, 1928ஆம் ஆண்டு தொடங்கி 1930களின் நடுப்பகுதி வரை நாட்டிலுள்ள அனைத்து வேளாண் நிலங்களும் சடசடவென்று கூட்டுப்பண்ணைகளாக்கப்பட்டன; தொழிற்சாலைகள் அனைத்தும் நாட்டுடைமையாக்கப்பட்டன. கூட்டுப்பண்ணை முறைக்கு

எதிர்ப்புத் தெரிவித்தவர்கள் அனைவரும் 'குலக்குகள்' என முத்திரையிடப்பட்டு ஒழித்துக்கட்டப்பட்டனர். நாட்டை உடனடியாகத் தொழில்மயமாக்குவதற்கும் விவசாய நிலங்களைக் கூட்டுப்பண்ணைகளாக்குவதற்கும் இலட்சக்கணக்கான உயிர்ப்பலிகள் தரப்பட்டன. மக்களின் குடிமை உரிமைகள் பறிக்கப்பட்டன. தொழிற்கூடங்களும் விவசாயக் கூட்டுப் பண்ணைகளும் உழைக்கும் மக்களின் கட்டுபாட்டில் இருப்பதற்கும், அவர்களது பகிரங்கமான விவாதங்களுக்கும் கூட்டு முடிவுகளுக்கும் உள்படுத்தப்படுவதற்கும் பதிலாக, மேலாளர்களின் கட்டுப்பாட்டிலேயே இருந்தன. விளைநிலங்கள் அனைத்தும் கூட்டுப் பண்ணைகளாக்கப்பட்டு, தொழிலுற்பத்தி முழுவதும் அரசுக் கட்டுப்பாட்டில் வந்த பிறகு அந்த நாட்டில் சோசலிசம் நிர்மாணிக்கப்பட்டு விட்டதாகவும், வர்க்க வேறுபாடுகள் அனைத்தும் மறைந்து விட்டதாகவும் 1936இல் ஸ்டாலின் அறிவித்தார். அதே சமயம் கட்சிக்குள்ளும் வெளியேயும் பல்லாயிரக்கணக்கானோர் 'களையெடுப்பு'களுக்கு ஆளாகியதன் காரணமாக, சோவியத் அதிகார உறுப்புகள் பாட்டாளிவர்க்கத்தின் கட்டுப்பாட்டில் இருப்பதற்குப் பதிலாக அதிகாரிவர்க்கத்தின் கட்டுப்பாட்டிற்குள் வந்தன - இந்த அதிகாரிவர்க்கமும்கூட அவ்வப்போதான களையெடுப்புகளிலிருந்து தப்பவில்லை என்னும் போதிலும்.

இந்த அதிகாரிவர்க்கம், நாட்டின் செல்வத்தைப் பகிர்ந்தளிப்பதில் ஒருவகையான 'சேம நல அரசின்' *(welfare state)* கண்ணோட்டத்தைக் கொண்டிருந்ததாலும், மார்க்சியம்-லெனினியம் என்பதை அரசின் அதிகாரபூர்வமான கருத்துநிலை என அறிவித்து, மார்க்சிய மூலவர்களின் நூல்களை மட்டுமின்றி 'மார்க்ஸியம்-லெனினியம்' எனத் தான் வரையறை செய்த ஒரு தத்துவத்தைப் பரப்பிவந்ததாலும், சோவியத் யூனியன் 'சோசலிச நாடாகவே' கருதப்பட்டு வந்தது. 'திருத்தல்வாத நாடு', 'சீரழிந்தவடிவிலான தொழிலாளர் ஆட்சி நடக்கும் நாடு' புரட்சிக்குப் பிந்திய சமுதாயம்' என்றெல்லாம் சொல்லப்பட்டுவந்தபோதிலும், அது ஏதோ ஒரு வகையில் சோசலிசத்தை நடைமுறைப்படுத்தும் நாடு என்பதே பரவலாக ஒப்புக்கொள்ளப்பட்ட கருத்தாக இருந்தது. 'கோத்தா வேலைத் திட்டத்தைப் பற்றிய விமர்சனப் பகுப்பாய்வு' *(Critique of Gotha Programme)* என்ற கட்டுரையில் சோசலிசத்தின் இரு கட்டங்களைப் பற்றி மார்க்ஸ் செய்துள்ள

வரையறையின்படி பார்த்தால் ஸ்டாலின் காலத்திலிருந்து கோர்பசெவ் ஆட்சி தொடங்கிய காலம் வரை, சோவியத் சமுதாயத்தை 'சோசலிசத்துக்கான மாறுதல் கட்டத்திலிருந்த சமுதாயம்' என்று கூறலாமேயன்றி, அந்த நாட்டில் சோசலிசம் ஏற்கெனவே கட்டப்பட்டுவிட்டதாகவும், கம்யூனிசம் என்ற உயர்ந்த கட்டத்தை நோக்கி அது சென்று கொண்டிருப்பதாகவும் ஸ்டாலின் கூறிவந்தது புறநிலை யதார்த்தத்துக்குப் பொருந்தி வராத கூற்று என்பதை அவருடைய எழுத்துகளிலிருந்தே அறிந்து கொள்ளலாம். 1951இல் வெளியிடப்பட்டதும் ஸ்டாலினின் கட்டுரைகள், கடிதங்கள் ஆகியவற்றை உள்ளடக்கி 'சோவியத் யூனியனில் பொருளாதாரப் பிரச்சினைகள்' *(Economic Problem of Socialism in USSR)* என்ற தலைப்பில் வெளிவந்ததுமான நூலில் காணலாம். இந்த நூலின் முதல் அத்தியாயத்தில் *(Character of Economic Laws Under Socialism)* ஸ்டாலின் கூறுகிறார்:

> இன்று நம் நாட்டில் இரு அடிப்படையான வகை சோசலிச உற்பத்தி உள்ளது: ஒன்று, அரசு அல்லது பொது உடைமையிலுள்ள (public owned) உற்பத்தி; பொது உடைமையாக இல்லாத கூட்டுப் பண்ணை உற்பத்தி. அரசு உடைமையிலுள்ள தொழில் நிறுவனங்களில் உள்ள உற்பத்தி சாதனங்களும் உற்பத்தியின் விளைபொருளும் தேசிய உடைமையாகும். கூட்டுப் பண்ணைகளில் (நிலம், எந்திரங்கள் போன்ற) உற்பத்தி சாதனங்கள் அரசுக்குச் சொந்தமானவையல்ல என்றாலும், உற்பத்தியின் விளைபொருள் வெவ்வேறு கூட்டுப் பண்ணைகளின் உடைமையாக உள்ளது. ஏனெனில் உழைப்பு, விதை ஆகியன அவற்றுக்கு சொந்தமானவை; நிலமோ கூட்டுப்பண்ணைகளுக்கு நிரந்தரக் குத்தகைக்குத் தரப்பட்டுள்ளதால், அது அவற்றின் சொந்த உடைமையாகவே பயன்படுத்தப்படுகிறது - நிலத்தை அவை விற்கவோ, வாங்கவோ, குத்தகைக்கு விடவோ, அடகு வைக்கவோ முடியாது என்ற போதிலும்.[2]

---

2 J.V. Stalin, Economic Problem of Socialism in USSR, *https://www. marxists. org/reference/ archive/stalin/works/1951/economic-problems/index. htm.* முதல் அத்தியாயத்தைக் காண்க. பார்க்கவும் இந்த நூல் பற்றிய மாவோவின் விமர்சனப் பகுப்பாய்வைப் பின்வரும் கட்டுரையில் காணலம்: Mao Ze Dong, Concerning Economic Problems of Socialism in the USSR, *https://www. marxists. org/reference/archive/mao/selected-works/volume-8/ msvw8_65. htm* (Both accessed on 17. 10. 2021). மாவோவால் 1958இல் எழுதப்பட்டதாகச் சொல்லப்படும் இக்கட்டுரையின் ஆங்கில மொழியாக்கம் 1960களின் இறுதியிலோ 1970களின்

மேலும், இந்தக் கூட்டுப் பண்ணைகளில் இருந்த உழவர் குடும்பம் ஒவ்வொன்றுக்கும் அவையவை தங்கள் சொந்தத் தேவைக்காகப் பயிரிடவும் அவற்றில் கிடைக்கும் உபரியை சந்தைகளில் விற்கவும் சிறு துண்டு நிலம் கொடுக்கப்பட்டிருந்தது.

சோவியத் யூனியனில் சரக்கு உற்பத்தியும் சரக்குப் பரிவர்த்தனையும் இருந்துவந்ததையும் சோவியத் பொருளாதாராத்தில் மதிப்பின் விதி *(Law of Value)* செயல்பட்டு வந்ததையும் மதிப்பின் வெளிப்பாடான பணம் நாட்டில் வகிக்கும் பாத்திரத்தையும், கூட்டுப் பண்ணைகளிலும் 'கோடீசுவரக் கூட்டுப்பண்ணைகள்', 'செல்வச் செழிப்பில்லாத கூட்டுப் பண்ணைகள்' இருந்ததையும் கூறும் அவர், இந்தப் பொருளாதாரம் 'சோசலிசப் பொருளாதரம்தான்' என்பதை நிறுவுவதற்காக எங்கெல்ஸின் கூற்றுகளையும் மறுதலித்து அவை சோவியத் யூனியனின் நிலைமைகளுக்குப் பொருந்தா என்று வாதிடுகிறார். நகர்ப்புறத்துக்கும் நாட்டுப்புறத்துக்குமுள்ள முரண்பாடு (இதை அவர் 'வேறுபாடு' என்று அழைக்கிறார்), உற்பத்திப் பொருள்களை விற்கவும், தனக்குத் தேவையான எந்திரங்கள் முதலியவற்றை வாங்கவும் அரசுடன் ஒப்பந்தம் செய்துகொள்ளும் கூட்டுப்பண்ணைகள், ஒப்பந்தம் செய்து கொள்ளாத கூட்டுப்பண்ணைகள், உழவர்களிடமுள்ள நில உடைமை மனப்பான்மை ஆகியன நிலவுவதை ஸ்டாலின் இந்த நூலிலுள்ள கட்டுரைகளிலும் கடிதங்களிலும் ஒப்புக்கொள்கிறார்.

தொழிலுற்பத்தி நிறுவனங்கள் தொழிலாளர்களின் சுய கட்டுப்பாட்டில் இருக்கவில்லை. மையப்படுத்தப்பட்ட திட்டமிட்ட பொருளாதாரம் சோசலிசப் பொருளாதாரம் என்று அடையாளப்படுத்தப்பட்டது. நாட்டின் உடைமைகள் ஏதும் அதிகாரிவர்க்கத்தின் தனி உடைமையில் இருக்கவில்லையாதலால், பெரும்பாலானோர் அதனை ஆளும் வர்க்கமாகப் பார்க்கவில்லை. அதாவது, உற்பத்தி உறவுகளைப் பொறுத்தவரை அதிகாரிவர்க்கம், எதிரெதிர் முனைகளிலுள்ள பாட்டாளிவர்க்கத்தையோ, பூர்ஷ்வா வர்க்கத்தையோ சார்ந்ததாக இருக்கவில்லை. அதனிடம்

தொடக்கத்திலோதான் வெளிவந்தது. விரிவான விளக்கக்குறிப்புகளுடன் வெளிவந்த வெளியீடு: *Critique of Soviet Economics by Mao Tsetung, translated by Moss Roberts, annotated by Richard Levy, with an introduction by James Peck*, Monthly Review Press, 1977. மாவோவின் கட்டுரை பற்றிய இரு முக்கியமான மதிப்பீடுகள்: 1. Joan Robinson, Mao Tsetung on Soviet Economics, *Monthly Review*, No. 10, Volume 30, January 1979' 2. Derek Sayer;s Review Article, on A Critique of Soviet Economics by Mao Tsetung, *Capital & Class*, July 1979, *https://doi. org/10. 1177/030981687900800107* (Accessed on 17. 10. 2021).

மூலதனம் இருக்கவில்லை; உபரி மதிப்பை முற்றுரிமையாக்கிக் கொள்ளும் முதலாளிய ஏற்பாடுகளும் அதனிடம் இருக்கவில்லை. எனினும், போதுமான உபரியைக் கைப்பற்றி அதனை அரசின் கட்டுப்பாட்டிலிருந்த தொழில் உற்பத்தியிலோ, நிர்வாக இயந்திரத்திலோ, இராணுவப் பராமரிப்பிலோ முதலீடு செய்வதுடன் இந்த உபரியின் ஒரு பகுதியைத் தனக்கான சிறப்புச் சலுகைகள், வசதிகள் ஆகியவற்றை வழங்கிக்கொள்ளும் அதிகாரம் இந்த அதிகாரிவர்க்கத்திடம் இருந்தது. தொழில், வர்த்தக நிறுவனங்கள், கூட்டுப்பண்ணைகள் முதலியனவற்றில் மேலாளர்கள், அறிவுஜீவிகள், தொழிலாளர்கள், உழவர்கள் ஆகியோர் மேல்-கீழ் படிவரிசையாக அமைந்த அமைப்பு உருவாகியிருந்தது. அரசு நிர்ணயிக்கும் வகையில் அறிவுஜீவிகள் மூளை உழைப்பையும், தொழிலாளர்களும் உழவர்களும் உடல் உழைப்பையும் விற்பனை செய்துவந்தனர். 'அரசுக்குச் சேவை புரிக' என்பதுதான் அன்றைய முழக்கமாக இருந்தது. உழைக்கும் மக்களின் சுதந்திரமான படைப்பாற்றலுக்கு இவ்வாறு தளையிடப்பட்டிருந்த நிலை அரசியல், பண்பாட்டு, பொருளாதாரத் துறைகளில் பெரும் பாதிப்பை ஏற்படுத்தியது. மக்களுக்குத் தேவையான நுகர்பொருள்களின் உற்பத்தியும் விநியோகமும் வளர்ச்சியடைந்த நாடுகளை ஒப்பிடுகையில் மிக மிகக் குறைவானதாகவே இருந்தன. உலகில் தகவல் தொடர்பு சாதனங்களில் மிகப் பெரும் தொழில்நுட்பப் புரட்சி ஏற்பட்டுக் கொண்டிருக்க, மாற்றுக் கருத்துகளை அரசுத் தணிக்கை முறைகள் மூலம் பரவாமல் தடுக்க முடியும் என்னும் அபத்தமான சிந்தனை சோவியத் அதிகாரிவர்க்கத்திடம் இருந்தது.

எனினும், மிகக் குறுகிய காலத்தில் நாட்டு மக்கள் அனைவருக்கும் எழுத்தறிவு வழங்கப்பட்டது. இலட்சக்கணக்கான மருத்துவர்களும் பொறிஞர்களும் அறிவியலாளர்களும் உருவாக்கப்பட்டனர். முன் எப்போதும் இருந்திராத பண்பாட்டு வளர்ச்சியை அந்த நாட்டு மக்கள் பெற்றனர். தாய்-சேய் நலப் பாதுகாப்பு, முதியோர் ஓய்வூதியம் ஆகியன உத்தரவாதம் செய்யப்பட்டிருந்தன. கட்டாய உழைப்பு முகாம்களையும் கருத்தில் கொண்டால், வேலையின்மை என்பது பெருமளவில் ஒழித்துக்கட்டப்பட்டிருந்தது. இரண்டாம் உலகப் போரின் போது சோவியத் யூனியன் மீது நாஜி படையெடுப்பு நடக்கும் வரை மக்கள் பசியாலும் பட்டினியாலும் இறக்கும் நிலை ஏற்படவில்லை. எல்லாவற்றுக்கும் மேலாக,

உலக நாடுகள் பாசிசத்திற்கு அடிமையாகாமலிருப்பதற்கு மிகப் பெரும் தியாகத்தை அந்த நாட்டு மக்கள் செய்தனர் (எனினும் பாசிசத்திற்கு எதிரான அவர்களது போர் 'தந்தையர் நாட்டைக் காப்பதற்காக' என்னும் முழக்கத்தின் கீழ்தான் நடத்தப்பட்டதேயன்றி 'சோசலிச நாட்டைக் காப்பதற்காக' என்னும் முழக்கத்தின் கீழல்ல.) நவம்பர் புரட்சியின் தாக்கத்தின் கீழ் ஏராளமான காலனி நாடுகள் விடுதலையடைந்தன. ரஷியாவில் நடந்தது போன்ற புரட்சி தங்கள் நாடுகளிலும் வந்துவிடுமோ என அஞ்சிய முதலாளிய நாடுகள், தம் நாட்டுத் தொழிலாளர்களுக்கு ஏராளமான சலுகைகளை வழங்க வேண்டிய கட்டாயத்துக்கு ஆளாயின. அமெரிக்க-ஐரோப்பிய ஏகாதிபத்தியங்களைக் கட்டுப்படுத்தி வைக்கும் சக்தியாக சோவியத் யூனியன் இருந்துவந்தது.

லெனின் காலத்திலேயே வளர்ச்சிபெறத் தொடங்கிய இந்த அதிகாரிவர்க்கம் சோசலிச இலட்சியங்களைத் திரிபடையச் செய்து கொண்டிருந்த போதிலும், சோவியத் கம்யூனிஸ்ட் கட்சியின் தலைவர்கள், அணிகள், அதன் வெகுமக்கள் அமைப்புகள், இராணுவம், நீதித் துறை ஆகியவற்றில் அந்த அதிகாரிவர்க்கப் போக்குகளைக் கட்டுப்படுத்தி வைத்து, சோவியத் யூனியன் புத்துணர்வோடு சோசலிசம் கட்டும் பாதையில் தொடர்ந்து செல்வதைப் பார்த்துக் கொள்ளும் ஆற்றலுள்ள முற்போக்கான சக்திகள் கணிசமாக இருந்து வந்ததற்கான அடையாளமாகவே கோர்பசெவ் காலத்தில் வெளிப்படையாக நடந்த விவாதங்கள் வெளிநாடுகளிலிருந்த சோசலிச சக்திகளில் கணிசமான பிரிவினரால் கருதப்பட்டன.

சோவியத் யூனியனில் நடந்து கொண்டிருந்த அரசியல், இலக்கிய, பண்பாட்டு நிகழ்வுகளைப் பற்றி கோர்பசெவ் அரசாங்கத்தாலோ அல்லது அவரது ஆதரவாளர்களோ வெளியிடப்பட்டு வந்த ஆங்கில செய்தி, அரசியல், இலக்கிய ஏடுகளில் வெளிவந்தவை இந்திய மார்க்ஸியர்களுக்கோ, மார்க்ஸிய ஆதரவாளர்களுக்கோ தெரியவந்தன என்றாலும் கட்சிக்குள்ளும் அரசுக்குள்ளும் இருந்த சக்திகள் யாவை, அவற்றின் பலாபலம் என்ன என்பதை சோவியத் யூனியனுக்கு வெளியே இருந்தவர்களால் தெளிவாகப் புரிந்து கொள்ள முடியவில்லை. சோவியத் யூனியனில் ஏற்கெனவே இருந்து வந்த 'சோசலிசக் கட்டமைப்பை' – அதில் எத்தனை

குறைபாடுகளும் இருந்தாலும்- கட்டிக் காக்கும் ஆர்வம் கோர்பசெவிடமும், அந்தக் கட்டமைப்பைக் கலைத்துவிட்டு அப்பட்டமான முதலாளிய மீட்பைக் கொண்டு வருவதற்காக பல கட்சி ஜனநாயக முறையைக் கொண்டு வரும் நோக்கம் யெல்ட்சினிடம் இருந்தது என்ற புரிதலே மேலோங்கியிருந்தது.

சோவியத் யூனியன் மீதும், அதன் மக்கள் மீதும், சோசலிசத்தின் மீதும் அக்கறையும் அனுதாபமும் கொண்டுள்ளவர்கள் சிலர் எழுதியுள்ள ஆய்வுக் கட்டுரைகளிலிருந்து பின் வரும் விளக்கங்களை இப்போது தெரிந்து கொள்ள முடிகின்றது.

சோவியத் யூனியனின் குடிமைச் சமுதாயமும் கோர்பசெவ் ஆட்சிக் கால சீர்திருத்தங்களும்

கோர்பசெவ் காலத்தில் குடிமைச் சமுதாயத்திலிருந்து எழுந்த வலுவான நிர்பந்தங்களே அரசியல், பொருளாதார, பண்பாட்டு சீர்திருத்தங்களைத் தொடங்குமாறு செய்தன. சோவியத் யூனியனில் தொழில்நுட்பமும், அறிவியலும் மேற்கு நாடுகளில் இருந்தவற்றோடு ஒப்பிடக்கூடிய அளவில் வளர்ச்சி பெற்றிருந்தன; நூற்றுக்கு நூறு விழுக்காடு மக்கள் எழுத்தறிவு பெற்றிருந்தனர்; உயர்கல்வி கற்றிருந்த, சுயமாக சிந்திக்ககூடிய, 'அதிகாரபூர்வமான' செய்திகளில் பொதிந்துள்ளவற்றைப் புரிந்து கொள்கிற பக்குவம் பெற்றிருந்தவர்கள் இலட்சக்கணக்கில் இருந்தனர். மேற்கு நாடுகளுக்குச் சென்று வரும் வாய்ப்பு மிக மிகச் சிறு எண்ணிக்கையிலானவர்களுக்கு மட்டுமே இருந்தது என்றாலும், தொழில்நுட்பத்தின் வளர்ச்சி மேற்கு நாட்டு ஊடகங்களைப் பயன்படுத்திக் கொள்ளும் வாய்ப்பை ஏராளமானோருக்குக் கிடைக்க வைத்தது. ஸ்டாலின் காலக் கொடிய அடக்குமுறைகள், ப்ரெஸ்னெவ் காலம் வரை தொடர்ந்து நீடித்து வந்த தணிக்கை முறைகள் ஆகியவற்றை ஏற்றுக்கொள்ளாத இரண்டாம், மூன்றாம், நான்காம் தலைமுறையைச் சேர்ந்த சோவியத் குடிமக்கள் இப்போது இருந்தனர்.

கோர்பசெவின் தலைமையில் இருந்த சோவியத் கம்யூனிஸ்ட் கட்சியால் மேலிருந்து கொண்டுவரப்பட்ட சீர்திருத்தங்களுக்கு நேர் இணையானவையாக குடிமைச் சமுதாயத்தில் 'கட்சி சாரா' அல்லது 'முறை சாரா' இயக்கங்கள் (*informal movements*) பல

தோன்றியிருந்தன. சமூகச் செயல்பாடுகளுக்கான முன்முயற்சிகள், விவாத மன்றங்கள், அரசியல் விவகாரங்களை விவாதிக்கும் மன்றங்கள், மிகப் பெரும் சமூக நிறுவனங்கள் ஆகிய இருந்தன. 'பெரஸ்த்ரொய்கா', 'க்ளாஸ்நோஸ்ட்' ஆகியவை, குடிமைச் சமுதாயத்தில் விரிவான விவாதங்களும் பல்வேறு நோக்குநிலைகளைக் கொண்ட மாற்றுத் திட்டங்களும் உருவாகும் வாய்ப்பை ஏற்படுத்தன.

ஸ்டாலின் காலத்திலிருந்து கோர்பசேவ் காலம் வரை நீடித்த 'அரசு சோசலிசம்' அல்லது 'யதார்த்தத்தில் நிலவிய சோசலிசம்' *(Actually existing Socialism)* என்பது, சாராம்சத்தில் நாட்டை வெகுவிரைவில் நவீனமயமாக்குவதுதான். அரசும் கட்சியும் எல்லாவற்றுக்கும் மேலாக பொருளாதார, இராணுவத் துறைகளில் மேற்குநாடுகளுடன் போட்டி போட்டு அவற்றில் அந்த நாடுகள் அடைந்துள்ள வளர்ச்சி அளவை அடைவதற்கே முக்கியத்துவம் கொடுத்து வந்தன (அதற்குக் காரணம், சோவியத் யூனியனை ஒழித்துக்கட்டுவதற்கு ஏகாதிபத்திய நாடுகள் இடைவிடாது முயற்சித்து வந்ததுதான்.) இதன் காரணமாக நகரமயமாக்கல் மிகத் துரிதமாக வளர்ச்சியடைந்தது; நாட்டு மக்களின் கல்வியறிவு மிகப் பெரும் வளர்ச்சி கண்டதால், குறிப்பிட்ட துறைகளில் சிறப்பு நிபுணத்துவம் கொண்ட, விஷயங்களை மிக நுட்பமாகப் புரிந்து கொள்கிற, அரசியல்ரீதியில் ஆழமான விழிப்புணர்வு கொண்ட, நூல்களையும் ஏடுகளையும் நுட்பமாகப் படிக்கின்ற, அவற்றில் இலைமறைவு காய் மறைவாகச் சொல்லப்பட்டதைப் புரிந்து கொள்கின்ற குடிமக்களின் எண்ணிக்கையும் பெருமளவில் வளர்ச்சியடைந்திருந்தது. எனவே ஸ்டாலின் காலக் கொடிய ஒடுக்குமுறைகளோ, அதற்குப் பிறகு இருந்த மென்மையான ஒடுக்குமுறைகளோ, தணிக்கை முறைகளோ சாத்தியப்படாததால், கோர்பசெவின் சீர்திருத்தங்கள் சோவியத் யூனியன் அரசை விரிவான சேமநல அரசாக (extended welfare state) மாற்றி, மக்களின் வாழ்க்கைத் தரத்தை உயர்த்தவும், அதேவேளை குடிமக்கள் அரசுடன் ஒத்துப்போகவும் செய்கின்ற குறிக்கோளைக் கொண்டிருந்தன. இது ஒருவகையான 'சமுதாய ஒப்பந்தம்'. ஆனால், இந்த சமுதாய ஒப்பந்தம்தான், அரசிலும் கட்சியிலுமிருந்த அதிகாரிவர்க்கத்திற்கு எதிரான பரந்த சமுதாய இயக்கத்திற்கான அடித்தளத்தை உருவாக்கியது. ஒடுக்குமுறைகள் தளர்த்தப்பட்டமையும், குடிமைச் சமுதாயத்தில்

அரசியல்ரீதியான போட்டிச் சக்திகள் தோன்றியமையும் 1980களின் இடைப்பகுதியிலேயே, அதிகாரிவர்க்கத்தால் புறக்கணிக்க முடியாத நிர்பந்தங்களைக் கொண்டு வந்தன.

சோவியத் யூனியனில் ரஷியர்கள் அல்லாத தேசிய இனத்தவரிடையே இருந்த அதிருப்திகள், அவர்களிடையே வளர்ந்து வந்த தேசிய உணர்வு ஆகியவை ஒருபுறமிருக்க, அரசுக்கு எதிரான அல்லது அதன் கொள்கைகளுக்கு மாறான கருத்துகளைக் கொண்டிருந்தவர்கள் ஒரேபடித்தானவர்கள் அல்லர். அவர்களில், பூர்ஷ்வா தாராளவாத சிந்தனையுடையவர்கள், பல்வேறு வகையான சோசலிச ஜனநாயகவாதிகள் (முதலாளிய அமைப்புகுள்ளேயே சிறிது சிறிதாக மாற்றங்களை ஏற்படுத்தி சோசலிச இலக்குகளை அடைய விரும்பியவர்கள்), ஏற்கெனவே இருந்து வருகிற சோவியத் அமைப்பில் இருந்த சுரண்டல் அம்சங்கள், குறைபாடுகள் ஆகியவற்றை அகற்றி 'உண்மையான சோசலிசத்தை' கொண்டு வர விரும்பியவர்கள் என்ற பல தரப்பட்டவர் இருந்தனர்.

உண்மையில் அதிகாரிவர்க்க அரசுக்கு எதிரான சுதந்திரமான சோசலிச சிந்தனை ப்ரெஷ்னெவ் காலத்திலேயே தோன்றியிருந்தது. கம்யூனிஸ்டுகளிலொருவரான அலெக்ஸாண்டெர் தாராஸொவும் *(Aleksandr Tarasov)* அவரையொத்தவர்களும் 1974இல் 'சோவியத் யூனியன் நவகம்யூனிஸ்ட் கட்சி' *(Neo Communist Party of the Soviet Union (NPSU)* என்பதைத் தோற்றுவித்தனர். சோவியத் அரசின் அதிகாரிவர்க்கத்தன்மையையும் அரசியல் சுதந்திரம் இல்லாத தன்மையையும் விமர்சித்த அவர்கள், எதேச்சாதிகரமான ஆட்சிக்கு மாற்றாக, மக்களின் நேரடியான ஜனநாயக முறையைக் கொண்டுவருவதற்காக, சோவியத் குடிமக்கள் ஒவ்வொருவரும் அவர்கள் சம்பந்தப்பட்ட முடிவுகளை சுதந்திரமாக மேற்கொள்ள வேண்டும் என்று கருதிய அவர்கள், அதன் பொருட்டு கணினிகள் போன்ற புதிய மக்கள்தொடர்பு சாதனங்களைப் பயன்படுத்த வேண்டுமென்ற ஆலோசனையையும் முன் வைத்தனர். நாட்டின் குறிப்பிட்ட பகுதியில் வசிப்பவர்கள், அந்தக் குறிப்பிட்ட பகுதி தொடர்பான முடிவுகளையும், அதைவிடப் பெரிய பகுதிகளான மாவட்டங்கள் போன்றவற்றில் உள்ள மக்கள் அனைவரும் மாவட்டப் பிரச்சினைகள் தொடர்பான முடிவுகளையும் எடுப்பதற்கும், நாடு முழுவதற்குமான பிரச்சினைகளில்

அனைத்து மக்களும் முடிவுகளை மேற்கொள்ளவும் இந்த நவீன தொடர்பு சாதனங்களைப் பயன்படுத்த விரும்பினர். இந்த சாதனங்கள் தனியார் ஆதாயத்துக்காக அல்லாமல் பொது மக்களின் நன்மைக்காகப் பயன்படுத்தபட வேண்டும் என்றும், இதன் மூலம் முடிவுகளை எடுக்க மக்கள் குறைந்த நேரமே செலவிட்டால் போதும் என்றும் அவர்கள் வாதிட்டனர். அரசியல் முடிவுகளை எடுப்பது என்பது தேர்தலில் வாக்களிப்பது மட்டுமல்ல என்றும், நவீனத் தொழில்நுட்ப சாதனங்களின் மூலம் விவாதங்களை நடத்துவது மக்களின் படைப்பாற்றலைப் பெருக்கும் என்றும் கூறினர். உண்மையான சோசலிசத்தின் கீழ் மக்கள் சரிசமமான பொருள்வகை நிலைமைகளில் இருப்பர் என்பதால், எல்லாப் பிரச்சினைகளுக்குமான தீர்வு காண்பதில் அவர்கள் எல்லோருக்கும் கிட்டத்தட்ட ஒத்த கருத்தே இருக்கும் என்றும் கூறிய அவர்கள், ஒரு குறிப்பிட்ட பிரச்சினைக்கான தீர்வு எது என்பதில் மட்டுமே அவர்களிடம் வெவ்வேறு கருத்துகளும் ஆலோசனைகளும் இருக்கும் என்றும் வாதிட்டனர்.

அதிகாரிவர்க்க அரசு சோசலிசத்துக்கான மாற்று சோசலிச சிந்தனைகளைக் கொண்டிருந்தவர்கள் மீது அடக்குமுறைகள் ஓரளவுக்கு மட்டுமே தளர்த்தப்பட்டிருந்த நிலையிலும் – 1975இல் தார்ஸோவ் ஓராண்டுக்காலம் மனநோய் விடுதியில் வைக்கப்பட்டிருந்தார் – மாற்று சிந்தனைகள் தழைப்பதற்கான வாய்ப்புகள் இருக்கவே செயதன. அதற்குக் காரணம் மிகவும் வளர்ச்சியடைந்திருந்த கல்வி அமைப்புதான். இந்த மாற்று சிந்தனையாளர்கள் ‘ஸாமிஸ்டாட்’ என்னும் தலைமறைவு ஏடுகள் மூலமாக மட்டுமின்றி, சட்டரீதியாகவும் இயங்கினர். 1960களில் இளந்தலைமுறையினரைச் சேர்ந்த பலர் மாற்று வாழ்க்கை முறைகளைக் கடைப்பிடித்தும் அமெரிக்க ஜனரஞ்சக இசைக்குப் புது விளக்கங்கள் கொடுத்தும் தங்கள் அதிருப்தியை வெளியிட்டு வந்தனர். இன்னும் பலர் பெயரளவுக்கு மட்டுமே இருந்த ஜனநாயக அமைப்புகளையும் பயன்படுத்திக் கொண்டனர். ஒற்றைக் கட்சி ஆட்சியமைப்பு, உள்ளூர் தேர்தலிலிருந்து தேச அளவிலான தேர்தல் வரை ஒரே ஒரு வேட்பாளர் போட்டியிடும் தேர்தல் முறை ஆகியன ஒரு பக்கம் இருந்தாலும், அதிகாரபூர்வமான அமைப்புகளான கோம்ஸோமோல் (இளம் கம்யூனிஸ்டுகளின் கழகம்), அண்டைப்பகுதிக் குழுக்கள் (neighbourhood commities) ஆகியவற்றில் இளைஞர்களால் ஆக்கபூர்வமாகப் பங்கேற்க

முடிந்தது. இந்த அதிகாரபூர்வமான ஜனநாயக அமைப்புகள் மக்களின் ஆற்றலை அரசின் குறிக்கோள்களுக்காகத் திரட்டவும் அதிருப்தியைத் தணிக்கவும் உருவாக்கப்பட்டிருந்த போதிலும், சமூக செயல்பாடுகளில் ஈடுபடவும் அரசியல்ரீதியான பேச்சுவார்த்தைகளை மேற்கொள்ளவும் மக்களுக்குக் கற்பித்திருந்தன.

சோவியத் சமுதாயத்தில் சோசலிச வளர்ச்சிக்கான மிக ஆழமான மாற்றங்கள் தேவைப்பட்டிருந்த சமயத்தில், முக்கியமான மாற்றங்களுக்கான காலம் கனிந்திருந்த சமயத்தில், அந்த மாற்றத்துக்காக மக்கள் ஏங்கி வந்த சமயத்தில் சோவியத் கம்யூனிஸ்ட் கட்சியால் 'பெரெஸ்த்ரொய்கா' சீர்திருத்தங்களைக் கொண்டு வருவது கட்டாயமாகியது. சோவியத் யூனியன் ஆழமான சமூக, பொருளாதார, அரசியல் நெருக்கடிகளை நோக்கி விரைவாகச் சென்று கொண்டிருந்த காலம் அது.

மக்களின் நாடித் துடிப்பை நன்கு புரிந்துகொண்டிருந்த கோர்பசெவ், 1985ஆம் ஆண்டு மார்ச்சில் சோவியத் கம்யூனிஸ்ட் கட்சியின் பொதுச் செயலாளராகத் தேர்ந்தெடுக்கப்பட்டவுடன், கட்சித் தலைவர்கள் பலருக்குத் திகைப்பையும் வியப்பையும் தரும் வகையில் சில விஷயங்களைப் பேசத் தொடங்கினார்: 'பெரெஸ்த்ரொய்கா', 'கிளாஸ்னோஸ்ட்', 'ஜனநாயகப்படுத்துதல்' 'புரட்சிகர முடிவுகள்', 'பொருளாதாரம் மற்றும் சமூக உறவுகளில் மிக ஆழமான மாற்றங்களை ஏற்படுத்துதல்' ஆகிய சொல்லாடல்கள் பிரபலமாகி வந்தன. குறிப்பிட்ட பிரச்சினை அடையாளப்படுத்தப்பட்டவுடன், அதற்குக் கட்சி தலைவர்கள் வழக்கமாக கூறிவந்த தீர்வுகளுக்கு மாற்றான தீர்வு ஏதும் தன்னிடம் இல்லையென்றும், குறிபிட்ட துறையிலுள்ள வல்லுனர்களும் ஒட்டுமொத்த சமுதாயமும்தான் அதற்கான தீர்வைக் கண்டறிய வேண்டும் என்றும் கோர்பசெவ் கூறிவந்தார். மண்டபத்தில் நிகழும் மேடைப் பேச்சுகளைவிட சாதாரண மக்களுடன் இயல்பாகக் கலந்து உரையாடுவதையே விரும்பினார்.[3]

'பெரெஸ்த்ரொய்கா' என்னும் நூலில் அவர், சோவியத் சோசலிச அமைப்பின் உள்ளுறை ஆற்றலில் இது வரை மிகக்குறைந்த

3 Hans Asenbaum, Imagined Alternatives: A History of Ideas in Russia's Perestroika, *https://www. researchgate. net/publication/302933702_Imagined_Alternatives_A_History_of_Ideas_in_Russia's_Perestroika.*

அளவே திரட்டப்பட்டுள்ளதாகவும் அந்த அமைப்பை வலுப்படுத்துவதே ‘பெரெஸ்த்ரொய்கா’ சீர்திருத்தத் திட்டங்களின் நோக்கம் என்றும் சோவியத் யூனியனை முதலாளியத்தை நோக்கித் திருப்பச் செய்யப்படும் முயற்சி தோற்கடிக்கப்படும் என்றும் எழுதியிருந்தார். பொருளாதார வளர்சியைத் துரிதப்படுத்தவும், தொழில்நுட்பத்தில் உலகத் தரத்தை எட்டவும், வீட்டு வசதிப் பற்றாக்குறையை ஒழித்துக்கட்டுவதிலும் மக்களின் படைப்பாற்றலைச் சார்ந்திருக்க வேண்டும் என்றும் கூறினார்.[4]

உண்மையில் ‘பெரெஸ்த்ரொய்கா’ இரண்டு கட்டங்களைக் கொண்டிருந்தது. முதல் கட்டத்தில் 1988 வரை, சோசலிச அமைப்பை நவீனமயமாக்குவதையும் மேலும் நெகிழ்ச்சித்தன்மை கொண்டதாகவும் ஜனநாயகப்படுத்தக்கூடியதாகவும் இருந்தது. அந்த முதல் கட்டம் பொருளாதாரக் கொள்கையை வகுப்பதிலும் தொழில் நிறுவனங்களை நிர்வகிப்பதிலும் தொழிலாளரின் நேரடி அதிகாரத்தை அதிகரிக்கும் நோக்கத்தைக் கொண்டதாக இருந்தது.

ஒட்டுமொத்தமாகப் பார்க்கும்பொழுது பெரொஸ்த்ரொய்காவின் முதல் கட்டம் வெற்றிகரமாக முடிந்தது என்று கூறலாம் - அதல் இலக்குகள் முழுமையாக நிறைவேற்றப்படவில்லை என்றாலும். கோர்பசெவின் ஆட்சியின் முதல் மூன்றாண்டுகளில் பொருளாதாரம் தொடர்ந்து வளர்ச்சி பெற்றுவந்தது; சோவியத் மக்களின் வாழ்க்கைத் தரம் கணிசமாக அதிகரித்தது.

இதன் காரணமாக ஏராளமான தொழிற்சாலைகளில் தொழிலாளர்கள் தங்கள் மேலாளர்களைத் தேர்ந்தெடுத்தனர். மையப்படுத்தப்பட்ட திட்டமிடுதலால் ஏற்படும் தேவையற்ற சிரமங்களை குறைத்து நுகர்வோர்களின் தேவைகளைக் கருத்தில் கொண்டு பண்டங்களைத் தயாரிக்க சம்பந்தப்பட்ட நிறுவனங்களே முன்முயற்சி எடுப்பது ஊக்குவிக்கப்பட்டது. கோர்பசெவின் பொருளாதார ஆலோசகர்களில் முதன்மையானவராக இருந்த ஆபெல் அகம்பெக்யான் கூறினார்: “பெரெஸ்த்ரொய்காவில் மூலதனத்துக்கான சந்தைக்கு இடமில்லை. சோவியத் பங்கு சந்தையையோ, பங்குகளையோ, வர்த்தக் கடன்கள் மூலம் இலாபம் அடையும் திட்டமோ ஏதுமில்லை.”

4 Mikhail Gorbachev, *Perestroika*, New York, Harper & Row, 1987, 42–44.

பொருளாதார வளர்ச்சி துரிதமாக நடைபெறவில்லை என்றாலும் அது கணிசமானதாக இருந்தது. 1986-88இல் தொழிலுற்பத்தி வளர்ச்சி, அதற்கு முந்தைய மூன்றாண்டுகளில் இருந்த 3.6 விழுக்காட்டைத் தாண்டி 4.5% ஆக உயர்ந்தது. தானிய உற்பத்தியும் அதிகரித்தது. 1988இல் அது, 1970களில் இருந்த அளவை விட 39% கூடுதலாக இருந்தது. 1980களின் தொடக்கத்தில் எரிபொருள் வழங்கலில் இருந்த கடுமையான பிரச்சினை தீர்க்கப்பட்டது. சோவியத் வணிகத்திலும் உள்நாட்டு நுகர்விலும் மிக முக்கியமானதாக இருந்த நிலத்தடி எண்ணெய், நிலக்கரி ஆகியவற்றில் உற்பத்தி சரிந்திருந்த நிலை சரி செய்யப்பட்டு, பிரமிக்கத்தக்க அளவில் அவற்றின் உற்பத்தி மூன்றாண்டுகளில் அதிகரித்தது. எந்திரங்கள், கருவிகள், குறிப்பாக கணினிகள், பிற உயர் தொழில்நுட்ப சாதனங்கள் ஆகியவற்றின் உற்பத்தி அதிகரித்தது.[5]

இந்த சாதனைகள் ஒருபுறமிருந்தாலும், கடுமையான பிரச்சினைகள் தோன்றின; பெரும் தவறுகள் இழைக்கப்பட்டன. அமெரிக்காவில் ரொனால்ட் ரீகன் ஆட்சியின் கீழ் இராணுவச் செலவு அதிகரிக்கப்பட்டு வந்ததாலும், சோவியத் யூனியன் மீதான பகைமையை அமெரிக்கா சிறிதும் தணிதுக் கொள்ளாததாலும் (அணு ஆயுத உற்பத்தியை குறைக்கும் ஒப்பந்தத்தில் இரு நாடுகளும் கையெடுத்திட்டிருந்தன), பென்டகன் திட்டமிட்டுக் கொண்டிருந்த அணு ஆயுதப் போரைத் தடுத்து நிறுத்தும் பொருட்டும் சோவியத் யூனியன் அமெரிக்காவுடன் சமபலத்துடன் இருப்பதற்காக புதிய ஆயுதங்களைத் தயாரிக்க வேண்டியிருந்தது. ஆணு ஆயுத சோதனைகளை சோவியத் யூனியன் தானாகவே முன்வந்து தடை செய்திருந்த போதிலும், அமெரிக்கா அதை அலட்சியம் செய்தது. கியூபா, வியத்நாம், பொருளாதார நெருக்கடியில் சிக்கிக் கொண்டிருந்த சோசலிச நாடுகள் ஆகியவற்றுக்காக சோவியத் யூனியன் செய்து வந்த பெரும் செலவுகளோ, தேசிய விடுதலைப் போராட்டங்களுக்கு அது செய்துவந்த உதவிகளோ நிறுத்தப்படவில்லை.

---

5 The Economic and Political Crisis in the USSR, Marxism-Leninism Today, The Electornic Journal of Marxist-Leninist Thoutght, *https://mltoday. com/the-economic-and-political-crisis-in-the-ussr/* (Accessed on 21. 10. 2021)

மறுபுறம், (ஆஃப்கன் விவகாரத்தில் சோவியத் யூனினுக்கு ஏற்பட்ட இழப்புகள் ஒருபுறமிருக்க) சோவியத் யூனியனுக்கு மேலும் பல நெருக்கடிகள் ஏற்பட்டன. 1988ஆம் ஆண்டுக்குப் பிறகு எண்ணெய் விலையில் பெரும் சரிவு ஏற்பட்டதால், முதலாளிய நாடுகளுக்கு எண்ணெயை ஏற்றுமதி செய்வதன் மூலம் சோவியத் யூனியனுக்குக் கிடைத்து வந்த வருமானம் பெரும் பாதிப்புக்குள்ளானது. அமெரிக்காவும் அதன் ஐரோப்பியக் கூட்டாளிகளும், மிக நவீனத் தொழில்நுட்ப, அறிவியல் சாதனங்களை சோவியத் யூனியனுக்கு விற்பனை செய்வதற்குத் தடைவிதித்திருந்ததால், சோவியத் யூனியனும் இதர சோசலிச நாடுகளும் தங்கள் நாட்டில் இருந்த விஞ்ஞானிகள், தொழில்நுட்ப வல்லுநர்கள், மூலவளங்கள் ஆகியவற்றை மட்டுமே சார்ந்திருக்க வேண்டிய நிலை ஏற்பட்டது. செர்னோபிலில் ஏற்பட்ட அணு உலை விபத்தும் ஆர்மீனியாவில் ஏற்பட்ட பெரும் பூகம்பமும் ஏராளமான மனித உயிர்களைப் பலி கொண்டதுடன், சூழலியல், நிதி நெருக்கடிகளை உருவாக்கின. அணு உலை விபத்து, சோவியத் யூனியனில் மின்சாரமயமாக்கும் திட்டத்தை வெகுவாகப் பாதித்தது.

மது குடிக்கும் வழக்கத்திற்கு எதிராக கோர்பசெவ் செய்த முயற்சிகள் தோல்வியடைந்தன. அது கள்ளச்சாராயம் காய்ச்சுவதிலும் நுகர்வோர்கள் அதிருப்தியடைவதிலும் போய் முடிந்தன. அதுமட்டுமின்றி மதுபானங்களை விற்பனைகளின் மூலம் கிடைத்துவந்த விற்பனை வரிகள் இழக்கப்பட்டதால், அரசாங்கத்தின் வரவு செலவுத் திட்டத்தில் பெரும் பற்றாக் குறை ஏற்பட்டது.[6]

கட்சியின், அரசாங்கத்தின் ஒற்றைக் குரல், ஒற்றைச் சொல்லாடல் மட்டுமே நிலவி வந்த சோவியத் யூனியனில் வெளிப்படைத்தன்மை வாய்ந்த விவாதங்கள், உரையாடல்கள் ஆகியவற்றை கோர்பசெவும் அவரது சீர்திருத்த நடவடிக்கைகளுக்கு ஆதரவளித்த கட்சித் தலைவர்களும் ஊக்குவித்தனர். கட்சிக்குள் நடக்கும் விவாதங்களில் மாற்றம் ஏற்பட்டதற்கு நேரிணையாக வெகுமக்கள் ஊடகங்களிலும் விவாதங்கள் ஊக்குவிக்கப்பட்டன. பெரும்பாலான ஏடுகள் அரசுக் கட்டுப்பாட்டில் இருந்ததால், அவற்றிலிருந்த பழைய ஆசிரியர்களை நீக்குவதும், தாராளவாத

6 Ibid

எண்ணம் கொண்டவர்களை அவற்றுக்கு ஆசிரியர்களாக நியமிப்பதும் கோர்பசெவுக்கு எளிதாக இருந்தது. அதன் பிறகுதான், அதுவரை பகிரங்கமாகவோ அதிகாரபூர்வமாகவோ விவாதிக்கப்படாமல் இருந்த பல விஷயங்கள் – விபசாரம், குற்றங்கள், ஹெச்.ஐ.வி., எய்ட்ஸ், லஞ்சம், ஊழல், கள்ளச் சந்தை, பற்றாக் குறைகள், வறுமை போன்ற பல விஷயங்கள் - முதன்முதலாக வெளிப்படையாக விவாதிக்கப்பட்டன. கலைச் சுதந்திரம் வளர்ச்சி பெற்றது; நீண்டகாலமாக தடை செய்யப்பட்டிருந்த நூல்கள் வெளிவரலாயின. சோவியத் வரலாற்றைப் பொறுத்தவரை, குருஷ்சேவ் காலத்தில் மட்டுப்படுத்தப்பட்ட வகையில் பேசப்பட்ட ஸ்டாலின் ஆட்சிக் காலக் குற்றங்கள் மேலும் வெளிப்படையாக விவாதிக்கப்பட்டு, சோவியத் சோசலிசத்தின் குறைபாடுகள், அதிலிருந்த ஜனநாயக் விரோதத்தன்மை ஆகியன பேசப்பட்டன. பொதுமக்கள் கருத்தை அறிவதற்கான ஆய்வுகள் நடத்தப்பட்டன. இவை யாவும் சேர்ந்து அரசாங்கத்தின் மீதான நிர்பந்தத்தை அதிகரித்தன.

கட்சித் தலைமைக்குள் (போலிட்பீரோ, மத்தியக் குழு முதலியவை) கோர்பசெவின் சீர்திருத்த முயற்சிகளை எதிர்த்து வந்தவர்களை (இவர்கள் அன்று ‘பழைமைவாதிகள்’ (‘*conservatives*’, ‘*Stalinists*’, ‘*Neo-Stalinists*’ என்றழைக்கப்பட்டனர். ஆனால் நாம் அவர்களை ‘அதிகாரிவர்க்க இடதுசாரிகள்’ என்றழைப்போம்; ஏனெனில் இவர்கள் சோவியத் யூனியனில் இருந்த ‘நாமென்க்ளேசுரா’ [*NomenKlatura*][7] என்ற பிரிவைச் சேர்ந்தவர்கள்தான்) முறியடிப்பதற்காக கோர்பசெவின் முன்முயற்சியால் சோவியத் யூனியனில் பல பகுதிகளில் ஸ்டாலின் கால ஒடுக்குமுறைகளைப் பற்றிய விவாதங்கள் நடந்தன; அந்த ஒடுக்குமுறைகளுக்குப் பலியானவர்களுக்கான நினைவுச் சின்னம் எழுப்ப வேண்டும் என்று கோரும் இயக்கமொன்றும் தோன்றியது. மாற்று சமுதாய, அரசியல் அமைப்பு பற்றிய தெளிவான பார்வை அந்த இயக்கத்திடம் இல்லை என்றாலும், நாட்டில் எவ்வகையான எதேச்சாதிகாரமும் அதிகாரக் குவிப்பும் இருக்கக்கூடாது என்ற கருத்தில் தெளிவாக இருந்த அந்த அமைப்பைத்தான் சோவியத்

---

7 நாமென்க்ளேசுரா (The nomenklatura): சோவியத் யூனியனிலும் கிழக்கு ஐரோப்பிய சோசலிச நாடுகளிலும் இருந்த கம்யூனிஸ்ட் கட்சிகளின் ஒப்புதலுடன் அதிகாரிவர்க்க அமைப்பில் முக்கியமான நிர்வாகப் பதவிகளை வகித்தவர்கள்.

யூனியனில் தோன்றிய ஒரே ஒரு மக்கள் முன்னணி என்று கூறலாம்.⁸

'பெரெஸ்த்ரொய்கா' சீர்திருத்தங்கள் தொடங்குவதற்கு முன்பே இருந்து வந்த அரசு-எதிர்ப்பாளர் குழுக்கள் ஆகியவற்றையும் உள்ளடக்கிய பல்வேறு முறைசாரா இயக்கங்கள்/அமைப்புகள் (informal movements/organizations) தோன்றின; இளைஞர்களிடையே புதுவகையான கலை இரசனைகள் வளர்ந்தன; பல்வேறு பொழுதுபோக்கு மன்றங்கள் உருவாக்கப்பட்டன; உள்நாட்டுப் பிரச்சினைகள் முதல் சர்வதேசப் பிரச்சினைகள் வரை பல்வேறு விஷயங்கள் உற்சாகமாக விவாதிக்கப்பட்ட இந்த முறைசாரா அமைப்புகள் தொடக்கத்தில் சோவியத் பொருளாதார அமைப்பு, அரசியல் நிர்வாகம் ஆகிய பெரும் பிரச்சினைகளப் பற்றியல்ல, அந்தந்தப் பகுதிகளிலிருந்து உடனடிப் பிரச்சினைகள் மீதே கவனம் செலுத்தின. இவற்றில் ஒரு சில குழுக்கள் வரலாற்றுச் சிறப்பு மிக்க கட்டடங்களைப் பாதுகாப்பதில் கவனம் செலுத்தி அதில் வெற்றியடைந்ததால் மேலதிக உற்சாகம் பெற்றன.

மாஸ்கோவின் மையப் பகுதியிலுள்ள அர்பாத் தெரு (Arbart Street), நீண்டகாலத்துக்குப் பிறகு பொதுமக்கள் நடந்து செல்வதற்குத் திறக்கப்பட்டது; அதனையொட்டி பொது நிகழ்ச்சிகள் அத்தெருவில் நடக்கத் தொடங்கின. செவித் திறனும் பேச்சுத் திறனுமற்ற குழந்தைகளுக்கான நாடக அரங்கும் பள்ளிக்கூடமும் தோற்றுவிக்கப்பட்டன. கணினித் தொழில்நுட்பத்தைக் கற்றுக்கொடுக்கும் மன்றங்கள் உருவாயின. இத்தகைய நடவடிக்கைகளும் குறிப்பிட்ட குறிக்கோளுக்காக மக்கள் ஒன்று கூடுவதும் முறைசாரா இயக்கங்கள், அமைப்புகள் ஆகியனவற்றை நாளடைவில் இயல்பாகவே அரசியல்தன்மையாக்கின. இந்த முறைசாரா அமைப்புகள் சுற்றுச்சூழல் பிரச்சினையைக் கையில் எடுத்துக்கொண்டன. பொருளாதாரம், இராணுவம் ஆகியவற்றைப் பொறுத்தவரை மேற்கு நாடுகளுடன் போட்டி போடுவதை முக்கியப் பிரச்சினையாகக் கொண்டிருந்த அரசுக் கொள்கையோ, கட்சிக் கொள்கையோ மிக அரிதாகவே சுற்றுச் சூழல் பிரச்சினைகளில் ஆர்வம் கொண்டிருந்தது. 1986இல் உக்ரெயினுள்ள செர்னோபில் அணு உலையில் ஏற்பட்ட கசிவும் அது ஏற்படுத்திய அழிவும் சுற்றுச்சூழல் இயக்கங்கள் இன்னும்

---

8 Hans Asenbaum, Op. Cited.

தீவிரமாகச் செயல்படத் தூண்டின. தொடக்கத்தில் அரசும் கட்சியும் இந்த அணு உலை விபத்தின் அளவை மறைக்க முயன்றன. ஆனால் 'வெளிப்படைத்தன்மை'என்ற கொள்கை அரசால் கடைப்பிடிக்கப்படத் தொடங்கியதன் காரணமாக செர்னோபில் விபத்து தொடர்பான முழு உண்மைகள் மக்களுக்குத் தெரியவந்தன. சுற்றுச்சூழல் மாசு மக்களின் உயிர் வாழ்க்கைக்கு ஏற்படுத்தும் கேடுகளைப் பற்றிய விழிப்புணர்வு அதிகரித்து, சுற்றுச்சசூழல் கேடுகள், அதிகாரக் குவிப்பு, மத்தியப்படுத்தப்பட்ட திட்டமிடுதல் ஆகியவற்றுகு எதிரான போராட்டமாக மாறியது. பைகல் ஏரி மாசடைந்தது பற்றியும், திட்டமிட்ட வகையில் ஆறுகளின் திசைகளை மாற்றுவது பற்றியும், ஏற்கெனவே காற்று மாசடைந்திருந்த மாஸ்கோவில் இன்னொரு பெரும் தொழிற்சாலையைக் கட்டுவது பற்றியும் பெரும் விவாதங்கள் நடத்தப்பட்டன. அத்திட்டங்கள் சிலவற்றை அரசும் கைவிட வேண்டியதாயிற்று. அதே போல கல்வி கற்க விரும்பும் அனைத்து மாணவர்களுக்கும் போதுமான கல்வி வசதி தராத உள்ளூர் கல்வி அமைப்புகளும் விமர்சனத்துக்குட்படுத்தப்பட்டன. இத்தகைய செயல்பாடுகள் மாற்று அதிகார அமைப்புகளை உருவாக்குவதற்கான சாத்தியப்பாடுகளைக் கொண்டிருந்தன.

சோசலிசத்துக்கான மாற்று அமைப்புகளைப் பற்றிச் சிந்தித்து விவாதித்தவர்களை எளிமைப்படுத்திச் சொல்வதானால் இரு வகையினராகப் பிரிக்கலாம்: 1. மையப்படுத்தப்பட்ட அதிகாரம் எதனையும் ஏற்றுக்கொள்ளாத சுய நிர்வாகம் கொண்ட கம்யூன்களைத் தோற்றுவிப்பதையும் அந்தக் கம்யூன்களின் கூட்டமைப்பை உருவாக்குவதையும் விரும்பிய ஆட்சி மறுப்பியர்கள் (anarchists); கம்யூன்களுக்கிடையே போட்டி இருக்க வேண்டுமா, வேண்டாமா? சந்தைப் பொருளாதாரம் வேண்டுமா, வேண்டாமா? என்ற பிரச்சினைகளில் இந்தப் பிரிவினருக்குள்ளேயேயும் கருத்து வேறுபாடுகள் இருந்தன.

அதிகாரம் மையப்படுத்தப்பட்டுள்ள அரசுக்கு மாறான கம்யூன்களை ஆதரித்தவர்கள் ஒரு பிரிவினர் என்றால், சமூகப் பாதுகாப்பை வழங்குவதற்கும் நாட்டின் பொருளாதாரத்தை வழிநடத்திச் செல்வதற்கும் மையப்படுத்தப்பட்ட சோவியத் அதிகாரத்தின் சில அம்சங்களைத் தக்க வைத்துக் கொண்டு, சுய

நிர்வாக அலகுகளை உருவாக்க வேண்டும் என்று விரும்பிய சோசலிஸ்டுகள் இரண்டாவது பிரிவினர்.

இந்த இரு பிரிவினர் தவிர, ஒவ்வொரு தனிநபரும் செல்வத்தை அடைவதற்காக சந்தைகளையும் போட்டிகளையும் உருவாக்க வேண்டும் என்ற பூர்ஷ்வா ஜனநாயகக் கருத்துகளைக் கொண்டவர்களும் இருந்தனர்.

இந்த எல்லாப் பிரிவினருமே சோவியத் யூனியனில் அதுவரை நிலவி வந்த அரசு-சோசலிசத்தைத் தவிர வேறு எதையும் அனுபவித்திராதவர்கள். அவர்களில் இருந்த சோசலிசவாதிகள் காண விரும்பிய மாற்று சோசலிச அமைப்புக்கான முன்னுதாரணங்கள் எவையும் உலகின் எந்தப் பகுதியிலும் இருக்கவில்லை – முன்னாள் யூகோஸ்லாவியாவில் இருந்த 'சுய நிர்வாக தொழிற்சாலைகள்' தவிர. பூர்ஷ்வா சந்தைப் பொருளாதாரம், பூர்ஷ்வா ஜனநாயகம் ஆகியவற்றை ஆதரித்தவர்களைப் பொருத்தவரை, அவை யாவும் மேற்கு நாட்டு ஊடகங்கள், பிரசாரங்கள் வழியாகவும் அவர்களுக்குக் கிடைத்து வந்த மேற்கு நாட்டுக் கலைப்படைப்புகள், ஜீன் பேன்ட்டுகள், மென்பானங்கள் போன்ற நுகர்வுப் பொருள்கள் ஆகியவற்றைக் கொண்டும் அவர்கள் தங்கள் கற்பனையில் அனுபவித்தவையே தவிர, முதலாளிய ஜனநாயக நாடுகளில் வாழ்ந்து பெற்ற அனுபவங்கள் ஏதும் அவர்களிடம் இருக்கவில்லை.

தாராளவாத ஜனநாயக அமைப்பை விரும்பியவர்கள் மிகச் சிறுபான்மையினராகவே இருந்தனர். ஆனால் 1986இல் கோர்பசெவ் நேரடியாகத் தலையிட்டு நீண்டகாலமாக வெளிநாடுகளில் தங்கியிருந்தவரும், மனித உரிமை ஆர்வலரும், அணு ஆயுத எதிர்ப்பாளரும், தாராளவாதக் கருத்துகளைக் கொண்டிருந்தவருமான ஆந்த்ரே ஷகாரோவை (Andre Shakarov) நாடு திரும்ப வைத்தமை தாராளவாதிகளுக்குப் பெரும் ஊக்குவிப்பாக அமைந்தது. அதன் பிறகு வலேரியா நோவோட்வோர்ஸ்கயா (Valeria Novodvorskaya) என்ற பெண்மணியால் தோற்றுவிக்கப்பட்ட 'ஜனநாயகமும் மனிதநேயமும்' என்ற அமைப்பு 1988இல் 'ஜனநாயக சங்கம்' (Democratic Union) என்ற, சோவியத் யூனியனின் முதல் அதிகாரபூர்வமான எதிர்க்கட்சியாகியது. அதன் பிறகு 'குடிமை கண்ணியம்' (Civil Dignity) என்ற இன்னொரு தாராளவாத அமைப்பு

தோன்றியது. சோவியத் அரசால் ஒடுக்கப்பட்டவர்களுக்கு நீதி வழங்கவேண்டும் என்று அது கோரியது.

1987-1988ஆம் ஆண்டுகளில் சோவியத் யூனியனில் பெரும் மாற்றங்கள் ஏற்பட்டன. ஆட்சி மறுப்பியர்களும் போரிஸ் ககார்லிட்ஸ்கி (*Poris Kagarliytsky*), ஷுபின் (*Shubin*) ஆகிய சுயேச்சையான மார்க்ஸிய சோசலிஸ்டுகளும் ஒன்றிணைந்து 'சோசலிச பொதுமக்கள் மன்றங்களின் கூட்டமைப்பு' (*Federation of Socialist Public Clubs (FSPC)* என்ற அமைப்பை உருவாக்கினர். அதுதான் சோவியத் கம்யூனிஸ்ட் கட்சிக்கு அடுத்தபடியாக பலம் வாய்ந்த அமைப்பாக அமைந்தது. அந்த அமைப்பில் வேறு பல மார்க்ஸிய-லெனினியர்களும் இணைந்தனர். தாராளவாதிகள் உருவாக்க விரும்பிய கூட்டமைப்பு முயற்சி வெற்றி பெறவில்லை. ரஷியா அல்லாத சோவியத் குடியரசுகளில் (பால்டிக் குடியரசுகள்) தோன்றிய 'மக்கள் முன்னணிக'ளுடன் ஒன்றிணைந்து சோவியத் யூனியன் முழுவதையும் தழுவிய 'மக்கள் முன்னணியை'க் கட்ட ககார்லிட்ஸ்கி செய்த முயற்சிகள் பலனளிக்கவில்லை. ஏனெனில் அந்தக் குடியரசுகளில் இருந்த 'மக்கள் முன்னணிகள்' பல்வேறு கருத்துநிலைகளைக் கொண்டிருந்த பல்வேறு அமைப்புகளைக் கொண்டிருந்தன. தேசியவாதம் மட்டுமே அவற்றுக்குப் பொதுவாக இருந்த ஒரே அம்சம். மாஸ்கோவில் ககார்லிட்ஸ்கியால் கட்டப்பட்ட 'மக்கள் முன்னணி' வலுவானதாக இருந்த போதிலும் மற்ற பகுதிகளில் அதற்கு செல்வாக்கு இருக்கவில்லை.

சோசலிஸ்டுகள், தாராளவாதிகள், தேசியவாதிகள் ஆகிய முத்தரப்பினரும் தங்கள் கருத்துகளை வெளிப்படுத்துவதற்கும் தங்களை அமைப்பாக்கிக் கொள்வதற்கும் கோர்பசெவின் சீர்திருத்தக் காலம் பயன்பட்டது என்றால், 'அதிகாரிவர்க்க இடதுசாரிகள்' மேற்சொன்ன முத்தரப்பினரிடமிருந்தும் கடுமையான எதிர்ப்பைச் சந்தித்தனர்.[9]

---

9 Ibid. அன்று சோவியத் யூனியனில், கட்சிக்கு வெளியே சோசலித்துக்கான மாற்றுப் பாதையைப் பற்றிச் சிந்தித்தவர்கள், விவாதித்தவர்கள், ஜனநாயக உரிமைகளைவும் பேச்சு சுதந்தரத்தையும் ஆதரித்தவர்கள் ஆகியோரின் கருத்துகள் இங்கு மிகச் சுருக்கமாகவே தரப்பட்டுள்ளன. அவற்றை விரிவாக அறிந்துகொள்ள விரும்புவர்கள் அடிக்குறிப்பு 3இல் குறிப்பிடப்பட்ட கட்டுரையைப் படிக்கலாம்.

பெரெஸ்த்ரொய்கா இரண்டாம் கட்டம்

பெரெஸ்ரொய்காவில் தொடக்கத்திலிருந்தே இருந்து வந்த பலகீனங்களிலொன்று அத்திட்டத்தை உருவாக்குவதிலும் நடைமுறைப்படுத்துவதிலும் அதன் திசையைத் தீர்மானிப்பதிலும் அறிவுஜீவிகள் மட்டுமே முதன்மைப் பாத்திரம் வகித்து வந்ததுதான். தொழிலாளர்கள், அவர்களது அமைப்புகள் ஆகியவற்றின் செயலூக்கமுள்ள பங்கேற்பு - சோவியத் அரசமைப்புச் சட்டத்தின்படி இருந்திருக்க வேண்டிய பங்கேற்பு இருக்கவில்லை. கொள்கைகளை வகுப்பதிலும் பொருளாதார முடிவுகளை மேற்கொள்வதிலும் தொழிலாளர்களை ஈடுபடுத்தவில்லை என்பதற்காக கோர்பசெவ் ஆட்சிக்கு முன்பிருந்த கட்சித் தலைவர்கள், அரசாங்க நிர்வாகிகள் ஆகியோரில் சிலர் கோர்பசெவ் காலத்தில் விமர்சிக்கப்பட்டது நியாயமானதே. ஆனால் அந்தப் போக்கைக் கைவிட்டு தொழிலாளர்களைக் கலந்தாலோசிக்கும் கடமையை கோர்பசெவ் செய்யவில்லை. அவர்களைக் கலந்தாலோசித்திருந்தால், சீர்திருத்தங்கள் சோசலிச திசையில் சென்றிருக்கக்கூடும். ஆனால் 1989ஆம் ஆண்டில் மேலோங்கத் தொடங்கிய அதன் இரண்டாவது கட்டம் சோசலிசத்தை அச்சுறுத்துவதாகவும் முதலாளியத்தைத் திணிப்பதாகவும் இருந்தது. உலகெங்கும் இருந்த பல கம்யூனிஸ்டுகளாலும் முற்போக்காளர்களாலும் இந்த போக்கை உடனடியாகப் புரிந்துகொள்ள முடியாததற்குக் காரணம், முதலாளியப் பாதையை நோக்கிய திருப்பத்தை கோர்பசெவும் அவரது சகாக்களும் 'சோசலிசம்', 'ஜனநாயகம்' என்ற சொற்களைக் கொண்டு மூடிமறைத்திருந்ததுதான்.[10]

1988ஆம் ஆண்டு முதல், உற்பத்தி செலவைக் கணக்கிடுவதற்கான மேம்பட்ட முறைகள் உருவாக்கப்பட்டன. ஊதியங்கள் சமூக மேம்பாட்டுக்கான நிதிகள், தொழிலாளர்களுக்கான வீட்டு வசதிகள், அரசாங்கத்துக்குத் தர வேண்டிய பங்கு (நம் நாட்டில் உள்ள கார்ப்பரேட் வரி போன்றது) ஆகியவற்றுக்கு இலாபங்களைப் பங்கிட்டுக் கொடுப்பதில் தொழில், வணிக நிறுவனங்களுக்குக் கூடுதலான சுதந்திரம் தரப்பட்டது. அந்த ஆண்டிலிருந்துதான் பெரெஸ்த்ரொய்கா தடம் புரளத்

---

10 The Economic and Political Crisis in the USSR, Op. Cited.

தொடங்கியது. அரசாங்கத்துக்குத் தேவைப்பட்ட நிதியும் சமூக சேவைகளுக்கு ஒதுக்கப்பட வேண்டிய நிதியும் ஊதியங்களை அதிகரிப்பதற்குத் திருப்பப்பட்டன. அதற்கு முந்திய இரண்டாண்டுகளில் தொழிலாளர்கள், அலுவலர்கள் ஆகியோரின் ஊதியங்கள் அதிகரிக்கப்பட்டன என்றாலும் அதன் கூடவே உற்பத்தித் திறன் அதிகரித்ததன் காரணமாக நுகர்வோர்களுக்கான பண்டங்களும் சேவைகளும் அதிகரித்திருந்தன. ஆனால் 1988இல் ஏற்பட்ட சராசரி ஊதிய உயர்வு விகிதம் 8.3%. ஒரு வகை விதி மீறலாக அமைந்த இந்த விகிதம், அரசாங்கத்துக்குப் போய்ச் சேரவேண்டிய பங்கைக் குறைத்து வரவு செலவுத் திட்டத்தில் பற்றாக்குறையை ஏற்படுத்தியது. மேலும், ஊதிய உயர்வில் அதிகப் பங்கு (14.2%) அதிகாரிகளுக்கும் வெள்ளைக் காலர் ஊழியர்களுக்கும் தொழிலாளர்களுக்கு குறைந்த பங்கும் (7.2%) இருந்ததுடன், கல்வித்துறை போன்றவற்றில் குறைந்த ஊதியம் பெற்று வந்தவர்களுக்கு மிக மிகக் குறைந்த ஊதிய உயர்வே கிடைத்தது. கல்வி நிறுவனங்களில் குறைந்த ஊதியத்திற்கு வேலை செய்து வந்தவர்களின் ஊதிய உயர்வு விகிதம், மிக அதிக ஊதியம் வழங்கப்பட்ட அறிவியல் துறை ஊழியர்களுக்கு வழங்கப்பட்ட ஊதிய உயர்வில் கால் பங்குதான்.

“கூட்டுறவு அமைப்புகள்” பற்றி லெனின் கூறிவந்த கருத்துகளைத் திரும்பத் திரும்பச் சொல்லிவந்தார் கோர்பசெவ். ஆனால் லெனின் கருத்தில் கொண்டிருந்த கூட்டுறவு அமைப்புகளுக்கும் கோர்பசெவ் காலத்தில் தோன்றிய கூட்டுறவு அமைப்புகளுக்கும் மலைக்கும் மடுவுக்குமுள்ள வேற்றுமை இருந்தது. கோர்பசெவ் கூறிவந்த ‘கூட்டுறவு அமைப்புகள்’ என்பன உண்மையில் சட்டரீதியாக்கப்பட்ட தனியார் நிறுவனங்களும் (பிரெஸ்னெவ் காலத்திலிருந்தே நிலவிவந்த) முன்னாள் கள்ளச்சந்தை நிறுவனங்களும்தான். இவை 1989ஆம் ஆண்டில் 50 இலட்சம் கூலித் தொழிலாளர்களை வேலைக்கு அமர்த்தியிருந்தன. இவற்றின் காரணமாக பணவீக்கத்தின் விகிதம் அதிகரித்து வந்தது.

கோர்பசெவ் கால ‘கூட்டுறவு’ அமைப்புகளின் உடைமையாளர்களின் வருமானமும் அந்த அமைப்புகளில் வேலை செய்துவந்த தொழிலாளர்களின் ஊதியமும் சேர்ந்து, 1989இல் நுகர்வோர் வருமானத்தில் ஏற்பட்ட அதிகரிப்பில் மூன்றிலொரு பாகமாக இருந்தது. இத்தனைக்கும் அவற்றின்

உற்பத்தி, நாட்டின் உற்பத்தியில் மிக அற்ப விகிதத்திலேயே இருந்தது. அவை அரசாங்க வரவுசெலவுத் திட்டத்திற்கு செலுத்திய வரிகள் 0.25% மட்டுமே. நுகர்வோர் வருமானத்தில் ஏற்பட்ட இந்த மாற்றம் மக்களின் உணவு மற்றும் இதர இன்றியமையாப் பொருள்களைப் பொருத்தவரை அரசாங்கத்தின் விலை நிர்ணயக் கொள்கைக்குக் குழிபறித்தன. கள்ளச் சந்தையும் இப்போது சட்டரீதியாக அங்கீகரிக்கப்பட்ட முதலாளிய தொழில் வர்த்தக நிறுவனங்களும் 'கூட்டுறவு' அமைப்புகளும் தங்களிடமிருந்த பொருள்களை தனியார் சந்தைககளுக்கு ஒப்படைத்தன. அந்தச் சந்தைகளில் தொழிலாளர்களால் வாங்க முடியாத அளவுக்கு விலைகள் உயர்ந்திருந்தன.

அதேவேளை, சோவியத் சமுதாய அமைப்பில் வர்க்க வேறுபாடுகள் அதிகரித்து வந்தன. அது, புதிதாக உருவாகிவந்த முதலாளி வர்க்கத்துக்கும் தொழிலாளர்களுக்குமுள்ள வேறுபாடு மட்டுமல்ல; ஒருபுறம் சலுகைபெற்ற வெள்ளைக்காலர் ஊழியர்கள், அதிகாரிகள் ஆகியோருக்கும் மறுபுறம் உடலுழைப்புத் தொழிலாளர்கள், ஓய்வூதியதாரர்கள், குறைந்த ஊதியம் பெற்று வந்த அலுவலக ஊழியர்கள் (எழுத்தர்கள் போன்றோர்) ஆகியோருக்குமிடையே வேறுபாடும் பிளவும் அதிகரித்தன. சமுதாயத்தில் ஏற்பட்ட இந்த ஏற்றத்தாழ்வுதான் பெரெஸ்த்ரொய்காவின் இரண்டாம் கட்டத்தின் குணாம்சம்.

கோர்பசெவ் கூறிவந்த 'புதிய சிந்தனை' என்பது தொடக்கத்தில் குருஷ்சேவ் காலத்திய அம்சங்கள் சிலவற்றைக் கொண்டிருந்தது. எடுத்துகாட்டாக பல்வேறுவகை சமுதாய அமைப்புகளின் சமாதான சகவாழ்வின் அவசியம், போர்களின் அறிவற்றதன்மை, உலக மக்களின் தேவைகளைப் பூர்த்தி செய்யும் பொருட்டு பல்வேறு நாடுகளிடையே விரைவாக ஏற்பட வேண்டிய ஒத்துழைப்புகள் ஆகியவற்றுடன் சோவியத் யூனியனின் அடிப்படைக் கோட்பாடுகளை உயர்த்துப் பிடிக்க வேண்டும் என்ற கருத்தையும் கொண்டிருந்தன.

எனினும் அமெரிக்க ஏகாதிபத்தியம் கோர்பசெவின் புதிய சிந்தனையை ஒருபோதும் ஏற்றுக் கொள்ளவில்லை. சோசலிச நாடுகளை சீர்குலைக்கவும், உலகம் முழுவது தன் இராணுவத் தளங்களை அதிகரிக்கவும் முதலாளியச் சுரண்டலை உலகமயக்கவும் ஒருபோதும் தயங்கவில்லை. ஆனால்,

போகப் போக சோவியத் வெளியுறவு அமைச்சர் எட்வர்ட் ஷெவர்நாட்ஸெ (*Eduard Shevardnadze*), கோர்பசெவ் ஆதரித்து வந்த ஸ்டானிஸ்லாவ் மென்ஷிகோவ் (*Stanilslav Menshikov*) போன்ற அறிவாளிகள் புதிய சிந்தனைக்குப் புதிய அர்த்தங்கள் கொடுக்கத் தொடங்கினர். முதலாளியத்தின் சமூக உள்ளடக்கத்தையும் ஏகாதிபத்திய நாடுகளின் வெளியுறவுக் கொள்கைகளையும் நியாயப்படுத்துமளவுக்கு அவர்களின் விளக்கங்கள் இருந்தன.

மூலதனத்துக்கும் உழைப்புக்குமான வர்க்கப் போராட்டம் அலட்சியப்படுத்தப்பட்டது. முதலாளிய சக்திகள் தங்கள் கருத்துகளைச் சொல்ல அரசங்க ஊடகங்கள் திறந்துவிடப்பட்டதுடன், சோவியத் அறிவாளிகளுக்கு "நவீனப் பொருளியலை" கற்றுத் தருவதற்காக அவர்களுக்கு அழைப்பு விடுவிக்கப்பட்டது.

பெரெஸ்த்ரொய்காவின் இரண்டாவது கட்டத்தில் கட்சி, அரசாங்கம் ஆகியவற்றின் உயர் மட்டங்களில் சோசலிசத்தின் அடிப்படைக் கோட்பாடுகளுக்கும் மார்க்ஸியம்-லெனினியத்துக்கும் எதிரான பிரசாரம் முடுக்கிவிடப்பட்டது. அதன் தொடக்கமாகவே 1989இல் சோவியத் யூனியனில் நுழைக்கப்பட்ட முதலாளிய உறவுகளும் புதிதாக உருவாக்கப்பட்ட முதலாளிய வர்க்கமும் இருந்தன. ஆனால் ஒவ்வொரு கட்டத்திலும், அவை உண்மையில் சோசலிச நடவடிக்கைகளே என்று கோர்பசெவ் அரசாங்கம் உத்தரவாதமளித்து வந்தது. முதலாளியம் என்று சொல்வதற்குப் பதிலாக 'சந்தைப் பொருளாதாரம்' என்ற சொல்லாடல் பயன்படுத்தப்பட்டுவந்தது. முதலாளியத்தை தீவிரமாக ஆதரித்தவர்கள், கம்யூனிச விரோத அரசியல்வாதிகள் ஆகியோரும்கூட 'முதலாளிய' என்ற சொல்லைப் பயன்படுத்துவதைத் தவிர்த்துக் கொண்டு, தொழிலாளர்களின் உரிமைகளும் நலன்களும் பாதுகாக்கப்படும் என்ற சொற்ஜால வாக்குறுதிகளை வழங்கி வந்தனர்.

1988-90இல் சோவியத் கம்யூனிஸ்ட் கட்சியின் முக்கிய கோட்பாட்டு ஏடுகளிலொன்றான 'பொருளியல் பிரச்சினைகள்' (*Problems of Economics*) என்பதற்கு ஆசிரியராக நியமிக்கப்பட்ட கிரிகொரி போப்போவ் (*Gregory Popov*), மார்க்ஸின் உபரி மதிப்புக் கோட்ப்பாட்டின் மீது தாக்குதல் தொடுத்ததுடன், முதலாளிகள் தங்கள் மூளை உழைப்பைக் கொண்டே தங்கள் இலாபங்களை ஈட்டுகின்றனர் என்ற எழுதி வந்தார். சில மாதங்களுக்குப் பிறகு

அந்த ஏட்டின் ஆசிரியர் பதவிலிருந்து விலகிய அவர் மாஸ்கோ நகரின் மேயராகி, முதலாளியக் கொள்ளைக்காரர்களுக்கு அந்த நகரத்தின் கதவுகளை அகலத் திறந்துவிட முயற்சி செய்தார். மேற்சொன்ன ஏட்டில் வெளிவந்த பிற கட்டுரைகள் ஏகாதிபத்தியம் பற்றிய லெனினின் கோட்பாட்டின் மீது தாக்குதல் தொடுத்து, முதன்மையான முதலாளிய நாடுகள் தற்போது வளர்முக நாடுகளைக் கொள்ளையடிப்பதில்லை என்று கூறின.[11]

அரசு, அரசாங்கம் தொடர்பான முக்கிய மாற்றங்கள் எதனையும் பொது வாக்கெடுப்பின் மூலம் மக்களே தீர்மானிக்க வேண்டும் என்ற அரசமைப்புச் சட்ட விதிக்கு மாறாக, சோவியத் நாடாளுமன்றங்களில் முதலாளிய நிறுவனங்களை ஊக்குவிக்கும் சட்டங்கள் இயற்றப்பட்டன. கோர்பசெவ் காலத்தில் நடத்தப்பட்ட ஒரே ஒரு பொது வாக்கெடுப்பு 1990ஆம் ஆண்டு இறுதியில், சோவியத் யூனியனின் ஒற்றுமையைப் பாதுக்காக்க வேண்டுமா வேண்டாமா என்பதற்கானதுதான். நிலத்தை தனியார் உடைமையாக்குவதற்கான பொது வாக்கெடுப்பு நடத்தப்படும் என்று கோர்பசெவ் அரசாங்கம் கூறியது.[12] ஆனால் அது மக்களால் நிராகரிக்கப்படும் என்பதால் அந்த வாக்கெடுப்பை நடத்தவில்லை.

சோவியத் யூனியனில் சோசலிசத்திற்குத் தரப்பட்டிருந்த அரசமைப்புச்சட்டப் பாதுகாப்பு விதிகள் மீது கைவைக்காமலேயே, வரம்புக்குட்பட்ட முதலாளிய செயலபாடுகளை இந்த கோர்பசெவ் கால சட்டங்கள் அனுமதித்த போதிலும், பெரு நகரங்களிலும் சோவியத் குடியரசுகளிலும் இருந்த அதிகாரிவர்க்கமும் தலைவர்களும் வரம்பற்ற முதலாளியத்தை ஊக்குவித்து வந்தனர். அதேவேளை ஊக வாணிபத்தைத் தடை செய்ய வேண்டும் என்ற சட்டமும் தொழில், வணிக நிறுவனங்களை கட்டுப்படுத்தும் தொழிலாளர் கமிட்டிகளை உருவாக்க வேண்டும் என்ற சட்டமும் ஆணைகளும் அறவே புறக்கணிக்கப்பட்டன.

சோவியத் யூனியனில் வளர்ந்து வந்த முதாளிய சக்திகளின் முக்கியக் குறிக்கோள் என்ன என்பதை முதலாளிய ஆதரவு

11 Ibid. எனினும் சோவியத் யூனியனில் வேறு எப்போதேனும் ஏதோவொரு பிரச்சனைக்காக பொது வாக்கெடுப்பு நடந்ததாகத் தெரியவில்லை.

12 Soviet Referendum, Wikipedia, *https://en. wikipedia. org/wiki/1991_Soviet_Union_referendum* (Accessed on 21. 11. 2021)

சோவியத் பொருளியலாளர் யாகோப் கெரெமெட்ஸ்கி (Jacob Keremetsky) தெளிவுபடக் கூறினார்: 'மறுகட்டுமானம்' என்ற பொருள்படும் 'பெரெஸ்த்ரொய்காவின் முதன்மைக் குறிக்கோள், சோசலிச அமைப்பின் அடிப்படை அம்சங்களை, அதாவது உற்பத்தி சாதனங்களை அரசுடைமையாக வைத்திருப்பதையும் திட்டமிட்ட பொருளாதாரத்தையும் ஒழித்துக்கட்டுவதுதான்.

1990ஆம் ஆண்டு நடுப்பகுதியில் கோர்பசெவ் கூறினார்: "தற்காலத்தில் சந்தை என்பதற்குக் கொடுக்கப்படும் விளக்கம், ஒரே ஒருவகையான உடமையானது நாட்டில் முற்றுரிமை கொண்டிருப்பதை நிராகரிக்க வேண்டும் என்பதும், பலவேறு உடைமை வடிவங்கள் இருக்க வேண்டும் என்பதும், அவை ஒவ்வொன்றுக்கும் சரிசமமான பொருளாதார, அரசியல் உரிமைகள் இருக்க வேண்டும் என்பதும்தான்."

ஆனால், பல்வகையான உடைமை வடிவங்கள் இருக்க வேண்டும் என்று சொல்லப்பட்டாலும், தனியுடைமைக்கும் பொதுத்துறை நிறுவனங்களைத் தனியார்மயமாக்குவதற்குமே முன்னுரிமை தரப்பட்டது. இதற்கான விளக்கம் 1990 பிப்ரவரியில் நடந்த சோவியத் கம்யூனிஸ்ட் கட்சி மத்தியக் குழுவின் மேடையில் தரப்பட்டது: "இன்னொரு முக்கியமான கடமை அரசு சொத்தை தனியார் உடைமையிலுள்ள 'நவீன வடிவங்களொன்றுக்கு' மாற்றுவதுதான்."[13]

நாட்டில் ஏற்பட்டு வரும் துரிதமான மாற்றங்களைக் கண்ட கட்சித் தலைமை 1988 ஜூன் மாதம் கட்சியின் 19ஆம் மாநாட்டை நடத்தியது (19th All Union Conference of the Communist Party). 1941ஆம் ஆண்டில் ஸ்டாலின் ஆட்சிக்காலத்தில் 18ஆவது மாநாடு நடந்தது. 19ஆம் மாநாட்டில்தான் 1917 ஆம் ஆண்டு முழக்கமான 'அனைத்து அதிகாரங்களும் சோவியத்துகளுக்கே' என்ற முழக்கத்தைப் புதுப்பித்து, நாட்டை 'ஜனநாயகப்படுத்துதல்' என்ற பெயரில் தனது சீர்திருத்த முயற்சிகளுக்குக் கட்சிக்குள் ஆதரவைத் திரட்டிக்கொண்ட கோர்பசெவ், அரசை மறுகட்டமைப்பு செய்வதற்கான பல சீர்திருத்தங்களை முன்மொழிந்தார். ஏற்றுக்கொள்ளப்பட்ட சீர்திருத்தங்களில் முக்கியமானது, 'சோவியத் மக்கள் பிரதிநிதிகளின் பேராயம்' (Congress of People's Deputies of the Soviet Union) என்ற பெயரில் அமைக்கப்பட்ட

13 Ibid.

நாடாளுமன்றமாகும். அதில் மூன்றில் இரு பங்கு உறுப்பினர்கள் மக்களால் நேரடியாகத் தேர்ந்தெடுக்கப்படுவர். மீதமுள்ள மூன்றிலொரு பங்கு உறுப்பினர்கள் அதிகாரபூர்வமான சமூக அமைப்புகளான கோம்ஸோமோல், தொழிற்சங்கங்கள், அறிவியல் நிறுவனங்கள் ஆகியவற்றிலிருந்து தேர்ந்தெடுக்கப்படுவர். நாட்டின் மிக உயர்ந்த சட்டமன்றமாக இருக்கும் அது, ஆண்டுக்கு இரு முறை கூடும். அதன் உறுப்பினர்கள் சுப்ரீம் சோவியத் என்ற அமைப்புக்கான உறுப்பினர்களைத் தேர்ந்தெடுப்பர். அந்த உறுப்பினர்களால் தேர்ந்தெடுக்கப்படுபவர் சோவியத் யூனியனின் தலைவராக (குடியரசுத் தலைவராக) இருப்பார்.[14]

14 Hans Asenbaum, Op. Cited. அந்த மாநாடு 1989 ஜூலை 1ஆம் தேதி வரை நடைபெற்றது. மாநாட்டின் கடைசி நாளில்தான் கட்சியையும் அரசையும் வேறுபடுத்தும் பொருட்டு சோவியத் அரசமைப்புச் சட்டத்துக்கு கோர்பசெவ் கொண்டு வந்த திருத்தங்களின்படி உருவாக்கப்பட்டதுதான் ‘சோவியத் மக்கள் பிரதிநிதிகளின் பேராயம்’. கட்சியும் அரசும் ஒன்றிலிருந்து மற்றொன்று பிரிக்கமுடியாத வகையில் இருந்த ஆட்சி முறையின் கீழ் இருந்துவந்த அமைப்பு சோவியத் யூனியனின் சுப்ரீம் சோவியத். ஐந்தாண்டுகளுக்கொரு முறை அந்த நாடாளுமன்றத்துக்கு நடைபெற்றுவந்த தேர்தலில், தேர்ந்தெடுக்கப்பட வேண்டிய உறுப்பினர்களின் பெயர்களைக் கொண்ட பட்டியல் கட்சித் தலைமையால் தயாரிக்கப்படும். இந்தப் பட்டியலிலுள்ளவர்கள் எவரேனுமொருவரைத்தான் சோவியத் மக்கள் தேர்ந்தெடுத்து வந்தனர். அந்த நாடாளுமன்றம் ஆண்டுக்கு இருமுறைகூடி, கட்சித் தலைமையால் வரையப்பட்ட சட்ட முன்மொழிவுகளுக்கு ஒப்புதல் தருவதுடன் இரண்டு அரசாங்க உறுப்புகளைத் தேர்ந்தெடுக்கும்: ஒன்று பிரதமரைக் கொண்ட அமைச்சரவை. 1988 வரை பிரதமருக்கு மூன்று முதன்மைத் துணை பிரதமர்களும் ஆறு துணைப் பிரதமர்களும் இருந்தனர். பிரதமரும் துணைப் பிரதமர்களும் சேர்ந்ததுதான் சுப்ரீம் சோவியத்தின் நிர்வாகக் குழு (presidium). அந்த நிர்வாகக்குழுவிற்கு ஒரு தலைவரும் பல துணைத் தலைவர்களும் இருப்பர். அத்தலைவர் பொதுவாக குடியரசுத் தலைவர் என்று அழைக்கப்பட்டார். அந்த நிர்வாகக்குழுதான் நாட்டின் தலைமைப் பொறுப்பேற்றிருந்தது.

கட்சியையும் அரசையும் பிரிப்பதற்காக மேற்சொன்ன மாநாட்டில், அரசமைப்புச் சட்டத்திற்கு கோர்பசெவால் கொண்டுவரப்பட்டு பெரும்பான்மையான பிரதிநிதிகளால் ஒப்புதலளிக்கப்பட்ட திருத்தங்களிலொன்றின்படி உருவாக்கப்பட்டதுதான் புதிய நாடாளுமன்றம் (Congress of People's Deputies of the Soviet Union). இதற்கு ஐந்தாண்டுகளுக்கொரு முறை நடைபெறும் தேர்தலில் 2250 உறுப்பினர்கள் தேர்ந்தெடுக்கப்படுவர். 1936–1989ஆம் காலகட்டத்தில் சோவியத் ஒன்றியத்துக்கு (Union of Soviet) (அன்றைய நாடாளுமன்றக் கீழவை) உறுப்பினர்களை தேர்ந்தெடுத்த முறையை ஒத்த 750 உறுப்பினர்கள்; அதேகாலகட்டத்தில் தேசிய இனங்களின் சோவியத்துக்கு (Soviet of Nationalities) உறுப்பினர்களைத் தேர்ந்தெடுத்த முறைய ஒத்த 750 உறுப்பினர்கள்; கம்யூனிஸ்ட் கட்சி, இளம் கம்யூனிஸ்டுகளின் கழகமான கோம்ஸோமால் (Komsomol), தொழிற்சங்கங்கள் போன்ற ‘மக்கள் அமைப்புகளால்’ தேர்ந்தெடுக்கப்படும் 750 உறுப்பினர்கள். இந்த 2250 உறுப்பினர்களால் சுப்ரீம் சோவியத் என்ற இரண்டு அடுக்கு சட்ட மன்றம் ஒருக்கும். ஒன்று அமைச்சரவை. இதற்குப் பிரதமரும் துணைப் பிரதமர்களும் இருப்பர். அவர்கள் அமைச்சகங்களைக் மேற்பார்வையிடுவர். இன்னொன்று அமைச்சரவையின் (அரசாங்கத்தின்) நிர்வாகக் குழு போல செயல்படும். சுப்ரீம் சோவியத்துக்குத் தேர்ந்தெடுக்கப்படும் தலைவரே அதிக அதிகாரமுள்ள குடியரசுத் தலைவராக இருப்பார். இந்த விவரங்களுக்கு: Congress of Peoples Deputies of the Soviet Union,

1989 மார்ச் மாதம் அந்த நாடாளுமன்றத்துக்கு நடந்த முதல் தேர்தலில் பல வேட்பாளர்கள் போட்டியிட்டனர். சோவியத் யூனியன் கம்யூனிஸ்ட் கட்சியைத் தவிர மற்ற கட்சிகள் அனைத்தும் தேர்தலில் பங்கேற்கத் தடை விதிக்கப்பட்டிருந்ததால், சுயேச்சை வேட்பாளர்கள் போட்டியிட அனுமதிக்கப்பட்டனர். சோவியத் யூனியனிலிருந்த மையப்படுத்தப்பட்ட அதிகாரத்துக்கும் சோவியத் கம்யூனிஸ்ட் கட்சிக்கும் எதிராக இருந்தவர்களுக்கு, அத்தேர்தலில் வெற்றிபெற இரு வழிகள் இருந்தன. ஒன்று அதிகாரபூர்வமான கம்யூனிஸ்ட் கட்சி வேட்பாளர்களைத் தோற்கடிப்பது; இரண்டு, கோம்ஸோமோல் போன்ற அமைப்புகளால் தேர்ந்தெடுக்கப்படுவது. அவர்களுக்கு இரண்டாவது வழி சாத்தியமானதாக இருக்கவில்லை. இறுதியில் அந்த நாடாளுமன்றத்துக்குத் தேர்ந்தெடுக்கப்பட்டவர்களில் 87 விழுக்காட்டினர் சோவியத் கம்யூனிஸ்ட் கட்சி உறுப்பினர்கள்; 13 விழுக்காட்டினர் கட்சி சாராத, ஆனால் 'முறை சாரா' இயகத்தினரால் ஆதரிக்கப்பட்டவர்கள். மேலும், சோவியத் கம்யூனிஸ்ட் கட்சி உறுப்பினர்கள் பலர் சீர்திருத்தத் திட்டங்களுடன் அதிகாரபூர்வமான கட்சித் தலைமைக்கு எதிராகப் போட்டியிட்டவர்கள். ஆக, நாடாளுமன்றத்தில் மூன்றிலொரு பகுதியினர் அதிகாரபூர்வமான கட்சித் தலைமைக்கு எதிரானவர்களாக இருந்தனர். அந்த நாடாளுமன்றத் தேர்தலில் போரிஸ் யெல்ட்சின், மாஸ்கோவிலிருந்து 92% வாக்குகளைப் பெற்று தேர்த்தெடுக்கப்பட்டார்.

1989 ஜூன் மாதம், கட்சித் தலைமை நாட்டில் பெரும் நிர்பந்தங்களைச் சந்திக்க நேரிட்டது. மேற்கு சைபீரியாவில் உள்ள நகரத்தில் ஆயிரக்கணக்கான சுரங்கத் தொழிலாளர்கள், மோசமான வேலை நிலைமைகளைக்கு எதிர்ப்புத் தெரிவித்து வேலைநிறுத்தப் போராட்டத்தில் இறங்கினர். 12000 தொழிலாளர்கள் ஊர்வலமாகச் சென்று, நகரச் சதுக்கத்திற்கு எதிரே இருந்த கம்யூனிஸ்ட் கட்சி அலுவலகத்துக்கு முன் திரண்டு, வேலை நிறுத்தத்தை நடத்திச் செல்வதற்கான குழுவொன்றைத் தேர்ந்தெடுத்து 41 கோரிக்கைகளை முன்வைத்தனர். மது அருந்துவதை அவர்கள் தடை செய்ததால்,

Wikipedia, *https://en. wikipedia. org/wiki/Congress_of_People%27s_Deputies_of_the_Soviet_Union* (Accessed on 17. 10. 2021); Government in the Soviet Union: Gorbachev's Proposal for Change, New York Times. 2 October 1988, Retrieved 21 December 2020, *https://www. nytimes. com/1988/10/02/world/government-in-the-soviet-union-gorbachev-s-proposal-for-change. html* (Accessed on 17. 11. 2021)

குற்றங்கள் வெகுவாகக் குறைந்தன. அந்த நகரத்திலிருந்த சாதாரண மக்களும்கூட உள்ளூர் கட்சிக் கிளையிடம் தங்கள் குறைகளை முன்வைப்பதைத் தவிர்த்து, இந்த வேலை நிறுத்தக் குழுவையே அணுகினர். வேலை நிறுத்தம் பல இடங்களுக்குப் பரவி, ஏறத்தாழ பத்து இலட்சம் தொழிலாளர்கள் போராட்டத்தில் பங்கேற்றனர். அந்தந்த இடத்திலிருந்த வேலை நிறுத்தக் குழுக்கள், மற்ற இடங்களிலிருந்த குழுக்களுடன் இணைந்து போராட்டத்தை நடத்தின. 'முறை சாரா அமைப்புகளை'ச் சேர்ந்தவர்கள் வெறும் விவாதங்களில் ஈடுபட்டுக் கொண்டிருக்க, தொழிலாளர்களோ நடைமுறையில் தங்கள் எதிர்ப்பைக் காட்டினர். இந்தப் போராட்டத்தினால் திகைப்படைந்த சோவியத் கம்யூனிஸ்ட் கட்சித் தலைமை தொழிலாளர்களின் கோரிக்கைகள் அனைத்தையும் ஏற்றுக் கொண்டது. ஆயினும் அந்தக் கோரிக்கைகள் நிறைவேற்றப்படுகின்றனவா என்பதைக் கண்காணிக்க வேலை நிறுத்தக் குழுக்கள் தொடர்ந்து இயங்கிவந்தன.[15]

இதற்கிடையே, கோர்பசேவின் சீர்திருத்த நடவடிக்கைகளைக் கைவிடச் செய்யும் வகையில் கிழக்கு ஐரோப்பிய மக்கள் அந்த நாடுகளிலிருந்த கம்யூனிஸ்ட் கட்சி ஆட்சிக்கு எதிரான பகிரங்கமான போராட்டங்களை நடத்தி, அந்த ஆட்சிகள் கவிழும்படி செய்து கொண்டிருந்தன. ஹங்கேரி, 1989 மே மாதம் ஆஸ்திரியாவுக்குத் தன் கதவுகளைத் திறந்துவிட்டது. போலந்தில் நடந்த தேர்தலில் கம்யூனிஸ்ட் கட்சி அகற்றப்பட்டு 'சாலிடார்ட்டி' என்ற கட்சி ஆட்சிக்கு வந்தது. அதே ஆண்டு நவம்பர் மாதம் கிழக்கு ஜெர்மனியிலும் மேற்கு ஜெர்மனியிலும் நடந்த போராட்டங்களின் விளைவாக பெர்லின் சுவர் தகர்க்கப்பட்டு, கிழக்கு ஐரோப்பா முழுவதிலும் அரசு சோசலிசத்தின் முடிவை அறிவித்தது. 1989ஆம் ஆண்டு வரை கோர்பசெவின் சீர்திருத்தக் குழுவுக்கான பெரும் சவால் கட்சியிலிருந்த 'அதிகாரிவர்க்க இடதுசாரிகளிடமிருந்து' வந்து கொண்டிருந்தது. ஆனால் அரசியல் சீர்திருத்தம் மென்மேலும் தாராளமயமாக்கப்பட்டு வந்ததை மிக நன்றாகப் பயன்படுத்திக் கொண்டவர் சோவியத் கம்யூனிஸ்ட் கட்சியின் போலிட் பீரோ உறுப்பினராக இருந்து பின்னர் அதை நிராகரித்த போரிஸ் யெல்ட்சின் (Boris Yeltsin). சோவியத் கம்யூனிஸ்ட் கட்சியின் மாஸ்கோ கிளையிலிருந்து 1987இல் வெளியேற்றப்பட்ட யெல்ட்சினை ரஷிய மக்கள்

15 Hans Asenbaum, Op. Cited.

அதிகாரிவர்க்கத்துக்கு எதிரான போராட்ட நாயகனாகக் கருதினர். சொற்ஜாலத்தில் கைதேர்ந்தவரான அவர், ஜனரஞ்சகவாதமும் தேசியவாதமும் கலந்த பேச்சுகளைப் பேசிவந்தார். அச்சமயம், நாட்டின் உடைமைகளைத் தனியார்மயமாக்குதல், வேலையில்லாத் திண்டாட்டம், சமூக நலத் திட்டங்களுக்கான நிதியைக் குறைத்தல் ஆகியவற்றைப் பற்றி ஒரு வார்த்தைகூடப் பேசாமல், மக்களின் வாழ்க்கைத் தரத்தை உயர்த்துவது பற்றியும் அரசியல் உரிமைகள் பற்றியும் பொத்தாம் பொதுவாகப் பேசிவந்தார். அவரது செல்வாக்குப் பெருகியதற்கு முக்கியக் காரணம், சோவியத் கம்யூனிஸ்ட் கட்சிக்கு அவர் காட்டிவந்த கடும் எதிர்ப்புதான். அக்கட்சியிலிருந்து 1990இல் ஒரேயடியாக விலகிய அவருடைய வேலைத் திட்டம் என்பது பூர்ஷ்வா தாராளவாத சமுதாயத்தின் நன்மைகளைத் தங்கள் கற்பனையில் மட்டுமே அனுபவித்து வந்த மக்கள் பிரிவினரின் எதிர்பார்ப்புகளை ஒத்ததாகவே இருந்தது.[16]

கோர்பசெவின் சீர்திருத்தங்கள் சோவியத் யூனியனின் அரசியலில் முதலாளிய ஜனநாயகத்தின் அம்சங்களைக் கொண்டு வந்திருந்தன. போதுமான நிதி வசதியுள்ளவர்கள், தனிப்பட்ட மூலாதாரங்கள், ஆதரவாளர்கள் உள்ளவர்கள் மட்டுமே தேர்தலில் வெற்றி பெற முடியும் என்ற நிலையில் பெரும் நிதி வசதியையும், பலதரப்பட்ட குழுக்களுடனான தொடர்புகளையும், வசீகரமான பேச்சாற்றலையும் கொண்டிருந்த யெல்ட்சினுக்கு தேர்தல் பிரசாரப் பணிகளை செய்வதற்கான அமைப்பு இருக்கவில்லை. அந்தக் குறையைப் போக்க 'ஜனநாயக ரஷியா' அமைப்பைச் சேர்ந்தவர்கள் முன்வந்தனர். தேர்தல் பிரசாரங்களின்போது பல்வேறு வாக்காளர்களால் சொல்லப்பட்ட வாக்குறுதிகளின் தன்மையை மாற்றக்கூடிய வலிமை அவர்களுக்கு இருக்கவில்லை; சோவியத் கம்யூனிஸ்ட் கட்சிக்கு எதிராகப் போட்டியிட்டவர்களுக்கு ஆதரவாக துண்டறிக்கைகளை வினியோகிப்பது, பொதுக்கூட்டங்களுக்கு ஏற்பாடு செய்வது போன்றவற்றை மட்டுமே அவர்களால் செய்ய முடிந்தது. 'ஜனநாயக ரஷியா' என்பது, பல்வேறு வகையான கருத்துகளைக் கொண்டிருந்தவர்களின் நெகிழ்வான கூட்டணி. அதன் ஒரே குறிக்கோள், சோவியத் கம்யூனிஸ்ட் கட்சியின் அதிகாரத்தை அகற்றி, ஒரு மாற்றத்தைக் கொண்டு

16 Ibid.

வர வேண்டும் என்பதுதான். அந்த மாற்றம் மக்களுக்கு எப்படிப் பயன்படப்போகிறது என்பதைப் பற்றிய தெளிவான புரிதல் அவர்களிடம் இருக்கவில்லை. இந்த நெகிழ்வான கூட்டணிக்குத் தெரியாமலேயே, அதற்குள்ளேயே யெல்ட்சினைச் சுற்றியிருந்த வலுவான மையமொன்று இரகசியமாக உருவாக்கப்பட்டிருந்தது. ஜனநாயகத்தைப் பற்றிப் பேசி வந்த அந்தக் குழுதான் 'ஜனநாயக ரஷியா'விற்குள் மேல்-கீழ் வரிசையை உருவாக்கியிருந்தது! அந்த மையம்தான் பின்னர் சோவியத் யூனியனில் ஏற்பட்ட பாரதூரமான மாற்றங்களைத் தீர்மானிப்பதாக இருந்தது. 1990இல் சோவியத் குடியரசுகளுக்கு நடந்த தேர்தலும், அரசியல் வானத்தில் யெல்ட்சின் மிக உயரம் சென்றதும் சோவியத் சமுதாயத்தில் அதுவரை நடந்துவந்த ஒட்டுமொத்த விவாதங்களில் பெரும் மாற்றத்தை ஏற்படுத்தின. தாராளவாத முதலாளியக் கருத்துகள் செல்வாக்குப் பெறத் தொடங்கின. அதுவரை சோவியத் யூனியனின் அதிகார அமைப்புக்கு எதிராக வேர்க்கால் மட்டங்களில் உருவாகியிருந்த ஆற்றல்களில் பெரும்பகுதியை மேட்டுக் குடியினர் கைப்பற்றியிருந்தனர்.

1990ஆம் ஆண்டு மார்ச்சில் நடந்த தேர்தலில் ரஷியக் குடியரசு சோவியத்திற்கு மிகப் பெரும்பான்மையான வாக்குகளுடன் தேர்ந்தெடுக்கப்பட்ட யெல்ட்சின், சோவியத் உறுப்பினர்களால் ரஷியக் கூட்டாட்சி சோசலிச சோவியத் குடியரசின் தலைவராகவும் தேர்ந்தெடுக்கப்பட்டார். அந்தக் குடியரசுதான் பரப்பளவிலும் மக்கள் தொகையிலும் மற்ற எல்லா சோவியத் குடியரசுகளைக் காட்டிலும் வலுவானது. எனவே சோவியத் யூனியன் என்ற அமைப்புக்குள்ளே இருந்து கொண்டும் அதை கலைக்காமலும் யெல்ட்சினால் கோர்பசெவின் தலைமைக்கு சவாலிட முடிந்தது. அந்தத் தேர்தல்கள் நடந்து கொண்டிருக்கையில் பால்டிக் குடியரசுகளிலொன்றான லிதுவேனியா சோவியத் யூனியனிலிருந்து பிரிந்துவிட்டதாக அறிவித்தது. அதனையடுத்து, 1990 ஜூன் 12இல், ரஷிய சோவியத் கூட்டாட்சி சோசலிசக் குடியரசை (Russian Soviet Federative Socialist Republic) சோவியத் ஒன்றியத்திலிருந்து சுயாதீனமும் இறையாண்மையும் கொண்டதாக அறிவிப்பதிலும் அதுவரை இருந்துவந்த சோவியத் சட்டங்களை –குறிப்பாக நிதி, பொருளாதாரம் தொடர்பான சட்டங்களை - ரஷிய குடியரசுக்குள் வரம்புக்குட்படுத்தியதிலும் முதன்மைப் பாத்திரம் வகித்தார். [ரஷியக் குடியரசுமே பல்வேறு தேசிய இனங்களைக் கொண்டதாக

இருந்ததால்தான் அது ரஷிய சோவியத் கூட்டாட்சி சோசலிசக் குடியரசு (Russian Soivet Federative Socialist Republic) என்றழைக்கப்பட்டு வந்தது.] சோவியத் யூனியனின் சட்டங்களுடன் முரண்படுகிற சட்டங்களை அந்தக் குடியரசின் உயர் அதிகார அமைப்பான சுப்ரீம் சோவியத் அங்கீகரித்தது. யெல்ட்சினின் நடவடிக்கைதான் சோவியத் யூனியன் சிதறுண்டு போவதற்கான வலுவான அடித்தளத்தை உருவாக்கியது.

அரசியல்ரீதியான இந்த சவால்கள் போதாதென்று கோர்பசெவ், சோவியத் யூனியனில் ஆழமடைந்து வந்த பொருளாதார நெருக்கடிகளுக்கு முகம் கொடுக்க வேண்டியிருந்தது. சோவியத் யூனியனின் மொத்த தேசிய உற்பத்தி பெரும் சரிவைக் கண்டிருந்தது. இன்றியமையாப் பொருள்களில் கடும் பற்றாக் குறை ஏற்பட்டிருந்தது. பண வீக்கத்தில் 300 விழுக்காடு அதிகரித்திருந்தது. தொழிற்சாலைகளில் வேலை செய்வோருக்கு ஊதியம் கொடுப்பதற்கான பணம்கூட இல்லாமல் போயிற்று. ஆஃப்கானிஸ்தானில் சோவியத் யூனியன் நடத்திய போரின் காரணமாக ஏற்பட்ட மிகப் பெரும் இராணுவ, பொருளாதார இழப்புகளால் சோவியத் யூனியன் வலுக்குன்றி இருந்ததால், 1991இல் இராக்கின் மீது அமெரிக்கா நடத்திய முதல் ஆக்கிரமிப்புப் போரை எதிர்த்து அதனால் ஒன்றும் செய்ய முடியவில்லை. சோவியத் யூனியனில் நீண்டகாலத்திற்குப் பிறகு ரேஷன் கார்டுகள் வழங்க வேண்டிய நிலை உருவாகியது. முக்கியமான நுகர்வுப் பொருள்கள் கடைகளிலிருந்து ‘காணாமல் போயின’. இந்த நெருக்கடிகளைத் தீர்ப்பதற்கான வழி எதனையும் சோவியத் அமைப்புக்குள் காண முடியாமலிருந்த போன கோர்பசெவ், மேற்கு நாடுகளில் உள்ள சோசலிச ஜனநாயக முன்மாதிரிகளைப் பின்பற்றும் திட்டத்தைக் கொண்டு வந்தார். அதாவது அடிப்படையில் முதலாளியத்தன்மை கொண்ட பொருளாதாரத்தையும் மக்களின் அடிப்படைத் தேவைகளைப் பூர்த்திசெய்யும் சேம நல அரசும் இணைந்த ஓர் அமைப்பைக் கட்டத் தீர்மானித்தார். சோவியத் யூனியனில் தனக்குள்ள நிலையை வலுப்படுத்திக் கொள்ள அவரே தன்னை சோவியத் யூனியனின் அதிகாரபூர்வமான தலைவராக்கிக் கொண்டார். அதேவேளை, எல்லா சோவியத் குடியரசுகளும் இணைந்த சோவியத் யூனியனுக்கு இருந்த தலைமைப் பொறுப்பை உத்தரவாதம் செய்யும் அரசமைப்புச் சட்டப் பிரிவு 6ஐ இரத்து

செய்து, பல கட்சிகள் போட்டியிடுகின்ற அரசியல் முறைக்கு முறைப்படியான ஒப்புதல் தரப்பட்டது. 1990மே மாதம் நடந்த சோவியத் கம்யூனிஸ்ட் கட்சியின் 28ஆவது பேராயத்தில், சந்தைப் பொருளாதாரத்தின் அனுகூலங்கள் உலகெங்கும் நிரூபிக்கப்பட்டுவிட்டன என்றும், சந்தை உறவுகளின் கீழ் மிக உயர்ந்த அளவுக்கு சமூகப் பாதுகாப்பு உத்தரவாதம் செய்யப்படும் என்றும், அதுதான் சோசலிச சமுதாயத்தின் குணாம்சமாக இருக்கும் என்றும், வரன்முறைக்குட்படுத்தப்பட்ட சந்தைப் பொருளாதாரம் சமுதாயத்தின் செல்வத்தைப் பெருக்கி, நாட்டிலுள்ள ஒவ்வொருவரின் வாழ்க்கைத் தரத்தை உயர்த்தும் என்றும் கூறினார்.

சோசலிச சொல்லாடல்களுடன் முதாளித்துவக் கருத்துகளை நாட்டு மக்களிடம் பரப்பத் தொடங்கிய கோர்பசெவ், தொழிலாளர்களிடமே சம்பந்தப்பட்ட தொழிற்சாலைகள் ஒப்படைக்கப்படும் என்றும், அரசு 'வாடி உதிர்வதற்காக' பொருளாதாரத்தின் மீது அரசுக் கட்டுப்பாடு குறைக்கப்படும் என்றும் கூறி முதலாளிய மீட்சிக்கு அடித்தளமிட்டார். 1990 அக்டோபரில் நிறைவேற்றப்பட்ட தீர்மானங்களின்படி விலைகளின் மீதான அரசுக் கட்டுப்பாட்டைத் தளர்த்துவதற்கும், பெரும்பாலான தொழிற்சாலைகளைத் தனியார் மயமாக்குவதற்கும், வரன்முறைக்குட்படாத நிதித் துறையை உருவாக்குவதற்கும் சட்டங்கள் இயற்றப்பட்டன. 1991இல் அரசு திட்டக் குழுவான கோஸ்ப்ளான் (*Gosplan*) கலைக்கப்பட்டது. சோவியத் யூனியனை சேர்த்து கொள்ளும்படி சர்வதேச நிதியத்தையும் உலக வங்கியையும் அணுகினார் கோர்பசெவ்.

1986ஆம் ஆண்டு முதலே, மேற்கு ஐரோப்பிய நாடுகளிலிருந்த சோசலிச ஜனநாயக[17] பாணியிலான அமைப்பை சோவியத்

17 சோசலிச ஜனநாயகம் (Social Democracy) : மேற்கு ஐரோப்பிய நாடுகளில் மார்க்ஸியக் கருத்துகளின் தாக்காத்தின் கீழ் உருவான பாட்டாளிவர்க்க இயக்கங்களும் கட்சிகளும் முறையே 'சோசலிச ஜனநாயகம்', 'சோசலிச ஜனநாயகக் கட்சி' என்றழைக்கப்பட்டன. பூர்ஷ்வா ஜனநாயகம் என்பது, மக்களுக்கு வாக்குரிமை போன்ற அரசியல்ரீதியான சமத்துவத்தை மட்டுமே உத்தரவாதம் செய்தது. எனவே பொருளாதாரத்திலும் சமத்துவத்தைக் கோரியவர்கள் பூர்ஷ்வா ஜனநாயகவாதிகளிடமிருந்து தங்களை வேறுபடுத்திக் காட்டத் தங்களை 'சோசலிச ஜனநாயகவாதிகள்' என்றழைத்துக் கொண்டனர். லெனின் தலைமையில் இருந்த கட்சியும்கூட 1918ஆம் ஆண்டு வரை 'ரஷிய சோசலிச ஜனநாயகத் தொழிலாளர் கட்சி–போல்ஷ்விக்' (Russian Socialist Democratic Workers Party–Bolshevik) என்றே அழைக்கப்பட்டு வந்தது. இரண்டாம் அகிலம் என்று சொல்லப்படும் இரண்டாவது சர்வதேசத் தொழிலாளர்

யூனியனில் தோற்றுவிக்க வேண்டும் என்ற கருத்துக்கு ஆதரவான சக்திகள் கட்சிக்குள்ளேயும், கட்சிக்கு வெளியே இருந்த பொருளியலாளர்கள், கல்விபுலம் சார்ந்தவர்களிடையேயும் இருந்து வந்தன. சோசலிச ஜனநாயகத்தை ஆதரித்த அறிவாளிகளும் பொருளியலாளர்களும் அரசுடைமையும் தனியார் உடைமையும் சேர்ந்த கலப்பு பொருளாதாரம், ஒருபுறம் அரசின் கட்டுப்பாடுகளைத் தளர்த்தியும் மறுபுறம் முதலாளிகளிடம் செல்வம் குவிவதைத் தடுத்து நிறுத்தியும் குடிமைச் சமுதாயத்தில் மக்களுக்கு அரசியல், குடிமை உரிமைகளையும் வாழ்க்கைத் தரத்தை உயர்த்தும் வழிவகைகளையும் உருவாக்கும் என்று வாதிட்டனர். மக்களின் பொருளாதார நலன்களையும் அரசியல் உரிமைகளையும் பாதுகாப்பதற்காக சோசலிச ஜனநாயகத்தைப் பரிந்துரைத்தவர்களிடம் திட்டவட்டமான ஆலோசனைகள் இருந்தன. இதிலுள்ள முரண்நகை என்னவென்றால், மேற்கு நாடுகளில் சோசலிச ஜனநாயகம் என்பது சமுதாயத்திலிருந்து, மக்களிடமிருந்து தோன்றிய இயக்கமும் கட்சியுமாகும். ஆனால், கோர்பசெவ் கால சோவியத் யூனியனில் பேசப்பட்டு வந்த சோசலிச ஜனநாயகமோ ஆட்சியாளர்களின், அவர்களது ஆதரவாளர்களின் மூளையிலிருந்து தோன்றியதாகும்.[18]

*1990*ஆம் ஆண்டு இறுதியில் கோர்ப்செவும் அவரைவிட தீவிரமான முதலாளிய மீட்பாளர்களும் அரசு உடைமையிலுள்ள நிறுவனங்களை தனியார் உடைமையிலுள்ள கூட்டுப் பங்கு நிறுவனங்களுக்கு மாற்றுவதற்கும் தனியார் நிறுவனங்களின் பங்குகளை வாங்கவும் விற்பதற்குமான பங்குச் சந்தைகளை உருவாக்குவதற்கும் முதன்மை கொடுத்து வந்தனர். அதேவேளை, இது மனிதனை மனிதன் சுரண்டும் முதலாளியச் சுரண்டல் முறைக்குத் திரும்பிச் செல்வதல்ல என்றும் மக்களிடம் சொல்லிவந்தனர். உற்பத்தி சாதனங்கள், அவற்றின் விளைவுகள் ஆகியவற்றின் உண்மையான எஜமானர்களாக உழைக்கும் மக்கள்

சங்கத்திலிருந்த முக்கியமான மார்க்ஸியக் கட்சிகளிலொன்றான ஜெர்மன் சோசலிச ஜனநாயகக் கட்சி, இரண்டாம் உலகப் போரின்போது போருக்கு ஆதரவான நிலைப்பாட்டை மேற்கொண்டதால், ‘சோசலிச ஜனநாயகம்’ என்பது புரட்சிகர மார்க்ஸியவாதிகளால் இழிவுக்குறிப்புச் சொல்லாகப் பயன்படுத்தப்பட்டது. நாளடைவில் ஜெர்மன் சோசலிச ஜனநாயகக் கட்சி உள்ளிட்ட பல சோசலிச ஜனநாயகக் கட்சிகள், பாட்டாளி வர்க்கத்தின் தலைமையில் சோசலிசப் புரட்சியை நடத்தும் குறிக்கோளை முற்றிலுமாகக் கைவிட்டு, முதலாளிய அமைப்புக்குள்ளேயே சீர்திருத்தங்களின் மூலம் தொழிலாளர்களுக்கு சலுகைகளைப் பெற்றுத் தருதல் என்ற நிலைக்குத் தாழ்ந்துவிட்டன.

18 Hans Asanbaum, Op. Cited.

மாறியுள்ளதால், 'கூட்டுறவு அமைப்புகளின்' கூட்டுடைமையும் கூட்டுப் பங்கு நிறுவனங்களும் சமுதாயத்தின் ஜனநாயகத் தூண்களை வலுப்படுத்துமென்று கோர்பசெவ் கூறினார். இதன் பொருட்டு அமெரிக்காவிலுள்ள ஆயிரக்கணக்கான தொழிலாளர்களும் அவர்களது சங்கங்களும் கூட்டுப்பங்கு நிறுவனங்களின் உண்மையான உடைமையாளர்களாக இருக்கிறார்கள் என்ற பிரசாரம் செய்யப்பட்டது.

பொருளுற்பத்தி, சேவைகள் ஆகியவற்றுக்கான கூட்டுறவு அமைப்புகளை உருவாக்குவதன் மூலம் சோவியத் யூனியனில் முதலாளிய ஊடுருவல் 1988இல் தொடங்கியது. நுகர்வோருக்கான பண்டங்கள், சேவைகள் ஆகியவற்றின் தரத்தை உயர்த்துவதற்காகவே இந்த 'கூட்டுறவு அமைப்புகள்' உருவாக்கப்படுவதாக அரசாங்கம் கூறியது. அதன் பொருட்டு இயற்றப்பட்ட சட்டங்கள், இந்த நிறுவனங்கள், அவற்றின் உறுப்பினர்களின் உழைப்பை மட்டுமே சார்ந்து இயங்கக்கூடியவையாக இருக்க வேண்டும் என்று கூறின. ஆனால் பல பெரு நகரங்கள், சோவியத் யூனியனைச் சேர்ந்த குடியரசுகள், அதிகாரிவர்க்கத்தினர் ஆகியோர் இந்த சட்டத்தைப் புறக்கணித்ததால், 1988ஆம் ஆண்டு இறுதியிலேயே கூலிக்கு அமர்த்தப்பட்ட பத்து இலட்சம் தொழிலாளர்களைக் கொண்ட 'கூட்டுறவு நிறுவனங்கள்' உருவாகியிருந்தன. நாட்டின் மொத்த உற்பத்தியில் அவற்றின் பங்கு 2.5% மட்டுமே. ஆனால் அவற்றின் அரசியல், பொருளியல் செல்வாக்கு மக்களுக்கு ஊறு விளைவிப்பனவாக இருந்தது (இந்தக் கூட்டுறவு அமைப்புகளை, சோவியத் யூனியனில் பொருள்களை விநியோகிப்பதற்காக உருவாக்கப்பட்டதும் நீண்டகாலமாக சோவியத் சமுதாயத்தில் முக்கியப் பாத்திரம் வகித்தவையுமான நுகர்வோர் கூட்டுறவு அமைப்புகளுடன் சேர்த்துக் குழப்பிக் கொள்ளகூடாது.)

எடுத்துக்காட்டாக, மாஸ்கோவில் நிறுவப்பட்ட 'க்ரோபோரின்ஸ்கயா 26' (Kropotinskaya 26) என்ற 'கூட்டுறவு உணவக'த்தில் விற்பனை செய்யப்பட்ட பண்டங்களின் விலைகள் 99.9% விழுக்காடு சோவியத் மக்களால் எட்ட முடியாத அளவில் இருந்தன. அதனுடையை உரிமையாளர் ஆந்த்ரே பியதரோவ் (Andrei Fyodorov) கூறினார்: "எங்கள் கூட்டுறவு நிறுவனங்கள் என்று கூறப்படுபவற்றில் 80% தனியார் வணிக நிறுவனங்கள்தான். விரல் விட்டு எண்ணக்கூடிய சில சாமர்த்தியசாலிகள் அவற்றை

உருவாக்கி 20 முதல் 1000 தொழிலாளர்கள் வரை கூலிக்கு அமர்த்திக் கொண்டுள்ளனர். இவர்கள் அந்தத் தொழிலாளர்களுக்கு நல்ல ஊதியம் கொடுக்கிறார்கள். ஆனால் இலாபத்தை எவ்வகையில் பங்கிட்டுத் தருவது என்பதை அந்த தொழிலாளர்களிடம் சொல்லாத அவர்கள்தான் உடைமையாளர்கள். நானும் உடைமையாளன்தான்."

மொத்த கூட்டுறவு அமைப்புகளில் 20 விழுக்காடாக இருந்த உண்மையான கூட்டுறவு அமைப்புகள் சோவியத் குடிமக்களுக்குத் தேவையான சேவைகளை வழங்கிவந்தன. ஆனால் அரசாங்கத்தால் நடத்தப்பட்டு வந்த இந்த கூட்டுறவு நிறுவனங்களில் மக்களுக்குத் தேவையான நுகர்பொருள்களில் கடும் பற்றாக்குறை ஏற்பட்டதற்கும், அவை அங்கிருந்து "திடீரென்று காணாமல் போனதற்கும்" காரணம் சரக்கு வழங்கல் புதிய முதலாளிய கூட்டுறவு நிறுவனங்களுக்குத் திருப்பிவிடப்பட்டதுதான். அங்கு சாதாரணக் குடிமக்களுக்கு எட்டாத அளவில் விலைகள் இருந்தன; அந்நியச் செலாவணி மூலமே பொருள்களை வாங்கக்கூடிய கடைகளும் இருந்தன.

இந்த புதிய முதலாளிய கூட்டுறவு அமைப்புகளும் அவர்களது நிர்வாகத்திற்கு இலாப - நஷ்ட அடிப்படையில் குத்தகை மூலம் தரப்பட்டிருந்த அரசாங்க நிறுவனங்களும் வரன்முறை இல்லாமல் செயல்பட்டு நாட்டின் பொருளாதாரத்திற்கு ஊறு விளைவித்தன. நாட்டின் பல்வேறு துறைகளிலும் இடங்களிலும் நடந்து வந்த பொருளுற்பத்தியை ஒருங்கிணைப்பதில் மத்தியப்படுத்தப்பட்ட திட்டக் குழுவும் தொழில்துறை அமைச்சகங்களும் சோவியத் அமைப்புக்கு இன்றியமையாதவையாக இருந்தன. அவற்றில் இருந்த அதிகாரிவர்க்கத் திரிபுகளையும் குறைபாடுகளையும் தீர்ப்பதற்கும் அதிகாரப் பரவலை ஏற்படுத்துவதற்கும் சோசலிசத் தீர்வுகளை முன்வைப்பதற்குப் பதிலாக கோர்பசெவ் அரசாங்கம் அவற்றை 'மேலிருந்து ஆணையிடும்- நிர்வாக அமைப்புகள்' என்று விமர்சித்தது. இந்த விமர்சனம் திட்டமிடுதலையும் பொருளுற்பத்தியையும் ஜனநாயகப்படுத்தும் நோக்கத்தைக் கொண்டிருக்கவில்லை. மாறாக, 'பெரெஸ்த்ரொய்கா'வின் முதல் கட்டத்தில் உற்பத்தி நிலையங்களில் மேலாளர்களைத் தேர்ந்தெடுக்க தொழிலாளர்களுக்குக் கொடுக்கப்பட்ட அதிகாரம் 1989ஆம் ஆண்டில் இரத்து செய்யப்பட்டது. மேலும், திட்டமிடும்

அமைப்புகளும் முறைகளும் சிறிது சிறிதாகத் தகர்ப்பட்டுவந்தன. பொருளாதார நிர்வாகத் துறையுடன் சம்பந்தப்பட்டிருந்த இரண்டு இலட்சம் ஊழியர்களின் எண்ணிக்கை 1989இல் 58,000மாகக் குறைக்கப்பட்டது.[19]

சோவியத் யூனியனைச் சேர்ந்த சில குடியரசுகளில் இருந்த அரசாங்கங்களின் மீது கட்டுப்பாடு செலுத்தி வந்த பிரிவினைவாதிகள் பொருளாதார சீர்குலைவுக்குத் துணை போயினர். ஒரு குடியரசின் நாட்டெல்லையிலிருந்து இன்னொரு குடியரசின் நாட்டெல்லைக்கு பொருள்களை எடுத்துச் சென்று வினியோகிப்பதற்குக் குந்தகம் விளைவித்தனர். பிரிவினைவாத நடவடிக்கைகளை ஊக்குவிப்பதில் அமெரிக்க முதலாளி வர்க்கத்தின் ஊதுகுழலான 'பார்ச்சூன்' (Fortune) ஏட்டால் "அன்னை ரஷியாவின் சுதந்திரப் போராட்ட வீரர்" என்று போற்றப்பட்ட போரிஸ் யெல்ட்சின் முக்கியப் பாத்திரம் வகித்தார். அவர் 1990 ஜூன் மாதம் அமெரிக்காவுக்குச் சென்ற போது ஒரு அரசுத் தலைவருக்குத் தரப்பட வேண்டிய மரியாதையுடன் அவரை வரவேற்றார் ஜார்ஜ் புஷ்.

நாம் மேலே குறிப்பிட்ட ரஷிய முதலாளியப் பொருளியலாளர் கெரெமெட்ஸ்கி, "பெரெஸ்த்ரொய்கா அழிவுப் பணி என்ற ஆக்கபூர்மான பாத்திரத்தைப் பூர்த்தி செய்துவிட்டது. சோசலிச அமைப்பு தகர்ந்துவிட்டதால் மறுகட்டமைப்புச் செய்ய வேண்டியது ஏதும் அங்கு இல்லை. பழைய அமைப்பின் இடிபாடுகளுக்கு மேல் தடையற்ற உற்பத்தியாளர்களின் புதிய பொருளாதார, சமூக, அரசியல் அமைப்பை சமுதாயம் நிர்மாணிக்க வேண்டும்."[20]

1989முதல், முதலாளிய மீட்புக்கான எதிர்ப்புரட்சியில் இரு வெவ்வேறு போக்குகள், திட்டங்கள் இருந்தன. ஒன்று "முற்போக்குவாதி" (Radical) என்று முதலாளிய ஊடகங்களால் வர்ணிக்கப்பட்ட யெல்ட்சினின் தலைமையிலிருந்த குழு; அது தொழில்துறையில் 70 விழுக்கா ட்டையும், கட்டுமானம், வணிகம் ஆகியவற்றில் 90 விழுக்காட்டையும் 500 நாள்களில் தனியாரிடம் ஒப்படைக்க வேண்டும் என்று வாதிட்டது. கட்டுப்படுத்த முடியாத பணவீக்கத்தையோ, தொழிலாளர்கள், ஊழியர்களின்

19 The Economic and Poltical Crisis in the USSR, Op. Cited

20 Ibid.

உண்மை ஊதியத்தில் ஏற்படும் வீழ்ச்சியையோ, திறமையற்றவை என்று அக்குழுவால் சொல்லப்பட்ட தொழிற்சாலைகளை மூடுவதால் இலட்சக்கணக்கான தொழிலாளர்கள் வேலை இழப்பதைப் பற்றியோ அது கவலைப்படவில்லை. அதன் குறிக்கோளோ, மிக உயர்ந்த அளவு இலாபம் ஈட்டுவதற்காக தொழிலாளி வர்க்கத்தை பலகீனப்படுத்துவதுதான்.

இரண்டாவது போக்கு, படிப்படியாக முதலாளியத்தைக் கொண்டு வருவதன் மூலம் சமுதாயத்தின் ஸ்திரத்தன்மையைப் பாதுகாக்க வேண்டும் என்று கூறியது. இப்போக்கின் முக்கியமான பிரதிநிதியாக இருந்தவர் முன்னாள் சோவியத் பிரதமர் ரைஸ்கோவ் (*Ryzhkov*). படிப்படியாக முதலாளியத்துக்கு மாற ஆறு ஆண்டுகள் பிடிக்கும் என்றும், அதில் முதல் மூன்றாண்டுகள் மாறுதல் காலகட்டமாக இருக்கும் என்றும் அவர் கூறினார். அந்த முதல் கட்டத்தில் சோசலிசமல்லாத உடைமை வடிவங்களும் உறவுகளும் படிப்படியாக அதிகரிக்கப்படும் என்றும், அதற்கடுத்த மூன்றாண்டுகளில் முழுமையான முதலாளியத்தைக் கொண்டு வர வேண்டும் என்றும், சந்தைப் பொருளாதரத்தை வரன்முறைப்படுத்துவதற்கான அடிப்படைகளை உருவாக்காமல் இப்போதே ஒரேயடியாக முதலாளியத்திற்குள் சென்றால் சந்தைப் பொருளாதாரத்தின் தாறுமாறான போக்கைக் கட்டுப்படுத்த முடியாது என்றும் வாதிட்டார்.

ஆனால், முதலாளிய மீட்புக்கான இரு வெவ்வேறு தந்திர உத்திகளை (*tactics*) வகுத்த இரு குழுக்களும் தங்களுக்குப் பொதுவான மூலோபாயத்தில் ஒன்றிணையும் கூட்டறிக்கையொன்றை வெளியிட்டன. 'முற்போக்குவாதிகளின்' சார்பில் யாவ்லின்ஸ்கியும், கோர்பசெவ் மற்றும் இதர 'நிதானவாதிகள்' சார்பில் ப்ரைமகோவும் இதில் கையெழுத்திட்டதுடன், தங்களுக்கான உதவி கோரும் திட்டமொன்றை முக்கியமான முதலாளிய அரசாங்கத் தலைவர்களுக்கு 1990 மே மாதம் அனுப்பினர்.

எப்படியிருந்தாலும் முதலாளிய மீட்பு மிகத் துரிதமாக நடைபெறத் தொடங்கியது. எடுத்துக்காட்டாக, மாஸ்கோவிலுள்ள மோவென் வெண்டிலேட்டர் தொழிற்சாலையின் (*Moven Ventilator Factory*) மேலாளராக இருந்த அலெக்ஸாண்டெர் மிரோனோவ் (*Alexander Mironov*) அதைக் கூட்டுப் பங்கு நிறுவனமாக மாற்றி, அதிலிருந்த

ஊழியர்களான பங்குகளை தனக்கும் தன் நண்பர்களுக்கு வழங்கினார். “சோவியத் முதலாளியத்தின் முன்னோடிகள்” என்று சொல்லப்பட்டவர்களில் 5000 பேர், ‘தலைமை நிர்வாக அதிகாரிகளின் சங்கம்’ என்ற அமைப்பை உருவாக்கினர்.

ஓராண்டுக்கு முன்பு வரை ‘கூட்டுறவு அமைப்புகள்’ என்ற பெயரின் கீழ் மறைந்திருந்த முதலாளிய சக்திகள் இப்போது வெளிப்படையாகவும் சுறுசுறுப்பாகவும் இயங்கத் தொடங்கின. 1991 ஜூலை மாதம் சோவியத் யூனியன் அரசாங்கம் ஐந்து இலட்சம் ரூபிள்களைத் தொடக்க முதலீடாகக் கொண்ட கூட்டுப் பங்கு நிறுவனங்களுக்கு அனுமதி வழங்கியது. இவற்றுக்குக் கடன் வழங்குவதற்காக, மூன்றாண்டுகளுக்கும் முன் வரை வர்த்தக வங்கிகள் என்பதைப் பற்றிக் கேள்விப்பட்டிராத நாட்டில் 2000 வர்த்தக வங்கிகள் தொடங்கப்பட்டன. ஊக வாணிபம் தழைத்தோங்கத் தொடங்கியது. எடுத்துக்காட்டாக, கல்லூரிப் படிப்பைக் கைவிட்டு வந்த 24 வயது ஜெர்மன் எல். ஸ்டெர்லிகோவ் (German L. Sterligov) என்பவர், சரக்குகளில் -குறிப்பாக அப்போது தட்டுப்பாடாக இருந்த கட்டட நிர்மாணப் பொருள்களில்- ஊக வாணிபம் செய்து பல மில்லியன் ரூபிள்களை ஒரு சில வாரங்களில் சம்பாதித்ததுடன், ‘இளம் கோடீசுவரர்களின் ரஷிய சங்கம்’ ஏன்பதைத் தொடங்கினார். எனினும் அன்று நிச்சயமற்ற நிலை இருந்ததாகக் கருதிய, “இன்று நான் கோடீசுவரன், நாளை நான் குற்றவாளி என்று கருதப்படலாம்” என்று கூறிய அவர், தான் குற்றவாளி என்று கருதப்படும் சாத்தியப்பாட்டிலிருந்து தப்பிக்க மார்ச் 1990இல் ரஷிய குடியரசுக்கு நடக்கவிருக்கும் தேர்தலில் தனக்கு பாதுகாப்பு வழங்கக்கூடிய வேட்பாளரைத் தேடிக் கொண்டிருப்பதாகவும் நாட்டில் ஆயிரக்கணக்கான கோடீசுவரர்கள் இருப்பதாகவும் அவர்களில் சிலர் தன்னைப் போல சட்டரீதியாக சம்பாதித்தவர்கள், சிலர் சட்டவிரோதமாக சம்பாதித்தவர்கள், வேறு சிலரோ இருவகையிலும் சம்பாதித்தவர்கள் என்றும் கூறினார்.

1990இல் சோவியத் யூனியனின் மிக உயர்ந்த அதிகார அமைப்பான சுப்ரீம் சோவியத், ஊக வாணிபத்தில் ஈடுபடுபவர்களுக்கான அபராதத் தொகையை அதிகரிக்கும் சட்டத்தை இயற்றியிருந்தது. ஆனால், அதை மீறுவதில் பெருமைப்பட்டுக் கொண்ட புதிய கோடீசுவரர்களும் முதலாளிய சக்திகளும்தான் அந்த ஆண்டு

ரஷியக் குடியரசுக்கு நடந்த தேர்தலில் மிக அதிக செலவு செய்தும் மிக அதிக விளம்பரங்கள் செய்தும் யெல்ட்சினைத் தேர்ந்தெடுத்தனர்.

'பெரெஸ்த்ரொய்காவின்' அழிவு வேலைகள் நடந்த இரண்டாவது கட்டத்தில் பொருளாதார நெருக்கடிகள் முற்றி வந்ததால், கோர்பசெவ் அரசாங்கம் பொருளாதரத்தில் அறிவியல்-தொழில்நுட்ப மேம்பாட்டுக்கு முன்னுரிமை கொடுக்கப் போவதாகக் கூறிய வாக்குறுதியைக் கைவிட்டது; மூலதன முதலீடுகளுக்கான நிதி பெருமளவில் குறைக்கப்பட்டது. குறைக்கப்பட்டிருந்த திட்டங்களும்கூட பெருமளவிற்கு நடைமுறைப்படுத்தப்படவில்லை. வரவு செலவுத் திட்டத்திலிருந்து, நான்கு பில்லியன் ரூபிள் செலவில் இராணுவம் சாராத ஆராய்ச்சி மற்றும் வளர்ச்சியை மேற்கொள்வதற்கான திட்டம் வரவு செலவு திட்டத்திலிருந்து நீக்கப்பட்டது. அப்படி நீக்கப்பட்டதானது நீண்டகால நோக்கில் சோவியத் யூனியனுக்குப் பெரும் பாதிப்புகளை ஏற்படுத்தக்கூடியதாக இருந்திருக்கும்.

பொருள்களின் வழங்கல் கள்ளச் சந்தைகளுக்கும் தனியார் நிறுவனங்களுக்கும் திருப்பிவிடப்பட்டதாலும், முதலாளிய சக்திகளால் திட்டமிடப்பட்டு மேற்கொள்ளப்பட்ட சீர்குலைவு நடவடிக்கைகளாலும் பொருளுற்பத்தியில் ஏற்பட்ட சரிவையும் சரிக்கட்டுவதற்காக நுகர்வுப் பொருள்களின் உற்பத்தியை துரிதப்படுத்துவதற்கு அழுத்தம் தரப்பட்டது. ஆனால் 1990, 1991ஆம் ஆண்டுகளில் அவற்றின் உற்பத்தி தொடர்ந்து வீழ்ச்சியடைந்து வந்தது. பொருளகளை வினியோகிப்பதில் இருந்த கடுந் தவறுகளின் காரணமாக தொழிலாளர்களுக்குக் கிடைக்க வேண்டிய பொருள்களின் அளவு மிக விரைவாகக் குறைந்து வந்தது. இதனை ஈடுகட்ட சோவியத் அரசாங்கம் இறக்குமதியை அதிகரித்தது. ஆனால் இறக்குமதி செய்யப்பட்ட நுகர்வுப் பொருள்கள் விரிவடைந்துவந்த முதலாளியத் தனியார் நிறுவனங்களுக்கே போய்ச் சேர்ந்தன. மேலும், இந்த இறக்குமதிக் கொள்கையின் காரணமாக சோவியத் யூனியனின் வெளிநாட்டுக் கடன் பெருமளவில் அதிகரித்தது. நீண்டகாலமாகவே சோவியத் யூனியன் வெளிநாட்டுக் கடன்களின் அளவை மிகக் குறைந்த அளவிலேயே வைத்திருந்த நிலை மாறியது. கடன்களைத்

திருப்பித் தருவதில் மிக உயர்ந்த இடத்தை வகித்து வந்த சோவியத் யூனியன் தாழ்ந்த நிலைக்குச் சென்றது.[21]

இந்தச் சூழ்நிலையில்தான் யாவ்லின்ஸ்கி, ப்ரைமகோவ் ஆகியோர் இணைந்து சோவியத் யூனியனுக்கு ‘உதவி’ வழங்குமாறு ஏழு முக்கிய முதலாளிய நாடுகளை நாடினர். அமெரிக்கா தரும் உதவிக்குக் கைமாறாக, விலைகள் தாராளமயமாக்கப்படும், தனியார்மயமாக்கல் விரிவுபடுத்தப்படும், சோவியத் யூனியனின் பொருளாதாரம் உலக முதலாளியப் பொருளாதரத்துடன் ஒன்றிணைக்கப்படும், சோவியத் யூனியனில் வெளிநாட்டு முதலீடுகள் செய்வதற்கான நிலைமைகள் உருவாக்கப்படும், மக்களுக்குக் குறைந்தபட்ச சமூகப் பாதுகாப்பு உதவிகள் மட்டுமே செய்யப்படும், இந்த ஆலோசனைகளை நடைமுறைப்படுத்துவதிலும் கண்காணிப்பதிலும் அந்த ஏழு நாடுகளின் பங்கேற்பு வரவேற்கப்படும் என்று அவர்கள் கூறினார். அந்த ஏழு முதலாளிய நாடுகளிடமிருந்து அவர்கள் கோரிய உதவிக்கான முன்மாதிரியாக, இரண்டாம் உலகப்போருக்குப் பின் மேற்கு ஜெர்மனிக்கும் ஜப்பானுக்கும் அமெரிக்கா வழங்கிய உதவியைக் குறிப்பிட்டிருந்தனர். இதில் வெட்கக்கேடு என்னவென்றால் ஜெர்மனியிலும் ஜப்பானிலும் பாசிஸ்டுகளுடன் ஒத்துழைத்த குற்றத்தைச் செய்த முதலாளிகளைப் பாதுகாப்பதற்குத்தான் அந்த உதவியை அமெரிக்கா செய்ததேயன்றி, அந்த நாடுகளின் உழைக்கும் மக்களுக்காக அல்ல. மேற்சொன்ன இருவர் சுட்டிக்காட்டிய முன்மாதிரி, பாசிசத்தால் கொல்லப்பட்ட 20 மில்லியன் சோவியத் போர்வீரர்கள், பொதுமக்கள் ஆகியோரின் நினைவுக்கு இழைக்கப்பட்ட அவமானம்.

மேற்சொன்ன இரு சோவியத் பிரதிநிதிகள் அமெரிக்காவின் உதவியை நாடியது ஜார்ஜ் புஷ்ஷுக்குத் திருப்தி தந்தாலும், அமெரிக்க செய்யக்கூடிய எந்த உதவியும் சோவியத் யூனியனில் சோசலிசத்தை முற்றாக ஒழித்துக்கட்டுவதைச் சார்ந்துள்ளது என்றும் அதைச் செய்வதாக வாக்குறுதிகள் தந்தால் மட்டும் போதாது என்றும் அவர் அமெரிக்க ஏகாதிபத்தியத்தின் நிலையைத் தெளிவுபடுத்தினார். மேலும், சோவியத் தொழிலாளர்களைப் பொறுத்தவரை சிக்கனச் சீரமைப்பு நடவடிக்கைகளை மேற்கொள்ள வேண்டும், சோவியத் இராணுவ பாதுகாப்பு

21 Ibid.

வலிமையைக் குறைக்க வேண்டும், அமெரிக்காவின் நிதி உதவி தனியார் நிறுவனங்களுக்குத்தான் தரப்படுமேயன்றி சோவியத் அரசாங்கத்துக்கு அல்ல என்றும் அவர் கூறினார்.

தனியார் துறை முதலீடுகளைப் பொறுத்தவரை அமெரிக்கா ரஷியாவின் எண்ணெய் வளங்கள் மீதே கவனம் குவித்தது. அதேவேளை சோவியத் இராணுவத் தொழிற்சாலைகளை வேறு பொருள்களை உற்பத்தி செய்யும் தொழிற்சாலைகளாக மாற்றுவதற்கே அமெரிக்கா தொழில்நுட்ப உதவிகளைசெய்யும் என்றும் அமெரிக்க அதிகாரிகள் கூறினர். அமெரிக்காவுக்கு நிகரான அணு ஆயுத வல்லமையை சோவியத் யூனியன் பெற்றிருந்ததால்தான், அணு ஆயுதப் போரை ஏகாதிபத்தியத்தால் நடத்த முடியாமல் போயிருந்தது.[22]

சோவியத் யூனியனில் முதலாளிய மீட்புக்கான எதிர்ப்பு

சோவியத் யூனியனில் நடத்தப்பட்ட சில கருத்துக் கணிப்புகள் கீழ்க்கண்டவற்றைக் கூறின: பெரும்பான்மையான மக்கள் முதலாளிய ஆதரவுக் கொள்கையை எதிர்த்தனர்; கூட்டுறவு அமைப்புகளுக்கு ஆதரவாக இருந்தவர்களின் எண்ணிக்கையைவிட அவற்றை எதிர்த்தவர்களின் எண்ணிக்கை இரு மடங்காக இருந்தது; முதலாளிகளுக்கு வேலை செய்வதையும் கடுமையான விலை உயர்வையும் பெரும்பான்மையான மக்கள் எதிர்த்தனர்; பொருள் வழங்கல் - வேண்டல் (*supply-demand*) ஆகியவற்றுக்கேற்றவாறு விலைகளை நிர்ணயிக்கும் சந்தை நிலைமைகளை நாட்டின் மக்கள் தொகையில் 10விழுக்காட்டினரே ஆதரித்தனர்.

சோவியத் யூனினின் முக்கியத் தொழிற்சங்கமாக விளங்கிய *AUCCTU* சந்தை பொருளாதாரத்தை நேரடியாக எதிர்க்கவில்லை என்றாலும், வேலை செய்வதற்கான உரிமை, தொழிலாளர்களின் வாழ்க்கைத் தரத்தை உயர்த்துதல் ஆகியவற்றுக்கு அரசமைப்புச் சட்டரீதியான உத்திரவாதம் தரப்பட வேண்டும் என்று கூறியது.

கோர்பசெவின் பொருளாதாரக் கொள்கையைக் கண்டித்து தொழிலாளர்களின் பேரணிகள் அவ்வப்போது நடந்தன. சில பேரணிகளில் கோர்பசெவ் பதவி விலக வேண்டும் என்ற கோரிக்கையும் எழுப்பப்பட்டது.

---

22 Ibid.

யெல்ட்சினின் போக்குக்கு எதிராக, வேலை உத்தவாதமும் சமூக நலன்களை விரிவுபடுத்த வேண்டும், கூட்டுறவு அமைப்புகளை உடனடியாக மூட வேண்டும் என்ற கோரிக்கைகளும் எழுந்தன.

அரசுடைமையிலிருந்த தொழிற்சாலைகளைத் தனியார் மயாக்குவதற்கான முதல் பரிசோதனையாக சோவியத் அரசாங்கத்தின் அமைச்சரவை, வோல்கா நதிக் கரையில் இருந்த ‘காமாஸ்’ (Kamaz) என்ற பெரும் கனரக மோட்டர் வாகனத் தொழிற்சாலையைத் தேர்ந்தெடுத்தது. அங்குள்ள தொழிலார்கள் ஒவ்வொருவருக்கும் 1000 ரூபிள் விலைக்கு பங்குகளை வழங்குவதாக அறிவித்தது. ஆனால் அதை எதிர்த்து அந்த தொழிற்சாலையிலிருந்த 1,60,000 தொழிலாளர்களில் பெரும்பான்மையினர், ‘கறுப்பு சந்தை வணிகர்களுக்கு தொழிற்சாலையை விற்காதீர்கள்’ என்ற முழக்கதுடன் எதிர்த்தனர்.

பெரெஸ்த்ரொய்காவின் முதல் கட்டத்தில் கோர்பசெவை ஆதரித்து வந்தவரும் சோவியத் கம்யூனிஸ்ட் கட்சியில் 1985 முதல் 1990 வரை போலிட் பீரோ உறுப்பினருமாக இருந்த யெகோர் லிகாசெவ் (Eger Ligachev), கோர்பசெவ் சோசலிச ஜனநாயகப் பாதையைத் தேர்ந்தெடுத்தற்காக அவரை விமர்சிக்கத் தொடங்கினார். அதன் காரணமாக போலிட் பீரோவில் கட்சியின் கருத்துநிலை செயலாளராக இருந்த அவர் 1988 செப்டம்பர் 30இல் விவசாயத் துறை செயலாளராகப் பதவியிறக்கம் செய்யப்பட்டார். 1990இல் சோவியத் கம்யூனிஸ்ட் கட்சியின் 28ஆவது காங்கிரஸில் பொதுச் செயலாளர் பதவிக்கு ‘லெனினிய’ வேட்பாளராக கோர்பசெவை எதிர்த்துப் போட்டியிட்டுத் தோல்வியடைந்தார். அதன் பிறகு போலிட் பிரோவிலிருந்து விலகி அரசியலிருந்து தற்காலிக ஓய்வுபெற்றார். ஸ்பெயினிலிருந்து வெளிவரும் ‘எல் பய்ஸ்’ என்ற நாளேட்டுக்குக் கொடுத்த நேர்காணலொன்றில் கூறினார்: “பெரெஸ்த்ரொய்கா கொள்கைக்குத் தொடர்ச்சி இல்லாமல் போய்விட்டது. தனியார் உடமை, தனியார் உடைமையிலுள்ள தொழில், வணிக நிறுவனங்கள், விற்கவும் வாங்கப்படுவதுமான ஒன்றாக நிலத்தை மாற்றுதல் என்பன எல்லாமே நமது கொள்கையுடன் முரண்படுகின்றன. நமது சமுதாயத்தில் பெரெஸ்த்ரொய்கா என்பது சோசலிசம் என்ற சொல்லின் மீதும் உற்பத்தி சாதனங்களின் சமூக உடைமை என்ற அடித்தளத்தின் மீதும் கைவைக்காமல்தான் நிறைவேற்றப்பட

வேண்டும். திட்டமிட்ட பொருளாதாரம், வணிக உறவுகள் ஆகியவற்றை இணைத்த வகையில்தான் பொருளாதார சீர்திருத்தம் மேற்கொள்ளப்பட வேண்டும் என்பது உத்தேசிக்கப்பட்டிருந்தது. இன்றோ சந்தை ஊக்குவிக்கப்படு வருகிறது, திட்டமிட்ட பொருளாதரம் என்பது ஒன்று விலக்கப்பட்டுள்ளது அல்லது விளிம்புநிலைக்குத் தள்ளப்பட்டுள்ளது.''[23] சோவியத் யூனியனை உடைப்பதற்கான முயற்சிகளைப் பற்றிக் கூறுகையில், நாட்டின் ஒருமைப்பாடு என்ற கருத்து சோவியத் மக்களிடம் ஆழமாக வேரூன்றியுள்ளது என்றும் ``எல்லாவற்றுக்கும் முதலாக சோவியத் கம்யூனிஸ்ட் கட்சியிடம் மட்டுமே கட்டமைப்புகளின் விரிவான வலைப்பின்னல்கள் இருந்து வருகின்றன, வேறு அரசு நிறுவனம் எதற்கும் சோவியத் கம்யூனிஸ்ட் கட்சியிடம் உள்ளது போன்ற விரிவான கட்டமைப்பு இல்லை. கூட்டாட்சி அடிப்படையில் அரசைக் கட்டுவதற்கு கம்யூனிஸ்ட் கட்சியால் உத்தரவாதம் செய்ய முடியும்'' என்றும் கூறினார்.[24]

சோவியத் யூனியன் கம்யூனிஸ்ட் கட்சியில் கோர்பசெவின் சோசலிச ஜனநாயகப் போக்கு, யெல்ட்ஸினின் தாராளவாத முதலாளியப் போக்கு ஆகியவை தவிர 'அதிகாரிவர்க்க இடதுசாரி' போக்குகளும் இருந்தன. வேதியியில் ஆசிரியராகவும் கட்சி உறுப்பினராகவும் இருந்த நினா ஆண்ட்ரியேவா (Nina Andreeva) என்பவர் எழுதிய 'என் கொள்கைகளை என்னால் கைவிட முடியாது' என்ற கட்டுரை 1988 மார்ச் 13இல் 'சோவெட்ஸ்கயா ரொஸ்ஸியா' என்ற ஏட்டில் வெளிவந்தது. அக்கட்டுரை கட்சியில் போலிட்பீரோ உறுப்பினராக இருந்த யெகோர் லிகாசெவின் ஒப்புதல் பெற்றிருந்தது. அப்போது கோர்பசெவ் வெளிநாட்டுப் பயணத்தில் இருந்தார். திரும்பி வந்ததும் போலிட் பீரோ கூட்டத்தைக் கூட்டி அந்தக் கட்டுரையைக் கண்டனம் செய்யும் தீர்மானத்தை இயற்றச் செய்ததுடன், அக்கட்டுரைக்கு மறுப்பாக கட்சியின் அதிகாரபூர்வமான ஏடான 'ப்ரவதா'வில் ஒரு கட்டுரை பிரசுரிக்கும்படி செய்தார். நீனா ஆண்ட்ரியேவாவின் கட்டுரை கட்சிக்குள்ளும் வெளியேயும் கோர்பசேவின்

23 உற்பத்தி சாதனங்களின் சமூக உடைமை என்பதே சோசலிசம் என்று சோவியத் கம்யூனிஸ்ட் கட்சியிலிருந்த பலரால் சொல்லப்பட்டு வந்தது. 'உற்பத்தி சாதனங்களின் சமூக உடைமை' என்பதற்கும், உற்பத்தி சாதனங்கள் தொழிலாளர்களின் கட்டுப்பாட்டில் இருத்தல் என்பதும் ஒன்றல்ல.

24 ibid

சீர்திருத்தங்களை எதிர்த்தவர்களை – ‘பழைமைவாதிகள்’ என்றும் ‘ஸ்டாலினிஸ்டுகள்’ என்றும் அழைக்கப்பட்ட, பழைய சோவியத் யூனியன் மரபுகளை அப்படியே பாதுகாக்க விரும்பியவர்களை ஒன்றுதிரட்டுவதற்கான முயற்சியின் தொடக்கமாக அமைந்தது. அதில் அவர் ஸ்டாலின் 30 ஆண்டுகள் சோசலிசத்தைக் கட்டினார் என்றும் அவரைப் பற்றிய விமர்சனங்கள் எல்லை மீறி, பொய்களையும் புனைசுருட்டுகளையும் கொண்டதாக உள்ளன என்றும் சோவியத் யூனியனின் கடந்த கால வரலாறு கறைபடுத்தப்படுகிறது என்றும் எழுதியிருந்தார். அந்தக் கட்டுரையில் யூத விரோதக் கருத்துகளும் இருந்தன. அந்தக் கட்டுரைக்கு எதிர்ப்புத் தெரிவித்து ஒருபுறம் சோசலிசக் கருத்துகளையும் மறுபுறம் தாராளவாதக் கருத்துகளையும் கொண்டிருந்த ‘முறை சாரா’ அமைப்பினர் 1988 மே மாதம் பேரணிகள் நடத்தினர்.[25]

1989இல் ஆண்ட்ரியேவா சோவியத் யூனியன் முழுவதையும் தழுவுகின்ற ‘யெடின்ட்ஸ்வோ’ (*Yedinstvo*) என்ற அமைப்பைத் தொடங்கினார். லெனினிசம், கம்யூனிஸ்ட் இலட்சியங்கள் ஆகியவற்றின் ஒற்றுமை என்பதைக் குறிக்கும் இந்த அமைப்பை உருவாக்கிய அவர், 1991 ஜூன் மாதம் கட்சிக்குள் பெரெஸ்த்ரொயாவை எதிர்த்தவர்களும் ஸ்டாலினிய விழுமியங்களை மீட்டெடுக்க விரும்பியவர்களுமான சக்திகளைக் கொண்ட ‘போல்ஷ்விக் மேடை’ என்ற பெயரைக் கொண்ட பிரிவு அக்கட்சிக்குள்ளேயே உருவாவதில் முக்கியப் பாத்திரம் வகித்தார். ஆண்ட்ரியேயாவுடன் இணைந்து செயல்பட்ட டாட்டியானா கபரோவா (*Tatyana Khabarova*) என்பவர் கட்சிக்கு வெளியிலிருந்து அதை மாற்ற முடியாது என்றும், உள்ளிருந்தே அதை போல்ஷ்விசத்தன்மையாக்குவதன் மூலம் கட்சியைப் பீடித்திருந்த கோர்பசெவ் பித்தத்தை அகற்ற முடியும் என்றும் வாதிட்டார். கட்சிக்குள்ளும் வெளியிலும் சோவியத் யூனியனின் சோசலிச மரபுகளைக் காக்க வேண்டும் என்ற நோக்கத்துடன் கோர்பசெவை எதிர்த்தவர்கள் அனைவரையும் ஸ்டாலினிஸ்டுகள் என்று கூற முடியாது. ஏனெனில் இவர்களில் மிக மிகப் பெரும்பாலோர் ஒன்று ஸ்டாலின் காலத்தில் பிறக்காதவர்கள் அல்லது அப்போது குழந்தைப் பருவத்தில் இருந்தவர்கள். மேற்கு நாட்டு முதலாளிய ஜனநாயகத்தின் அனுகூலங்களைத் தங்கள் கற்பனையில்

25 Max Ausenbaum, Op. Cited.

மட்டுமே அனுபவித்த தாராளவாதிகளையும் அவர்களை ஆதரித்த மக்களையும் போலவே, கோர்பசெவை எதிர்த்த கம்யூனிஸ்டுகளில் பெரும்பாலானோரும் ஸ்டாலின் ஆட்சிக் காலத்தை வெறும் கற்பனையில் மட்டுமே அனுபவித்தவர்கள்.

உண்மையில், கபரோவாவிடமும் 'போல்ஷ்விக் மேடை'யைச் சேர்ந்தவர்களிடமும் இருந்த விரிவான திட்டம், ஸ்டாலினிய அமைப்பை மீளக்கொண்டுவருவதாக அல்லாமல் அதை மறுகட்டமைப்பு செய்வதாக இருந்தது. அதன் முக்கிய அம்சங்கள்: சோவியத் அமைப்பு மீது கட்சி கொண்டிருந்த கட்டுப்பாடுகளைத் தளர்த்தி அந்த அமைப்புக்கு ஓரளவு உண்மையான அதிகாரத்தை வழங்குதல்; அரசமைப்புச்சட்டரீதியாக கட்சிக்கும் அரசுக்கும் அதிகாரத்தைப் பகிர்ந்தளித்தல்; தேர்தலில் பல்வேறு வேட்பாளர்களும் பல்வேறு கட்சிகளும் போட்டியிடுவதை அனுமதித்தல்; குறைகளை சம்பந்தப்பட்ட அரசாங்க அமைப்புகளிடம் முறையிடுதற்கான உரிமை போன்ற தனிமனித அரசியல் உரிமைகளை வலுப்படுத்துதல். ஸ்டாலின் காலத்தில் இருந்ததற்கு மாறாக, அதிகாரப் பரவலை ஏற்றுக்கொண்ட 'போல்ஷ்விக் மேடை', பல்வேறு கட்சிகள் போட்டியிடுவதை அனுமதித்த போதிலும் சோவியத் கம்யூனிஸ்ட் கட்சியை அரசு நிறுவனங்களில் ஒன்று என்றே கருதியது. அந்த மேடை கூறியது: "அரசு எவ்வாறு அதிகாரம் தன்னிடமிருந்து பிரிந்து போவதை விரும்பாதோ அவ்வாறே கட்சியும் அதிகாரம் தன்னிடமிருந்து பிரிவதை அனுமதிக்காது. தேர்தல்களில் வெற்றி பெறுவது அல்லது தோல்வியடைவது என்பது பெரும்பான்மை என்ற பிரச்சினை அல்ல. நாம் கம்யூனிசத்தைக் கட்டியெழுப்பிக் கொண்டிருக்கிறோம். நமது கம்யூனிஸ்ட் கருத்துநிலைதான் *(Communist Ideology)* ஆள்கிறது. கட்சியின் பொருண்மையான ஆட்சியை ஒழித்துக்கட்டிவிட்டால், எல்லாமே தகர்ந்து விடும். அப்போது சோசலிசம் என்பது ஏதும் இருக்காது; கம்யூனிசத்தைக் கட்டியெழுப்புதல் என்பது ஏதும் இருக்காது. எதுவுமே இருக்காது."

மறுபுறம், பொருளியல் அறிஞரும், முறைசாரா இயக்கத்திலும் ககார்ல்ட்ஸ்கி, ஷூபின் ஆகியோரின் *FSPC* அமைப்பிலும் பங்கேற்றிருந்தவரும், 1990 ஜூலையில் நடந்த சோவியத் கம்யூனிஸ்ட் கட்சியின் பேராயத்தில் கட்சியின் மத்தியக் குழுவிற்குத் தேர்ந்தெடுக்கப்பட்டவருமான அலெக்ஸாண்டெர்

புஸ்காலின் (Alexander Buzgalin) தலைமையில் 'மார்க்ஸிஸ்ட் மேடை' என்ற அமைப்பு தோற்றுவிக்கப்பட்டிருந்தது. முறைசாரா இயக்கத்தால் வேர்க்கால் மட்டங்களில் தெருக்களில் விவாதிக்கப்பட்டு வந்த, 'தொழிலாளர்களின் சுய நிர்வாகம்' என்ற கருத்தை கட்சியின் மத்தியக் குழுவுக்கு எடுத்துச் சென்ற 'மார்க்ஸிஸ்ட் மேடை'யின் உறுப்பினர்கள் அரசு அதிகாரம், முறைசாரா இயக்கம் ஆகிய இரண்டுக்கும் இடையிலான நிலையில் இருந்தனர். சுய நிர்வாகத்துடன் இயங்கும் தொழிலாளர் கவுன்சில்கள், தொழிற்சங்கங்கள், நுகர்வோர் சங்கங்கள், நாட்டின் அந்தந்தப் பகுதிகளிலும் உள்ளூர் அளவிலும் குடிமக்கள் முன்முயற்சிகளை மேற்கொள்வதற்கும் கூட்டம் கூடுவதற்குமான வாய்ப்புகள் ஆகியன அடங்கிய உயிர்த்துடிப்பு மிக்க, பல்தன்மை கொண்ட குடிமைச் சமுதாயமே அரசாங்கத்தின் பாத்திரத்தை வகிக்கும் என்றும், கூட்டாட்சி மட்டங்களிலுள்ள நாடாளுமன்ற உறுப்பினர் பதவிகளெல்லாம் இந்த குடிமைச் சமுதாய அமைப்புகளிடம் பகிர்ந்தளிக்கப்படும் என்றும், இந்த அமைப்புகள் தேர்தல்களை நடத்தி, வெற்றி பெற்றவர்களை அந்தந்த அமைப்புக்குப் பகிர்ந்தளிக்கப்பட்ட இடங்களில் அமர்த்தும் என்றும், இவ்வாறு செய்வதன் மூலம் பிரதிநிதிகளால் தங்கள் தொகுதியில் வேரூன்றியிருக்க முடியும் என்றும், அவர்களைத் திருப்பியழைத்துக் கொள்ளும் அதிகாரம் சம்பந்தப்பட்ட அமைப்புகளிலுள்ள வாக்காளர்களுக்கு உண்டு என்றும் 'மார்க்ஸிஸ்ட் மேடை'யின் திட்டம் கூறியது. மேலும், தேர்ந்தெடுக்கப்பட்ட பிரதிநிதிகளுக்கு முடிவுகளை எடுக்கும் உரிமை உண்டு என்று கூறிய அந்த மேடையினர், கூட்டாட்சியின் அனைத்து மட்டங்களிலும் குறிப்பிட்ட பிரச்சினைகள் மீது பொது வாக்கெடுப்புக்கான முன்முயற்சியை எடுக்கும் உரிமை குடிமக்களுக்கு இருக்கும் என்றும், தாங்கள் உருவாக்க விரும்பும் அமைப்பில் ஒவ்வொருவரும் அவர்களது நலன்களுக்கேற்பப் பங்கேற்க முடியும் என்றும், ஒவ்வொருவரும் உள்ளூர் மட்ட நிறுவனங்களிலும் நுகர்வோர் சங்கங்களிலும் பிரதிநிதித்துவம் பெறுவதால், எவரொருவரும் தனித்து விடப்படமாட்டார் என்றும் கூறினர்.

புஸ்காலினின் 'மார்க்ஸிய மேடை'யும் சந்தை உறவுகளைக் கொண்ட ஒரு பொருளாதாரத்தை முன்மொழிந்தது என்றாலும், அந்த உறவுகள் சுயநிர்வாக தொழிலுற்பத்தி நிறுவனங்களிடையிலான

போட்டி என்பதை மட்டுமே உள்ளடக்கியிருக்கும் என்றும், தாங்கள் உருவாக்கும் சமுதாய அமைப்பில் மனிதனை மனிதன் சுரண்டுவதற்கு வழியிருக்காது என்றும், அங்கு சோசலிசமும் ஜனநாயகமும் ஒன்றுக்கொன்று முரண்பட்டிருக்காது என்றும் கூறினர். தங்கள் அமைப்பு எவ்வகையான முதலாளியத்தையும் அனுமதிக்காது என்று திட்டவட்டமாகக் கூறினர். 1990 ஜூலையில் நடந்த சோவியத் கம்யூனிஸ்ட் கட்சிப் பேராயத்தில் புஸ்காலின் கூறினார்: "முக்கியமான பிரச்சினையாக இருப்பது உடைமை என்ற பிரச்சினை... அரசுக்கட்டுப்பாட்டிலிருந்தும் அதிகாரிவர்க்கக் கட்டுப்பாட்டிலிருந்தும் உடைமையை விடுவிப்பதற்கான வழி, அரசு நிறுவனங்களைத் தனியார்மயமாக்குவது அல்ல; மாறாக, தொழிலாளர் கூட்டமைப்புகளுக்கு சுதந்திரம் தருவதும், அவர்களுக்கு உண்மையான சுய நிர்வாகத்தை வழங்குவதும்தான் ஒரே வழி. தொழிலாளர்களின் சுய நிர்வாகம் என்பதைத் தவிர, உற்பத்தியாகும் பொருள்களின் தரத்தைக் கண்காணித்துக் கட்டுப்பாடு செலுத்தும், அவற்றின் விலையை நிர்ணயிக்கும் உரிமையும் கொண்ட நுகர்வோர் சங்கங்களை உருவாக்குவதும், இவ்வாறு முக்கியமான பொருளாதார விவகாரங்களில் அனைத்து குடிமக்களுக்கும் கருத்து சொல்லும் உரிமையை வழங்குவதும் 'மார்க்ஸிஸ்ட் மேடை'யின் திட்டங்களிலொன்று. சுய நிர்வாகம் என்ற கோட்பாட்டுக்கு உகந்த வகையில், சமூகப் பாதுகாப்பு நிதிகள் (Social Security Funds) அனைத்தும் மக்களால் நிர்வகிக்கப்படும் என்றும், ஓய்வூதியதாரர்களின் அமைப்பு ஓய்வூதிய நிதியை ஒவ்வொருவரின் தேவைக்கேற்பப் பகிர்ந்தளிக்கும் என்றும், கல்வி நிறுவனங்களிலுள்ள மாணவர்கள், ஆசிரியர்கள், இதர அலுவலர்கள் ஆகியோர் கல்விக்கான நிதியை எவ்வாறு செலவிடுவது என்பதைத் தீர்மானிப்பார்கள் என்றும் இந்த மேடையினர் கூறினர்.

எனினும் கட்சிக்குள் சோசலிசத்துக்கான மாற்றுப் பாதைகளை முன்வைத்த மார்க்ஸிஸ்ட், போல்ஷ்விக் மேடைகளாலோ சோசலிச ஜனநாயகத்தை ஆதரித்த கோர்பசெவ் குழுவினராலோ ககார்லிட்ஸ்கி போன்ற சுயேச்சையான மார்க்ஸியர்களைக் கொண்டிருந்த முறை சாரா இயக்கத்தினராலோ சோவியத் யூனியனில் மேலாதிக்கத்தைப் பெற முடியவில்லை. மாறாக கட்சியின் கடைகோடியில் இருந்த வலதுசாரி தாராளவாத, முதலாளிய சக்திகள் யெல்ட்சினைத் தலைவராகக் கொண்டு

கம்யூனிஸ்ட் கட்சியை எதிர்ப்பதன் மூலமே செல்வாக்குப் பெற்று வந்த, 1990 ஜூலையில் கட்சியிலிருந்து வெளியேறி 'ஜனநாயக மேடை' என்ற பெயரில் செயல்பட்டவர்களே மேலாதிக்கம் பெற்றனர். சோவியத் யூனியன் சிதறுண்டு போவது தவிர்க்க முடியாதது என்ற சூழ்நிலை உருவாகியபோது அரசியல் முன்முயற்சிகளை யெல்ட்சினும் அவரது ஆதரவாளர்களும் கையில் எடுத்துக் கொண்டனர். உள்ளீடு ஏதுமில்லாத, சொற்ஜாலம் நிறைந்த ஜனரஞ்சகவாதக் கருத்துகள் மக்களை ஈர்த்தன. சோவியத் யூனியனில் சீர்திருத்தங்கள் மிக மெதுவாக நடைபெறுகின்றன என்று கூறி 1991ஆம் ஆண்டுத் தொடக்கத்தில் யெல்ட்சினால் பல்லாயிரக்கணக்கான மக்களைத் தெருக்களில் அணிவகுத்துப் போராடச் செய்ய முடிந்தது. 1991 ஜூன் 12இல் ரஷியக் கூட்டாட்சிக் குடியரசின் தலைவராக மக்களால் நேரடியாகத் தேர்ந்தெடுக்கப்பட்ட யெல்ட்சின் கோர்பசெவுக்கு இல்லாதிருந்த சட்டத் தகுதியைப் பெற்றுக் கொண்டார்.[26]

தேசிய இனப் பிரச்சினை

கோர்பசெவ் ஆட்சிக்கு வந்ததும் அதுவரை சோவியத் தலைமையின் பகைமைக்குள்ளாகி வந்திருந்த சீனா, யூகோஸ்லேவியா, ருமேனியா ஆகிய நாடுகளுடன் நட்புறவைப் புதுப்பித்தார். 'நேட்டோ' அமைப்புக்கு எதிராக சோவியத் யூனியனும் கிழக்கு ஜெர்மனியும் கிழக்கு ஐரோப்பிய சோசலிச நாடுகளும் செய்து கொண்டிருந்த 'வார்ஸா' ஒப்பந்தத்தில் 'ப்ரெஸ்னெவ் கோட்பாடு' என்பது சேர்க்கப்பட்டிருந்தது. அதன்படி அந்த வார்ஸா உறுப்பு நாடுகளின் பாதுகாப்புக்காக சோவியத் யூனியனுக்கு அவற்றில் இராணுவத் தலையீடு செய்யும் உரிமை உண்டு. கோர்பசெவ் இந்தக் கோட்பாட்டை ஏற்றுக் கொள்ள மறுத்தார். இதற்கிடையே 'பெரெஸ்த்ரொய்கா', 'கிளாஸ்னோஸ்ட்' காலகட்டத்தில் நடந்த பகிரங்கமான விவாதங்கள் சோவியத் யூனியனில் இருந்த சிறுபான்மை தேசிய இனங்களின் கிளர்ச்சிகளைத் தூண்டிவிட்டன.

ஸ்டாலினின் ஆட்சியின் கீழ், பல தேசிய இனங்கள் அடங்கிய சோவியத் அரசு, அதிகாரங்கள் அனைத்தும் மிகவும் மையப்படுத்தப்பட்ட, எல்லா விஷயங்களையும் தீர்மானிக்கிற அல்லது கட்டுப்படுத்துகிற அதி-மைய அரசாகியிருந்தது. அது

26 Max Ausenbahm, Op. Cited.

மட்டுமின்றி, ஸ்டாலினும் அவரது சகாக்களும் பிரதேசங்களையும் நாட்டெல்லைகளையும் தன்னிச்சையாகப் பிரிக்கவும் வரையறுக்கவும் செய்து, பிரிவினை என்பதைப் பற்றி எவரும் பேசக்கூடாது என்பதை உறுதிப்படுத்திக் கொள்ள விரும்பினர். ஆனால், தேசிய இனப் பிரச்சினைகள் புகைந்துகொண்டுதான் இருந்தன. சோவியத் ஒன்றியத்திலுள்ள தேசிய இனக் குடியரசு நாடுகள் எல்லாம் செழித்து வருவதாகவும் ஒன்றுக்கொன்று நெருக்கமாக இருப்பதாகவும் சொல்லப்பட்டாலும், பேசப்பட வேண்டிய தீர்க்கப்பட வேண்டிய பிரச்சினைகள் ஏராளமாக இருந்தன. தேசிய இனங்களின் கோரிக்கைகளோ, தேசிய இனக்குழுக்களிடையே ஏற்பட்ட தகராறுகளோ சோவியத் எதிர்ப்பு நடவடிக்கைகளாகக் கருதப்பட்டு நசுக்கப்பட்டன. ரஷியா அல்லாத குடியரசுகளில், அதிகாரம் மையப்படுத்தப்பட்டிருந்ததற்கும் ரஷியமயாக்கல் நடந்து வந்ததற்கும் எதிர்ப்புகளும் அதிருப்திகளும் நீண்டகாலமாக இருந்து வந்தன.[27]

1986இல் கஸக்ஸ்தான் சோவியத் சோசலிசக் குடியரசின் கம்யூனிஸ்ட் கட்சியின் மத்தியக் கமிட்டியின் முதன்மைச் செயலாளராக இருந்த கஸக் இனத்தை சேர்ந்தவரை அகற்றிவிட்டு, அந்தப் பதவியில் ஒரு ரஷியர் நியமிக்கப்பட்டதை எதிர்த்து பல கஸக் நகரங்களில் கலவரங்கள் மூண்டன.[28] இரண்டாம் உலகப்

---

27 மத்திய ஆசியாவிலிருந்த சோவியத் சோசலிசக் குடியரசுகளில் வளர்ந்து வந்த தேசிய உணர்வுகளைப் பற்றிய ஆய்வுக் கட்டுரை: Yaakov Ro'i, Soviet and Russian Context of Nationalism in Soviet Central Asia, https://sci-hub. hkvisa. net/*https://www. jstor. org/stable/20170770* (Accessed on 21. 11. 2021); நமக்கு நன்கு அறிமுகமாகியுள்ள எழுத்தாளர் சிங்கிஸ் அய்த்மதோவ் (Chinghiz Aitmatov), 1986இல் சோவியத் யூனியனிலிருந்து வெளிவந்து கொண்டிருந்த 'லிட்டரேசுர்ன்யா கெஸட்ட' என்னும் ஏட்டில் எழுதிய கட்டுரையில் எந்த அளவுக்கு சாத்தியமோ அந்த அளவுக்கு மொழிப்பன்மையைப் பாதுகாக்க வேண்டும் என்றும் மிகச்சிறு இனக்குழுவினரும் அவர்களது மொழியும் மறைந்துவிடுவதும்கூட உலகத்தின் வறுமைக்கான அடையாளமே என்றும் கூறிய அவர், 'ரஷியமயமாக்கலை'யும் இயந்திரிகமாக ரஷிய மொழியிலிருந்து கடன் வாங்குவதையும் பொருத்தமற்ற வகையில் ரஷியாவைப் புகழ்வதையும் (அது ஒரு தொழிலாகிவிட்டது என்றார்), கிர்கிஸ் கலாசாரத்தைப் பாதுகாக்க விரும்புகிறவர்களை 'தேசியவாதிகள்' என்றும் 'குறுகிய மனப்பான்மை கொண்டவர்கள்' என்றும் பிழைப்புவாதிகள் என்றும் விமர்சிப்பதையும் கண்டனம் செய்தார்– Tomas Venclova and Diana Senechal, Ethnic Identity and Nationality in Contemproary Russian Literature, *https://www. jstor. org/stable/45367063* (Accessed on 21. 11. 2021)

28 Kazhakstan, Wikipedia, *https://en. wikipedia. org/wiki/Kazakhstan* (Accessed on 21.11.2021). கஸக்ஸ்தானில் சோவியத் யூனியன் அரசாங்கம் 1947 முதல் செய்துவந்த அணுகுண்டு வெடிப்பு சோதனைகள் அந்த நாட்டில் மிகப்பெரும் சுற்றுச்சூழல் கேடுகளை உருவாக்கியதுடன் மனித உரிமைப் பிரச்சினைகளையும் எழுப்பியிருந்தன. உஸ்பெகிஸ்தானிலும்

போரின் போது கிரிமியாவிலிருந்து தத்தாரிய தேசிய இனத்தவரில் சிலர் நாஜிகளுடன் ஒத்துழைத்ததால், அந்த தேசிய இனத்தவர் அனைவரும் – சோவியத் செம்படையில் சேர்ந்து நாஜிகளுக்கு எதிராகப் போராடியவர்கள் உள்பட- ஸ்டாலினின் ஆணையின் பேரில் மத்திய ஆசியாவுக்கு நாடு கடத்தப்பட்டனர். அவர்களில் மிகப் பெரும்பாலோர் உஸ்பெகிஸ்தானிக்கும் சிறு பகுதியினர் சோவியத் யூனியனைச் சேர்ந்த உக்ரெய்ன் போன்ற பல்வேறு பகுதிகளுக்கும் அனுப்பப்பட்டனர். தப்ப முயன்றவர்கள் ஒன்று கொல்லப்பட்டனர் அல்லது உழைப்பு முகாம்களுக்கு அனுப்பப்பட்டனர். தங்களை மீண்டும் தாயகத்திற்கே அனுப்ப வேண்டும் என்ற கோரிக்கையை கிரிமிய தத்தார்கள் நீண்ட காலமாகவே எழுப்பி வந்தனர். 1987இல் மாஸ்கோவின் அவர்கள் நடத்திய ஆர்ப்பாட்டத்திற்குப் பிறகு, கோஸிஜின் தலைமையில் ஒரு விசாரணைக் குழுவை அமைத்தார் கோர்பசெவ். ஆனால் அந்தக் குழுவோ அவர்களை மீண்டும் கிரிமியாவில் குடியமர்த்தும் ஆலோசனையை எதிர்த்தது. 1989இல் சோவியத் யூனியனின் சுப்ரீம் சோவியத், அவர்கள் நாடுகடத்தப்பட்டதை மனிதாபிமானமற்ற செயல் என்று கண்டனம் செய்து அவர்கள் நாடு திரும்புவதை அனுமதித்தது.[29]

1990ஆம் ஆண்டு பிப்ரவரியில் காகஸஸ் மலைப் பகுதியில் இருந்ததும், சோவியத் யூனியனில் இருந்த அஸெர்பைஜான் சோசலிசக் குடியரசில் சுயாதீனப் பிரதேசம் என்று அங்கீகரிக்கப்பட்டிருந்ததுமான நகாரொனோ-கரபாக் ஆட்சியாளர்கள், அப்பிரதேசத்தை ஆர்மீனிய சோசலிசக் குடியரசுடன் சேர்க்க வேண்டும் என்ற கோரிக்கை விடுத்தனர். நகார்னோ-காரபாக் பகுதியில் பெரும்பான்மையினராக இருந்தவர்கள் ஆர்மீனியர்கள். சிறுபான்மையினர் அஸெர்பைஜானியர்கள். இதன் காரணமாக இரு தேசிய இனங்களைச் சேர்ந்தவர்களிடையே வன்முறை மோதல்கள் நடைபெறத் தொடங்கின. போலிட் பீரோ கூட்டத்தைக் கூட்டிய கோர்பசெவ், நகர்னோ-காரபாக்கிற்குக்

இத்தகைய பிரச்சினைகள் இருப்பதை புகழ்பெற்ற உஸ்பெக் எழுத்தாளர் ஹமித் இஸ்மெய்லோவின் (Hamid Ismailov) 'The Railway', 'The Dead Lake' ஆகிய நாவல்களில் காணலாம்.

29 Cremian Tatars, Wikipedia, *https://en. wikipedia. org/wiki/Crimean_Tatars* (Accessed on 21. 11. 2021); Michael Gorbachev, Perestroika and New Thinking-A Retrospective, Russia in Global Affairs, *https://eng. globalaffairs. ru/articles/perestroika-and-new-thinking/*

கூடுதலான தன்னாட்சியைக் கொடுக்க சம்மதித்தார். ஆனால் அதை ஆர்மீனியாவுக்கு மாற்ற சம்மதிக்கவில்லை. அப்படி செய்தால், சோவியத் யூனியன் முழுவதிலும் இதே போன்ற மோதல்கள் ஏற்படும் என்று அவர் சரியாகவே கருதியதுதான். அதே மாதத்தில் அஸெர்பைஜான் நகரமான சும்கிட்டில் அஸெர்பைஜானியக் காடையர்கள் ஆர்மீனியர்கள் பலரைக் கொன்றனர். 1990இல் அஸெர்பைஜான் நகரான பாக்குவிலும் ஆர்மீனியர்களுக்கு எதிரான கலவரங்கள் நடந்தன. அங்கிருந்த இராணுவப் படைகள் தலையிட்டு அந்தக் கலவரத்தை ஒடுக்கின. போலிட்பிரோவிலிருந்த லிகாசெவ் போன்றவர்கள் அங்கு பெருமளவில் இராணுவத்தைக் குவிக்க வேண்டும் என்று கூறினர். அதற்கு மாறாக, கோர்பசெவ் இந்தப் பிரச்சினையில் நிதானத்தைக் கைப்பிடிக்க வேண்டும் என்றும் இதற்கு அரசியல்ரீதியான தீர்வு காண வேண்டுமேயன்றி இராணுவத் தீர்வல்ல என்று கூறி ஆர்மீனிய, அஸெர்பைஜான் கம்யூனிஸ்ட் கட்சிகள் தமக்கிடையே பேச்சு வார்த்தைகள் நடத்தும்படி வற்புறுத்தினார்.[30] 1989இல் ஜார்ஜிய தேசியவாதிகள் சோவியத் யூனியனிலிருந்து சுதந்திரம் வேண்டும் என்ற கோரிக்கையுடன் அந்தக் குடியரசின் தலைநகரான திப்லிஸியில் இருந்த சோவியத் படைகளுடன் மோதியதால் பலர் கொல்லப்பட்டனர். சோவியத் படைகளின் நடவடிக்கையை கோர்பசெவ் ஆதரிக்கவில்லை. எஸ்டோனிய, லிதுவேனிய, லாட்விய சோசலிச குடியரசுகளின் சுப்ரீம் சோவியத்துகள், சோவியத் யூனியனிலிருந்து பொருளாதார சுதந்திரம் பெற்றுவிட்டதாகவும் அங்கு ரஷியர்கள் குடியேறுவதற்கு வரம்புகள் விதிக்கப்படும் என்றும் தீர்மானித்தன. 1989 ஆகஸ்ட்டில் மூன்று குடியரசுகளையும் சேர்ந்த மக்கள் சுதந்திரக் கோரிக்கையை முன்வைத்து பெரும் மனித சங்கிலிப் போராட்டத்தை நடத்தினர். 1990 மார்ச் மாதம் லிதுவேனிய சுப்ரீம் சோவியத் 1940ஆம் ஆண்டில் அந்த நாட்டை சோவியத் யூனியனுடன் இணைத்தது சட்டவிரோதமானது என்ற தீர்மானம் இயற்றியது. ஆனால் சோவியத் அரசாங்கம் அதன் மீது பொருளாதாரத் தடைகளை விதித்தது. கச்சாப் பொருள்கள் (குறிப்பாக எரிபொருளான எண்ணெய்) லிதுவேனியாவுக்குச் செல்வதைத் தடுத்தது. ஆனால் லிதுவேனியா தனது சுதந்திரப் பிரகடனத்தைக் கைவிடவில்லை. நாளடைவில் சோவியத் யூனியனுடனான பொருளாதார உறவுகள்

---

30 Michael Gorbachev, Ibid.

இயல்பு நிலைக்குத் திரும்பிய பிறகு சோவியத் யூனியனின் உள்துறை அமைச்சகமும் சோவியத் உளவுத் துறையான கே.ஜி. பி.யும் சேர்ந்து ஆட்சிக் கவிழ்ப்பு நடவடிக்கைகளில் இறங்கின. சோவியத் இராணுவம் 14 லிதுவேனியக் குடிமக்களைக் கொன்றதுடன் ஏராளமான பொருள் சேதத்தை ஏற்படுத்தியது. இது குறித்து கோர்பசெவே எழுதியுள்ளார்: "லிதுவேனியத் தலைமையுடன் சமரசம் செய்துகொள்ளவும் பேச்சு வார்த்தை நடத்தவும் விரும்பினேன். நெருக்கடியை அரசமைப்புச்சட்ட வழிகள் மூலமாகத் தீர்க்க முடியும் என்று ஜனவரி 12 அன்று கூறினேன். ஆனால் ஜனவரி 12-13ஆம் நாள் இரவில் சோவியத் துருப்புகளின் உதவியுடன் வில்னியஸின்[31] (லிதுவேனியாவின் தலைநகர்-எஸ்.வி.ஆர்.) தொலைக்காட்சி கோபுரமும் வானொலி நிலையமும் கைப்பற்றப்பட்டு பலர் கொல்லப்பட்டனர்." ஆக, சோவியத் கம்யூனிஸ்ட் கட்சியிலும் அரசாங்க, இராணுவம் ஆகியவற்றிலிருந்த அதிகாரிவர்க்கம், லிதுவேனிய தேசிய இனப் பிரச்சினையைத் தீர்க்க பழைய ஸ்டாலினிய முறைகளையே கையாண்டது.[32]

லெனின் உருவாக்கிய சோவியத் யூனியனில் அந்த நாடுகள் இருக்கவில்லை. 1940ஆண்டில் நாஜிகளுக்கெதிரான போரின் போது, அவை சோவியத் யூனியனுடன் இணைக்கப்பட்டன. அந்த நாடுகளை சோவியத் யூனியனில் தக்க வைத்துக் கொள்வதற்காக இராணுவத்தை அனுப்பாமல், அந்த நாடுகளுக்குச் சென்ற கோர்ப்செவ், சோவியத் யூனியனிலேயே இருக்குமாறு அந்த நாட்டு மக்களிடம் வேண்டுகோள் விடுத்தார். 1990இல் பால்டிக் குடியரசுகளான எஸ்டோனியா, லாட்வியா, லிதுவேனியா ஆகியவையும் ஆர்மீனியக் குடியரசும் சோவியத் யூனியனிலிருந்து பிரிந்த சுதந்திரமான தேசங்களாகத் தங்களை அறிவித்தன. இது போதாதென்று யெல்ட்சினின் ஆதரவாளர்கள் மாஸ்கோ, லெனின்கிராட் போன்ற பெரு நகரங்களில் கோர்பசெவின் பொருளாதார சீர்திருத்தம் மிக மெதுவாக நடைபெற்றுவருவதாகக் கூறி ஆர்ப்பாட்டங்கள் செய்து வந்தனர்.[33]

---

31 Vilnius: லிதுவேனியாவின் தலைநகரம்.

32 Mikhail Gorbachev, Op. Cited.

33 Mas Ausenbaum, Op. Cited.

சோவியத் யூனியனின் தகர்வு: வலதுசாரிகளும் 'இடதுசாரிகளும்'

இந்த சூழலில், 1990 டிசம்பர் 24இல் சோவியத் நாடாளுமன்றம் *(4th Congress of People's Deputies)* சோவியத் யூனியனை, சரிசமமான இறையாண்மை கொண்ட, அனைத்து தேசிய இனங்களுக்கும் மனித உரிமைகளையும் சுதந்திரத்தையும் உத்தரவாதம் செய்கிற சோவியத் சோசலிசக் குடியரசுகளின் புதுப்பிக்கப்பட்ட கூட்டாட்சி அரசு என்ற வடிவத்தில் தக்கவைத்துக் கொள்வது அவசியம் என்று பெரும்பான்மை உறுப்பினர்களின் ஆதரவுடன் முடிவு செய்தது. அதன் பொருட்டு சோவியத் யூனியனில் இருந்த குடியரசுகள், பிரதேசங்கள் முழுவதிலும் உள்ள குடிமக்களின் கருத்தைக் கேட்கப் பொது வாக்கெடுப்பு நடத்த முடிவு செய்தது. "சோவியத் யூனியனின் எதிர்காலத்தைப் பற்றிக் கவலை தெரிவித்து தொழிலாளர்களிடமிருந்து வந்த எண்ணற்ற வேண்டுகோள்களின் காரணமாகவும், ஒரே ஒரு ஒன்றிய அரசைப் பாதுகாப்பது பொது வாழ்க்கையிலுள்ள மிக முக்கியமான பிரச்சினையாக இருப்பதாலும், அது ஒவ்வொரு நபரின் நலன்களுடனும் சோவியத் யூனியன் மக்கள் அனைவரின் நலன்களுடனும் சம்பந்தப்பட்ட பிரச்சினையாக இருப்பதாலும்" மார்ச் 17 அன்று அந்தப் பொது வாக்கெடுப்பை நடத்துவதென்றும், ஒவ்வொரு குடியரசிலும் கிடைத்த வாக்குகளைத் தனித்தனியாகக் கருத்தில் கொள்வதென்றும் நாடாளுமன்றம் 1991 ஜனவரி 1ஆம் தேதியன்று தீர்மானித்தது.[34]

இந்தப் பொதுவாக்கெடுப்பை பால்டிக் குடியரசுகளுடன் சேர்ந்து ஆர்மீனிய, ஜார்ஜிய, மோல்டொவியக் குடியரசுகளும் புறக்கணித்தன. மற்ற குடியரசுகளில் ஒட்டுமொத்தமாகப் பார்த்தால் 76.5 விழுக்காடு மக்களும் யெல்ட்சினின் செல்வாக்கின் கீழ் இருந்த ரஷியக் குடியரசை மட்டும் தனியாக எடுத்துக் கொண்டால் 71 விழுக்காடு மக்களும் சோவியத் யூனியனில் இருப்பதற்கு ஆதரவாக வாக்களித்தனர். போரிஸ் யெல்ட்சினும்கூட இந்த நிலைமையை ஏற்றுக் கொண்டு, எத்தனைக் குடியரசுகள் புதிய ஒன்றியத்தில் சேரப் போகின்றன என்ற சந்தேகத்தைத் தெரிவித்தபோதிலும், ஒன்றியத்தின்

34 Ibid; 1991 Soviet Referendum, Wikipedia, *https://en. wikipedia. org/wiki/1991_Soviet_Union_referendum* (Accessed on 21. 11. 2021)

அவசியத்தை ஏற்றுக் கொள்வதாக முதலில் கூறினார்.[35] இந்தக் குடியரசுகளுக்கு கூடுதலான அதிகாரத்தையும் தன்னுரிமையும் வழங்கி, சோவியத் யூனியன் முற்றிலுமாக உடைந்து போகாமல் இன்னொரு வடிவத்தில் நிலவுவதற்காக, கோர்பசெவ் தலைமை 'சோவியத் இறையாண்மைக் குடியரசுகளின் ஒன்றியம்' *(Union of Soviet Sovereign Republics)* என்பதை உருவாக்குவதற்காக ரஷியா, உக்ரெய்ன், பைலோ ரஷியா, கஸக்ஸ்தான் உள்ளிட்ட எட்டு குடியரசுகளுடன் பேச்சு வார்த்தை நடத்தியது. இதன் பொருட்டு சில நிபந்தனைகளுடன் கூடிய புதிய ஒன்றிய ஒப்பந்தமொன்று *(New Union Treaty)* வரையப்பட்டது. அதன்படி இந்தப் புதிய ஒன்றியத்திலுள்ள எல்லா குடியரசுகளுக்கும் பொதுவான குடியரசுத் தலைவர் இருப்பார்; அனைத்துக்கும் பொதுவான வெளியுறவுக் கொள்கையும் இராணுவமும் இருக்கும். இந்த ஒப்பந்தம் 1991ஆகஸ்ட் 20இல் கையெழுத்திடப்படவிருந்தது.

கோர்பசெவின் தலைமை ஒருபுறம் சோவியத் யூனியனிலிருந்து பிரிந்துபோவதை சில குடியரசுகளில் ஊக்குவித்துவந்த பிரிவினைவாதிகள், 'தீவிர ஜனநாயகவாதிகள்' ஆகியோருக்கும் மறுபுறம் கட்சியில் இருந்த, பழைய அமைப்பை அப்படியே கட்டிக்காக்க விரும்பிய 'அதிகாரிவர்க்க இடதுசாரிகளுக்கும்' முகம் கொடுக்க வேண்டியிருந்தது. அந்த ஆண்டு ஏப்ரலில் நடந்த கட்சி மத்தியக் குழுவின் பிளீனரிக்கூட்டத்தில் 'அதிகாரிவர்க்க இடதுசாரிகள்', கட்சித் தலைமையில் மாற்றம் வேண்டும் என்ற கோரிக்கையை முன்வைத்தனர். கட்சியின் மேல்மட்டத்திலிருந்த சிலர் கட்சி அணிகளைத் தங்களுக்கு ஆதரவாகத் திரட்ட முயன்றனர். 'திருத்தல்வாதத்தை முறியடித்தல்', 'பாட்டாளிவர்க்க சர்வாதிகாரத்தை மீண்டும் நிலைநாட்டுதல்' என்ற முழக்கங்களுடன் சில குழுக்கள் தோன்றின. சோசலிச அமைப்பைப் பாதுகாக்க உடனடி நடவடிக்கைகள் மேற்கொள்ளுமாறும் நெருக்கடி நிலையைப் பிரகடனப்படுத்துமாறும் கோர்பசெவுக்கு கட்சிக் குழுக்களிலிருந்து ஏராளமான கடிதங்கள் வந்துகொண்டிருந்தன. 'அதிகாரிவர்க்க இடதுசாரியினர்' நெருக்கடி நிலையைப் பிரகடனப்படுத்த வேண்டும் அல்லது கோர்பசெவ் பதவியிலிருந்து விலக வேண்டும் என்ற கோரிக்கை முன்வைக்கும் அளவுக்குச் சென்றபோது, கோர்பசெவ் பதவி விலக சம்மதித்தார்.

35 Ibid; 1991 Soviet Referendum, Wikipedia, *https://en. wikipedia. org/wiki/1991_Soviet_Union_referendum* (Accessed on 21. 11. 2021)

ஒன்றரைமணி நேரத்திற்குப் பிறகு கட்சியின் மத்தியக் குழுவிலிருந்த பெரும்பான்மையினர் கோர்பசெவ் பதவி விலகல் முடிவை மாற்றிக் கொள்ள வேண்டும் என்ற தீர்மானத்தை இயற்றினர்.[36]

ஆட்சிக் கவிழ்ப்புத் திட்டமும் சோவியத் யூனியனின் தகர்வும்

1991 ஆகஸ்ட் மாதம் கிரிமியாவில் கோர்பசெவும் அவரது குடும்பத்தினரும் ஓய்வெடுத்துக் கொண்டிருந்தபோது, 18ஆம் தேதியன்று அவரைச் சந்திக்க பின்வரும் நான்கு சோவியத் ரஷியர்கள் வந்தனர்: கோர்பசெவின் அலுவலர்கள், உதவியாளர்கள் ஆகியோரின் தலைவரான *(chief of staff)* வாலெரி போல்டின் *(Valery Boldin)*, சோவியத் யூனியனின் பாதுகாப்புத் துறைத் துனைத் தலைவர் (அமைச்சர்) ஒலெக் பால்கனோவ் *(Oleg Baklanov)*, சோவியத் கம்யூனிஸ்ட் கட்சி மத்தியக் குழுவின் செயலாளர் ஒலெக் ஷெனின் *(Oleg Shenin)*, சோவியத் யூனையின் தரைப்படைகளின் தளபதி வாலென்டின் வாரென்னிகோவ் *(Gen. Valentin Varennikov)*. அவர்களுடன் சோவியத் உளவுத் துறை அமைப்பான கேஜிபியில் இருந்தவரும் கட்சி, அரசு அதிகாரிகளின் பாதுகாப்புக்குப் பொறுப்பானவருமாக இருந்த யூரி ப்ளெகானோவும் *(Yuri Plekhanov)* இருந்தார். அவர்கள் திடீரென்று அங்கு வந்திருந்தது கோர்பசெவுக்கு திகைப்பைத் தந்தது. அவரது தொலைபேசி இணைப்பு துண்டிக்கப்பட்டிருந்தது. நெருக்கடி நிலையைப் பிரகடனப்படுத்துவதற்கான அரசுக் கமிட்டியின் சார்பாகத் தாங்கள் வந்திருப்பதாகவும், சோவியத் யூனியனில் நெருக்கடி நிலையைப் பிரகடனப்படுத்தி, குடியரசுத் தலைவரின் அதிகாரத்தைத் துணைக் குடியரசுத் தலைவர் கென்னடி யானயெவிடம் ஒப்படைப்பதாகவும் கூறும் ஆவணத்தில் கையெழுத்திடுமாறு கோர்பசெவை அவர்கள் வற்புறுத்தினர். அதற்கு இணங்க மறுத்தார் கோர்பசெவ். உண்மையில் கோர்பசெவும் அவரது குடும்பத்தினரும் சோவியத் வான் பதுகாப்புப் படைகளின் தலைமைத் தளபதி இகோர் மால்ட்செவால் *(Igor Maltsev)* வீட்டுக் காவலில் வைக்கப்பட்டிருந்தனர். ஆனால் கோர்பசெவின் மெய்க்காப்பாளர்கள் அவருக்கு விசுவாசமாக இருந்ததால், தற்காலிகமாக தயாரிக்கப்பட்ட தொலைபேசி மூலம் அவர் உடல் ஆரோக்கியத்துடன் இருப்பதாக மாஸ்கோவுக்கு செய்தி

36 Mikhail Gorbachev, Op. Cited.

அனுப்பப்பட்டது. மாஸ்கோவில் அப்போது நடந்து வரும் ஆட்சிக் கவிழ்ப்புத்திட்டம் எந்த அளவுக்குச் சென்றுள்ளது என்பதைப் பற்றியும் அதற்கு சர்வதேச அளவில் இருந்த எதிர்வினைகள் பற்றியும் பிபிசி, வாய்ஸ் ஆஃப் அமெரிக்கா வானொலிகள் மூலம் அவரால் தெரிந்து கொள்ள முடிந்தது. ஆகஸ்ட் 19 அன்று காலை சோவியத் நியூஸ் ஏஜென்ஸியான டாஸ் *(Tass)*, மாஸ்கோ வானொலி ஆகியன கோர்பசெவின் உடல்நலக் குறைவின் காரணமாக அலுவலகப் பணிகளை அவரால் மேற்கொள்ளப்படாமல் போனதால், சோவியத் அரசமைப்புச் சட்டப் பிரிவு 127இன் படி துணைக் குடியரசு தலைவர் யானயெவ் குடியரசுத் தலைவரின் அதிகாரங்களை ஏற்றுக் கொண்டதாகக் கூறின. ஏற்கெனவே உருவாக்கப்பட்டிருந்த எட்டு உறுப்பினர்களைக் கொண்ட நெருக்கடி நிலைக் குழுவின் தலைவர்தான் யானயெவ். மற்ற ஏழு உறுப்பினர்கள் பால்கனோவ் *(Baklanov)*, சோவியத் யூனியன் உளவுத் துறைத் தலைவர் விளாடிமிர் க்ரையுச்கோவ் *(Vladimir Kryuchkov)*, சோவியத் பிரதமர் வாலென்டின் பாவ்லோவ் *(Valentin Pavlov)*, சோவியத் உள்துறை அமைச்சர் போரிஸ் ப்யூகோ *(Boris Pugo)*, விவசாயிகள் சங்கத் தலைவர் வாஸிலி ஸ்டாரொடுப்ஸெவ் *(Vasily Starodubtsev)*, சோவியத் யூனியனின் அரசுத் தொழில்கள் சங்கத்தின் தலைவர் அலெக்ஸாண்டெர் டைஸகோவ் *(Aleksandr Tizyakov)*, சோவியத் பாதுகாப்பு அமைச்சர் மார்ஷல் திமித்ரி யாஸோவ் *(Marshal Dmitry Yazov)*. அந்த நெருக்கடி நிலைக் குழு வெளியிட்ட தீர்மானம் எண் 1, வேலை நிறுத்தங்கள், ஆர்ப்பாட்டங்கள் ஆகியவற்றைத் தடை செய்வதாகவும் பத்திரிகைத் தணிக்கைமுறை கொண்டு வரப்படுவதாகவும் கூறியது; அதேவேளை, "நமது தாய்நாட்டின் மேல் தொங்கிக் கொண்டிருக்கும் மரண அபாயம்" பற்றி மக்களுக்குச் சொல்லும் அறிக்கையையும் அத்தீர்மானம் கொண்டிருந்தது. ஆகஸ்ட் 2ஆம் தேதி கையெழுத்திடப்படவிருந்த இறையாண்மை கொண்ட குடியரசுகளுக்கான ஒப்பந்தம் சோவியத் குடியரசுகள் மீது மத்திய அரசாங்கத்துக்கிருந்த கட்டுப்பாட்டைப் பலகீனப்படுத்திவிடும் என்பதற்காகவே அந்த நெருக்கடி நிலைப் பிரகடனமும் ஆட்சிக் கவிழ்ப்பு முயற்சியும் இருந்தன. இந்த புதிய ஒப்பந்தத்தின் மீது சோவியத் யூனியனின் சுப்ரீம் சோவியத்தின் தலைவராக இருந்த அனடொலொலி லுக்யானோவ் செய்த கடும் விமர்சனம் ஆகஸ்ட் 19 அன்று

‘டாஸ்’ ஏஜென்ஸிலால் விநியோகிப்பட்டது. அன்று காலை சோவியத் யூனியனின் அரசாங்கத்தின் அமைச்சரவை கூடியது. அமைச்சர்களில் பெரும்பாலோர் ஆட்சிக் கவிழ்ப்பை ஆதரித்தனர். ஒன்பது செய்தியேடுகளைத் தவிர மற்றவை அனைத்தும் தடை செய்யப்பட்டன.

மாஸ்கோ தெருக்களில் சோவியத் இராணுவத்தின் கவச வண்டிகள் வரத் தொடங்கியதைக் கண்ட நகர மக்கள் உடனடியாகத் திரண்டெழுந்து நெருக்கடி நிலைக் குழுவின் ஆணைகளுக்குப் பணிந்து போகக்கூடாது என்று அந்த கவச வண்டிகளுடன் வந்த துருப்புகளைக் கேட்டுக் கொள்ளத் தொடங்கினர். ரஷிய நாடாளுமன்றக் கட்டடமான ‘வெள்ளை மாளிகை’யைச் சுற்றி மக்கள் கூடி, தடுப்பரண்களை உருவாக்கத் தொடங்கினர். அன்று பிற்பகல் 12.50க்கு, நாடாளுமன்றக் கட்டடம் முன் நிறுத்தி வைக்கப்பட்டிருந்த கவச வண்டியின் மீது ஏறி நின்ற யெல்ட்சின், ஆட்சிக் கவிழ்ப்பு சதியைக் கண்டனம் செய்ததுடன், உடனடியான பொது வேலை நிறுத்தத்திற்கு அறைகூவல் விடுத்தார். ரஷியக் குடியரசுத் தலைவர் என்ற முறையில் அந்த ஆட்சிக் கவிழ்ப்பு முயற்சி சட்டவிரோதமானது என்றும், அதில் ஈடுபட்டவர்களை குற்றவாளிகள், துரோகிகள் என்றும் கண்டனம் செய்யும் அதிகாரபூர்வமான ஆணையை வெளியிட்டார். ரஷிய அதிகாரிகள் நெருக்கடி நிலைக் குழுவின் ஆணைகளுக்குக் கட்டுப்படக்கூடாது என்று கூறினார். அன்று மாலை 5 மணிக்கு யானயெவும் ஆட்சிக் கலைப்பில் ஈடுபட்ட மற்றவர்களும் பத்திரிகையாளர் கூட்டத்தை நடத்தி, நிர்வகிக்கப்பட முடியா நிலைக்கு நாடு சென்றுவிட்டது என்றாலும், குடியரசுத் தலைவர் கோர்பசெவ் நாளடைவில் திரும்பி வந்து ஆட்சிப்பொறுப்பை ஏற்றுக் கொள்வார் என்று கூறினர். கோர்பசெவ் மிகவும் களைப்படைந்திருப்பதாகவும், சிகிச்சை பெற்று வருவதாகவும் அவர் கூறிக்கொண்டிருந்த போதே அவரது கைகால்கள் நடுங்கத் தொடங்கின.

இதற்கிடையே யெல்ட்சின், ரஷிய ஆர்த்தடாக்ஸ் கிறிஸ்தவ சபையின் தலைவர் இரண்டாம் அலெக்ஸியுடன் தொடர்பு கொண்டு, ஆட்சிக்கவிழ்ப்பு முயற்சியைக் கண்டனம் செய்யுமாறு கேட்டுக் கொண்டார். கோர்பசெவைக் காவலில் வைத்திருப்பதையும் அதில் ஈடுபட்டவர்களையும் கண்டனம் செய்தார் அந்த மதத்தலைவர். இதற்கிடையே லெஃப்டினண்ட் ஜெனெரல் விக்டர் சாம்சொனோவ்

(Viktor Samsonov), லெனின்கிராட் நெருக்கடி நிலைக் குழுவின் தலைவராக தன்னைத்தானே நியமித்துக் கொண்டு, அந்த நகரத்தை இராணுவக் கட்டுப்பாட்டின் கீழ் கொண்டு வந்தார். ஆனால், மாஸ்கோவிலிருந்து கே.ஜி.பி. அதிகாரிகளுடன் விமானம் மூலம் திரும்பிவந்த லெனின்கிராட் மேயர் அனடோலி ஸோப்சாக் *(Anatoly Sobsak)* ஆட்சிக் கவிழ்ப்புத் திட்டதைக் கண்டனம் செய்தார். அத்திட்டத்திற்கு எதிர்ப்பு தெரிவித்த குடிமக்களை அணிதிரட்டிய அவர் ஆட்சிகவிழ்ப்புத் திட்டத்தில் ஈடுபட்ட அதிகாரிகளைத் தன்னிடம் ஒப்படைக்குமாறு படைவீரர்களுக்கு வேண்டுகோள் விடுத்தார். விக்டர் ஸாம்ஸனோவைத் தன் பக்கம் வென்றெடுத்த அவர், லெனின்கிராட் நகரத்துக்குள் துருப்புகள் நுழையாது என்ற உத்திரவாதத்தைப் பெற்றுக் கொண்டார். மாஸ்கோவில் சோவியத் இராணுவத்தின் உயர்நிலை கவசவண்டிப் படைப்பிரிவுகள், ஆட்சிக் கவிழ்ப்புத் திட்டத்தை தீட்டியவர்களிடமிருந்து விலகி நாடாளுமன்றக் கட்டடத்தைப் பாதுகாக்கத் தொடங்கின.

ஆகஸ்ட் 20இல் ரஷிய சோவியத் குடியரசுப் பகுதியில் உள்ள அனைத்து இராணுவ, கேஜிபி, மற்றும் இதர படைகளைத் தன் கட்டுப்பாட்டுக்குள் கொண்டு வந்துவிட்டதாக குடியரசுத் தலைவர் என்ற முறையில யெல்ட்சின் அதிகாரபூர்வமான ஆணையை வெளியிட்டார். இதற்கிடையே அமெரிக்கக் குடியரசுத் தலைவர் ஜார்ஜ் புஷ் யெல்ட்சினுடன் தொடர்பு கொண்டு, சோவியத் யூனயினுடனான இயல்பான தொடர்புகள் கோர்பசெவ் திரும்பி வந்த பிறகே தொடரும் என்று கூறினார். ஆட்சிக்கவிழ்ப்புத் திட்டத்தை தீட்டியவர்களுக்கு விசுவாசமாக இருந்த துருப்புகளுக்கும் பொதுமக்களுக்கும் அன்றிரவு நடந்த மோதலில் மூன்று குடிமக்கள் கொல்லப்பட்டனர். ஆனால் ஆட்சிக் கவிழ்ப்பாளர்கள் உத்தேசித்திருந்தபடி வெள்ளை மாளிகையின் மீது தாக்குதல் நடக்கவில்லை என்பதும் அவர்களது ஆணைகள் நிறைவேற்றப்படவில்லை என்பதும் தெளிவாகியது. ஆகஸ்ட் 21இல் நடந்த சோவியத் யூனியன் கம்யூனிஸ்ட் கட்சியின் செயலகக் கூட்டம், கோர்பசெவும் யானயெவும் சந்தித்துப் பேச வேண்டும் என்று கோரியது. ஆட்சிக்கவிழ்ப்புத் திட்டம் தோல்வியடைந்ததால், தப்ப முயன்றவர்கள் கைது செய்யப்பட்டனர். சோவியத் யூனியன் சுப்ரீம் சோவியத் கோர்பசெவை மீண்டும் குடியரசுத் தலைவர் பதவியில் அமர்த்தி,

நெருக்கடி நிலைக் குழு பிறப்பித்த அனைத்து ஆணைகளையும் இரத்து செய்தது. ரஷயாவிலுள்ள தொழில், வணிக முதலிய நிறுவனங்கள் அனைத்தும் தன் அரசாங்கத்தின் கட்டுப்பாட்டில் கொண்டுவருவதாக யெல்ட்சின் அறிவித்தார்.

ஆட்சிக் கவிழ்ப்புத் திட்டம் தோல்வியடையவதற்கான காரணங்கள்: இராணுவ அதிகாரிகளும் கேஜிபி அதிகாரிகளும் வெள்ளை மாளிகை மீது தாக்குதல் நடத்தி அதைக் கைப்பற்ற மறுத்துவிட்டனர். ஆட்சிக்கவிழ்ப்பாளர்களுடன் கோர்பசெவ் ஒத்துழைக்க மறுக்கும் பட்சத்தில், அந்த நிலையை சமாளிப்பதற்கான தற்காலிக ஏற்பாடுகள் ஏதும் அவர்களிடம் இருக்கவில்லை. யெல்ட்சின் வெள்ளை மாளிகையை அடைவதற்கு முன்பே அவரைக் கைது செய்வது ஆட்சிக்கவிழ்ப்புத் திட்டத்தின் முக்கிய அம்சம். அது தோல்வியடைந்ததால், ஜனநாயக முறைப்படி தேர்ந்தெடுக்கப்பட்ட அவருக்கு ஆதரவாக பல்லாயிரக்கணக்கான மக்கள் திரண்டனர். மாஸ்கோ போலிஸ் துறை ஆட்சிக்கவிழ்ப்பாளர்களின் ஆணைகளுக்குக் கட்டுப்பட மறுத்தது. ஆட்சிக் கவிழ்ப்பு முயற்சியில் ஈடுபட்ட எட்டுத் தலைவர்கள் நாட்டில் ஏற்பட்டு வந்த ஜனநாயகப்படுத்துதல், பொது மக்கள் கருத்து என்பதைப் புரிந்து கொள்ளவில்லை. முன்புபோல பொதுமக்கள் வாய் பேசாது ஆணைகளுக்குக் கட்டுப்படும் நிலை இருக்கவில்லை. அந்த எட்டுப் பேரும் ரஷிய தேசிய இனத்தவர்கள்தான். அவர்கள் எல்லோருமே சோவியத் யூனியனின் இராணுவத்திற்கும் அதற்குத் தேவையான பொருள்களை வழங்கும் தொழிற்சாலைகளுக்குமுள்ள உறவைப் பேணிப் பாதுகாத்து, அந்த உறவின் வழியாக அவர்களுக்குக் கிடைத்து வந்த சலுகைகள் ஆகியவற்றைப் பாதுகாத்துக் கொள்ள விரும்பிய அதிகாரிவர்க்கத்தினர்தான்.[37]

ஆகஸ்ட் 22 அன்று கோர்பசெவ் தன் குடும்பத்துடன் மாஸ்கோவுக்குத் திரும்பிவந்தார். ஆட்சிக் கவிழ்ப்பு முயற்சியில் சம்பந்தப்பட்டவர்கள் சிலர் தற்கொலை செய்து கொண்டனர். சிலர் விரைவில் இறந்தனர் – அது கொலையாக இருக்கும் என்ற வதந்திகள் உலவின. கோர்பசெவின் கல்லூரிக் கால

37 Collapse of the Soviet Union, Britanica Encyclopedia, *https://www. britannica. com/ event/the-collapse-of-the-Soviet-Union* (Accessed on 5. 12. 2021); Dissolution of the Soviet Union, Wikipedia, *https://en. wikipedia. org/wiki/Dissolution_of_the_Soviet_Union* (Accessed on 5. 12. 2021)

நண்பர் லுக்யானோவ் என்பவர்தான் ஆட்சிக் கவிழ்ப்புக்கான கருத்துநிலையை வழங்கியவர் என்று சொல்லப்பட்டது. அதை அவர் மறுத்த போதிலும் கைது செய்யப்படுவதிலிருந்து தப்ப முடியவில்லை.[38]

1991 டிசம்பர் 8இல் ரஷிய சோசலிசக் குடியரசுத் தலைவர் யெல்ட்சின், உக்ரெய்ன், பேலாரஸ் நாடுகளின் குடியரசுத் தலைவர்கள் ஆகியோர் பைலோரஷியாவில் கூடி ‘பெலோவெஸ் ஒப்பந்தங்கள்’ (Belovezh) என்பதில் கையெழுத்திட்டு, ‘சுதந்திர அரசுகளின் காமன்வெல்த்’ (Commonwealth of Independent States) என்ற அமைப்பை உருவாக்கி சோவியத் யூனியனின் மறைவை அறிவித்தனர். ஐ.நா. அவையில், சோவியத் யூனியனுக்கு இருந்த இடத்தை யெல்ட்சினின் ரஷியா பிடித்துக் கொண்டது. மற்ற நான்கு குடியரசுகளும் சோவியத் யூனியலிருந்து பிரிந்து சென்றன. கடைசியாகப் பிரிந்து சென்றது டிசம்பர் 16இல் தனது சுதந்திரத்தைப் பிரகடனப்படுத்திய கஸகஸ்தான். டிசம்பர் 25இல் சோவியத்யூனியனின் குடியரசுத் தலைவர் பதவியிலிருந்து விலகிய கோர்பசெவ், அணு ஆயுதங்களை ஏவுவதற்கான அதிகாரம் உள்பட அனைத்து அதிகாரத்தையும் யெல்ட்சினிடம் ஒப்படைத்தார். அன்று மாலை கிரெம்ளின் மாளிகையில் இருந்த சோவியத் செங்கொடி இறக்கப்பட்டு யெல்ட்சினின் ரஷியாவின் மூவண்ணக் கொடி ஏற்றப்பட்டது. அடுத்த நாள் சோவியத் குடியரசுகளின் பிரதிநிதிகள் கூடி, சோவியத் யூனியனிலிருந்து பிரிந்து சென்ற குடியரசுகளுக்கு அங்கீகாரம் வழங்கி சோவியத் யூனியனின் தகர்வை ‘முறைப்படி’ அறிவித்தனர்.[39]

ரஷியாவில் 1917 நவம்பரில் பத்து நாள்கள் நடந்த இரத்தம் சிந்தாத புரட்சியைப் போலவே, யெல்ட்சினுக்கு ஆதரவாகவும் ‘அதிகாரிவர்க்க இடதுசாரி’ கிளர்ச்சியாளர்களுக்கு எதிராகவும் நடத்திய எதிர்ப்புப் போராட்டமும் இரத்தக் களரி இல்லாமல் நிறைவேறியது. 17 மில்லியன் உறுப்பினர்களைக் கொண்ட, வேறு எந்த அரசு நிறுவனத்திலும் இருந்திராத கட்டமைப்புகளைக் கொண்ட சோவியத் கம்யூனிஸ்ட் கட்சியால் சோவியத் யூனியன் சிதறுண்டு போவதைத் தடுத்துவிட முடியும் என்று லிகாசெவ் கூறியது மெய்ப்பிக்கபடவில்லை. போரிஸ் யெல்ட்சின்

38 Ibid..

39 Ibid.

மேற்கொண்ட முதல் நடவடிக்கைகளிலொன்று, சோவியத் கம்யூனிஸ்ட் கட்சியின் ஆவணங்களையும் அக்கட்சியிடமிருந்த அனைத்து உடைமைகளையும் பறித்தெடுத்ததுதான்.

கம்யூனிசத்தின் பெயரால் ஒடுக்குமுறைகள்

கம்யூனிசத்தின் பெயரால் நடந்த ஒடுக்குமுறைகளுடன் கணக்குத் தீர்க்காமல், உண்மையான சோசலிசம் கட்டுவது சாத்தியமில்லை என்ற உணர்வோடு என்னால் எழுதப்பட்டுள்ள கட்டுரைகளிலும் நூல்களிலுமுள்ள கருத்துகளை மறுதலிப்பதற்காக, மாற்றுக் கருத்துகளைச் சொல்பவர்கள் மீது ஒட்டுவதற்கு அடையாளச் சீட்டுகளை எப்போதும் தயாராக வைத்திருக்கும் சிலர், இரண்டு மூன்றாண்டுகளுக்கு முன், அமெரிக்கப் பேராசிரியர் குரோவெர் ஃபர் என்பவரின் நூலைத் தங்களுக்குத் துணையாகக் கொண்டனர். ‘குருஷ்செவின் பொய்கள்’ என்ற தலைப்பில் தமிழாக்கம் செய்யப்பட்டுள்ள இந்த நூலின் ஆங்கில மூலத்தின் தலைப்பு: *Khrushchev Lied: The Evidence That Every “Revelation” of Stalin’s (and Beria’s) Crimes in Nikita Khrushchev’s Infamous “Secret Speech” to the 20th Party Congress of the Communist Party of the Soviet Union on February 25, 1956, is Provably False Kettering.*

இந்த விமர்சகர்கள் அறிந்தோ அறியாமலோ கருத்தில் கொள்ளத் தவறியது என்னவென்றால், 20ஆம் கட்சிப் பேராயத்தில் முன்வைக்கப்பட்ட குருஷ்செவின் அறிக்கையையோ, 22ஆம் பேராயத்தால் ஏற்றுக் கொள்ளப்பட்ட ‘சமாதான சகவாழ்வு’, ‘சமாதான போட்டி’, ‘அமைதிவழியில் சோசலிசத்துக்கு மாறுதல்’, என்ற கருத்துகளையோ, கம்யூனிஸ்ட் கட்சியின் வர்க்கத் தன்மையை மறுத்து அது மக்கள் அனைவரின் கட்சி *(Party of the Whole People)* என்று ஆக்கியதையோ நான் எங்கும் ஆதரித்து எழுதியதில்லை. இந்த நூலில் ‘இறுகும் பனிக்கட்டி’ என்ற தலைப்பில் எழுதப்பட்டவை, சோவியத் குடிமைச் சமுதாயத்தில் இருந்து கட்சிக்கும் அரசாங்கத்துக்கும் வந்த விமர்சனங்கள், எதிர்ப்புகள் ஆகியவற்றின் நிர்ப்பந்தத்தின் காரணமாக கட்சியும் அரசாங்கமும் தவிர்க்கமுடியாதபடி சில கட்டுப்பாடுகளைத் தளர்த்த வேண்டிய நிலையின் வெளிப்பாடுகள் என்றே குருஷ்சேவ் காலத்தில் வெளிவந்த எழுத்துகளைப் பார்த்தேன். ஸ்டாலின் கால ஒடுக்குமுறைகளில் பங்கேற்ற குருஷ்சேவ், எல்லாப் பழிகளையும்

ஸ்டாலின்மீது மட்டும் சுமத்தி, தான் வகித்த பாத்திரத்தைப் பற்றி மௌனம் சாதித்தார். மேலும், ஸ்டாலினைப் பற்றிய அவரது விமர்சனத்தில் நாகரிகக் குறைவான சொற்கள் இருந்ததை என்னால் ஒப்புக்கொள்ள முடியவில்லை.

சோவியத் கம்யூனிஸ்ட் கட்சியின் இருபதாம் பேராயத்தில் கலந்துகொள்ளச் சென்ற இந்தியக் கம்யூனிஸ்டுகளும் உலகின் பெரும்பாலான கம்யூனிஸ்ட் கட்சிகளும், சோவியத் கம்யூனிஸ்ட் கட்சியைப் போலவே, ஸ்டாலின் கால ஒடுக்குமுறைகளைப் பற்றி குருஷ்சேவ் முன்வைத்த 'இரகசிய அறிக்கை'யை பகிரங்கமாக வெளியிடவோ, தங்கள் கட்சி அணிகளுக்குத் தெரிவிக்கவோ இல்லை.[40] ஆனால், அது அமெரிக்க சிஐஏ நடத்தி வந்த '*Communism Today*' ஏட்டில் வெகுவிரைவில் வெளியிடப்பட்டது. குரோவெர் ஃபர் கூறுவது போல குருஷ்சேவின் 'இரகசிய அறிக்கை' உலகக் கம்யூனிஸ்ட் இயக்கத்தை உலுக்கியெடுத்தது.

எனினும் (அப்போது ஒன்றுபட்டிருந்த) இந்தியக் கம்யூனிஸ்ட் கட்சித் தலைமைக்குள் ஸ்டாலின் பிரச்சினை விவாதத்துக்குள்ளாக்கப்பட்டது. பின்னாளில் சிபிஐ என்ற மூலப் பெயரில் இயங்கியவர்கள் ஸ்டாலின் புகழ்பாடுவதை நிறுத்திக் கொண்டனர். அவர்களது அலுவலகங்களில் இருந்த ஸ்டாலின் படமும் அகற்றப்பட்டது. ஆனால், அடுத்த ஒரு தலைமுறையையோ, இரு தலைமுறைகளையோ சேர்ந்தவர்களுக்கு இந்த விஷயங்கள் ஏதும் தெரியாது. சிபிஎம் கட்சி தொடங்கப்பட்ட நாள் முதல் இன்று வரை மார்க்ஸ், எங்கெல்ஸ், லெனின் ஆகியோருடன் சேர்ந்து ஸ்டாலினும் அக்கட்சியால் போற்றப்படும் தலைவராக உள்ளார். சிபிஐ -எம்எல் இயக்கத்தைச் சேர்ந்தவர்களுக்கு மேற்சொன்ன நால்வருடன் மாவோவும் சேர்ந்து கொள்கிறார். ஆனால், மேற்சொன்ன கட்சிகளைச் சேர்ந்த எழுத்தாளர்கள், அறிவுஜீவிகள் தனிப்பட்ட முறையில் பேசும்போது ஸ்டாலினிசத்தை விமர்சிப்பார்கள். ஆனால், கட்சிக்குள் இப்பிரச்சினையை எழுப்ப மாட்டார்கள்.

குருஷ்செவின் அறிக்கை வெளிவருவதற்கு முன்பே, ஸ்டாலின் கால ஒடுக்குமுறைகளைப் பற்றி ரஷியாவுக்கு உள்ளேயும்

40 Nikita Khrushchev, Speech to 20th Congress of the CPSU, Marxist Internet Archive, *https://www. marxists. org/archive/khrushchev/1956/02/24. htm* (Accessed on 17. 11. 2021)

வெளியேயும் ஏராளமான கட்டுரைகளும் நூல்களும் வெளிவந்திருக்கின்றன. ரஷிய மார்க்சியரான ராய் மெட்வெடெவ் அவற்றை ஆவணப்படுத்தியுள்ளார். ஏராளமான கம்யூனிஸ்ட் எழுத்தாளர்களின் இலக்கியப் படைப்புகளில் அவை பதிவு செய்யப்பட்டுள்ளன. ஆனால், அவை யாவும் கம்யூனிஸ்ட் விரோத, ஏகாதிபத்தியக் கூற்றுகள் என்றோ, த்ரோத்ஸ்கிய அவதூறுகள் என்றோ உலகக் கம்யூனிஸ்ட் கட்சிகள் பலவற்றின் கருத்தாக இருந்தது. ஆனால், ஸ்டாலினிசம் பற்றிய 'இரகசிய அறிக்கை' சோவியத் கம்யூனிஸ்ட் கட்சித் தலைவராக இருந்த குருஷ்செவாலேயே முன்வைக்கப்பட்டபோது, அதற்கான தேவை ஏன் வந்தது? சோவியத் மக்களில் பெரும்பான்மையானோரால் அது வரவேற்கப்பட்டது ஏன்? என்ற கேள்விகளை எழுப்பாமல், அவர் 'திருத்தல்வாதி' என்று சொல்லிவிடுவதே அந்த அறிக்கையை நேர்மையாக எதிர்கொள்வதை மேற்சொன்ன போக்கு தடுத்தது. அந்த 'இரகசிய அறிக்கை' வெளிவந்த போது சீனக் கம்யூனிஸ்ட் கட்சி அதை விமர்சிக்கவில்லை. சோவியத் யூனியன் கம்யூனிஸ்ட் கட்சிக்கும் சீனக் கம்யூனிஸ்ட் கட்சிக்கும் 'பிணக்கு' ஏற்பட்ட பிறகுதான் ஸ்டாலினை ஆதரித்தும் குருஷ்ஷெவை விமர்சித்தும் சீனக் கம்யூனிஸ்ட் கட்சி எழுதவும் பேசவும் தொடங்கியது. 'ஸ்டாலின் பிரச்சினை' (On the Question of Stalin) என்ற கட்டுரை சீனக் கம்யூனிஸ்ட் கட்சியால் 1963இல் வெளியிடப்பட்டது. பின்னாளில்தான் அக்கட்டுரை மாவோவால் எழுதப்பட்டதாகச் சொல்லப்படலாயிற்று. அதில் மாவோ, ஸ்டாலின் 70 விழுக்காடு சரியானவர் என்றும் 30 விழுக்காடு தவறானவரென்றும் மதிப்பிட்டிருந்தார். ஆனால் ஸ்டாலின் செய்த சரியான காரியங்கள், தவறான காரியங்கள் என்பன பற்றிய விரிவான தகவல்கள் இல்லையென்றாலும் சோவியத் சமுதாயத்திலும் கட்சியிலும் இருந்த முரண்பாடுகளை ஸ்டாலின் கையாண்ட முறை, மூன்றாம் அகிலத்திலிருந்த கம்யூனிஸ்ட் கட்சிகளுக்குத் தவறான அறிவுரைகள் கூறப்பட்டமை, ஸ்டாலினின் இயக்க மறுப்பியல் சிந்தனை ஆகியன அக்கட்டுரையில் குறிப்பிடப்பட்டுள்ளன. மேலும், நாளடைவில் மாவோவின் தலைமையிலிருந்த சீனக் கம்யூனிஸ்ட் கட்சியும் அரசாங்கமும் ஸ்டாலின் காலத்திலிருந்து கடைப்பிடிக்கப்பட்டு வந்த கொள்கைக்கு மாறாக யூகோஸ்லேவியத் தலைவர் டிட்டோவுடன் நட்பு கொள்ளத் தொடங்கின. இதற்கிடையே, 1956இல் ஹங்கேரியை சோவியத் யூனியனின்

இராணுவம் ஆக்கிரமித்ததை சீனக் கம்யூனிஸ்ட் கட்சி ஆதரித்தது. 1971இல் சோவியத் இராணுவம் செக்கோஸ்லோவேகியா மீது படையெடுத்தபோதுதான், சீனக் கம்யூனிஸ்ட் கட்சி முதன் முதலாக சோவியத் யூனியனை 'சோசலிச ஏகதிபத்தியம்' *(Social-Imperialism)* என்றழைக்கத் தொடங்கியது. ஸ்டாலினின் ஒடுக்குமுறைகள் நடந்த காலகட்டத்தில் குருஷ்செவும் கட்சியின் முக்கியப் பொறுப்புகளில் இருந்திருக்கிறார். அதனால்தான் அவரது 'இரகசிய அறிக்கை'யும் த்ரோத்ஸ்கி, ஸீனோவிவ், புகாரின் போன்ற போல்ஷ்விக் தலைவர்களை லெனினிசத்தின் எதிர்ப்பாளர்கள் என்றும் மக்களின் விரோதிகள் என்றும் கூறுகிறது. ஸ்டாலின் காலத்தின் நடந்த ஒடுக்குறைகள் அனைத்துக்கும் யெசோவ், யெகோடா ஆகியோர் மீது பழி சுமத்தப்பட்டது போலவே, குருஷ்சேவ் ஆட்சிக்காலத்தில் உளவு மற்றும் இரகசியப் போலிஸ்துறைத் தலைவராக இருந்த பெரியா மீது முழுப் பொறுப்பும் சுமத்தப்பட்டது. ஸ்டாலின் காலத்தில் யெசோவுக்கும் யெகோடாவுக்கும் நடந்தது போலவே பெரியாவும் சுட்டுக் கொல்லப்பட்டார். ஆனால், குருஷ்சேவ் ஆட்சிக் காலத்தில்தான் பல்லாயிரக்கணக்கானோர் உழைப்பு முகாமிலிருந்தும் சிறைகளிலிருந்தும் விடுவிக்கப்பட்டனர். கணிசமான அளவுக்கு பேச்சு சுதந்திரமும் எழுத்து சுதந்திரமும் தரப்பட்டன.

குரோவர் ஃபர்ரின் நூலின் முதன்மையான நோக்கம், குருஷ்செவின் 'இரகசிய' அறிக்கையில் ஸ்டாலின் பற்றியும் அவரது ஆட்சி பற்றியும் சொல்லப்பட்டிருந்த 61 குற்றச்சாட்டுகள் அப்படமான பொய்கள் என்று மெய்ப்பிப்பதாகும். அவற்றில் 60 குற்றச்சாட்டுகளைப் பொய்கள் என்று நிரூபித்துவிட்டதாகப் பெருமைப்பட்டுக் கொள்ளும் அவர், ஸ்டாலின் காலத்தில் பல்லாயிரக்கணக்கானோர் கைது செய்யப்பட்டதை, சித்திரவதை செய்யப்பட்டதை, உழைப்பு முகாமில் தள்ளப்பட்டதை ஒப்புக் கொள்கிறார். ஆனால் அவற்றுக்கான காரணம் என்ன என்பதை அவர் சொல்வதில்லை. மாறாக, அந்தக் கொடிய குற்றங்களுக்கு ஸ்டாலின் பொறுப்பல்ல என்றும் உளவுத் துறைக்குப் பொறுப்பாக இருந்த யெஷோவ், யெகோடா ஆகியோர்தானென்றும் கூறுகிறார். ஒரு சிலரோ, அல்லது ஒரு நூறு பேரோ இப்படி அநியாயமான ஒடுக்குமுறைகளுக்கு ஆளானது பெரும் நாட்டை நிர்வகித்து வந்த ஸ்டாலினுக்குத்

தெரியாமல் நடந்த நிகழ்வுகள் என்பதை ஒரு வாதத்துக்கு ஒப்புக் கொண்டாலும், பல்லாயிரக்கணக்கானோர் அப்படிப்பட்ட கொடுமைகளுக்கு ஆளானது அவருக்குத் தெரியாமல் நடந்தது என்று கூறுவதை எப்படி சந்தேகிக்காமல் இருக்க முடியும்? லெனினின் நெருக்கமான போராட்டத் தோழர்களாக இருந்த த்ரோத்ஸ்கி வெளியேற்றப்பட்டதையும் புகாரின், ஸீனோவிவ் போன்ற பழம் பெரும் போல்ஷ்விக்குகள் மீது நம்புவதற்கே இயலாத குற்றச்சாட்டுகள் சுமத்தப்பட்டு அவர்கள் கொல்லப்பட்டதையும் நியாயப்படுத்துவதற்காக இந்தப் பேராசிரியர், "இருபதாண்டுக் காலம் ரஷியாவிலுள்ள ஆவணங்களை ஆராய்ந்து" நமக்குக் காட்டுவது, குற்றம் சுமத்தியவர்களின் ஆவணங்களேயன்றி, குற்றம் சுமத்தப்பட்டவர்கள் சார்பில் முன்வைக்கப்பட்ட (உண்மையில் முன்வைக்கப்பட முடியாதிருந்த) ஒரு ஆவணத்தைக்கூட அல்ல.

'சோவியத் யூனியனில் சோசலிசம் வெற்றிகரமாக நிர்மாணிக்கப்பட்டுவிட்டது' என்ற முழக்கத்துடன் 1936இல் உருவாக்கப்பட்ட சோவியத் அரசமைப்புச் சட்டத்தை வரைவதில் முக்கிய பங்காற்றியவர் புகாரின். சோவியத் யூனியனிலும் வெளிநாடுகளிலும் அது 'புகாரின் அரசமைப்புச் சட்டம்' என்றே சொல்லப்பட்டு வந்தது. ஆனால் ஓராண்டுக்குப் பிறகு அவர் – லெனினால் 'போல்ஷ்விசத்தின் தங்கப் பையன்' என்று வர்ணிக்கப்பட்ட புகாரின்[41] - ஏகாதிபத்திய ஏஜெண்டாக மாறிவிட்டார்!

இனி, குரோவர் ஃபர்ரின் வரலாற்று ஆய்வுகளின் தன்மையைப் பார்ப்போம். அமெரிக்காவிலிருந்து வெளிவரும் '*Cultural Logic*' என்ற டிஜிடல் ஏட்டில் குரோவெர் ஃபர் 2009இல் எழுதிய 'ஜெர்மனி, ஜப்பான் ஆகியவற்றுடன் லியோன் த்ரோத்ஸ்கி கொண்டிருந்த ஒத்துழைப்புக்கான சான்று'[42], விளாடிமிர் எல். போப்ரோவ் என்பருடன் இணைந்து 2010இல் எழுதிய 'ஸ்டீஃபன் கோஹென் எழுதியுள்ள புகாரின் வாழ்க்கை வரலாறு: குருஷ்சேவ்

41 புகாரினுக்குப் பொன்னிறத் தலைமுடி இருந்ததால்தான் லெனின் அவரை அப்படி அழைத்தார்.

42 Grover Furr, Evidence of Leon Trotsky's Collaboration with Germany and Japan, *https://ojs. library. ubc. ca/index. php/clogic/article/view/191550/188662* (Accessed on 17. 10. 2021)

சகாப்த "வெளிப்படுத்துதல்களின்" பொய்மை பற்றி ஓர் ஆய்வு[43] ஆகியன வெளிவந்தன. முதல் கட்டுரையில், த்ரோத்ஸ்கியும் புகாரினும் அந்நிய ஏகாதிபத்திய வல்லரசுகளுடன் ஒத்துழைத்து, உயர் பதவியிலுள்ள சோவியத் தலைவர்களைக் கொல்வதற்கும் சோவியத் யூனியனில் முதலாளியத்தை மீளக்கொணரவும் சீர்குலைவுவாதிகளும் கொலைகாரர்களுமடங்கிய கும்பலுக்குத் தலைமை தாங்கினர் என்பதை 'நிரூபித்துவிட்டதாக' குரோவர் ஃபர் கூறிக் கொள்கிறார்.

இரண்டாவது கட்டுரையில் கூறுகிறார்: "எம்மிடமுள்ள சான்று, ஒரே ஒரு கருதுகோளுடன் (hypothesis) மட்டுமே ஒத்திசைந்துள்ளதாக இருக்கிறது; அதாவது, தன் மீது சுமத்தப்பட்ட குற்றங்களைத் தான் இழைத்தாக புகாரினே ஒப்புக் கொண்டிருக்கிறார். எனினும், இந்த உண்மையையும் மீறி, புகாரின் குற்றமற்றவராகவே இருந்திருக்ககூடும் என்றோ, அவர் குற்றமற்றவர்தான் என்றோ சிலர் கூறுவர்."

முதல் கட்டுரையில், "இப்போது கிடைக்கின்ற சான்றைக் கொண்டு ஒரே ஒரு புறநிலையான முடிவுக்குத்தான் வர முடியும்: அதாவது எங்கள் கருதுகோள் உறுதிப்படுத்தப்பட்டுவட்டது என்ற முடிவுக்கு; இந்த சான்றின் மூலம் சோவியத் யூனியனில் அதிகாரத்துக்கு வருவதற்காக உதவுமாறு ஜெர்மன், ஜப்பானிய அதிகாரிகளுடன் லியோன் த்ரோத்ஸ்கி ஒத்துழைத்தார் என்ற முடிவுக்கு நம்மால் வந்து சேராமல் இருக்க முடியாது."

முதலாவதாக, மாஸ்கோ விசாரணைகளில் வழங்கப்பட்ட தீர்ப்புகள் சரியானவை என்றால், ஏராளமான சோவியத் அரசாங்க அதிகாரிகள் (அப்போதிருந்த, அதற்கு முன்பிருந்த) கட்சி உறுப்பினர்கள், இராணுவத் தலைவர்கள் ஆகியோர் நாஜி ஜெர்மனி, ஏகாதிபத்திய ஜப்பான், பிரிட்டிஷ் உளவுத் துறை ஆகியவற்றுடன் இணைந்து பெரும் சதித் திட்டத்தில் ஈடுபட்டிருந்தனர் என்பது நிரூபிக்கப்பட்டதாகி விடும். ஆனால், மாஸ்கோ விசாரணகளின்போது சொல்லப்பட்ட அசாதரணமான குற்றச் சாட்டுகளுக்கு ஆதாரமாக மேற்சொன்ன நாடுகளிலுள்ள ஆவணங்களிலிருந்து எந்தவொரு சான்றும் இதுவரை எவருக்கும்

43 Grover Furr and Vladimir L. Bobrov,, Stephen Cohen's Biography of Bukharin: A Study in the Falsehood of Khrushchev-Era 'Revelations, *https://ojs. library. ubc. ca/ index. php/clogic/article/view/191531* (Accessed on 17. 10. 2021)

கிடைக்கவில்லை. கடந்த அறுபதாண்டுகளுக்கும் மேலாக வரலாற்றாசிரியர்களும் அறிவாளிகளும் நாஜி ஜெர்மனியைச் சேர்ந்த ஆவணங்களை ஆய்வு செய்து வந்துள்ளனர். ஆனால் அவர்களால் சோவியத் யூனியனில் மேற்சொன்னது போன்ற பெரும் சதித்திட்டம் நாஜி ஜெர்மனியின் உதவியுடன் உருவாகியிருந்தது என்பதற்கான ஒரு சான்றைக்கூடக் கண்டறிய முடியவில்லை. குரோவர் ஃபர்ரும் அந்த நாடுகளின் ஆவணக் காப்பகங்களுக்குச் சென்றதுமில்லை.

அமெரிக்காவிலுள்ள த்ரோத்ஸ்கி ஆவணங்களில், 1932இல் த்ரோத்ஸ்கி, ரையுடின், ஸீனோவிவ் மற்றும் சோவியத் கம்யூனிஸ்ட் கட்சிக்குள் இருந்த வலதுசாரி எதிர்பாளர்களைச் சேர்ந்தவர்கள் சிலர் ஆகியோரடங்கிய ஓர் அணி அக்கட்சிக்குள் செயல்பட்டு வந்ததற்கான சான்றுகள் இருப்பதாகவும், இவை ஜே. ஆர்ச் கெட்டி *(J Arch Getty)*, பியர் ப்ரூ *(Pierre Broue)* ஆகியோரிடமுள்ள ஆவணச் சான்றுகளால் உறுதி செய்யப்பட்டுள்ளன என்றும் குரோவர் ஃபர் கூறுகிறார். ஆனால் இவர்களில் ஒருவர்கூட மேற்சொன்ன அணி பயங்கரவாத அல்லது சீர்குலைவு நடவடிக்கைகளைத் திட்டமிட்டதாகக் கூறுவதில்லை. இந்த சதித்திட்டம் இருந்ததற்கான எந்த சான்றும் இதுவரை இல்லை. மாறாக, குரோவர் ஃபர் கூறுவது போல "ஸீனோவிவும் காமனெவும் தாங்கள் கடந்த காலத்தில் இழைத்த தவறுகளுக்கு வருத்தம் தெரிவித்து ஸ்டாலின் குழுவிற்கு விசுவாசம் தெரிவித்த 1933ஆம் ஆண்டிற்குப் பிறகு மேற்சொன்ன அணி உடைந்தது என்றும், ஸ்டாலினின் கொள்கைகளை எதிர்த்து நின்ற இந்த இருவரும் பின்னர் ஸ்டாலினிடம் சரணடைந்ததால் த்ரோத்ஸிக்கு எரிச்சல் ஏற்பட்டது. அவரால் பகிரங்கமாக உருவாக்கப்படாத மூலோபாயங்கள் அழிந்தொழிந்தன." ஆயினும், சோவியத் யூனியனில் த்ரோத்ஸ்கிக்கு ஆதரவாகத் தலைமறைவாகச் செயல்பட்ட ஆதரவாளர்கள் இருந்தனர் என்ற உண்மையோ, ஸ்டாலின் மீது கட்சிக்கும் மக்களுக்கும் இருந்த அதிருப்தியின் காரணமாக அவர் சோவியத் யூனியனுக்கு வந்து ஆட்சிப்பொறுப்புக்கு வர முயன்றார் என்ற உண்மையோ, அவர் நாஜி ஜெர்மனியுடனும் ஏகாதிபத்திய ஜப்பானுடனும் ஒத்துழைத்தார் என்ற குற்றச்சாட்டையோ, சோவியத் யூனியனின் முதலாளியத்தைக் கொண்டு வர முயன்றார் என்ற குற்றச்சாட்டையோ உறுதிப்படுத்தாது. பிரச்சினை என்னவென்றால், அவர் சோவியத்

யூனியனில் யாருடன் தொடர்பு கொண்டிருந்தார் என்பதல்ல, மாறாக வெளிநாட்டு அரசாங்கமொன்றின் உளவாளியாக செயல்பட்டாரா என்பதுதான்.

கட்சியில் ஸ்டாலினின் அரசியல் மார்க்கத்தை த்ரோத்ஸ்கி எதிர்த்து நின்றார் என்பதும், அவர் சோவியத் யூனியனில் தொடர்புகள் வைத்திருந்தார் என்பதும் மறுக்க முடியாத உண்மைகள். சோசலிசம் தொடர்பான த்ரோத்ஸ்கியின் அரசியல் மார்க்கம் தவறானது என்றோ, அது நடைமுறைக்கு வந்திருந்தால் சோவியத் யூனியனுக்கு பாதகத்தை ஏற்படுத்தியிருக்கும் என்றோ நம்மால் ஒரு வாதத்துக்காக ஒப்புக்கொள்ள முடியும். ஆனால், தவறான அரசியல் மார்க்கத்தை வைத்திருந்தார் என்பதாலேயே அவரை வெளிநாட்டு உளவாளியாக எப்படிக் கருத முடியும்? அரசியல்ரீதியான எதிர்ப்பும் நாட்டுக்குச் செய்யப்படும் துரோகமும், பாசிச, ஏகாதிபத்திய சக்திகளுடன் ஒத்துழைப்பதும் எப்படி ஒன்றாகி விடும்?

இந்த சதித்திட்டத்திற்கான பொருண்மையான சான்று (physical evidence), அதாவது சதி பற்றிய தகவல் பரிமாற்றத்துக்கான எழுத்துபூர்வமான சான்று அல்லது பதிவு செய்யப்பட்ட தொலைபேசி உரையாடல்கள் போன்றவை ஏதும் இல்லை என்பதை ஒப்புக் கொள்ளும் குரோவர் ஃபர்ரும் அவரது ரஷிய சகாவும், "சான்று இல்லாமலிருப்பது" என்பது "இல்லாமலிருப்பதற்கான சான்று" என்ற வினோதமான வாதத்தை முன்வைக்கிறார். மாஸ்கோ விசாரணைகளின் போது சொல்லப்பட்டது போன்ற மிகப் பெரும் சதித்திட்டம் ஒன்று இருந்திருக்குமேயானால், அதில் சம்பந்தப்பட்டவர்கள் எவருமே அந்த சதித்தட்டத்தை எங்குமே எவ்வடிவத்திலும் பதிவு செய்திருக்க மாட்டார்கள், "ஆவணங்களை" உருவாக்கியிருக்கமாட்டார்கள் என்பது சாமானிய மனிதனுக்கும்கூட புரியக்கூடிய விஷயம். இப்படிப்பட்ட இரகசியமான சதித்திட்டம் வாய்மொழியாக வேண்டுமானால் சம்பந்தப்பட்டவர்களுக்குத் தெரியவந்திருக்கலாம். எனினும் பெரும் சதித்திட்டம் ஒவ்வொன்றும் தன்னையறியாமலேயே ஏதோவொரு தடயத்தை விட்டுச் சென்றிருப்பதை வரலாற்றில் பார்க்கிறோம். எடுத்துக்காட்டாக யூதர்களை ஒழித்துக்கட்டுவதற்கான நாஜிகள் மிக இரகசியமாக வான்னிஸ் நகரில் உருவாக்கிய சதித்திட்டம்; 1972-74இல் அமெரிக்காவின்

குடியரசுக் கட்சியைச் சேர்ந்த குடியரசுத் தலைவர் ரிச்சர்ட் நிக்ஸன், ஜனநாயகக் கட்சி அலுவலகம் இருந்த வாட்டர்கேட் என்னும் கட்டடத்தில் நடப்பது பற்றி இரகசியமாக உளவு பார்க்கச் செய்த வேலைகள்; 1985இல் இரண்டாம் முறையாக ரீகன் ஆட்சிக்கு வந்த பிறகு அப்போது அமெரிக்காவின் எதிரியாகக் கூறப்பட்டு வந்த ஈரானுக்கு இரகசியமாக ஆயுதங்களை விற்று அதில் கிடைக்கும் பணத்தை நிகராகுவாவின் புரட்சி அரசாங்கத்தைக் கவிழ்ப்பதற்கு வழங்கிய ஈரான் - கான்ட்ரா சதித்திட்டம். இவை எவ்வளவு இரகசியமாகத் தீட்டப்பட்டிருந்தபோதிலும், ஏதோவொரு வகையான பருண்மையான தடயங்களை விட்டுச் சென்றிருந்தன. அவற்றைக் கொண்டுதான் அந்த சதித்திடங்களை அம்பலப்பபடுத்த முடிந்தது. ஆனால் புகாரின், த்ரோத்ஸ்கி மற்றும் அவர்களது கூட்டாளிகள் என்று சொல்லப்பட்டவர்கள் எவ்வகையான தடயத்தையும் விட்டுச் செல்லாமால் பார்த்துக் கொண்டனர் என்ற குரோவரின் வாதத்தை எடுத்துக்கொண்டால், உலக வரலாற்றில் சொல்லப்படும் மாபெரும் சதித்திட்டங்களைப் பொறுத்தவரை, யாராலும் நம்பமுடியாத சாதனையை புகாரின், த்ரோத்ஸ்கி முதலியோர் புரிந்திருக்கிறார்கள் என்பதுதான் இதன் பொருள்!

1930களில் நடந்த மாஸ்கோ விசாரணைகளின் போது குற்றம் சாட்டப்பட்டவர்களின் குற்ற ஒப்புதல் வாக்குமூலங்களை நம்பகத்தன்மையான, உறுதியான சான்றுகளாக எடுத்துக் கொள்ள வேண்டும் என்று குரோவெர் ஃபர் கூறுகிறார். மிக அநீதியான இதை வாதத்துக்காக ஒப்புக்கொண்டாலும், அந்த வாக்குமூலங்களில் சொல்லப்பட்டவற்றை உறுதிப்படுத்துகிற எந்த சான்றையும் (corroborating evidence) விசாரணைகளின்போது ஸ்டாலின் அரசாங்கம் தரவில்லை. உறுதிப்படுத்துகின்ற சான்றுகள் ஏதுமில்லாத வாக்குமூலங்களை மட்டுமே ஒரே சான்றாகக் கொள்வது, குற்றம் சாட்டப்பட்டவர்கள் சித்திரவதை செய்யப்பட்டிருப்பார்கள் என்ற முடிவுக்குதான் கொண்டு செல்லும்.

குறறம் சாட்டப்பட்டவர்களின் குற்ற ஒப்புதல் வாக்குமூலங்கள் வலுவான, நம்பகத்தன்மை வாய்ந்த சான்றுகள் என்று கூறுகிறார் ஃபர்: "குற்றம் சாட்டப்பட்டவர்கள் அச்சுறுத்தப்பட்டார்கள், சித்திரவதை செய்யப்பட்டார்கள் அல்லது அவர்களுக்கு

ஊக்கம் தரும் வகையில் ஏதோவொரு வகை வாக்குறுதி தரப்பட்டதன் மூலம், குற்ற ஒப்புதல் வாக்குமூலங்களைத் தருமாறு ஊக்குவிக்கப்பட்டார்கள் என்பதற்கான சான்றுகள் ஏதும் இல்லை" என்று கூறுகிறார். ஆனால், சோவியத் யூனியன் தகர்ந்த பிறகு ஏற்பட்ட ரஷிய அரசாங்கத்தால் இரகசியத்தன்மை நீக்கப்பட்டு ஆய்வாளர்களுக்கு கிடைக்கச் செய்யப்பட்டுள்ள ஆவணங்களில் *(declassified Soviet Archives)*, - குறிப்பாக ஜே. ஆர்ச் கெட்டியால் *(J Arch Getty)* தொகுக்கப்பட்டு *The Road to Terror: Stalin and the Self-Destruction of the Bolsheviks*, 1932-1939 என்ற தலைப்பில் வெளியிடப்பட்ட ஆவணங்களில் (இந்தத் தொகுப்பை குரோவர் ஃபர் தொடர்ந்து பாராட்டி வந்துள்ளார்) சோவியத் நீதி அமைப்பு *(Soviet judicial system)* குற்றம் சாட்டப்பட்டவர்கள் மீது பல்வேறு நிர்பந்தங்களை அனுமதித்தது என்பதற்கான சான்றுகள் தரப்படுகின்றன:

> சந்தேகத்தின் பேரில் கைது செய்யப்படுபவர்களுக்கான கோட்டா முறைகள் (ப. 471-76,170); சந்தேகத்துக்குரியவர்களின் குடும்பங்களைக் கண்காணிக்கவும் தண்டிப்பதற்குமான என். கே.வி.டி. அமைப்பின் (சோவியத் இரகசிய போலிஸ்) அறிவுரைகள்; பல்வேறு வகையான தனிமைச் சிறைவாசம் (ப. 3); சித்திரவதை (ப. 489)

இத்தகைய நிர்பந்த முறைகளை அனுமதிக்கும் ஒரு (அ)நீதி அமைப்பு இருக்கையில், குற்றம் சாட்டப்பட்டவர்களிடமிருந்து பெறப்பட்ட குற்ற ஒப்புதல் வாக்குமூலங்களின் நம்பகத்தன்மையை சந்தேகிப்பது நீதியுணர்வு கொண்ட எவருக்கும் இயல்பானதே. பூர்ஷ்வா நீதி அமைப்புங்கூட இத்தகைய முறைகளை அனுமதிக்காதபோது, கம்யூனிச அறவியலுக்கும் ஒழுக்க நெறிகளுக்கு இது எவ்வாறு பொருந்தும்? உறுதிப்படுத்தக்கூடிய வேறு சான்றுகள் இல்லாத வாக்குமூலங்களைக் கொண்டு ஒருவரைக் குற்றவாளி என்று அனுமானிப்பதும், தீர்ப்புக் கூறுவதும், தண்டிப்பதும், சந்தேகத்துக்கிடமானவர்களின் குடும்பங்களை அச்சுறுத்துவதும் குறுக்கு விசாரணையைப் பொறுத்தமட்டிலோ சட்டப்படியாகவோ உண்மையான கம்யூனிஸ்ட் நடைமுறையாகுமா?

இனி புகாரின் மீதான குற்றச்சாட்டுக்கு அடிப்படையாக இருந்த அவரது குற்ற ஒப்புதல் வாக்குமூலங்களைப் பார்ப்போம். அவர்

மீது விசாரணை நடத்தப்படுவதற்கு முன் சித்திரவதையின் மூலம் அவரிடமிருந்து குற்ற ஒப்புதல் வாக்குமூலம் பெறப்பட்டது என்பதற்கான சான்றுகள் இதுவரை ஏதும் இல்லை என்று புகாரினின் வாழ்க்கை வரலாறை எழுதியுள்ள ஸ்டீஃபன் கோஹெனும் அவரை விமர்சிக்கும் குரோவர் ஃபர்ரும் கூறுகின்றனர். ஆனால், புகாரினின் மனைவிக்கும் அவரது குழந்தைக்கும் அச்சுறுத்தல் விடுக்கப்படும்வரை, மூன்று மாத காலம் அவர் சிறையில் மனோஉறுதியோடு இருந்திருக்கிறார் என்பதை கோஹென் எடுத்துரைக்கிறார். இது ஒன்றே போதும், புகாரின் கொடுத்த குற்ற ஒப்புதல் வாக்குமூலங்களின் நம்பகத்தன்மையைதன்மையை சந்தேகிக்க.

அந்த விசாரணையின் போது எல்லாவற்றுக்குமான 'அரசியல் பொறுப்பை' தான் ஏற்றுக் கொள்வதாகக் கூறி தன் குடும்பத்தின் பாதுகாப்பை உறுதி செய்து கொண்ட புகாரின், தன் மீது சுமத்தப்பட்ட குற்றசாட்டுகளை, தான் சம்பந்தப்பட்டதாகச் சொல்லப்பட்ட குற்றங்களில் பங்கேற்றதாகச் சொல்லப்படுவதை அப்பட்டமாவும் மிக நுட்பமாகவும் மறைபொருளாகவும் மறுத்ததாக கோஹென் தக்க சான்றுகளுடன் எடுத்துக் காட்டுகிறார். தனக்குக் கருணை காட்டுமாறு ஸ்டாலினுக்கு அவர் கடிதம் எழுதியது உண்மைதான். குற்ற ஒப்புதல் வாக்குமூலம் கொடுப்பதன் மூலம் ஏதோவொரு வகை தண்டனைக் குறைப்பு அல்லது மன்னிப்புக் கிடைக்கும் என்று அவர் எதிர்பார்த்தார் என்பதை ஊகிப்பது கடினமல்ல.

குரோவெர் ஃபர்ரால் கடுமையாக விமர்சிக்கப்படும் ஸ்டீபன் கோஹெனும்கூட புகாரின் சித்திரவதை செய்யப்பட்டார் என்று கூறுவதில்லை என்றாலும், புகாரினின் குடும்பம் அச்சுறுத்தப்படும் வரை அவர் குற்ற ஒப்புதல் வாக்குமூலம் தரவில்லை என்பதை எடுத்துக்காட்டுகிறார். நீதி விசாரணையின் போது சில குறிப்பிட்ட குற்றங்களைச் செய்ததாக புகாரின் ஒப்புக்கொண்டார் என்று கோஹெனும் குரோவெரும் கூறுகின்றனர். அந்த விசாரணையின்போது புகாரின்

- *1918-19*இல் போல்ஷ்விக் தலைவர்களைக் கொல்வதற்கான சதியில் சம்பந்தப்பட்டிருந்தார் என்ற குற்றச்சாட்டை மறுத்தார்.

- வெளிநாடுகளுக்காக உளவு வேலைகளைப் பார்த்தாகச் சொல்லப்படும் குற்றச்சாட்டை வலுவாக மறுத்தார்.

- அவரோடு சேர்த்துக் குற்றம் சாட்டப்பட்டவர்களுடன் இணைந்து சீர்குலைவு நடவடிக்கைகளில் ஈடுபட்டார் என்ற குற்றச்சாட்டை மறுத்தார்.

விசாரணையின் முடிவில், 1938 மார்ச் 11இல் சோவியத் அரசாங்கத் தலைமை வழக்குரைஞர் விஷின்ஸ்கி கூறினார்: "பிசாசு ஊதுவத்திக்கு முன்னால் சுருங்கிவிடுவதைப் போல புகாரின் தான் செய்த குற்றத்தை ஒப்புக்கொள்வதிலிருந்து சுருங்கிப் போய்விட்டார். புகாரின் இங்கு தன் குற்றைத்தை மறுக்கிறார்." இந்தக் கூற்றுக்கு என்ன பொருள் கொள்வது? சோவியத் இரகசியப் போலிஸ் துறை, நீதித்துறை ஆகியன கையாண்ட முறைகளையும், வாக்குமூலங்களில் சொல்லப்பட்டவற்றை உறுதி செய்கின்ற வேறு எந்த சான்றுகளும் முன்வைக்கப்படவில்லை என்பதையும் கருத்தில் கொண்டால், நீதி உணர்வுள்ள எவருமே அந்த விசாரணையின் நியாயத்தன்மையை சந்தேகிப்பதுடன், குற்றம் சாட்டப்பட்டவர்கள் அனைவருமே குற்றமற்றவர்கள் என்ற முடிவுக்குத்தான் வருவர்.

மேற்சொன்னவற்றின் அடிப்படையில் பார்க்கும்போது, வெளிநாடுகளுடன் ஒத்துழைத்தும் கூட்டுச் சேர்ந்தும் புகாரினும் த்ரோத்ஸ்கியும் பெரும் சதித்திட்டத்தில் ஈடுபட்டனர் என்பதற்கான கடுகளவு ஆதாரமும்கூட இல்லை. 1930களில் நடந்த விசாரணைகளின் போது அவர்கள் இழைத்ததாகச் சொல்லப்பட்டதற்கு மாறாக அவர்கள் குற்றமற்றவர்கள் என்ற முடிவுக்கே நாம் வர முடியும். அந்த விசாரணையின்போது புகாரின் கூறினார்: "குற்றம்சாட்டப்பட்டவரின் குற்றஒப்புதல் வாக்குமூலம் இன்றியமையாதது அல்ல. குற்றம் சாட்டப்பட்டவரிடமிருந்து குற்ற ஒப்புதல் வாக்குமூலம் பெறப்படுவது நீதிபரிபாலனம் பற்றிய மத்தியகாலக் கோட்பாடாகும்."

தண்டிக்கப்பட்டுக் கொல்லப்படுவதற்கு முன் புகாரின் சோவியத் அரசிடம் விடுத்திருந்த ஒரே வேண்டுகோள், சிறைவாசத்தின்போது அவர் எழுதி வந்த நூலின் கையெழுத்துப்படிகளைப் பாதுகாக்க வேண்டும் என்பதுதான். கிரெம்ளினிலுள்ள ஆவணக் காப்பகத்தில் கேட்பாரற்றுக்கிடந்த கையெழுத்துப்படிகள்

சோவியத் யூனியன் தகர்ந்த பிறகே கண்டுபிடிக்கப்பட்டு நூல் வடிவத்தில் வெளியிடப்பட்டன. 'மன்த்லி ரெவ்யூ பிரஸால் 2005இல் ஆங்கிலத்தில் 'Philosopphic Arabsesque' என்ற பெயரில் வெளியிடப்பட்ட இந்த நூலில், லூப்யென்கா சிறையில் வாடிக் கொண்டிருந்த போது ரஷியப் புரட்சியைப் பற்றி மட்டுமில்லாது, அறிவுத் தோற்றவியல் (epistemology), அவசியத்திற்கும் (necessity)⁴⁴ சுதந்திரத்துக்குமுள்ள உறவு, ஹெகெலிய இயங்கியலுக்கும் மார்க்ஸிய இயங்கியலுக்குமுள்ள வேறுபாடுகள், இன்று மார்க்ஸிய அறிஞர்களால் பெரிதும் கவனம் செலுத்தப்படுகிற சூழலியல் ஆகியன பற்றியும் புகாரின் எழுதியுள்ளார். இதைப் பற்றி குரோவர் ஃபர் எதையும் சொல்வதில்லை. புகாரினின் துணைவியார் அன்னா லரினா எழுதிய நினைவுக் குறிப்புகள்⁴⁵ கல் நெஞ்சம் கொண்டவர்களைக்கூட கலங்க வைக்கும். மேலும், லெனினின் இறப்பைத் துரிதப்படுத்துவதைப் பொறுத்தவரை அவரது மனைவி க்ரூப்ஸ்கயாவும் பொறுப்பேற்க வேண்டும் என்று இந்தப் பேராசிரியர் மறைமுகமாகக் குறிப்பிடுகிறார். சுய அறிவுள்ளவர்கள் எவரும் இந்த வாதங்களை ஏற்றுக் கொள்ள மாட்டார்கள் என்பதாலோ என்னவோ, 'ஸ்டாலினின் சாதனைகள்' என்பனவற்றைக் கூறி, அக்காலத்தில் இழைக்கப்பட்ட ஒடுக்குமுறைகளை நியாயப்படுத்துகிறார். அந்த சாதனைகளுக்கு உரியவர் ஸ்டாலின் என்பதை யாரும் மறுப்பதற்கில்லை. ஆனால் பல்லாயிரக்கணக்கான கம்யூனிஸ்டுகள், கோடிக்கணக்கான சோவியத் மக்கள், அறிவியலாளர்கள், தொழில்நுட்ப வல்லுநர்கள், சோவியத் இராணுவத்தினர், மிகக் கொடூரமான நிலைமைகளின் கீழ் உழைப்பு முகாம்களில் கட்டாய உழைப்பு கறக்கப்பட்டவர்கள் ஆகியோரின் பங்களிப்புகளும் சேர்ந்தே இந்த சாதனைகளை சாத்தியப்படுத்தின.

---

44 'Necessity' என்று மார்க்ஸியம் கூறுவது, 'அவசியம்' என்று நாம் சாதாரணமாகப் பொருள் கொள்ளும் விஷயங்களல்ல; மாறாக, கட்டாயமாக இருந்தே தீர வேண்டிய, மனிதர்களால் மாற்ற முடியாத இயற்கை, சமூக விதிகள்தான். எடுத்துக்காட்டாக: புவி ஈர்ப்பு விசை. இதை மனிதனால் மாற்ற முடியாது. ஆப்பிள் பழம் கீழே இருந்து மேலே செல்லாது, ஆனால் இந்த புவி ஈர்ப்பு விசையைப் புரிந்துகொண்டால்தான், அந்த ஈர்ப்பு விசைக்கு உட்படாமல் ஆகாய விமானத்தைச் செலுத்த முடியும். இப்படிப் புரிந்து கொள்வதில்தான் சுதந்திரம் அடங்கியுள்ளது.

45 Anna Larina, *This I Cannot Forget: The Memoirs of Nikolai Bukharin's Widow*, Hutchinson, London, 1993.

ரஷிய ஆவணக் காப்பகங்களிலுள்ள ஆவனங்களிலிருந்து தனது ரஷிய நண்பரொருவரின் உதவியுடன் ஆதாரங்களைத் திரட்டியுள்ளதாகக் கூறும் இந்தப் பேராசிரியர், கணிசமான ஆவணங்கள் அரசுக் கட்டுப்பாட்டில் இருப்பதால் அவற்றைப் பார்க்க முடியவில்லை என்பதை ஒப்புக் கொள்கிறார். ஆட்சியைக் கைப்பற்றியதும் யெல்ட்சின் செய்த முதல் வேலை, மேலே கூறப்பட்டுள்ளது போல, சோவியத் கம்யூனிஸ்ட் கட்சியிடம் இருந்த அனைத்து ஆவனங்களையும் அரசு கட்டுப்பாட்டிலுள்ள ஆவணக் காப்பகத்திற்குக் கொண்டு சென்றதும் அக்கட்சியின் உடைமைகள் அனைத்தையும் பறிமுதல் செய்ததுடன் அக்கட்சியைத் தடை செய்ததும் ஆகும். இன்றைய ரஷிய அரசாங்கத்தின் கட்டுப்பாட்டிலுள்ள ஆவணத் தொகுப்புகள் பல ஆராய்ச்சியாளர்களுக்குத் திறந்துவிடப்படவில்லை. அப்படியிருக்க 'அனைத்து ஆவணங்களை'யும் பேராசிரியாரால் எப்படிப் பார்த்திருக்க முடியும்?

அதனால்தான் இந்தப் பேராசிரியர் முன்கூட்டியே தனக்கு ஒரு தற்காப்பு உத்தியை உருவாக்கிக் கொள்கிறார்:

முழுமுற்றான சான்று என்பது ஏதும் இல்லை. அனைத்து சான்றுகளையும் போலியாகத் தயாரிக்க முடியும். எந்தக் கூற்றும் - குற்ற ஒப்புதல், குற்றம் செய்ததை மறுத்தல், ஒருவர் சித்திரவதை செய்யப்பட்டார், ஒருவர் எந்தவிதத்திலும் நிர்பந்திக்கப்படவில்லை - என்பன போன்ற எந்தக் கூற்றும் - உண்மையானதாகவோ பொய்யானதாகவோ இருக்கலாம், ஒரு பேச்சாளர் (அல்லது எழுத்தாளர்) தன் நினைவில் இருப்பதாகக் கருதும் உண்மையைச் சொல்லச் செய்யும் முயற்சியாகவோ, அல்லது வேண்டுமென்றே சொல்லப்படும் பொய்யாகவோ இருக்கலாம். சோவியத் வரலாற்றைப் பொறுத்தவரை அடிக்கடி நிகழ்ந்ததைப் போல ஆவணங்களையும் போலியாகத் தயாரிக்க முடியும். பின்னாளில் "கண்டுபிடிக்கப்படுவதற்காக" சில சமயம் ஆவணத் தொகுப்பில் போலி ஆவணங்கள் செருகப்பட்டிருக்கின்றன. அல்லது, ஒரு குறிப்பிட்ட ஆவணம், ஒரு ஆவணத் தொகுப்பில் இல்லாதபோது, அது கண்டுபிடிக்கப்பட்டதாகச் சொல்லப்படலாம். புகைப்படங்களைப் போலியாகத் தயாரிக்க முடியும். நேரில் பார்த்த சாட்சியங்களால் பொய்

> சொல்ல முடியும், எப்படியிருந்தாலும் நேரில் பார்த்த சாட்சியங்கள் பல சமயங்களில் தவறானவையாக இருப்பதால், அவைதான் குறைந்தபட்ச நம்பகத்தன்மை கொண்டவை. கோட்பாட்டாளவில் சொல்வதானால் 'புகைந்து கொண்டிருக்கும் துப்பாக்கி' என்பது, அதாவது மறுக்க முடியாத, மிகத் தெளிவான வகையில் நேர்மையான வலுவான சான்று என்பது ஏதும் இல்லை. சான்றுகளைக் கொண்டு முடிவுக்கு வருவது என்பது நமது முடிவுகள் நிரந்தரமான நிச்சயமற்றதன்மையைக் கொண்டதாகும் என்பதை நாம் ஏற்றுக்கொள்ளுமாறு கோருகின்றன. எந்தவொரு வரலாற்றுரீதியான முடிவுக்கான சான்றைப் பற்றிய புறநிலைரீதியான மதிப்பீடு எப்போதுமே தற்காலிகமானதாகவே இருந்தாக வேண்டும். புதிய சான்று கொண்டுவரப்படும்போது, அந்தப் புதிய சான்றால் தேவையானதாகச் செய்யப்படுமானால் இந்த முடிவை நாம் சரிசெய்ய வேண்டும் அல்லது கைவிடவும் செய்ய வேண்டும். "நிச்சயம்" என்ற எந்தவொன்றையும் வரலாற்று ஆய்வு அறிந்ததில்லை.[46]

இந்தக் கருத்தைக் கொண்டுள்ள பேராசிரியர், குருஷ்செவின் பொய்களை அம்பலப்படுத்திவிட்டதாகவும் புகாரின், த்ரோத்ஸ்கி போன்றவர்கள் ஏகாதிபத்தியத்துடன் ஒத்துழைத்தவர்கள் என்பதை ஆதாரபூர்வமாக மெய்ப்பித்துவிட்டடாகவும் கூறுவது எத்தகைய முரண்நகை! சோவியத் யூனியனின் சோசலிசம் கட்டும் முயற்சியில் ஏற்பட்ட தவறுகள், பாதைவிலகல்கள் முதலியவற்றை எடுத்துக்காட்டி மாற்று வழிகளை, மாற்றுச் சிந்தனைகளை முன்வைக்கும் சிந்தனையாற்றல் இல்லாத மனிதரே இந்த ஆராய்ச்சியாளர்.

"நாவலின் முடிவு, கதைத் தலைவனின் முடிவு, எழுத்தாளனின் முடிவு"

46 Grover Furr, Evidence of Leon Trotsky's Collaboration with Germany and Japan, Op. cted. ஸ்டாலின் ஆட்சிக் காலத்தில் பெரும் விளம்பரத்தோடு நடத்தப்பட்ட மூன்று விசாரணைகளில் 1938 மார்ச் 18இல் நடந்த கடைசி விசாரணைக்குட்படுத்தப்பட்டவர்கள் இருபத்தொன்று பேர். அவர்களில் புகாரின், ரைகோவ், ராகோஸ்கி போன்ற போல்ஷ்விக் தலைவர்களும் லெனினின் தோழர்களும் மட்டுமல்ல, யெகோடாவும் க்ரியுச்கோவும் இருந்தனர். 1918க்குப் பிறகு லெனினையும் ஸ்டாலினையும் கொலை செய்யவும் ஜெர்மன், ஜப்பான் அரசாங்கங்களுடன் கூட்டுச் சேர்ந்து சோவிய யூனியன் பிரதேசங்களை அவற்றுக்கு ஒப்படைக்க முயற்சி செய்ததுடன், கார்க்கியைக் கொலை செய்ததாகவும் குற்றம் சாட்டப்பட்டுச் சுட்டுக் கொல்லப்பட்டனர்.

தனது இறுதி நாள்களில் வீட்டுக் காவலில் வைக்கப்பட்டிருந்த மேக்ஸிம் கார்க்கி எழுதிய கடைசி குறிப்பொன்றை ரஷிய எழுத்தாளர் விட்டாலி ஷெண்டாலிஸ்கி சுட்டிக் காட்டுகிறார்: "நாவலின் முடிவு, கதைத் தலைவனின் முடிவு, எழுத்தாளனின் முடிவு."[47]

சோவியத் யூனியனுக்கும் சோவியத் கம்யூனிஸ்ட் கட்சிக்கும் இத்தகைய அவல முடிவுகள்தான் நேர்ந்தன. எனினும், அவை தகர்ந்தே தீர வேண்டும், வேறு வழியில்லை என்பதுதான் வரலாற்று நியதியாக இருந்தது என்றும் அத்துடன் 'வரலாற்றின் முடிவு' நேர்ந்ததாகவும் மேற்கு நாட்டு தத்துவவாதிகள் சிலர் கூறியதை மறுதலிக்கும் வகையில் சோசலிசத்தைக் கட்டுவதற்கான மாற்றுச் சிந்தனைகள் சோவியத் யூனியனில் வளர்ந்து வந்திருக்கின்றன என்பதை மேலே பார்த்தோம். இந்தச் சக்திகள் ஒன்றிணைந்திருந்தால் ஒருவேளை வரலாறு வேறு பாதையில் சென்றிருக்கக்கூடும். அந்தச் சிந்தனைகள் நிச்சயமாக எதிர்காலத்தில் சோசலிசத்தை நிர்மாணிப்பவர்களுக்கு வழிகாட்டட்டும்.

❋ ❋ ❋

---

47 Tovah yedlin, Maxim Gorrky: A Political Biography, Praeger, London,1999, pp 213, 215.